CN

CHUYỂN MÙA

CHUYỂN MÙA

Gồm ba tập:

> TRẠM NGHỈ CHÂN
> MA LỘ
> CHUYỂN MÙA

Truyện:
TRƯƠNG ANH THỤY

Thay Lời Bạt:
NGUYỄN CHÍ THIỆN

TỔ HỢP XUẤT BẢN MIỀN ĐÔNG HOA KỲ

2004

CHUYỂN MÙA
của Trương Anh Thụy
Vẽ bìa: TAT
Trình bày sách: Tác giả
Tổ Hợp Xuất Bản Miền Đông Hoa Kỳ xuất bản
Virginia, USA
2004

ISBN No. 0-9749097-6-9

Library Cataloging Data:
CHUYỂN MÙA ("Seasonal Changes")
Trương Anh Thụy

816 pp   13.5 cm X 20.7 cm
Includes author's photo and short biography.

1. Vietnamese literature—Contemporary. 2. Vietnamese fiction—Trilogy. 3. Trilogy—Trạm Nghỉ Chân ("Rest Area"), Ma Lộ ("Labyrinth"), Chuyển Mùa ("Seasonal Changes").
I. Title. II. Author. III. Publisher's foreword. IV. Author's foreword. V. Critics' quotes.

Copyright © 2004 by Trương Anh Thụy

All rights reserved. No part of this publication may be reproduced, stored in or introduced into a retrieval system, or transmitted in any form, or by any means (electronic, mechanical, photocopying, recording or otherwise) without the prior written permission of the publisher.

MỤC LỤC

I	Lời Nhà Xuất Bản	IX
II	Đôi Lời Bộc Bạch	XVII
III	Lời Trích	XXVII
IV	Danh Sách Các Nhân Vật Trong toàn bộ *Chuyển Mùa*	XXIX
V	TẬP I: TRẠM NGHỈ CHÂN	33
VI	TẬP II: MA LỘ	195
VII	Phụ Bản 1	431
VIII	Phụ Bản 2	435
IX	TẬP III: CHUYỂN MÙA	605
X	Phụ Bản 3	779
XI	Phụ Bản 4	781
XII	Thay Lời Bạt Của Nguyễn Chí Thiện	801
XIII	Lời Phẩm Bình *Trạm NGhỉ Chân*	803

Lời Nhà Xuất Bản

TRONG MỘT BÀI VIẾT MỚI ĐÂY,[*] nhà văn Nguyễn Huy Thiệp đã làm rúng động dư luận trong nước khi ông nhắc đến tình trạng lão hóa (ông dùng đến cả chữ "suy đồi") của văn thơ ở trong nước. Theo ông, người đã có dịp đi ra ngoài nhiều lần để quan sát sinh hoạt văn học trên thế giới, thì trong khi người ta đã chuyên hóa và toàn cầu hóa bằng những bước khổng lồ, các nhà văn, nhà thơ ở trong nước vẫn giậm chân tại chỗ, sống bằng cái vốn có được từ hàng chục năm về trước, cho rằng cái nghiệp con tằm là cứ nhả tơ thôi.

Dù như nhiều người phản đối (mà không phản bác được) lối nói mà họ cho là lỗ mãng—như khi ông cho rằng: "Nhìn vào danh sách 1000 hội viên Hội Nhà văn Việt Nam người ta thấy đa số đều chỉ là những người già nua không có khả năng sáng tạo và hầu hết đều...'vô học', tự phát mà thành danh. Trong số này có hơn 80% là nhà thơ tức là những người chỉ dựa vào 'cảm hứng' để tùy tiện viết ra những lời lẽ du dương

---

[*] "Trò chuyện với hoa thủy tiên và những nhầm lẫn của nhà văn."

phù phiếm vô nghĩa..."—ta vẫn nên nghe những lập luận chính của ông:

"Chưa bao giờ văn học ở nước ta có những cơ hội lớn như bây giờ nhưng cũng chưa bao giờ khó như bây giờ. [...] Một đất nước văn minh không thể không có văn học và sử học được. Trong thời hiện đại, công việc đào tạo nhà văn là rất cần thiết, cần phải xây dựng thành một công nghệ. Nó cũng tựa tựa như công việc đào tạo các cầu thủ bóng đá chuyên nghiệp và các vận động viên thể dục có thành tích cao. Không thể trông chờ vào việc ăn may, trời cho để Việt Nam có một đội ngũ nhà văn đẳng cấp thế giới."

Do vậy mà ông chủ trương phải dạy viết văn trong nhiều đại học chứ không thể chỉ để một mình trường Nguyễn Du mà xem là đủ.

"Nghề văn trong thời hiện tại là một nghề khó vào bậc nhất. Khi Internet phát triển, tác giả không thể [chỉ] tưởng tượng, 'lừa bịp' hoặc 'sáng tác' được. Thông tin để xử lý, cung cấp cho các chi tiết sự kiện văn học có quá nhiều. Nhà văn bắt buộc phải trở thành một nhà văn hóa, một nhà nghiên cứu. Anh buộc phải giỏi máy tính, giỏi ngoại ngữ, anh ta phải 'tự tổ chức' viết lách và bán hàng. Anh ta phải trở nên chuyên nghiệp, không mất thì giờ vào những 'chuyện tầm phào.' Ngay cả chuyện tình phụ, phụ tình cũng là trò nực cười. Không có gì hết nếu anh không viết được hay, không bán được tác phẩm của anh cho người đọc."

Chỉ lấy một yếu tố do Nguyễn Huy Thiệp nêu ra, chuyện "giỏi ngoại ngữ" thì một người như nhà văn Nguyên Ngọc gần đây khi ra hải ngoại cũng cho ta biết là trong mấy trăm hội viên Hội Nhà văn có thể đếm trên đầu ngón tay những người biết một tiếng ngoại đến nơi đến chốn để có thể đọc được văn học nước ngoài một cách thoải mái. Thế thì không trách văn học trong nước không khỏi bị lạc hậu—vì có trao đổi được với ai đâu? Nói được mấy câu "bu-dua, bu-xoa" đâu có nghĩa là biết tiếng Pháp, hay là đọc được tác phẩm cận hiện đại trong tiếng Pháp?

Có lẽ cũng cần hỏi, trong các nhà văn được xem là "lớn" ở trong nước, bao nhiêu người biết dùng com-piu-tơ? Bao nhiêu người biết đi tìm thông tin trên Internet để cập nhật hóa cái hiểu biết của mình, chứ nói gì đến đưa những thông tin đó vào trong tác phẩm của mình?

"Sáng tạo văn học, nó cũng giống như bước nước rút trong các cuộc chơi thể thao. Trước đó người ta phải tập luyện, tích lũy. Chu trình đọc sách, 'đi thực tế,' suy nghĩ và viết lách đan cài nhau trong cuộc sống thường nhật như là thứ 'lao động thường xuyên, thiếu nó sẽ không có cái thực sự vĩ đại' (A. Puskin)."

Sẵn biết cái kém cỏi, giới hạn của mình, các nhà văn Việt Nam, theo Nguyễn Huy Thiệp, "hầu hết... thiếu vắng những tham vọng to lớn."

"Để có một nhà văn có giá trị nhân đạo cao phải dựa trên rất nhiều yếu tố. Người ta vẫn quen nghĩ rằng đó là do những nỗ lực cá nhân và chỉ là những nỗ lực cá nhân mà thôi. 'Văn hay do cùng.' Lối nghĩ đó vẫn phổ biến trong xã hội. Nó là lối đi tự phát, [tự] rèn luyện mà thành, lập nghiệp từ không chuyên, ỷ nhiều vào 'năng khiếu.' Có lẽ người ta phải nghĩ đến một 'typ' nhà văn khác: lớp nhà văn trí thức của một xã hội phát triển. Họ viết văn có bài bản, có lý luận, lý lẽ chứ không mò mẫm. Trước đây, ở Việt Nam hầu như chưa có những điều kiện xã hội để xuất hiện 'typ' nhà văn này."

Kém cỏi, hiểu biết giới hạn, không có tham vọng viết tác phẩm lớn, lại còn lúc nào cũng không quên văn học ở nước ta "không còn là một 'nghệ thuật chữ nghĩa' mà hiển nhiên là 'nghệ thuật sống,' nó có cái cần lâu hơn, là tay thước, là cây gậy, là cái bẫy chim thậm chí còn là cây súng," nên không lạ là "viết ra được một tác phẩm không dễ, viết hay thì lại càng khó."

Vì không được luyện chính quy nên hầu hết các nhà văn Việt Nam giờ đây viết theo công thức (học lỏm), để sản xuất ra những sản phẩm "mì ăn liền." Mấy người chịu khó hiểu cho là "việc nhà văn chuẩn bị cho một tác phẩm mới ra đời là cả một chu trình lao động công phu đòi hỏi một sự tập trung cao độ. Những nhà văn trẻ ít kinh nghiệm thường không coi trọng bước chuẩn bị này, họ chủ quan tin vào 'cảm hứng.' Cảm hứng chỉ có thể giúp cho nhà văn trẻ làm ra được một thứ sản phẩm đèm đẹp, một cái gì đó ngắm 'lâng lâng.' Việc xây dựng một tác phẩm lớn, độc đáo đòi hỏi dứt khoát phải có tính hệ thống, một tư duy tổng hợp và khoa học."

Xem thế thì phải nghĩ là hải ngoại đang có những điều kiện thuận lợi hơn để dẫn đầu văn học Việt Nam trong lúc này. Chưa kể là người viết ở nước ngoài sẵn hưởng một khung cảnh tự do, trong đó luật pháp và nhân phẩm được tôn trọng! Nhưng điều kiện mới chỉ là những yếu tố cần thiết mà chưa hẳn đã đủ. Còn cần tài năng của cá nhân người viết, rồi liệu người viết lại có tham vọng dựng nên một tác phẩm lớn hay không v.v. Mà tham vọng là một chuyện, "lực" có "tòng tâm" không lại là chuyện khác. Và cần hơn hết là một tấm lòng dũng cảm!

Như Phan Nhiên Hạo cũng đã viết trong bài "Nhà văn thế hệ sau chiến tranh và Ông vua cởi truồng" đăng trên báo điện tử *Talawas* gần đây: "Văn chương Việt Nam, ít nhất vào thời điểm này, cần một môi trường sáng tạo tự do để tất cả các nhà văn đều có thể học hỏi, để thể nghiệm mà không phải thỏa hiệp... Nhà văn không thể tảng lờ chính trị mãi được, cho dù có như con đà điểu rúc đầu trong đống cát nghệ thuật thuần túy. Sống trong một xã hội thiếu dân chủ và quyền tự do ngôn luận, sẽ đến lúc một nhà văn với khát vọng đi đến tận cùng con đường sáng tạo phải đối mặt với những câu hỏi chính trị.

"Nhà văn Việt Nam, bị bầm dập cả thế kỷ bởi những thế lực chính trị, thật không may, vẫn đang sáng tạo trong một hoàn cảnh rào trước đón sau rất thảm hại. Chính sự thiếu tự do này khiến chúng ta, trước sự tra vấn của lương tâm trí thức, nhận ra rằng nhà văn Việt Nam vẫn chưa có được sự xa xỉ để thoát ly hoàn toàn khỏi các vấn đề chính trị. Sự thật này, có thể làm nhiều nhà văn trẻ mất hứng, vẫn là một sự thật cần phải được nhìn nhận chứ không nên biện hộ loanh quanh. Không ai bắt chúng ta phải từ bỏ các thể nghiệm nghệ thuật tiên phong. Nhưng chúng ta sẽ không làm được một thể nghiệm nào đến nơi đến chốn trong sự hạn chế quyền tự do phát biểu, tự do hội họp, tự do xuất bản và trình bày tác phẩm như hiện nay."

Vì vẫn tin như vậy nên khi chọn một số tác phẩm để in trong những năm gần đây, Tổ Hợp Xuất Bản Miền Đông đã dụng ý đi tìm những tác phẩm có cái gì mới để mở đường cho văn học Việt Nam, đưa nó ra khỏi cái bế tắc đang đút nút chữ nghĩa Việt Nam trong một cái cổ chai chật hẹp. Thiết tưởng một tác phẩm như bộ *Chuyển Mùa* mà Bạn Đọc đang cầm trong tay của Trương Anh Thụy, tập đầu (*Trạm Nghỉ Chân*) đã ra từ năm 1993 do nhà xuất bản Cành Nam, đáp ứng được phần nào sự mong đợi của người đọc Việt Nam trong lúc này.

Là một tiểu thuyết lịch sử, *Chuyển Mùa* không phải là lịch sử đã đành (vì lịch sử phải dựa vào những sự kiện có thật, có thể kiểm chứng được và thường được trình bầy theo một tiến trình tuyến tính), nó lại cũng không thuần túy là hư cấu vì không ít dữ kiện trong đó là chuyện thật (dù như có lúc phải ngụy trang bằng tên giả hay cho kết cấu khác với ngoài đời thật) trải dài trên nhiều châu, nhiều quốc gia để đan kết thành một câu chuyện có nhiều khả năng đi sát với sự thật như chúng ta có thể chiêm nghiệm bằng kinh nghiệm bản thân. Chuyện hư hư thật thật nhưng không hư đến nỗi bất khả tín, bị coi là hoàn toàn bịa đặt, song cũng không phải thuộc loại truyện chắc như bắp mà ta có thể thề thốt trên đó được. Cái hay của truyện hiện đại không chỉ nằm trong văn chương của nó, độ khả tín của nó, hoặc tính cách hiện thực huyễn ảo của nó, nó chủ yếu nằm trong cái mà người Pháp gọi là "plausibilité" (tính cách khả hiện) hay cái "vraisemblable" (cái vẻ gần như thực) của câu chuyện.

Trong một hội nghị về tiểu thuyết Nga và lịch sử, tổ chức vào giữa thập niên 80, với các bài tham luận sau đó có được gom lại trong cuốn *Literature and History: Theoretical Problems and Russian Case Studies* ("Văn học và Lịch sử: Những vấn đề lý thuyết và các trường hợp điển hình trong văn học Nga," Stanford University Press, 1986), các thuyết trình viên nêu ra một số điểm khá đặc sắc về văn học Nga:

Không ít tuyệt tác trong văn học Nga là tiểu thuyết lịch sử với những tên không giống tiểu thuyết tí nào như *Trách ai?* (Who Is to Blame?, *Kto vinovat?* trong tiếng Nga) của Aleksandr Herzen hay *Làm gì?* (What Is to Be Done?, *Chto delat?* trong tiếng Nga) của Chernưshevsky, chưa kể đến những tuyệt tác như *Cha Con* (Ottsư i deti) của Turghênhiev, *Chiến tranh và Hòa bình* (Voina i mir) của Tolstoi mà tính cách lịch sử thì ai cũng phải công nhận.

Tiểu thuyết Nga đẻ ra trong một khung cảnh rất chính trị, với nhiều cuốn là sản phẩm của những năm tù đầy của tác giả chúng: *Bút ký từ ngôi nhà người chết* (Zapiski iz mertvogo doma) của Dostoievski, *Những câu chuyện Kolưma* (Kolymskie rasskazy) của Shalamov, hay những tác phẩm của Solzhenitsưn như *Một ngày trong đời của Ivan Denisovich* (Odin den' Ivana Denisovicha), *Vòng đầu* (V kruge pervom), *Khu ung thư* (Rakovưi korpus).

Tiểu thuyết Nga cũng là sản phẩm của cách mạng (bạo lực) nên đầy máu và nước mắt. Nhưng cũng vì thế mà nó là sản phẩm của tập thể, với người đọc cũng gần ngang hàng tác giả—có thẩm quyền kiểm chứng điều tác giả nói—và tác giả thì được coi như một chính phủ thứ hai.

Xem thế thì có lẽ tiểu thuyết Việt Nam hiện đại, như ta thấy ở hải ngoại, có nhiều điều so được với tiểu thuyết Nga hơn là tiểu thuyết Mỹ hay Anh, Pháp. Nhà xuất bản xin đưa ra mấy nhận định sơ khởi trên đây để dẫn mời độc giả đi vào cuốn trường thiên tiểu thuyết của Trương Anh Thụy.

**TỔ HỢP XUẤT BẢN
MIỀN ĐÔNG HOA KỲ**

Đôi Lời Bộc Bạch

CUỐI CÙNG THÌ DÒNG CUỐI cũng phải đến! Tôi thở phào, vì cuốn sách "ngâm" đã quá lâu!

Một ngày cách đây bẩy năm, tôi nhận được bức thư của một độc giả xưng tên là P. V. T., lấy địa chỉ nơi làm việc ở Arlington, Virginia. Trong thư chỉ vỏn vẹn mấy chữ:

"Nhà Cành Nam,
Tôi có đọc qua một quyển sách tựa đề 'Trạm Nghỉ Chân'. Tôi thắc mắc sau phần kết thúc khi cô Nga và anh Tường sau buổi chia tay, anh Tường có gặp lại cô gái đó nữa không? Xin nhà văn có thể cho tôi biết được không?
Cám ơn,
T. P.
Ngày 29 tháng 4-1997"

Tôi đã không trả lời được bức thư ngay sau khi nhận. Lúc đó tôi không có câu trả lời. Gần đây tôi viết trả lời ông, thì ai đó, chắc là đồng nghiệp của ông, trả lại bức thư cho nhà bưu điện với mấy chữ ghi ngoài bì thư: "He is no longer here." (Ông ấy không còn ở đây nữa.) Tôi hy vọng ông đang vui hưởng những ngày nghỉ hưu nhàn rỗi và có dịp đọc được những dòng này.

Trên đây chỉ là một trong những thí dụ về sự suy nghĩ vừa mộc mạc, vừa chân tình của một độc giả. Trong thời gian ấp ủ và viết tiếp cuốn II và III trong bộ truyện này, tôi còn nhận được rất nhiều khuyến khích, nhắc nhở của bạn bè trong và ngoài văn giới. Có người nói thẳng: "Sao 'nghỉ' (do tập đầu mang tên Trạm Nghỉ Chân) gì mà lâu thế? Đứng dậy đi đi chứ!" Có người tế nhị hơn, hỏi xa xôi: "Nga hồi này làm gì rồi? Nhàn rỗi có chết dí ở Liên Xô không?" Lại cũng không ít người bảo tôi: "Thôi, cho hai đứa (Tường và Nga) lấy nhau đi cho rồi!" Thế mới biết, một cuốn tiểu thuyết có thể dựng nên một thế giới, mà trong đó người đọc thấy các nhân vật thân ái, gần gũi như những người trong nhà, trong họ.

Thật là cảm động về sự quan tâm của mọi người! Tôi vì vậy, không có lựa chọn nào, đành phải đứng dậy mà đi thôi... Đi tới đâu, thực tình tôi không biết! Nhà biên khảo Trần Bích San, có lần hỏi: "Chị dựa vào những chuyện xẩy ra ở hải ngoại và trên quê hương để viết truyện, vậy thì chị định kết thúc câu chuyện như thế nào?" Tôi đáp: "Tôi kết thúc câu chuyện theo cuộc nổi trôi của các nhân vật của tôi. Hoặc họ chết là hết chuyện, hoặc họ lấy nhau, sinh con đẻ cái... thì truyện có một 'happy ending' (kết thúc vui vẻ), còn những chuyện xẩy ra trên thế giới, trên quê hương thì... nó sẽ cứ thản nhiên tiếp diễn..."

Sống ở gần thủ đô Hoa Kỳ, một trung tâm quyền lực vào hạng đầu não của thế giới, tôi không khỏi chứng kiến những đổi thay trong chính sách của hết trào tổng thống này đến trào tổng thống khác, với những thành công và thất bại của họ, tất cả ở một quy mô siêu cường. Và những chính sách đó khi được áp dụng vào Việt Nam thì đôi khi, có những hiệu ứng ngoài dự ước của ta.

Trong đời tôi, nếu đã chứng kiến hai cuộc di cư, đổi đời, thuộc vào loại có ghi vết hằn lịch sử, thì vĩ đại và hoành tráng, hồi hộp không kém là những giờ phút chúng ta được tận mắt, qua ống truyền hình, nhìn thấy chết lịm dưới lằn xích xe tăng những biểu hiện của tự do Trung Quốc ở Thiên An Môn, những anh chị em Việt Nam ở Đông Âu nhảy tường ở Bá Linh/Béc Lin hay sự sụp đổ của Liên Xô, chiếc nôi của xã hội chủ nghĩa trên thế giới. Rồi Trung Quốc và Việt Nam thoát hiểm, vực dậy... Rồi Mỹ làm thân, tái lập bang giao, Việt Nam vào Tổ Chức Các Quốc Gia Đông Nam Á, dẫn dần đến Thương Ước Mỹ-Việt, và biết đâu đó, nay mai Việt Nam còn vào được WTO (Tổ Chức Mậu Dịch Thế Giới) để dám thành một con hổ kinh tế nếu chưa hẳn đã có thể thành rồng.

Trong hoàn cảnh đó, thế đứng của người Việt, trong cũng như ngoài nước, dù ở về phe nào hay nằm trong chiến tuyến nào, xem ra cũng thật trớ trêu. Người Cộng Sản của ngày hôm qua thì hôm nay đã thành tư bản đỏ, vất bỏ hết lý tưởng lại đằng sau, để trở về thời phong kiến: *"Con vua thì lại làm vua / Con sãi ở chùa lại quét lá đa..."* Cả triệu tài năng yêu nước bị đẩy ra hải ngoại, buộc đem sức lực phục vụ cho dân xứ người, còn ở trong nước, những người bất đồng chính kiến với đảng cầm quyền thì bị loại ra ngoài những địa vị cầm cân nẩy mực, hay còn oan khiên hơn nữa, bị xô vào lao tù không cần xét xử...

Độc nhất một màu xanh của hy vọng còn lại: sự nhào nặn giữa tuổi trẻ Việt Nam, trong và ngoài nước, nhất là trong một môi trường tự do trao đổi như các đại học của Mỹ hay các nước Tây-Âu, những người đến với nhau bằng con tim nóng hổi Việt Nam, chứ không nhất thiết bằng màu cờ hay biểu ngữ hay định kiến mang theo từ quá khứ. Đó là cái duyên khởi rất tự nhiên của nhà Phật, làm đầu mối cho cuộc tình Tường-Nga trong *Trạm Nghỉ Chân*, rồi dẫn đến những mối tình lớn khác trải dài trên hai ba lục địa của các cặp Tường-Nhàn, Nguyên Việt-Đan Thanh, Vinh-Trâm...

Cuộc sống của người Việt hôm nay muôn màu và đa dạng như thế đó. Nói như Thế Lữ, đó là một cây đàn muôn điệu. Nó vượt lên hết cả những suy nghĩ cố định của chúng ta. Thách thức của một tiểu thuyết gia ngày hôm nay, chính là có sống được với cái thực tế muôn màu đó, để mà phản ánh trong một tác phẩm lớn hay không? Tôi cố gắng nhưng không chắc đã thành công. Song biết trước sự thất bại có thể có trong một nỗ lực lớn, là một nét đặc thù của văn học hiện đại và nhất là hậu hiện đại.

— Có vậy người viết mới cần đến người đọc mà trong nhiều nghĩa, sẽ là đồng tác giả của tiểu thuyết này. Là tác giả, tôi chỉ xin được làm một con chim báo bão và nói như Alain Robbe Grillet, một lý thuyết gia hàng đầu của "tân tiểu thuyết" Pháp:

Không hề khinh thị người đọc, tác giả ngày hôm nay lớn tiếng tuyên bố nhu cầu triệt để cần có sự tiếp tay của bạn đọc, một sự tiếp tay chủ động, ý thức, và sáng tạo. Điều mà tác giả hôm nay yêu cầu từ độc giả, đó không còn chỉ là đón nhận một thế giới đã hoàn bị, đầy đủ và kín mít; trái lại, đó là tham gia vào một sự sáng tạo, để chính người đọc đẻ ra tác phẩm của mình...

Robbe Grillet, *Pour Un Nouveau Roman*

Chính trong tinh thần đó mà tôi xin mời bạn đọc bước vào sách.

Như bất cứ "lời phi lộ" của một công trình viết lách nào, phần tri ân những người yểm trợ mình trong việc hoàn thành tác phẩm cũng là phần thích thú nhất, vì phần này cho phép người chịu ơn vơi đi được phần nào sự áy náy... Trong một tác phẩm đã dài lại còn có tham vọng trải dài trên hai, ba lục địa, như cuốn sách độc giả đang cầm trên tay, không tác giả nào có thể sống hết ở các nơi đó đủ lâu, để có thể quan sát, chiêm nghiệm từng biến cố, cũng như từng biến chuyển trong tâm lý của từng con người ở đó, tôi vì vậy đã phải tùy thuộc rất nhiều vào sách vở, báo chí, báo điện tử, Internet, truyền thanh, truyền hình... và nhất là những tấm lòng chân quí ở khắp nơi, đã, hoặc đọc bản thảo, hoặc cung cấp tài liệu, hoặc kể lại một số chuyện mà người đó là chứng nhân..., mà điển hình nhất là cố ký giả Như Phong Lê Văn Tiến, sử gia Nguyễn Minh Cần và phu nhân (nhà văn Thiện Xuân Inna Malkhanova,) nhà báo Bùi thị Lan Hương (tức Huỳnh Dung) ở Nga; nhà văn Hồ Trường An ở Pháp (đặc biệt anh đã mở rộng kiến thức về Phật pháp cho tôi rất nhiều); nhà văn Vũ Nam ở Đức; nhà văn/họa sĩ Võ Đình ở Florida; nhà thơ/nhà văn Nguyễn Chí Thiện ở California, và vô số bạn bè quyến thuộc ở Việt Nam, cũng như chị Hiệp Lowman, và anh Nguyễn Ngọc Bích ở Washington D.C...

Có một lần, anh Nguyễn Ngọc Bích bị bạn bè chê trách rằng "Anh cứ để thiên hạ lợi dụng hoài!" Anh thản nhiên trả lời: "Chẳng ai lợi dụng được tôi cả, trừ tổ quốc tôi." Suy ngẫm mãi về câu nói đó, một ngày tôi bỗng ngộ ra, "thiên hạ" thế nào thì tôi không biết, chứ riêng tôi, chẳng phải là đối tượng "tổ quốc" của anh đã đành, nhưng chắc chắn tôi, và cả tác phẩm của tôi đều là sản phẩm của tổ quốc, vì tôi đã chót *nợ tấm hình hài / Màu da khối óc giống nòi Việt Nam.*" Trong tinh thần đó, thì tôi đã lợi dụng anh Bích, không phải "nhất tự" hay "bán tự" mà là cả một "bồ chữ," mà không thấy đến nỗi phải băn khoăn, ngại ngùng...

Tôi lại cũng có một đức lang quân dị kỳ! Anh không những yểm trợ tinh thần và cả vật chất cho công việc làm không ra tiền của tôi, mà còn đi khoe những việc làm này với bạn bè, từ khi công việc hãy còn trong thời kỳ thai nghén! Ngay như mới ngày hôm qua cũng vẫn còn có người hỏi: "Thế sách của chị xong chưa? Sao anh ấy nói lâu rồi mà vẫn chưa thấy gì cả...vv..." Tôi phải làm gì? Đành phải đứng dậy mà đi thôi...!

Được "tả phù hữu bật" như thế, nếu tôi không làm nên cơm cháo gì, thì xin quí độc giả cứ tôi mà khiển trách. Vì chính tôi mới là người chịu trách nhiệm hết về công việc làm của mình.

TRƯƠNG ANH THỤY
Arlington, Virginia
Mùa Thu, 2004

*Kính dâng tổ quốc Việt Nam và
Anh linh các anh hùng, liệt nữ, thuyền nhân, bộ nhân
đã bỏ mình vì lý tưởng tự do.*

*Thân tặng tuổi trẻ Việt Nam và
Con tôi, Victor Nguyễn Long Quang.*

Kính tặng hương linh song thân:
Họa gia Tá Chi Trương Cam Khải, và
Nữ sĩ Kim Y Phạm Lệ Oanh
Người đã dạy con làm thơ, làm văn và
biết phẫn nộ trước bất công và bạo lực.

*"Có thể chúng ta không xô được núi,
Nhưng biết đâu đó, sản phẩm cuối cùng lại là một
truyện thần tiên."*
Abraham Tertz

*"Tất cả những chuyện đó xẩy ra
mà không hề có một tiếng súng nổ.
Những diễn biến kỳ diệu đó đều bắt đầu từ con tim,
một nhịp tim đập, rồi nhiều tim đập theo.
Một lúc thành một dàn giao hưởng
triệu triệu con tim đập theo lẽ phải,
đập theo chiều xuôi, đập theo xu thế tất yếu của thời đại,
đập theo cái hướng đi mà ông bà tổ tiên ta đã vạch ra,
đập theo cái hướng tới của mặt trời và của tuổi trẻ,
thì một lúc nó phải thành hải triều âm,
đưa thẳng ta đến
một tương lai xán lạn."*
Trương Anh Thụy

(Trích "Lời Nói Đầu"
Tập 1, "Trạm Nghỉ Chân." Xuất bản năm 1993)

CÁC NHÂN VẬT TRONG CHUYỂN MÙA

TÊN:	VAI TRÒ:
Anna	Ở trọ nhà bà Chris, bạn cùng nhà với Nga
Bá (ông/bà)	Bố, mẹ của Liên cô bạn từ thời thơ ấu của Trâm
Bender (ông/ bà)	Người Mỹ, giáo sư của Nga ở đại học Georgetown
Bình	Sinh viên tại Đức, dạy Minh Châu học tiếng Đức
Cát (ông/bà)	Bố, mẹ của Tường, Mai, Vinh, Lan, Cúc, Hiển, Trúc
Chris	Bà chủ nhà trọ của Nga, Sarah, Hui Ling, Anna, Thảo, Nancy
Cường	Cha già của giới trẻ phản kháng sống ở Moscou
Cúc	Em gái Tường, Sinh viên
Danh	Ký giả/ Đặc phái viên/Lo kỹ thuật cho báo Vượt
Diệu Phương	Pháp danh của bác Sửu. Ở trong chùa Thiền Lâm
Dương	Kỹ sư VN làm dưới quyền Vinh ở Việt Nam
Đan Thanh	Người tình của Nguyên Việt làm cho báo Vượt, sau bỏ Nguyên Việt và Vượt, sang làm cho VNTEK
Đoàn	Chồng bà Quyên. Bạn ông bà Trình
Định	Chồng của Tuyết. Giám đốc VNTEK
Eric	Người Mỹ, chồng Mai. Đồng giám đốc với Trần Trung Nhạc trong công ty Quang Trung ở SG
Giác Minh	Thượng Tọa trụ trì chùa Thiền Lâm
Hải Đăng	Chủ nhiệm tờ nguyệt san Trẻ ở Việt Nam/Người theo đuổi cô Nga
Hiển	Em trai Tường, Sinh viên

Hưng	Con trai Mai và Eric. Cháu gọi Tường bằng bác
Hòa	Vợ anh Thuận. Trông nom nhà sách Dân Trí và làm cho báo Vượt
Hương	Bà Trình, mẹ của Trâm, bạn thân của Thu (bà Cát)
Hui Ling	Lưu học sinh Trung Quốc, ở trọ nhà bà Chris
Huyền Hoa	Nữ sĩ/Vợ Nguyên Việt
Huỳnh Long	Võ sư võ Tây Sơn. Tên thật là Vy. Ở chùa Thiền Lâm
Khuê	Bạn thân của Nga/Công chức nhà nước VN
Liên	Bạn rất thân của Trâm. Kỹ sư, làm dưới quyền Vinh ở VN
Linda	Con gái ông bà Bender, chị của Mike. Làm việc trong Trung Tâm Thương Mại, Nữu Ước
Lương (ông/bà)	Bố mẹ của Nga. Ông là cán bộ cao cấp trong nhà nước cộng sản VN. Đã về hưu
Mai	Em gái Tường, vợ Eric
Mike	Cậu con trai bị bệnh "rối loạn nhiễm thể." Con ông bà giáo sư Bender. Em của Linda
Minh	Con trai ông bà Trình, em trai của Trâm
Minh Châu	Bí danh của Trần thị Thanh Nhàn. Lưu học sinh VN phản kháng, sống ở Nga. Sau tỵ nạn ở Đức.
Mùi	Ô-sin của Vinh ở Việt Nam
Nam Nhân	Cựu quân nhân HO. Nhà văn, nhà thơ. Giám đốc đài phát thanh Làn Sóng Tự Do
Năng	Biệt hiệu của Tường dùng khi qua Nga làm việc với các người Việt chống đối nhà nước CSVN
Nga	Lưu học sinh từ Hà Nội. Học tại đại học Georgetown/ Sau về làm cho nhà nước VN/Người yêu của Tường
Ngọc Trâm	Tên của Trâm kèm theo tên đệm

xxx

Nguyễn Thị Thường Nga	Cả tên họ của Nga
Nguyên Việt	Bình luận gia / Tác giả của nhiều sách / Chủ nhiệm kiêm chủ bút tuần báo Vượt/ Người yêu của Đan Thanh / Chồng của Huyền Hoa
Nhàn	Tên thật của Minh Châu
Như	Phụ trách nhà sách Dân Trí / Làm trong báo Vượt
Nhuần	Đang học ở Đại Học Nữu Ước. Con gái của Nhung, cháu gọi bà Cát bằng Bác
Nhung	Em họ bà Cát, con ông Trấn, hiện ở Việt Nam
Phượng	Làm ở thư viện đại học Georgetown. Thân với Tường và Nga
Phùng	Tổng thư ký báo Vượt, sau làm phụ tá chủ nhiệm
Quyên	Vợ ông Đoàn. Bạn học cũ của hai bà Thu (bà Cát) và Hương (bà Trình)
Sarah	Sinh viên Mỹ ở Đại học Georgetown/ Ở trọ nhà bà Chris cùng với Nga và Thảo…vv…
Sửu	Ở tại chùa Thiền Lâm làm việc công quả/Pháp danh: Diệu Phương
Thảo	Lưu học sinh từ Hà Nội, học ở Georgetown. Trọ ở nhà bà Chris. Đến Mỹ sau khi Nga đã về nước
Thu	Bà Cát, mẹ của Tường, Mai, Vinh, Lan, Cúc, Hiển, Trúc
Thuận	Chồng của Hòa. Trông nom tài chính, sổ sách cho báo Vượt và nhà sách Dân Trí
Trần Trung Nhạc	Đồng giám đốc với Eric trong công ty điện tử Quang Trung ở Sài Gòn
Trâm	Người yêu của Vinh / Kỹ sư, làm dưới quyền Vinh ở VN/Bạn thân của Liên
Trấn	Cậu của bà Cát ở Hà Nội

Trình	Đại tá Việt cộng đã hồi hưu. Thân phụ của Trâm
Trúc	Em gái út của Tường
Tú	Chị của Nga ở Hà Nội
Tuyết	Vợ của Định / bạn thân của Tường
Tường	Giáo sư phụ giảng ở đại học Georgetown / Làm báo Vượt / Người yêu của Nga và cũng là người yêu của Minh Châu
Vinh	Em trai của Tường / Người yêu của Trâm / Kỹ sư điện, computer, Tin học, làm việc ở VN
Vũ Thanh Nhàn	Cả tên họ của Nhàn, tức Minh Châu
Vy	Tên thật của ông Huỳnh Long, ở trong chùa Thiền Lâm. Chú kết nghĩa của Minh Châu.
Xía	Đứa trẻ không nhà. Vinh tìm thấy ở ga Hòa Hưng rồi đem về nhà nuôi

Tập 1

TRẠM
NGHỈ CHÂN

1

Đêm trước Lễ Tạ Ơn. Cả ngôi biệt thự cũ kỹ hai tầng vắng lặng. Nga nghe rõ cả tiếng lọc xọc bên trong cái lò sưởi kiểu cổ nơi cuối phòng, và tiếng nước râm rỉ chảy từ vòi nước trong bồn tắm bên cạnh. Ngôi biệt thự này có lẽ là một trong những ngôi nhà đầu tiên tại vùng thủ đô Hoa Thịnh Đốn. Bà chủ được thừa hưởng từ cha mẹ để lại. Bà cho đám sinh viên đại học Georgetown thuê từng phòng để lấy tiền bù đắp vào đồng lương ít ỏi. Là giáo sư không chính ngạch, bà dạy đàn dương cầm cho một trường tiểu học bên kia sông Potomac, trong quận Arlington. Bà trạc ngoài năm mươi. Ly dị từ lâu, ở vậy nuôi hai cô con gái. Cả hai đã có gia đình ở tiểu bang khác. Thỉnh thoảng các cô mới cùng chồng con về thăm mẹ.

Thường thường mọi tối, giờ này tiếng điện thoại reo inh ỏi từ phòng này tới phòng khác. Có khi ở hai, ba phòng cùng một lúc. Rồi tiếng bước chân cọt kẹt trên cầu thang. Tiếng giật nước toa-lét. Tiếng bát đĩa chạm nhau vọng từ dưới bếp... Hôm nay thì không. Giờ này người nào có gia đình ở các tiểu bang xa xôi, cũng đã về nhà sum họp, mấy ai ở lại nhà trọ như Nga. Hồi chiều Nga cũng đã gọi lên Nữu Ước chúc mừng các bạn làm ở Văn phòng Thường trực tại Liên Hiệp Quốc. Nàng cũng được biết tối nay họ được mấy gia đình Việt kiều có cảm tình với chính quyền ở quê nhà, mời đi dự tiệc. Bọn bạn làm ở Ngân Hàng Thế Giới cũng đưa gia đình đi chơi xa hết. Còn ông bà Bender, người bảo trợ của Nga, trốn mùa đông vùng này, đưa con cái về thăm quê ngoại ở Florida. Hai con chó của bà chủ nhà dường như hài lòng với mấy miếng thịt gà tây của Nga cho hồi chiều, nằm yên ắng ở tầng dưới. Con mèo của bà chủ đang nằm trong lòng Nga. Bà chủ nhà đã dặn mấy đứa ở trọ là không được làm hư con mèo của bà. Nhưng cứ vắng mặt bà là Nga lại gọi nó vào phòng. Mấy cô khác ở chung nhà như Sarah, Anna, Hui-Ling, không ưa mèo. Con mèo cứ tới gần là chúng đuổi. Riêng Nga yêu Kitty vô cùng. Nga cho là ở nước Mỹ này, cái gì cũng xa lạ đối với nàng, trừ mỗi Kitty. Nó giống mèo tam thể ở Việt Nam. Bốn chân trắng. Đầu và mình có các mảng đen, xám. Con mèo dường như biết Nga yêu nó, nên chỉ tìm đến làm nũng với nàng mà thôi. Bà chủ thấy Nga ở nhà không đi chơi xa, bà cũng mừng. Bà đề nghị trả Nga hai mươi đô la mỗi ngày để trông nom hai con chó và con mèo cho bà, trong khi bà về quê thăm gia đình. Nga từ chối không nhận tiền. Quen theo lề lối Việt Nam, giúp bạn bè một chút, có ai lấy tiền bao giờ, huống hồ bà lại còn là chủ nhà mà Nga đang ở trọ. Nhưng bà nhất định không chịu. Bà thật thà nói, trước kia bà vẫn từng phải trả hai mươi đô mỗi ngày cho mỗi con, để gửi tại "nhà trọ cho súc vật." Nếu Nga không nhận tiền, bà lại phải đem chúng nó đi gửi. Nga đâu có muốn bà đem chúng đi gửi. Chính nàng cũng đang cần chúng nó, nên đành phải cầm tiền vậy. Nghĩ lại, Nga thấy người Mỹ thực lạ lùng. Mỗi lần Nga trả tiền nhà chậm, bà thẳng tay phạt hai mươi lăm đô theo đúng giao kèo. Nhưng có nhờ ai trong nhà này làm việc gì, bà trả tiền sòng phẳng.

Điện thoại trên đầu giường bỗng reo vang. Nga hoảng hốt chụp lấy ống nghe:

- A-lô!
- Hê-lô! Nga đấy à? Làm sao vậy?
- Dạ, thưa ai đấy ạ?
- Tôi đây. Tường đây mà.
- À. Anh Tường! Em có sao đâu!
- Sao nghe Nga thở dốc như mệt vậy?
- À, tại giật mình. Nhà vắng quá. Chúng nó đi hết, thành ra hơi sợ...
- Xin lỗi Nga nhé. Tôi gọi bất ngờ quá, làm Nga giật mình. Tôi xin chị Phượng số điện thoại của Nga để gọi hỏi thăm. Nga không phiền chứ?
- Không sao! Nhưng... Sao hôm nay... ngọn gió nào đưa đẩy anh điện đến đây thế?
- À, thì... nhân ngày lễ, cũng muốn gọi chúc Nga "Ngày lễ Tạ Ơn vui vẻ."
- Cám ơn anh. Thế... sao hôm nay anh hết "sợ cộng sản" rồi à?
- Bậy nào! Lại đi nghe chị Phượng ngạo tôi chớ gì?
- Thôi được rồi. Hôm nay anh có ăn mừng lễ không?
- Cũng có, nhưng không đầy đủ như mọi năm. Mọi năm tôi về Cali thăm cha mẹ và để gặp các em từ các nơi về. Nhiều đứa đi học xa. Năm nay tính làm cho xong cái luận án, không về được.

- Thế ở đây, anh ở với ai?

- Ở với gia đình cô em kế tôi. Cô ấy lấy chồng, sống ở vùng này.

- Anh có nhiều anh chị em lắm à?

- Nhiều lắm Nga à! Tôi là con trưởng. Sau tôi còn sáu em, vừa trai, vừa gái.

- Trời đất! Làm sao bố mẹ anh nuôi nổi đàn con đông như thế?

- Thì cũng phải nổi chứ. Cũng vì đông em nên hồi đầu mới qua, tôi cũng cực. Đi làm đỡ cha mẹ mãi mới đi học lại, vì thế bây giờ cũng vẫn chưa xong.

- Thế bao giờ anh học xong?

- Chắc cũng phải hết năm nay.

- Thế ra trường xong anh định làm gì?

- Tôi cũng chưa biết. Còn tùy thời thế.

- Thời thế...?

Tường vội lảng:

- Này, từ nãy đến giờ Nga "hỏi cung" tôi hơi nhiều đấy. Cho tôi hỏi lại Nga câu này nhé. Tại sao có ngày nghỉ dài thế này mà Nga không lên Nữu Ước?

- Tại sao anh lại nghĩ là Nga phải đi Niu-Oóc?

- Đoán thế. Tại, tưởng Nga phải đi... nhận chỉ thị.

- Đâu có. Em đi học chứ có phải là đi công tác đâu mà nhận chỉ thị? Lễ Tạ Ơn năm ngoái em cũng về nhà một cô bạn...

Tường bật cười. Nga giận dỗi:

- Thấy không? Đúng là anh sợ cộng sản mà anh còn đổ cho chị Phượng trêu anh. Cộng Sản Việt Nam bây giờ khác lắm rồi. Anh phải nên về thăm nhà một chuyến...

- Thôi, chọc Nga chơi đấy mà! Để bữa nào gặp nói chuyện nhiều, xem ai sợ ai.

- Vâng, để xem.

- Thôi chào Nga nhé! Tuần sau gặp lại.

- Vâng. Cám ơn anh.

Đặt điện thoại xuống, Nga ngồi sững. Bàng hoàng, sung sướng. Bàng hoàng vì cú điện thoại, không đợi mà đến. Sung sướng vì từ ngày gặp Tường, Nga vẫn tò mò, muốn biết thêm về anh chàng có nhiều nét khó hiểu này.

Lần đầu tiên Nga gặp Tường là một buổi chiều cuối thu, ở thư viện. Nga đang đứng nói chuyện với chị Phượng, người Việt kiều đầu tiên Nga làm quen được. Chị làm quản thủ thư viện tại trường Georgetown. Tường bước vào, hỏi chị Phượng về một quyển sách nào đó. Chị Phượng giới thiệu Tường với Nga. Chị nói, anh Tường đang làm luận án tiến sĩ. Anh cũng làm phụ giáo cho giáo sư của anh. Tường niềm nở hỏi thăm Nga: Học môn gì? Giáo sư là ai? Di tản năm nào...? Nga thật thà nói: "Không, em không di tản. Em từ Hà Nội sang. Em được học bổng Ford Foundation sang đây học được một năm rồi, vừa mới bước sang năm thứ hai..." Đang nói thao thao, Nga khựng lại khi thấy mặt Tường lộ vẻ lạnh nhạt hẳn. Chưa biết phải làm gì thì chị Phượng đã bô bô: "Chú Tường ngán mấy người cộng sản lắm đấy. Nhưng mà Nga là người tốt, chú Tường ạ!" Câu nói của chị Phượng dường như không giúp cho tình hình khá hơn, chị càng làm cho Tường thêm lúng túng. Một sinh viên khác bước vào, nhờ chị tìm hộ quyển sách. Chị bỏ đi. Tường vội chào Nga rồi cũng bỏ đi luôn. Vài phút sau chị Phượng trở về, lại bô bô: "Ủa! Chú Tường đâu rồi? Bảo người ta tìm sách hộ, chưa kịp làm gì đã chuồn mau thế." Rồi chị quay ra nói như an ủi Nga: "Chú ấy tính tình nhút nhát, nhưng thật là tốt, lại nhờ học xuất sắc nên được nhà trường cưng lắm."

Từ sau bữa đó Nga ít có dịp gặp lại Tường, trừ một vài lần gặp trong sân trường, ngoài hành lang. Những lúc đó Tường chỉ chào qua loa, rồi lại biến mất vào đám đông. Cho đến hôm nay... "Có gì đã thay đổi trong con người ấy?"--Nga tự hỏi.

2

Thứ Sáu, một tuần sau Lễ Tạ Ơn. Nhân một buổi họp mặt dành riêng cho sinh viên nước ngoài, ngay đầu giờ, bà giáo sư đã báo tin sẽ có một diễn giả tới nói chuyện với nhóm về sự hội nhập, cùng những dị biệt văn hoá giữa người Mỹ và các chủng tộc tới định cư tại đây, đặc biệt là người Á Đông. Vài phút sau, diễn giả xuất hiện và được nồng nhiệt giới thiệu. Thì ra chẳng ai khác hơn là Tường. Tường cũng nhìn ngay thấy Nga. Hai người trao đổi một nụ cười thay lời chào. Bà giáo giới thiệu Tường như một cái cầu nối hai nền văn hóa Mỹ với Việt Nam, trong những năm người Việt ồ ạt tới định cư tại vùng này. Anh cũng thông thạo nhiều thứ tiếng nên đã giúp đỡ nhiều sinh viên nước ngoài. Thế là Nga lại biết thêm vài điều lý thú nữa về Tường, nhưng nàng cũng không khỏi ngạc nhiên, cả một năm qua nàng không có dịp nào gặp chàng ở đâu hết. "Hay là có gặp mà mình không để ý"—Nga tự nhủ. Tường nói thao thao không ngừng. Đôi khi chàng còn tự trào, pha trò làm cả lớp phá lên cười. Hôm nay Nga mới có dịp quan sát Tường kỹ hơn: Người chàng dong dỏng cao. Cặp kính cận dầy, gọng vàng chia khuôn mặt dài dài, xương xương của chàng làm hai phần bằng nhau. Chàng trông già dặn, mặc dù cử chỉ lại rất hoạt bát trẻ trung, nhưng có lẽ chỉ hơn Nga ba, bốn tuổi là nhiều. Đứng trên bục giảng, chàng chẳng có vẻ gì nhút nhát như chị Phượng nói. Ngược lại, chàng tỏ ra rất vững chãi, tự tin.

Sau khi Tường nói xong, bà giáo khuyến khích sinh viên đặt câu hỏi. Mấy đứa trong lớp nhao nhao giơ tay. Nga vẫn chưa quen lối phát biểu trong lớp, nàng chỉ chăm chú nghe. Gần hết giờ, bà dành vài phút cho sinh viên kể chuyện, hay phát biểu cảm nghĩ về Lễ Tạ Ơn của họ trên đất Mỹ. Đối với một số trong nhóm, đây lại còn là Lễ Tạ Ơn đầu tiên. Tới phiên Nga, nàng kể:

"Đêm lễ Tạ Ơn, tôi được một kinh nghiệm đáng nhớ. Theo văn hóa Việt Nam, thường thường một gia đình sống quây quần với nhau. Gia đình tôi sống chung ba thế hệ gồm có ông bà, cha mẹ, và ba anh chị em chúng tôi, vì thế tôi quen sống quây quần, đông đúc.

Hôm trước Lễ Tạ Ơn, các sinh viên trong nhà tôi ở trọ, về nhà họ hết. Đến tối tôi mới nhận thấy cái vắng vẻ tuyệt đối của căn nhà. Ngoài đường cũng không một bóng xe hay người đi lại. Càng về khuya tôi càng sợ, tôi sợ cả từng tiếng bước chân của tôi, cho đến tiếng nước chảy do chính tôi vặn từ máy ra... Tôi cũng cố gắng hội nhập bằng cách đi mua thịt gà tây ở chợ đem về ăn thử cho biết, nhưng có lẽ đã không biết gà tây phải ăn kèm với những thứ gì khác để mua cho đúng, vì thế món gà tây của tôi ăn như ăn gỗ. Chỉ có hai con chó và con mèo của bà chủ nhà, và cú điện thoại của một người mới quen, làm cho Lễ Tạ Ơn của tôi có ý nghĩa một chút."

Câu chuyện Lễ Tạ Ơn Nga kể, đã làm Tường cảm động và ân hận. Sau khi tan trường, chàng chạy theo Nga ra tận cổng, đề nghị đưa nàng về.

Trên xe, Tường gợi chuyện:

- Tôi vô ý quá. Hôm Lễ Tạ Ơn, Nga có nói là nhà vắng, Nga sợ, mà tôi đâu có ngờ Nga sợ đến thế. Đáng lẽ tôi phải lại thăm...

- Thôi, anh điện cho em như thế đã là chu đáo lắm rồi, em đâu dám phiền anh hơn. Với lại, em chủ trương, sang đây phải tranh thủ, học hết những cái gì đặc biệt của Mỹ, trong đó văn hóa phải được kể là phần quan trọng. Cả năm ngoái em phải tranh thủ học cho kịp các sinh viên Mỹ, không có thời gian nhìn ngó chung quanh. Năm nay là năm cuối em lại phải tranh thủ học thêm văn hóa ở nước này. Cứ thử tưởng tượng nếu em không qua kinh nghiệm vừa rồi, em sẽ không biết "cô đơn" là thế nào. Ở Việt Nam em quen sống quây quần với gia đình. Ngoài xã hội sống tập thể, có lúc nào một mình đâu. Em thấy bà chủ nhà ở đây, cô đơn quá. Con cái ở xa hết. Nếu không có tụi em ở trọ, bà ấy sẽ hoàn toàn một mình.

- Ờ! Người Mỹ về già thường thường họ sống cô đơn như vậy. Một phần cũng tại họ thích lối sống riêng tư, và tôn trọng quyền riêng tư của người khác. Do đó họ cũng phải trả giá phần nào.

- Việt kiều ở Mỹ có sống như thế không anh?

- Đa số họ biết dung hòa, Nga ạ! Thí dụ họ cũng không còn thích sống quá đông đúc. Thành phần nào trong gia đình có thể tự túc được, đều muốn ra ở riêng, để tự do tiếp bạn bè, và để học dần cách tự lo liệu cho đời mình. Nhưng họ cũng tìm cách mướn nhà ở gần nhau, để có thể chạy qua chạy lại giúp đỡ, thăm hỏi. Sau ít lâu gia đình cũng quen dần và chấp nhận. Tôi thấy như vậy cũng tốt cho cả đôi bên. Miễn sao cộng đồng mình, nhất là giới trẻ, đừng có lạm dụng tự do quá trớn là được.

- Nói đến "lạm dụng tự do," em thấy nước Mỹ này đang tự do quá trớn đến không chịu nổi.

- Thí dụ?

- Dạo này em hay theo dõi những buổi tranh cử tổng thống trên TV. Công bằng mà nói em rất phục cách tranh cử tự do của họ. Tuy nhiên em không chịu nổi cái lối báo chí cứ bới móc đời tư và chỉ trích việc làm của tổng thống. Họ không kính trọng lãnh tụ của họ, làm sao người ngoài kính trọng họ được?

- Kính trọng tổng thống, không có nghĩa là che đậy những lỗi lầm của ông ta, Nga à! Đã không dân chủ thì thôi, đã dân chủ thời phải tôn trọng quyền tối thượng của người dân là quyền tự do ngôn luận và báo chí. Ngoài ra, Nga cũng lại hiểu lệch lạc về danh từ "lãnh tụ" đấy. Mạnh Tử sống cách đây hơn hai ngàn năm mà đã biết dân chủ, ngài nói: "Dân vi quí, xã tắc thứ chi, quân vi khinh." Mình đang ở thế kỷ 20, sắp bước sang thế kỷ 21, sao còn cho phép vua hay "lãnh tụ" trên hết?

- Úi cha! Anh xổ Nho hay quá! Nhưng nghĩa là gì mới được chứ?

- Dân là quí, là trọng, xã tắc đứng thứ nhì, Vua chỉ được coi nhẹ. Nga thấy có đúng không? Có dân mới có quốc gia xã hội. Có quốc gia xã hội mới có vua, hay cái mà Nga gọi là "lãnh tụ." Vậy tại sao lại cho "lãnh tụ" quyền muốn làm gì thì làm, hay tệ hơn nữa, là quyền sinh sát dân?

Nga chợt nhận ra con đường rẽ vào nhà. Nàng la lên:

- Ối! Ối! Rẽ trái! À không, phải, phải! Anh!

Tường bẻ quặt tay lái sang bên phải, vào con đường nhỏ. Tiếng bánh xe nghiến xuống đường kêu ken két. Chiếc xe lảo đảo một lúc rồi mới đi thẳng được. Nga xanh mặt, hai tay nắm chặt cái nắm tay trên trần xe. Nàng trách:

- Khiếp! Anh lái xe ghê quá!

- Nga chỉ đường kiểu đó thì tôi lái cách nào bây giờ?

Hai người cùng bật cười. Tới nhà, Tường đậu xe. Chàng hẹn:

- Bữa nào mình thảo luận thêm về "dân chủ" nhé!

- Vâng, nhưng mà đừng thảo luận trong khi lái xe nữa đấy.

Tường cười vui vẻ, chạy sang phía Nga mở cửa cho nàng xuống. Tường đưa Nga vào tới tận thềm nhà rồi mới quay ra.

Nga vừa đẩy cửa vào nhà đã thấy Sarah đang vén hé màn nhìn ra, nó cuống quýt hỏi:

- Ai đưa mày về đó? Bồ hả?

- Bồ đâu mà bồ. Anh này làm trong trường. Anh ấy cho tao cuốc xe, thế thôi.

- Ấy. Nhiều mối tình lớn trên cõi đời này chỉ bắt đầu bằng một cuốc xe thôi đấy mày ạ.

Hui-Ling, cô gái Tầu từ Trung Quốc ở cùng nhà, đang đứng trong bếp nghe tiếng lao xao, chạy ra:

- Đâu, đâu, đứa nào đâu?
- Đi rồi. Hoàng tử tóc đen, không phải tóc vàng đâu. Mày đừng có viết thư về Việt Nam mách má nó nghe!

Sarah vừa nói vừa cười, đi vào bếp. Nga toan bước lên thang gác, Sarah gọi giật nàng lại:

- Nga! Mày có nấu cơm ngay bây giờ không? Tao muốn xem mày nấu món gì để tao học.

Chẳng đợi Nga trả lời. Hui-Ling chẩu mỏ lên:

- Món ăn Việt Nam đều bắt chước món ăn Trung Quốc. Có cái gì mới đâu mà phải học.
- Thật sao? Tao thấy chả giò của nó ngon hơn "egg rolls" của mày gấp mười lần.

Sarah nói rồi quay ra hỏi Nga:

- Có thật là các món ăn Việt Nam đều bắt chước các món ăn của Trung Quốc không Nga?

Nga vừa tiếp tục bước lên thang gác vừa mỉa mai:

- Theo con Hui-Ling thì cả thế giới phải học Trung Quốc, riêng gì Việt Nam.

Nga chẳng thèm đợi nghe Hui-Ling trả lời. Nàng vào phòng, đóng cửa lại, nằm duỗi thẳng trên giường. Cảm thấy thoải mái sau một ngày dài, bận rộn mà... vui.

3

Sáng nay, Nga và Sarah rủ nhau đi bộ tới trường sớm hơn mọi ngày, để có thể mua mấy quyển sách cũ mà không phải sắp hàng. Sarah vừa đi vừa say sưa kể chuyện về lớp học dành riêng cho trẻ em tàn tật mà cô đang tình nguyện dậy mỗi tuần hai buổi. Tối hôm qua Sarah phải tập cho các em mấy màn hát múa, để trình diễn vào dịp Lễ Giáng Sinh. Đang nói huyên thuyên, chợt nhận thấy không có Nga đi bên cạnh nữa, Sarah ngoái cổ lại tìm, thấy cô nàng đang đứng ngẩn người nhìn chiếc xe buýt vàng đậu bên đường, đón học sinh. Khi chiếc xe tắt đèn chớp, thu lại tấm bảng STOP, bắt đầu chuyển bánh, Nga mới chạy lại chỗ Sarah.

- Mày có thấy chiếc xe học sinh đó không?--Nga hỏi.

- Có. Tao thấy mỗi ngày. Có gì lạ đâu?

- Chiếc xe vừa chớp chớp đèn đỏ, vừa đưa ra cái biển "STOP," là dòng xe hai bên đường ngừng hết. Đợi cho xe đón học sinh lên. Hay quá mày nhỉ?

- Ừ! Mày có biết là hễ xe nào không dừng lại lúc đó sẽ bị cảnh sát phạt bao nhiêu không? Năm chục đô la! Mà nếu tái phạm có khi còn bị rút bằng lái xe, hai, ba tháng gì đó nữa.

Nga im lặng đi bên cạnh Sarah. Nàng nhớ về một buổi đi theo bố vào tham quan miền Nam hồi tám, chín, năm về trước. Nàng tới đúng vào lúc người ta đang vô cùng xúc động về việc một đoàn thiếu nhi gồm độ ba mươi em bị đưa đi lượm lon sữa bò trong chương trình "Kế hoạch nhỏ" ở một vùng ngay ngoại thành thành phố Hồ Chí Minh. Chẳng may các em đụng phải mìn chết mất mười hai em, bị thương tám em. Lúc đó chính quyền ra lệnh cho các báo chí không được loan tin. Cha mẹ các em chỉ được một lời chia buồn suông của chính quyền địa phương. Những ngày ở đó, Nga đã thấy ngay sự không ổn trong cách cư xử của nhà nước đối với nhân dân. Nhưng Nga chỉ ngậm ngùi, và giữ im lặng như trăm nghìn chuyện tương tự. Nhìn nếp sống văn minh của nước người, nhìn cách người ta trân quí một mạng sống, nhất là mạng sống của trẻ thơ, trong lòng nàng bỗng dâng lên nỗi tủi hờn, chua xót.

- Làm gì mà im lặng vậy, Nga?--Sarah hỏi.

- Sau Lễ Giáng Sinh, mày cho tao theo mày đến thăm mấy trẻ em tàn tật mà mày đang giúp được không?

- Ôi! Thế thì tuyệt! Mày đến thăm, các em sẽ vui lắm đấy.

Nói xong Sarah lại líu lo líu lường kể chuyện trẻ em của nó. Nga lắng tai nghe, hy vọng học được cái gì, sau này có thể đem về áp dụng cho các trẻ em bên nhà. Một giai điệu của bài hát "Mặt trời bé con" của Trần Tiến vang lên trong ký ức:

"... Hạnh phúc vốn đơn sơ

"đừng quên các em thơ

"từng đêm vẫn đứng chờ

"như mặt trời bé thơ..."

Chiều hôm đó, Nga đang cắm cúi học bài ở thư viện. Một giọng nói trầm ấm từ đằng sau:

- Học chi mà siêng quá vậy?

Nga quay lại. Tường đứng đó từ lúc nào. Anh ôm khệ nệ một chồng sách, để phịch xuống bàn, đổ ngổn ngang ngay cạnh Nga. Nga nhìn mấy tựa sách, chưa kịp hỏi, Tường đã nói:

- Nga đọc mấy cuốn này đi. Đây là lúc Nga phải lợi dụng cơ hội đọc thật nhiều loại sách này. Về nhà sợ không có mà đọc.

Nga chưa biết nội dung những quyển sách nói gì, nhưng nhìn mấy cái tựa cũng có thể đoán được đây toàn là loại sách chính trị hạng nặng, lại còn có thêm cả vài cuốn chống Cộng. Vì nể nang người bạn mới, và cũng có ý tò mò muốn biết về thái độ của anh chàng lạ lùng này, Nga không tiện thẳng thừng từ chối nên chỉ nói khéo:

- Em còn kém Anh Văn, lại còn vật lộn với các bài vở. Em phải tranh thủ học để theo kịp bọn Mỹ, làm sao còn thời gian đọc sách ngoài?

- Bây giờ tôi đề nghị với Nga thế này nhé. Tôi sẽ giúp giảng bài nào trong trường Nga không hiểu. Ngược lại, Nga đọc cho tôi, mỗi tuần chỉ một trăm trang sách này thôi, chịu không?

Nga nhìn bộ mặt thành khẩn của Tường, thấy không cách nào từ chối, Nga điều đình:

- Em sẽ lấy về thử một quyển xem sao. Em cũng không dám hứa là sẽ đọc nổi một trăm trang mỗi tuần.

- Nếu Nga muốn, Nga sẽ làm được.

"Cái anh chàng này có vẻ độc tài đấy nhé!"- Nga nghĩ thầm--"Thôi kệ, cứ chiều anh chàng một tí xem sao."

Nga lục chồng sách, chọn một cuốn bỏ vào trong túi sách, quay lại Tường, hỏi:

- Sao hôm nay anh nhàn rỗi thế. Mọi khi luôn luôn thấy anh chạy như ma đuổi.

- À, vừa làm xong một bài viết cho ông thầy nên được rảnh một chút. Quên, còn quà này nữa, không phải chỉ có sách đâu--Tường lôi từ trong cặp da ra một bao giấy nâu, nằng nặng--Đây là hạt dẻ của vườn nhà. Tôi tự tay nướng lấy, mang theo. Mong được gặp Nga để đưa Nga ăn thử.

Nga đỡ lấy túi hạt dẻ, miệng vừa cám ơn vừa xuýt xoa:

- Úi chao! Còn nóng hổi. Cây hạt dẻ to bằng bao nhiêu mà có thể ở trong vườn nhà anh được?

- Khá to. Nó choán một khoảng lớn giữa vườn. Lễ Giáng Sinh này Nga làm gì? Có ngồi nhà ăn "gà gỗ" như bữa Lễ Tạ Ơn nữa không?

Nga bật cười:

- Không. Nhưng em sẽ làm cái này, mà cấm anh không được cười thì em mới nói cơ.

- Ờ, Nga cứ nói đi.

- Em sẽ lên Niu Oóc.

- Thế thì có gì đáng cười? Tôi phải nên khóc ấy chớ.

- Tại sao lại khóc?

- Tại Nga đi vắng, tôi sẽ không có ai để gọi phá trong đêm Giáng Sinh.

Nga chẳng hiểu câu nói đó có một ý nghĩa gì sâu xa hay không. Nàng lảng sang chuyện khác:

- Tuần này có khả năng có tuyết không anh?
- Chưa thấy TV nói gì cả. Nga đi bằng gì?
- Bằng tầu hỏa.
- Cho tôi đưa Nga ra ga được không?
- Em đi chuyến sớm lắm. Anh không dậy nổi đâu. Em phải dời nhà từ bẩy giờ sáng để đi chuyến tám giờ. Em muốn đến Niu Oóc sớm sủa để bạn bè ra đón cho tiện.
- Bẩy giờ đâu có quá sớm. Nga định đi ngày nào?
- Thứ tư anh ạ!

4

Sáng thứ tư, họ ra đi từ sáu giờ, khi trời còn tối đen. Tường đã gọi Nga tối hôm trước để hẹn lại cho chắc. Anh đề nghị dời nhà sớm hơn dự định để có thời giờ ăn sáng và dạo chơi quanh quẩn trong Union Station. Nga ngạc nhiên, vì nàng nghĩ, trong ga xe lửa còn có cái gì thú vị để mà xem. Nhưng Tường quả quyết là Nga sẽ thích. Nga bằng lòng đi sớm.

Tường lái xe tuốt lên bãi đậu ở thượng tầng nhà ga. Đậu xe xong chàng xách va-li thoăn thoắt xuống tầng dưới. Trong khi đứng sắp hàng mua vé bên cạnh Tường, Nga đảo mắt nhìn toàn diện nhà ga. Trần nhà là một cái vòm, lợp kính, cao vòi vọi. Từ chỗ Nga và Tường đứng nhìn lên, có những gác lửng, lộ ra những ban công khổng lồ, trên đó có nhiều cửa hàng và nhiều khu hàng ăn. Mua vé xong Tường đưa Nga lên gác. Nga rón rén bước lên các bậc đá, sợ trượt chân. Tường quay lại dắt Nga. Trên gác cũng lát toàn các phiến đá hoa cương lớn, nổi vân đen, trắng. Sàn bóng lộn đến soi gương được. Từng cặp tình nhân ngồi trức ly cà phê trên các bàn nhỏ ở quán ăn, tâm sự những lời cuối, trước khi chia tay. Càng đi sâu vào trong, Nga càng thấy nhiều hàng quán, đèn điện sáng trưng, người ra vào tấp nập. Tường đưa Nga vào tiệm American Café. Hai người bước lên chiếc cầu thang bằng đá hình xoắn trôn ốc, lên tận tầng ba, cao nhất. Trên này chỉ có một số ít bàn trong một chỗ hẹp, chạy dài như cái tầu. Đứng đây Nga có thể thấy hết các cửa hàng bên dưới, và một khu hàng ăn khác, trên cái gác lửng bên cạnh. Người hầu bàn mời hai người vào chiếc bàn kê dưới chân một pho tượng. Anh ta rót nước đá lạnh vào các ly. Tường mở thực đơn hỏi Nga muốn ăn gì. Nga chỉ muốn một tách cà phê, chàng gọi thêm cho nàng một đĩa gồm trứng lập là, xúc-xích và khoai tây chiên dòn. Gọi cho mình một tách cà phê đen. Nga giẫy nẩy: "Em không quen ăn sáng nhiều như thế." Tường quả quyết: "Nga phải ăn sáng kỹ đi. Đồ ăn trên xe lửa dở lắm, không nuốt được đâu." Nga chưa kịp phản ứng, Tường đã ra dấu cho anh hầu bàn đi đặt đồ ăn. "Lại một hành động độc tài nữa."—Nàng nghĩ thầm.

Nga cởi bớt áo ngoài, ngồi thoải mái quan sát xung quanh... "Không hiểu hôm nay có cái gì làm cho nhà ga vui vẻ, khác hẳn mọi khi?"--Nàng tự hỏi. Cô nhận thấy phòng ăn này chỉ là một dải hành lang rộng, hai bên chắn bằng hai bức tường lửng, trên để thoáng. Trên bệ tường bên tay trái, ngay chỗ Nga và Tường ngồi, người ta dựng mấy pho tượng tạc hình các người lính cao, to, ăn mặc theo lối vệ binh Hy Lạp thời cổ, đứng quay mặt ra ngoài, như đứng gác.

- Nga cười cái gì đó?

- Phục anh thổ công thật! Mọi khi đến đây em chỉ đứng dưới nhà, mua vé xong đợi cho tới khi tầu đến là leo ngay lên ngồi sẵn cho chắc. Làm gì biết được những chỗ như thế này.

- Là đàn ông phải biết tìm tòi, khám phá chứ.

Chừng như thấy Tường thân mật cởi mở hơn, Nga đánh bạo:

- Hôm nọ em hỏi anh là tại sao bây giờ anh lại hết sợ cộng sản. Anh chưa cho em câu trả lời thỏa đáng.

- Không phải là "sợ cộng sản." Không tin cộng sản thì đúng hơn.

- Thế tại sao bây giờ anh lại tin, hay là ít nhất dám đi chơi với em?

Tường trầm ngâm một lúc:

- Hôm gặp Nga lần đầu tiên về, tôi có suy nghĩ... và nhớ có một điều làm tôi thấy vui vui, đó là hình ảnh Nga đứng giữa thư viện nói khơi khơi rằng Nga từ Hà Nội mới qua, đi bằng học bổng chớ không phải là người ty nạn...

- Sự thật nó như vậy. Thế anh bảo em phải nói thế nào?

- Đúng rồi! Nga nói như thế là phải lắm. Tôi quí Nga ở chỗ đó, và vì thế tôi nghĩ... có lẽ Nga không phải là người cộng sản, hoặc giả, có lẽ Nga là loại cộng sản còn có chỗ tin được.

- Giả thuyết thứ nhất của anh sai rồi! Gia đình em có năm người, bố mẹ và ba anh chị em. Bốn người đã là đảng viên. Em là con út trong gia đình, còn đang đi học nên chưa tính. Nhưng lúc nào em cũng tự coi em là người cộng sản. Vậy em cũng là cộng sản, chứ là cái gì? Có điều em phải nhắc lại với anh một lần nữa, là cộng sản Việt Nam bây giờ cởi mở, đổi mới lắm rồi, không còn như sự hiểu biết của anh trước kia nữa đâu. Thí dụ như quyển sách anh đưa em đọc, có tố cáo chế độ đấy, nhưng thấm tháp gì với những người ở nhà, họ chửi chế độ thoải mái, có ai làm gì đâu. Lại nữa, mới đây em có đi bầu Quốc Hội. Trước khi bầu, bọn trẻ chúng em công khai bảo nhau lần này nhất định không bầu cho ông nào trên bảy chục tuổi nữa...

Người hầu bàn đem đồ ăn và cà phê ra. Hai người vừa ăn, uống vừa nói chuyện tiếp:

- Trên bảy chục tuổi mà còn sáng suốt, thời vẫn còn lãnh đạo quốc gia được chứ sao?

- Không--Nga hãnh diện--Ý em muốn nói là bọn trẻ không sợ nói đụng chạm tới các ông lãnh tụ thứ gộc cơ.

- Thế, kết quả cuộc bầu cử ra sao?

Nga hạ giọng, buồn buồn:

- Ra sao thì anh biết rồi, còn phải hỏi.

- Giới trẻ bảo nhau không bầu cho người trên bảy chục tuổi, vậy mà ông lãnh tụ già vẫn được 95% tổng số phiếu. Vậy thời cởi mở, tự do, dân chủ ở chỗ nào? Ngoài ra, các liên danh đối lập, đứng ngoài đảng, đều bị loại bỏ từ trước khi bầu cử...

- Nói thật với anh, ngay như nếu họ không bị loại, chúng em cũng không thể bỏ phiếu cho các ông ấy được. Có biết thành tích các ông ấy thế nào đâu mà bầu.

- Nga có hiểu tại sao Nga không biết đến thành tích của họ không? Tại Đảng bịt mồm, bịt miệng, có cho họ nói gì đâu mà họ hòng ai biết đến. Còn biết bao nhiêu người có thành tích tranh đấu cho dân chủ, tự do, nhân quyền, bằng đường lối ôn hòa, nhà nước cũng cho họ ngồi tù mút mùa. Làm cách nào để nhân dân biết đến họ?

- Em cũng biết là đổi mới chưa đủ, còn phải tiến xa hơn nữa. Nhưng trong bất cứ sự cải tổ nào, không muốn có những xáo trộn đến độ không thể kiềm chế nổi, như trường hợp Liên Xô chẳng hạn, hoặc không muốn đổ máu như trường hợp Thiên An Môn, thì phải đi dò dẫm từ từ. Em hy vọng là sẽ không bao lâu nữa, nước mình sẽ có dân chủ tự do nhiều hơn...

- Dân tộc mình đau khổ quá lâu rồi Nga à! Nga không thể ngồi yên mà "hy vọng" dân chủ, tự do, mà phải giành lấy dân chủ tự do.

Câu nói đó hình như quá mạnh, làm Nga hơi lúng túng:

- Nga xin phép hỏi anh câu này nhé. Nếu không tiện trả lời, xin cứ bỏ qua. Gia đình anh có kinh nghiệm gì không may trong chiến tranh Việt Nam vừa qua không?

- Không. Gia đình tôi phải nói là may mắn hơn rất nhiều người. Ba tôi là đại tá ngành truyền tin. Năm 75, khi cộng sản cưỡng chiếm miền Nam, ba tôi không ra trình diện mà sống trốn tránh. Khi ở nhà bạn bè, khi ở nhà bà con. Mẹ tôi đem anh em chúng tôi về nương nhờ tại quê bà vú nuôi ở Vũng Tầu để học nghề đánh cá và để tìm đường đi. Tổ chức đi ba lần đầu đều bị thất bại. Nhiều người trong nhóm bị bắt giam. Mãi đến chuyến thứ tư mới đi thoát. À! Để tôi kể cho Nga nghe câu chuyện tầu của

TRẠM NGHỈ CHÂN

chúng tôi được cứu như thế nào. Chúng tôi 52 người ngồi chen chúc trên một chiếc tầu máy cũ kỹ, dài 15 thước, rộng năm thước. Có lẽ nên gọi bằng thuyền máy thì đúng hơn. Thuyền rời Vũng Tầu đi về hướng Phi Luật Tân. Thuyền đi rất chậm vì máy yếu và chở nặng quá. Đi được khoảng một ngày rưỡi đường, thì chiếc địa bàn bị hư, chúng tôi đành cứ nhìn hướng mặt trời mà tính, chỉ cầu trời thuyền không quay trở lại Việt Nam. Đi được độ hai ngày đường thì thuyền hỏng máy! Tất cả đàn ông và thanh niên phải chèo bằng mái chèo hay thanh gỗ. Vì phải lao động nhiều nên những tay chèo càng mau đói và khát nước. Một ngày sau, người trong thuyền thông báo là hết thức ăn và nước uống. Chúng tôi cũng phát hiện có những đám mây đen từ chân trời đang kéo tới. Một mặt thì mừng là sắp có nước uống, mặt khác lại lo có thể là một trận bão đang tới. Nghĩ đến bão biển, ai cũng sợ xanh mặt. Ngay lúc đó mấy người ngồi đằng mũi thuyền có ống nhòm cũng phát hiện một chiếc tầu, loại tầu hàng hải, hay tầu chiến gì đó, thấp thoáng đằng xa, lúc rõ lúc mờ, lúc ẩn lúc hiện. Khi đó trời đã xầm xuống và các đám mây đã kéo đến đen nghịt ngay trên đầu. Gió thổi mạnh. Chiếc cờ trắng làm bằng một chiếc áo "mayo" rách của một thuyền nhân đã bay mất. Một người dùng chiếc đèn pin bấm liên hồi, ra hiệu cho chiếc tầu đến cứu. Tiếng cầu nguyện râm ran, pha lẫn tiếng khóc râm rỉ nổi lên góc này góc kia khiến không khí nguy kịch càng tăng lên bội phần... Chợt có tiếng reo lên: "Chiếc tầu đang lại gần chúng ta kìa!..." Chiếc tầu càng lúc càng gần chúng tôi thật! Tầu tới gần hơn, chúng tôi mới biết đó là tầu Mỹ. Cả thuyền nhốn nháo làm thuyền càng tròng trành hơn. Chủ thuyền hét ầm lên, bảo mọi người ngồi im không có thuyền có thể bị lật. Không ai thèm nghe! Nhiều người đã ôm của cải của mình, đứng dậy dồn lại phía cửa, cứ như sắp được nhẩy sang tầu kia đến nơi! Một vài người trong thuyền biết chút tiếng Anh, cầm loa nói vọng lên. Tầu kia cũng có người cầm loa nói vọng xuống. Hai bên trao đổi tiếng mất, tiếng còn. Tôi đoán là hai bên cũng chỉ hiểu nhau qua loa. Cuối cùng hai tầu sát vào nhau. Các thùng nước, hộp đồ ăn, thùng xăng dầu từ tầu trên được dòng xuống. Các người lớn nhốn nháo bảo nhau, thế này nghĩa là họ chỉ tiếp tế những thứ cần thiết, chứ không định cứu mình. Cả thuyền hoảng hốt. Các cụ già lôi con nít lên mũi thuyền, quỳ mọp xuống sàn, lạy tầu kia như tế sao. Nhưng sau khi làm xong phận sự, tầu kia lạnh lùng rời xa chúng tôi... Đang cơn cực kỳ tuyệt vọng, tưởng như đang bị đẩy xuống bẩy tầng địa ngục, thì một đợt sóng khổng lồ ập tới. Chiếc thuyền của chúng tôi bị bựng lên cao, rồi trụt xuống thật mạnh. Mọi người rú lên. Hai người đàn ông bị văng xuống biển. Cả tầu khóc ầm ỹ... Đang trong cơn ác mộng, bàng hoàng, chúng tôi thấy chiếc tầu kia sừng sững ngay bên cạnh. Những chiếc phao được ném xuống, nổi lềnh bềnh trên mặt nước tự lúc nào, nhưng chúng tôi vẫn chẳng thấy tăm hơi hai người xấu số đâu cả. Ngay lúc đó có mấy chiếc thang bằng dây thừng được tầu trên tung ra, rơi vào thuyền. Nhanh như cắt, trẻ con được người lớn bế nâng lên khỏi đầu. Vài người thủy thủ Mỹ trèo xuống, đón các em bé, truyền lên cho người đứng trên boong tầu. Sau khi cứu hết người, các thủy thủ nổi lửa đốt thuyền. Chúng tôi đứng ở trên boong, nhìn xuống chiếc thuyền đang cháy, chìm dần... Tôi có cảm tưởng như mình đang ở trên thiên đàng, nhìn xuống địa ngục. Nơi mình vừa mới thoát khỏi.

Sau này thong thả hỏi chuyện những thủy thủ, chúng tôi mới biết là từ hồi 1978, luật của Mỹ cấm không cho các tầu buôn hay tầu quân đội Mỹ vớt thuyền nhân nữa, mà chỉ giúp cho lương thực, nước uống, dầu xăng, địa bàn...vv... trừ khi chiếc thuyền đang bị chìm. Lúc đó chúng tôi mới hiểu là tại sao những thủy thủ Mỹ phải lập mưu đốt thuyền của chúng tôi đi, để có cớ cứu chúng tôi.

Anh em tôi sang Mỹ bị chậm việc học khá nhiều năm, nhưng đó là nỗi bất hạnh chung của những người chậm chân, bị kẹt ở lại với cộng sản, không thể so sánh với sự mất mát to lớn như tù đầy hay mất người thân của biết bao con dân Việt Nam khác... Nhưng sao Nga lại hỏi tôi câu đó?

Nga đang chăm chú, trí tưởng tượng của nàng đang quay cuồng, căng thẳng theo mức độ của câu chuyện, nghe Tường bất chợt hỏi, nàng giật mình:

- À! À! Sao? Anh nói gì?

- Tôi hỏi tại sao Nga hỏi tôi câu đó?

- À! Tại em thấy anh có vẻ gay gắt với vấn đề Việt Nam. Thường thường một người có kinh nghiệm đau thương trong chiến tranh có thái độ đó. Nhưng trường hợp anh thì em không hiểu.

- Thiếu gì người không căm thù cộng sản vì chuyện cá nhân? Sự khống chế của tập đoàn cộng sản trên đất nước quá lâu, gây đau thương cho cả một dân tộc. Những ai còn nghĩ đến dân tộc, đều phải biết đau cái niềm đau chung của dân tộc, và phải tìm cách xóa bỏ ngay chế độ phi nhân đó.

- Thế còn cái mà anh gọi là "Quốc Gia" thì sao? Họ chẳng bỏ chạy lấy của, lấy thân, để lại cả miền Nam cho cộng sản đó sao? Tại sao anh không đòi xóa bỏ "Quốc Gia" mà chỉ đòi xóa bỏ cộng sản?

- "Quốc Gia" nào mà bỏ chạy lấy thân? Mấy tên lãnh tụ cai thầu, làm ít ăn nhiều, vì vậy họ xây lên cái nhà, cái nhà nó sập. Họ đâu có đại diện được cho cả khối Quốc Gia?

- Nếu nói thế thì em cũng có thể nói là các ông lãnh tụ Việt Nam làm sai, thì các ông ấy sẽ phải sửa sai, hoặc già rồi các ông sẽ chết, Việt Nam sẽ dần dần thay thế các ông ấy bằng giới trẻ. Việc gì phải xóa bỏ cả chế độ?

- Không! Nói thế không được. Chính cái chế độ nó đưa cả dân tộc vào chỗ lầm than, thời phải trừ nó tận gốc rễ. Diệt trừ mấy ông lãnh tụ là mới trừ cái ngọn. Còn khối "Quốc Gia" là một khối người không cộng sản, họ hợp thành một nước có lãnh thổ, có nhân dân, có chủ quyền... Họ làm gì có chế độ đặc thù nào, làm gì có giáo điều mà đòi xoá bỏ?

- Lúc nãy anh nói "Cộng Sản cưỡng chiếm miền Nam." Từ "cưỡng chiếm" là sai. Bắc Nam là anh em một nhà, anh em có quyền đi lại nhà nhau, sao lại gọi là cưỡng chiếm?

- Đồng ý, Nam Bắc là anh em một nhà. Thế nhưng nếu anh đến thăm em, hay em đến thăm anh, mà đem theo súng ống, đạn dược, khện lên đầu ông anh, hay ông em đó, thì ông ta có nên để yên không? Và như vậy có còn là anh em nữa không?

Hai người cùng im lặng. Cái im lặng nặng nề kéo dài. Tường để ý thấy hai bàn tay Nga ôm chặt ly nước đá như muốn bóp vỡ chiếc ly. Mười ngón tay thon dài, trắng muốt. Móng tay sơn mỏng một mầu hồng lợt. Có lẽ, móng tay là nơi duy nhất mà Nga tô điểm. Hai bờ vai hơi so lên sau làn tóc xõa. Cặp lông mày cong hơi nhíu lại. Một thoáng hối hận, Tường nhắc:

- Nga ăn ít quá! Ở đây phải ăn nhiều để lấy sức, không thôi tuyết nó vùi đấy.

Nga mỉm cười:

- Em không đói. Chính anh cũng chỉ uống có cà phê.
- Nga đừng lo cho tôi. Đàn ông, con trai mà. Tuyết vùi cũng đâu có sao.

Nhìn đồng hồ. Tường nhắc Nga:

- Thôi chúng ta đi. Sắp đến giờ rồi.

Tường trả tiền xong, hai người lại bước xuống chiếc cầu thang xoắn trôn ốc. Qua chiếc sân rộng. Xuống mấy chục bậc thềm. Vào sân ga. Xe lửa tới. Tường đưa Nga chiếc va-li nơi cửa toa.

- Thôi anh về nhá. Cám ơn anh nhiều.
- Nga đi chơi vui.

Tường đứng chờ, con tầu khuất bóng mới quay về.

5

Trên đường về nhà, Tường lái xe như cái máy, đầu óc tràn ngập hình ảnh Nga: Dáng người thon nhỏ, yếu mềm, mà đầu óc lại cứng nhắc... Chàng tự hỏi, cái gì đã tôi luyện cho nàng thành một thứ người chỉ có thể suy nghĩ một chiều như vậy. "Bắc Nam là anh em một nhà. Anh em có quyền đi lại nhà nhau, sao lại gọi là cưỡng chiếm?"-

-Giọng nói thản nhiên, chân thật của Nga, còn văng vẳng bên tai. Chàng rùng mình, tự nhủ, "Tội ác lớn nhất và thâm độc nhất của cộng sản đối với dân tộc là ngón đòn cân não, chúng gieo rắc vào đầu óc mỗi con người sự sợ hãi triền miên. Sau hơn bốn mươi năm dưới ách thống trị của cộng sản, con người vì bản năng sinh tồn, đã thu mình vào cái vỏ dầy. Không ai dám nói ra nỗi ước mơ của mình. Riết rồi đâm quen, không ai còn nhu cầu gì nữa. Với một mình Nga, con người đầy lòng nhân ái, thông minh, học thức, mà chàng còn thấy công việc phá vỡ 'cái vỏ' nơi nàng, là cả một tiến trình đầy gai góc. Đối với cả triệu triệu đồng bào, thì làm thế nào?" Càng nghĩ, chàng càng thấy bất lực, cô đơn. Mặt khác, chàng không cho phép mình bỏ cuộc. Nếu chàng bỏ cuộc thì bẩy chục triệu đồng bào ruột thịt, trong đó có hằng hà người lương thiện, sa số trẻ em ngây thơ vô tội, sẽ phỉ nhổ vào mặt chàng. Lịch sử sẽ lên án chàng...

Một cảm giác thôi thúc, dằn vặt, đè nặng lên thái dương, lên ngực. Mắt chàng như có hơi bốc lên, cảnh vật trước mặt nhòa đi. Tường đậu xe lại bên đường Constitution, lấy khăn ra lau cặp kính cận.

Trên xe lửa Nga chợt tỉnh giấc, nhìn đồng hồ đã mười giờ. Nga đã ngủ được gần hai tiếng đồng hồ. Nhớ lúc mới lên, nàng bấm nút cho ghế ngả về phía sau. Cảm giác êm ái dễ chịu truyền khắp cơ thể. Tiếng xe lửa chạy xịch xịch đều đều, nhè nhẹ, ru nàng vào giấc ngủ ngon lành. Đêm hôm qua thao thức mãi không ngủ được. Nàng vẫn có thói quen, trước khi đi xa là nôn nóng, bồn chồn. Sáng nay lại dậy sớm.

Nàng nhìn ra cửa sổ. Nhà cửa ở các tỉnh nhỏ hai bên đường san sát nhau, phần lớn mỗi nhà đều nằm giữa một mảnh vườn. Nàng xao xuyến nhớ lại những chuyến xe lửa về quê ngoại. Cũng vẫn thấy nhà cửa, vườn, cây, cột đèn... chạy giật lùi lại sau, chỉ khác giờ đây không thấy nhà tranh vách đất. Quanh ghế nàng ngồi không có rác rưởi, gà, vịt... và mùi mồ hôi nồng nặc từ những tấm áo nâu bạc mầu. Xe lửa càng tiến lên phía Bắc, Nga càng thấy các ụ tuyết được vun lên bên đường cao hơn. Chắc ở đây mới có bão tuyết vài hôm trước. Thấy hơi đói. Nga nghĩ tới lời Tường dặn: "Phải ăn kỹ, không thôi đồ ăn trên xe lửa không nuốt được đâu." Nga không muốn đứng dậy đi tìm toa bán đồ ăn, cố gắng nhịn cho đến Nữu Ước. Nga rút ra một tờ tạp chí mang theo, đọc. Chưa được nửa cột báo, những lời nói của Tường sáng nay cứ lần lượt vang lên trong đầu: "Nga không thể ngồi yên hy vọng dân chủ tự do, mà phải giành lấy dân chủ tự do;" "Những ai còn nghĩ đến dân tộc thì phải biết đau cái niềm đau chung của dân tộc..." Nga thấy Tường khá lạ lùng. Tường là một trong những Việt kiều Nga gặp những ngày đầu khi mới đến Mỹ, nhưng Tường không phải là người mà Nga giao du đầu tiên. Sau khi gặp Tường, chàng thờ ơ với Nga đến gần ba tháng sau mới làm quen lại. Nhóm mà Nga thân ngay từ đầu là nhóm của Định. Một nhóm toàn sinh viên và chuyên viên trẻ có những tư tưởng rất "thoáng." Riêng anh Định đã ra kỹ sư điện toán từ nhiều năm nay. Vợ anh là chị Tuyết. Cả hai anh chị đều hoạt động tích cực trong nhóm. Nhóm này thường xuyên họp nhau, nghiên cứu, thảo luận những đề tài chính trị, chuyên môn... và sẵn sàng trở về đóng góp cho quê hương. Họ thường mời những lưu học sinh Việt Nam, hay các anh chị sang làm ở Ngân Hàng

Thế Giới, đến nói chuyện với nhóm, để họ có dịp tìm hiểu tình hình và nhu cầu của Việt Nam trong các lãnh vực khoa học, kinh tế, xã hội, giáo dục...

Họ muốn biết bằng cách nào họ có thể giúp đắc lực. Họ thẳng thắn nêu ra vấn đề là các nhóm đi trước, đều bị chính quyền bên nhà làm khó dễ. Không cho họ tự do phát biểu. Không cho họ tự do đặt kế hoạch trong việc làm... Tuy nhiên họ chưa một lần nêu lên vấn đề "Quốc," "Cộng." Thậm chí có anh chị còn tuyên bố thẳng, là nếu về, họ sẽ không thèm làm cho các hãng tư nước ngoài, vì làm như vậy là làm giầu cho ngoại bang, mà Việt Nam chẳng được hưởng gì... Họ nhờ Nga để ý tìm phương cách, làm sao móc nối cho họ về giúp nước trực tiếp mà không bị cản trở... Nga rất cảm động, và đặt rất nhiều kỳ vọng vào thiện chí và tài năng của nhóm Việt kiều này. Thực ra, Nga cũng chẳng biết gì về các thủ tục của chính quyền dành cho những Việt kiều về giúp nước. Nga cũng ngạc nhiên về những phiền hà gây ra từ phía nhà nước, mà nhóm này cho biết. Nhất là chuyện gì xẩy ra ở miền Nam, Nga càng mù tịt. Dù sao, Nga cũng hứa với họ là sẽ tìm hiểu vấn đề.

Nghĩ đến Tường, nàng thở dài, tự hỏi: "Tại sao Tường không 'thoáng' như các bạn kia? Tại sao Tường cứ phải đặt nặng vấn đề chính trị trên mọi suy nghĩ về quê hương? Tại sao Tường không thể chấp nhận hoàn cảnh Việt Nam hiện tại để về xây dựng đất nước?

Ngần ấy câu hỏi dồn dập đến. Chưa có câu trả lời, Nga lại tự hỏi thêm: Tại sao Tường như thế mà mình vẫn chịu khó mất công với chàng? Phải chăng "chàng" là một thách thức? Một sự tò mò? Một nhiệm vụ mình tự gán cho mình, để rồi ôm vào người những thắc mắc, những dằn vặt, không có giải đáp?

6

Sân trường lại tấp nập. Bọn sinh viên ôm cặp đi từng tốp năm, tốp ba... chuyện trò tíu tít. Nga đang lúi húi nhìn thời khoá biểu xem giờ này phải vào lớp nào, chợt có tiếng gọi từ đằng sau.

- Nga! Nga!

Nga chưa kịp chào hỏi, Tường đã nói:

- Trưa nay Nga có rảnh, cho tôi mời đi ăn được không?
- Để em xem biểu thời gian... À, hai giờ em mới có lớp. Được anh ạ.
- Tôi sẽ đợi Nga ở trước cửa Trung Tâm Liên Văn Hóa[*] đúng mười hai giờ trưa, rồi mình đi bộ xuống đường Wisconsin nhá.
- Vâng. Thôi em phải chạy vào lớp. Chào anh!
- OK, Nga đi đi, lát nữa gặp!

Đúng mười hai giờ Tường đã đợi sẵn ở cửa. Trong tay chàng cắp một cái hộp bọc giấy hoa, buộc nơ đỏ. Tường đưa cho Nga:

- Mừng Giáng Sinh Nga!

---

[*] Intercultural Center.

- Bây giờ còn Giáng Sinh gì nữa?
- Nếu muốn thì bao giờ chả là Giáng Sinh được.

Hai người bước ra khỏi cửa.

- Cám ơn anh lắm. Hình như anh thích câu "Muốn là được" lắm thì phải?
- Đúng! Đó là một khẩu hiệu giúp cho tôi sống đến bây giờ.
- Thế cũng tốt thôi! Nhưng xưa nay anh chưa thất bại bao giờ à?
- Có chứ! Nhưng mỗi lần bị đời đá lên đá xuống là một lần mình trưởng thành lên thêm một chút.

Hai người đi thẳng trên con đường "O" Street. Họ đi trên vỉa hè lát gạch lởm chởm, gập ghềnh, làm Nga vấp chân mấy lần.

- Nga biết tại sao họ không chịu sửa những con đường này cho nhẵn nhụi hơn không?
- Họ muốn giữ vẻ cổ kính chứ gì. Tuy nhiên em vẫn thích đi bộ trên con đường này. Những hôm tụi bạn Mỹ kêu rét um sùm, em vẫn thích mặc áo thật ấm rồi ngửng mặt lên, đón khí trời mát rượi phả vào mặt...
- Ở ngoài Bắc chắc đâu có lạnh bằng ở đây nhỉ? Tôi ngạc nhiên thấy Nga chịu nổi cái lạnh này đấy!
- Anh không biết đấy. Cái lạnh ở Hà Nội nó ẩm thấp nhức nhối lắm. Em mặc thật nhiều áo, mà lúc ra đường hai hàm răng vẫn đánh vào nhau cầm cập. Hôm nào có gió bấc thì giá buốt đến tận xương. Ở trong nhà làm gì có hệ thống sưởi như ở đây. Thế là cứ mặc một đùm áo, đi ra đi vào co ro, chán chết!

- Không bao lâu sẽ có hệ thống sưởi vào đến tận nhà Nga...

Câu nói chưa dứt, bỗng Nga thấy bàn tay Tường bóp chặt tay mình. Tường nắm tay Nga từ lúc nào, nàng không hay. Có thể từ lúc Nga vấp, suýt ngã, Tường đã đỡ nàng. Ngượng quá, Nga vội rút tay lại. Hai người cũng đã đứng trước cửa một tiệm ăn Ý. Tường đưa Nga vào chiếc bàn trong góc. Nga chọn món cà tím nhồi thịt băm đút lò, có tráng một lớp phó mát trên mặt. Tường chọn món nghêu sò rưới nước sốt cà chua.

- Để thực hành bài giảng của anh hôm nọ về phong tục Mỹ, em mở hộp quà này ngay trước mặt anh được không?

- Được chứ. Có cần con dao không?

- Không. Móng tay em sắc lắm.

Hộp mở. Một chiếc áo dệt có chữ "Georgetown University" mầu đỏ dựa mận trên nền trắng.

Nga ướm áo lên người:

- Cám ơn anh. Anh chu đáo quá!

- Có gì đâu. Để hôm nào rủ Nga đi nghịch tuyết. Mặc chiếc áo này vào, Nga sẽ tha hồ "ngẩng mặt lên trời, đón gió mát."

7

Cây Noël nhà ông bà giáo sư Bender vẫn còn tươi nguyên. Mùi thông tỏa ra khắp phòng khách nhắc nhở mọi người trong nhà cái không khí thiêng liêng của ngày lễ.

Bà Bender và cô con gái hai mươi tuổi, lúi húi làm các món ăn từ sáng đến giờ, xem ra cũng đã khá đầy đủ. Cô Linda--con gái ông bà--lẩm nhẩm đếm các đĩa thức ăn trên bàn, chợt cô nhận thấy cái bàn dài tám "feet" của nhà cô hơi chật:

- Má ơi! Mình sẽ không có chỗ để con gà tây.

- Thế hả con! Thế thì phải nhờ ba kê thêm cho cái bàn nhỏ nữa. Nếu để cốc tách, khăn ăn, thìa dĩa sang đó, mình sẽ có chỗ ngay.

- Tại sao cứ động có việc gì là mẹ nhờ ba. Trong khi thằng Mike ngồi chơi không thì má không đụng tới?

- Nhẹ nhàng với em một chút con! Em nó đâu có được may mắn như mọi người khác trong gia đình.

- Má kỳ không? Má làm như con ghét bỏ gì em con không bằng. Nó đâu có vấn đề với sức khoẻ mà má cứ kiêng không cho nó làm. Má để nó lười vận động là nó lại sinh ra chứng bệnh khác đấy.

Con gái bà hoàn toàn đúng. Bà cưng thằng bé quá nên nó đã chậm trễ về trí tuệ, lại thêm trì trệ về thể xác. Bất giác bà gọi:

- Mike! Cưng ơi! Con ở đâu?

Mike hớn hở chạy vào:

- Ủa! Sao nhà mình có tiệc à má?

- Ừ tối nay mình có tiệc đón giao thừa con ạ. Ba má mời sinh viên của ba má. Có nhiều sinh viên ngoại quốc tới nữa. Tối nay con mặc quần áo đàng hoàng, nghe con. Bây giờ con xuống tầng hầm lấy cái bàn đen nhỏ lên, rồi kê vào góc này cho má.

Mike "dạ" thật to. To đến độ không cần thiết. Toan quay đi, cô chị gọi giật lại:

- Khoan đã em. Mang hộ chị những vật vô dụng này xuống dưới đó một thể.

Nói rồi cô ấn vào tay cậu em một lô nồi niêu, xoong chảo... cô vừa mới rửa sạch. Hai ông bà giáo sư Bender đều có bằng tiến sĩ, dạy học trong trường Georgetown. Ông dạy môn Lịch Sử thế giới, còn bà chuyên ngành ngôn ngữ học và là "xếp" của chương trình Song Ngữ. Ông bà có hai người con. Sáu năm sau khi sinh Linda, ông bà vẫn thèm có thêm một cậu hay cô nữa, bèn cố gắng sinh thêm. Được cậu con trai, ông bà đã mừng, ai ngờ, trong khi bà còn nằm ở bệnh viện, đã được bác sĩ báo tin dữ. Bà vừa buồn, vừa hối hận đã mang con ra đời để nó khổ. Ông bà đã cố gắng hết sức chữa chạy cho con nhưng vô hiệu.

Các món ăn được bầy ngay ngắn trên các đĩa bạc sáng loáng. Bà Bender nắn nót mâm rau sống gồm các loại như cà-rốt, cần tây, dưa leo, mướp, súp-lơ... được cắt miếng, bầy có hàng lối chung quanh một bát nước sốt chua chấm rau, để ở giữa mâm. Cuối cùng, bà tỉa một quả ớt ngọt đỏ chót, thành hình một con chim. Bà vừa lấy tăm găm con chim vào đĩa rau, vừa hãnh diện khoe con gái:

- Linda, trông con chim Cardinal của má này.

Linda nhìn lại:

- Đẹp quá má! Nhưng mà mất công quá. Chắc con sẽ chẳng bao giờ có kiên nhẫn làm như thế đâu.

- Cô cũng phải học làm nội trợ dần đi chứ, để khi lấy chồng là sẵn sàng rồi.

- Thôi, ai muốn lấy con, con giao hẹn trước. Chịu ra ăn ở Mc Donald thì con lấy, không thì thôi.

Hai người phá lên cười. Ông Bender khệnh nệnh bưng mớ củi khô từ ngoài vào:

- Kìa, hai mẹ con đi sửa soạn đi chứ. Sắp đến giờ rồi.

Bà Bender nhìn đồng hồ trên tường, lau vội tay, chạy lên gác. Linda gạt những cuộng rau già vứt bỏ vào thùng rác.

Đúng bẩy giờ tối, chuông cửa "đính đoong." Ông bà Bender đã quần áo chỉnh tề ra cửa đón khách. Hai cô, một cậu sinh viên bước vào. Một trong ba người là Nga, người mà ông bà nhận bảo trợ. Nga đưa ông bà một hộp quà, bọc giấy, buộc nơ. Hai người kia cũng đưa gói quà. Các câu "Chúc mừng năm mới" được thốt ra từ người này sang người khác. Nhà bắt đầu ồn ào. Linda đỡ lấy áo ngoài của mọi người, mắc vào tủ áo gần cửa. Nga chạy ngay lại trước lò sưởi, đưa hai tay lên hơ, miệng xuýt xoa:

- Úi cha, ấm quá!

Ông Bender ân cần hỏi:

- Cô Nga có muốn uống tý rượu cho ấm lên không?

- Thưa không, cám ơn giáo sư. Con được ngồi đây là ấm lắm rồi.

Các sinh viên khác tới bàn lấy nước uống. Khách bắt đầu kéo đến. Nga đứng dậy, đang lom khom ngó vào nhà trong có ý tìm ai... Một cậu bé to béo bằng hai lần Nga nhẩy bổ ra, ôm lấy Nga nhấc bổng lên. Mọi người vừa ngạc nhiên vừa hoảng sợ. Nga xấu hổ, dẫy dụa, cố gắng đứng xuống sàn, vuốt lại quần áo, lấy lại bình tĩnh được ngay vì nàng quen trò chơi của cậu bé này lắm rồi. Bà

Bender vừa cuống quít xin lỗi Nga, vừa cắt nghĩa với mọi người:

- Đây là Mike, con trai chúng tôi, Nga tới đây trông Mike mấy lần khi chúng tôi có việc đi vắng, nên hai người đã trở thành bạn thân.--Bà quay lại mắng cậu con trai-- Con không nên đùa Nga như thế khi nhà có khách nhé! Con làm vậy chẳng ai hiểu chuyện gì cả.

Bà Bender vừa nói rứt lời thì Mike lôi tay Nga vào trong nhà, rủ chơi bầy trận với những người lính "G.I. Joe" làm bằng nhựa. Ông Bender lên tiếng can thiệp. Nga ra dấu cho ông là nàng muốn chiều Mike một chút. Đợi hai người đi khuất, bà Berber giải thích với khách về bệnh tình của con:

- Em nó bị bệnh "Down."[*] Nói chung, người mắc bệnh này chậm phát triển về nhiều mặt như sinh lý, trí tuệ và ngôn ngữ. Trường hợp của Mike thì cơ thể nó phát triển khá đúng với tuổi, nghĩa là đứa trẻ 14, nhưng trí tuệ thì chỉ bằng đứa trẻ lên sáu, lên bẩy.

- Thưa giáo sư, căn nguyên nào đưa đến bệnh Down?-- Một cô sinh viên hỏi.

- Hiện nay người ta chưa biết căn nguyên đích xác tại sao các nhiễm thể lại sắp xếp khác thường như thế, và vì không biết căn nguyên nên cũng không có cách phòng ngừa. Phần lớn những người bị bệnh này còn có các bộ phận không hoàn hảo như tim hay bộ phận tiêu hóa bất bình thường ngay từ lúc mới sinh ra, nhưng may mắn, có đến 90% các trường hợp này có thể chữa được bằng thuật giải phẫu.

---

[*] Down: Chứng rối loạn nhiễm thể.

- Thưa giáo sư, thế em có theo học trường đặc biệt nào dành riêng cho người mắc bệnh Down không ạ?

- Không phải một trường đặc biệt, mà là một trường trung học tư có lớp riêng, dạy các em bằng những phương thức giáo dục đặc biệt. Có một vài môn học, trường cố ý cho các em học chung với các trẻ bình thường. Trường này tốt lắm, họ chịu khó trả nhiều tiền mướn các giáo sư có kinh nghiệm, nên em cũng tiến bộ tốt. Sự thực, mỗi người bị bệnh Down có một cá tính, và tài năng riêng, vì thế các chuyên gia phải biết khai thác khả năng của từng trẻ để giúp các em phát triển đúng hướng. Ở tuổi trưởng thành, nhiều người mắc chứng bệnh Down có công ăn việc làm, sống một cuộc đời hạnh phúc.

Đến bữa, Mike năn nỉ Nga lấy đồ ăn trên bàn rồi đem vào phòng, vừa ăn vừa chơi, Nga cũng chiều ý Mike. Khi hai người ăn xong, ra nhà ngoài đã thấy Linda đang sửa soạn cắt bánh trong buồng ăn, và câu chuyện trong phòng khách đang xoay quanh vấn đề "Dạy song ngữ," bà Bender nói:

- Trường Georgetown đảm trách việc huấn luyện các giáo sư dạy chương trình song ngữ ở nhiều tiểu bang, vì thế tôi phải đi đây đi đó nhiều.

- Hay quá nhỉ! Ở Mỹ có những chương trình như thế thì học sinh ngoại quốc sang đây không còn sợ bị tụt lớp nữa-- Một sinh viên Nhật góp ý.

- Thế mà có nhiều người đang phản đối đòi cắt ngân khoản của các chương trình này đấy. Họ lập luận là người ngoại quốc sang đến đây phải dứt khoát thái độ bằng cách trau dồi tiếng Anh cho mau để hội nhập vào nước này. Họ không nên đeo thêm gánh nặng vào cho những người trả thuế ở đây.

- Lối lập luận đó không vững chút nào cả. Này nhé: Người ta tiêu tốn cả triệu triệu đô la để thành lập những trường sinh ngữ dạy các thứ tiếng. Chính phủ cũng tiêu tốn từ 70 tới 100 ngàn đô la để huấn luyện một nhân viên chính phủ, học một thứ tiếng Á Đông chẳng hạn, trong thời hạn một năm. Hỏi rằng người đó khi ra trường có thể nào nói đúng dấu giọng bằng một người sinh tại nước của họ, và họ cố gắng bảo tồn thứ tiếng của họ không? Các anh các chị nghĩ thế nào?--Ông Bender quay ra hỏi tất cả mọi người.

- Thưa giáo sư, tôi nghĩ là nước này mang tên là Hợp Chủng quốc, vậy sự đa văn hóa và đa ngôn ngữ là điều đương nhiên. Nhiều văn hóa, nhiều ngôn ngữ làm cho văn hóa nước Mỹ thêm phong phú, mỗi giống người tới đây nên được giữ lấy văn hóa và tiếng mẹ đẻ của mình-- Nga đưa ý kiến.

Mike bước ra với một khay đầy các đĩa bánh Noël được cắt sẵn. Bà Bender đứng ngay dậy, toan chạy lại đỡ cái khay từ tay Mike, ông Bender vội ra dấu ngăn bà lại, Bà đứng khựng lại trong một thế tiến thoái lưỡng nan, trong khi đó Mike đã đặt được cái khay xuống chiếc bàn thấp trước mặt khách. Ông Bender khen:

- Ồ, con tiếp khách giỏi quá! Cám ơn con lắm.

Mọi người cám ơn Mike, lấy bánh, rồi quay ra tíu tít hỏi chuyện cậu bé, quên hẳn đề tài "song ngữ" đang thảo luận.

8

Những ngày lễ, ngày Tết thường làm Nga nhớ nhà đến ngẩn ngơ. Những lúc như thế Nga lại phải tự nhủ: "Mình sang đây để học, để có một tương lai tươi sáng chứ có phải bị đi đày đâu mà lấy làm khổ sở. Cứ chịu khó cho qua những lúc này, rồi ngày về đến lúc nào không hay."

Một trong những điều an ủi Nga và làm nàng đỡ nhớ nhà là sự quen biết Tường trong những ngày gần đây. Nga bắt đầu nhận thấy mình nghiền nói chuyện điện thoại với chàng vào mỗi buổi tối. Dù là nói chuyện gì, sau khi đặt ống nghe xuống, Nga cũng thấy căn gác trọ của nàng ấm cúng hẳn lên.

Cho đến một hôm...

- A-lô.

- Hê-lô! Nga đang làm chi đó?

- Đang đọc thư nhà.

- Vậy à? Có gì hay không?

- Có chứ. Bố em bảo bây giờ kinh tế Việt Nam đương khởi sắc. Đài Loan, Triều Tiên, Hồng Kông, Singapore... đổ tiền như nước vào Việt Nam để đầu tư.

- Thế sao lại gọi là khởi sắc? Họ đổ tiền vào, mua rẻ nguyên liệu, mướn rẻ nhân công người Việt để chế biến hàng hóa, bán lại cho mình với giá cắt cổ. Họ giầu sụ, còn cả nước mình chỉ là cu ly làm công cho ngoại bang hết.

- Thế anh bảo nhà nước phải làm thế nào?

Tường thở dài. Im lặng vài giây.

- Chẳng làm thế nào được hết, nếu đảng Cộng Sản cứ khư khư ôm lấy quyền lợi cho mình thay vì lo cho quyền lợi quốc dân.

- Anh không ở nhà, anh không hiểu được dân tình. Người ở nhà bây giờ chỉ mong có được cơm no, áo ấm, do đó bất cứ nỗ lực nào nhằm giúp cho nhân dân dễ thở một tý là quí rồi. Nhà nước đã đi từ kinh tế chỉ huy đến kinh tế thị trường. Đó là cả một bước tiến dài đáng kể trong một thời gian kỷ lục...

- Nga à! Chính vì Nga ở nhà nên chẳng hiểu dân tình thì đúng hơn. Việt Nam tuy có cởi mở hơn trước nhưng sự "cởi mở" nửa vời đó, chỉ tổ làm liều thuốc ru ngủ. Không mấy ai còn thấy việc tranh đấu cho quyền con người là cần thiết nữa. Đảng còn che mắt nhân dân nhiều chuyện. Tuy là được xem TV, nghe ra-đi-ô đấy, nhưng nói chung mọi người vẫn như sống trong một cái hũ nút, không biết cả những chuyện liên hệ trực tiếp đến đời sống của mình. Tỷ dụ, hiện nay có biết bao nhiêu vùng đất tốt, bờ biển đẹp, nhà nước đem ký giao kèo dài hạn cho Đài Loan, cho Đại Hàn..., người dân có được hỏi ý kiến không?

- Anh tin làm sao được các tờ báo của mấy Việt kiều ở đây.

- Tôi chẳng tin vào tờ báo nào một cách mù quáng hết. Nhưng ít ra tôi có thể tin các tờ báo hải ngoại hơn là tin báo Nhân Dân trong nước, vì báo hải ngoại là của tư nhân. Họ loan tin đứng đắn thì họ sống, loan tin sai lạc thì bị tẩy chay, đào thải, đóng cửa, xập tiệm... Trong khi đó, báo Nhân Dân chỉ có thể loan tin theo chỉ thị từ trên phán xuống.

- Phải rồi. Anh tin báo hải ngoại hơn báo trong nước. Anh cũng tin người hải ngoại hơn người trong nước. Thế anh chơi với em làm gì? Anh điện cho em làm gì? Thôi, em không dám làm mất thời gian của anh nữa đâu. Chào anh!

Nga đặt mạnh ống nghe xuống rồi rút dây điện thoại ra. Không cho Tường gọi lại. Ngồi lặng người đi một lúc. Có cái gì chạy buồn buồn, nong nóng trên gò má. Nga đưa tay lên vuốt má mới hay mình đã khóc.

Về phần Tường. Chàng không hề có ý định gọi lại Nga để làm lành ngay tối hôm đó. Không phải là chàng tự ái. Đối với phái yếu, chàng bao giờ cũng sẵn sàng chịu thiệt thòi, huống chi là đối với Nga. Thật ra chàng cần thời gian để suy nghĩ. Nghĩ về Nga. Nghĩ về mình. Nghĩ về toàn bộ mối quan hệ giữa hai người từ ngày gặp nhau. Tường không lo lắng về sự khác chính kiến, hay lập trường cứng nhắc của Nga. Sự cứng nhắc của Nga chỉ là "cái vỏ" dầy. Nhưng đã gọi là "vỏ" tất phải bóc được. Công việc này đòi hỏi sự kiên trì. Về đức kiên trì chàng tin mình có thừa. Chàng sẽ là anh thợ làm sơn mài. Bức tranh quí nằm dưới nhiều lớp sơn. Chàng sẽ mài ngày mài đêm cho đến khi thấy những nét vẽ dần dần xuất hiện...

Mối quan tâm của chàng lúc này, thực sự chỉ là mối liên hệ tình cảm giữa hai người. Chàng không đo được tình cảm của chàng đối với Nga. Chàng chỉ biết một điều, Nga đang là cái gì không thể thiếu trong cuộc sống hàng ngày. Từ thói quen dậy sớm, nao nức đến trường đón Nga ngoài cổng, đến những buổi trưa đi bộ bên nhau trên đường Wisconsin, những buổi đi xem bảo tàng viện, các đài kỷ niệm, những buổi tối nói chuyện điện thoại... Ngay cả những buổi tranh cãi chính trị, đầy trái ngược, bất đồng, nhưng chính nó lại là sự thách đố rất quyến rũ đối với chàng.

Tường mang máng thấy Nga cũng dành cho chàng một chỗ đặc biệt nào đó trong lòng, chớ không phải hoàn toàn lạnh nhạt như cái vỏ ngoài của nàng. "Vì vậy," chàng tự nhủ, "mình càng phải thận trọng, không thể hấp tấp đi sâu vào tình cảm của Nga, để rồi làm khổ nàng, một người mà mình đã dành rất nhiều cảm tình đặc biệt."

Về phía Nga. Nàng hơi hối hận về sự cắt điện thoại một cách phũ phàng của mình, nhưng vì tự ái, nàng không làm gì hơn được ngoài sự im lặng. Một ngày, hai ngày... Rồi một tuần, hai tuần. Chiếc điện thoại của Nga vẫn nín câm. Thỉnh thoảng Nga lại nhấc nhanh lên nghe, xem điện thoại có hỏng không. Nó không hỏng, nó chỉ im lặng. Trên đường từ nhà đến trường, từ trường về nhà, từng góc đường, từng chỗ đợi đèn xanh, đèn đỏ, chỗ nào cũng có hình ảnh Tường. Trong thư viện, cái bàn, cái ghế, cái tủ sách, đều nhắc nhở Nga về Tường. Nhiều lúc Nga phải chạy trốn hình ảnh chàng, bằng cách ngồi sang một khu khác trong thư viện, chỗ chưa có bóng dáng chàng đi tới.

9

Ngay từ sáng sớm Nga đã tỉnh táo, không ngủ thêm được. Hôm nay, Sarah và Nga rủ nhau đi xem lễ tấn phong tổng thống mới đắc cử. Nga hăng hái đi vì nàng được theo dõi cuộc tranh cử từ đầu nên muốn được chứng kiến đoạn chót. "Ngoài ra," Nga nhấn mạnh với Sarah, "tại vì đảng Dân Chủ thắng, đúng như ý nguyện của tao, thời tao cũng coi như tao thắng vậy!"

- Đảng Dân Chủ lên thì Việt Nam được cái gì mà mày mừng thế?

- Quan trọng lắm chứ mày! Để tao nói chuyện vui này cho mà nghe: "Trong thời kỳ bên này tranh cử Tổng thống, bố tao viết thư sang bảo tao phải nhớ bầu cho đảng Dân Chủ." Câu nói dù chỉ là nói đùa, nhưng đã phản ánh mối lo âu của Việt Nam, sợ đảng Cộng Hòa ở lại thì còn lâu Mỹ mới bỏ cấm vận.

- Thật hả? Không đâu, theo tao thì Tổng thống nào rồi cũng phải làm theo ý nhân dân và Quốc Hội, đại diện của họ, vì chính cái khối nhân dân đó là Tổ Quốc. Quyền hạn của Tổng thống và đảng của ông ấy chỉ giới hạn. Vì thế ở Mỹ, đảng này xuống, đảng kia lên, không phải là chuyện gì hệ trọng như chuyện sống với chết. Người Mỹ nhìn một ứng cử viên ở con người ông ta nhiều hơn...

Hai cô đi bằng tầu điện ngầm. "Những ngày như hôm nay không ai ngu gì lại đi lên Washington bằng xe ô-tô"-- Sarah cắt nghĩa cho Nga. Các đường Constitution, đường

Pennsylvania... đều bị chắn không cho xe vào. Làn sóng người tràn về phía Quốc Hội.

Sarah và Nga len lỏi vào được tới hàng rào chắn bằng sợi dây ru-băng đỏ. Người cảnh sát cắt nghĩa là bên trong hàng rào dành cho những người có vé. Hai cô đành phải đứng lại ở một gốc cây ngay đó. Từ chỗ này, người ta không thấy rõ mặt người trên khán đài. Hãy còn sớm. Nga đề nghị hai đứa ngồi xuống gốc cây nghỉ, để chốc nữa lấy sức đứng.

- Giá lúc nãy mày bảo ông cảnh sát là mày từ Hà Nội đến, quan sát cuộc tấn phong này để về làm thiên phóng sự, thời có lẽ ông ta sẽ cho tụi mình vào ngay.

- Mày xúi dại tao. Lỡ gặp phải ông cảnh sát có con hy sinh ở chiến tranh Việt Nam, ông ấy lại ghét lây cả mình nữa ấy chứ!

Vừa nói xong Nga đã chữa ngay:

- Nói đùa chứ, nhìn chung người Mỹ thật là cởi mở. Tao đã gặp rất nhiều người Mỹ, khi nghe tao nói mới từ Hà Nội sang, họ vẫn thân thiện và còn tận tình giúp đỡ nữa. Thí dụ như bọn mày, bà chủ nhà, ông bà đỡ đầu tao, các bạn sinh viên và giáo sư trong trường... đã chấp nhận tao một cách tự nhiên, dễ dàng. Trước khi sang đây tao cứ tưởng là bọn mày sẽ kỳ thị, nhất là đối với người miền Bắc chúng tao, sau một cuộc chiến tranh dài như vậy, bọn mày cũng phải thù ghét, đố kỵ bọn tao chứ nhỉ?

- Không có đâu. Bọn tao là thường dân thì chỉ biết lấy tình người đối xử với nhau thôi. Còn chuyện hai chính phủ với nhau lại khác. Đó là chuyện chính trị, chuyện chiến tranh.

- Nhưng tao lại có vấn đề với mấy người nước ngoài đến đây tỵ nạn mới lạ chứ.

- Người nước ngoài nào?

- Thí dụ anh chàng người Anbani, bồ con Anna ấy. Một hôm, trong thời kỳ tranh cử tổng thống, anh ta đến nhà vào lúc tao và con Anna đang ngồi xem TV ở phòng khách. Anh ta hí hửng khoe là năm nay anh được đi bầu lần đầu tiên tại Mỹ, và cũng là lần đầu tiên trong đời, anh được bầu lá phiếu tự do. Tao vui miệng nói: "Này anh! Đảng Cộng Hòa ngồi lâu quá rồi. Lần này bầu tổng thống Dân Chủ đi nhé!" Thế là anh ta dồn cho tao một trận làm tao hết hồn. Anh ta bảo "Quí vị muốn đảng Dân Chủ lên để Mỹ bỏ cấm vận cho Việt Nam, trong khi quí vị cứ tiếp tục đàn áp dân của quí vị khiến gần triệu người thành thuyền nhân. Một nửa chìm đáy biển, một nửa sống khốn khổ trong các trại tỵ nạn. Quí vị có thèm để mắt tới họ không? Còn tôi, tôi hiểu họ quá mà, vì chính bản thân tôi cũng thế. Bố tôi chết trong nhà tù cộng sản. Mẹ tôi và mấy anh em tôi cũng suýt chết mấy lần mới trốn thoát sang được đến đây. Không đời nào tôi lại đi bầu cho một cái đảng yếu xìu về đối ngoại, để cho cộng sản thao túng nữa." Anh ta vừa nói vừa đập bàn rầm rầm, mặt mày đỏ gay. Con Anna cũng ngượng. Nó phải la mắng anh bồ nó là bất lịch sự, là lỗ mãng, anh ta mới chịu im mồm.

- Ừ! Mày cũng nên thông cảm cho anh ta. Anh ta mới trốn khỏi Anbani được sáu năm nay. Nghe đâu cũng thừa sống thiếu chết mới sang được đến đây. Đối với mày còn đỡ đấy. Anh ta ghét con Hui-Ling kinh khủng. Lần nào hai người đó gặp nhau là cũng có xô xát về chính kiến.

- Tại sao?

- Anh ta cho là nó lợi dụng lòng nhân đạo của nước Mỹ. Nó vừa chửi Mỹ, vừa khăng khăng bênh vực chủ thuyết Cộng Sản và Trung Quốc của nó, nhưng lại không chịu về giúp nước. Có một lần anh ta hỏi Hui-Ling: Cô có thể chửi Trung Quốc trong khi đang ở trong Trung Quốc, mà không bị vào tù được không?

- Thế Hui-Ling nói sao?

- Nó không trả lời. Có lần nó cũng khoe tao là Trung Quốc bây giờ phồn thịnh, người dân sung sướng thoải mái lắm, không ai thấy cần gì hơn. Tao hỏi nó: "Thế còn vụ Thiên An Môn thì sao?" Mày biết nó trả lời sao không? Nó bảo: Mấy 'thằng khùng' đó thì kể gì!

- Tao mà như mày, tao bảo nó là: Người "khùng" ở nước tao được vào nhà thương tâm thần điều trị. Còn "khùng" ở nước mày thì bị bắn bỏ! Vậy nước nào đáng bị nguyền rủa?

Sarah reo lên:

- Ôi! Tuyệt! Tuyệt! Để hôm nào có dịp, tao sẽ bảo nó thế.

Trên khán đài người ta báo tin sắp đến giờ hành lễ. Tự nhiên mọi người đứng từ xa đổ dồn về phía khán đài làm Sarah và Nga cũng bị dồn theo. Tiếng "Sorry"[*] được nhắc đi, nhắc lại, từ miệng người này đến miệng người khác, nhưng làn sóng người vẫn xô đẩy về phía trước.

Tới một lúc, Nga nhận thấy mình đang ở phía trong lằn ranh giới, dành cho người có vé. Nga bảo Sarah: "Mày trông này! Mình chẳng phải trả bốn mươi đô la mua vé mà cũng được vào đây rồi này." Hai đứa cười thích thú.

---

[*] Xin lỗi.

Ở vị trí này Nga đã nhìn thấy khá rõ mặt người điều khiển chương trình, nàng lấy làm mãn nguyện lắm. Sarah chỉ cho Nga khu vực của các quan khách danh dự ngồi. Đồng thời cắt nghĩa một vài thủ tục căn bản trong buổi lễ tấn phong. Đại để lần nào cũng có những mục căn bản giống nhau.

Người điều khiển chương trình thông báo ông bà tân tổng thống, và phó tổng thống đang bước ra. Những người trên khán đài đứng dậy nghiêm chỉnh. Một phụ nữ Mỹ da đen bước tới máy vi âm để hát bài quốc ca. Lễ chào quốc kỳ bắt đầu. Ban nhạc quân đội cử nhạc. Rừng người im lặng. Một giọng hát khoẻ, cao vút cất lên. Tiếng ngân rung động cả không gian. Lễ chào quốc kỳ chấm dứt. Mọi người trên khán đài đã an vị. Một nữ sĩ da đen nổi tiếng Maya Angelou, đọc một bài thơ riêng được đặt cho dịp này. Ông bà tổng thống và phó tổng thống bước ra, đứng trước mặt vị mục sư Thiên Chúa Giáo đang chờ sẵn. Nga cố kiểng chân lên để nhìn cho rõ. Một bà Mỹ kéo tay ông chồng đứng trước Nga nói: "Cưng ơi! Người anh cao lớn sao lại đứng che mắt một cô nhỏ bé thế này, coi sao được!" Ông chồng vội lùi lại sau, nhường chỗ cho Nga. Miệng xin lỗi rối rít. Nhận thấy Sarah cùng đi với Nga, ông cũng mời cả Sarah đứng lên trước luôn. Hai đứa cám ơn ông bà Mỹ. Nga nói với Sarah: "Nhỏ cũng có lợi mày nhỉ?"

Lễ tuyên thệ được thông báo bắt đầu. Phó tổng thống tuyên thệ trước, rồi đến tổng thống. Các ông đều đặt tay trái lên quyển thánh kinh trên tay vị mục sư. Tay phải giơ lên thề. Họ nhắc lại từng câu vị mục sư nói. Nga cảm thấy trách nhiệm của một vị tổng thống quá to lớn: Trách nhiệm đối với tổ quốc, với quốc dân, cả với Trời Đất nữa. Câu cuối cùng: "So help me God!"* làm Nga suy nghĩ: "Con người thật sự nhỏ nhoi trước trời đất. Trong những trường hợp như thế này, tôn giáo không còn là sự mê tín như Nga vẫn thường hiểu từ trước đến nay, mà là một mẫu mực, một sự cần thiết để con người phải luôn luôn khiêm tốn và làm điều tử tế." Hai vị cựu tổng thống và phó tổng thống chạy lại bắt tay chúc mừng tổng thống và phó tổng thống mới trong tràng pháo tay, reo hò vỡ trời của biển người. Nhớ lại những lúc bốn vị này tranh cử, họ thả cửa bới móc nhau, thậm chí có khi còn nặng lời. Vậy mà bây giờ, trong tinh thần thượng võ, họ cũng xúy xóa hết, để cùng lo cho một đất nước chung. Tiếp đến là các bài diễn văn của các vị tân, cựu Tổng Thống. Diễn văn vừa chấm dứt, Sarah lôi Nga chạy ngay ra bến tầu điện ngầm. "Hễ chậm chân một chút là chờ đến tối"--Sarah nói.

10

Tết năm nay đến sớm hơn mọi năm. Nga không để ý cho đến khi nhận được nhiều thư nhà nhắc nhở, các báo chí tiếng Việt địa phương viết bài về Tết, Nga phải viết bài trình bầy cho lớp tiếng Anh về phong tục Tết Việt Nam. Chị Phượng hẹn đưa đi chơi chợ Tết... Nga chẳng tha thiết lắm, nhưng cũng có ý tò mò muốn xem nhịp sống chung quanh.

---

* Xin Chúa giúp con.

Ngày chợ Tết đã đến. Nga đi theo chị Phượng từ sáng sớm tinh mơ. Chị phụ trách một gian hàng bán đồ ăn gây quỹ cho chùa. Nga giúp chị bầy các món lên bàn. Một giờ sau mấy bà bạn đến đông đủ. Chị khuyến khích Nga đi xem khắp chợ cho biết. Từ ngày sang Mỹ, Nga gặp chưa đầy ba chục Việt kiều. Hôm nay người ở đâu đổ ra đông thế. Đến khoảng trưa, tính có đến hơn một vạn người ra, vào từng đợt.

Chợ được tổ chức trong phòng đại thao trường của một trường trung học thuộc quận Arlington. Không thiếu một thứ gì. Từ báo Xuân đến thiệp Tết, từ hoa, quả, đến mứt, bánh chưng, từ quần áo đến giầy dép... chất như núi. Người ta xúm nhau mua bán, xúm nhau nói chuyện, xúm nhau ăn uống... Nga cảm thấy lạc lõng... Thỉnh thoảng lại giật mình vì một tiếng cười, giọng nói của ai nghe giống Tường. Nhiều lần Nga thót tim thấy một người đàn ông đi qua, có vóc dáng, hay quần áo giống Tường.

Toan trở lại bán hàng giúp chị Phượng, thốt nghe loa của một hãng điện thoại, chiêu hàng bằng cách mời mọi người dùng điện thoại của họ, gọi về Việt Nam miễn phí. Nga nhanh chân chạy ngay lại xếp hàng. Thấy những người đi trước đang gọi về nhà, cười cười, khóc khóc um xùm, Nga càng sốt ruột. Đến phiên Nga được gọi:

- A-lô! A lô!

- A-lô! Mẹ đấy ạ? Con đây.

- Con đấy hả? Con khỏe không? Có chuyện gì thế con?

- Không có gì đâu mẹ. Con đang ở chỗ chợ Tết đây này. Mẹ có nghe thấy tiếng ồn ào không? Có một hãng điện thoại cho con gọi về nhà không mất tiền.

- Thế hả? Con gọi nửa đêm làm mẹ hết hồn, tưởng có chuyện gì. Chợ Tết bên ấy thế nào?

- Thôi, chuyện dài lắm. Con sẽ viết thư tả sau. Bố đâu? Cả nhà đâu?

- Cả nhà đang ngủ. Để mẹ đánh thức. Bây giờ là hai giờ sáng...

- Khoan đã mẹ! Ở nhà sửa soạn Tết xong chưa?

- Rồi con! Năm nay ai cũng ăn Tết to lắm. Báo đăng, riêng Thành phố Hồ Chí Minh năm nay dự trù đốt 20 tỷ đồng tiền pháo. Để mẹ gọi cả nhà dậy nhé!

Thấy người ta đang đứng xếp hàng dài đợi, Nga không dám giữ máy lâu. Nàng can mẹ:

- Thôi thôi mẹ, để cả nhà ngủ. Con cũng phải cắt để người khác dùng máy. Cho con hôn bố. Hôn cả nhà nhé. Con chúc Tết cả nhà.

- Ừ! Ừ! Chúc con ăn Tết vui nhé! Con học giỏi nhé! Con phải cẩn thận, luôn luôn đề cao cảnh giác đấy!

- Vâng! Vâng! Mẹ đừng lo. Mẹ ngủ ngon nhé!

Đặt điện thoại xuống, Nga thấy vui vui trong lòng. Lấy được cảm hứng, tiếp tục đi xem chợ...

Nàng đang nhởn nhác tìm hàng bán thiệp Tết, thì thấy trên một mảng tường treo đầy những bích chương lớn, lôi cuốn sự chú ý của Nga. Các tấm ảnh chụp cảnh chiếc tầu nhỏ đầy nhóc người, đang nhồi sóng giữa đại dương. Cảnh cụ già, con trẻ nằm lả trong khoang tầu. Cảnh các giường tầng trong trại tỵ nạn che tấm màn rách rưới... Tia mắt Nga đột ngột dừng lại ở tấm ảnh chụp các trẻ em đứng bên trong hàng rào thép gai...

Đang bị thôi miên về tấm ảnh chợt có tiếng gọi:

- Mời chị mua gì để giúp thuyền nhân đi.

- Chị có thiếp chúc Tết không?

- Có chứ chị. Đây này: mai, lan, cúc, trúc, đủ cả.

Nga mua một xấp. Cô bán hàng trả lại bốn đô la. Nga bỏ vào thùng lạc quyên. Nàng cầm một cuốn "video" lên xem, lẩm nhẩm đọc cái tựa "Freedom or Death."* Một anh giới thiệu:

- Đấy là cuộn phim tài liệu đang chiếu trên TV đấy chị--Vừa nói anh vừa chỉ vào cái TV đặt trên bàn.

- Cám ơn anh--Nói xong Nga nhìn trên màn ảnh...

Trên bàn còn bầy nhiều mặt hàng. Sách, nhạc, bánh, chè, thạch... đủ thứ. Một cô khác vui vẻ cắt nghĩa:

- Ai cho cái gì chúng em bán cái đó, vì thế hàng của chúng em mới nhiều món thế này. Sang năm xin chị giúp cho vài món nhé? Ở đây chúng em làm tình nguyện hết đấy chị ạ.

Cô gái bắt đầu giới thiệu từng người, nhưng đông quá, Nga nhớ không xuể. Cô gái lại lém lỉnh: "Các anh này đều độc thân hết đấy chị ạ. Chị xem có ai chị giới thiệu giùm đi."

- Các anh chị thì cần gì người giới thiệu. Sợ người ta lại tranh nhau ấy chứ.

- Không có đâu chị ơi! Tôi đang vỡ tim đây này!--Anh này vừa nói, vừa nhìn Nga, cười hóm hỉnh.

Cả bọn cười vang. Nga từ biệt mọi người.

---

* "Tự Do hay là Chết." Cuốn video do Ủy Ban Báo Nguy Giúp Người Vượt Biển ở San Diego thực hiện.

Nga không còn hứng đi xem chợ nữa, nàng chạy lại bàn chị Phượng, năn nỉ:

- Chị ơi, chị cho em một ít đồ ăn đi.

- Để làm gì? Đói hả?

- Không, em cho gian hàng giúp thuyền nhân, bên kia kìa.

- Ơ hay! Người ta đang bán hàng gây quĩ trùng tu chùa mà! Cho làm sao được.

- Phật bảo mình phải cứu người chứ Phật có bảo mình cứu Phật đâu?

- Kìa các chị ơi!--Chị Phượng hô hoán--Cô Nga nói là Phật bảo mình phải cứu người chứ Phật có bảo mình cứu Phật bao giờ? Các chị nghe được không?

Ba chị khác đồng thanh:

- Được! Được! Cô ấy nói đúng.

Chị Phượng được các bạn đồng ý, lôi ngay cái khay dưới gầm bàn lên, xếp đồ ăn vào. Miệng đếm:

- Hai, bốn, sáu, tám, mười, mười hai... Xong rồi, hai mươi đĩa, đủ thứ: bánh, kẹo, mứt, xôi, chè đó nghe!

- Em cám ơn các chị lắm--Nga bưng khay chạy.

Các anh chị trong Ủy Ban Cứu Người Vượt Biển thấy Nga trở lại với khay đồ ăn đầy. Họ vỗ tay reo mừng.

Đám đông đứng xem video cũng lây vui, xúm vào mua. Nga lại từ giã mọi người. Anh chàng lúc nãy trêu trọc Nga, đang đứng bên trong bàn, nhoài người ra gọi với:

"Người về tôi chẳng cho về

"Tôi nắm vạt áo, tôi đề câu thơ...

Cả góc chợ cười vang. Nga luýnh quýnh, chạy biến vào đám đông.

11

Tối hôm nay, nhóm của Định mời Nga và hai nam lưu học sinh nữa vừa ở Việt Nam sang, đến nhà ăn Tết. Nga rất cảm động về tấm nhiệt tình của mấy bạn Việt kiều. Nàng rất trông đợi một buổi tối vui vẻ và ý nghĩa. Nga đã gói sẵn mấy chiếc áo thêu mang từ Việt Nam đi, để biếu Tuyết và mấy chị trong nhóm.

Nga ngồi đợi và hơi nóng lòng muốn biết người mà Định cử đến đón mình là ai. Nga nghi ngờ sẽ vẫn là Hải, người thường giành đưa đón Nga từ trước đến nay. Nếu chỉ được dùng ba chữ để mô tả Hải, thì không gì tốt bằng câu "Đẹp trai, học giỏi, con nhà giầu."

Để đỡ sốt ruột, Nga lấy giấy viết thư cho mẹ.

Oa-xinh-tơn, ngày Tết, năm...
Thưa bố mẹ,
Hôm chợ Tết nghe giọng nói của mẹ trong điện thoại con mừng quá. Tại sao giờ đó mẹ còn thức hả mẹ? Con đoán mẹ còn thức, vì thấy giọng mẹ tỉnh táo chứ không ngái ngủ. Mẹ thức làm gì thế? Mẹ nhớ con gái út của mẹ phải không?

Mẹ hỏi con "chợ Tết" thế nào? Việt kiều ở đây họp chợ ngày tết để mua, bán, ăn uống vui chơi thôi. Con thấy họ bán nhiều thứ hoa giống y như ở nhà. Đào, mai, quất, cúc, thủy tiên... À, mấy cây "bonsai" thì nhiều vô kể. Con nhớ ông nội thích loại cây này. Ước gì con gửi được cho ông, mẹ nhỉ? Thôi, con nói đùa đấy. Mẹ dặn con phải tiết kiệm tối đa. Con đâu có dám tiêu phí đồng nào.

Mẹ bảo báo đăng năm nay riêng Thành phố Hồ Chí Minh dự trù đốt 20 tỉ đồng tiền pháo. Không kể Hà nội hả mẹ? Tại sao họ biết con số "dự trù"? Chắc họ dựa vào số pháo đã tiêu thụ hả mẹ? Mẹ có biết 20 tỉ đồng là bao nhiêu không? Hai triệu đô đấy mẹ. Nếu cộng thêm Hà nội và các nơi khác đốt nữa, thì số tiền sẽ lên đến bốn, năm triệu đô hả mẹ? Nếu nhân dân mình cứ mạnh ai nấy sống cho thoả thích, chẳng cần biết đến lợi ích chung thì nước mình sẽ đi về đâu, mẹ nhỉ? Con thấy mình đang cần mở mang những chương trình giáo dục, xã hội... mà chẳng ai cho đồng nào, cứ đi phung phí đâu đâu, con thấy tiếc lắm.

Mẹ lại sắp bảo là con gàn. Mẹ thường bảo con bé nhất nhà mà suy nghĩ cứ như bà cụ non. Con lại cho là con may mắn hơn các anh chị lớn, hơn cả bố mẹ nữa. Con được lớn lên trong thời kỳ nhà nước đang cởi mở, đổi mới. Tại sao mình không tận dụng cơ hội để nhìn xa trông rộng, để mà so sánh, học điều hay của cái mới, bỏ điều dở của cái cũ, nếu thấy nó không đem lại ích quốc lợi dân? Trong khi mình còn đang đi xin nước ngoài từng đồng để xây dựng đất nước, thì con thấy hành động lãng phí thật là vô ý thức, vô trách nhiệm. Công việc sản suất pháo chắc phải có tay ngoại bang nhúng vào đấy mẹ ạ! Người nào đã cấp giấy phép cho họ được tự do tiêu thụ pháo trong nước mình?

Mẹ ơi! Đừng có mắng con. Con nghĩ được như thế không phải do "Cha mẹ sinh con, trời sinh tính" đâu. Con thấy cho đến khi bố nghỉ hưu, bố cũng không mua nổi cho mẹ và anh chị em con một căn nhà tương đối đủ chỗ đi ra đi vào. Đến cả cái điện thoại, rất cần thiết cho bố lúc tuổi già, khỏi phải lọc cọc đạp xe đi thăm các ông bạn già, mà cũng phải đợi đến khi con đi du học, dành dụm gửi về mới mắc nổi. Con không oán trách bố, mà còn kính phục bố mẹ đã sống trong sạch, đúng với lương tri con người. Con học được tính này ở bố mẹ chứ ở đâu?

Người ta nói "Giầu ở thời loạn là lưu manh, nghèo ở thời bình là lười biếng." Con hứa với bố mẹ là lần này con đi du học về, con sẽ dốc tâm làm việc chăm chỉ cho nhà không nghèo, nước không mạt...

Đang mải mê viết, nghe tiếng Sarah réo gọi từ dưới nhà:

- Nga ơi! Hoàng tử của mày đến rồi.

- OK! Cám ơn mày--Nga quơ vội chiếc áo choàng ngoài, vừa lao xuống cầu thang, vừa lẩm bẩm--Lại gặp cái con khỉ này. Nó sắp phao tin rùm beng lên cho mà xem.

Xuống phòng khách. Y như rằng, Hải chứ không ai khác. Chàng ăn mặc lối trịnh trọng của ngày Tết, trông càng chững chạc hơn. Nga giới thiệu Hải với Sarah, rồi giục chàng đi nhanh ra cửa. Nga sợ đứng lâu con Sarah lại nói cái gì có tính cách vơ vào cho hai người, thì ngượng chết. Nhưng nó vẫn không tha:

- Đi vui nhá! Mày không cần phải về sớm đâu Nga ạ!--Nói xong nó nháy Nga một cái.

Một chiếc xe thể thao mới tinh đậu ở trước cửa. Hải mở cửa xe cho Nga vào. Chàng rồ máy, nhấn mạnh ga, chiếc xe rú lên, lao nhanh vào đêm tối. Nga chắc chắn là Sarah đã hé màn nhìn theo.

Xe ra khỏi nhà được một quãng, Hải đưa Nga một cái hộp nhỏ:

- Tặng Nga cái này. Chúc Nga năm mới nhiều sức khoẻ và thành công trong việc học.

- Cám ơn anh, Nga cũng chúc anh năm mới muốn gì được nấy.

- Thật không Nga? Cái tôi muốn thì khó được lắm. Nga đâu có biết.

Nga chẳng hiểu ý câu nói, nhưng cũng không quan tâm lắm:

- Việt kiều bên này chịu khó giữ phong tục tập quán, anh nhỉ?

- Đúng thế. Không những họ giữ phong tục mà còn bắt Mỹ phải theo cơ. Thí dụ, họ vận động các trường trung, tiểu học phải cho con họ nghỉ ngày mùng một Tết, nếu ngày đó trúng vào ngày thường. Bữa nọ Nga thấy chợ Tết thế nào?

- Đông vui lắm anh à! Chứng tỏ Việt kiều ở đây ăn nên làm ra.

- Ố! Không ăn nhằm gì với chợ Tết ở Cali. Người ta chắn cả mấy dẫy phố không cho xe qua lại để bầy hàng Tết kia mà.

- Ở ngoài trời hả anh?

- Ở ngoài trời chứ. Nhà nào chứa nổi một trăm ngàn người? Bên đó đâu có lạnh như bên đây mà lo.

Nhà Định cách xa Hoa Thịnh Đốn chừng hai mươi dặm. Xe rẽ vào đậu sân sau nhà. Nga hết sức ngạc nhiên nhìn tòa nhà hai tầng sừng sững giữa một khoảng đất quang đãng, chưa có cây cao. Cửa hai cánh, rộng, khang trang. Bên trong, ngay sau cánh cửa là một khoảng trống, rộng, trần cao tới nóc. Từ trên trần, lủng lẳng dòng xuống một khối đèn pha lê đồ sộ, lóng lánh. Đi sâu vào trong là các phòng khách, phòng gia đình, phòng ăn, bếp... đều rộng rãi. Phòng nào cũng trang hoàng với cành đào, cành mai nở tưng bừng. Các bàn bầy đầy hạt dưa, mứt kẹo, rượu mùi... Nhà mới tinh. Vách tường trắng, chưa có một vết dơ. Khách đã đến khá đông đủ, kể cả hai anh mới từ Việt Nam qua.

Anh Định giới thiệu từng người: Anh Mạnh, anh Minh, anh Việt, chị Thanh, chị Thoa, chị Lan, anh Linh, anh Tần, anh Lập... Phần lớn Nga đã gặp trong các kỳ họp mặt trước. Riêng có một người lạ mặt. Định trịnh trọng giới thiệu:

- Đây là tiến sĩ Nguyễn Vĩ Nhân, anh họ của anh Tần. Anh có bằng tiến sĩ về điện, anh vừa ở Việt Nam về-- Quay ra nói với ông Vĩ Nhân--Hôm nay chúng em rất hân hạnh được anh đến chơi và mong anh kể cho nghe nhiều chuyện về Việt Nam. Bây giờ xin mời anh và các anh chị, chúng ta đi ăn cái đã. "Có thực mới vực được đạo," phải không ạ?

Tuyết mời mọi người lại bàn lấy thức ăn. Nga đã quen lối ăn tự lấy rất phổ thông ở Mỹ, nên nàng không lấy làm lạ. Một bàn đồ ăn đầy đủ phong vị Tết, nào nem chua, nem rán, nào bánh chưng, dưa hành, thịt kho, giò thủ, giò lụa, xôi vò, thịt quay, bánh hỏi... Mọi người không ngớt lời khen ngợi bà chủ nhà, không có người giúp việc mà làm được nhiều món khéo quá. Tuyết khiêm tốn, chỉ về phía các chị đứng xung quanh: "Công của các chị này đó, em chỉ có món heo quay mang từ tiệm về thôi!"

Mọi người xếp hàng lấy đồ ăn trong phòng ăn xong, lục tục trở lại phòng khách. Các chai rượu ngọt, rượu mạnh được mở. Mùi men rượu xông lên, hương xuân ngây ngất, ly cốc chạm nhau kêu leng keng. Các câu chúc Tết rất phong phú được thốt ra. Anh Định lại lấy danh nghĩa chủ nhà, tuyên bố:

- Cuối cùng, chúng ta hãy cùng nhau nâng ly, cầu chúc cho quê hương hòa bình và thịnh vượng.

Tiếng ly cốc lại được dịp đụng nhau. Tiếng cười nói dòn tan. Khả, Tuyền và Nga bùi ngùi, xúc động.

Sau một lúc, mọi người yên vị. Ông Vĩ Nhân cất tiếng trước.

- Các cô cậu kia, tên gì nhỉ, tôi quên rồi? Từ Hà Nội qua hồi nào vậy?

Tần, em họ ông, đỡ lời:

- À! Thưa anh, đây là chị Nga. Chị qua đây được hơn một năm rồi. Còn đây là anh Khả, anh Tuyền, hai anh mới qua được một tháng. Cả ba cùng được học bổng, học tại Georgetown.

- Sao ngon lành vậy? Lại con ông cháu cha hả?

Nga mỉm cười nhìn hai anh kia, không trả lời. Tần vội chuyển sang chuyện khác:

- Thưa anh, về Việt Nam, anh đi những đâu?

- Đi cùng hết. Từ Bắc vô Nam.

Các anh chị khác như đợi có người khai mạc xong là xúm vào hỏi:

- Thưa anh, anh về Việt Nam có công việc, hay đi chơi?

- Đi công chuyện chớ. Làm việc chết bỏ. Ở đó mà chơi.

- Thưa chú, công việc gì ạ?--Một anh rụt rè hỏi.

- Tôi là đại diện của hãng điện MAT. Về Việt Nam để ký giao kèo, và thiết lập hệ thống điện cho toàn quốc.

- Thưa anh, ở nhà anh có được đi lại tự do không?--Minh hỏi.

Hình như đây là mối ưu tư chung của đa số, nên nhiều người xích ghế lại gần ông Vĩ Nhân, để nghe cho rõ.

- Có chớ! Mình qua giúp người ta mà người ta không cho mình đi tự do sao được. Tôi qua đó đi thuyết trình tùm lum. Tôi dậy cả từ bộ trưởng trở xuống. Thằng công an nào thấy tôi cũng xanh mặt, đâu dám xớ rớ.

Chị Thoa vốn nhút nhát, từ nãy vẫn ngồi im, đột nhiên lên tiếng:

- Thưa chú, các ông bộ trưởng học mắc dây điện để làm chi ạ?

Mọi người cười ồ về câu hỏi. Nga đưa mắt nhìn Khả, anh chàng đang tủm tỉm, cúi nhìn ly rượu trong tay.

- Cô này thực là ngây thơ!--Ông Vĩ Nhân nhấn mạnh từng chữ--Công chuyện đâu có phải chỉ có dây điện. Nó còn cả cái nguyên tắc, cái triết lý trong đó, mà người ta cần phải học.

Cả bọn vẫn không hiểu. Nhưng ai cũng biết có đào sâu thêm vấn đề này, nó cũng chỉ càng thêm tối mò mò. Định đổi đề tài:

- Thưa anh, anh thấy dân tình thế nào?

- Úi chà! Dân hả? Dân thì mạnh ai nấy sống. Họ sống vội vã, chụp giựt, như là sợ không có ngày mai. Còn chuyện nước thì họ ngơ ngơ. Sống như sống trong cái hũ nút ấy. Chẳng ai biết chuyện gì xẩy ra chung quanh mình. Bên này mình tranh đấu, biểu tình, vận động đòi chính quyền Việt Nam thả tự do cho ông này, ông nọ..., ở nhà, hỏi chẳng ai biết mấy ổng là ai. Luật nước thì cứ như luật rừng ấy, luật trong Nam khác luật ngoài Bắc, luật thành thị khác luật thôn quê. Ra khỏi thành phố, mỗi ông huyện ủy là một ông trời con. Ổng muốn làm gì thì làm, không ai ngó tới. Còn mấy ông bự ấy à, mấy ổng cũng chỉ thích đô la thôi. Đô la đổ vô Việt Nam kiểu gì, ngả nào cũng vơ hết. Còn tài năng như mình đây, họ dùng xong là "bái bai" luôn. "Vắt chanh bỏ vỏ mà!" Hồi tôi ở đó, làm việc ba tháng cho hãng MAT, khi hết hạn, trường đại học Tổng Hợp năn nỉ tôi ở lại dạy ít lâu. Bộ nội vụ từ chối, không gia hạn thị thực cho tôi! Tôi bảo, thôi được, tụi bay muốn ngu dốt, tao cho chúng bay dốt luôn!

- Thưa chú, họ có để cho mình tự do làm việc hay họ bắt mình làm theo đường lối của họ, hoặc kiểm soát ngặt nghèo?

- Biết cái mẹ gì mà kiểm soát! Nhưng mình dư thấy họ chỉ muốn mình làm phần chuyên môn thôi, còn phần chính sách, để họ. Họ kêu mình "giáo sư tiến sĩ" ngon lành lắm, chớ không như mấy thằng Mỹ cà chớn ở đây. Nhưng tiến sĩ thời tiến sĩ, chớ mình dư biết trong thâm tâm họ, họ nhủ thầm: "Chúng tôi cũng chỉ cần mấy món chuyên môn của các ông thôi, còn việc nước cao xa, các ông để chúng tôi lo!

Mọi người phá lên cười. Nga thấy có người đưa ly nước vào tay. Nhìn lên thấy Hải. Nga cám ơn. Hải nhìn

Nga lắc đầu, thông cảm. Thừa thắng xông lên, ông Vĩ Nhân nói tiếp:

- Tụi Mỹ ở đây gọi "xếp" bằng tên không. Tôi chúa ghét cái trò ba trợn đó. Dưới quyền tôi có sáu đứa, nó cũng gọi mình bằng tên không. Nó cứ "Nhân," "Nhân" nó kêu. Một bữa tôi gọi cả tụi vô bảo: Tên tao là "Ông Nhân," "Ông" là một phần của tên, chúng bay phải gọi "Ông Nhân," không được gọi "Nhân" trống không như vậy. Từ sau đó, đứa nào cũng gọi tôi là "Ông Nhân!"

Cả nhóm cười vang, phục ông sát đất. Câu chuyện cứ kéo dài đại loại như thế suốt tối. Một số người, thừa lúc không ai để ý, xích ghế ra xa, rồi rút lui dần sang phòng khác nói chuyện. Nga, Khả và Tuyền xin phép về sớm để học thi. Nga nhấc điện thoại toan gọi tắc-xi, Hải chạy lại tình nguyện đưa cả ba người về. Định tiễn bốn người ra cửa, phân trần:

- Xin lỗi chị Nga và các anh lắm nhé! Hôm nay tụi tôi có người khách hơi... kỳ cục. Xưa nay ông ấy cũng đã nổi tiếng trong cộng đồng là... "không giống ai," nhưng không dè ổng lại quá xá như vậy. Ngoài ra, bữa nay anh Tần cứ đòi mời ông ấy, chớ không phải sáng kiến của vợ chồng tôi.

- Anh Định, anh không cần phải xin lỗi ai cả. Anh là chủ nhà, anh làm gì khác được? Em nghĩ là đối với các bậc huynh trưởng, họ nói cái gì hay mình học, họ nói cái gì sai, mình cũng có thể theo đó rút kinh nghiệm. Chẳng đi đâu mà thiệt.

Nga nói vậy, nhưng dường như Định vẫn chưa yên lòng. Chàng thanh minh tiếp:

- Trước kia đối với cộng đồng Việt Nam ông cũng chịu khó gia nhập hội nọ, hội kia, nhưng ông có cái thói thích phô trương, và thích ăn trên ngồi trốc, nên không ai ưa. Xã hội Việt Nam không chấp nhận ông và ông cũng không hòa đồng được với xã hội Mỹ. Bây giờ, tưởng về Việt Nam làm trùm được, ai dè thực tế nó không giống vậy. Thế là ổng bất mãn...

- Sống thế thì khổ chết nhỉ?--Nga góp ý.

- Các anh chị nghe cái cái tên đủ biết ông ta có mặc cảm thế nào. Tên ông là "Nguyễn Vĩ Nhân," cha ông tên là "Nguyễn Vĩ Đại."

- Thế thì tự bố ông ấy có mặc cảm, đặt tên ông ấy thế, chứ đâu phải tại ông ấy--Tuyền biện hộ.

- Không, nếu thế phải kể từ thời ông nội ông ta, đã có mặc cảm, nên mới đặt tên bố ông ấy là "Vĩ Đại" chứ. Khả cãi lại.

Mọi người cười vang trong bóng đêm dày, nặng sương.

Về đến nhà, Nga ngao ngán. Nhớ lúc đi hồ hởi bao nhiêu, khi về lại ảo não bấy nhiêu. Không biết Tường giờ này đang làm gì? Ăn Tết với ai? Có cô nào lộng lẫy như Thanh, Thoa, Lan, hay Tuyết, vợ anh Định... tối hôm nay không? Nghĩ đến đó, Nga hơi đỏ mặt. Nàng vừa bắt gặp mình ghen với các cô bạn gái, nếu có, của Tường.

Nga quên biến mất hộp quà của Hải, cho đến ngày hôm sau. Nàng lục ví tìm. Một sợi giây chuyền vàng có một trái tim với viên kim cương lủng lẳng ở giữa, lóng la lóng lánh như cười với Nga. Một miếng giấy nhỏ mạ vàng, in tên hiệu kim hoàn và chữ "18K and diamond."[*]

---

[*] Vàng 18 và hột xoàn.

Nga vội đóng hộp lại, trong lòng bồn chồn, nóng ruột. Muốn làm một cái gì ngay để giải quyết vụ này. Sực nghĩ đến Tuyết, Nga gọi ngay cho chị.

- Hê-lô

- A-lô! Chị Tuyết đấy ạ? Em đây. Em điện lại để cám ơn anh chị. Hôm qua anh chị cho em ăn Tết ngon và vui quá. Với lại em điện để khẩn thiết nhờ chị...

- Khoan khoan đã Nga ơi! Tại sao Nga nói giọng hoảng hốt thế? Có chuyện gì không? Nói từ từ được không?

- Vâng. Em cần chị giúp em một việc. Tối hôm qua anh Hải cho em một hộp quà. Em cũng tưởng là món quà nhỏ, kỷ niệm đặc biệt của vùng Oa-sinh-tơn gì đó nên em cầm. Hôm nay mở ra thì không phải thế, mà là một món quà rất đắt tiền. Em không dám nhận đâu. Chị giúp em. Chị phải giúp em trả lại cho anh Hải. Em sẽ cố gắng gặp chị để đưa hộp quà cho chị...

- Nga ơi, nghe đã! Anh Hải là người tốt lắm. Anh ấy thật lòng đấy. Nga trả lại quà là phụ lòng anh ấy.

- Em biết. Nhưng mất lòng trước mà được lòng sau chị ạ! Em không muốn anh ấy hiểu nhầm. Chị làm ơn nói với anh ấy hộ em, cho em trả lại.

- Thôi được, mình sẽ nói với anh ấy, rồi cho Nga biết sau.

- Cám ơn chị. Chị điện cho anh ấy ngay nhé!

- OK! Chào Nga.

Đặt ống nghe xuống mà Nga vẫn còn bàng hoàng, không yên tâm. Chỉ sợ Hải hiểu lầm cả triệu thứ từ hôm qua đến giờ. Nga tự trách mình tại sao không áp dụng phong tục Mỹ, mở quà trước mặt người cho, có phải bây giờ đỡ khổ không.

12

Sau những ngày vui Xuân miễn cưỡng, Nga lại trở về sống đời sinh viên bình thường. Bài vở ngập đầu, nhưng Nga nhận thấy mình bắt đầu bị chia trí, không tập trung được vào việc học. Mặt khác Nga cũng mừng thầm là ở thời điểm này, tuy bận nhưng sau một năm, việc học cũng đã vào nếp. Từ nhớ nhung, Nga bắt đầu oán trách Tường cố chấp. Đã nhiều lần Nga tưởng Tường cũng có cảm tình đặc biệt đối với nàng. Nhưng do sự im lặng quá lâu của Tường, Nga đâm ra nghi ngờ sự phán đoán vội vã của mình. Nga so sánh Tường với nhóm của Định. Những người này quí Nga vô điều kiện, cũng như họ yêu nước, thương dân mà không đặt nặng vấn đề chính trị. Còn Tường, lúc nào cũng đặt lý trí lên trên tình cảm. Đó là điều Nga không thể chấp nhận được. "Hay mình chỉ tưởng tượng chàng có cảm tình với mình, trong khi sự thật đối với chàng, chính trị là trên hết?" Nga tự hỏi.

Càng đi sâu vào suy tưởng, Nga càng băn khoăn tự hỏi: "Không biết mình có yêu chàng thật không? Cái gì nó đang hành hạ mình: Tình yêu? Lãng mạn? Tự ái? Tính tò mò?... Làm sao hiểu được chính mình bây giờ?"

Nàng sực nhớ ở một cuốn sách nào nàng đã đọc, người ta nói, muốn biết mình có yêu một người nào đó hay không, thì tự hỏi xem mình có muốn chia sẻ tất cả mọi sở hữu của mình cho người đó hay không. Nga không có của cải vật chất để chia sẻ, vì thế khó kiểm chứng, nhưng ít nhất nàng biết chắc chắn nàng muốn chia sẻ với chàng những buổi sáng ngập sương mù, những buổi chiều vương chút nắng, những đoạn văn hay trong sách, những thao thức cho quê hương...

Ngay cả ông Vĩ Nhân cũng có điều làm Nga suy nghĩ! Nga không thắc mắc về cái rởm của ông, Nga chỉ để ý đến mấy câu ông ta nói: "Vắt chanh bỏ vỏ." "Chúng tôi chỉ cần mấy món chuyên môn của các ông thôi, còn những chuyện cao xa hơn, các ông để chúng tôi lo." "Người dân sống như sống trong cái hũ nút." Nga nhớ có lần Tường nói đến cái "hũ nút." Nga nhớ các bạn trong nhóm anh Định cũng nhiều lần nêu vấn đề là các bạn họ về Việt Nam trước, đã bị chính quyền gây khó dễ... Họ ân cần nhờ Nga tìm hiểu. Nga sốt sắng nhận lời. Nếu quả là người dân ở Việt Nam sống trong "hũ nút" thì làm sao Nga có thể giúp các bạn tìm ra sự thật. Nga bắt đầu sợ, thấy mình đã nhận liều một công tác vượt quá khả năng. Nga nghĩ, chỉ còn cách viết thư cầu cứu chị Tú. Chị Tú là người chị ngay trên Nga. Từ ngày rời nhà, Nga chỉ hay viết thư cho chị. Chị hơn Nga ba tuổi, đầu óc khá cởi mở, cầu tiến, nên dễ thông cảm với Nga.

Oa-sinh-tơn, ngày Xuân, năm...
Chị Tú thân thương,
Em nhận được thư chị cho biết đã nhận được đầy đủ quà. Bao giờ có người về em sẽ gửi thêm những thứ chị dặn. Ở đây có mấy thứ kem dưỡng da, em dùng thấy tốt

lắm, sẽ rất hợp với khí hậu mùa đông ở Hà Nội. Em sẽ mua mấy lọ gửi về để chị và mẹ dùng thử.

Còn một việc em muốn hỏi chị. Chị đã từng yêu, chị quan niệm tình yêu là thế nào? Làm sao biết người ta yêu mình, hay mình yêu người ta? Đừng nghĩ là em hỏi vớ vẩn. Chuyện quan trọng đấy!

Nhân nói đến chuyện "yêu," chị nói với mẹ đừng bắt em trả lời thư anh Hải Đăng. Em không muốn anh ấy nuôi hi vọng và kéo dài sự đợi chờ. Em biết anh ấy là người tốt, nhưng, ngồi trước anh ấy, em không thấy một chút rung cảm nào. Em chỉ coi anh ấy như người anh thì làm thế nào có thể yêu được? À chị ơi! Ngồi trước một người mà thấy tim mình rung động thì đã gọi là yêu được chưa hả chị?

Anh Hải Đăng là nhà văn lớn. Các cô gái Hà nội xếp hàng mong anh ấy để ý. Các nhà xuất bản xếp hàng đợi tác phẩm của anh ấy để in. Em nhớ một lần anh ấy sống trong Trại sáng tác cả tháng để viết. Khi về đem khoe em bản thảo. Em xem rồi thành thực nói: "Em đọc truyện của anh, em tưởng như đang đọc báo Nhân Dân." Anh ấy giận em đến mấy tháng. Thế mà sách được in ra ngay sau đó, chỉ phải cái không ai mua thôi! Nhưng anh ấy cần gì. Có tiền bản quyền đầy đủ là được. Còn em, em đòi hỏi nhà văn phải là ông trời con. Đấng tạo hóa phải sáng tạo ra nhân vật của riêng mình. Bất cứ nhân vật nào, tư tưởng nào rập theo khuôn người khác đẻ ra, đều vô giá trị.

Ở đây em chơi với một số Việt kiều, họ đều là chuyên viên trẻ, đều có văn bằng cao và có lí tưởng, chỉ mơ ước được về giúp nước thôi. Họ hỏi em nhiều câu hỏi về luật pháp bên nhà. Về lĩnh vực này em không biết tí gì hết nhưng em chót hứa với họ là sẽ để tâm nghiên cứu. Chị hỏi anh Hưng nhà mình hộ em, xem ở trường anh ấy dạy, có bộ luật nào dành riêng cho Việt kiều về giúp nước không? Chị cố gắng giúp em nhé. Em nghĩ, Anh Hưng dạy ở Đại Học Pháp Lý mà không biết thì các Việt kiều ở đây biết thế nào được? Họ rất cần mình nên em không thể từ chối.

Tuần trước em theo con Anna, bạn cùng nhà trọ của em, đi mua "sale," nghĩa là mua hạ giá chị à. Em mua cho chị một chiếc quần bò đẹp lắm, mà chỉ hết có tám đô thôi. Em cũng mua nhiều đồ chơi cho Cu Lì và con Tũn. Ở đây em có cái thú đi mua "sale." Sau mỗi mùa hay mỗi dịp lễ là họ hạ giá... Nhiều khi còn có một nửa.

Thôi em dừng bút. Cho em kính thăm bố mẹ. Thăm anh chị Hưng và các cháu. Chị bảo chúng nó phải ngoan, cô Nga sắp gửi nhiều đồ chơi cho chúng nó đấy. Em hôn cả nhà.

Em,

Nga

Viết thư xong, Nga bỏ phong bì, chọn chiếc tem đẹp nhất, dán cẩn thận rồi leo lên giường nằm.

Tưởng là chỉ nằm chơi một lúc, ai dè ngủ luôn một mạch đến ba giờ chiều. Mùi cà phê từ dưới nhà đưa lên làm Nga tỉnh cả người. Nàng bật dậy mò xuống bếp. Anna và Sarah đang ngồi chuyện trò, thấy Nga xuống các cô mừng rỡ. Sarah nói:

- Tao tưởng mày đi chơi với chàng rồi. Biết mày nằm nhà tụi tao đã rủ mày xuống uống cà phê, ăn bánh. Con Anna nó làm bánh ngon đáo để.

Nga chưa kịp nói gì, Anna đã nhảy bổ đến trước mặt Nga hỏi dồn:

- Có bồ hả? Đứa nào? Đứa nào? Kể cho tụi tao nghe với.

- Làm gì mà chúng mày cứ nhắng cả lên thế? Anh ấy chỉ cho tao cuốc xe thế thôi.

- Úi cha! Anna, mày không biết, người tình của nó đi xe Porsche mới toanh nhé. Thế còn anh chàng đi chiếc xe cà tàng hôm trước đâu rồi?

- Cũng chỉ một cuốc xe thôi--Nga chán nản trả lời.

- Một cuốc xe thế nào được! Chấm dứt rồi hả?--Sarah hỏi--Bọn đàn ông họ kỳ lắm. Nếu mày chịu đứa nào, mày phải tấn công. Để tự nó quyết định là không được.

- Thôi, có gì khai ra đi. Tụi tao cố vấn cho--Anna vừa nói, vừa đem lại cho Nga một miếng bánh ngọt và một cốc cà phê nóng bốc hơi.

- Trước hết chúng bay phải nói cho tao biết thế nào là tình yêu đã chứ?--Nga hỏi.

Anna la lên:

- Trời đất! Mày chưa biết thế nào là tình yêu hả?

Nói xong nó ghé tai Nga thì thầm cái gì đó làm mặt Nga đỏ bừng, nàng đập vào lưng nó túi bụi. Ngay lúc đó bà chủ nhà, bà Chris, xuất hiện trước cửa bếp. Bà lắc đầu.

- Này Nga ơi! Đừng để mấy đứa này nó đầu độc. Gái Mỹ bây giờ hư lắm. Thế hệ chúng tôi đâu có thế. Mẹ tôi căn dặn con gái phải giữ gìn trước khi lấy chồng. Thời nào cũng phải như vậy mới đúng.

Sarah và Anna tranh nhau nói:

- Thật hả Chris? Thế thì đời còn vui thú nỗi gì?

- Bà đã hứa bà sẽ kể chuyện tình của bà cho chúng tôi nghe, sao bà vẫn chưa kể. Bà kể đi chứ!

- Chưa đâu. Các cô trần tục lắm. Hồi là sinh viên, tôi có một mối tình đầu cao thượng lắm. Các cô hiểu sao nổi.

Hai cô Mỹ nhao nhao lên phản đối. Anna giận dỗi, bưng mặt làm bộ khóc hu hu. Mọi người cười.

13

Tối hôm nay TV nói ra rả là nửa đêm tuyết sẽ xuống, và sẽ chồng chất từ mười tám đến hai mươi phân Anh. Họ thông báo danh sách các trường sẽ đóng cửa ngày mai. Đây là lần đầu tiên Nga trải qua kinh nghiệm này. Nàng dán mắt vào TV xem có tên trường Georgetown không, nhưng chẳng thấy. Mấy cô gái ở trọ trong nhà nhao nhao lên. Sarah bảo phải đợi sáng mai mới biết được. Trường Georgetown bao giờ cũng là trường cuối cùng đóng cửa. Bà chủ nhà không vui. Nếu ngày mai trường bên Arlington đóng cửa, bà sẽ mất buổi dạy. Như thế là bà lại bị hụt số lương tháng này.

Sáng hôm sau, TV thông báo hầu hết các cơ sở, các trường đóng cửa. Riêng Georgetown, sinh viên chỉ được phép đến trễ hai tiếng đồng hồ. Các cô trong nhà cầu Anna nói: "Cái trường khỉ gió này chỉ khi nào người ta sắp chết nó mới chịu cho nghỉ thôi!" Mới bảnh mắt bồ của Anna đã gọi hỏi thăm cô có được nghỉ không, để đến đón cô nàng đi trượt tuyết. Người yêu của Sarah gọi từ sáng hai lần, chỉ để dặn nó phải đi cẩn thận, vì đường trơn như có đổ dầu. Hui-Ling bình tĩnh hơn cả. Cô ta thản nhiên chiên một chảo cơm rang. Mùi hành mỡ, xá xíu, lạp xưởng bốc lên làm mọi người đổ xô vào bếp xem. Vừa đảo cơm, Hui-Ling vừa lẩm bẩm: "Trời đất này không ai dại gì mà lội tuyết đi mua đồ ăn trưa. Tôi cứ đem theo cho chắc." Cô mời mọi người nếm thử. Riêng Nga không màng gì đến chuyện ăn uống. Có lẽ vì chưa có kinh nghiệm với trận bão tuyết nào, nên hăng hái ra khỏi nhà ngay. Nàng mặc áo thật ấm, đeo găng tay, đội mũ, đi bốt đàng hoàng. Mở cửa, ra hiên trước...

Tất cả hiện ra trước mắt nàng một màu trắng xóa. Cây cối bao bọc một lớp tuyết dày. Cành vươn ra từng ngón trắng mọng như san hô. Đường vắng tanh, không có bóng người. Thảm tuyết dầy trải từ hiên nhà, tới cõi mênh mông... Chưa có một vết chân in trên tuyết. Nga tưởng mình đang ở trong truyện thần thoại. "Mình sẽ là nàng tiên đặt bước chân đầu tiên lên tấm thảm trắng toát này." Vừa nghĩ, nàng vừa rón rén bước xuống mấy bậc thềm, xuống lối đi, mở cổng, bước ra đường.

Một chiếc xe ô-tô đậu trước cửa, phủ dầy tuyết, cánh cửa xe bật mở, Tường bước ra, gọi:

- Nga! Nga!

Nga quay lại. Ngạc nhiên, nhưng trấn tĩnh được ngay. Tường tiến lại.

- Nga lên xe, tôi đưa lại trường. Đi bộ lạnh lắm.

Một cảm giác cay cay nơi sống mũi, truyền nhanh lên mắt. Nga cố ngăn lại dòng nước mắt sắp tuôn ra.

Nga quay ngoắt đi, lảo đảo bước. Tường năn nỉ:

- Thôi, đi bộ cũng được. Chờ tôi với.

Tường chạy lại xe. Tắt máy. Đóng cửa. Chạy theo Nga. Vừa đuổi kịp nàng, Tường nói:

- Để tôi dắt không ngã bây giờ.

Nga giằng tay ra, nhưng tuyết ngập sâu, không sao rút chân ra được. Tường túm được cánh tay nàng, dìu đi.

- Nga có mặc đủ ấm không đấy?

Im lặng.

- Mấy bữa nay Nga có xem TV, chiếu cảnh tòa nhà trọc trời "World Trade Center"[*] bị bom không? Tôi nhớ hôm nào Nga khoe là đã được leo lên đó xem... Thật là may nhé! Nó mà xẩy ra sớm thì thật chết!

Im lặng.

- Tôi qua Cali ăn Tết với ba má. Bên đó khí hậu ấm áp. Về đây gặp ngay vụ tuyết này, ghê quá!

- Chốc chiều về Nga có dám đi đắp người tuyết không nào?

Im lặng.

Nói một mình mãi cũng thấy vô duyên. Tường im luôn. Hai người lầm lũi đi. Từng cụm tuyết bay lả tả đậu đầy trên đầu trên vai hai người. Một luồng gió nhẹ thổi qua, bông tuyết bay loạn xạ như đàn bướm vỡ tổ.

Nga suýt buột miệng tán thưởng cảnh đẹp, nhưng cố kìm lại. Hơn nửa giờ sau họ mới mò đến trường. Hai chân Nga cũng vừa ríu lại không bước nổi nữa. Họ đẩy cửa vào Trung Tâm Liên Văn Hóa. Hai người cởi áo ngoài, rũ tuyết. Tường thấy Nga mặc bên trong chiếc áo do chàng tặng. Nga cũng chợt nhận thấy Tường không có mũ.

---

[*] Trung Tâm Thương Mại Thế Giới.

Chàng vừa cố gắng rứt từng mảng tuyết bám cứng trên tóc, vừa hắt hơi liên hồi. Nga động lòng trắc ẩn, nhưng vẫn làm bộ lạnh lùng. Nàng ôm chồng sách vào ngực rồi rảo bước nhập vào đám đông. Tường chỉ kịp dặn với:

- Chiều tôi lại đợi ở đây nhá!

Chiều hôm đó về, ở trước cửa nhà Nga, Tường hì hục đào tuyết để lấy chiếc xe ra. Chàng hắt hơi liên tục. Nga vào nhà đem ra cho chàng một cốc vại nước trà nóng, pha mật ong và chanh. Nga bắt Tường uống một ống thuốc cảm nàng mang từ Việt Nam qua. Và dúi vào túi chàng thêm ba ống nữa, dặn về phải tiếp tục uống.

Tường đi rồi, Nga lên gác tắm nước thật nóng. Mặc áo ấm, lên giường, bật TV xem tin tức. Những cảnh tuyết bao phủ, cảnh kẹt xe, cảnh tai nạn xe cộ, cảnh xúc tuyết... được chiếu đi chiếu lại trên màn ảnh.

Tới phần thời tiết, người xướng ngôn viên báo cáo tuyết đã ngừng, nhưng nhiệt độ xuống thấp 10 độ Fahrenheit. Tuyết không tan được mà còn đóng cứng, đường sẽ rất trơn và nguy hiểm. Họ khuyến cáo, nếu ai không có chuyện gì cần phải đi thì không nên ra đường. Các trung tâm buôn bán, các trường đều sẽ đóng cửa ngày hôm sau, kể cả trường Georgetown...

Điện thoại reo. Nga nhấc ống nghe.

- A-lô.

- Nga nghỉ được chút nào chưa?

Nga quên biến mất chuyện giận nhau, nàng tíu tít:

- Anh về đến nhà rồi à? Anh uống thêm thuốc chưa?

- Lấy đâu ra nước trà pha mật ong và chanh mà uống thuốc.

- Thì uống bằng nước gì chẳng được, chỉ vẽ chuyện.

- Ngày mai trường đóng cửa, Nga biết chưa? Đừng có ra đường đấy nhé!

Tường hắt hơi một thôi một hồi.

- Đấy. Ai bảo anh không mặc đủ ấm, lại không đội mũ còn đòi đi bộ theo người ta.

- Có thế mới được biết là Nga giận chứ. Thế bây giờ ốm thế này, Nga có tha tội không?

- Chả dám!

- Thôi. Không dám thì để bữa nào khác tạ tội vậy. Thế bây giờ Nga đắp chăn ấm vào. Ngủ ngon và mơ một giấc mơ thật đẹp nhá!

- Vâng. Anh ngủ ngon. Nhớ uống thêm thuốc đấy.

- OK. Đi uống ngay đây.

Nga đặt ống nghe xuống, lẩm bẩm: "Sao hôm nay lại ngoan ngoãn, dễ bảo thế!"

14

Từ hôm đó, hai người dường như đều muốn đền bù cho khoảng thời gian họ vừa đánh mất. Họ gặp nhau sáng, trưa, chiều, tối. Ở cổng trường, thư viện, hiệu ăn, bảo tàng viện, đài kỷ niệm... mà vẫn thấy như chưa đủ.

Hôm nay, vừa ở rạp xi nê Key Theater ở đường Wisconsin ra, trời lất phất mưa. Hai người không mang dù. Sợ Nga ướt, Tường nghiêng người che cho nàng. Nga suy nghĩ về chuyện phim vừa xem. Chuyện tình cảm, éo le, tội nghiệp! Còn Tường, dường như cũng đang suy nghĩ điều gì lung lắm. Hai người im lặng bước bên nhau.

Sân đậu xe dưới ánh đèn đêm vàng vọt rọi qua màn mưa. Thứ ánh đèn nhợt nhạt Nga vẫn thường thấy ở sân ga, ở bến tầu... chỉ làm tăng thêm nỗi cô đơn trong lòng kẻ xa nhà... Vừa đến cạnh chiếc xe, Tường kéo tay Nga, giữ nàng đứng lại đối diện với mình. Nga ngước nhìn Tường, ngạc nhiên:

- Nga! Anh yêu em!

Nga ngẩn người. Úp mặt vào ngực Tường. Chàng ôm chặt nàng trong tay một lúc rồi nâng cằm Nga lên. Nước mắt, nước mưa hoà lẫn trên mặt nàng. Tường cúi xuống, môi Tường tìm môi Nga. Những giọt mưa đọng lại trên họ. Thành phố nín thở. Thời gian ngừng.

Oa-sinh-tơn mùa Xuân, năm...
Chị Tú thân thương,
Chị không cần trả lời em câu hỏi "yêu là gì" nữa đâu. Em có câu trả lời rồi. Yêu là cái gì... không cắt nghĩa được! À! Chị thất vọng là em đã chẳng cắt nghĩa gì, phải không? Em đố chị trả lời được đấy. Trả lời thế nào cũng thiếu sót và đúng trong trường hợp này lại chẳng đúng trong trường hợp kia. Đối tượng của tình yêu càng phức tạp, khó hiểu hơn. Mỗi con người là một đơn vị riêng rẽ. Khi tần số dao động của đơn vị này gặp tần số dao động của đơn vị kia, là người ta yêu nhau. Nếu hiểu được nguyên tắc đó, người ta sẽ không bao giờ ngạc nhiên khi thấy cô A yêu ông B mà không yêu ông C.

Em nói được thế là vì em đang yêu. Anh này vừa là sinh viên, vừa là phụ giảng trong trường Georgetown. Người mà em nghĩ là phải có tâm hồn cởi mở lắm mới hiểu được anh ta. Cái mộng của em là một ngày, em sẽ kéo được anh ta về nước. Em cần một người như thế, và đất nước mình cũng cần một người như thế.

Em biết bố mẹ, và các anh chị muốn em lấy anh Hải Đăng. Có thể anh ấy là người lí tưởng đối với nhiều người, nhưng rõ ràng không cùng "tần số" với em, nên đành chịu. Em nhờ chị tìm cách giải thích cho cả nhà hiểu. Nhưng chuyện của em ở đây, khoan đừng nói cho ai biết vội. Để về, từ từ em sẽ nói.

Bên đây mùa xuân đã bắt đầu. Em hãnh diện đã vừa vượt qua được một mùa đông rét khủng khiếp mà không bị ốm đau. Thôi em phải dừng bút. Chắc anh ấy cũng sắp đến đưa em đi xem hoa anh đào đấy. Chị nhớ giữ kín chuyện này cho em nhé!

Cho em hôn cả nhà. Em hôn chị.

Em, Nga

Nga cho thư vào phong bì, đề địa chỉ, dán tem, thủng thỉnh đi bộ ra đường cái bỏ thư, rồi chờ Tường ở ngoài đó luôn.

15

Trong vườn hoa anh đào bên bờ hồ Tidal Basin mà người Việt ở đây dịch ra là Thủy Triều, Tường và Nga trải khăn trên bãi cỏ, vừa "píc-níc" vừa ngắm trời, mây, nước... Nơi ven hồ, các cành dương liễu đã lấm tấm trổ lộc non. Các cây anh đào đứng gần nhau san sát, hoa nở dày đặc, cành vươn ra như hàng lọng che cho khách bộ hành thưởng hoa lũ lượt bên dưới. Cánh hoa rụng đầy trên thảm cỏ xanh, như xác pháo ngày Tết. Nga bàng hoàng trước sự thay đổi chớp nhoáng của thiên nhiên, và sự bừng bừng sức sống của vùng thủ đô Hoa Thịnh Đốn. Mấy em bé trắng trẻo mũm mĩm của các gia đình Mỹ ngồi "píc-níc" bên cạnh, chạy đuổi nhau, la hét om xòm. Rải rác đó đây, mấy cặp thanh niên mặc áo hoa rực rỡ, đeo kính râm, nằm phơi nắng trên thảm cỏ.

Tường chọn một quả dâu đỏ mọng trong giỏ, đưa vào miệng Nga.

- Tại sao đêm hôm đó em khóc?

Nga biết ngay "đêm hôm đó" là đêm nào rồi, không cần hỏi lại.

- Em sắp về rồi. Anh nói "chuyện ấy" có ích gì đâu.

- Chính vì em sắp về, nên anh phải nói, để những ngày mình ở bên nhau, em biết là anh nghĩ gì.

Nga ngượng nghịu:

- Hôm ấy em ướt như chuột lột! Ai lại chọn lúc đó để tỏ tình bao giờ!

- Thứ nhất, nếu anh không nói ngay lúc đó thì đêm ấy về anh sẽ không ngủ được. Thứ hai, chính lúc em ướt như chuột lột, lại ở trong một khung cảnh không có gì hấp dẫn như bãi đậu xe, là lúc anh thấy gần em nhất. Những lúc em đẹp như hoa, trong một khung cảnh thần tiên như hôm nay, mình sẽ khó biết là mình yêu nhau thật, hay chỉ vì ảnh hưởng cảnh vật bên ngoài.

- Cái gì anh cũng lý luận được. Thế đêm đó về, anh có ngủ được không?

- Lại càng không ngủ được!

Nói dứt câu, Tường vừa cười vang, vừa giang cánh tay ra, gạt Nga ngã xuống. Hai người nằm lăn trên cỏ. Nga hoảng hốt:

- Trời ơi! Dậy đi anh! Ai lại nằm thế này! Người ta nhìn kìa!

- Ai nhìn? Người ta cũng nằm đầy ra đó thôi!

Cánh tay Tường đè nặng ngay trên ngực, bên dưới cổ. Nga vùng vẫy mãi, không dậy nổi.

- Hôm Tết anh về Cali, em biết anh làm gì không?

- Đi chơi chứ làm gì?

- Không, ngược lại. Anh ra bãi biển nằm suy nghĩ một mình. Anh cần xa em ít lâu để suy nghĩ, để biết đích xác cảm tình của anh đối với em thế nào. Do đó khi về, anh nói anh yêu em là câu nói tận đáy lòng.

Nga không biết nói gì, chỉ nhìn Tường, mắt long lanh. Trên đầu, mấy cành anh đào chi chít hoa, kết lại thành cái vòm.

- Đẹp quá anh nhỉ! Trông như cái màn kết đăng-ten...

- Đấy là cái đỉnh màn che giường cô dâu, chú rể.

Câu nói đó làm Nga sực nhớ mình đang nằm bên Tường, ngay chỗ công cộng. Nga hốt hoảng. Thừa lúc Tường không để ý, nàng ngồi bật dậy.

- Ha ha! Em thoát khỏi tay anh rồi nhé. Ai bảo anh không đề cao cảnh giác.

- Việt Cộng vẫn chuyên môn cái trò đánh du kích. "Được" kiểu đó, có gì mà hãnh diện.

- Được kiểu gì cũng là được. Cứu cánh biện minh cho phương tiện mà!

Tường vẫn nằm lười trên cỏ, nhìn lên. Ánh nắng đầu xuân lọt qua cành anh đào, phản chiếu trắng xóa trên hai hàm răng đều đặn của Nga.

- Tại sao em lại để hạt trai ở trong miệng?

Nga ngây thơ, sờ lên miệng:

- Hạt trai nào đâu?

Tường phá lên cười. Nga đỏ mặt:

- Cái anh này, cứ trêu em mãi thôi!

Một luồng gió lướt qua. Cánh hoa rụng đầy trên vai, trên tóc Nga.

- Trông em giống cô dâu quá!

Nga chưa kịp đáp lời thì... "bịch!" Một quả bóng rơi ngay giữa Nga và Tường. Hai người cùng ngẩng lên nhìn. Một bé trai chừng bốn, năm tuổi đang rụt rè tiến tới chỗ hai người:

- I am sorry![*]

Nga giơ tay vẫy em bé:

- That's all right! Don't worry! Come here![*]

Em bé tới gần hơn. Ngượng nghịu. Nga hỏi:

- What's your name?[*]

- Bobby.

---

[*] I am sorry: Cháu xin lỗi.
[*] What's your name?: Tên em là gì?
[*] That's all right! Don't worry! Come here: Không sao đâu em! Đừng lo! Lại đây!

- What grade are you in?*

- I am in Kindergarten.*

Em bé vừa trả lời câu hỏi vừa lấm lét nhìn quả bóng còn nằm trong tay Tường. Tường chợt nhận thấy mình đã làm tội em bé hơi lâu, bèn đưa trả cho em quả bóng.

- Thank you!*

Em bé đỡ quả bóng rồi ù té chạy trở lại với đám bạn đang đứng đợi ngoài xa. Tiếng cười nói lại vang lên.

- Lúc nãy em vẫy nó kiểu đó là em ra dấu xua đuổi nó đó.

- Thế phải vẫy thế nào?

- Mỹ họ gọi người ta bằng một ngón tay, như mình gọi chó vậy. Còn nếu em muốn vẫy ai, em giơ ngang bàn tay, phất phất về phía mình, như thể mình muốn quơ cái gì.

- Thảo nào, lúc nãy em vẫy, nó lùi lại vài bước, rồi khi em gọi "Lại đây!" nó mới đến.

- Thằng bé trông dễ thương quá nhỉ?

- Vâng! Trông trẻ con ở đây được sống đầy đủ, sung sướng, vô tư... mà thèm. Chúng tự tin và ăn nói dõng dạc ghê!

- Tại chúng nó được nuôi dưỡng trong một nền giáo dục tự do nên tính tình cởi mở, hài hoà. Chúng được phát triển đúng theo nhịp độ tự nhiên của tuổi thơ. Bao giờ quê hương mình được như vậy, chúng mình sẽ có mười đứa con cho đã thèm.

---

* What grade are you in: Em học lớp mấy?
* I am in Kindergarten: Cháu học mẫu giáo.
* Thank you: Cám ơn!

Nga đỏ mặt. Thụi cho Tường mấy cái.

- Anh đốt giai đoạn hơi nhanh đấy nhé! Chuyện chúng mình chỉ nên biết đến đây thôi. Mơ xa hơn nữa là viển vông.

- Sao lại viển vông. Người ta yêu nhau, đương nhiên người ta phải nghĩ đến hôn nhân. Chuyện đó rất tự nhiên. Trừ phi em được chỉ thị của Đảng cấm không cho lấy ngụy?

- Đấy thấy không? Anh còn đầy thiên kiến. Cứ xểnh một cái là anh lại kiếm cớ đem cộng sản ra chế riễu. Rồi đem vấn đề "Quốc," "Cộng" ra cãi nhau... Cứ như thế, làm sao tiến tới hôn nhân được?

- Cãi nhau hồi nào đâu? Tranh luận để đả thông tư tưởng đấy chớ! Khi người ta yêu nhau, người ta phải nên tin nhau đủ để chia sẻ tất cả. Theo anh, điều đầu tiên hai người phải chia sẻ là tư tưởng, niềm tin, cũng như mối hoài nghi.

- Nhưng nếu người ta cứ tiếp tục mâu thuẫn, hoàn toàn bất đồng về chính kiến thì làm sao ăn đời ở kiếp với nhau được?

- Ai bảo em chúng mình hoàn toàn bất đồng chính kiến? Chúng mình có được một điểm đồng thuận, rất then chốt, em không nhận biết đấy chứ!

- Điểm đồng thuận nào đâu?

- Tự Do, Dân Chủ cho Việt Nam. Chúng ta chẳng cùng đang cố gắng tìm cách giành Tự Do, Dân Chủ cho Việt Nam là gì?

- Nhưng để đi đến mục tiêu chung đó, anh khăng khăng đi đường A, trong khi em nhất định đi đường B, thì gặp nhau sao được?

- Đến ông Ngâu, bà Ngâu cũng còn lấy nhau được nữa là chúng mình. Anh đề nghị thế này nhé: Nếu em cứ nhất định đi đường B, anh chỉ xin là đừng để đường B cách quá xa đường A, thế thôi.

- Thế để làm gì? Nó vẫn chỉ là hai đường song song.

- Song song, nhưng nếu hai đường ở gần nhau, anh vẫn có thể đưa tay ngoắc em, rủ em ra ngoài chơi một lúc.

- Lúc nào anh cũng đùa được!

- Không, anh không đùa chút nào hết! Mới nghe ai cũng có thể cho là anh đùa giỡn, nhưng nếu em chịu khó suy nghĩ, em sẽ thấy anh rất nghiêm chỉnh. Thế này nhé! Đời người cũng không khác gì một cuộc hành trình trên xa lộ. Không nên cứ nhắm mắt lái một mạch tới đích. Nhất là trong một cuộc hành trình dài. Thỉnh thoảng mình phải dừng lại ở "Trạm nghỉ chân." Em đi xa lộ ở Mỹ, em có thấy những chỗ họ đề biển "Rest Area," để người ta đậu xe vào nghỉ không? Ở đó mình có dịp đổ thêm xăng, nhìn lại bản đồ, định lại phương hướng, thở không khí trong lành, xem phong cảnh mới lạ xung quanh, có cà phê càng tốt. Rồi lại lên đường, với đầu óc tỉnh táo, mới mẻ, có phương hướng chắc chắn. Như vậy, em không thấy "Trạm nghỉ chân" là cần thiết sao? Nói rộng hơn, việc em sang đây du học, và cả việc anh có dịp gặp em để trao đổi... cũng chính là việc mình đã rời xa lộ và ghé vào trạm nghỉ chân, nhìn lại một phần cuộc hành trình vừa qua...

Nga im lặng. Tường không nói gì thêm, sợ phá vỡ sự im lặng cần thiết đó.

16

Một buổi trưa Chủ nhật, đang chăm chú đọc sách trong thư viện, Tường được Nga chạy lại đưa cho một mẩu giấy. Chàng vội mở ra đọc: "Ra ngoài chơi một tí đi anh? Em học mãi, mụ cả người."

Tường gấp tờ giấy, xếp sách lại, đi theo nàng.

Hai người chọn một tấm ghế băng dưới gốc cây sân trường. Vừa ngồi xuống Tường đã hỏi:

- Sao thế Nga? Em có gặp khó khăn gì về việc học không?

- Không, em không làm sao cả. Lối học ở đây bắt đọc ngoài nhiều quá, em đâm mụ người thôi. Ước gì em có gấp đôi thời gian.

- Tại đi chơi với anh nhiều quá nên thiếu thời giờ chứ gì?

- Không phải. Nếu có chọn lựa, em thích học ở ngoài đời hơn học ở trong lớp.

- À, em nói câu đó nghe được đấy!

- Trong khi sửa soạn đi du học, em chỉ nghĩ đến sách vở, đến môn học là hết. Sang đến đây, càng ngày em càng nhận thấy học trong lớp chỉ có giới hạn, còn học ngoài đời thì vô số.

- Thế em học được những gì ở ngoài đời?

- Nhiều thứ, không nói hết được. Nhưng em để ý, ở xứ này ai cũng có cơ hội, nếu người đó muốn tiến thủ. Ngay cả người tàn tật cũng có thể có cơ hội thành công.

Em thấy đâu đâu cũng có chỗ dành riêng cho những người không may mắn. Từ phòng tắm công cộng, đến bãi đậu xe, ghế ngồi trên xe buýt, xe điện ngầm... Trong các buổi diễn thuyết quan trọng, cũng có người "nói bằng dấu hiệu tay" cho người điếc hiểu... Mấy tháng trước em theo con Sarah đi thăm lớp học dành riêng cho các trẻ em tật nguyền. Em không ngờ họ có thể huấn luyện cho một người tàn tật làm được nhiều việc đến thế. Một trường hợp điển hình là con trai giáo sư Bender đấy. Ông bà chịu tốn nhiều tiền cho con được theo học trường tốt, cho nên cậu con cũng được phát triển đúng hướng. Một hôm bà Bender bảo em: Cô biết không, tôi đọc ở đâu đó một câu mà tôi đồng ý hết sức "Đứa trẻ tàn tật nó chẳng là cái gì đối với mọi người, nhưng nó là thiên thần của mẹ nó." Còn ở Việt Nam mình thì, những người tàn tật phải cam phận thiệt thòi suốt đời. Nhà nước cũng có một vài nỗ lực giúp đỡ trẻ tật nguyền, nhưng còn rất giới hạn. Đa số còn bị nhà nước bỏ quên, xã hội ruồng bỏ. Trong nhiều gia đình, các em còn bị coi là "của nợ."

- Nói gì ở Việt Nam là nơi người ta có cả triệu thứ khác phải lo. Ở ngay giữa thế giới văn minh này, có nhiều gia đình Việt Nam có con tàn tật, hoặc chỉ chậm chạp hơn những trẻ khác một chút, mà cha mẹ cũng không biết lợi dụng các phương tiện ở đây, để giúp cho con mình có một đời sống bình thường.

- Thật đáng tiếc! Một hôm chính mắt em thấy, ở trong nhà băng, có một người đàn ông cụt cả hai bàn tay. Ông ta viết ngân phiếu bằng ngón chân. Ông ta mặc áo tây dài tay, để thò ra hai cái móc sắt. Em theo ông ta ra ngoài, thấy ông ấy lái xe ô-tô được. Thế có lạ không?

- À những chuyện tương tự như thế anh thấy rồi. Hồi sang bên Nga anh được gặp một cậu Việt Nam. Bây giờ lớn rồi nhưng hồi sáu tuổi, lúc còn ở nhà cậu ta bị xe điện cán, chẳng hiểu thế nào mà mất cả hai tay, lên đến vai, và một chân phải. Cha mẹ thì nghèo nhưng nhờ vận động mãi, cậu được sang Nga chữa chạy. Nhưng cuộc đời sau đó thì vô cùng vất vả. Cậu ta học viết bằng cách lấy răng cặp cái bút mà viết, thế mà rồi cũng học đến đại học mới khiếp chứ! Em cứ hình dung xứ Nga lạnh như thế, mà suốt mùa đông ngày nào cũng lội tuyết đến trường, cách chỗ cậu ta ở, tức là nhà cho người tàn tật, khoảng 70 cây số.

- Người như thế phải có nghị lực lắm đấy nhỉ. Trong khi đó nhiều người có cả hai tay hai chân mà cứ ngồi than thân trách phận, chả làm nên trò trống gì. Thật uổng! Còn một chuyện bất ngờ nữa. Bọn em khi đi du học bảo nhau phải tranh thủ học thật tốt ngành chuyên môn của mình, và các điều hay của nước người. Không ai tính chuyện có thể học được cái gì của các Việt kiều. Nhưng em thấy điều đó cũng sai. Có nhiều điều Mỹ không tài nào giải thích hết được. Chỉ có người Việt dậy được người Việt mà thôi.

Tường hào hứng:

- Em học được ở "Việt kiều" cái gì?

- Hôm đi chợ Tết. Ngoài những chuyện hàng hoá ngập đầu, thiên hạ ăn uống, mua sắm thả cửa... là chuyện em cũng có thể hình dung được. Nhưng khi đến gian hàng của Ủy Ban Cứu Người Vượt Biển, em gặp một nhóm người trẻ, họ bán hàng gây quĩ cứu thuyền nhân. Ở đó họ treo đầy những hình ảnh. Có một tấm ảnh làm em suy nghĩ mãi. Bức ảnh chụp các em bé cởi trần phơi cả xương ra. Có mấy em đứng áp ngực vào hàng rào kẽm gai đen xì, cao ngất. Các ngón tay xinh xinh móc chặt vào các mắt cáo hàng rào, đeo mình lên nhìn ra ngoài. Những cặp mắt tròn vo nhìn em. Đến bây giờ em vẫn còn thấy mấy cặp mắt đó... nhìn em. Điều này buộc em phải đào sâu vấn đề ty nạn, mà trước kia em chỉ hiểu lơ mơ, hay hiểu sai lạc cả. Em có xin họ tài liệu để xem thêm. Nó thật không đơn giản như em hiểu khi còn ở bên nhà.

- Anh rất mừng là Nga đã bận rộn trong mấy ngày Tết. Nhất là bận rộn vào những công việc có ý nghĩa như vậy.

- Chưa hết đâu. Còn chuyện nữa: Em có quen, và sinh hoạt với một nhóm Việt kiều, gồm một số sinh viên và chuyên viên trẻ. Chuyện bắt đầu từ lâu rồi, trước cả khi quen biết anh cơ, nhưng em chưa bao giờ có dịp kể cho anh nghe.

- Có, anh biết việc đó.

- Anh biết à? Tại sao anh biết mà không nói gì?

- Tại sao anh lại phải nói gì? Em đi sinh hoạt với một nhóm Việt Nam ở đây thì tốt lắm chứ sao. Còn việc anh biết chuyện đó cũng không khó. Trong cộng đồng phần lớn đều quen biết nhau. Ngoài ra, họ cũng đã mời anh tới nói chuyện với cả nhóm mấy lần. Anh còn biết trong nhóm đó, có một anh chàng mê em đến khốn khổ.

Nga đỏ mặt, véo Tường một cái thật đau.

- Chết không! Tại sao cái gì anh cũng biết thế?

- Ừ, anh là ma xó, có mắt ở khắp các xó xỉnh! Bây giờ em kể ra, anh mới nói nốt nửa kia của lý do anh đi Cali.

Nga tròn mắt, chờ đợi.

- Anh đi xa để em có thời giờ suy nghĩ, và để biết chắc tình cảm của mình như thế nào. Nếu em có cảm tình với anh Hải, thì đó là dịp tốt cho em quyết định.

- Nhưng em đâu có cảm tình gì với anh ấy. Anh ấy cho em một món quà rất đắt tiền. Em đưa cho chị Tuyết nhờ chị trả lại cho anh Hải. Chị ấy bảo nói rồi mà anh ấy không chịu, nhưng em cứ dúi bừa vào tay chị ấy rồi bỏ chạy.

- Cái quà đó đâu còn ở trong tay Tuyết nữa.

- Anh nói gì? Tại sao anh biết? Thế bây giờ hộp quà đó ở đâu?

- Ở nhà anh.

Nga bật dậy, như cái lò so. Nàng đứng chống nạnh, đối diện Tường:

- Tại sao lại có chuyện đó? Tại sao anh lại liên hệ đến việc này?

Tường kéo Nga ngồi xuống:

- Thong thả nghe anh nói. Tuyết kể cho anh nghe.

- Tại sao chị ấy biết chuyện chúng mình để kể cho anh nghe?

- Cũng chỉ là chuyện ngẫu nhiên thôi. Tuyết là bạn thân của anh. Anh coi như em gái thì đúng hơn. Gần như chuyện gì cô ấy cũng kể cho anh nghe. Đấy cũng chỉ là một trong những chuyện cô ấy kể.

Nga nhìn Tường nghi ngờ.

- Tại sao trước kia anh và chị Tuyết không lấy nhau? Chị Tuyết đẹp như người trong tranh ấy.

- Tại Định sẵn sàng hơn anh. Định đã ra trường, có bằng cấp cao, có công việc làm tốt. Còn anh vô gia cư, vô nghệ nghiệp. Anh muốn Tuyết quyết định như vậy. Cũng vì thế mà Định rất quí anh.

- Thế rồi sao nữa?

- Anh nghĩ, Tuyết đã kể tới đấy thì anh cũng phải khai thật với vợ chồng cô ấy về chuyện chúng mình. Anh cho như thế là công bằng đối với bạn, và cũng nhờ Tuyết liệu lời bắn tin cho Hải biết. Anh Hải là người rất thành thực, đàng hoàng, anh rất quí. Anh không muốn Hải đau khổ vì nuôi hy vọng hão huyền. Em có biết rồi sau câu chuyện xẩy ra thế nào không?

- Thế nào anh?

- Chỉ một tuần sau đó, Hải đến nhà anh--Nga bấu chặt cánh tay Tường, nín thở, như nghe chuyện trinh thám--Sau khi chúc mừng anh, anh ấy nói nguyên văn như vầy: "Nga như một viên ngọc quí. Tôi rất mừng nàng bây giờ là của anh. Anh rất xứng đáng!" Rồi Hải đưa cho anh hộp quà đó. Năn nỉ anh nhận, và coi như là món quà cưới anh ấy tặng, phòng khi sau này anh ấy vắng mặt. Anh không biết làm sao, chỉ hứa là sẽ nói lại với em.

- Ôi chao! Mới có mấy tuần, biết bao nhiêu chuyện xẩy ra xung quanh em, mà em chẳng hay biết gì cả. Anh thật tệ!

- Anh làm thế nào được? Anh tưởng em muốn giấu kín chuyện này, anh cũng phải tôn trọng những chuyện riêng tư của em chứ.

- Thôi, anh ngụy biện vừa chứ! Bây giờ em phải trở lại học không có mai thi trượt.

Nói rồi nàng chạy vụt vào thư viện. Để lại mình Tường, ngồi ngả lưng trên ghế, ngửa mặt nhìn trời tháng tư. Vài chòm mây trắng lững lờ bay qua...

17

Cuối cùng Tường cũng rủ được Nga đi xem "Đêm không ngủ" tại đài kỷ niệm Lincoln vào tối 30 tháng 4, do cộng đồng Việt Nam tại vùng Hoa Thịnh Đốn tổ chức. Nga bằng lòng đi với điều kiện là nàng sẽ chỉ đứng xa xa, lấy cớ là để nếu nàng muốn về sớm thì cũng tiện. Tường hứa sẽ đứng với nàng.

Họ đậu xe ở đường Constitution, rồi đi bộ vào. Chưa tới giờ khai mạc. Loa phóng thanh đang ơi ới kêu gọi tập họp, đốt nến... Nhóm hỳ hục dựng cờ, nhóm chơi Tây ban cầm, rượt lại các bài ca...

Hai người đi vòng ra cuối "Reflecting Pool" để đi sang phía bên kia hồ. Họ chọn một địa điểm ngồi, không xa chỗ mọi người tập họp lắm, nhưng cũng không gần đến nỗi bà con biểu tình trên kia có thể nhận ra họ là ai.

Nga quan sát cảnh vật xung quanh. Tường cắt nghĩa:

- Chiếc hồ nhân tạo này mang tên "Reflecting Pool," tiếng Việt gọi là Hồ Phản Chiếu, vì nó phản chiếu đài kỷ niệm Washington cao vút như chiếc bút chì kia và đài kỷ niệm Lincoln ở đầu này.

Đài kỷ niệm Lincoln tọa lạc trên một nền cao, rộng. Đó là một tòa nhà trắng trông như một cái đền Hy Lạp, có nhiều cột chống cái mái bằng. Cả tòa nhà trông giống như cái hộp vuông vắn. Trước mặt không có cửa hay tường che, lúc nào cũng có đèn thắp sáng trưng. Từ xa người ta có thể nhìn thông thống vào bên trong đài kỷ niệm. Tượng ông Lincoln được đặt ngồi trên một cái ghế bành, cao, chính giữa nhà. Trước mặt đài có lẽ có cả trăm bậc thềm. Bước lên lưng chừng có một cái thềm rộng. Du khách có thể nghỉ chân ở đó. Khi có buổi tụ họp hay trình diễn thì thềm đó dùng làm một cái sân khấu lý tưởng. "Hồ Phản Chiếu" hình chữ nhật, nằm dài ở giữa Đài kỷ niệm Lincoln với Đài kỷ niệm Washington.

Đồng bào đã kéo đến đông đảo. Cờ vàng ba sọc đỏ, cờ Mỹ được dựng thành hàng lối, tung bay phấp phới. Tất cả mọi người đứng quay lưng về phía Tường và Nga, mặt hướng về khán đài làm bằng cái bục gỗ, trên dựng mấy chiếc máy vi âm. Người nào cũng cầm nến thắp sáng. Tất cả nổi bật, lung linh, trên nền trắng xóa của đài kỷ niệm.

Tiếng máy phóng thanh kêu gọi mọi người đứng nghiêm chỉnh, chào quốc kỳ. Tường đứng dậy. Nga lưỡng lự... vài chục giây nặng nề, lúng túng... Cuối cùng nàng cũng miễn cưỡng đứng dậy. Tiếng nhạc cất lên. Người ta cử bài quốc ca Mỹ trước. Một cảm giác ngột ngạt, bẽ bàng trào dâng... Nàng nhớ lại hồi nhỏ, khi còn ở trong các đoàn thiếu nhi, luôn luôn có dịp mặc đồng phục, quàng khăn đỏ đi chào đón các phái đoàn nước ngoài. Nàng đã từng chào cờ Liên Xô, cờ Trung Quốc, cờ của các nước anh em bên Đông Âu... nhưng chưa bao giờ lại chào lá cờ của những người mà từ thuở nàng mới vào mẫu giáo, các thầy cô đã cố nhồi nhét vào bộ óc non nớt của nàng, là phải "đánh cho Mỹ cút, Ngụy nhào," để giờ đây, mình không đuổi "Mỹ cút" nữa, còn đòi Mỹ trở lại! Không "đánh cho Ngụy nhào" nữa, mà còn chiêu vời họ về xây dựng quê hương! Chao ôi! Thật oái oăm! Thật trớ trêu!

Tiếng hát chào cờ đã chấm rứt. Tưởng đã xong. Người điều khiển chương trình lại thông báo sửa soạn một phút mặc niệm với những câu "Tưởng niệm những chiến sĩ Việt Nam Cộng Hòa đã bỏ mình vì bảo vệ quê hương chống cuộc xâm lăng bạo tàn cộng sản, những quân cán chính bỏ mình trong ngục tù cộng sản, những đồng bào thuyền nhân bỏ mình nơi biển cả cho lý tưởng tự do...vv... Phút mặc niệm bắt đầu... Tiếng kèn cử bài "Chiêu Niệm Hồn Tử Sĩ" rú lên ai oán... Phút mặc niệm chấm dứt. Tiếp theo là các bài diễn văn, các bài phát biểu... dài dòng. Gió thổi vật vờ. Nga nghe câu xa, câu gần, câu được, câu chăng. Nàng để tâm trí đi lang bang một lúc, chắc là lâu lắm, cho đến khi Nga giật bắn người, nghe các khẩu hiệu được hô to:

"Nhân quyền cho Việt Nam... Nam...Na...m..."

"Tự do dân chủ cho Việt Nam... Nam...Na...m"

"Đả đảo cộng sản..."

"Đả đảo cộng sản... ản..."

"Đả đảo cộng sản... ản... ản..."

"Đả đảo cộng sản... ản... ản... ản... ản..."

Tiếng trống, tiếng hô, dội qua, dội lại, ngân nga, vang vọng trong không gian mênh mông... Nga thấy nổi gai ốc cùng mình. Nàng không còn biết là tiếng vang có thực, hay chỉ ở trong tâm tưởng nữa!

Liếc nhìn lên phía đài kỷ niệm, Nga hoa mắt nhìn rừng cờ vàng rực tung bay rợp trời, người người nhấp nhô, hàng hàng, lớp lớp, ánh lửa bập bùng... Nga thấy biển người ở Thiên An Môn đang cuồn cuộn, xô đẩy... Thấy cả đoàn Vệ Binh Đỏ của giữa những thập niên 60 đang ồ ạt xông lên... với súng máy, lựu đạn, dao găm, lưỡi lê, máu chảy, thịt nát, đầu rơi..... Bất chợt Nga rùng mình. Một tiếng hét bị nuốt chửng trước khi ra khỏi miệng. Hai bàn tay úp chặt lấy mặt. Tóc nàng rũ rượi... Tường cuống quýt:

- Em lạnh à? Thôi mình về. Họ còn thắp nến thức suốt đêm cơ mà.

Tường quàng tay ôm lưng người yêu, dìu đi dưới những tàn cây đen. Màn đêm dầy đặc...

Tường mở cửa xe cho Nga vào. Đóng cửa lại, mở máy xe, vặn sưởi thật cao. Tiếng máy sưởi thổi vù vù át hẳn tiếng động bên ngoài. Nga thở ra một hơi dài. Tường lo ngại:

- Nga đỡ lạnh chưa? Chịu khó đợi một chút nữa thôi, xe sẽ ấm lên.

Nga bàng hoàng vì đây là lần đầu tiên nàng được chứng kiến một thực tế phũ phàng mà không được sửa soạn tinh thần trước. Chuyện hôm nay với cả các bài báo trong các tờ báo của Việt kiều đã không phản ánh chút nào những lời "làm quà" của Việt kiều về thăm nhà mà Nga được tiếp xúc. Nga tự nhủ, chắc phải có một cái gì khiến cho bao nhiêu con người sau bao nhiêu năm, vẫn còn bừng bừng sôi giận như thế. Miên man suy nghĩ, một lúc lâu Nga mới lên tiếng:

- Anh à! Anh không thấy là đã đến lúc chúng ta nên để lại sau lưng những hận thù, những đố kỵ, để chung sức xây dựng lại quê hương, mang hạnh phúc, ấm no cho dân tộc hay sao? Nếu Việt kiều về nước với hành trang nặng trĩu những hận thù, những đố kỵ như thế, làm sao chúng ta có thể tiến nhanh đến mục tiêu chung?

- "Nhất trí" với em 100%. Nhưng em cho anh biết, bây giờ ai là người có thẩm quyền đứng lên hô hào mọi người nên để lại sau lưng những hận thù, đố ky... ?

- Nhà nước Việt Nam đang hô hào chúng ta hòa hợp, hòa giải, quên những hận thù. Ngay cả một số lãnh tụ của chế độ Miền Nam cũ cũng đã chẳng hô hào chúng ta hãy quên quá khứ, quên thù hận là gì?

- Mấy ông lãnh tụ của chế độ Miền Nam cũ đó có quyền gì mà nói thay cho hơn ba trăm ngàn tù cải tạo? Họ có quyền gì mà nói hộ cho nửa triệu người chết chìm dưới đáy biển, và hàng trăm ngàn người hiện còn đang kẹt tại các trại ty nạn, đang hằng đêm sống thấp thỏm sợ bị trả về cho chế độ mà họ đã chối bỏ? Chừng nào còn bóng dáng mấy tên "đao phủ" ngồi cao chót vót trên ghế nhà nước, với mấy tên "hề riễu dở" của chế độ miền Nam cũ, đang ngấp nghé đón gió trở về làm to ở Việt Nam, thì chừng đó những người dân Việt mà anh kể trên, sẽ còn chưa quên.

- Anh định nói là họ sẽ thù hận suốt đời? Sẽ không có cái gì làm họ quên hay sao?

- Không phải thế! Chỉ có một cái có thể làm cho họ quên, đó là Mẹ Việt Nam, là tình tự dân tộc.

- Làm thế nào để có được ngày đó, ngày mà anh nói không còn bóng dáng tên "đao phủ" hay tên "hề riễu dở" nào, để họ có thể về bên Mẹ Việt Nam, trong tình tự dân tộc?

- Phải có một cuộc tổng tuyển cử thực sự tự do. Trong đó ai cũng có quyền tham gia tranh cử, với những chương trình cứu dân, cứu nước, kể cả các chính đảng--không trừ một ai. Nhân dân lúc đó sẽ tha hồ chọn lựa nhóm này hay nhóm kia, hoặc ngay cả giữa mấy tên "đao phủ," mấy tên "hề riễu dở..." nếu họ vẫn còn muốn. Thế là công bằng phải không?

- Làm thế nào mà có được một cuộc tổng tuyển cử thật sự tự do như thế?

- À! Cái đó là công việc của những người như em, những người như anh, của thế hệ chúng ta.

Xe đã dời Hoa Thịnh Đốn một quãng xa, trong xe đã ấm. Nga cảm thấy dễ chịu.

- Này! Anh có biết anh vừa mới dùng từ "nhất trí" không? Trước kia anh cứ cười những từ em dùng, thế mà bây giờ anh cũng dùng "thoải mái!"

- Thế à! Anh không để ý. Thế thì cũng "tốt thôi." Ít ra chúng mình cũng bắt đầu hòa hợp, hòa giải được với nhau ở một điểm.

18

Nga choàng mắt dậy. Trán rớm rớm mồ hôi. Căn phòng tối om. Đồng hồ chỉ ba giờ mười lăm. Trong nhà im lặng. Bên ngoài tiếng côn trùng rỉ rả. Nga gần như chắc chắn không phải tiếng động mạnh nào đánh thức nàng, mà cái gì đó trong giấc mộng đã làm nàng giật mình. Nga nhắm mắt cố gắng dụ giấc ngủ trở lại..., ý nghĩ cứ nườm nượp tràn về: Cuộc biểu tình ban chiều, ánh nến chập chờn, những tiếng hô... Nga tự hỏi "Tại sao mình lại liên hệ đến những việc này?" Nàng giật mình, nhận thấy mình đang đi sâu vào những hoạt động, dù chỉ gián tiếp, chống nhà nước Việt Nam, điều mà trước kia nàng không bao giờ dám nghĩ tới. Cảm giác hoang mang bối rối quay cuồng trong óc. Một thoáng mặc cảm của kẻ phản bội, nhưng không rõ mình phản bội cái gì, phản bội ai? Hôm nọ, nhân dịp đi xem lễ tấn phong Tổng thống, Sarah nói một điều làm Nga suy nghĩ: "Tổng thống nào rồi cũng phải làm theo ý nhân dân và Quốc Hội, đại diện của họ, vì chính cái khối nhân dân đó là Tổ Quốc. Quyền hạn của Tổng thống và đảng của ông ấy chỉ giới hạn. Vì thế ở Mỹ, đảng này xuống, đảng kia lên, không phải là chuyện gì hệ trọng như sống với chết. Người Mỹ nhìn một ứng cử viên ở con người ông ta nhiều hơn..." Nghĩ tới đó, Nga thấy mình quan trọng hẳn lên. "Là công dân một nước,--Nga tự nhủ--mình phải được quyền nhìn chuyện này, chuyện khác để so sánh, để chọn lựa. Nga không phản bội Tổ Quốc. Có chăng, nàng chỉ phản bội lối suy nghĩ, nếp sống cố hữu của mình, mà giờ đây chính nàng cũng không còn chắc đã đúng." Trong đêm tối, Nga loay hoay mãi với ý nghĩ của mình. Nàng chỉ có một quan toà là "lương tâm," tự kết tội, rồi lại tự biện hộ.

Nghĩ đến Tường, Nga biết mình đang đi sâu vào cuộc hành trình nguy hiểm. Chàng là người xa lạ, gặp giữa xứ lạ, có những tư tưởng lạ... Nhưng Nga đã tin và yêu. Tiếng nói của con tim giờ đây đang lớn lối, át hẳn các tiếng khác. Nga cố gắng tìm một lý do để không tin Tường, nhưng nghĩ mãi không ra. Chàng thẳng thắn, nhiều khi đến phũ phàng. Chàng không lợi dụng nàng điều gì, chỉ thấy cho, mà không đòi hỏi...

Chợt Nga nghe tiếng chim ríu rít bên ngoài. Trời đã tờ mờ sáng. Biết có nằm cũng chẳng ngủ được, Nga dậy, sửa soạn đi học sớm, và cũng để xua đuổi những ý nghĩ nặng nề trong đầu.

Bên ngoài, cây cỏ ẩm ướt hơi sương. Đường phố thưa xe cộ. Vừng Đông ửng hồng, những tia nắng đầu ngày xuyên qua những cành cây xanh lộc. Ý nghĩ sắp được gặp Tường làm tim nàng rộn rã. Nga hít mạnh không khí đầy lồng ngực. Cảm giác tươi mát chạy khắp cơ thể. Nàng để mình hòa nhập vào thiên nhiên...

Nga vừa thò đầu vào thư viện, đảo mắt nhìn một vòng, chị Phượng đã lên tiếng:

- Tìm ai thế kia? Lại tìm chú Tường chứ gì? Vào đây chị hỏi cái này.

Nga chạy lại chỗ chị Phượng.

- Này, chị hỏi thật nhé! Hai người bồ tèo rồi hả?

Nga đỏ mặt:

- Chúng em chỉ là bạn thôi chị ơi! Chị đừng nói thế. Đến tai anh Tường thì chết em.

- Chết cái quỉ gì! Chú ấy cũng dư biết là chuyện hai người làm sao qua mặt bà chị này được. Thế ra bây giờ chú ấy chịu "hòa hợp, hòa giải," hết chống cộng rồi sao?

- Không có đâu. Anh ấy vẫn còn chống kịch liệt lắm.

- Vậy hả? Vậy là tốt. Còn em nữa. Chị nói thật đấy. Đi theo làm gì cái giống cộng sản cuối trào ấy. Sang đây em có thấy đời sống người ta tự do, sướng như trời ấy không? Tội vạ gì lại chịu để cho một nhóm người hay một đảng đè đầu cỡi cổ mình chớ?

Đối với chị Phượng bao giờ Nga cũng chỉ vâng dạ. Nga chưa bao giờ lý luận với chị về chính trị, vì Nga biết bao giờ chị cũng nói với một niềm tin đơn sơ mà sắt đá, không gì lay chuyển được, nhưng cũng với một tấm lòng thiết tha với con người, với dân tộc. Nghĩ thế, không phải Nga nghi ngờ tấm lòng của Tường đối với Tổ quốc và dân tộc, nhưng sự hiểu biết rộng rãi về chính trị của Tường là một thách thức, một bí ẩn mà Nga muốn nhào vào khám phá.

Nga chuyển câu chuyện sang hướng khác:

- Mai chị còn đưa em đi chơi không?

- Đi chớ. Chị đã lấy thêm một giờ ăn trưa nữa để mình được thong thả.

- Vâng. Thế mai gặp chị nhé. Em phải đi tìm anh Tường, không có anh ấy về mất.

Nói rồi Nga chạy vụt ra ngoài. Khí hậu mùa Xuân mát rượi. Nga đổi ý, bỏ ý định đi tìm Tường. Nàng thong thả đi bộ về nhà cho mát...

Hai bên đường, nhà nào cũng tràn ngập hoa. Nhiều nhất là hoa đỗ quyên. Hoa kết thành từng mảng hồng, đỏ, cam, tím... Có nhà xén tỉa cây đỗ quyên của họ, trông như những mâm xôi gấc. Thứ hai là loại hoa Forsythia, cành hoa vươn dài, vắt ngang qua các bờ rào. Người Việt gọi là hoa "mai vàng" ở xứ này. Nhiều nhà viền chung quanh gốc cây to của họ bằng hoa "tulip," giống hoa mà Nga rất thích. Cánh hoa khum khum như những chiếc chén sứ đủ các màu vàng, đỏ, trắng, tím, hồng... Có cả hoa "daffodil" trắnh pha vàng, rực rỡ trong cụm lá xanh như ngọc thạch.

"Đúng là trăm hoa đua nở!"--Nga nhủ thầm--Rồi nàng chấm điểm cho mỗi nhà. Ở mấy góc phố, hoa được trồng như tấm thảm. Thật là ngạc nhiên! Hai tuần trước Nga đi qua đây, chưa thấy. Nga giơ máy ảnh chụp lia lịa, mặc dù Nga đã hẹn chị Phượng ngày mai đi ăn trưa, chụp ảnh.

Nghĩ đến chị Phượng, Nga thấy vui vui. Hồi mới giải phóng, Nga được nghe nói nhiều về người Nam Bộ. Nhận xét chung của mọi người cho thấy người Nam hay nóng nảy, bộc trực, không khách sáo... Nếu điều đó đúng, thời chị Phượng phải là một người Nam điển hình nhất.

Lần đầu gặp chị, chị làm Nga bị chạm tự ái mạnh. Chi hỏi: "Em được học bổng qua đây học hả? Chắc lại con ông cháu cha chớ gì?" "Dạ không, em thi đậu nên được đi, thế thôi. Các bạn em được đi đầy ra, có phải con ông cháu cha nào đâu." Nga đáp. "Nghe nói các cô các cậu đi đâu cũng phải đi ba người, "Tam cùng tam kèo" gì kia mà? Vậy hai người kia đâu?" Chị Phượng hỏi dồn, nhưng Nga vẫn từ tốn: "Dạ. Chuyện đó cũ rồi chị ạ. Bây giờ đâu có thế nữa." "Vậy hả! Vậy thời tốt, chớ còn làm cái trò đó thì ai mà dám chơi với quí vị." Nga vâng vâng, dạ dạ cho câu nói của chị Phượng rồi chuồn mất.

Hôm đó về, Nga cũng thấy buồn. Nhưng sau càng gặp chị, Nga càng thấy mến. Chị săn sóc Nga như săn sóc một người em gái. Bữa nào trời lạnh chị lại điện cho Nga, dặn đi học phải mặc thêm áo ấm. Ở trong thư viện, chị thường rỉ tai Nga mỗi khi có người, mà chị gọi là "chống cộng tới chiều" bước vào phòng, đồng thời khuyến cáo Nga không nên gặp họ. Vì đối với họ, Việt cộng là Việt cộng, không cần phân biệt người tốt người xấu. Chị bảo: "Coi chừng! Đụng vào mấy ông đó, đầu chẳng phải cũng phải tai đó em!"

Chị hay mang những món ăn Việt Nam như nem rán, mà chị gọi là chả giò, bánh cuốn, bánh rán, chị gọi là bánh cam... vào trường cho Nga. Mỗi thứ hai chị không quên mang cho Nga vài tờ báo mà chị gọi là "báo lượm." Chị thường nhắc nhở:

- Chịu khó đọc báo đi em, để không thôi mấy bữa về nhà đọc toàn thứ báo nhà nước ấy, chán chết.

Chị kể: "Hồi Việt cộng mới tràn vào Nam, những người Nam như chị đâu có muốn di tản. Mọi người bảo nhau là nếu chính quyền mới không dùng họ, họ sẽ về quê làm ruộng. Ai dè tới khi mấy ổng vô, mấy ổng đâu có để mình yên thân mà làm ăn. Chồng chị, anh Phùng, hồi đó vừa ra trường Quốc Gia Hành Chánh, mới được bổ làm phó tỉnh trưởng chừng tám tháng, mắc mớ gì cũng bắt đi học tập cải tạo. Nhà chị thời công an đi vô đi ra như nhà của họ, không cần xin phép chủ nhà. Riết rồi họ ngăn nhà chị thành sáu căn hộ, chia cho các cán bộ vô ở. Chị thấy khó chịu vì ở chung đụng, bị dòm ngó, nên dọn về ở nhờ bên nội mấy cháu. Thế là nhà nước bắt chị làm giấy hiến nhà. Thật đúng là "kẻ cướp giữa ban ngày." Mãi tới năm 83 anh Phùng mới được thả ra, cả nhà tìm được đường, trốn luôn qua đây."

Nga biết là chị chả nhằm tuyên truyền cho phe nào. Nhưng hễ chị nói gì, thì dường như khả năng thuyết phục của chị mạnh hơn cả mấy chục bài báo chửi bới nặng màu sắc chính trị.

19

Tại Đài Kỷ Niệm Chiến Tranh Việt Nam, Tường và Nga đứng dưới bóng mát của một tàn cây cao, đối diện Đài Kỷ Niệm.

- Hôm qua là Memorial Day[*], sao mình không ra đây, mà lại ra hôm nay hả anh?

- Hôm qua có hàng trăm ngàn người đến thăm rồi, ai cần mình? Hôm nay vắng vẻ thế kia, các linh hồn mới dễ nhìn ra mình chứ.

- Anh tin là có linh hồn thật hay sao?

- Có chứ. Anh tin, vì anh không thể chứng minh được là không có.

- Em không tin, nhưng mà mỗi lần đi thăm nghĩa trang, hay ngay như lúc này ở đây, em có cảm giác rờn rợn.

- Thế là em đã có thần giao cách cảm với các linh hồn rồi đó.

- Khiếp, anh nói nghe ghê quá! Anh chẳng nói trước là mình sẽ ra đây, để em mua hoa.

- Cần gì hoa. "Hoa lòng" còn quí hơn. Đố em biết có bao nhiêu tên được khắc trên tấm mộ bia khổng lồ kia?

- Chịu. Chắc là nhiều lắm.

- Có 58.183 tên cả thảy.

---

[*] Ngày Lễ Thanh Minh.

- Tài nhỉ! Anh lại nhớ được cả số lẻ cơ à! Số thiệt hại ở chiến tranh Triều Tiên còn khủng khiếp hơn. Trong có hơn hai năm, tính về thời gian, chỉ bằng 1/15 chiến tranh Việt Nam, mà số thương vong về phía Mỹ lên đến trên ba vạn, số bị thương và mất tích nhiều vô kể.

- Số thương vong nhiều cũng tại hồi đó không có đủ thuốc men và phương tiện cứu thương. Nhưng hồi đó Mỹ và đồng minh đã thắng. Thắng một phần vì thời đó không có TV để người ta phơi bầy những thảm cảnh chiến tranh cho thế giới xem. Miền Nam Việt Nam và Mỹ thua hồi đó, một phần cũng tại TV Mỹ phơi bầy lên trên màn ảnh những cảnh chết chóc, thương vong, với những vụ bom trải thảm của Mỹ, làm cho dân chúng Mỹ xót xa, phong trào phản chiến nẩy sinh từ đó. Trong khi Hà Nội chỉ cho dân chúng xem phim chiếu phần tội ác về phía Mỹ và Việt Nam Cộng Hoà, đồng thời thổi phồng những chiến thắng của mình. Cuối cùng đã thắng trận, nhưng không thắng được lòng dân. Thắng lòng dân mới khó.

Chợt nhận thấy không khí sắp căng thẳng. Tường vội đổi đề tài:

- Đố em biết người vẽ kiểu cho Đài Kỷ Niệm này là người gì? Da trắng? Da đen? Da vàng? Da đỏ?

Nga đưa mắt quan sát Đài Kỷ Niệm từ trái sang phải. Toàn thể Đài Kỷ Niệm, chỉ là một bức tường khổng lồ dựng bằng các phiến cẩm thạch đen, khắc tên các tử sĩ Mỹ hy sinh tại chiến trường Việt Nam. Bức tường được cắt theo hình chữ V mở thật rộng. Ở trên cao, bờ tường ngang bằng với mặt đất. Ngẫm nghĩ một lát, Nga đoán:

- Chắc phải là người da trắng. Kiến trúc này có vẻ Âu Mỹ. Toàn là đường thẳng.

- Sai. Một cô kiến trúc sư gốc Tầu, mới có 23 tuổi. Người ta treo giải thi, bao nhiêu người bị loại, cô này được. Anh chẳng thấy nó đẹp ở chỗ nào.

- Có lẽ họ không định làm một đài kỷ niệm đẹp. Họ muốn làm một cái gì gây cảm giác cho người xem và có ý nghĩa thì đúng hơn.

- Thế em thấy cảm giác gì và ý nghĩa gì?

- Ý nghĩa thì em không chắc, nhưng nhìn toàn diện, em có cảm giác nặng nề, trầm sâu. Chữ V mở rộng như hai cánh tay dang ra nâng lên gần sáu vạn linh hồn. Có lẽ cái cảm giác nặng nề, đã tự nó nói lên cái ý nghĩa?

- Hay nhỉ! Bây giờ em nói anh cũng thấy một cảm giác nặng nề, trầm sâu...

- Thôi đi, nói vuốt đuôi, ai chẳng nói được.

Quang cảnh Đài Kỷ Niệm vắng vẻ, trái ngược hẳn với hôm qua, Nga xem trên TV. Ánh nắng nhạt dãi trên hàng nghìn vòng hoa của các đoàn thể, các cá nhân, đến thăm hôm qua để lại, càng tăng thêm vẻ đìu hiu của buổi chiều.

Nga để ý thấy trước phiến đá bia có một ông Mỹ đang công kênh một em bé. Em này đang loay hoay làm gì trên phiến đá. Nga chỉ cho Tường:

- Kìa anh! Họ đang làm gì thế?

Tường dắt tay Nga tiến đến gần Đài:

- Em bé đang can-ke tên một người nào đó trên một mảnh giấy. Chắc là tên người thân.

Người đàn bà Mỹ nghe tiếng nói lao xao, quay lại nhìn hai người, mỉm cười. Dường như bà biết hai người đang tò mò tìm hiểu thằng bé đang làm gì, bà cắt nghĩa:

- Thằng con tôi đang can-ke tên ông ngoại nó. Cha tôi là phi công, chết trong khi ném bom xuống miền Bắc Việt Nam. Chúng tôi ở đây hôm qua, hôm nay đến thăm lần cuối rồi sớm mai về lại Buffalo. Còn ông bà ở đâu tới?

- Tôi là người Việt ở vùng này. Còn đây là Nga, từ Hà Nội sang học tại Georgetown.

Bà Mỹ gọi chồng rối rít:

- Mình ơi! Trông này, cô này là người Hà Nội mới qua.

Ông chồng đặt đứa con xuống đất. Vừa bắt tay hai người, vừa nói:

- Trời đất ơi! Quả đất tròn nhỉ! Cuối cùng rồi chúng ta cũng hoà giải được với nhau đấy chứ!

- Ông cũng đã tham chiến ở Việt Nam à?- Nga hỏi.

- Vâng. Hồi đó tôi là đại úy. Tôi đóng ở Nha Trang. Tôi sang Việt Nam vào những năm cuối cùng của chiến tranh. May quá, không chết!

- Chúng tôi xin chia buồn về cụ nhà--Tường nói.

- Cám ơn ông và cô--Bà vợ nói--Cuộc chiến thực là tàn khốc, phải không? Tôi tin là quí vị cũng có người thân bị thiệt mạng.

- Vâng. Tôi có hai người cậu hy sinh. Còn họ hàng thì nhiều lắm, không kể hết được--Nga nói.

- Chúng tôi xin chia buồn--Ông Mỹ nói--Hồi đó nếu ông bố vợ tôi ném một quả bom trúng vào nhà cô, thì bây giờ làm gì còn có cô đứng đây? Quí vị có thấy tất cả là phi lý không? Trước kia chúng ta là thù, bây giờ là bạn. Tại sao không thể là bạn ngay từ đầu có phải đỡ tốn bao nhiêu xương máu không?

- Vâng, ông nói quá đúng. Tất cả đều phi lý. Thật đáng tiếc! -- Nga nói.

Sau một hồi chuyện vãn, mọi người chào nhau rồi chia tay. Ông Mỹ đưa cho Nga tấm danh thiếp, hẹn nếu có dịp đi Buffalo thế nào cũng mời ghé chơi. Nga nhìn tấm danh thiếp, lẩm nhẩm đọc: "Đại tá Bullington." Nga đề nghị với Tường ra ngồi nghỉ ở một gốc cây đằng xa kia một lúc.

Vừa ngồi xuống, Nga đã nói:

- Anh à! Anh có nghe ông Mỹ đó nói: "Tất cả đều phi lý" không? Em còn nhớ một lần bố mẹ gửi tụi em đi sơ tán. Một hôm các chú công an nhân dân tỉnh, dẫn qua làng ba người Mỹ cao to, mà các chú gọi là giặc lái. Hôm đó dân làng tề tựu sẵn ngoài cổng với đá và gạch. Khi công an dẫn ba người lính Mỹ đi qua, dân làng thi nhau vừa chửi rủa, vừa ném đá vào người, vào đầu, vào mặt họ. Máu chảy nhễ nhại. Tay họ bị chói giật cánh khuỷu ra đằng sau, chân bị xích. Họ bước từng bước ngắn. Nhiều người lớn đến đưa cho bọn trẻ con gạch, đá, rồi cứ thúc giục, cổ võ tụi em ném... Em và bọn trẻ cũng cứ thế ném, và hình như còn lấy làm hãnh diện nữa. Em không thể hiểu được tại sao lúc đó em lại làm như thế...

Nga nói, hai mắt đỏ hoe. Tường lau nước mắt cho nàng, an ủi:

- Lúc đó em còn quá nhỏ, em đâu có đủ trí khôn mà hiểu. Còn những người lớn thì... một số trong số đó, có thể có người bị mất chồng, mất vợ, mất con... vì bom Mỹ, nên họ uất ức quá. Số khác vì nhiệm vụ xách động, gây trí căm thù trong nhân dân... thì phương tiện nào họ chả dám làm.

- Nhưng dù thế nào em cũng không thể hiểu nổi tại sao người lớn lại khuyến khích trẻ thơ tham gia vào những hoạt động tàn ác. Em mà là mẹ, không đời nào em để cho con em liên hệ với những sinh hoạt tàn bạo như thế. Làm như thế, một là trẻ con sẽ lớn lên với lòng căm hận, và coi các hành động trả thù dã man là tự nhiên. Hai là trẻ bị ám ảnh với mặc cảm ân hận suốt đời. Tuy em không còn nhớ rõ em đã ném như thế nào, có ném trúng người tù nào không, nhưng sau sự cố đấy, mỗi lần nhìn thấy ảnh chụp những cảnh tương tự ở viện bảo tàng, trong sách báo, em thấy như chính mình đang ở trong ảnh.

Nga nói thao thao. Trong khoảnh khắc, Tường thấy rõ nàng đang nói cùng một ngôn ngữ với mình. Cái vỏ kiên cố của Nga vừa hé nứt! Tường quá sung sướng, nhưng cố nén. Chàng biết lúc này phải hết sức thận trọng. Nếu chỉ nói câu gì có tính cách "bồi thêm một cú" để vạch thêm cái sai lầm của Nga từ trước tới nay, nàng sẽ tự ái và cụp lại như cái lá xấu hổ ngay.

Tường ôm chặt vai Nga, đề nghị:

- Mình ôn lại chuyện cũ để lấy kinh nghiệm thôi. Bây giờ mình phải hướng về tương lai để làm cái gì tốt hơn, không dẫm lên vết xe cũ nữa.

- Nhưng em thấy con đường anh đang đi là con đường không thực tế nhất. Anh không biết, ở trong nước, vẫn còn rất nhiều người cộng sản tốt, họ có tài, có lòng, và yêu nước thật sự. Tại sao anh cứ nhất định đòi xóa bỏ cả chế độ?

- Em hiểu lầm hết rồi. Xóa bỏ chế độ Cộng Sản không có nghĩa là loại bỏ những người mà em gọi là "cộng sản tốt." Họ chỉ cần lột cái xác "cộng sản" và để trần cái "tốt" ở lại, là anh ôm chầm lấy họ ngay.

- Thế bỏ chế độ Cộng Sản rồi thì lấy chế độ nào thay thế vào đó?

- Tất cả vấn đề là "con người." Con người ở với nhau, con người đối xử với nhau trên căn bản công bằng và nhân bản. Không ai có quyền nhân danh chủ thuyết này, chế độ nọ để đàn áp, bắt người khác phải theo mình. Dựa trên căn bản đó, chế độ nào gần với con người, đáp ứng được những nhu cầu căn bản của con người, thì chế độ đó, cuối cùng rồi sẽ thắng. Hai triệu người Việt tị nạn khắp năm châu, nửa triệu chìm đáy biển. Hàng trăm ngàn người trong các trại tị nạn hiện còn đang tranh đấu để khỏi bị trả về Việt Nam... đã không nói lên được điều gì hay sao? Anh cho đó là một cuộc bỏ phiếu hùng hồn nhất.

- Anh không biết dân trí mình còn kém lắm. Em sợ nếu áp đặt lên Việt Nam một chính sách lỏng lẻo, tự do vào lúc này sẽ rất nguy hiểm. Không khéo thì loạn to mất.

- Có thể nào loạn hơn bây giờ không?

- Anh hỏi thế, em không có câu trả lời. Nhưng em vẫn chưa thấy một người nào vạch ra được một đường lối, một chương trình hành động cụ thể, một mô hình khả dĩ áp dụng được cho một Việt Nam trong bối cảnh hiện nay.

- Không phải "một người nào," mà tất cả mọi người Việt Nam, trong cũng như ngoài nước, đều phải thành tâm, không những bóp đầu, bóp trán, còn phải bóp tim nữa, để tìm ra một đường lối cho quê hương.

- Nhưng theo chỗ em hiểu thì Việt kiều ở đây mạnh ai nấy làm. Ừ thì cứ coi như họ đều đang tranh đấu cho dân chủ tự do cho quê hương đi, nhưng họ không có một lãnh tụ. Họ đang tấu nhạc trong một dàn nhạc không có nhạc trưởng. Thế thì bản nhạc tấu lên nó ra cái gì?

- Ôi, em hãy bỏ ngay cái danh từ "lãnh tụ" đi! Nghe đến chữ đó là anh nghĩ ngay đến các pho tượng ở các công viên, có một ông "lãnh tụ" đứng dơ tay...

- Thì anh muốn gọi là cái gì thì anh gọi. Thực chất vẫn là phải có một người hay một nhóm cầm đầu, quy tụ mọi người, mọi nhóm vào một mối thời mới có sức mạnh.

Bản tính của Tường vẫn là phải bảo vệ ý kiến của mình cho bằng được, rồi hồi sau sẽ tính. Chàng nói:

- "Lãnh tụ", hay "người cầm đầu" dễ dẫn đến cái thứ "văn hóa thần tượng." Rồi cái "thần tượng" đó sẽ bị hủ hóa và trở nên độc tài. Các sinh hoạt của cộng đồng hải ngoại có tính cách rời rạc cũng vì bản chất dân chủ, và họ phải trả giá cho cái chọn lựa đó—Nói đến đây Tường biết mình đang đi vào ngõ cụt, chàng đổi đề tài--Thôi đói rồi, chúng mình đi ăn đi.

Tường kéo Nga đứng dậy. Hai người dìu nhau đi trong bóng chiều dần tắt. Nhưng lòng họ đang hửng ánh bình minh. Cả hai cùng tràn ngập niềm vui sướng trong lòng, nhưng chưa ai chịu tiết lộ cho người kia biết hết cảm nghĩ của mình.

20

Hà nội, ngày..., tháng..., năm...

Nga thương yêu,

Chị đã nhận được quần bò của em gửi cho chị, chị mặc rất vừa. Thằng Cu Lì và con Nhím thích đồ chơi của cô Út quá. Suốt ngày hai đứa mang bộ Lego của cô cho ra lắp rồi lại phá, rồi lại lắp! Nhờ thế chúng cũng đỡ cãi nhau. Hai đứa đang cố gắng viết thư cho cô. Con Nhím lại đánh vần nhanh hơn thằng anh đấy.

Chị rất mừng em đã tìm được người yêu. Ở đời tìm được một ý trung nhân thật khó. Theo cách em nói, chị đoán anh này là Việt kiều, phải không? Việt kiều thì Việt kiều, miễn sao em có hạnh phúc là chị mừng. Thư sau tả thêm cho chị nghe với.

Hai người định thế nào? Anh chàng có chịu về sống ở Việt Nam không, hay lại sợ... muỗi đốt!

Anh Hưng nhắn em là: "Đừng làm bà lang trọc, mách thuốc cho ai mà tội nghiệp người ta! Thời tiết ở đây nay mưa, mai nắng bất thường. Mách rồi, mai kia thời tiết đổi, mình ăn nói với người ta làm sao." Anh ấy cũng đang tìm cách bỏ nghề mách thuốc, em lăn vào đấy làm gì cho khổ!

À, nhà nước đã ra nghị định đổi tên Trường Đại Học Pháp Lý thành trường Đại học Luật Hà Nội rồi nhé. Đây là trường Đại Học Luật đầu tiên ở Việt Nam cho nên trong chương trình đào tạo sẽ có những phần được chỉnh lý!

Hôm nọ cái Nhàn ở Mát-xcơ-va về thăm nhà. Nó ghé tìm em. Chị bảo em đi Mỹ du học rồi. Nó đứng ngay giữa nhà khóc tu tu lên. Chị hoảng quá chẳng hiểu chuyện gì. Đến lúc dỗ được nó nín, hỏi ra mới biết là nó khóc vì mừng cho em. Con bé thật lạ lùng! Nó xin chị địa chỉ của em để viết thư. Nhưng nó dặn, về Mát-xcơ-va nó mới viết được. Nó mang cho gia đình mình rất nhiều quà. Quà nó cho em, chị giữ ở đây, chờ em về.

À, mẹ cũng nhắn em là "vừa vừa cái mồm chứ!" Tính cụ vẫn hay lo xa, chưa có thể quen với tình hình mới. Những kinh nghiệm xưa xẩy ra cho ông ngoại, làm mẹ lúc nào cũng sợ sệt, hoài nghi. Mình không thể trách bà được. Viết thư cho mẹ em chỉ nên nói chuyện vui cho mẹ yên tâm.

Thôi chị dọn dẹp đi về. Chị ngồi viết thư cho em ở cơ quan. Việc không chạy nhưng các ông ấy cũng không biết bảo mình làm gì, tội gì mình chẳng ngồi viết thư!

Chúc em học giỏi và vui thật nhiều nhé!

Thân thương,

Chị, Tú

Thư chị Tú nhắc đến Nhàn làm Nga nhớ lại cả thời thơ ấu. Hai đứa không những học cùng nhiều năm mà còn là bạn hàng xóm. Suốt thời kỳ chiến tranh chống Mỹ, nhiều dịp hai gia đình đi sơ tán đến cùng một vùng quê. Hai đứa phải theo các anh các chị đi mót khoai, mót sắn... trong khi người lớn đi bắt tôm bắt tép trong các bờ ao, bờ đầm để sống qua ngày. Sau trung học Nhàn được học bổng đi Liên Xô. Năm đầu Nhàn và Nga trao đổi thư từ rất đều. Rồi thưa dần. Cho đến năm ngoái mới im bặt hẳn. Nay được biết Nhàn sẽ liên hệ lại, thật là một tin đáng mừng.

Nga trông đợi một mùa hè chan hoà nắng ấm. Trời cao, nước trong vắt, cây cối xanh rờn... Mơ những ngày nhàn rỗi, Tường không phải đi dậy, Nga không bị ràng buộc nhiều với bài vở, Nga và Tường có thể bay nhảy khắp nơi... Nhưng sự thể trái ngược hẳn. Trái ngược không phải vì nắng không vàng, nước không xanh... mà vì Tường luôn luôn có lý do bận, không thể đến đón Nga đi chơi được.

Hôm nay, cũng như nhiều lần trước, Tường hẹn đến đưa Nga đi ăn trưa rồi đi chơi. Chờ mỏi mắt chẳng thấy chàng đến. Chuông điện thoại reo:

- A-lô!

- Hê-lô! Em đấy à? Anh nói cái này, đừng giận nhé!

Nga biết "cái này" là cái gì rồi. Nàng im lặng, chờ đợi.

- Anh vẫn còn một số công việc với anh em, chưa có thể xong được hôm nay. Anh xin lỗi, anh không thể về kịp. Anh sẽ gọi lại...

- Thôi, thôi, không sao đâu. Anh cứ làm việc với "người ta" đi. Kệ em.

Đặt điện thoại xuống, Nga ngồi ngẩn ngơ. Qua những mẩu chuyện Tường kể, Nga chắp nối lại và lờ mờ hiểu là, Tường có một nhóm "anh em" sinh hoạt riêng ở đâu đó, hình như ở nhiều nơi. Lúc thì có vẻ ở xa, lúc lại ở gần. Nga không bao giờ dám hỏi Tường về chi tiết. Ngày nào Tường cũng gọi Nga một lần, thăm hỏi hay hẹn hò nhưng rồi chẳng giữ được hẹn.

Sự lo lắng và nghi ngờ lởn vởn trong đầu: Anh em mà Tường hay nói đến là những ai? Nếu nhóm của Tường cũng tương tự như nhóm của Định thì Tường đang sống vui giữa các cô gái vừa xinh mơn mởn, vừa giầu có, sang trọng. Là đàn ông, làm sao Tường có thể cưỡng lại những cám dỗ đó?

Nhưng nghĩ xa hơn, Nga lại tự hỏi: Cái gì bắt Tường phải gọi Nga mỗi ngày? Cái gì bắt Tường bỏ rất nhiều thời gian giúp Nga trong việc học hành, cũng như tìm hiểu cái hay cái lạ ở xứ này? Cái gì bắt Tường phải giả dối với nàng? Nga không trả lời được câu hỏi nào. Nàng đành kiên nhẫn chờ đợi.

Đợi Tường mãi cũng chán. Nga bắt đầu theo Sarah đi xem các nơi như vườn bách thú, đảo Roosevelt, nghĩa trang Arlington... Hôm nay Sarah đưa Nga vào xem nhà thờ đạo Mormon.

Ngôi nhà thờ tọa lạc trên đỉnh một ngọn đồi cao giữa rừng cây rậm rạp, cách Hoa Thịnh Đốn chừng 15 dặm. Đi trên đường Vòng Đai[*] quanh Hoa Thịnh Đốn, không ai có thể không chú ý đến ngôi nhà thờ này.

Hai cô lên tới đỉnh đồi vào khoảng hai giờ chiều. Bóng nhà thờ trải dài trên thung lũng xanh rậm rạp. Ngôi nhà bằng đá trắng với nhiều tháp nhọn. Trên đỉnh ngọn tháp ở giữa, có một thiên thần mặc áo kim nhũ vàng, hai tay nâng chiếc kèn đưa lên miệng. Toàn ngôi nhà thờ óng ánh, lung linh trên nền trời xanh biếc.

Mấy người làm việc trong nhà thờ thấy Nga và Sarah đến, chạy ra đon đả chào mời. Bên trong nhà thờ cao rộng khang trang. Nhưng nơi thờ chính lại đóng cửa im ỉm,

---

[*] Beltway.

không cho người ngoại đạo bước vào. Họ chiếu phim cho hai cô xem, trong một căn phòng mát rượi.

Cuốn phim giảng sơ qua về tôn giáo và cách tổ chức trong giáo hội. Họ thờ Chúa Jésu Christ và có nhà thờ ở khắp nơi trên thế giới. Mỗi con chiên, từ tỷ phú như chủ các hãng lớn, đến người làm lương lao động, đồng đều tự động trích ra 10% lợi tức của mình dóng vào quĩ chung. Giáo hội dùng tiến này để kinh doanh, đầu tư lấy lời làm những việc công ích, và lo cho các tín hữu trong trường hợp ốm đau, thất nghiệp mà vẫn phải trả góp tiền nhà, tiền xe, tiền bảo hiểm, cơm ăn, áo mặc, học phí đại học cho con cái... Vì thế người trong đạo Mormon thường không phải bận tâm đến những vấn đề an sinh của chính phủ. Họ gọi nhau bằng anh, chị, em, thân ái như trong một gia đình. Họ sống đoàn kết, an vui, hiền hoà...

Trên đường về Sarah hỏi Nga:

- Mày thấy nhà thờ thế nào?

- Cực kỳ đẹp! Thật là một kỳ quan!

- Nếu mày còn thì giờ thì trước khi về Việt Nam, nên đi thăm Salt Lake City, bang Utah, thủ phủ của đạo Mormon. Đó là tiểu bang do chính người Mormon có công khai phá và tạo dựng lên.

- Thôi để lần sau tao sang lại.

- Tao thấy cách tổ chức của họ rất hay. Mày cứ hình dung, thời buổi khó khăn này, một người thất nghiệp mà vẫn yên tâm, thoải mái ngồi ăn lương của mấy ông chủ hãng lớn như General Motors chẳng hạn, có khoái không? Biết thế này tao theo đạo Mormon cho rồi!—Sarah nói đùa.

- Không được đâu! Tao thấy mày nghiền cà phê, và thích nhẩy đầm, vào đạo Mormon làm sao được.

Hai cô cười vui vẻ. Xe đã ra Beltway. Gió thổi, tóc tung bay. Nga cảm thấy sảng khoái, sau một ngày đi chơi vui vẻ và học hỏi được nhiều... Nàng chợt nghĩ: "Việc quái gì phải giết cả triệu triệu người mới thực hiện được cuộc sống công bằng, xã hội nhỉ?"

Về đến nhà Nga mở hộp thư, ngạc nhiên thấy thư của Tường. Nga lo hơn mừng, không biết có chuyện gì xẩy ra. Nhìn dấu bưu điện thấy đề Philadelphia, nàng càng lấy làm lạ. "Làm gì mà anh chàng lưu lạc đến tận đây?" Nga tự hỏi. Tuy nóng lòng lắm nhưng Nga cũng cố gắng đợi lên gác, rửa mặt cho mát, cởi giầy, vặn cao máy lạnh, leo lên giường, kê gối sau lưng ngồi thoải mái, bóc thư đọc:

Ngày... tháng..., năm...

Em yêu quí,

Anh cố gắng gọi em suốt hai ngày nay, mỗi ngày ba bốn lần, mà không có ai trả lời. Anh lo lắng, không hiểu em đi đâu, hay có chuyện gì xẩy ra. Buổi tối anh gọi cũng không được, điện thoại cứ bận, mà anh thì phải có giờ mới đến chỗ có điện thoại công cộng được. Anh hy vọng chỉ tại các cô bạn cùng nhà của em muốn rút giây điện thoại ra để ngủ cho yên. Hay chính em hiểu lầm và giận anh, nên không chịu trả lời điện thoại?

Anh biết mấy tuần nay anh vắng mặt, và cứ mỗi lần hẹn em xong lại phải gọi lại xin lỗi, đã làm em bực mình. Nhưng nếu em hiểu anh bận thế nào, em sẽ thương anh chứ không nỡ trách đâu. Em biết chuyện chúng mình là chuyện lâu dài, còn những chuyện anh đang làm chỉ nhất thời và khẩn cấp. Chúng ta không thể sống ích kỷ, đặt chuyện riêng tư trên công việc của tập thể, hay hơn nữa, công việc tồn vong của quê hương đất nước.

Tuy nhiên, Chủ Nhật này, dù bận thế nào, anh cũng nhất định về đưa em đi xem Mount Vernon, là chỗ ở của ông Washington, nơi mọi khi em vẫn ao ước muốn được xem cho biết. Chắc em lại nghi ngờ lời hứa của anh, phải không? Em có quyền nghi ngờ. Còn anh, anh vẫn cố gắng.

Anh sẽ thu xếp để về tới chỗ em khoảng từ hai giờ đến hai rưỡi trưa. Đi đường xa, anh không thể hẹn đúng giờ được. Chúc em đêm nay ngủ ngon và... ngoan, đợi anh về. Hôn em 100000.... cái!

Yêu em,

Tường

Nga áp bức thư vào ngực. Cảm giác sung sướng, hoài nghi, lo lắng, pha lẫn. Phòng mát lạnh, ru Nga vào giấc ngủ trưa hè đầy mộng mị...

21

Trưa Chủ Nhật, Nga chải đầu, soi gương kỹ hơn mọi khi. Nàng chọn chiếc áo lụa toàn tơ màu tím mà trước kia, mỗi lần mặc, Tường vẫn trầm trồ khen nổi, hợp với mầu da của nàng. Sửa soạn xong, Nga đi đi lại lại trong căn phòng cũ kỹ. Dù sàn có trải thảm len dày, cũng vẫn có tiếng kêu cọt kẹt. Nga sợ tiếng ồn làm phiền ai đó trong nhà. Nàng ngồi xuống, đứng lên, ngắm mình trong gương... Bật cười thấy mình hôm nay lạ lùng. Tường hẹn hai rưỡi. Còn nửa giờ nữa, sao cứ nóng ruột. Nga cố dằn mình ngồi xuống, lấy giấy viết thư. Viết được ba chữ *"Thưa bố mẹ,"* đầu óc trống rỗng. Lấy tờ giấy khác viết: *"Chị Tú thân yêu,"* lại tắc tị. Trí óc Nga tản mạn... Nhìn khuôn khổ căn phòng. Ngang năm thước, rộng mười một thước. Kích thước này gần bằng hai căn phòng gia đình anh chị Hưng, hai vợ chồng, hai đứa con, đang ở chung với bố mẹ. Phòng của chị Tú và Nga thì chưa thể gọi là phòng, vì không có tường chắn mà chỉ là những tấm vải dầy ngăn chỗ tiếp khách lấy một nửa làm buồng cho hai chị em. Bây giờ Nga đi vắng, chắc chị Tú sống thoải mái hơn. Nhìn trên bàn, ngổn ngang mấy nắm giấy trắng vò nát, mấy chiếc túi giấy ni-lông, vỏ trai, hộp nước ngọt... sắp được vứt vào xọt rác. Bất chợt Nga nhận thấy mình đã Mỹ hóa, phí phạm, y như bà chủ nhà với mấy cô bạn ở cùng nhà vậy...

- Hello! Có ai ở nhà không?-- Tiếng Tường vọng từ dưới nhà lên. Nga tông cửa chạy lao xuống cầu thang. Tường ôm chầm lấy Nga. Nhấc bổng nàng lên, quay mấy vòng. "May quá! Không có ai ở nhà"--Nga tự nhủ.

- Trông anh có vẻ mệt. Anh có cần ngồi nghỉ một lúc không?

- Không, anh phóng xe 80 dặm một giờ nên về được sớm. Anh đã ghé nhà tắm một cái. Bây giờ tỉnh táo lắm rồi.

- À, cô em của anh có điện lại đây hai lần tìm anh. Chắc chị ấy tưởng em giấu anh ở đâu.

- "Em" chứ sao lại "chị." Lớn xác nhưng vẫn là em.

Ngồi trên xe mở tung các cửa. Gió lộng. Tường cất tiếng hát:

"........ Này người yêu tôi ơi!
Cho nhau nồng ấm cuộc đời
Hoa thơm có ánh mặt trời
Ôi nỗi mừng khi mây đến rồi
Này người yêu, người yêu tôi hỡi!
Yêu nhau, mình đưa nhau tới
Bước nhẹ và đến bên tôi
Nói cho vừa mình anh nghe thôi......" [*]

Chàng quay sang Nga:

- Bài hát hay không? Anh mới học được để về hát tặng em.

Con đường George Washington Parkway dẫn đến nhà ông Washington rợp bóng mát. Một bên là cây cao um tùm lá, một bên là sông Potomac, nước trong xanh. Dăm cánh buồm chói nhòa trong nắng, đủng đỉnh trôi giữa dòng. Chợt nhận thấy từ lúc lên xe Nga chưa nói câu nào. Tường gợi chuyện:

- Mấy tuần qua ở nhà em làm gì?
- Làm gì? Anh muốn em làm gì?

Nghe câu trả lời như có nước mắt. Tường biết ngay mình vừa hỏi một câu hớ hênh. Nhân gặp một quãng đường có chỗ cho xe có thể đánh vòng trở lại, chàng quặt tay lái sang bên trái, lao vào bãi đậu xe ngay mé sông.

---

[*] Bài hát Bên Kia Sông của Nguyễn Đức Quang.

Tiếng bánh xe nghiến xuống đường kêu ken két. Xe xịch đậu. Nga chưa kịp phản ứng. Tường nhoài người ôm chầm lấy Nga, hôn túi bụi vào mắt, vào mặt vào môi...

- Uống nước mắt em, anh có thể chẩn bệnh em được rồi. Bệnh này là bệnh nghi ngờ tầm bậy. Đúng không? Anh hỏi em nhé: Cái gì bắt anh phải về đây với em hôm nay? Công an? Mật vụ? Đảng?

Im lặng!

- Mấy tuần nay anh bận làm việc với một số anh em. Một trong những công việc là phải dịch gấp một mớ văn thư, tài liệu ra tiếng ngoại quốc... Như anh đã nói trong thư. Chuyện chúng mình là chuyện dài lâu. Nếu bây giờ mình sống ích kỷ, không chịu hy sinh, thì sau này làm sao mình ngẩng mặt nhìn lên được. Nước có vận. Nếu để vận tốt qua đi, là lỗi tại mình.

- Thế vận tốt đã đến rồi hả anh?--Nga nửa mỉa mai, nửa dò ý.

- Không biết. Mình không phải là tiên tri. Nhưng anh chủ trương hễ thấy bà mẹ Việt Nam cục cựa được một chút là đàn con phải xúm nhau lại, đổ sâm nhung tiếp sức cho Bà hồi tỉnh.

- Anh bảo em sống ở Việt Nam như sống trong cái hũ nút. Em thấy chính em đang sống trong cái hũ nút ở đây. Anh là người em gần gũi nhất mà em cũng chẳng biết anh làm gì, đi đâu, chơi với ai... Muốn tìm anh em cũng không biết liên hệ ở đâu.

- Anh không muốn em phải biết toàn bộ công chuyện anh làm, vì anh lo xa. Không bao lâu em sẽ về Việt Nam. Em ở nơi nguy hiểm, còn anh ở chốn an toàn. Nếu em biết nhiều quá, mạng sống của em sẽ bị đe dọa. Ngoài ra, công việc của anh còn liên hệ đến nhiều người. Anh không có quyền tiết lộ những bí mật của họ.

- Lúc nãy anh nhắc đến từ "hy sinh" làm em rợn tóc gáy. Em nghe từ đấy suốt cuộc đời rồi, bây giờ em không muốn nghe nữa...

- Không, em không thể so sánh thế được. Danh từ "hy sinh" của anh không phải thứ "hy sinh" em đã từng nghe. Thứ nhất là anh chưa nói dối em bao giờ. Thứ hai, khi anh kêu gọi em hy sinh anh cũng hy sinh chứ. Nếu em biết anh khổ tâm thế nào khi phải xa em, thì em sẽ hiểu được sự hy sinh về phần anh cũng đáng kể. Bây giờ em phải học dựng lại niềm tin đi. Có thế con người mới có thể sống vui được.

- Nếu anh không thể cho em biết toàn bộ việc làm của anh, thì cho em hỏi một câu nữa thôi.

- Câu gì? Em cứ hỏi.

- Trong cái nhóm "anh em" của anh, có cô nào không?

- Biết ngay mà! Em tôi cũng chẳng thoát khỏi thói nữ nhi thường tình. Anh chỉ có thể trả lời là, nếu có thì cũng không cô nào mê anh nổi. Suốt ngày anh ngồi đờ đẫn trước cái máy điện toán để viết bài và dịch bài.

- Nhưng biết đâu cô nữ đồng chí của anh cũng lại ngồi đờ đẫn trước một máy điện toán khác ngay bên cạnh, thì cũng vui thôi.

- Không. Anh chỉ có một cô nữ đồng chí quan trọng nhất là em thôi.

- Em là Cộng Sản, anh là Quốc Gia, làm sao mình là đồng chí được?

- Đó, chính em lại mang vấn đề "Quốc," "Cộng" ra, chứ không phải anh đâu nhé--Hai người cười vang--Thôi mình chịu khó "hòa hợp hòa giải" một lúc để đi Mount Vernon, không có muộn rồi.

Tường mở máy xe. Đồng hồ chỉ giờ trong xe bật sáng.

- Thôi chết! Trễ giờ rồi. Đến nơi thì cũng vừa đến giờ đóng cửa, họ đâu còn cho vào nữa.

- Chán quá! Có lẽ tại em không có duyên với ông Oa-sinh-tơn.

- Thôi, mình ở lại đây píc-níc vậy. Lúc trưa về nhà, cô em bắt anh ăn xôi gà. Anh bảo vội đi. Cô ấy gói tuốt luốt bắt anh mang theo.

Nga mở túi giấy. Cả nửa con gà quay. Một đĩa đầy xôi hoa cau. Hai chùm nho xanh. Hai lon Coca Cola. Hai đĩa giấy, hai khăn ăn, hai dĩa nhựa... Nga vừa lục tìm vừa bật cười:

- Chết anh rồi! Cô em anh muốn nhắn rằng cô ấy biết anh vội đi gặp em. Trông này! Cái gì cũng hai.

Tường nhìn theo tay Nga:

- Ừ, đàn bà họ tinh lắm. Cô ấy gặp em lần đầu đã biết ngay em ở Việt Nam mới qua. Cô ấy bảo em nói toàn giọng Bắc, không thể lộn với giọng Bắc đã vào Nam lâu, hay trẻ con của gia đình Bắc sinh ở trong Nam.

- Cô ấy còn nói gì nữa không anh?

- Chỉ tò mò muốn biết chuyện chúng mình sẽ đi đến đâu thôi. Cái mộng của anh là đưa em qua Cali gặp ba má. Nhưng không thực hiện nổi. Anh tiếc lắm.

- Chưa chắc bố mẹ anh đã chịu chấp nhận em.

- Chưa biết chịu hay không nhưng nếu có gặp em thì chắc chắn câu đầu tiên ông già sẽ nói: "Kìa, tại sao 'đỉnh cao trí tuệ của loài người' lại chịu sang đây học mấy cái thằng Mỹ ngu này?"

Nga cười ngặt nghẽo:

- Tại sao anh lại biết cụ sẽ nói như thế?

- Tại anh thấy cụ đã từng mỉa mai mấy cô cậu lưu học sinh bên Cali.

- Anh cũng định hè này viết xong cái luận án, anh nhớ không? Nhưng em thấy không có khả năng là anh sẽ xong.

- Luận án có thể chờ, chứ việc nước không chịu chờ thì làm thế nào.

- Thôi mình ra bãi cỏ kia ngồi píc-níc đi anh.

Tường mở thùng xe lấy ra chiếc khăn trải. Nga ngạc nhiên. Tường giải thích:

- Anh bụi đời mà! Ở đâu là nhà, ngả đâu là giường. Có thế mới sống nổi mấy tuần vừa qua.

Tấm khăn xanh được trải rộng. Hai người ngồi thoải mái nhìn trời. Vài người đạp xe đạp ngang qua. Vài gia đình ngồi câu cá. Trẻ con lấy cành cây gẫy chọc xuống nước nghịch... Nga trỏ tay về phía tượng đài đúc bằng đồng xanh dựng gần đấy, nói:

- Trông kìa anh! Tượng mấy con hải âu bay là là trên sóng cuộn... trông sống động quá nhỉ?

Tường nhìn theo:

- Ừ, giống chim hải âu có cái dáng đẹp.

- Chim hải âu tượng trưng cho cái gì hả anh?

- Loại hải âu này thì anh không biết. Anh chỉ biết con đại hải âu tượng trưng cho cái gì phóng khoáng, vĩ đại.

Tóc nàng tung bay... Cả một vạt tóc dầy quấn vào ngực, vào cổ Tường. Chàng ngồi im. Nghĩ giận những cơn gió sông vô tình, cứ thổi đi cái hương thơm nồng nồng, ngây ngất, quyến rũ... Chàng lẩm nhẩm câu thơ của Xuân Diệu: *"Tôi muốn buộc gió lại, Cho hương đừng bay đi."*

- Anh nói gì?

Tường biết Nga hay mắc cỡ. Cho nàng biết mình nghĩ gì, nàng sẽ tìm cách ngồi nhích ra xa.

- Ờ anh nói: *"Tôi muốn tắt nắng đi/ Cho màu đừng nhạt mất."*

- Nắng sắp tắt rồi, còn đâu nữa!

- Thế mà vẫn chưa yên tâm mới kỳ chứ!

- Anh kìa? Trông, chiếc máy bay đang lên. Từ nãy đến giờ em thấy cứ độ năm đến bẩy phút lại có một chiếc phi cơ lên, xuống.

Tường nhìn theo. Chiếc máy bay trắng như cánh nhạn. Long lanh trong vệt nắng cuối cùng.

- Đây gần phi trường Quốc Gia[*] mà em. Trước kia mỗi lần bị công việc dồn ép quá, anh hay ra đây vào buổi chiều, nhìn máy bay lên hay xuống. Máy bay đang lên hay đang xuống đẹp vô cùng. Ngoài ra, anh nghĩ đến những người, ở phi trường này hay ở phi trường đâu đó, có người thân sắp được sum họp, hàn huyên... Anh thấy vui vui.

- Nhưng cũng có thể là chiếc máy bay kia đang chở những người vừa chia tay nhau.

---

[*] National Airport.

- Em nói đúng. Cũng như nói về "Người đưa thư." Người lạc quan cho rằng ông ta là ông già Noël, đem quà, đem tin vui đến cho mọi người. Người bi quan cho là ông ta mang tin buồn, mang thư đòi nợ đến cho người ta... Thực tế nhất mình nên nghĩ, phi trường nào, bến xe nào cũng có người vui, người buồn. Ông đưa thư nào cũng mang cả tin vui lẫn tin buồn. Còn phần mình, hễ gặp rủi ro, mình phải đứng lên làm chủ vận mệnh của mình. Trong những ngày em được thở không khí tự do, anh ước ao em nhìn ra một điều, con người sinh ra đã có những quyền cơ bản bất diệt. Con người phải được tự làm chủ vận mệnh của mình. Ngay những người tin có Trời Phật, có Thượng Đế, cũng phải nghĩ rằng Trời chỉ có một phần thôi. "Có Trời mà cũng tại ta" như cụ Nguyễn Du đã nói cách đây gần hai trăm năm. Trời mà cũng chỉ có thể nắm vận mệnh mình có một phần thôi huống chi là người, hay nhóm người. Nếu em ý thức được điều đó, thì thứ nhất, em sẽ không để cho ai cầm vận mệnh mình. Thứ hai em sẽ hết sợ sệt, ù lì, tránh né... Hai điểm một và hai anh vừa nêu trên, sẽ dẫn con người đến chỗ tự tin, có niềm tin nơi người khác, và cuối cùng, lạc quan.

- Em nhất trí với anh điều đó.

- "Nhất trí" như thế nào?

- Em bắt đầu nhận thấy "Con người sinh ra phải có những quyền căn bản, không ai được quyền tước đoạt. Con người cũng có thể làm chủ được vận mệnh mình." Cái đó không còn là điều không tưởng nữa. Tuy nhiên, làm được điều đó, cũng đòi hỏi nhiều điều kiện.

- Điều đó rất dễ hiểu. Em đã sống từ thuở lọt lòng trong nếp sống cũ. Muốn thay đổi cũng cần thời giờ.

Ngoài ra, một điều rất quan trọng, không ai có thể thay đổi cả một lối suy nghĩ, một nếp sống của một nước một mình được. Con người sống trong tập thể. Muốn thay đổi, cả tập thể phải cùng thay đổi. Nếu em lọc một giọt nước trong dòng sông kia thì có ích gì?

- Em thấy việc khó khăn, và em đơn độc.

- Em có anh, sao lại gọi là đơn độc? Hơn nữa, em thấy đơn độc vì từ trước đến nay em sống tránh né, em đâu có để ý tìm ai. Người ta rất khó tìm thấy người đồng chí hướng nếu chính mình cũng không biết mình muốn đi hướng nào. Bây giờ em có hướng rồi, hãy nhìn xung quanh, ở hải ngoại cũng như quốc nội, đầy dẫy những kẻ đồng hành, mà trước nay, em đã vô tình không thấy họ.

Hai người ngả xôi gà ra ăn, thật ngon miệng.

- Anh trông kìa! Trăng tròn quá. Hôm nay ngày rằm à?

- Ừ, ngày rằm nên nhà anh mới có xôi. Cô em anh giống má anh. Chịu khó cúng lắm. Chẳng để sót ngày rằm, mồng một nào.

- Cô nào phải giỏi lắm mới dám làm dâu nhà anh nhỉ?

- Em thương anh em sẽ vượt được khó khăn đó. Ta dọn dẹp rồi vào xe ngồi, không có sương lạnh. Anh còn chuyện này muốn nói với em.

Hai người xếp dọn rồi ra mé sông rửa tay. Mặt trăng lung linh tan vỡ thành những mảnh bạc lóng lánh. Bên kia sông, đài kỷ niệm Washington có dáng cây bút chì đã sáng rực, do các ngọn đèn dưới chân đài chiếu hắt lên. Vòm trời đen, cao, lấm chấm sao.

Nga vào xe hồi hộp đợi nghe chuyện Tường sắp nói.

- Anh sắp phải đi Mạc Tư Khoa hai tuần.
- Em có được phép hỏi anh đi làm gì không?
- Anh đi gặp một số anh em, xem có làm được việc gì... Gặp họ rồi mới biết.
- Bao giờ anh đi?
- Ngày kia.
- Có ai bố trí đón anh ở sân bay chưa?
- Theo nguyên tắc thì có, nhưng anh cũng chưa biết mặt người đó.
- Em có giúp gì được không?
- Có. Anh cần em ở nhà yểm trợ tinh thần cho anh.
- Thế mà anh em giấu từ chiều đến giờ mới chịu nói.
- Anh sợ em chưa sẵn sàng nghe.
- Bây giờ anh làm gì, đi đâu em cũng chả ngạc nhiên... Em tin là em sẽ khắc phục được.
- Sao lần này em lại bình tĩnh thế?
- Tại vì em không trả lời được câu hỏi của anh lúc nãy: "Cái gì bắt anh ngồi đây với em?" Lúc anh hỏi: "Công an? Mật vụ? Đảng?" Em suýt bật cười, nhưng em cố nhịn, vì em tức anh.
- Sao lại tức anh?
- Vì anh nói đúng. Em biết em không phải người hoàn toàn nhất anh quen biết. Thế mà anh vẫn mất công, tốn sức với em, thì chắc là... anh yêu em thật. Em đa nghi quá.
- Đúng thế. "Tự hỏi" để tìm ra cái "logic" của vấn đề, là bí quyết anh luôn luôn dùng mỗi khi niềm tin bị lung

lay. Cũng như trước kia anh vẫn từng tự hỏi: Em có nhiều người theo đuổi, tại sao em chọn đi chơi với anh, một người chưa có cái gì bảo đảm cho tương lai? Một khi con người có tự do lựa chọn, người ta sẽ thành thực được với nhau. Nếu phải chọn lựa vì bạo lực, vì mua chuộc... thì trước sau gì cũng đổ vỡ.

Nga tựa đầu trên vai Tường, gọn ghẽ, bé bỏng trong vòng tay của chàng. Tường lấy áo đắp qua vai Nga. Tình yêu thực sự đã mang lại cho nàng niềm tin. Niềm tin là nền tảng của hạnh phúc.

- Lúc nãy anh hát bài gì mà nghe tình cảm ghê?
- Ai bảo mải giận hờn, chẳng chịu nghe. Đó là bài "Bên kia sông" của Nguyễn Đức Quang.

Nga nũng nịu:
- Anh hát lại cho em nghe đi!
Tường vừa hát vừa nhìn cảnh sông trước mặt:

Này người yêu, người yêu tôi ơi!
Bên kia sông là ánh mặt trời
Này người yêu, người yêu tôi hỡi
Bên kia đồi cỏ non đan lối
Bên kia núi núi cao chập chùng
Bên kia suối, suối reo lạnh lùng
Là bài thơ toàn chữ hư vô...

Nga đang đắm hồn trong thế giới thi ca... Tường hát xong lại khe khẽ ru... Những câu ca dao, những câu thơ đầy tính dân tộc dồn dập tràn về... đưa Tường và Nga qua các cánh đồng thẳng cánh cò bay, với màu xanh mạ non, màu vàng lúa chín... Có những lũy tre xanh bao bọc những ngôi trường đầy ắp trẻ thơ. Có nắng lên, mưa xuống hài hoà. Tiếng chuông nhà thờ rộn rã reo vui. Tiếng chuông chùa ngân nga văng vẳng... Trong những âm thanh êm đềm đó, cũng lẫn tiếng máy cầy xình xịch, tiếng máy bơm nước ào ào... Xa xa, khói kỹ nghệ cuồn cuộn lên không trung, mù mịt...

Tiếng Nga thở nhè nhẹ, đều đều, bình an.

Vừng đông từ từ ló rạng...

22

Ít khi tất cả mọi người trong nhà trọ có mặt ở nhà cùng một lúc như hôm nay, cái bếp vì thế hơi chật, nhưng vui và ấm cúng. Nga đang làm món bò bún, vừa học được của chị Phượng. Hui-Ling đang nặn mấy cái há cảo cho vào nồi hấp.

Hai cô đang trao đổi nhau cách thức làm món đặc biệt của mình. Anna và Sarah thì chỉ thoáng một cái đã làm xong bữa, bưng ra bàn ngồi ăn ung dung. Anna ăn bánh mì săng-đuých, còn Sarah ăn một bát sà lách to tướng trộn nước sốt chua chua, ngọt ngọt. Bà chủ nhà đang ngồi ở đầu bàn xúc từng miếng cá hấp đưa lên miệng, ngon lành. Hồi chiều bà đã khoe từ ngày bà chịu khó ăn cá thay vì ăn thịt, bà xuống được bẩy pao, và chất mỡ trong máu của bà bây giờ chỉ còn 220. Bất chợt bà bật cười:

- Tôi nghiệm thấy ở nhà này, hễ hai cô Á Đông gặp nhau là chỉ bàn chuyện ăn uống. Còn hai cô Mỹ gặp nhau thì chỉ nói chuyện tình dục! Đố các cô biết tại sao đấy?

Anna trả lời bừa:

- Chúng tôi không biết nấu nướng thì bàn đến nấu nướng làm gì cho mất thì giờ.

- Không phải. Tại đối với một nước nghèo, mối quan tâm hàng đầu của họ là đồ ăn. Còn gái Mỹ thì không lo thiếu ăn, chỉ lo thiếu tình dục. Nhưng các cô quên một điều là người ta có câu "Con đường đi đến con tim của người đàn ông là đi qua cái dạ dầy của anh ta." Nếu các cô cứ cho nó ăn dài dài món bánh mì săng-đuých hay sà lách suông như thế kia, thì sớm muộn gì nó cũng phải bán sới.

Sarah cãi lại:

- Nhưng nếu chúng tôi làm cơm khéo, chúng tôi lại phải lo làm sao xuống cân, với giảm lượng mỡ trong máu, như bà vậy.

Mọi người phá lên cười. Bà Chris đổi đề tài:

- Này các cô, ra đường buổi tối cẩn thận đấy nhé. Trong có hai tuần vừa rồi, vùng Washington, D.C. có cả thẩy 24 vụ bắn giết.

Nga mừng chộp được cơ hội bầy tỏ những suy nghĩ làm nàng bận tâm trong mấy ngày qua, nàng góp ý ngay:

- Đó là điều tôi không thể hiểu nổi xứ này, nhất là luật lệ. Tại sao có mỗi vấn đề cho hay không cho người dân mua súng, mà không sao giải quyết nổi?

- Cấm thế nào được người ta mua súng? Người công dân được quyền có súng là điều đã được viết sẵn trong hiến pháp từ thuở xa xưa. Khi nước Mỹ chưa có quân đội, người ta cho phép thường dân có súng để tự vệ. Thay đổi làm sao được--Sarah nói.

- Sự thực, luật nào cũng có thể tu chính. Nhưng ở cái xứ này, bọn tư bản luôn luôn mua chuộc, thao túng được Quốc Hội. Nếu tổng thống ra luật cấm thường dân không được mua súng, thì các hãng làm súng sẽ lại vận động sao cho luật đó không được Quốc Hội thông qua... Thật là chuyện quẩn quanh, chẳng bao giờ hết cả—Anna đã ăn xong, cô đứng dậy, vừa mang đĩa của cô ra chậu rửa bát vừa nói.

- Này! Có ai nghe một khẩu hiệu mới : "Guns don't kill. People kill"[*] của hội NRA vừa tung ra không?

- Hội NRA là hội nào, bà Chris?--Nga hỏi.

- À đó là hội bảo vệ quyền có súng của người dân. Nó là chữ viết tắt của National Rifle Association.[*] Anna trả lời:

- Không, tôi không được nghe, nhưng chẳng có gì đáng ngạc nhiên, vì có thể NRA lại được các công ty buôn bán súng cho tiền, thì hội phải vận động cho nhiều người được mua súng chứ. Tôi nghĩ chỉ còn cách là người dân phải tự ý thức, làm sao sử dụng súng cho đúng chỗ. Bây giờ cấm hẳn không cho thường dân có súng thời sẽ có thể có nguy cơ khác. Người lương thiện tôn trọng pháp luật, không tàng trữ súng. Còn kẻ bất lương vẫn có cách mua được súng lậu. Thế thì mình lấy gì tự vệ?

---

[*] Súng không giết [người,] người mới giết [người.]
[*] Hội [bảo vệ quyền có] súng Quốc Gia.

- Ôi thôi, vấn đề của nước này nói hoài không hết--Bà Chris lắc đầu--Ai cũng ghê tởm tội ác, nhưng hễ nói đến hình phạt "xử tử" thì mọi người lại la toáng lên là vi phạm nhân quyền. Tôi chả hiểu người ta muốn gì nữa.

- Tôi nhất trí với bà đấy, bà Chris ạ. Cái lối tự do của nước này thật là quái gở--Nga khẳng định.

Một buổi tối tưởng như chỉ tán gẫu với mọi người cho qua thời giờ, thế mà Nga cũng học được nhiều thứ. Từ luật pháp, đến quan niệm tự do, dân chủ, đến các ý kiến khác nhau của người dân Mỹ. Cuối cùng, Nga thấy một khi người dân không biết tự quân bình giữa tự do, dân chủ với pháp luật và đạo đức, thì cái giá phải trả cho tự do dân chủ sẽ trở nên quá đắt. Nga lại có lý do để e dè, cân nhắc trong việc tìm cách thay đổi cho Việt Nam.

23

Thường thường mỗi chiều trên đường đi học về, Nga bước đi hăng hái. Trong lòng tràn ngập hy vọng tìm thấy cánh thư nhà đang nằm đợi trong hộp thư. Chiều nay, Nga còn hồi hộp hơn vì có thêm một cánh thư nữa để mong chờ, đó là thư của Tường.

Mở hộp, Nga lấy cả xấp thư đem vào. Ngồi bệt trên thềm, toan phân loại thư cho từng người, nàng thấy ngay một tấm bưu thiếp với nét chữ của Tường:

"Anh đang ghé phi trường Helsinki, Phần Lan. Ngừng đây vài tiếng rồi đi tiếp. Đã đọc những tờ báo anh đưa chưa? Bao nhiêu tâm sức của nhiều người đó em! Giữ gìn

sức khỏe cho anh. Anh sẽ viết nhiều khi tới nơi. Hôn em. Tường."

Nga ngồi dựa lưng vào cột hiên nhà, thờ thẫn nhớ người yêu. Nghĩ đến mấy tờ báo phát hành từ Đông Âu, từ Mát-xcơ-va mà nhiều lần Tường nhắc nhở Nga phải đọc, bỗng nhiên Nga linh cảm thấy các hoạt động của Tường có thể liên quan đến các nhóm này. Nga tự hứa tối nay sẽ đọc. Một con chim sẻ sà xuống ngay bậc thềm, nghếch mỏ nhìn nàng. Trong vùng này có nhiều giống chim đẹp lắm. Có con hồng y mà có lần Anna bảo nàng tên Mỹ của nó là "Cardinal," đỏ như son, trên đầu đội mũ lông dựng cao, chung quanh mỏ viền đen, trông rất oai hùng. Con "Blue jay" màu xanh, đốm trắng, khoảng chung quanh mắt và cổ trắng toát, trông rất duyên dáng... Nhưng Nga thương nhất con chim sẻ, giống y hệt chim sẻ Việt Nam. Nó tượng trưng cho người nông dân mộc mạc trong chiếc áo nâu, gọn gàng, nhanh nhẹn... Không thấy Nga phản ứng, nó nhẩy nhẩy vài bước rồi quay lại nhìn như muốn rủ nàng đi chơi. Chợt con Kitty nhẩy xổ vào lòng Nga, làm con chim vụt bay lên cành cao. Nga trở lại với công việc soạn thư. Bỗng nàng để ý đến một chiếc phong bì lạ, dán tem Nga. Tên người gửi: Vũ Thanh Nhàn, gửi cho Nguyễn thị Thường Nga. Nga mừng quýnh, bóc vội:

Mát-xcơ-va ngày... tháng..., năm...
Nga thân yêu,
Tao đã trở lại Mát-xcơ-va sau chuyến về thăm nhà. Hôm ở nhà, tao đến tìm mày, cả nhà bảo mày đã được học bổng đi Mỹ, tao mừng quá!

Trước hết tao muốn biết sức khỏe của mày thế nào? Khi ở nhà, mày mảnh mai, đúng là tiểu thư Hà nội, không biết có chịu nổi những cơn bão tuyết bên Mỹ không? Tuyết bên ấy không thấm gì với bên này đâu, nhưng mày chưa quen, nên tao cũng lo.

Đã hơn năm nay tao không viết thư cho mày nữa. Tao nhớ còn nợ mày hai lá thư cuối cùng không trả lời. Tao xin lỗi, nhưng tao có lý do. Lúc đó tao thấy chúng mình đã viết cho nhau thật nhiều, nhưng nói toàn những điều không thật, tao chán không muốn viết nữa. Lúc mày còn ở nhà tao thấy không tiện nói, mà có nói chưa chắc mày đã hiểu. Bây giờ đã ra nước ngoài, hi vọng mày có cái nhìn khác xưa, và chúng ta sẽ có thể thông cảm nhau hơn.

Bức thư đầu tao không muốn nói nhiều, vả lại cũng mới trở lại đây, giờ giấc còn khác biệt, tâm trạng còn rối bời. Chúng mình sẽ có nhiều dịp nói chuyện. Những chuyện mà hơn năm nay tao để dành đợi đến lúc này sẽ nói với mày một thể.

Nhận được thư này mày viết cho tao nhé. Ôi! Tao mong nhận được thư mày biết mấy. Tao chẳng bao giờ có thể quên những ngày thơ ấu của chúng ta. Những hạt bo bo, củ khoai, củ sắn... các anh chị và mày nhường cho tao trong những ngày tụi mình đi sơ tán cùng. Chuyện chúng mình viết đến mấy pho sách cũng không hết. Tao tạm ngừng ở đây. Mong thư mày lắm lắm.

Thân yêu,
Nhàn

Nga gấp thư. Nàng nhớ lại cả một thời thơ ấu. Những ngày sơ tán. Những hạt bo bo, những tấm áo rách... Nhàn và Nga lúc nào cũng có nhau. Ở Hà nội hai đứa ở cùng phố và học cùng trường suốt từ tiểu học đến trung học. Nhiều lần sơ tán về quê ngoại, mẹ Nhàn đã gửi Nhàn đi cùng với anh chị em Nga. Hai đứa suốt ngày thơ thẩn chơi ở bụi tre, bờ ao, bờ ruộng, tìm bắt châu chấu, cào cào. Bố của Nhàn đi bộ đội, vào giải phóng miền Nam, hy sinh trong trận tổng công kích Mùa Hè Đỏ Lửa ở Quảng Trị. Từ đó hai mẹ con Nhàn được lĩnh lương dành cho vợ con liệt sĩ, trị giá bằng hai bát phở mỗi tháng. Gia đình Nga thương cảnh Nhàn mẹ goá, con côi, nên cũng giúp đỡ, cưu mang ít chút, mặc dù mẹ Nga cũng gần như goá. Bố Nga có mấy khi được ghé về nhà. Nhưng nhờ có quê ngoại, gia đình Nga cũng có nơi nương tựa.

Nhàn nói đúng. Hơn một năm nay Nhàn không viết cho Nga nữa. Hai bức thư cuối cùng của Nga, nó không trả lời, cũng chẳng giải thích tại sao. Nay nó bảo... *"chúng mình viết cho nhau thật nhiều, nhưng nói toàn những điều không thật."* "Những điều gì không thật?"--Nga tự hỏi. Sợ đoán sai, nàng không muốn nghĩ tiếp. Nàng đứng lên, về buồng viết thư cho bạn.

Oa-sinh-tơn ngày... tháng..., năm...
Nhàn thân yêu,
Nhận được thư mày tao mừng quá. Chị Tú nói là mày đến thăm gia đình tao và lấy địa chỉ tao để viết thư. Chị có dặn phải đợi hơn tháng nữa mày mới trở về Mát-xcơ-va. Nhưng tao vẫn mong thư mày từ ngày ấy.
Tao vẫn khoẻ mày ạ. Sang đây tao béo lên được ba, bốn cân. Tao rất thích khí hậu ở đây. Nhưng vẫn chưa quen uống sữa tươi, uống vào là sôi bụng. Giá uống được

nhiều sữa chắc còn lên cân nữa. Tao cũng ngạc nhiên là tao qua được mùa đông vừa rồi không đến nỗi ốm đau, cảm cúm. Có lẽ tại tao sợ ốm nên đề phòng kĩ lắm. Còn mày thế nào, không kể cho tao nghe? Thư sau gửi cho tao mấy cái ảnh nhé.

Trong thư mày nói tụi mình viết cho nhau nhiều mà nói toàn những điều không thật. Tao không muốn đoán mò nên đợi thư sau mày nói rõ hơn. Mày biết tụi mình thân nhau như thế nào, mày đừng ngại nói thật hết những điều mày nghĩ. Tao cũng rất mừng chúng mình có dịp liên hệ lại với nhau. Năm kia mày ngừng viết thư, tao rất buồn và thắc mắc không hiểu mày giận tao chuyện gì, vì thế sang đây tao cũng không muốn liên lạc lại.

Mày về thăm nhà chắc bác mừng lắm nhỉ? Bác thật can đảm, có cô con một mà cũng dám cho đi. Bao giờ mày tốt nghiệp? Đã định làm ở bộ nào chưa? Mày về có gặp anh Hưng tao không? Chị Tú viết cho tao, nói ý là anh ấy đang tìm cách bỏ việc dạy học. Dĩ nhiên chị ấy không dám nói rõ, tao đoán thôi. Đi dạy dù số thu nhập ít ỏi nhưng cũng còn hơn, nay nghỉ thì làm gì ra tiền, anh chị ấy có biết buôn bán gì đâu. Tao nghĩ bên nhà bây giờ đã cởi mở, tao viết thư về nói thoải mái, liền bị mẹ tao cảnh cáo. Tao chịu không hiểu. Mày biết gì hơn, cho tao nghe với.

Tao viết vội để đi gửi thư. Mong nhận được thư mày.
Thân ái,
Nga

Nga bỏ thư vào phong bì. Đóng lại. Dán tem. Đi ra cửa. Trong lòng phấn khởi, chờ mong, hy vọng...

24

Khóa học hè của Nga đã xong được quá nửa. Chẳng bao lâu nàng sẽ thi ra trường. Không hiểu cái nắng như thiêu như đốt của vùng thủ đô làm Nga chậm chạp, lười biếng, hay tại sự vắng mặt của Tường làm nàng không tha thiết với cảnh vật xung quanh. Nga đếm từng ngày, mong chóng đến ngày Tường trở về. Tấm thiếp Tường gửi cách đây hơn một tuần, hẹn sẽ viết thư dài. Đến nay chưa thấy tăm hơi gì hết.

Tối nay, Nga vừa uể oải lấy sách ra định học, tiếng điện thoại reo:

- A-lô.
- Em đấy à?
- Giời ơi! Anh ở đâu thế?
- Anh đang ở Mạc Tư Khoa. Anh quá bận chưa viết thư cho em được. Đang sợ em mong thì khám phá ra là gọi điện thoại ở đây khá rẻ. Thôi, đừng chờ thư anh nhá. Về anh đền.
- Anh có khỏe không? Công việc có tốt không?
- Tốt lắm. Anh gặp được nhiều người, và cũng làm được một số việc tốt. Hơn cả anh mong đợi.
- Bao giờ anh về?
- Một tuần nữa. Vẫn đúng như dự định. Bao giờ em hết học?

- Ba tuần nữa. Còn hơn tháng nữa em về Việt Nam rồi.

- Anh biết. Anh còn nhớ ngày đó hơn ngày sinh của anh nữa. Em đọc những tờ báo anh đưa chưa?

- Đọc rồi! Hình như anh nghĩ về mấy tờ báo đấy hơn cả nghĩ đến em.

- Chỉ nói bậy! Nhớ anh không?

- Hơi hơi thôi.

- Nhớ hơi hơi thì về anh cũng chỉ phải đền hơi hơi thôi. Chịu không?

- Không chịu!

- Tham! Thôi đi ngủ đi. Mơ thấy anh nhé! Hôn em!

- Vâng, anh cũng ngủ ngon nhé.

- Anh đâu có được ngủ.

- Sao thế?

- Thôi, chuyện dài lắm. Để về anh kể. Hôn em.

- Vâng, thôi chào anh.

Căn gác trọ lại một lần nữa ấm cúng hẳn lên. Nga mở sách ra học. Hàng chữ nhẩy múa trước mắt. Gấp sách lại. Giấc mộng tràn về...

Nga không hy vọng nhận được thêm thư nào nữa của Tường. Đành phải đợi đến khi chàng về thôi. Nhưng hôm nay nhận được thư Nhàn, Nga mừng không kém.

Mát-xcơ-va ngày..., tháng..., năm...
Nga thân yêu,

Tao nhận được thư mày rồi. Nhìn nét chữ mềm mại, mảnh khảnh của mày, tao nhớ lại tất cả những kỉ niệm êm đềm của thời thơ ấu. Bây giờ mày đang ở nước ngoài, mà tao cũng thế. Tao đề nghị chúng mình viết cho nhau trên căn bản thành thật. Nếu ở hoàn cảnh thuận lợi này, mình vẫn không thể thành thực được với nhau, thì thà đừng viết. Mày có nhất trí không?

Mày thử nhớ lại ngày tao ngừng viết cho mày, có phải chính là khoảng thời gian mày bắt đầu hồ hởi kể tao nghe những chuyện cởi mở, đổi mới, kinh tế tự do... ở bên nhà. Tao biết mày nói tự đáy lòng. Nhưng đang sống trong cái hũ nút, mày chỉ nhìn thấy cái gì người ta muốn mày thấy thôi. Tao không trách mày, nhưng nếu tao cứ ậm ừ nói theo mày, thì thứ nhất lương tâm tao không yên ổn, hai nữa mày lại càng chìm đắm trong cái hũ nút. Trong khi đó, ở ngoài nhìn về tao dần dần thấy rõ, tất cả những gì nhà nước làm chỉ là cái bánh vẽ, và tất cả cái gì nhà nước nói thì vẫn là nói một đằng làm một nẻo. "Cởi mở" chỉ đủ cho quả bóng xì bớt hơi, cho dân khỏi nổi loạn. Vì thế mới chỉ là cởi mở nửa vời, vì vẫn còn cái đuôi "theo định hướng Xã Hội Chủ Nghĩa" đưa đến thảm trạng luật lệ mỗi lúc một khác. Còn kinh tế bây giờ là kinh tế giả tạo. Giả tạo ở chỗ mình không có thực quyền. Cái gì cũng để cho bọn tư bản nước ngoài chi phối. Nhưng đau một nỗi là những bọn tham nhũng, trong đó có vợ con các ông to lại rất hưởng ứng thứ kinh tế này. Họ đang thu những món lợi ăn xổi, làm giầu nhanh, còn tương lai quốc gia, dân tộc, họ mặc kệ. Nếu mình cổ võ cho thứ kinh tế đó, nếu mình cam nhận thứ cởi mở đó, là mình đầu hàng, và mối nguy cơ phá sản đang đến với dân tộc. Sự thực nó như thế, làm thế nào tao nói với mày được lúc ấy, tao nghĩ thà không viết nữa còn hơn.

Bố tao đã hi sinh cả cuộc đời cho cách mạng để mong có một ngày "Độc lập, Tự do, Hạnh phúc" như Đảng từng hứa hẹn. Nhưng độc lập đã bao nhiêu năm rồi, tự do và hạnh phúc vẫn chỉ là những lời hứa hẹn, vẫn chỉ là cái bánh vẽ. Tao tin là nếu giờ này bố tao còn sống, chắc chắn ông cũng phải quay súng bắn vào bọn lãnh tụ Hà Nội, vì chính chúng mới là kẻ thù của dân tộc.

Bây giờ Liên-xô, các nước Đông Âu đã bừng tỉnh. Những lãnh tụ Việt Nam không phải không nhìn thấy cái lỗi thời của mình, nhưng vì tham quyền cố vị, nên vẫn củng cố địa vị bằng đàn áp, tù đầy những người có tư tưởng đối lập. Nếu chúng ta im lặng, cam chịu, chúng ta sẽ nối giáo cho giặc, chúng ta phản bội nhân dân, chúng ta có tội với những người đã nằm xuống vì lí tưởng tự do...

Nga ạ! Tao không mong đợi mày hiểu tao 100%. Tao chỉ mong những ngày còn lại, trước khi về, mày hãy nhìn chung quanh để hiểu cái nghĩa đúng của dân chủ, tự do là gì. Để hiểu quyền căn bản của con người là gì. Rồi về nhìn lại quê hương bằng cái nhìn bao quát và đúng đắn, mày sẽ thấy cái quyền căn bản tối thượng của con người, là quyền tự do lựa chọn, quyền đó đã bị tước đoạt từ gần nửa thế kỉ nay. Và đối với thế hệ chúng ta, chúng ta bị tước đoạt từ khi mới ra đời.

Hôm về thăm nhà, tao có dịp nhìn lại quê hương sau ba năm xa cách. Tao càng tin chắc là muốn rút ngắn con đường đem ấm no, hạnh phúc cho gia đình, dân tộc, quê hương, chúng ta chỉ còn cách xóa bỏ chế độ độc tài, chế độ độc đảng. Bất cứ hành động nhân nhượng, vá víu nào cũng sẽ chỉ kéo dài sự lạc hậu, đói khổ của dân tộc. Hành động "cởi mở" (như mày nói) chẳng qua cũng chỉ là câu chuyện rượu cũ trong bình mới, không thể giải quyết được vấn đề của dân tộc mà chỉ củng cố thêm địa vị cho giới lãnh đạo, đè đầu cưỡi cổ nhân dân mà thôi.

Cũng trong dịp này, tao đã xin mẹ tao, cho tao ở lại Nga. Sau bao nhiêu ngày hai mẹ con khóc hết nước mắt, cuối cùng mẹ tao cũng nghe ra và bằng lòng cho tao ở lại. Đây là việc làm không dễ, vì nước Nga chưa có chế độ dành cho người tị nạn chính trị, dù bây giờ họ không còn nể nang Việt Nam, làm tất cả những gì Việt nam yêu cầu như xưa nữa. Những người ở đây sau năm năm, muốn ở lại sẽ phải sống trốn tránh, ngoài vòng pháp luật. Nhưng tao chấp nhận tất cả. Mày đừng lo tao cô đơn. Chung quanh tao còn biết bao nhiêu người như tao. Ngoài ra, mày có biết tụi mình có rất nhiều bạn học cũ hiện ở rải rác bên Đông Âu không? Rất tiếc mày sắp về chứ không thì tao cho mày địa chỉ chúng nó, mà viết thư. Mày sẽ thấy chúng có những ý nghĩ khác xưa lắm rồi.

Tao vẫn biết, những người sống ở giữa lòng chế độ mà tranh đấu chống chế độ là những bậc anh hùng, tao vô cùng ngưỡng mộ. Nhưng mỗi người một hoàn cảnh. Ở cảnh ngộ nào, ở nơi nào, người ta cũng có thể cứu nước trong khả năng của mình. Mày đừng tưởng những người chọn ở lại đây là sung sướng, và nơi đây là thiên đường đâu nhé. Nếu mày có dịp đến xem khu chợ trời của người Việt mình. Ngoài giờ đi làm hay đi học, họ về sống chui rúc trong một khu nhà ở tập thể. Họ đứng bán chợ trời để kiếm thêm tí chút gửi về giúp gia đình. Mặt mũi người nào cũng u uất, ngơ ngác, sợ sệt... Họ sợ cảnh sát Nga, sợ nhân viên sứ quán Việt nam, sợ đủ thứ... Nhân viên cảnh sát Nga coi người Việt như hằn thù, như một lũ ăn bám. Họ cũng có khó khăn về kinh tế, hàng hoá khan hiếm không đủ dùng... Ở khắp nơi, ngoài đường, khu buôn bán, sân bay... người

Việt bị cảnh sát Nga và bọn Ma-phi-a đánh đập như cơm bữa. Sứ quán mình hèn yếu không dám can thiệp. Thế mà vẫn còn dễ thở hơn ở trong nước, nói thế mày đủ hiểu. Hỏi ra, ai cũng cùng một tâm sự. Họ nói bị người nước ngoài xử tệ với mình, mình nhổ bãi nước bọt, rồi quay đi là hết, miễn sao được sống qua ngày, để mưu đồ việc lớn, hay ít nhất cũng giúp được gia đình. Còn như bị chà đạp, bị bóc lột, bị lừa bịp bởi người tự xưng là Cha Già mình, thì cái đau đớn, cái tủi hổ nó gấp lên mấy ngàn lần!

Nga ơi! Tao không muốn mày bị xúc động mạnh ngay trong những bức thư đầu vì những lời lẽ quá thẳng, quá mạnh của tao, nhưng mong mày thông cảm, vì thời gian mày ở đây không còn bao lâu nữa. Chị Tú bảo hết hè mày sẽ học xong phó tiến sĩ và về nước. Trong thời gian ngắn ngủi còn lại, tụi mình nên tranh thủ viết cho nhau nhiều nhé. Có thể bây giờ mày chưa hiểu những điều tao nói đâu, nhưng tao cứ nói hết để lương tâm khỏi cắn rứt, và để hi vọng một ngày mày sẽ hiểu. Có thể lần này mày về, vì lí do này hay lí do khác, chúng mình lại một lần nữa không thể nói thẳng được cho nhau những sự thật cần nói. Nhưng lúc nào tao cũng nghĩ đến mày, người bạn tao vô cùng yêu mến, tao vô cùng biết ơn. Và tao ước mong chúng ta vẫn còn có thể chia sẻ cho nhau những điều chúng ta tin tưởng, cũng như những ngày còn thơ ấu. Dù chúng ta ở đâu, trong hoàn cảnh nào. Mày nhớ viết thư nói cho tao nghe thật nhiều về nước Mỹ. Nhớ gửi ảnh cho tao. Tao muốn được xem mày béo ra như thế nào.

Thôi nhé. Hẹn mày thư sau. Mong thư mày lắm lắm.
Thân thương,
Nhàn

Nga gấp thư lại choáng váng. Không thể ngờ, Nhàn, một đảng viên gương mẫu, lúc nào cũng chấp hành nghiêm túc những điều lệ của Đảng, bây giờ trở thành phản động như thế. Nghĩ đến chữ "phản động" Nga chợt xấu hổ nhận thấy mình đã qui tội bạn một cách bừa bãi. Không, Nhàn không bao giờ là người "phản động" theo cái nghĩa thường dùng của nó. Nhàn phải có lý do chính đáng trong việc từ bỏ Đảng. Cũng rất chính đáng như khi Nhàn quyết định tuyên thệ vào đảng bốn năm trước đây. Nga nhớ, sau khi học xong trung học, trong lũ bạn, Nhàn là người được chấp nhận vào Đảng trước tiên. Vì trong quá trình học tập, lúc nào Nhàn cũng tỏ ra thông minh, cần mẫn, đúng qui tắc... Hơn nữa Nhàn là con liệt sĩ, đầy đủ điều kiện và đức tính cần thiết để trở thành một đảng viên. Trong khi đó, các bạn khác, hoặc không đủ điều kiện, hoặc thấy chưa cần thiết như Nga chẳng hạn, đã đứng ở ngoài Đảng. Nga lấy giấy viết thư ngay cho Nhàn.

Oa-sinh-tơn ngày... tháng... năm...
Nhàn thân yêu,

Bức thư của mày làm tao sửng sốt. Nhưng tao cố trấn tĩnh ngay, vì biết rằng bất cứ những điều gì mày nói, việc gì mày làm đều có lí do chính đáng.

Mày nói đúng. Tao có thể không nhất trí với mày 100%, nhưng tao đã hiểu mày 100%. Tao sang Mỹ được gần hai năm rồi, trong thời gian ở đây tao đã cố gắng mở mắt, lắng tai nghe ý kiến từ nhiều phía. Vì thế những gì mày nói về chế độ, không còn là điều mới lạ đối với tao nữa. Tao quen biết một số khá đông Việt kiều trong vùng tao ở. Họ từ nhiều hoàn cảnh, có nhiều căn bản khác nhau, họ đã vạch trần chế độ một cách rốt ráo hơn cả mày. Tao nghe đã quen tai. Mày đừng sợ tao không hiểu. Tuy nhiên, điều mà tao không hiểu là những nỗ lực rời rạc của những phe nhóm của Việt kiều ở nước ngoài mà tao thấy, và nay lại thêm những nỗ lực khác của những người như mày, sẽ đem lại được gì cho quê hương, khi mà đảng Cộng Sản đang cầm quyền, đang mạnh như hiện nay? Có thể tao đã đánh giá quá cao sức mạnh của đảng Cộng Sản Việt Nam, vì khi tao ở nhà tao đã "sống trong cái hũ nút" như mày đã qui cho tao. Hoặc giả, tao xa nhà một năm trời, đã có chuyện gì xẩy ra? Nhưng dù ở trường hợp nào, tao vẫn thấy những nỗ lực ở bên ngoài nước còn rất rời rạc, rất phân tán. Mà đã rời rạc, phân tán, tự nhiên thành yếu xìu. Để chữa một căn bệnh trầm kha, mà người ta pha cho người bệnh một thứ thuốc yếu ớt, thì khác nào chọc tức cho vi trùng nổi lên vật chết con bệnh? Tao hình dung hậu quả khi đó sẽ khủng khiếp. Một cuộc trả thù, một cuộc đổ máu sẽ phải xẩy ra. Lúc đó ai sẽ gánh chịu? Lại nhân dân, như trăm nghìn cuộc tranh chấp trong suốt chiều dài lịch sử.

Nhàn ạ! Nói thế không phải tao đã phủ nhận việc làm của mày. Ngược lại, tao rất khâm phục những nỗ lực nhằm đem lại ấm no, hạnh phúc cho toàn dân. Nếu chúng mình có thời gian hơn, mày sẽ có dịp thấy tao có những người bạn, đang đứng bên kia chiến tuyến, đối đầu với chế độ, mà là bạn rất thân thiết của tao bây giờ. Tao có một người... đặc biệt lắm, nhưng thôi, thời gian ngắn ngủi, mày có biết rõ hơn cũng chẳng ích gì. Anh ấy đang ở Mát-xcơ-va. Mày nhận được thư này thì anh ấy cũng đang trên đường trở về Mĩ. Rất tiếc là tao không có địa chỉ của mày hôm anh ấy đi, để nhờ anh tìm gặp mày. Gặp anh ấy, chắc mày sẽ bằng lòng lắm, vì hai người cũng "phản động" như nhau!

Nói thế để mày hiểu, tao không phải là người hẹp hòi. Bao giờ tao cũng cố gắng tìm hiểu, vì hoàn cảnh nào, vì lí do gì một người suy nghĩ thế này hay thế nọ. Mày cũng không nên ngại nói cho tao biết sự thật. Về Việt Nam nếu không tiện nói thật điều gì, thì chúng mình sẽ trao đổi bằng những từ bí mật vậy.

Còn hơn một tháng nữa tao về rồi. Mày phải viết nhanh nhanh, may ra chúng mình còn trao đổi với nhau được một, hai bức thư nữa là hết. Tao gửi kèm đây tặng mày mấy bức ảnh tao chụp giữa mùa hoa nở tại vùng Oa-sinh-tơn. Ước gì có ngày mày sang Mỹ được. Tao sẽ giới thiệu với mày những người bạn mới của tao. Tao chắc mày sẽ được đón nhận một cách nồng nhiệt. Mong thư và ảnh của mày.

Thân thương,   Nga

T.B. Mày có nhắn gì hay gửi gì cho bác ở nhà thì gửi ngay đi nhé.

25

Tường về mang làm quà cho Nga một con búp bê bằng gỗ, đặc biệt của nước Nga. Gọi là một bộ lồng vào nhau thì đúng hơn. Con búp bê lớn ở ngoài, bên trong có con nhỏ hơn, rồi bên trong còn con nhỏ hơn nữa... Tổng cộng năm con búp bê. Tường bảo con thứ nhất là Tường, con thứ hai là Nga. Những con sau là con của hai đứa.

Vừa lúc Nga nhận thấy mùa hè Hoa thịnh Đốn thật đẹp, lại cũng chính là lúc nàng sắp từ giã cảnh đẹp, người yêu để trở về cái thành phố cũ kỹ, muôn năm không thay đổi, nhưng cũng đầy tình âu yếm, thân thương.

Trời khá nóng, nhưng vẫn có những ngọn gió hây hây. Chỗ nào cũng có bóng cây rợp mát. Ngay giữa thủ đô cũng có những khu rừng cây cối rậm rạp, xanh um. Cây tử vi, bụi hồng trong vườn các nhà ngoài phố nở hoa tưng bừng. Trời trong xanh. Mây trắng mỏng. Mùa hè thật đẹp!

Hai người lại tiếp tục những ngày ríu rít bên nhau. Họ không dám bỏ phí một phút hay một cơ hội nào để được gần nhau.

- Ở Mát-xcơ-va anh có gặp cô sinh viên nào tên là Vũ Thanh Nhàn không?

- Tên gì mà đẹp quá vậy? Nhưng rất tiếc anh không có hân hạnh. Cô ấy là ai?

- Bạn thân của em. Con bé này học cùng với em từ thuở bé, lại ở cùng phố nên thân lắm. Ba năm trước nó sang Liên-Xô học. Rồi tụi em đứt liên lạc. Kỳ vừa rồi nó về thăm nhà, lấy địa chỉ của em ở đây. Chúng em đã liên hệ lại. Hai đứa có thật nhiều kỷ niệm.

- Ở bên Nga có nhiều ký túc xá dành cho công nhân, đại đa số là công nhân Việt Nam sang lao động hợp tác, tiếng Nga gọi là "Ốp." Anh được vào vài Ốp điển hình như Ốp Búa Liềm, chỗ ở của công nhân nhà máy Búa Liềm, Ốp Ngọn Cờ..., rồi Đôm 5, một cư xá của sinh viên Việt Nam, thuộc quyền quản trị của Viện Hàn Lâm Nga. Anh qua làm việc gần như 24/24. Mấy anh em họ đưa đi đâu thì đi đó. Nếu phải mò mẫm một mình thì thời giờ sẽ tốn gấp hai, mà chưa chắc đã gặp được nhiều người mình cần gặp. À, lại còn vấn đề tiếng Nga của anh cũng bị cùn, rỉ nữa. Nhưng được cái viết với đọc chưa đến nỗi nào.

- Việt kiều ở bên đó họ sống thế nào anh?

- Người nào cũng làm hai ba công việc. Họ vừa đi học, vừa đi làm, vừa bán chợ trời, vừa viết báo, viết văn. Đó là tại sao anh cứ nhắc em nên đọc những tờ báo họ viết, mà chẳng chịu đọc. Có khi em tìm thấy tư tưởng, hình ảnh của chính em trong đó.

Nga đọc thuộc lòng một hơi:

"Đối diện ngọn đèn
trang giấy trắng như xeo bằng ánh sáng

Đêm bắc bán cầu vần vũ
nơm nớp ai rình sau lưng ta
Nhủ mình bình tâm nhìn về quê nhà
xa vắng
núi và sông
và vết rạn địa đàng

Nhắm mắt lại mà nhìn
thăm thẳm
yêu và đau
và quần quại bi hùng

Dù ở đâu cũng Tổ Quốc trong lòng
cột biên giới đóng từ thương đến nhớ..."

- À em tôi giỏi. Rất đáng khen.
- Đố anh biết bài thơ ấy tên là gì?

- Anh có đọc đâu mà biết.

- Ơ hay! Thế mà anh dám bảo em không chịu đọc báo của họ.

- Ừ, anh xin lỗi. Vậy thì bài thơ tên là gì, và của ai?

- Bài thơ tên là Nhìn Từ Xa Tổ Quốc, của Nguyễn Duy.

Hôm nay hai người được mời đến nhà Định và Tuyết để dự một bữa cơm, mà theo chủ nhà là để gặp một số bạn bè. Vòng xe ra sân sau nhà Định, Nga và Tường thấy xe đã đậu đầy sân, đoán là mình đã đến sau mọi người, mặc dù nhìn đồng hồ thấy mình đúng giờ chủ nhân mời. Hai người bước lên thềm, đẩy cửa chính bước vào, ngạc nhiên không thấy ai. Tường dắt Nga vừa tiến về phía phòng khách, vừa lên tiếng gọi. Bất thình lình đèn bật sáng. Tràng pháo tay như vỡ căn phòng. Bong bóng màu bay loạn xạ. Giấy đăng ten từ trần nhà rủ xuống như mành mành. Tường chợt hiểu, ôm mặt, lắc đầu:

- Các bạn thật quá xá! Làm chi mà trịnh trọng thế này?

- Chúng tôi tiễn chị Nga chứ đâu có tiễn anh--Một anh nói.

- Ấy không phải tiệc tiễn đâu. Đây là "Wedding Shower"[*]--Tuyết vội cải chính.

- Kìa anh Tường, đọc diễn văn đi chứ--Định nhắc.

- Thôi, hôm nay các anh chị tha cho tôi đi. Nga và tôi rất cảm động về lòng ưu ái của các bạn. Cảm động đến nỗi không nói được gì hơn là một ngàn lần cám ơn.

---

[*] Tiệc trước ngày cưới.

Tiếng vỗ tay lại ran lên. Định bước ra trịnh trọng:

- Như lúc nãy Tuyết nói. Đây không phải là buổi tiệc tiễn chị Nga, mà là một "Wedding Shower" cho anh Tường và chị Nga. Thay mặt tất cả anh chị em ở đây, chúng tôi cầu chúc anh chị sớm làm cái phần kế tiếp là "Wedding"[*] Dù đám cưới sẽ được tổ chức ở đâu, chúng tôi cũng mong được có mặt để chung vui với anh chị.

Mọi người vỗ tay cười vui vẻ. Một vài quả bóng nổ bôm bốp. Tuyết mời mọi người qua phòng ăn. Trên chiếc bàn lớn giữa phòng, món ăn bầy la liệt. Tường và Nga lại một lần nữa ngạc nhiên.

Lấy thức ăn xong ai nấy tìm một chỗ ngồi trong phòng gia đình. Trong đó đã bầy sẵn một dẫy ghế kê dựa vào tường. Anh Linh, người có máu văn nghệ nhất đám, chỉ tay về phía cuối phòng nói:

- Các bạn có biết mấy cái máy vi âm, với các nhạc cụ ở cuối phòng kia dùng để làm gì không?

Chưa ai kịp nói gì, anh đã tự trả lời luôn:

- Ăn xong mỗi người, không trừ ai, sẽ phải lên hát hay ngâm một bài, hay làm bất cứ cái gì, không thôi sẽ bị phạt, phải uống hết một ly rượu đầy.

Mọi người đã ngồi yên đâu đấy. Tường chợt nhận thấy không có Hải. Chàng hỏi Tuyết, Tuyết cho biết Hải không đến được vì phải đi Richmond thăm gia đình. Tường nói:

- Tiếc quá nhỉ? Tuần trước anh gặp Hải. Lúc chia tay, anh hẹn thứ bẩy sau gặp lại ở nhà Tuyết, không thấy anh ấy cải chính.

---

[*] Đám cưới.

- Có lẽ anh ấy tế nhị, muốn tránh mặt đấy anh ạ.

Nói xong Tuyết đứng dậy đi lấy máy ảnh.

- Tất cả mọi người cười tươi nào.

Đèn chớp loang loáng. Linh cảnh cáo:

- Này bà chủ. Phải để dành phim để lát nữa chụp. Mình tuyển lựa tài tử mà.

- Thiếu gì phim. Kia các anh chị ăn mạnh đi chứ. Còn nhiều đồ ăn lắm.

- Sao hôm nay anh Tường hiền lành quá hà!--Một anh bắt đầu trêu chọc. Cả bọn xúm vào.

- Chị Nga có biết anh Tường khi xưa, khi còn tự do, anh ấy xổ nhiều tài lắm, một trong những tài nổi bật của anh ấy là tài nặn tượng. Không biết từ ngày gặp chị, anh ấy còn nặn tượng nữa không?

Nga còn ngạc nhiên, chưa biết trả lời sao. Tường đỡ:

- Khi chưa có tượng thời phải nặn. Bây giờ có rồi còn nặn làm gì.

Cả bọn cười ồ. Anh khác tấn công:

- Tôi lại biết anh Tường ở một khía cạnh khác cơ. Anh ấy vẽ đẹp lắm. Hồi trước anh hay vẽ cái cô gì ấy, anh còn nhớ không?

Tường nhanh trí:

- Anh là người kể chuyện mà anh còn không nhớ, làm sao tôi nhớ được.

Thoa nhỏ nhẹ:

- Hôm nay anh Tường ngồi cười hiền thế kia, nhưng bình thường anh khó lắm đấy chị Nga ạ.

- À, cái đó thì mình biết rồi. Không những khó mà còn độc tài nữa chứ.

Định rót thêm rượu vang cho mọi người. Tường đưa cốc. Nga nhìn Tường ngạc nhiên. Định cười:

- Chị không biết tửu lượng của anh Tường à? Anh ấy uống rượu không thèm đỏ mặt cơ.

- Bây giờ chắc anh Tường phải chịu về sống ở Việt Nam chứ? Sức mấy anh dám để chị Nga ở Việt Nam một mình—Viên hỏi.

- Ai bảo anh thế? Anh không nhớ chuyện ngày xưa Thạch Sanh cứu công chúa trong hang yêu tinh ra sao à?

Cả bọn nhao nhao:

- Chuyện Thạch Sanh thế nào, anh kể đi. Lâu quá, mọi người quên hết rồi.

Tường bắt đầu kể: "Ngày xửa ngày xưa có một ông vua có cô công chúa đẹp tuyệt trần... --Một anh trong nhóm cắt ngang: "Đấy, anh Tường tả thế là đúng quá rồi đấy!"—Mọi người nhìn Nga cười, Tường kể tiếp: Một hôm có con yêu tinh bắt cóc công chúa đem vào hang. Vua treo giải thưởng cho ai cứu được nàng thì vua gả công chúa cho. Khi đó có một anh gian manh tên là Lý Thông. Anh có một người bạn tốt tên là Thạch Sanh có sức mạnh vô song. Anh nhờ bạn đi cứu công chúa nhưng không cho bạn biết là vua hứa ai cứu được công chúa thì vua gả nàng cho. Lý Thông giòng dây cho Thạch Sanh vào hang. Thạch Sanh giết được con yêu tinh, cứu được công chúa đưa lên cho Lý Thông. Lý Thông cắt dây, lấp miệng hang. Đem công chúa vào trình vua để mong vua gả nàng cho. Nhưng về đến nhà, công chúa buồn rầu, nàng bị câm không nói được. Vua truyền phải chữa cho công chúa khỏi bịnh rồi mới gả. Trong khi công chúa chữa bệnh, Thạch Sanh tìm được đường về, liền bị Lý Thông bỏ tù. Trong tù, suốt ngày Thạch Sanh mang đàn ra gẩy và hát nghêu ngao: *"Đàn kêu tích tịch tình tang. Ai mang công chúa trong hang về lầu?"* Câu hát đến tai công chúa, nàng khoẻ khoắn hẳn ra và nói được.

Nàng tâu với vua cha rằng người cứu nàng là người đang hát chứ không phải là Lý Thông. Vua cho người triệu Thạch Sanh vào cung, gả công chúa cho."

Mọi người vỗ tay. Linh hỏi:

- Hình như anh Tường kể thiếu. Thế còn cái nồi Thạch Sanh đâu?

- Cái nồi à? Thạch Sanh để lại ở Việt Nam, vì Việt Nam đang cần.

- Ồ, thế thì xong rồi! Các bạn ơi, anh Tường đã mở màn văn nghệ rồi, chúng ta tiếp tục đi chứ?

Tất cả tán thành. Người đứng dậy dọn dẹp, người vào phòng tắm, người kê lại bàn ghế, ồn ào. Tường ghé tai Nga:

- Sao? Hôm nay công chúa của anh có vui không? Ở nhà có thấy Thạch Sanh vào cướp đi thì "OK" liền, đừng chống cự nhé!

Hai người nhìn nhau cười, biểu đồng tình.

Đợi cho mọi người yên vị. Linh bắt đầu giới thiệu mục văn nghệ bỏ túi của anh. Để làm gương cho mọi người, anh xung phong hát bài "Lâu Đài Tình Ái" Giọng anh trong, lên cao mà ấm.

Tiếp theo đến anh Minh, anh Lữ, chị Lan. Họ đều có giọng hát hay. Linh quay sang Nga:

- Bây giờ tôi xin giới thiệu nhân vật chính, chị Nga.

Nga bẽn lẽn không chịu đứng dậy. Tường đứng lên:

- Thôi để tôi cứu bồ vậy.

Linh không chịu:

- Anh có bổn phận riêng của anh. Nếu anh muốn cứu chị Nga, anh phải uống một ly rượu phạt đi đã, rồi anh đóng góp phần của anh.

- Cái gì chứ rượu là chuyện nhỏ.

Nói xong Tường lại bàn rót một cốc vang đầy, nốc một hơi hết. Tường giơ tay toan lấy máy vi âm từ Linh thì Định chộp lấy:

- Khoan đã, để tôi giới thiệu anh Tường một cách đầy đủ hơn. Ở đây một số anh chị chưa có dịp sinh hoạt chung với anh Tường nên không biết rõ anh. Anh là người đầy nghệ sĩ tính, và lại nhiều tài, nên cứ bị hết bạn này lôi lại đến bạn kia kéo. Anh có nhiều chất sĩ trong con người anh: văn sĩ, thi sĩ, họa sĩ, nặn sĩ, ngâm sĩ, ca sĩ vv... Nhưng một năm nay tự nhiên anh biến mất. Không ai hiểu chuyện gì bèn đi điều tra, thấy anh mới có thêm một chất sĩ nữa, đó là "lặn sĩ." Anh lặn đi tìm kho tàng châu báu tận đáy biển. Anh ấy tìm được hay không thì các anh chị thấy rồi.

Tường lắc đầu, giằng máy vi âm lại.

- Tôi cứ tưởng tôi với anh Định là chỗ ân tình, thế mà cứ xểnh ra một cái là anh hại tôi. Anh tiết lộ hết bí mật của tôi rồi, còn gì đâu nữa mà nói. Bây giờ tôi xin ngâm một bài thơ. Bài này để tặng Nga, và tặng tất cả những ai có lòng với quê hương, dân tộc. Xin anh Linh cho một chút sáo lên:

"Em là mưa thung lũng
anh là nắng bình nguyên

nắng mưa cách biệt hai miền
làm cho điêu đứng dân hiền anh ơi!
Ruộng ai cháy nắng
nhà ai lụt trôi
dân gần trăm triệu
đói rách tả tơi
ước gì mưa nắng một nơi
sớm chiều góc bể chân trời bôn ba

anh đem hơi ấm
hòa giọt mưa sa
tưới lên đồng ruộng bao la
lúa reo nắng sớm vàng pha mây trời

nắng mưa hòa thuận nơi nơi
trẻ thơ no đủ, giặc rồi tiêu tan
mẹ già cười nụ hân hoan:
Đời tôi hẳn sẽ thanh nhàn yên vui

oái oăm con tạo trêu ngươi
làm cho mưa nắng chia đôi hai đường
xa nhau nặng mối sầu thương
gần nhau quấn quít tơ vương cũng rầy!

Nhưng em ở đó
anh ở đây
làm sao tiện việc cấy cầy cho dân!"

Mọi người bồi hồi cảm động.

26

Nga chọn cho Tường nơi đưa tiễn là ga xe lửa Union Station. Tường đòi lái xe đưa Nga lên Nữu Ước nhưng nàng không chịu. Nàng muốn được tiễn ở nhà ga, để nhớ lại chỗ nàng đi chơi với Tường lần đầu tiên. Nghe có lý. Tường chịu ngay.

Trên đường đi, Nga dặn dò Tường đủ thứ. Nào là đến gặp Sarah lấy thư gửi cho nàng. Hễ có thư của Nhàn thì phải bóc ra xem. Nếu thấy nó nói sặc mùi phản động là phải giữ lại đừng gửi về. Hỏi bà chủ nhà tiền điện thoại hết bao nhiêu, trả cho bà ta... Nga đưa cho Tường một bản kê những tiếng lóng để sau này viết thư cho nhau vv...

Tường cầm tờ giấy đầy tiếng lóng do chính Nga ngồi nặn óc nghĩ ra, mỉm cười tự nhủ: "Cái gì đã dạy nàng bài học là phải thận trọng. Bên nhà chưa thực sự cởi mở, thoải mái như nàng vẫn tưởng?"

- Em gửi thư cho anh nên dùng tên cô em gái anh ngoài bì thư thì hơn. Và anh cũng sẽ dùng tên cô ấy khi gửi thư cho em.

Vào bên trong sân ga, mua vé xong vẫn chỉ mới sáu giờ ba mươi sáng. Hai người thoăn thoắt bước lên cái cầu thang đá xoắn trôn ốc, trong hiệu ăn American Café ở Union Station. Nga thành thạo kéo ghế ngồi, chẳng cần đợi người hầu bàn. Nàng ngoan ngoãn để Tường tự ý gọi món ăn cho mình.

Người hầu bàn mang đồ ăn ra. Hai người cắm cúi ăn. Họ làm bộ bận rộn ăn uống để che giấu sự xúc động, chẳng ai buồn để ý đến hương vị món ăn. Nga hồi hộp đợi chờ những câu dặn dò, những bài thuyết giảng đầy những từ gay gắt của Tường mà chưa thấy.

- Em đừng bao giờ cắt tóc ngắn nhé!
- Tại sao?
- Lần trước ngồi đây, tóc em mới quá vai. Lần này, nó đã sắp chấm mặt bàn. Để tóc dài cho anh đo thời gian.
- Tưởng lần trước anh mải tranh luận chính trị, anh đâu có để ý đến tóc em.
- Việc nào ra việc ấy chớ! Này em! Có bao giờ em tự hỏi là tại sao anh không khuyên em ở lại đây không?
- Không. Em biết anh sẽ không khuyên, vì anh biết có khuyên cũng chẳng được.
- Không đúng. Nếu anh thấy việc em ở lại là phải, thì anh sẽ có cách. Em chẳng về được.
- Cách gì?
- Anh sẽ bắt cóc em.
- Bắt cóc là một tội hình lớn nhất, anh biết không?
- Không sao. Nói như kiểu Việt cộng: "Cứu cánh biện minh cho phương tiện." Tội hình gì anh cũng chẳng sợ.

Nga bật cười. Không khí đỡ nặng nề.

- Thực ra anh đã suy nghĩ nhiều, nhất là trong chuyến đi Mạc Tư Khoa vừa qua. Anh thấy, nếu em ở Việt Nam, anh mới có thể tự buộc mình rút ngắn ngày về được.
- Rút ngắn được hả anh? Em thấy anh hơi lạc quan, nhưng em hy vọng anh đúng. Người ta có thể đi bằng nhiều con đường về giúp dân, giúp nước, chứ không phải

chỉ có đường A và đường B. Nhưng em thấy, đường nào cũng đầy dẫy những dấu hỏi không được trả lời.

- Có bao giờ anh nghĩ chỉ có đường A và đường B đâu. Anh biết còn những đường X,Y,Z... nữa chứ. Anh cũng không hề cho đường nào là hoàn hảo, hay có câu trả lời thỏa đáng cho bất cứ ai, ngay cả người đẻ ra nó. Tất cả đều còn trong thời kỳ dò dẫm. Tuy nhiên, thiện chí và tấm lòng là bước khởi đầu tốt.

- Con bạn em ở bên Nga cũng nói đến chuyện cứu dân, cứu nước. Điều làm em thắc mắc là tại sao mọi người nói cùng một tiếng nói, mà không đi cùng một con đường?

- Cô bạn em định làm thế nào?

- Cũng đòi xoá bỏ chế độ. Theo nó, người ta phải dứt khoát từ bỏ chế độ độc tài, độc đảng, mới có thể rút ngắn đường về... À may quá! Em vừa nhận được thư và ảnh của nó đây. Để em cho anh xem. Con bé xinh đáo để.

Nga lục ví lấy ra tấm ảnh Nhàn chụp đứng trước Công Trường Đỏ đưa cho Tường. Vừa nhìn, Tường chột dạ, suýt buột miệng la lên, nhưng nhanh trí hãm được ngay. Đây chính là Minh Châu, một cô gái rất dễ thương, nhanh nhẹn, tháo vát, đã đưa Tường đi gặp các anh chị em khác. Tường nhớ ra là các anh chị em bên đó đều phải dùng biệt hiệu để che mắt bọn sứ quán Việt Nam. Cả Tường cũng phải dùng biệt hiệu. Sự hiện diện của một người lạ mặt đủ gây sự chú ý của bọn mật thám chìm của sứ quán. Tường phải giữ an ninh tối đa cho các bạn nào còn liên hệ với Việt Nam, và đặc biệt cho Nga. Tính Nga không biết nói dối, Nga sẽ rất lúng túng nếu bị chính quyền bên nhà hỏi vặn chuyện này, chuyện nọ. Vì thế, cái gì chưa cần thiết phải biết trong lúc này, thì Nga không nên biết.

Tường trả lại Nga tấm ảnh, không nói gì.

- Em mang ảnh về thôi. Còn mấy bức thư của nó em để lại đây, anh giữ hộ em, làm kỷ niệm.

- Anh có được phép xem không?

- Được chứ. Không có gì mới lạ đối với anh đâu. Nó nói giống hệt như anh ấy. Thật chán! Nếu anh có dịp đi Mát-xcơ-va nữa, em nhờ anh tìm gặp và giúp đỡ nó hộ em. Em sợ những ngày trước mắt nó có thể gặp khó khăn. Nó định chuồn ở lại. Đây, anh có thể liên hệ với nó tại địa chỉ này.

- Chắc chắn anh phải giúp cô ta chứ--Nói xong Tường sợ bị hố, chàng vội thêm--Vì đã có em giao phó.

- Cám ơn anh. Để em dặn nó kỹ hơn về anh. Nhỡ nó nhầm anh với ông nào thì chết.

- Em về lần này, trong giai đoạn đầu, anh không muốn em làm gì nhiều. Em chỉ cần tìm gặp người này, người kia, đặc biệt là giới trẻ, để tâm nghe những nguyện vọng của họ, và kể cho họ nghe những gì em học được. Những gì mắt thấy tai nghe ở xứ người... Em làm được chừng ấy là anh toại nguyện lắm rồi.

- Anh nói giai đoạn đầu. Còn giai đoạn sau?

- Giai đoạn sau, mình sẽ tính sau.

Tường nhìn đồng hồ, thở dài:

- Sắp đến giờ rồi em.

Nga ngước lên nhìn Tường, bắt gặp chàng đang đăm đăm nhìn mình. Chỉ lúc này hai người mới thực sự nhận thấy sự chia ly, cách trở ngay kề. Người lạc quan, người bi quan, đều thấy thời gian, không gian chùng hẳn lại. Nga uể oải đứng lên, bước từng bước nhỏ ra cửa, Tường thanh toán tiền với người hầu bàn.

Nga đếm từng bậc đá trắng trên chiếc cầu thang hình xoắn trôn ốc. Nàng nhìn xung quanh, thu hết những hình ảnh cuối cùng vào trí nhớ.

Dưới sân ga đã đông người đứng đợi. Từng cặp, từng gia đình đứng xúm nhau nói chuyện. Hai đường rầy xe lửa song song, đi tuốt vào nơi vô tận... Tường nhìn thấy ở nơi xa tắp kia, rõ ràng hai đường rày gặp nhau ở điểm chót. Nhưng chàng cũng tự nhủ ngay: "Điểm gặp nhau kia chỉ là ảo ảnh, đánh lừa nhãn quan của người ta thôi, sự thật chúng không bao giờ gặp nhau được." Tim chàng thắt lại!

Nhìn đến Nga. Nàng đang đứng, hai tay khoanh trước ngực, mặt cúi nhìn sàn. Tường tới gần, ôm Nga trong vòng tay, nâng cằm nàng lên. Nước mắt chan hòa trên mặt. Một nụ hôn mặn nồng. Nước mắt nguyên chất, không bị nước mưa pha loãng như ngày nào.

Xe lửa hụ còi lần chót, báo hiệu tầu sắp chuyển bánh. Nga cúi xuống quơ vội cái túi xách, để dưới chân, chạy về phía cửa toa. Nàng vừa chạy vừa quay lại, cánh tay chới với về phía Tường. Tường chạy theo, vươn tay ra phía trước như cố níu Nga lại. Chàng nói như hét:

- Em ơi! Nhớ tìm anh ở các "trạm nghỉ chân" nhé! Anh nghĩ ra rồi... Chúng mình sẽ tranh thủ có một đứa con. Anh sẽ cho nó đi đường "A" với anh. Đi đường xa, trẻ con luôn luôn đòi vào trạm nghỉ chân để...

Bên trong khung cửa toa xe, Nga bật cười. Nụ cười thật tươi, mà cũng thật... mặn. Cửa toa xe lửa từ từ khép lại.

27

"Ai xui con cuốc gọi vào hè
"Cái nóng nung người, nóng nóng ghê!"

Câu thơ của cụ Nguyễn Khuyến, bây giờ mới thật thấm. Tường uể oải ngồi dậy, lại bàn giấy. Chàng kéo mành mành để lộ khung cửa sổ xanh rờn bóng mát. Nóng thì nóng, nhưng chàng cũng mở hé cửa kính cho không khí lùa vào. Tiếng chim ríu rít gọi đàn cũng ùa vào theo, đem sinh khí cho căn phòng vắng vẻ. Chàng cảm thấy dễ chịu, gần gũi với thiên nhiên, với khí hậu nơi quê nhà. Nhìn cây hạt dẻ, cây "dogwood," bụi tử vi đang độ trổ bông... cả một trời kỷ niệm tràn về. Những cây kia đã là chứng nhân cho những buổi chiều, chàng ngồi thư người nghĩ về Nga, trong suốt bốn mùa, thu, đông, xuân, hạ.

Giờ đây nàng đã xa lắm rồi. Chàng hình dung Nga đang nói chuyện líu lo với gia đình. Quãng phim dài với sự góp mặt thường trực của Nga, dần dần quay ngược trở lại. Quãng phim thật độc đáo trong đời chàng: mạo hiểm, khám phá, chán nản, hy vọng, trách nhiệm, hãnh diện, buồn, thương... Chàng nhận thấy quyết định của mình để Nga về là đúng. Nga cần nhìn lại quê hương một lần nữa. Chàng không muốn Nga nhắm mắt nghe chàng hay bất cứ ai một cách mù quáng. Nàng phải được kiểm chứng những gì nàng nghe bằng kinh nghiệm sống. Nhớ lại ngày nào Nga ngây thơ nói: "Bắc Nam là anh em một nhà. Anh em có quyền đi lại nhà nhau, sao lại gọi là cưỡng chiếm?"

Nhưng gần đây, khi hai người ngồi bên bờ sông Potomac nàng đã biết nói: "Anh nhắc đến từ hy sinh làm em rợn tóc gáy. Em nghe từ đấy suốt cuộc đời rồi, bây giờ em không muốn nghe nữa." Tường thấy công lao của mình không đến nỗi uổng. Niềm hãnh diện trào dâng.

Sực nhớ đến mấy bức thư của Minh Châu Nga nhờ chàng giữ hộ. Chàng rút từ phong bì ra. Đây là bức thư mới nhất...

Mát-xcơ-va ngày... tháng... năm...
Nga thân yêu,
Nhìn bức ảnh mày chụp dưới hoa anh đào, bên hồ, làm tao mát cả mắt. Quả thật mày có tròn trịa hơn xưa và cũng có vẻ nhanh nhẹn, khoẻ mạnh nữa. Thế là phải mày ạ! Cái thời liễu yếu đào tơ vô dụng rồi. Lại còn những bức ảnh chụp ở gần trường cũng đầy những hoa là hoa. Khiếp cái xứ gì mà lắm hoa thế! Thế này mà mày không ở lại quách đi cho xong, còn về làm gì.

Nói đùa đấy. Tao biết mày tinh thần cao lắm, chẳng muốn chuồn như tao đâu. Hơn nữa, như trong thư trước tao nói, ở hoàn cảnh nào, người ta cũng có thể tranh đấu cho quê hương, cho dân tộc. Tao khâm phục những người đang đấu tranh ngay trên quê hương. Chính họ mới là những người ở nơi nguy hiểm.

Đọc thư mày tao rất mừng vì thấy ít nhất mày không đi ngược con đường tao đang đi. Mày không cần phải nhất trí với tao tất cả. Mày còn nhiều thời gian nhiều cơ hội để nhìn chung quanh, để suy ngẫm, để chọn lựa cho mình một hướng đi không sai lạc.

Nói đến chọn lựa, tao mừng cho Kampuchia, và tủi cho mình. Đã mang tiếng là nước nghèo nhất thế giới, nay lại thêm tiếng lạc hậu nhất thế giới. Về tự do, dân chủ, bây giờ mình là học trò Kampuchia rồi!

Thôi, hình như tao lại đang méo mó nghề nghiệp. Bắt mày nghe những chuyện khô khan chán chết. Mày sắp về nước, chắc đang bận sửa soạn hành trang. Tao nhờ mày, về nếu có chút thời gian, chạy đi chạy lại thăm mẹ tao. Nếu mẹ tao cần gì, hay có chuyện gì, mày cho tao biết ngay. Nhiều khi mẹ tao cứ sợ tao buồn nên giấu mọi chuyện. Gặp mày chắc mẹ tao lại khóc hết nước mắt, vì mày về mà tao thì không. Tao biết mày sẽ sẵn lòng giúp tao. Xưa kia trong hoàn cảnh khó khăn gấp mấy mà gia đình mày còn chẳng bao giờ từ chối giúp mẹ con tao, nữa là bây giờ, phải không? Tao vô cùng biết ơn mày.

Chúc mày lên đường bình an. Cho tao kính thăm hai bác, gia đình anh chị Hưng và chị Tú.

Thân ái,

Nhàn

Tường gấp thư lại. Ngả người trên ghế, suy nghĩ. Có tiếng gõ cửa nhè nhẹ.

- Cứ vào.

- Anh có thư. Em chắc anh đang mong.

Cô em Tường đặt một ly cà phê đá trên bàn, trao thư cho anh, cười hóm hỉnh, bước ra, khép cửa lại. Tường mở vội.

Băng Cốc ngày..., tháng..., năm...
Anh yêu quí của em,

Em đang nằm ở khách sạn Băng cốc. Anh ngạc nhiên là phải. Em phải ở đây chờ lấy thị thực vào Việt Nam! Chuyện tưởng như không thực, mà có thực. Người công dân Việt Nam phải lấy thị thực khi trở về nước mình. Điều này chính em cũng không biết! Nhưng thôi, cũng là chuyện vặt, không đáng gì. Có thế anh mới lại có dịp cười cái lô-gích phi lô-gích của Chủ nghĩa xã hội chứ.

Anh thế nào? Em hi vọng anh nhớ em đến phát điên! Ngồi trên máy bay gần hai ngày trời, em có nhiều thời gian nghĩ lại toàn bộ những chuyện xẩy ra với em trong vòng hai năm qua... Trong đó, dĩ nhiên anh là một hiện tượng nổi bật nhất. Thật đúng là cái duyên anh nhỉ? Còn có nợ hay không thì chưa biết.

Anh ạ! Ở nhà ra đi, hành trang em nhẹ hẫng. Lúc về sao mà nặng trĩu, toàn những điều phải suy nghĩ... Em trân quí tất cả những giây phút bên anh, dù những giây phút đó có khi là yêu thương, giận hờn, hoang mang, tin tưởng, hoài nghi, thất vọng, hi vọng, buồn hay vui... Tất cả những cái đó đã cho em những phút sống trọn vẹn của một con người có tim óc, và có cơ hội trải rộng tim óc của mình trên mặt phẳng một cách tự do, thoải mái.

Em không biết những ngày trước mắt sẽ ra sao, chắc chắn sẽ đầy rẫy khó khăn. Nhưng em tin là em sẽ vượt được, vì em biết em có anh. Anh sẽ từ xa nhìn về, theo dõi từng bước em đi...

Những con đường chúng ta chọn, dù là đường A của anh, đường B của em, đường C của Nhàn, đường D của nhóm anh Định, hay những đường X, Y, Z... của những ai ai đó nữa, sẽ không làm em cảm thấy chia xa, cô lẻ, vì ta đã có "Trạm nghỉ chân." Ở đó ta có thể gặp nhau để hàn huyên, tham khảo ý kiến, định lại phương hướng... Biết đâu ta chẳng tìm được một điểm đồng thuận, phải không anh?

Ấy chết! Còn cô hay cậu tí hon nào đó của chúng mình nữa, cũng phải được tham khảo ý kiến chứ nhỉ? Dân chủ mà!

"Nhưng...

"Anh ở đó, em ở đây,

"làm sao tiện việc...?... anh ơi!"

Nhưng thôi, những chuyện đó còn dài. Trước mắt, em vẫn phải đi lấy thị thực để trở về quê hương mình!

Cho em nhắn với Thạch Sanh: Đừng để em đợi lâu quá, em bắt đền đấy!

Yêu anh. Hôn anh nghìn lần.

Em,

Nga

Con chim sẻ sà xuống, đậu ngay gờ cửa sổ, ngẩn ngơ nhìn... Khan tiếng kêu gọi bạn.

Tàn cây cao đứng sững sờ. Hương hoa cây hạt giẻ ngai ngái, nồng nồng, đọng lại trong căn phòng trống vắng. Chồng sách cao trên bàn nằm im, biếng mở. Chỉ có bóng chiều lãng đãng lan ra...

Arlington
Mùa Tạ Ơn, 1993

Tập 2

Ma Lộ

1

Tòa soạn tuần báo VƯỢT tọa lạc trên căn gác của một bin-đinh hai tầng cũ kỹ, ngay trong khu chợ Việt Nam. Tầng dưới là nhà sách Dân Trí, một công ty của tờ báo Vượt và vợ chồng anh Thuận, chị Hòa. Sau giờ học và cuối tuần, các con của gia đình này cũng ra phụ giúp trông hàng, gửi hàng... Ai cũng cho đó là một sự sắp xếp khá khôn ngoan. Trước mắt người ta thấy, tiệm sách sẽ nuôi tờ báo, ngược lại tiệm sách sẽ được quảng cáo miễn phí dài dài.

Cái tên VƯỢT do anh chủ nhiệm Nguyên Việt và Tường đẻ ra, làm nhiều người tò mò hỏi, vượt là vượt cái gì? Thường họ được trả lời: "Vượt tất cả những trở ngại, khó khăn, yếu đuối, thấp hèn..." Có người đùa: "Ấy! Chớ có vượt đèn đỏ đấy nhá!" Những "người thương" thì nói như vậy, "kẻ ghét" thì chẳng bỏ lỡ cơ hội nói ra nói vào, xuyên tạc, chụp mũ lung tung. Nhưng Nguyên Việt và Tường vẫn thường nói với cộng sự viên của tòa soạn: "Việc làm sẽ trả lời hết thẩy. Cứ sợ thì chẳng làm được gì."

Tường vừa bước chân vào tòa soạn, anh em đã nhao nhao lên trách móc việc chàng vắng mặt mấy ngày hôm nay. Tường trả lời xuề xòa cho qua, rồi xăm xăm tiến về phía văn phòng chủ nhiệm. Anh Thuận gọi giật lại:

- Anh Nguyên Việt đi vắng rồi, hai giờ mới về cơ. Anh ngồi xuống đây cho anh em bàn chuyện này. Mấy bữa trước anh em có ý kiến muốn làm một buổi ra mắt tuần báo "VƯỢT," nhưng có người lại gạt đi, cho rằng báo mình mới quá, phải đợi một năm cho người ta biết mình làm ăn ra sao, rồi mới làm kỷ niệm đệ nhất chu niên chẳng hạn, thì có lý hơn. Anh nghĩ sao?

- Ra mắt sớm hay ra mắt muộn không phải là điều quan trọng. Điều quan trọng là mình có cái gì để nói, hay để nhắn nhủ trong ngày ra mắt không?

- Thế nghĩa là theo anh, nếu ta có thể nói lên được cái gì có ý nghĩa thì anh chấp thuận? Anh Nguyên Việt bảo là phải đợi anh về bàn với anh xem nên làm thế nào.

- Ờ, mình ra mắt lần đầu thì lại càng phải làm cho xôm tụ. Phải có một nội dung ý nghĩa. Tổ chức lỏng lẻo, nhạt nhẽo hay giống người ta, dở hơn người ta thì thà đừng làm.

- Xin anh thử phác họa cho cái nội dung và đặt một cái tên cho buổi sinh hoạt này...

- Cái tên đặt đại khái là... "Đêm VƯỢT sóng" chẳng hạn.

- Tại sao lại Vượt sóng? Báo của mình là Vượt thôi mà.

- Phải vượt cái gì chứ. Nói vượt trống không thì bất thành cú. Có thể anh viết chữ VƯỢT là chữ hoa, rồi chữ sóng thì viết chữ thường, chẳng hạn.

- Vậy thì nội dung phải có cái gì có ý nghĩa "vượt sóng" mới được.

- Thế đấy. Đấy là vấn đề cần suy nghĩ kỹ. Cái tên nghe có vẻ mạnh mẽ, nhưng buổi trình diễn không nên làm có tính cách chính trị nặng nề. Đừng đọc diễn văn với những từ đao to búa lớn, hay cho vào đó những tuyên cáo, tuyên ngôn... Cứ văn nghệ nhẹ nhàng thì mọi giới trong cộng đồng đều thưởng thức được, và nó sẽ "thấm" hơn. Thế anh em định làm vào ngày nào?

- Khoảng Lễ Tạ Ơn. Anh nghĩ có được không?

- Được. Bây giờ mới là tháng chín, còn chán thì giờ. Anh em cứ sửa soạn mấy cái căn bản đi. Trù tính có bao nhiêu người tham dự, tìm địa điểm, rỉ tai mọi người... Danh đi phát báo, lấy quảng cáo thì dặn trước các thân chủ là mình sẽ ra số đặc biệt cho tuần đó. Mình sẽ in chương trình thành một tập có màu, đẹp, trang trọng và xin họ cho một quảng cáo chẳng hạn. Bây giờ không có anh Phùng ở đây, các anh chị nói lại với anh ấy về ý định của mình, để mỗi lần anh ra ngồi ở các quán phở, quán cà phê... anh chỉ ráo lên chuyện mình làm, là tin truyền đi nhanh như điện ngay.

Anh Danh, cô Như, chị Hòa nhìn nhau. Người nọ đợi người kia nói cái gì. Chị Hòa, người lớn nhất trong đám lên tiếng trước:

- Để anh Phùng vào việc này sợ "hư bột hư đường" hết anh Tường ạ! Tánh nết anh này kỳ lắm. Toàn nói giọng bàn ra chớ không vun vào cho mình đâu.

- Trong tòa soạn này ảnh không bao giờ bằng lòng với cái gì hết. Ảnh làm như vậy sợ bên ngoài biết, sẽ có kẻ nhẩy vào khai thác, xúi giục, chia rẽ...

Danh sợ chưa đủ thuyết phục Tường, phải bồi thêm câu đó. Tuy nhiên vẫn còn một điều Danh không tiện nói ra, là ở tòa soạn này ai cũng biết là Phùng rất ghen với Tường. Anh ta thấy Tường không có "tít" gì trong tòa soạn, nhưng khi có việc quan trọng, bao giờ Nguyên Việt cũng bàn với Tường, trước khi nói với mọi người. Trong khi đó Phùng là tổng thư ký tòa soạn, lại còn là người sát cánh với Nguyên Việt từ hồi còn ở Phila. Hồi đó Phùng viết báo lấy bút hiệu là Hậu Hứa Do. Lấy bút hiệu đó Phùng muốn người ta hiểu chàng là con người trung trực, không chấp nhận những chuyện trái tai gai mắt... Nhưng sự thực chàng chỉ làm công việc ngậm máu phun người, mạ lị, vấy bùn lên một số người có tiếng tăm, chụp mũ cộng sản lên đầu những người chống cộng, hầu gây hoang mang, chia rẽ, ngộ nhận trong cộng người Việt hải ngoại. Các tờ báo chàng cộng tác vì thế bán khá chạy. Nguyên Việt khuyên Phùng nên bỏ cái nghề "chửi thuê, chém mướn" bất lương đó, dùng ngòi bút sắc bén và tài biện luận của mình, viết những bài phân tích thời cuộc, chính trị... để góp phần tranh đấu cho dân chủ, tự do cho Việt Nam. Phùng tỏ ra phục thiện, nghe theo Nguyên Việt. Hai người thân nhau từ đấy. Khi Nguyên Việt ngỏ ý bỏ Phila đi Hoa Thịnh Đốn ra báo, Phùng tình nguyện đi theo ngay. Từ đó Nguyên Việt cảm thấy như có món nợ tinh thần đối với Phùng.

Anh Thuận từ tốn:

- Anh Phùng có mặc cảm, cho rằng mình chẳng gì cũng ông nọ ông kia, vậy mà không ai chịu công nhận và cư xử với ảnh cho đúng mức. Anh hay quát tháo, ra oai để nhắc nhở mọi người có một điều đó thôi mà.

Cô Như ngồi im từ hồi nào, giờ mới lên tiếng:

- Thì... tên ảnh là Phùng thì ảnh phùng phùng tẹt tẹt chớ sao!

2

Nguyên Việt mới từ vùng Phila dọn xuống đây định cư, nhưng anh không xa lạ gì đối với cộng đồng người Việt vùng Hoa Thịnh Đốn. Anh đã từng đi đi lại lại Phila-Hoa Thịnh Đốn như người ta đi chợ. Anh tích cực sinh hoạt với nhiều hội đoàn vùng này, nhất là những sinh hoạt có tính cách văn hóa, chính trị. Người ở hải ngoại được biết anh như là một học giả, một nhà văn hóa, một chính trị gia, một lý thuyết gia... Điều làm thiên hạ ngạc nhiên là việc bất thần anh dọn về đây, ra ngay một tờ báo hàng tuần, sống bằng quảng cáo. Một thứ công việc mà chỉ có người can đảm lắm mới dám nghĩ tới, nhất là ở đây đã có hàng chục tờ báo cạnh tranh nhau sống chật vật. Xem vài số ra mắt, người ta đã có thể đoán được, đây là tờ báo có bề thế. Giới thông thạo chính trị thì nhìn ra ngay, như đang có một sự "chuyển mùa" nào đó. Này nhé, cộng sản Việt Nam đang ráo riết vận động cho Mỹ bỏ cấm vận. "Phong Trào Dân Tộc-Dân Chủ" đang được quốc tế ủng hộ. Một chính phủ lưu vong mới thành hình, qui tụ được khá đông đảo các ông lớn của nền Đệ nhất và Đệ nhị Cộng Hòa. Phong trào Phật Giáo trong nước đang chuyển sang giai đoạn mới. Mâu thuẫn giữa nhà nước CS Việt Nam và Phật Giáo rất găng. Một Phật tử tự thiêu đưa đến cuộc bố ráp các chùa. Kế đến vị lãnh đạo tối cao của Phật Giáo, bị nhà nước cộng sản đàn áp, gây phẫn nộ trong giới Phật tử trong nước, và làm chấn động dư luận thế giới... Mấy vụ này đã vô hình trung dồn phe Phật Giáo vào chân tường. Người ta cũng lại không quên, cùng trong năm nay, Hội Hoàng Gia được thành lập, có thể sẽ là một nước cờ mới. Một "Đại Hội Nhân Quyền Về Việt Nam" mới diễn ra hồi đầu xuân, tại trụ sở của Ký Giả Nga gần Quảng Trường Đỏ, trong đó một cô đại diện sinh viên Việt Nam tại Nga, đã nói huych toẹt những tâm tư, khát vọng của họ, cho một Việt Nam Tự Do, Dân Chủ và Nhân Quyền... Bài tham luận này đã gây xúc động mạnh, cho các đại biểu tham dự và giới truyền thông báo chí thế giới...

Bằng vào tất cả những tín hiệu trên, người ta tin tưởng rằng tình hình Việt Nam đã chín muồi. Điều kiện quốc tế, cũng như điều kiện quốc nội đang thuận lợi cho một sự mặc cả êm thấm. Các đảng phái chính trị rục rịch bằng cách này hay cách khác, hoạt động tích cực hơn, hầu chiếm một vị thế nổi bật tại hải ngoại. Có người còn tỏ ra thông thạo, tuyên bố chẳng chút e dè rằng, tờ báo Vượt là tờ báo của phe Phật Giáo. Đó là thứ "tin đồn" nhẹ, còn có tin đồn nặng tay hơn, bảo là tờ Vượt ra lúc này, để hậu thuẫn cho một đảng phái chính trị nào đó, tại hải ngoại, sửa soạn cho một chính phủ lưu vong khác ra đời... Việc ra báo của cặp Nguyên Việt-Tường do đó cũng có lắm kẻ yêu, nhiều người ghét, và những tranh cãi với ngộ nhận thì chẳng thiếu gì...

Tường ở đây ai cũng biết. Anh nổi tiếng là "vua biểu tình." Đã từng tiếp tay rộng rãi với các hoạt động văn hóa, chính trị, xã hội của nhiều đoàn thể. Mặt khác người ta cũng biết anh từng có một nhóm trẻ, sinh hoạt với nhau thường xuyên, và hay đi Phila sinh hoạt với nhóm ở trên đó. Anh đã từng đi Đông Âu, đi Nga... khi về viết những bài tường thuật rất độc đáo, cho các báo chí hải ngoại. Hồi này không thấy anh và nhóm của anh đi Phila nữa, người ta cũng nhìn ra được phần nào, sự liên hệ mật thiết giữa Tường và Nguyên Việt, và cả những hoạt động của họ, giờ đây đã tập trung ở Hoa Thịnh Đốn.

3

Bình thường sáng thứ hai nào các nhân viên tòa soạn cũng lề mề hơn các ngày khác. Như hôm nay chín rưỡi rồi mà chưa thấy ông chủ nhiệm đến. Họ xúm nhau lại trên chiếc bàn chữ nhật dài, ngay giữa phòng họp, với một bình cà phê bốc hơi thơm lừng, và bàn tán chuyện thiên hạ...

- Có ai nghe anh Nguyên Việt nói sáng nay sẽ vào muộn không?—Cô Như vừa rót thêm cà phê vào cốc, vừa đưa mắt nhìn mọi người chờ đợi câu trả lời.

Danh nhanh nhẩu:

- Có mỗi người biết hết giờ giấc của ông chủ nhiệm, là cô Đan Thanh cũng lại chưa đến, thì còn ai biết đằng nào mà lần nữa.

- Thế là "hai anh chị" lại rủ nhau đi chơi khuya hôm qua nên ngủ muộn chứ gì.

Chị Hòa lườm anh Thuận, chồng chị—người vừa nói câu trên— một cái thật dài:

- Cái anh này chỉ được cái ăn nói bừa bãi. Người ta không có thể cùng bị kẹt xe à?

Anh Thuận phân bua ngay:

- Anh em thấy bà xã nhà tôi buồn cười không? Bà ấy chuyên môn bênh vực người không cần phải bênh vực. Anh Nguyên Việt và cô Đan Thanh là hai người độc thân, họ có quyền tự do đi chơi với nhau, ai cấm? Nói thế đâu có phải là chê họ. Mình còn mong cho họ đi đến hôn nhân ấy chứ.

Hòa dịu giọng:

- Ấy, ai cũng mong thế, nhưng theo tôi nghĩ chuyện hai người sẽ không đi đến đâu hết. Anh này đối với anh em thì thật là xuề xòa dễ dãi, kiểu người anh cả, nhưng đến chuyện vợ con thì anh ấy lại kén lắm đấy.

Danh và cô Như nhao nhao lên, quên cả giữ miệng, chẳng ai sợ lỡ có người bất chợt bước vào:

- Kén như thế nào? Cô Đan Thanh chưa phải là người lý tưởng sao? Anh Nguyên Việt cần người vợ như cô Đan Thanh, con người hòa nhã, dễ thương, được lòng hết mọi người, lại thạo sử dụng máy "computer"...vv... Các anh chị không thấy à? Ông đi đâu cô cũng chịu khó đi theo, ông vừa lái xe, vừa đọc diễn văn cho cô đánh máy trên cái "laptop,"[*] đến đầu kia là ông có bài đọc rồi. Có khi họ đổi phiên, cô lái xe, ông ngồi cạnh yên tâm đánh bài thẳng vào máy chẳng hạn... Hợp nhau đến thế còn muốn gì nữa.

---

[*] Laptop: Máy vi tính nhỏ có thể để trên lòng hay mang đi mang lại được.

- Anh Nguyên Việt mà để cô Đan Thanh đi lấy chồng thì... thì... khác nào Trời cho bát nước đầy, đem đổ toẹt xuống đất—Cô Như đáo để, tiếp lời Danh.

Anh Thuận bực mình:

- Rõ các người vớ vẩn! Vợ khác, thư ký khác. Trách nhiệm của bà vợ phải bằng trăm trách nhiệm của một cô thư ký ấy chứ. Vợ gì mà chỉ để đánh máy với lái xe cho chồng...

Hòa cố cãi:

- Nhưng một người vô cùng bận rộn, lại quảng giao như anh Nguyên Việt, không thể có một bà vợ chỉ biết "ngồi khểnh ngâm thơ," đợi chồng đi làm về là ấn ngay vào tay chồng cái "honey do list."[*] Anh Nguyên Việt cần một người vợ đảm đang tháo vát, có đủ tài năng như cô Đan Thanh, lại phải thêm hiếu khách vì ảnh có khách triền miên, phải biết vun xới bạn bè vì ảnh nuôi nhiều người cùng chí hướng, phải thích nấu ăn vì ảnh rất biết thưởng thức các món ngon, phải đẻ con vì ảnh rất mê trẻ con... vân vân và vân vân...

- Ô! Thế thì chắc là ảnh phải lấy ít nhất hai vợ, có khi ba, bốn...!

Câu nói của anh Thuận làm mọi người phá lên cười. Tường đẩy cửa bước vào:

- Các anh chị đang nói xấu gì tôi đấy?

- Không, chúng tôi không nói xấu anh đâu. Đang nói xấu người khác kia—Chị Hòa cãi.

---

[*] Bảng kê những công việc vặt do các bà vợ kê ra, để "sai" chồng.

Tường chẳng lạ gì người mà anh chị em trong tòa soạn đang "nói xấu" là ai. Đó là người mà họ cho là có nhiều "bí ẩn" để mà bàn ra tán vào... Vì tò mò cũng có, vì mến phục anh nên ái ngại cho cuộc sống dở dở, dang dang của anh cũng có. Họ cho anh là một ông xếp tử tế, biết nghe và thông cảm người cộng sự... Tường thản nhiên nói:

- Tôi biết rồi. Người mà các anh chị đang "nói xấu" ấy, đang chạy xe vòng vòng dưới kia tìm chỗ đậu.

Câu nói của Tường có hiệu lực bằng mấy "lệnh" bắt ai về chỗ người ấy. Chỉ một loáng là chỗ này trông như một nơi làm việc lý tưởng, ai cũng cặm cụi lo việc mình.

4

Tường nói với anh em là còn chán thì giờ, để sửa soạn buổi sinh hoạt mà chàng đặt tên là "Buổi Sinh Hoạt VƯỢT Sóng," vào khoảng Lễ Tạ Ơn, nhưng chàng bắt tay vào việc ngay. Hôm nay chàng gọi mọi người có mặt trong tòa soạn, ngồi lại để bàn thêm một số chi tiết, và cũng để phân công. Tường phát cho mỗi người một tờ giấy sơ thảo chương trình của buổi sinh hoạt. Mọi người chăm chú đọc.

Phùng bước vào. Không ai cần phải ngẩng đầu lên nhìn, cũng biết đó là Phùng, vì bao giờ chàng cũng đằng hắng liên tiếp mấy tiếng, trong khi bước lên cầu thang. Có người nhận xét thấy khi nào Phùng bị trễ, hay vừa khoác lác được một câu gì, thì chàng đằng hắng vài tiếng để khỏa lấp nỗi ngượng ngùng.

Vào đến bên trong phòng họp, và cũng là phòng tiếp khách của tòa soạn, Phùng làm như cái máy, ai cũng có thể đoán trước được mọi hành động của anh, sẽ tuần tự: Treo cái mũ lưỡi trai lên mắc, rót một ly cà phê, nhặt một tờ báo, nhìn quanh tìm xem có cái gì để chê bai. Nếu chàng bước vào giữa buổi họp, như bữa nay chẳng hạn, chàng kéo một chiếc ghế ra một góc bàn xa xa, mở tờ báo ra ngồi đọc, như không can dự gì vào việc người ta đang bàn, đợi một lời mời.

- Anh Phùng, mời anh vào đây, chúng tôi đang họp bàn tổ chức đêm sinh hoạt Vượt Sóng đây—Tường nói.

Phùng đứng dậy, tay cầm cà phê, báo, tay kia kéo lê cái ghế lại gần mọi người. Buổi họp tiếp tục.

- Những ba vở kịch thì lấy đâu ra người đóng? Mà lại "kịch câm," thì làm sao người xem hiểu được câu chuyện hả anh?--Danh hỏi.

- Chịu khó đọc đi. Ở dưới tôi đã cắt nghĩa cả rồi. Trước một màn kịch mình sẽ cho một em nhỏ cầm cái bảng viết tên vở kịch chạy qua sân khấu. Trong khi diễn, mình dùng nhạc, dùng tiếng động như tiếng hò reo, tiếng đánh kiếm bên trong hậu trường. Kèm vào đấy người hát, người kể chuyện nữa... Người diễn không phải nói gì hết, cử chỉ của họ sẽ cắt nghĩa tất cả...

- Chèng ơi! Ai dám lãnh đóng vai Bà Triệu Ẩu đây-- Cô Như bỗng ré lên—Không có tôi đâu nè!

- Đâu có khó gì—Danh nhìn thân hình cô Như, thật thà đề nghị—Lấy hai cái "balloon"* dài ấy. Người ta còn

---

* Bong bóng bằng cao su.

thổi "balloon" để vặn thành hình con thỏ, con gấu, con chó được kia mà..., làm hình gì mà không được.

- Quỷ ở đâu ấy! Ai chả biết lấy "balloon" mà làm.... Nhưng ai dám đeo vào người... Trông kỳ thấy mồ!

- Thôi thôi, đừng cãi nhau nữa—anh Thuận can—Tôi thấy anh Tường làm cái kịch Bà Triệu này rất có ý nghĩa. Mấy bữa tôi cứ lo không biết mình làm gì, để nói lên được cái ý nghĩa của cái tựa đề "VƯỢT sóng" thì đây, Bà Triệu cỡi Cá Kình, vượt sóng, thật là tuyệt! Chỉ lo làm sao anh em diễn cho thật khéo là được.

- Vâng, bây giờ sang đây rồi, mình phải nhớ là bọn trẻ có nhiều em hiểu tiếng Việt không rành. Trình độ thẩm thức của người lớn cũng khác rồi, họ không có kiên nhẫn ngồi hàng giờ nghe các diễn viên nói dài dòng, những câu thừa thãi trên sân khấu, vì thế ít lời và nhiều hành động thì tốt hơn. Ngoài ra mình phải cài thêm những màn có nội dung hiện đại cho được trẻ trung, sống động. Nhớ là đừng bao giờ để sân khấu trống trơn quá năm giây. Mình sẽ rất cần các em nhỏ ở tuổi từ 10 đến 18... Các anh chị về vận động các con em mình tham gia vào sinh hoạt này thật đông nhé!

- Tôi chẳng biết làm gì trên sân khấu cả. Nếu anh Tường định cho mọi người tập dượt tại đây thì tôi xin tình nguyện giữ việc tiếp tế ẩm thực.

- Cám ơn chị Hòa, nhất chị rồi! Vai trò của chị còn quan trọng hơn vai Vua Trần Hưng Đạo ấy chứ.

Danh khôi hài:

- À này, mình nhờ anh Nguyên Việt đóng vai vua Trần Hưng Đạo đi. Anh ấy có dáng bệ vệ.

- Sao anh biết vua Trần Hưng Đạo bệ vệ?—Phùng hỏi.

- Không biết, nhưng có bệ vệ, nó mới ra vua.

- Thôi anh đừng nhiều chuyện. Phùng gạt đi, hỏi tiếp:

- Còn cái kịch Trầu Cau có ý nghĩa gì quan trọng ở đây, anh Tường?

- Ồ quan trọng lắm chứ! Này nhé: Truyện Trầu Cau nói lên nhiều điều. Trước hết đó là một phong tục cổ truyền Việt Nam, trong đó tuổi trẻ đóng vai chính, có tình nghĩa anh em, có tình nghĩa vợ chồng... Tôi để ngay ở đầu để cho thấy khởi thủy của một quốc gia, một xã hội là gia đình, là cặp vợ chồng. Chúng ta nên tận dụng những tài năng của tòa báo như con em của các anh chị, sau đó mới đến con em các thân hữu trong cộng đồng. Việc này xin nhờ Đan Thanh ngoại giao với các phụ huynh... –Tường nhìn Đan Thanh nói.

- Trong này có cả người lớn nữa chứ anh Tường—Đan Thanh nhắc nhở.

- Đúng! Mình cần nhiều con trai lớn để đóng vai lính. Nhưng nên nhớ, khi quân Tầu trên sân khấu bị hạ, đồng đội phải kéo vào bên trong sân khấu rồi, họ lại phải trở lại sân khấu. Lính ta thì không bao giờ bị hạ cả!—Tường cười, mọi người cười theo biểu đồng tình—Còn Bà Triệu thì cô Như khỏi lo. Biết đâu... chúng ta chẳng tìm được một "Bà Triệu" trong số thân hữu... không cần phải dùng đến "balloon" đâu!

Cô Như lại ré lên cười to hơn:

- Thế mới biết anh Tường tinh ý, anh ngắm trước cả rồi đấy. Chắc anh chẳng phải mất công tìm kiếm lâu đâu.

- Lần này ai kẻ biểu ngữ thì kẻ, tôi không làm đâu đấy—Danh cương quyết.

Ý Danh muốn đẩy việc cho Phùng vì bao nhiêu lần trước, khi có việc như tham gia cuộc biểu tình phải kẻ bảng kêu gọi này nọ, Danh làm xong thế nào cũng bị Phùng chê bai và làm lại để ra oai. Nhưng cô Như không biết cái hậu ý của Danh, bèn cong cớn:

- Anh lo kỹ thuật cho tờ báo mà lại không chịu kẻ biểu ngữ thì ai kẻ. Dễ thường anh để tôi hay chị Hòa chắc...

Tường cắt ngang lời cô Như, vỗ vai Danh:

- Được rồi, được rồi, cái gì không ai làm thì tôi làm.

Cô Như chộp ngay cơ hội:

- Thế không ai chịu đóng vai Bà Triệu Ẩu thì anh đóng nhé!

- Được rồi! Muốn làm là được ngay, có gì khó đâu? À này, cô đừng có gọi Bà Triệu là Triệu Ẩu nữa nghe! Tiếng Tầu "ẩu" nghĩa là "con mụ." Tầu nó hỗn với Bà nên nó gọi thế, mình lại cũng theo nó sao?

Cô Như rụt cổ, lè lưỡi:

- Thấy mồ chưa! Thế mà em không biết đấy. Cám ơn anh Tường.

Phùng ngồi im chăm chú nghe. Thường anh không nhìn thẳng vào mặt người nói. Khuôn mặt anh săn lại. Vầng trán thấp khiến sắc diện anh vốn đã tối lại càng tối tăm. Cặp mắt nhỏ, xuôi, kéo theo đôi lồng mày cụp xuống, làm thành một chữ V ngược, úp trên cái sống mũi thẳng nối với cái miệng chũm cau bằng chiếc nhân trung ngắn tủn... tất cả tạo nên cái vẻ mặt vừa hài hước, lại vừa... phảng phất buồn.

- Mình có chào cờ không đấy anh Tường?—Bất chợt Danh hỏi.

- Chào cờ ấy à? Cái gì mà cứ bạ đâu cũng chào cờ vậy?— Tường phản đối—Nếu mình chào cờ ở một buổi sinh hoạt văn nghệ như thế này, thì người ta lại sẽ đòi hỏi mình chào cờ ở đám cưới, đám ăn mừng sinh nhật, đám mừng thượng thọ, hay ngay cả đám tang... Chào cờ phải nên dành cho những dịp trang trọng, như trong các buổi họp chính trị, có hội thảo, có tuyên ngôn, có cương lĩnh... Lạm dụng việc chào cờ, có khi vô tình lại hóa ra xúc phạm vào cái biểu tượng thiêng liêng của lá cờ.

Mọi người nhao nhao đồng ý với Tường. Người thì kể kinh nghiệm của một nhóm trong cộng đồng, tổ chức gây quỹ cứu trợ không chào cờ, bị trách cứ, người khác kể có hội tổ chức trình diễn thời trang, không chào cờ mà có người giận bỏ về. Nhưng anh Thuận chín chắn hơn:

- Anh nói thế là anh quá lạc quan đấy anh Tường ạ! Anh chưa hiểu hết mọi chuyện trong cộng đồng mình đâu. Trong này có cái kịch gì mà có cả công an Việt cộng đây này. Chưa cần đợi biết hết nội dung câu chuyện ra sao, chỉ cần một người trong khán giả hô lên "đả đảo Việt cộng" là cả rạp sẽ nhào lên sân khấu, "bề hội đồng" các "tài tử" ngay. Có khi chẳng phải người trong cộng đồng mình đâu, chỉ một tên cộng nô trà trộn trong đám khán giả, thừa dịp này, xách động mọi người là mình tiêu tùng thôi.

- Nhưng ngay như nếu mình chào cờ, thì lấy cái gì bảo đảm, là chuyện bị đánh không xảy ra, nếu đã có người cố ý?

Không ai trả lời được câu hỏi của Tường, nhưng anh Thuận không chịu bỏ cuộc, đề nghị:

- Hay là mình bỏ quách cái kịch có công an Việt cộng này đi cho rồi.

- Ấy không được, chính cái kịch này là lý do đưa đến cái "lời nhắn" cuối cùng. Nếu bỏ đi thì cái chủ đề, cái lời nhắn nhủ của cả buổi sinh hoạt là cái gì? Một khi mình có chính nghĩa mình phải có gan đi tới. Cộng sản chỉ mong mình chùn chân trước các trở ngại, trông gai thôi.

Anh Thuận vẫn cho Tường là người cứng rắn quá, khó lòng "sống" nổi trong cái cộng đồng phức tạp này. Đã không làm gì thì thôi, chớ đã ló đầu ra xã hội bên ngoài hoạt động là phải "làm dâu trăm họ," phải biết tránh người này, né người kia... Cứ đường ta ta đi thì có bữa ăn đòn.

- Thôi được rồi, để tôi bàn với anh Nguyên Việt. Anh ấy luôn luôn có giải pháp hay—Anh Thuận dung hòa.

5

Đêm sinh hoạt VƯỢT Sóng đã tới. Hội trường không còn một chỗ trống. Đầy kín với hơn 700 người tham dự. Sau bài diễn văn ngắn gọn của ông Nguyên Việt chủ nhiệm tuần báo VƯỢT, màn kịch Trầu cau bắt đầu.

Màn mở. Sân khấu trống không. Bản nhạc Trầu Cau do một giọng nữ hát lên, từ bên trong hậu trường: "*Ngày xưa có hai anh em bên làng kia...*" Một bé gái chừng 12 tuổi, ôm tấm biển có viết chữ thật to TRUYỆN TRẦU CAU đi bộ qua sân khấu. Liền sau em, là hai cậu ăn mặc kiểu nông dân, vóc dáng bằng nhau, tuổi chừng 17, 18. Cả hai được cô Đan Thanh trang điểm giống nhau như anh em sinh đôi. Hai anh em ôm vai nhau, vừa dạo quanh sân khấu, vừa nhảy nhót vui vẻ trẻ trung. Đi chừng hai vòng, một cô gái khoảng 15, 16 xuất hiện từ bên hông đối diện, mặc áo tứ thân, chít khăn mỏ quạ, tay xách giỏ, điệu bộ nhí nhảnh... Hai anh thoáng thấy cô gái liền cùng chạy theo tán tỉnh. Cô gái làm bộ hất hủi các anh, rồi chuồn vào bên trong sân khấu. Ngoài này hai anh khua tay chỉ trỏ như tranh luận sôi nổi. Một lúc người ta lại thấy cô gái xuất hiện. Lần này cô đến gần, hết nhìn anh này lại nhìn anh kia, như phân vân không biết ai là anh, ai là em. Cuối cùng cô lấy trong giỏ ra một chén cơm và một đôi đũa để mời hai chàng. Một anh rụt tay lại không dám cầm đôi đũa độc nhất đó. Anh kia lại đưa tay ra đỡ ngay lấy. Cô gái biết người này là anh bèn vẫy cho đi theo (vào hậu trường sân khấu.) Cậu em ở lại một mình trên sân khấu, mặt buồn thiu, ngồi xụp xuống, hai cánh tay ôm đầu gối, đầu gục xuống tay. Từ bên trong người ta đem ra một cái chụp thật lớn làm bằng giấy dầu vò nát, quét sơn trắng, chụp lên người em. Từ dưới sân khấu nhìn lên, người ta thấy người ngồi bây giờ như hình một tảng đá. Người anh trở lại sân khấu ngơ ngác tìm em, không thấy người, chỉ thấy một tảng đá. Anh bèn ngồi xuống tảng đá nghỉ mệt. Từ bên trong sân khấu người ta kéo ra một cây cao, gầy, thẳng, vẽ trên tấm các-tông dầy, cắt theo hình cây có lá to trên ngọn như lá gồi, lại có chùm quả nhỏ bằng quả sung, chi chít kết thành buồng. Cây được đặt sau tảng đá, thay thế cho người anh đi vào trong. Một lúc cô gái hớt hải chạy ra, đi vòng vòng tìm kiếm chồng, chẳng thấy người, chỉ thấy cái cây và tảng đá. Cô mệt quá, ngồi nghỉ trên tảng đá. Cô quấn một cái dây leo có lá xanh, y hệt dây vạn niên thanh, rồi đi nhanh vào hậu trường. Tiếp liền, một toán người bên trong sân khấu bước ra, ăn mặc kiểu cổ trong triều đình, có lính hầu, có tàn, có tán, có lọng che cho một người ăn mặc như vua... Bài hát Trầu Cau lại trỗi lên. Toán người thấy cảnh tượng lạ: Một tảng đá, một cái cây, lại có dây leo đầy lá xanh quấn lên, bèn đi vòng vòng chung quanh huyên thuyên bàn tán... Một lúc vua lấy một chiếc lá và một quả cho vào miệng nhai. Vua nhè bã ra vứt trên tảng đá... miếng bã ấy tức thì đổi ra mầu đỏ như son... Vua truyền cho quân lính đi gọi người làng... Từ bên trong sân khấu, tủa ra nam phụ lão ấu ăn mặc quần áo nhà quê, các bà các cô thì yếm đào, thắt lưng đủ màu trông rất vui mắt. Họ vừa đi vừa nhún nhảy vừa khua múa hai tay, miệng liến láu, làm bộ như đang kể lại câu chuyện của hai anh em và cô gái đã tạo nên cảnh trí này... Vua truyền lấy giấy bút. Ngài viết hai chữ TRẦU CAU, đặt tên cho những cây này, đồng thời vẫy tay truyền người làng mang ra mấy cái quả sơn son đỏ, hái lá trầu, ngắt quả cau, xếp vào đó. Cuối cùng một cặp trai gái ăn mặc quần áo cô dâu chú rể bước ra, nhập vào đám đông làm thành một đoàn rước dâu, kéo nhau đi vòng vòng trên sân khấu như đèn kéo quân, vừa đi vừa nhảy điệu "Rock" rất vui nhộn... Màn từ từ hạ trong tiếng huýt sáo, vỗ tay ầm ỹ của khán giả.

Không để chậm một phút, kịch thứ hai bắt đầu. Màn sân khấu còn đóng. Một em gái mặc áo dài gấm hồng ôm trước ngực tấm bảng có viết chữ VƯỢT SÓNG, chạy ra giơ cao cho mọi người xem. Em lính quýnh chạy vào trong tiếng vỗ tay của khán giả. Màn được kéo lên. Người ta thấy bầy sẵn trên sân khấu các miếng cạc-tông vẽ sóng. Một con cá kình thật to được kéo ra, mang trên lưng một phụ nữ cao lớn lực lưỡng, mặc bộ quần áo nông dân với cặp nhũ hoa dài lòng thòng vắt lên vai như khăn quàng cổ. Bà đeo hai bên sườn hai thanh kiếm... Khán giả cười lăn cười bò, vỗ tay reo lên "Bà Triệu! Bà Triệu!" Theo sau cá kình là đoàn nữ binh. Trong khi Bà Triệu và đoàn nữ binh múa gươm thì một giọng nam từ bên trong ngâm đọc một đoạn thơ trong Thiên Nam Ngữ Lục:

Cửu Chân có một nữ nhi

Lận đận qua kỳ tuổi ngoại hai mươi

Chồng con chưa có được nơi

Cao trong tám thước, rộng ngoài mười gang

Uy nghi diện mạo đoan trang

Đi dường chớp thét, động dường sấm vang

Mặt như vầng nguyệt mới lên

Mắt sáng như đèn, má tựa lan doi

Vú dài ba thước lôi thôi

Ngồi chấm đến đùi, cúi rủ đến chân

Sức quầy nổi vạc nghìn cân....

Giọng nam vừa ngừng thì một giọng nữ vang vang, dõng dạc từng chữ:

"Ta muốn cỡi con gió mạnh, đạp luồng sóng dữ, chém cá tràng kình nơi biển Đông, quét sạch bờ cõi, cứu dân ra khỏi nơi đắm đuối lầm than... "

Một chàng trai trang phục như Kinh Kha bước ra, vừa đi vừa làm điệu bộ, miệng hát bài "Việt Nam Anh Dũng Tuyệt Vời."

"Việt Nam anh dũng tuyệt vời

Vươn vai Phù Đổng sáng ngời nghĩa nhân

Thắng nào thắng giữa ba quân

Thắng này thắng VƯỢT là thân phận mình[*]

....

Bài hát chấm dứt. Màn cũng từ từ khép lại trong tiếng vỗ tay và hò reo của khán giả.

Kịch thứ ba. Một em trai, chạy qua phía ngoài màn sân khấu đã đóng kín, mang theo tấm bảng có những chữ HƯNG ĐẠO VƯƠNG - TRẬN BẠCH ĐẰNG. Màn mở. Một người mặc áo vàng, đứng nơi đầu chiến thuyền, tuốt gươm đứng nghiêm. Chiếc thuyền rồng vẽ trên các-tông, được cắt gọn theo hình chiến thuyền. Các tấm vẽ sóng được xếp chung quanh thuyền. Sau lưng vua là quân lính mặc áo đỏ đội nón, kiểu như lính trấn thủ lưu đồn, cũng tuốt gươm, đứng nghiêm chờ đợi. Tất cả đều hướng về phía phải của sân khấu. Nhạc bên trong hậu trường bỗng trỗi lên bài Trên Sông Bạch Đằng của Hoàng Quí bằng một giọng nam hùng hồn, rõ từng lời: *"Trên sông Bạch Đằng / Quân Nam ầm reo / Sóng nước vang đưa bao con thuyền mành trôi theo..."* Cùng lúc đó một toán người từ hông bên phải sân khấu sầm sầm chạy ra, người mang gậy gộc, người mang dáo, mác... mặc đồng phục màu xanh tầu, có người để đuôi sam dài quá lưng.

Hai bên múa gươm đánh xáp lá cà. Mỗi quân Tầu ngã xuống liền được đồng đội khênh vào bên trong sân khấu, toán khác lại xông ra tiếp viện. Cuộc đấu kiếm, đấu quyền trên sân khấu tiếp diễn rất náo động... Cho đến một lúc giọng hát bản "Trên Sông Bạch Đằng" nhỏ dần, nhỏ dần... nhường chỗ cho một giọng nam khác nổi lên lớn

---

[*] Thơ Linh Thoại, nhạc Ngọc Bích.

dần, lớn dần... "*Bạch Đằng Giang sông ơi cùng ta réo lên chiêu anh hùng xưa...*" Người đang hát xuất hiện trong bộ quần áo tráng sĩ cầm máy vi âm từ tốn bước ra sân khấu, vừa hát vừa làm điệu bộ. Một số khán giả ngồi dưới nhận ra "tráng sĩ" là Tường, họ reo hò, huýt sáo ầm ỹ. Trong khi đó, hoạt cảnh đằng sau lưng anh từ từ ngừng hoạt động, rồi lại đứng im như những pho tượng. Bọn lính Tầu nằm bất động ngổn ngang trên sàn. Giọng hát cao vút, da diết... khiến người nghe nổi da gà... Tráng sĩ hát tới câu cuối thì cũng vừa đi tới phía bên kia sân khấu, rồi lẩn vào bên trong. Khán giả vỗ tay. Giới trẻ la ó "bis," "bis."

Vở kịch thứ ba:
Một em trai ôm tấm bảng với chữ QUÊ NHÀ HÔM NAY chạy qua sân khấu, bên ngoài tấm màn đã đóng. Khán giả xầm xì... Người thì đoán đây sẽ là cảnh các thanh niên để tóc dài, đeo bông tai; các thiếu nữ quần "jean" bó sát, áo hở lưng, hở rốn, ôm nhau nhảy đầm theo các điệu "Go go," "Rock," "Monkey" giật gân... Người thì lại hình dung một cảnh đồng quê êm đềm với tiếng sáo diều vi vút...

Màn mở. Trên sân khấu bầy ra cảnh văn phòng của công an thành phố. Ảnh cụ Hồ to tướng treo giữa tường. Bên trên bức ảnh là lá cờ đỏ sao vàng. Trên chỗ cao nhất có một biểu ngữ "Cộng Hòa Xã Hội Chủ Nghĩa Việt Nam/ Độc Lập, Tự Do, Hạnh Phúc." Trong phòng đồ đạc đơn sơ, chỉ có chiếc bàn giấy và hai chiếc ghế đã có hai anh công an ngồi, mặc đồng phục màu xanh lá cây, cầu vai màu đỏ. Đầu đội mũ lưỡi trai. Hai anh ngồi gác chân lên bàn, đọc báo.

Anh bên phải:

- Này đồng chí, nhà nước ta càng ngày càng nhân đạo, khoan hồng, cởi mở... thế mà mấy thằng Việt Kiều cứ nhắng cả lên, là nhà nước mình vi phạm nhân quyền với đàn áp những tiếng nói đối lập, với chơi luật rừng... nghe mà ngứa cả tai. Đây, đồng chí nghe câu này nhé: "Đại Hội VII của Đảng đề ra, khẳng định Nhà nước của dân, do dân và vì dân, lấy liên minh giai cấp công nhân với giai cấp nông dân và tầng lớp trí thức làm nền tảng, do Đảng Cộng Sản lãnh đạo, thể chế hóa nền dân chủ xã hội chủ nghĩa: nhân dân làm chủ đất nước, quyền và nghĩa vụ cơ bản của công dân không tách rời nhau, quyền con người được tôn trọng và bảo vệ bằng pháp luật..."

Anh bên trái:

- Đồng chí đọc ở báo nào thế?

- Báo Nhân Dân số 13525, trong bài Họp Báo Quốc Tế Về Dự Thảo Sửa Đổi Hiến Pháp 1980.

- Ơ hay! Sao lại đọc báo cũ rích thế?

- Báo Nhân Dân là cơ quan ngôn luận của Nhà nước, thì ngày nào chẳng giống như ngày nào. Đọc báo hôm nay hay hôm qua, tuần trước hay tháng trước, năm nay hay năm ngoái thì có khác gì? Thế mới gọi là chính sách nhà nước đối với nhân dân "trước sau như một" chứ.

- Đây này, số báo này trích Điều 69 Hiến Pháp nước CHXHCN Việt Nam mới thật là chắc hơn đinh đóng cột này: "Công dân có quyền tự do ngôn luận, tự do báo chí, có quyền được thông tin, có quyền hội họp, lập hội, biểu tình theo quy định của pháp luật." Thấy không? Luật pháp phân minh như thế mà mấy thằng Việt kiều ở những nước tư bản đang giẫy chết kia, cứ gân cổ lên mà gào tự do dân chủ cho Việt Nam. Ở đây mình có đủ hết. Chẳng ai cần đến những thứ người no cơm rửng mỡ ấy giúp đỡ...

Tiếng người ồn ào vọng ra từ bên trong sân khấu. Ba người công an xốc nách kéo lê một thanh niên ăn mặc thường dân, tiến vào sân khấu, dúi anh ta ngã xuống sàn, trước bàn giấy. Hai anh công an đang ngồi, vội bật dậy, đứng nghiêm chỉnh. Một trong ba người công an mới vào quát bảo anh thường dân:

- Ngồi dậy! Quỳ dưới sàn nghe đọc biên bản cho rõ đây!

Anh thường dân, hai tay bị trói giật cánh khuỷu, hai chân cũng bị trói, lồm cồm mãi mới quỳ lên được. Một anh công an khác cầm tờ biên bản dõng dạc đọc:

- "Cộng Hòa Xã Hội Chủ Nghĩa Việt Nam / Độc Lập / Tự Do / Hạnh Phúc. Thành Phố Hồ Chí Minh ngày ... tháng ..., năm... Cục Điều Tra An Ninh Bộ Công An Cộng Hòa Xã Hội Chủ Nghĩa Việt Nam đã gửi công an đến lục soát nhà tên Nguyễn văn Văn và tịch thu được một máy vi tính, một máy in, một máy cô-py, một máy ảnh, một máy điện thoại di động và nhiều tài liệu bí mật với những lời lẽ có tính cách chống phá cách mạng, kích động nhân dân đứng lên chống nhà nước...vv... Tên Nguyễn văn Văn hãy ký vào đây, công nhận biên bản này là đúng thì nhà nước sẽ khoan hồng, giảm tội cho.

- Thưa đồng chí công an. Tài liệu mà đồng chí tịch thu được là bản sao "Bản Kiến Nghị" của tôi đã gửi lên Bộ Chính Trị xin sửa đổi điều 4 Hiến Pháp, quy định sự độc quyền lãnh đạo đất nước của Đảng. Đó là một Bản Kiến Nghị công khai, nhà nước không những cho phép, mà còn khuyến khích người dân nói lên quan điểm của mình.

"Bản Kiến Nghị" của tôi, vì thế không có gì là bí mật và cũng không có lời lẽ nào là "có tính cách chống phá cách mạng, kích động nhân dân đứng lên chống nhà nước" như trong biên bản của đồng chí viết. Tôi không thể ký nhận những điều không đúng mà đồng chí gán ghép cho tôi trong tờ biên bản đấy.

- A! Mày còn ngoan cố hả? Chứng cớ rành rành ra đây mà mày còn chối cãi.

Nói xong anh công an này rút dùi cui đánh lên lưng, lên đầu lên cổ người thường dân đang quì. Bị trói cả tay, chân, anh không chống đỡ được. Hai anh công an đi theo cũng xúm vào đánh nạn nhân túi bụi.

Hai anh công an có mặt trong phòng từ trước, vẫn đứng im. Chợt họ nhìn nhau... Không hiểu họ nghĩ gì, không ai bảo ai, cùng vơ vội đống báo Nhân Dân chạy nhanh vào bên trong sân khấu... Màn từ từ hạ.

Không để chậm một giây, một toán các em nhỏ khoảng từ 15 đến 18 tuổi, trai có, gái có, mặc quần áo đủ kiểu: com-lê cà-vạt, áo thun, quần áo bụi đời, cao bồi... mỗi em ôm một tấm cạc-tông viết một dấu hỏi thật lớn, giơ lên quá đầu. Tất cả đứng thành một hàng ngang bên ngoài tấm màn nhung đã đóng. Khán giả đang ngơ ngác, chưa hiểu dấu hỏi này để hỏi cái gì thì... ba cô gái Việt Nam tha thướt bước ra... Cô mặc áo bà ba, trên đầu quấn khăn rằn đi thẳng về phía bên phải sân khấu. Cô mặc áo dài nhung đeo kiềng vàng ra đứng giữa sân khấu. Cô mặc áo tứ thân chít khăn mỏ quạ đứng lại tại chỗ vừa bước ra. Các cô kéo theo một tấm biểu ngữ bằng vải màu vàng. Họ đưa mắt ra hiệu cho nhau rồi lập tức căng thẳng tấm vải dài. Khán giả đọc được mấy chữ màu đỏ: "TUỔI TRẺ CHÚNG CON PHẢI LÀM GÌ?"

Tiếng vỗ tay vỡ rạp. Lác đác có người đứng dậy, rồi cả rạp đứng dậy. Nhiều người đưa khăn lên lau nước mắt... Màn từ từ hạ.

6

Tuyết hẹn Tường ở một quán cà phê gần trường Georgetown. Từ hôm vợ chồng Tuyết và Định đi xem "Đêm Sinh Hoạt Vượt Sóng" về, nàng chưa có dịp nói chuyện với Tường. Tuyết vừa vào lấy chỗ ngồi thì Tường đến, chưa kịp ngồi xuống ghế đã nghe Tuyết tía lia như sợ hết thì giờ:

- Anh có đói không? Ở đây chỉ có đồ ăn nhẹ thôi. Em đã gọi cà phê cho hai người rồi. Hôm nay em phải về sớm làm cơm cho tụi nhỏ ăn để con Quyên đi tập đàn, còn thằng Toàn thì đi chơi bóng rổ cho trường. Chúng nó bây giờ đến tuổi mình phải mệt rồi đó. Mình khuyến khích chúng hoạt động, chơi thể thao, chơi nhạc... để rồi mình phải theo chúng nó đến hụt hơi. Báo ra chưa anh?

- Chưa, mai mới có. Ảnh ra đẹp lắm, đi vội quá nên quên không mang cho Tuyết xem. Ngay trang đầu báo kỳ này là tấm ảnh ba cô căng cái biểu ngữ "TUỔI TRẺ CHÚNG CON PHẢI LÀM GÌ?" Sau lưng ba cô là một hàng các cô, cậu đứng, giơ cao tấm bảng với dấu hỏi to tướng. Con bé Vân Anh xinh quá. Hai anh em nó giỏi quá! Về nhà chúng nó có bàn tán gì không?

- Ôi, khỏi nói, chúng nó vui quá! Thằng Toàn là con đỡ đầu của anh thì nó phải giỏi giống anh chứ. Trên đường về hôm ấy thấy hai anh em ngồi ghế sau cười nói um sùm, ôn lại những việc chúng nó làm trên sân khấu một cách thích thú, chế giễu mấy đứa bạn đi lộn, đáng lẽ quay phải thì quay trái, đâm cả vào nhau. Nhưng... người lớn lại không hồn nhiên như vậy.

- Thế à! Người lớn làm gì?

- Người lớn phức tạp lắm! Đó cũng là lý do hôm nay em cần gặp anh để kể chuyện này. Hôm thứ ba em ra khỏi sở sớm hơn bình thường. Em ghé công ty VNTEK lấy cái nồi lớn về làm tiệc cho nhân viên của sở Định cuối tuần này, thì được chứng kiến một cuộc tranh luận sôi nổi ngay trong phòng khách. Một bên là anh Huy và anh Đạo, một bên là anh Cao và ông Mạc. Khi em bước vào thì có lẽ câu chuyện đã bắt đầu được một lúc rồi. Em thấy anh Huy nói một câu giữa chừng: "Cái dở của Việt kiều chống cộng ở đây là nói toàn những chuyện 'biết rồi khổ lắm nói mãi', cái đó chẳng thuyết phục được ai mà còn làm người ta bịt tai không muốn nghe..." Ông Mạc cũng không vừa, phản pháo ngay: "Thế thì anh chủ quan rồi. Các anh 'biết rồi' và không muốn ai 'nói mãi' nhưng con cháu chúng tôi ở đây không biết gì hết. Chúng nó kéo nhau về Việt Nam để góp phần xây dựng đất nước thì chúng cũng phải biết chúng đang làm cho ai và với ai chứ. Con cháu chúng tôi yêu nước chứ đâu có yêu "Xã Hội Chủ Nghĩa." Các anh chớ có lẫn lộn hai chuyện đó à! Lại còn chuyện này nữa: Người ta viết cả trăm pho sách kể tội ông Hồ, thì tưởng là ai cũng đọc rồi, biết rồi, thế mà năm 1990 UNESCO vẫn định tôn vinh ông ấy. Tính chuyện làm kỷ niệm 100 năm ngày sinh ông Hồ linh đình đấy! Không có cộng đồng ty nạn chúng tôi làm ầm lên và vặn hỏi UNESCO rằng ông Hồ có đến 6, 7 tiểu sử và 2, 3 ngày sinh, năm sinh khác nhau, vậy thì các ông dựa vào ngày sinh nào để làm sinh nhật? Sau UNESCO phải hủy bỏ ý định làm sinh nhật ông Hồ đi đấy."

Thấy găng quá anh Cao xen vào: "Kìa hình như chúng ta lạc đề rồi, chúng ta đang nói về vở kịch của 'Đêm Vượt Sóng' kia mà." Anh Huy có vẻ không muốn tiếp tục câu chuyện chẳng vui vẻ gì, nói xuề xòa: "Nói xong rồi, còn gì nữa đâu?" Nhưng ông Mạc không chịu, ông bảo: "Đã xong đâu, lúc nãy anh Huy bảo là vở kịch 'Quê Nhà' bịa đặt quá đáng chứ Việt Nam bây giờ thay đổi nhiều lắm, người ta phê bình chỉ trích Đảng và nhà nước đầy ra có ai làm gì đâu... thì tôi cho anh biết thế này: Người ta có thể chửi bới chính quyền lèm bèm ở những nơi trà dư tửu hậu, loại vô thưởng vô phạt thì nhà nước cứ lờ đi cho cái nồi xúp-de nó xì hơi một chút, chứ cứ thử viết lách hay nói có sách mách có chứng như các bài của các ông Hoàng Minh Chính, Hà Sĩ Phu, của tướng Trần Độ... có thể ảnh hưởng đến chiều hướng suy nghĩ của nhân dân, xem có bị quy kết là thành phần nguy hiểm và bị tù mọt gông ra không?"

Em biết những gì trong vở kịch anh viết có nhiều phần thật, nhưng em không dám góp lời với ông Mạc, em giả vờ không biết gì, chỉ ngồi nghe thôi.

- Ừ, em cứ đứng ngoài là hơn. Nhưng lạ nhỉ, anh đâu có thấy hai tay Huy và Cao hay các ông khác từ Việt Nam qua làm cho VNTEK đi dự buổi sinh hoạt Vượt Sóng?

- Ấy đấy! Em cũng nghĩ phải có ai đó kể cho họ nghe, và có khi còn a-dua với họ nói là người Việt hải ngoại mình quá khích nữa.

- Không sao, họ có phản ứng tức là vở kịch có tác dụng. Mình cũng chỉ mong thế. Còn anh Định có nói gì không?

- Không. Em không kể cho anh ấy nghe chuyện mấy ông cãi nhau, làm như không quan trọng. Còn hôm đi xem hát về, anh ấy bảo "Chịu ông Tường thật, bây giờ ông ấy lại viết cả kịch và làm đạo diễn kịch nữa thì còn cái gì ông ấy không làm được." Anh đừng có lo về Định, cũng may là anh ấy nghe em lắm... Cứ xem anh ấy để cho các con tụi em theo anh đi sinh hoạt chỗ này chỗ nọ đủ biết, anh ấy đâu có đố ky gì những việc làm của anh.

- Có người vợ tài đảm như em thì ai chẳng phải nghe. Anh mà ở địa vị anh Định thì anh cũng phải nghe thôi.

- Anh chỉ được cái nói vuốt đuôi! Em mà là vợ anh thì chắc chắn là bị anh la rầy suốt ngày, về tội thích ăn diện.

- Cái đó em nhầm to rồi. Anh vẫn chủ trương là phụ nữ phải có bổn phận làm đẹp. Ăn diện là một trong những cách làm đẹp cho mình, cho đời, miễn là phải luôn luôn kiểm soát mình, sao cho đời sống tinh thần với đời sống vật chất có quân bình, không thôi mình sẽ thành cái giá áo, cái túi cơm ngay.

- Thế sao anh lại đi mê toàn là cán bộ Việt cộng? Loại các cô gái ba đảm đang, suốt đời chỉ biết hy sinh cho Bác với Đảng...

Nghe Tuyết dùng chữ "toàn là" Tường vội cãi:

- Tại sao Tuyết lại dùng chữ "toàn là," có một mình cô Nga mà em đã biết rồi, lấy đâu ra nữa mà nói "toàn là?"

- Em nói thế là vì thấy anh chê hết con nhà tư bản ở đây, rồi đùng một cái đi mê một cô Việt cộng. Nếu chẳng may chuyện cô Nga với anh không thành, thì em cá với anh là anh lại sẽ kiếm một cô Việt cộng khác, chứ chả thèm bọn gái trưởng giả tụi em đâu...

Tường cười giảng hòa, nhưng Tuyết không chịu:

- Cho em hỏi anh câu này nhé—Rồi chẳng đợi Tường "cho phép" nàng nói luôn--Anh đi mê cô Việt cộng thì anh cho là được, mà anh lại không cho anh Định quyền làm việc với Việt cộng là thế nào?

- À, tại anh sợ Định làm việc với Việt cộng lâu ngày, rồi sẽ có thể bị một cô Việt cộng bắt cóc, thì em gái của anh sẽ khổ.

Xưa nay Tường vẫn nhanh trí như vậy. Thêm cái tật không bao giờ chịu nhìn nhận cái sai lầm, cái thất bại của mình. Nếu bị chê trách thì chàng cãi bừa để bào chữa. Tuyết lại có cái tật khác. Tường càng ngụy biện thì Tuyết càng tranh luận cho đến cùng. Nàng chẳng mong có thể làm cho Tường công nhận là chàng sai, nàng chỉ cốt sao ấn được vào trong "bộ nhớ" của chàng là Tuyết thông minh đủ để thấy cái sai của chàng là được. Trong quá khứ Tường đã bỏ lỡ cơ hội lấy Tuyết để nàng đi lấy người khác, nhưng chưa một lần chàng chịu công nhận là chàng đã làm một chuyện sai lầm. Khi thì chàng đổ cho duyên số, khi thì nói "Được cái là bây giờ Tuyết hạnh phúc, không phải lệ thuộc vào cuộc đời vô định của anh là anh sung sướng rồi...vv..." Vì thế mỗi lần có dịp đụng đến chuyện tình cảm hay hôn nhân của Tường thì cái "tật" nói dai của Tuyết lại nặng lên gấp mười. Lần này cũng thế, Tuyết nghĩ ngay ra được một câu trả thù:

- Em nói chơi chứ em nghĩ dù sau này anh có lấy ai cũng vậy thôi. Nếu anh có lấy phải một con khỉ thì anh cũng sẽ gân cổ lên cãi với thiên hạ rằng: "Tôi lấy khỉ là một lựa chọn cố ý chứ tôi chẳng lầm gì hết, vì khỉ là thủy tổ của loài người. Thiên hạ lấy người sao bằng tôi lấy khỉ!"

Câu nói của Tuyết làm Tường phì cười. Chàng hớp vội một ngụm cà phê. Lần đầu tiên Tường không cãi.

7

Sáng thứ bẩy, tiếng điện thoại reo làm Tường choáng choàng bật dậy. Tay bốc điện thoại mắt liếc nhanh trên mặt đồng hồ. Chín rưỡi.

- Hello!
- Tôi biết hôm nay ông nghỉ, nhưng xin ông mặc quần áo chạy ngay lại đây giùm cho—Tiếng Nguyên Việt khẩn khoản ở đầu dây.
- Cái gì mà khủng khiếp thế?
- Cứ lại đây đọc báo rồi biết.

Trong cuộc đời làm báo, những chuyện "đọc báo rồi biết" đối với chàng đã quen lắm rồi, huống hồ tuần báo Vượt lại vừa làm một buổi văn nghệ thành công vượt bực, với chủ đề nóng bỏng, không có phản ứng sao được. Nghĩ thế nên Tường bình tĩnh mặc quần áo, lái xe đến tòa soạn. Trong lòng tiếc một buổi ngủ muộn mà bị phá phách.

Đến bin-đinh của tòa báo, nhìn đồng hồ đã hơn mười rưỡi. Chàng ngạc nhiên thấy nhà sách Dân Trí vẫn chưa mở cửa, làm như... nhà có chuyện gì... Chàng bắt đầu hơi lo. Lên đến gác, mở cửa vào phòng họp. Tất cả mọi người đều có mặt trên chiếc bàn dài. Người nào người nấy mặt mày nghiêm trọng... Tường chưa kịp ngồi xuống, Nguyên Việt đã liệng cho chàng một tờ báo. Tường cởi áo ngoài khoác lên lưng ghế, thủng thẳng rót một ly cà phê... Nguyên Việt không đợi nổi thái độ lề mề của Tường, nói luôn:

- Cả tuần trước ông có nghe ai nói về buổi họp báo khẩn nào của báo chí truyền thông vùng này không?

- Không!—Tường đáp cụt ngủn.

- Thế nghĩa là mình cũng không được mời chứ gì? Mà mình cũng là báo chí trong vùng...

- Hiển nhiên là thế rồi!—Tường vừa trả lời vừa nhấc tờ báo lên đọc cái "Tuyên Cáo Báo Chí" to tướng trên trang đầu của tờ Đầu Sóng với lời lẽ "đanh thép":

TUYÊN CÁO

Trong tuần này tuần báo VƯỢT có đăng một bài với tựa đề "Tuổi Trẻ Việt Nam Trong Tiến Trình Dân Chủ Hóa Đất Nước" của tác giả Chánh Tâm.

Xét rằng: Bài báo có chiều hướng "hòa hợp hòa giải" sẽ làm phương hại đến cuộc đấu tranh chung giải phóng dân tộc khỏi ách độc tài đảng trị tại quê nhà, phương hại đến nỗ lực dân chủ hóa đất nước của toàn thể cộng đồng tỵ nạn khắp năm châu.

Xét rằng: Bài báo có tính cách thôi thúc tuổi trẻ hải ngoại bắt tay với sinh viên thanh niên được CS Việt Nam gửi ra nước ngoài để vừa thâu lượm chất xám cho bản thân, lại vừa tạo cơ hội chiêu dụ, mua chuộc các

chuyên viên trẻ về tiếp tay với cộng sản xây dựng đất nước.

Xét rằng: Lời lẽ trong bài "Tuổi Trẻ Việt Nam Trong Tiến Trình Dân Chủ Hóa Đất Nước" quá lộ liễu với những câu như "Không nên xua đuổi, lánh xa các thanh niên sinh viên vừa ở trong nước ra...," "Phải nên tiếp cận, lôi kéo, thân thiện với họ...," "Tuổi trẻ Việt Nam tại hải ngoại nên và cần tiếp xúc với họ, giúp đỡ họ bằng mọi cách...v.v..."

Xét rằng: Bài báo còn có ý chê bai cộng đồng hải ngoại chúng ta là "phân hóa," "yếu kém," "èo uột," "bảo thủ." Tác giả cũng chê trách các tôn giáo là "tránh né chính trị," "Tránh né sợ sệt cộng sản không giải quyết được vấn đề...v.v..."

Chúng tôi, những nhà báo chân chính vùng Hoa Thịnh Đốn tuyên bố: Lên án và tẩy chay tuần báo VƯỢT vì đã biểu lộ chiều hướng hòa hợp hòa giải vô điều kiện với cộng sản trong nước, gây chia rẽ trong cộng đồng tỵ nạn, phủ nhận vai trò lãnh đạo tinh thần thiêng liêng của các tôn giáo tại hải ngoại. Xách động tuổi trẻ hải ngoại thân thiện với các con em cán bộ cao cấp được gửi ra nước ngoài du học, hầu gây phong trào trực tiếp tiếp tay cộng sản dưới chiêu bài "Xây dựng quê hương Việt Nam."

Làm tại vùng thủ đô Hoa Thịnh Đốn

Ngày... tháng... năm...

Đồng ký tên,

....

....

Tường liếc qua các tờ báo khác, tờ Thường Dân, Tai Vách, Đầu Sóng, Nói Thật, Người Việt Mới... Có thể nói phần lớn các tờ báo trong vùng đăng bản tuyên cáo này.

- Anh đã liên lạc với báo nào trong các tờ này chưa?—Tường hỏi Nguyên Việt.

- Tôi gọi cho ông Huỳnh của tờ Nói Thật thì ông ấy rất ngạc nhiên khi được biết là báo Vượt không được mời đến họp, cũng không được cảnh cáo trước. Ông ấy nói, ở buổi họp có người hỏi thì họ bảo là có mời mà mình không trả lời. Tôi hỏi "họ" là ai thì ông Huỳnh nói không nhớ! Còn ông chủ nhiệm báo Tai Vách thì cứ xin lỗi mãi, nói là bị anh em thôi thúc quá nên ký đại, về mới biết là mình hố. Tôi nói là "Một miếng giữa đàng hơn một sàng xó bếp," anh chơi tôi ở giữa làng giữa xóm nay anh xin lỗi tôi trong cái điện thoại thì ăn thua gì. Nếu anh có thiện chí thật thì anh hãy đăng một bài xin lỗi trên báo anh đi!" Để xem ông ta có làm không.

- Thôi thế đủ rồi. Cứ xem cái lối họ trích dẫn ở đây đủ biết kiểu làm việc này ở đâu mà ra, các anh chị nghe tôi đọc câu họ trích nhé: "Tuổi trẻ Việt Nam tại hải ngoại nên và cần tiếp xúc với họ, giúp đỡ họ bằng mọi cách..." Trong khi đó, cả câu trong bài là: "Tuổi trẻ Việt Nam tại hải ngoại nên và cần tiếp xúc với họ, giúp đỡ họ bằng mọi cách để họ tự khám phá thực chất của đời sống tự do dân chủ trên thế giới như thế nào, rồi từ đó họ sẽ luận ra những tuyên truyền của Đảng CS từ trước tới nay là láo khoét."

Tường đọc xong vứt mạnh tờ báo xuống bàn, nói tiếp:

- Lối làm việc thiếu sòng phẳng, phản dân chủ thế này chứng minh đây là một sự cố ý, và như vậy mình làm gì cũng chẳng được. Mình lại phải... cố gắng "vượt" thôi.

Nhưng,—Tường ngẩn người-- tại sao họ lại có bài của mình trước cả khi báo mình ra nhỉ?

Phùng ngồi im từ nãy bây giờ mới lên tiếng:

- Có lẽ tại báo mình đưa đến nhà in sớm quá, mình đưa chiều thứ tư, rồi ai đó cũng đem báo đến nhà in bữa đó, đọc lén báo mình, thấy bài này liền kêu gọi các báo khác hoãn đưa in, về gọi buổi họp gấp, ra Tuyên Cáo rồi đưa in báo ngày thứ năm hãy còn kịp.

Mọi người thấy câu giải thích của Phùng cũng hợp lý. Nguyên Việt dặn dò mọi người: "Đây là một cuộc 'đánh du kích' không mang một chút anh hùng tính nào cả. Chúng ta phải tìm hiểu xem, nếu là do sự cạnh tranh nghề nghiệp thì chúng ta có thể chỉ nhún vai một cái rồi... vượt, nhưng nếu đây lại là hành động có tính cách chính trị thì phức tạp đấy. Chúng ta lại phải phân tích kỹ hơn để biết đâu là kẻ thù thật sự, đâu là bạn ta vô tình tiếp tay kẻ thù mà không biết. Việc xảy ra hôm nay là một sự báo động cho cộng đồng chúng ta biết là, những tai nạn như thế này sẽ còn xảy ra dài dài, nếu như chúng ta cứ tiếp tục thờ ơ, thiếu cảnh giác. Trong khi chờ đợi để biết trắng đen ra sao, xin các anh chị trong tòa soạn này đừng làm gì, nói gì để có thể gây chia rẽ, tổn thất thêm. Tuyệt đối không gây gổ hay nổi nóng với bất cứ ai, khi bị người ta hỏi về vấn đề này, hãy cứ ôn tồn trả lời." Nguyên Việt hãnh diện nói tiếp: "Mình vừa làm một buổi 'ra mắt' thành công quá mà. Có khi trời đất cũng phải ghen, nữa là người!" Anh tuyên bố giải tán buổi họp. Mọi người lặng lẽ ai về chỗ người nấy. Nguyên Việt gọi Tường vào văn phòng riêng, đóng cửa lại.

8

Việc ra tờ báo sau khi Nga về Việt Nam làm Tường bận túi bụi không có thì giờ nhớ nhung như chàng đã sửa soạn tinh thần cho mình từ trước. Nhưng không phải vì thế mà chàng không để ý đến thái độ khác thường về phía Nga. Trong các bức thư Nga gửi cho chàng, xem ra có vẻ vô tư, thoải mái. Chuyện quê hương đất nước nàng cũng chỉ nhắc đến cái gì mà ai cũng biết rồi, được công bố trên báo chí nhà nước, chứ không có ý kiến của riêng mình. Tường nhận được thư nàng khá đều đặn, từ hai tới ba tuần một lần. Được cái là ý tứ trong thư vẫn đậm đà tình cảm đối với chàng. Thư đáng lẽ gửi về nhà cho Tường, lấy tên người nhận là cô Mai, em chàng, như đã dặn nhau từ trước, nhưng ngay từ bức thư đầu Nga đã đổi ý. Nàng không dùng địa chỉ người gửi là nhà nàng, và gửi thư cho Tường vào địa chỉ Sarah, nên chàng vẫn phải ghé đến Sarah lấy thư. "Như thế cũng là một cái hay"—chàng nghĩ--Tường vẫn cho Sarah là một cô gái Mỹ trí thức, cởi mở, rất nên làm bạn. Sáng hôm nay chủ nhật Tường đến Sarah lấy thư. Bức thư này lại cũng có những đoạn nói cùng một luận điệu như những bức thư trước:

Hà Nội ngày... tháng ...
Anh yêu quí,
Anh có khỏe không? Thư trước em hỏi thăm về chị Phượng không thấy anh trả lời. Sarah nói rằng con mèo

Kitty của bà Chris phải đi bác sĩ trị bệnh ung thư. Anh có tin gì thêm không? Tội nghiệp nó quá! Thư mới nhất của anh em nhận được cách đây hai hôm, nghe như có vẻ mệt mỏi, hay anh có điều gì giận em? Anh cũng không nên làm việc nhiều quá như cái đà anh làm khi em ở bên ấy. Lái xe thì nhớ thỉnh thoảng vào nghỉ ở "trạm nghỉ chân," kẻo mà lại lạc hướng đấy!

Quyển tiểu thuyết của nhà văn Hướng Dương anh cho em, em đã đọc hết trên máy bay. Em phải để lại ở Bangkok, không dám mang về. Về đến nhà hỏi ra mới biết nhiều người cũng đã chuyền tay nhau đọc rồi, chỉ có em là chậm chạp thôi. Họ nói quyển đầu của bà thì ai cũng tò mò tìm đọc, vì là sách bị nhà nước cấm, nhưng những quyển sau họ cho là bà ấy bắt đầu nói quá, không làm gì có những chuyện tệ hại đến như thế. Bây giờ em đã về đây rồi thì sẽ tha hồ có dịp chiêm nghiệm xem bà ấy đúng đến đâu. Có gì em sẽ chia sẻ với anh sau.

Anh còn nhớ em hứa với mấy người bạn của anh Định là khi về, em sẽ cố gắng tìm cách móc nối cho các anh ấy gặp gỡ các ông có thẩm quyền ở đây, để các anh ấy liên hệ. May ra hai bên có thể tìm được giải pháp giúp Việt Nam. Anh Định cho biết các bạn anh ấy định hè năm tới sẽ về. Lý tưởng nhất là nếu có thể được làm việc với Đại Học Tổng Hợp. Hiện nay em mới về nước, chưa có địa vị gì trong chính quyền, nên cũng không có tiếng nói. Tuy nhiên em cũng đã tranh thủ, tìm gặp những chỗ quen biết của bố em, và anh em, hi vọng tạo cơ hội thuận tiện cho các anh ấy, có thể làm việc với nhà nước một cách hữu hiệu.

Về việc nước thì trước mắt ta thấy có những dấu hiệu rất khả quan anh ạ. Dự báo cho thấy triển vọng kinh tế những tháng cuối năm là tốc độ tăng trưởng tổng sản phẩm

trong nước (GDP) sẽ vào khoảng 7%, (một năm trước là 9,3%, hai năm trước là 6%), trong đó các ngành sản xuất vật chất khoảng 5,5%, công nghiệp 9,9%, nông nghiệp 5% (các chỉ tiêu tương ứng của năm ngoái là 8,5, 13 và 6,3%) dịch vụ là 10% (năm ngoái 8,7%) riêng thương mại 6%, quản lí nhà nước tăng 17%... Việc kiềm chế lạm phát đang có hiệu quả tốt. Có khả năng xuất khẩu 1,9 triệu tấn gạo... Việc đầu tư nước ngoài thì kết quả ngoài sức tưởng tượng.
.....

Gấp thư lại Tường suy nghĩ. "Chết mồ không! *Tạo cơ hội thuận tiện cho các anh ấy có thể làm việc với nhà nước một cách hữu hiệu.*' thì chính cô nàng cũng tự dấn thân vào guồng máy chính quyền rồi còn gì!" Cô này đang làm trò gì đây? Thư từ gì mà cái nào cũng cứ như bài báo với những con số thống kê dầy đặc. Tường đã từng viết thư về, dùng những ám hiệu, những tiếng lóng mà chính Nga đưa cho Tường trước khi rời Mỹ để hỏi lại về thái độ kỳ lạ của nàng, nhưng không được trả lời vào đề. Làm như hai người chưa từng dặn nhau trước, là nếu có điều gì không muốn chính quyền cộng sản biết thì dùng tiếng lóng. Bản tiếng lóng đã được viết sẵn ra giấy để lại cho Tường giữ, còn Nga thì đã học thuộc lòng.

Suốt cả tuần bận rộn với tờ báo, rồi còn dạy học trong trường Georgetown, Tường vẫn mở thư Nga ra đọc nhiều lần, cố tìm hiểu nàng, để đi đến kết luận: Sự thực thư nàng không có gì khó hiểu, thái độ nàng cũng không có gì mới mẻ. Tường từng biết Nga rất thân với Định và các bạn của Định. Nga chẳng vẫn từng đặt nhiều kỳ vọng vào thiện chí và tài năng của nhóm Định, và hứa khi về sẽ tìm cách tạo cơ hội cho nhóm này được làm việc với chính quyền, giảm thiểu những phiền hà, trở ngại do phía nhà nước từng gây ra cho họ... Đã nhiều lần nàng trách Tường không giản dị như các bạn kia, rằng Tường cứ phải đặt nặng vấn đề chính trị trên mọi suy nghĩ về quê hương, rằng tại sao không thể chấp nhận hoàn cảnh Việt Nam hiện tại, để về xây dựng đất nước?

Hồi Nga ở đây, chàng lạc quan, tưởng những tư tưởng đó rồi sẽ tự nó phải thay đổi. Tưởng dần dần Nga sẽ phải nhìn ra là hành động như Định và các bạn anh, chỉ làm cho cuộc đấu tranh cho Việt Nam thêm kéo dài. Nhưng qua những bức thư, Tường mới thấy Nga không hiểu gì cả. Ngược lại càng ngày càng nhắm mắt đi sâu vào thế kẹt. Tường đã cố tìm cách viết thư nói ý cho nàng hiểu, nhưng rõ ràng nàng vẫn chưa tỉnh.

Ruột gan đang rối như tơ vò, Tường đang chẳng muốn bị ai làm phiền thì điện thoại reo. Tường nhấc ống nghe, tiếng Danh ở đầu dây:

- Anh Tường ơi, ở đây điện thoại réo gọi từ sáng đến giờ, em muốn gọi cho anh sớm hơn mà không được. Nhiều người hỏi thăm về bài "Tuyên Cáo Báo Chí" và than phiền là ngay từ tối hôm qua ở ngoài các tiệm đã không còn lấy một tờ Vượt nào hết. Có nhiều người còn yêu cầu mình in thêm số báo đó. Họ nói là muốn đọc cả bài Tuổi Trẻ Việt Nam Trong Tiến Trình Dân Chủ Hóa Đất Nước, xem toàn bài như thế nào mà để các báo khác phản ứng dữ dội như vậy. Anh nghĩ sao?

- In lại báo cũ thì không nên, nhưng Danh có thể trả lời họ là đón xem số báo sau, VƯỢT sẽ đăng lại nguyên con cả bài Tuổi Trẻ Việt Nam Trong Tiến Trình Dân Chủ Hóa Đất Nước, lẫn bài "Tuyên Cáo Báo Chí." Bên cạnh sẽ có cuộc trưng cầu dân ý. Mình sẽ in lượng báo nhiều gấp đôi.

- Ồ, thế thì hay quá! Để em bảo họ đón đọc. Cám ơn anh.

9

Tờ báo Vượt kỳ này dầy gấp rưỡi so với các kỳ trước. Lượng báo được tăng lên gấp đôi. Bên cạnh những bài nóng bỏng của Phật Giáo Việt Nam Thống Nhất, đưa ra nhận thức từ thời kỳ Đảng CS Việt Nam lên nắm chính quyền đến ngày nay, số phận của Phật Giáo Việt Nam ra sao, cuối cùng đưa đến Tuyên Cáo trước Quốc Dân Đồng bào và Thế Giới. Bài Tuyên Cáo được đăng ở một chỗ trang trọng, chiếm hết một trang rưỡi báo. Bên cạnh đó là bài tường thuật vụ xử với nhiều hình ảnh chụp các Đại đức và Phật tử trước phiên tòa tại tỉnh Thừa Thiên, Huế. Tòa án mệnh danh Tòa Án Nhân Dân, được công bố là xét xử công khai. Nhưng dân không được tham dự. Ai muốn vào phải được cấp giấy đặc biệt "Giấy Vào Hội Trường" in sẵn cho riêng vụ này, với số ghế ngồi ghi rõ.

Chữ Tuyên Cáo Báo Chí của giới truyền thông Hoa Thịnh Đốn in lớn bằng chữ Tuyên Cáo của Phật giáo. Có người cho đó là một sự cố ý của tờ báo Vượt. Bên cạnh Tuyên Cáo Báo Chí là nguyên văn bài Tuổi Trẻ Việt Nam Trong Tiến Trình Dân Chủ Hóa Đất Nước của tác giả Chánh Tâm. Mục Trưng Cầu Dân Ý có lời dẫn như sau:

"Tuần trước một số các báo chí trong vùng có đăng bản Tuyên Cáo Báo Chí với chữ ký của một số các báo chí trong vùng, lên án tuần báo Vượt và nhà văn Chánh Tâm, tác giả bài báo Tuổi Trẻ Việt Nam Trong Tiến Trình Dân Chủ Hóa Đất Nước với những lời lẽ nặng nề, thiếu công bằng. Chúng tôi nhận thấy những lời buộc tội trong Tuyên Cáo không có tính cách vô tư, và những đoạn trích dẫn xén đầu xén đuôi trong bản Tuyên Cáo có tính cách thiếu sòng phẳng, không minh bạch. Để rộng đường dư luận, tuần này chúng tôi xin đăng tải lại cả bản Tuyên Cáo lẫn bài báo bị chỉ trích. Dám mong quí độc giả đọc lại cả hai tài liệu này và tự thẩm định đâu là sự thật, hầu đem lại sự công bằng cho tác giả bài Tuổi Trẻ Việt Nam Trong Tiến Trình Dân Chủ Hóa Đất Nước, đồng thời xin hưởng ứng rộng rãi mục Trưng Cầu Dân Ý bắt đầu khởi đăng từ số tới."

Một tuần sau, anh chị em trong tòa soạn báo Vượt lại tề tựu trên chiếc bàn dài trong phòng họp. Lần này mọi người nói cười hào hứng. Chả bù với tuần trước, cũng chung quanh cái bàn này, mặt người nào người nấy dài ra... Cô Như bắt mọi người ngừng nói để nghe cô đọc bức thư độc giả viết cho mục Trưng Cầu Dân Ý:

Ngày..., Tháng...

"Kính thưa các bác, các chú trong cộng đồng vùng Hoa Thịnh Đốn,

Từ ngày trong trường chúng cháu có những sinh viên từ Việt Nam qua, chúng cháu gặp họ thường xuyên, trong lớp học, trong sân trường, trong "cafeteria,"* nhất là trong

---

* Phòng ăn lớn trong các trường học, các công ty, sở... hay quán ăn, ở đó khách có thể tự phục vụ.

những buổi tiếp xúc giữa các sinh viên ngoại quốc du học và sinh viên Mỹ do nhà trường tổ chức. Nhà trường muốn sinh viên Mỹ gốc Việt giúp đỡ, chỉ vẽ cho các sinh viên mới qua cách hội nhập vào xã hội Mỹ để họ khỏi cảm thấy xa lạ, bỡ ngỡ trong những ngày ở đây. Tóm lại là chúng cháu không thể không tiếp tay với nhà trường, cũng không thể lơ đi những người đồng hương mới tới cần tìm chỗ mua bán, chỗ gửi thư, nhờ một cuốc xe khi lỡ xe buýt...vv...

Trong khi tiếp xúc với những sinh viên này, chúng cháu nhiều khi cũng phân vân, không biết nên tiếp xúc với họ như thế nào? Tới mức độ nào? Cần biết trước những gì để khỏi bị hố...v.v... Khi bài báo "Tuổi Trẻ Việt Nam Trong Tiến Trình Dân Chủ Hóa Đất Nước" được đăng trên tờ Vượt, chúng cháu đã mừng thấy hầu hết các câu hỏi của chúng cháu đã được trả lời một cách khá minh bạch. Nhưng bài báo lại bị một số báo khác trong vùng đả kích kịch liệt. Nay cháu xin đề nghị các báo chí trong vùng hãy viết bài vạch cho chúng cháu một con đường khác, dạy chúng cháu cách xử thế làm sao trong hoàn cảnh hiện tại, cho hợp tình, hợp lý, vừa không mất tình người vừa "an toàn," thay vì hè nhau vào đả kích một "giải pháp" mà bài báo trên đưa ra.

Trong bài "Tuyên Cáo" cháu thấy các chú, bác nói đến "nỗ lực dân chủ hóa đất nước" của cộng đồng hải ngoại, cháu thiết tưởng không "nỗ lực" nào hữu hiệu bằng sự "làm gương dân chủ" ngay ở hải ngoại chúng ta, nghĩa là tôn trọng những ý kiến khác biệt, và tranh luận trên những bất đồng bằng những lý luận sắc bén và chứng cớ cụ thể, lời lẽ ôn tồn..., có thế mới mong có sức thuyết phục người đọc, và nhất là thuyết phục giới trẻ chúng cháu, một đội ngũ đã được đào tạo kỹ trong cái "nôi dân chủ" của thế giới tự do.

Xin cám ơn các bác, các cô chú.

Cháu...

Sinh viên năm thứ tư. Đại học...

TB. *Bức thư này cũng được gửi tới tất cả các báo trong vùng để xin được đăng tải.*

Mọi người vỗ tay vui mừng. Nguyên Việt nói:

- Để xem có báo nào dám đăng không—Nói rồi anh cũng yêu cầu mọi người lắng nghe một bức thư khác anh đang cầm trong tay:

Hoa Thịnh Đốn ngày..., tháng...

Kính gửi các báo Việt ngữ trong vùng.

Kính thưa quí vị,

Cháu là con trong một gia đình ty nạn, đến định cư ở vùng này từ năm 1989. Cháu vẫn từng theo dõi báo chí trong vùng chúng ta từ ngày mới sang Mỹ. Cháu được đọc rất nhiều bài bình luận có tính cách chống cộng mạnh mẽ của các nhà chính trị, các nhà trí thức nhưng chưa một lần được đọc một bài nào thực sự vạch được con đường để đi đến việc đánh đổ Đảng CS. Bài viết cho tuổi trẻ về loại này thì lại càng hiếm hoi.

Bài "Tuổi Trẻ Việt Nam Trong Tiến Trình Dân Chủ Hóa Đất Nước" của Tác giả Chánh Tâm đăng trong báo Vượt là bài đầu tiên viết cho tuổi trẻ mà cháu được đọc. Cháu thiết tưởng đây chỉ là "một" ý kiến của một tác giả trong đề tài này, chúng cháu mong được đọc ý kiến của nhiều tác giả khác với những ý kiến khác để chúng cháu có dịp so sánh, học hỏi. Thật đáng tiếc là thay vì các báo chí trong vùng đưa ra những ý kiến khác để tranh luận với tác giả Chánh Tâm thì lại dành công sức đả kích bài báo và tác giả và cả tờ báo đăng bài ấy. Làm như vậy các báo chí trong vùng đã không giúp chúng cháu hiểu biết vấn đề mà còn vô tình gây hoang mang thêm cho tuổi trẻ trong việc tìm hiểu thế hệ cha anh.

Nhân đây cháu cũng xin cám ơn báo Vượt đã tổ chức "Buổi Sinh Hoạt Vượt Sóng." Từ ngày ra hải ngoại đến nay, đây là lần đầu tiên cháu được xem một buổi sinh hoạt ý nghĩa như vậy.

Kính thư,
Ký tên:
Sinh viên năm...
Trường...

Tường đề nghị:

- Bức thư này viết rất thành thực. Còn nhiều bức thư khác cũng hay lắm, bây giờ mình chỉ việc chọn những bức thư nào có tên, địa chỉ đàng hoàng thì mình đăng tuốt. Còn những bức thư không có địa chỉ thì mình cũng có cách. Trong hộp thư tòa soạn mình nhắn ông hay anh, chị X, Y, Z nào đó là mình đã nhận được thư, xin cám ơn, nhưng không đăng được vì không có địa chỉ người gửi, nếu ông/ anh/ chị vẫn muốn được đăng mà muốn dấu tên vì lý do chính đáng nào đó, thì xin liên lạc với tòa soạn, chúng tôi hứa sẽ giữ bí mật theo nguyện vọng của quí vị... Kỳ này mình cũng in lượng báo gấp đôi.

Danh lục tìm mấy tờ báo khác:

- Các anh chị có nhận thấy không? Các bức thư này đều ghi là có gửi cho toàn thể các báo trong vùng. Chúng ta hãy đợi xem có báo nào đăng các bức thư này lên không. Nếu cả các báo không đánh mình cũng không dám đăng thì kể cũng đáng buồn đấy nhỉ!

- Thì xưa nay cộng sản vẫn thắng ở chỗ "im lặng là vàng" của phe ta đấy thôi!

Mọi người ngậm ngùi, suy nghĩ.

- À, kỳ này mình có thêm nhiều quảng cáo lắm nghe—Thuận nói—Có nhiều tiệm xưa nay không quảng cáo bao giờ, mà lần này tôi lại xin được. Ra ngoài Eden gặp ai khen buổi sinh hoạt Vượt Sóng hoặc "chia buồn" chuyện mình bị các báo chí "đập" là tôi túm lấy xin quảng cáo liền. Vì thế mình phải tăng cả số trang nữa anh ạ.

Hòa khoe luôn:

- À hay lắm nhé, cả sách của anh Nguyên Việt cũng bán chạy nữa. Từ hôm báo Vượt "gặp nạn" đến giờ, ngày nào cũng có người đến hỏi mua sách của Nguyên Việt.

- Ô, thế à? Hay quá! Có khi mình sắp tái bản được cũng nên—Nguyên Việt nói—Tôi cũng đang có một quyển nữa, sẵn sàng để in rồi đấy. Lúc nào nhà sách có dư chút tiền thì Hòa cho xuất bản đi.

- Vâng, anh cứ đưa, rồi em sẽ thu vén tiền nong. À, có một độc giả hỏi em là tại sao ngoài đời người ta chỉ thấy Nguyên Việt làm chính trị nhưng khi viết sách thì lại chỉ thấy ông ấy viết về văn hóa, khảo cứu văn chương, luận bàn triết học... Anh ta lấy thì giờ đâu ra mà làm nhiều lãnh vực khác nhau như vậy? Anh bảo em nên trả lời ông ta làm sao?

- Dễ lắm. Hòa cứ bảo cái ông độc giả nào đó, là anh Nguyên Việt làm chính trị tới lúc nào sắp phát khùng, thì anh ấy phải quay ra viết cái gì khác hẳn, để giải tỏa cơn khùng đó thôi, chứ không có gì là bí hiểm hết.

10

Tường ngồi giữa một nhà hàng Tầu sang trọng, ngay Quận Cam, với số thực khách đông đến năm trăm người. Đây là đám cưới em gái chàng, cô em thứ tư ngay sau Vinh. Đáng lẽ chàng phải tỏ ra hoạt bát, năng nổ như bản tính cố hữu của mình, nhưng hôm nay chàng thấy như mình thừa ở đây. Trước kia, trong một thời gian thật lâu, chàng là xếp sòng, là cái đầu tầu của gia đình, nhưng bây giờ, sau một thời gian, có lẽ phải là lâu lắm, quay trở lại chàng thấy các em lớn hẳn lên, cả về cơ thể lẫn tinh thần. Đứa nào đứa nấy trổ mã, cao bổng lên, thêm sự thông minh nhanh nhẹn tháo vát, làm chúng cứ như những đóa hoa hàm tiếu dưới mặt trời buổi sáng.

Chàng quen biết gần hết các vị tai mắt trong tiệc cưới này. Thoạt đầu cha mẹ và các em đã xếp chàng ngồi với mấy ông chủ tịch các hội đoàn, các chính trị gia... Họ bảo xếp chàng ngồi vào bàn quan trọng này để tiếp chuyện những người có cùng trình độ, kiến thức. Chàng đọc qua danh sách thấy có cả tên vài ông trong cái chính phủ lưu vong tào lao, mà chàng đã chán ngấy, bèn khăng khăng đòi đổi chỗ, xin được ngồi chung bàn với gia đình, có hai bà cô, ông bác, vài ông anh họ, bà chị dâu... lấy cớ lâu mới có dịp gặp lại họ hàng, muốn được gần gũi, nói chuyện với họ nhiều hơn. Bây giờ ngồi đây chàng thấy mình may mắn, đã hành động kịp thời, để có thể rảnh tâm trí, ngồi quan sát quang cảnh chung quanh.

Nhìn cách trang hoàng phòng tiệc, sân khấu, chàng thầm khâm phục bọn trẻ, các em chàng, về sự thông minh tháo vát và nhất là hòa hợp được cả hai nền văn hóa Việt và Mỹ. Khi bước qua cửa nhà hàng, chàng thấy các cậu em phù rể, các cô em phù dâu đẹp quá. Cô dâu lộng lẫy trong chiếc áo gấm màu vàng, đầu đội khăn hoàng hậu. Chú rể khăn đóng áo dài màu lam. Hai người đứng dưới một cái cổng kết hoa, đợi quan khách tới chụp hình...

Sau sân khấu có chữ song hỉ to tướng treo giữa tường. Một dàn nhạc có đủ thứ nhạc cụ tây, ta lẫn lộn: Trống, phách, "keyboard," đàn tây ban cầm, đàn tranh, sáo...vv... Trên trần chăng đầy hoa giấy, bóng bay...

Đang nghĩ miên man, chợt nghe người điều khiển chương trình mời mọi người về chỗ để ông có thể bắt đầu. Cũng phải mất mươi, mười lăm phút mọi người mới tạm yên chỗ. Người điều khiển chương trình tự giới thiệu là Lê Pha, anh rể của chú rể, rồi ông bắt đầu mời hai gia đình lên sân khấu. Người được mời trước là cha mẹ chú rể với lời giới thiệu trang trọng, trong khi ông bà đi từ từ về phía sân khấu: ...Ông là cựu chủ tịch Hội Đồng Quốc Gia, cựu Dân Biểu Quốc Hội. Ở hải ngoại ông là cựu chủ tịch Tổng Hội Tương Thân Tương Ái Đồng Hương, cựu chủ tịch Hội Quân Dân Cứu Nước, cựu Tổng Trưởng Văn Hóa trong Chính Phủ Giải Phóng Dân Tộc Việt...vv..." Nghe đến đây Tường lẩm bẩm "Ôi, thời oanh liệt nay còn đâu!" Người anh họ ngồi bên cạnh Tường, ghé gần lại chàng hỏi: "Chú nói gì?" "Em nói là đói quá!" Tường trả lời. Ông anh họ đồng ý: "Ừ! Nếu giới thiệu mỗi người cái kiểu này thì quan khách đến chết đói mất! Nhưng chú cứ yên trí, anh thấy ông bô nhà mình đã bắt cái ông "MC" kia gạch hết những lời giới thiệu lòng thòng về phần ông đi rồi." Tường thở phào: "Cám ơn trời!" Ông anh không hiểu lại tưởng chàng mừng vì sẽ sớm được ăn, ông đề nghị: "Chú uống tạm nước ngọt đi vậy. Chất đường cũng làm người ta tỉnh người, đỡ đói."

Mải nói chuyện với ông anh, người điều khiển chương trình giới thiệu hết ba cặp phù dâu phù rể. Bây giờ đến lượt cô dâu chú rể được giới thiệu. Chàng không thể không chú ý vì trống, phách, thanh la khua ầm ầm, thêm vào tiếng vỗ tay, huýt sáo inh ỏi... Cô dâu, chú rể lên đến sân khấu một lúc rồi mà ông điều khiển chương trình vẫn chưa hết lời giới thiệu nồng nàn về cặp tân lang, tân giai nhân này. "Xưa nay người ta nói 'Trai tài gái sắc' chứ có ai nói 'Trai tài, gái cũng tài' bao giờ đâu. Thế mà cô dâu của chúng ta hôm nay lại vừa tài vừa sắc. Nàng là bác sĩ nhi khoa đang làm nội trú, chàng là bác sĩ não bộ. Thật là xứng đôi vừa lứa, môn đăng hộ đối...!"

Tường không chịu nổi cái lối giới thiệu nhà quê này, bèn quay sang hỏi ông anh họ: "Bác sĩ là bác sĩ, tại sao còn phải giới thiệu cả ngành chuyên môn của họ ở đây? Không nhẽ hôm nay nhân tiện mình quảng cáo, để thâu nạp bệnh nhân luôn thể sao?" Bà chị dâu ngồi cạnh ông anh thấy Tường hỏi dớ dẩn bèn trả lời hộ ông chồng chậm chạp:

- Chú không biết đấy, trong giới bác sĩ ở đây có nhiều người kỳ thị ra mặt. Bác sĩ chuyên môn này khác bác sĩ chuyên môn kia, rồi lại bác sĩ thì ăn đứt các thứ sĩ khác. Đặc biệt là họ để ý xem bà bác sĩ này ở trong căn nhà mấy triệu, bà bác sĩ kia đi xe Mercedes hay xe Toyota....vv... Trong bữa tiệc hôm nay chẳng hạn, thì họ nhìn hột soàn của nhau. Nhìn cái cỡ hột soàn là người ta có thể khẳng định bác sĩ nào đắt khách, bác sĩ nào ế khách.

- Khiếp, lại còn thế nữa? Bây giờ mình có thằng em rể là bác sĩ mổ óc, hôm nào mình bảo nó tìm cách "scan" mấy bộ óc của mấy ông bà bác sĩ này xem, tạo hóa có để nhầm cái gì trong đó không!

Tiệc bắt đầu. Mọi người ăn uống... Người hầu bàn mới dọn đến món thứ ba, người điều khiển chương trình, ông Lê Pha đã lên tuyên bố phần ca nhạc bắt đầu, vì chương trình còn dài lắm lắm. Người được mời hát mở đầu chương trình là ông bác sĩ mổ tim, cậu của chú rể, hát bài Mộng Dưới Hoa—Có người ngồi dưới la to: "'Họa Dưới Mông' chứ!" Mọi người cười--Kế đến anh của chú rể, bác sĩ nhãn khoa, hát bài Tà Áo Cưới, người thứ ba là bạn của chú rể, bác sĩ sản khoa, hát bài Lâu Đài Tình Ái.

Người thứ tư được mời lên là một cặp danh ca trong vùng. Cách giới thiệu ân cần của ông MC làm người ta không thể không lắng nghe: "Ông là bác sĩ tai mũi họng nổi tiếng, ông đã từng mổ những 'ca' khó khăn nhất và được các báo ở Lốt[*] ca ngợi không hết lời. Bà là chủ tịch Hội Ái Hữu Phụ Nữ Đòi Quyền Sống... Nhưng nổi bật hơn nữa, bà là một nhà thơ có nhiều bài đăng trên các báo hải ngoại. Bà chủ trương văn thơ phải đi đôi với mỹ thuật, vì vậy bà mở một tiệm may y phục phụ nữ lấy tên "Tân Thời" rất thành công trong nhiều năm nay... --Mọi người

---

[*] Tiếng gọi tắt cho Los Angeles do người Việt ở California đặt ra.

đang chú ý nghe ông MC nói thao thao... Chờ đợi được nghe tới thành tựu cao nhất của ông bà bác sĩ, như là... ông sắp bỏ cửa bỏ nhà, hy sinh một đời cho người nghèo khó và bà sẽ gửi hàng tấn quần áo về cứu lụt ở Việt Nam... chẳng hạn, thì chợt ông MC cao giọng, nhấn mạnh từng chữ như một MC chuyên nghiệp trên sân khấu Hollywood- -Và bây giờ... xin quí vị một tràng pháo tay thật lớn để đón mừng cặp uyên ương sẽ lên đây cống hiến quí vị bài 'Xin Một Ngày Mai Có Nhau.' Mọi người vừa vỗ tay, vừa đưa mắt tìm cặp tài tử. Ông Lê Pha nói xong nhìn vào bên trong, phía phải rồi phía trái sân khấu, chẳng thấy cặp uyên ương ông vừa giới thiệu đâu, ông đang nhớn nhác đi tìm thì được người ngồi dưới cho biết là bà còn phải đi thay áo. Quan khách lại được dịp bàn tán: "Chắc là mặc áo đầm để ăn cho thoải mái, nhưng hát thì phải thay áo dài cho nó có vẻ thướt tha..." Ông MC bèn trổ tài câu giờ: "Trong khi chờ đợi tôi xin hiến quí vị một câu chuyện vui. Hồi cha mẹ tôi sinh ra tôi, các cụ tiên đoán là ngày nay chúng ta sẽ phải lưu lạc qua Hoa Kỳ nên đặt cho tôi cái tên Lê Pha. Thường thường như quí vị biết, người Việt mình ưa đặt cho con cháu tên thật 'kêu', hoặc tên chữ Hán nghe cho có ý nghĩa, nhưng cái tên Lê Pha của tôi chẳng có nghĩa gì hết, lại cũng không 'kêu' như những tên Hùng, Dũng hay Cường... Đã thế cái tiếng "pha" nghe mà buồn. Người ta thường nói: "Tôi coi việc đó như pha." Thế có nghĩa là coi thường, coi nhẹ, coi như chẳng có gì. Khi lớn lên, tôi khiếu nại. Cha mẹ tôi cắt nghĩa là các cụ sợ cho tôi tên đẹp, tôi sẽ bị ma bắt quỉ tha đi mất. Cái tên tầm thường, khiêm tốn sẽ an toàn cho tôi hơn. Nhưng khi qua đây, người Mỹ viết tên người Việt lộn ngược hết ráo, vì thế họ viết và đọc tên tôi là Pha Lê. Thế là từ ngày qua

Mỹ, chẳng đặng đừng, tên tôi nghe kêu 'coong, coong' như pha lê vậy. May quá, ma quỷ Mỹ nó không hiểu tiếng Việt nên cũng chẳng biết tên Pha Lê là tên 'kêu' để mà bắt!" Cả phòng tiệc cười... trong khi cặp uyên ương bác sĩ kiêm ca sĩ bước lên sân khấu. Nhìn bà bác sĩ, ai cũng đồng ý là nếu bà mặc chiếc áo dài này mà ngồi ăn thì... thật quả là không được.

Tường tò mò hỏi ông anh họ: "Sao ở đây lắm bác sĩ hát hay quá nhỉ? Tại sao họ đều có mả phát về bộ môn hát?" Lại bà chị dâu tranh trả lời:

- Ấy ở đây gần như bác sĩ nào cũng tập hát karaoke ở nhà sau giờ làm việc. Đó là một thứ dấu ấn chứng nhận ai là bác sĩ thứ thiệt, ai chưa hẳn là bác sĩ!

- Ừ thì những người làm việc về khoa học cũng nên có một thú tiêu khiển nào đó, cho đầu óc khỏi căng thẳng, nhưng sao lại chỉ chọn thú tiêu khiển bằng hát? Mà lại còn chịu khó hát ở chỗ đông người ồn ào như thế này?

- Sao chú lại bảo là người ta 'chịu khó'—ông anh xen vào—Đêm nay cứ thử không mời hết các bác sĩ danh ca này lên hát xem có bị giận chết không nào.

- Thật à? Thế mình phải ở đây suốt đêm à?

Vừa nói đến đấy, Tường giật mình vì bị cô dâu ôm choàng lấy cổ:

- Anh ơi! Anh lên hát tặng chúng em một bài đi!

- Thôi anh lạy em! Để mai mốt về nhà anh sẽ hát cho các em nghe suốt ngày. Hôm nay anh lỡ uống quá chén. Lên đó hát tầm bậy mất tiếng của anh cô đi.

- Thật hả anh? Đâu anh uống gì?

Bà chị dâu nhanh nhẩu, nhảy vào cứu bồ:

- Đây này, một mình anh ấy uống hết nửa chai rượu vang đây này.

Bà vừa nói vừa chỉ vào chai rượu trên bàn còn một nửa. Cô em tiu nghỉu, phụng phịu:

- Ngày mai trong bữa tiệc nhị hỷ anh phải hát mười bài cho nhà trai họ biết tay đấy, OK?

Tường mừng quá:

- Ừ, bao nhiêu cũng được.

Nói rồi chàng nhận thấy chàng mới chỉ câu giờ, khó lòng mà yên thân được suốt buổi tiệc. Chàng với tay lấy chai rượu, đổ vào cốc, uống thật...

11

Bốn rưỡi sáng Tường thức dậy. Nghĩ một lúc mới nhớ ra, mình đang nằm ở nhà cha mẹ ở Cali. Chàng thấy không thể ngủ lại được nhưng cũng không muốn ra khỏi phòng, nằm ôn lại những chuyện hôm qua...

Mới từ năm ngoái mà thấy như lâu lắm. Các em chàng lớn hẳn và cũng trưởng thành hẳn lên. Mấy đứa em phù dâu, phù rể hôm qua, đứa nào cũng đẹp và nhanh nhẹn... Chàng có cảm giác buồn vui lẫn lộn... Mừng cho các em đã theo được dòng chính lưu của nước tạm dung văn minh nhất thế giới này, nhưng lại thấy mình lạc lõng. Chàng cố kiểm điểm xem mình "lạc" tự bao giờ và cố tìm hiểu xem vấn đề bắt đầu từ đâu. Thứ nhất là các em chàng không đứa nào hư hỏng, trái lại đứa nào cũng giỏi và thành công. Bố mẹ Tường tính toán rất chính xác khi sinh anh em chàng! Ông bố tên là Cát, thế là ông bà sinh ba con trai đặt tên là Tường, Vinh, Hiển. Phía con gái, ông bà sinh cô Mai rồi đến các cô Lan, Cúc, Trúc. Tường nghĩ giả sử các cụ sinh thừa hay thiếu một đứa thì chắc sẽ rắc rối. Cậu Vinh khoe với anh là sắp sang Việt Nam làm việc cho hãng điện tử của cậu. Hãng này mới thiết lập văn phòng ở Sài Gòn. Tường bừng tỉnh, chợt thấy em đã lớn, có quyền quyết định đời của nó mà chàng vẫn cứ tưởng là các em còn bé như thuở nào! Không thể nào lỗi tại họ. Lỗi tại chàng chăng? Chúng nó tiến mà chàng thì dừng lại từ năm, sáu năm trước? Hay nói đúng hơn là chàng rẽ sang một ngả khác và bỏ quên chúng nó. Chàng đã quên theo dõi xem các em chàng muốn gì, cần gì, thì làm sao chàng biết tuổi trẻ ở Việt Nam muốn gì? Chàng đang làm một chuyện mơ hồ chăng? Các em chàng và biết bao nhiêu chuyên viên trẻ gốc Việt trên khắp năm châu, sẽ được hãng của họ cử sang Việt Nam làm việc, và như thế là gián tiếp xây dựng đất nước, không sức mạnh nào ngăn cản được. Nhưng thử hỏi các cô cậu ấy đã sẵn sàng chưa? Hành trang của họ có những gì ngoài một mớ kiến thức chuyên môn? Câu hỏi làm chàng bứt rứt không yên. Cảm thấy mình thiếu sót quá...

Chàng mặc quần áo ra phòng ngoài, mong tìm được Vinh. Nhà im lặng, mọi người ngon giấc. Không biết Vinh ngủ ở phòng nào. Trẻ con nằm la liệt trên đi-văng, trên thảm trong phòng khách, phòng gia đình. Tường không dám gây động tĩnh. Vơ vội chồng báo trên bàn rồi rón rén trở lại phòng ngủ.

Ngoài những tít lớn trên trang một như "Mỹ Bỏ Cấm Vận vào 5 giờ 4 phút ngày 3 tháng 12..." "1000 Người Việt

Biểu Tình Tại Quận Cam biểu dương ý chí đấu tranh kiên trì của người Việt Hải Ngoại," "Houston dàn chào phản đối Clinton về việc Hoa Kỳ bỏ lệnh cấm vận nhân dịp Tổng Thống đến dự bữa cơm gây quỹ cho đảng Dân Chủ...vv..." là những tin tức cũng đã được báo Vượt loan tin trước ngày Tường đi. Ngoài ra cũng có một số bài bình luận chung quanh vấn đề bãi bỏ cấm vận khá mạnh, từ phía các tổ chức tranh đấu cho tù binh, và quân nhân Mỹ mất tích trong cuộc chiến tại Việt Nam như: "Chính Phủ Clinton Hành Động Nhằm Thỏa Mãn Tài Phiệt Mỹ Muốn Làm Giầu Trên Đất Nước VN," "Lãnh Đạo Việt Cộng Bán Rẻ Tài Nguyên Đất Nước," "Hoa Kỳ Phản Bội Tù Binh Mất Tích Ở Việt Nam," "Clinton Nuốt Lời Hứa Với MIA/POW"[*]...vv...

Mở mấy tờ báo tuần trước... Tường ngạc nhiên thấy có hai, ba tờ đăng bản Tuyên Cáo Báo Chí đánh tờ Vượt ở Hoa Thịnh Đốn, nhưng không một tờ nào đăng nguyên bài "Tuổi Trẻ Việt Nam Trong Tiến Trình Dân Chủ Hóa Đất Nước" của tác giả Chánh Tâm. Tường sốt ruột lấy chiếc "laptop" mang theo ra, gõ một bài nhận định về hành động thiếu công bằng của các tờ báo này. Chàng định bụng lát nữa sẽ đi gặp vài tờ báo bạn ở đây, và cũng sẽ lấy các bài trong mục Trưng Cầu Dân Ý ở trong "laptop" ra đưa nhờ họ đăng luôn.

Mải mê viết, Tường không để ý đến giờ giấc. Có tiếng gõ cửa. Chưa kịp trả lời đã thấy cửa hé mở. Ông Cát, ba của Tường xuất hiện trong bộ quần áo ngủ:

---

[*] MIA/POW: Người Mỹ mất tích/tù nhân chiến tranh.

- Sao con dậy sớm thế?

- Dạ ba. Mời ba ngồi—Tường đứng dậy kéo ghế--Có lẽ con quen mắt, bây giờ bên miền Đông đã là 11 giờ rồi. Đêm qua ba ngủ có ngon không ạ?

- Cũng khó ngủ, có lẽ tại ba uống nhiều nước trà.

- Lần này con về thấy ba má khoẻ, con cũng mừng.

- Khoẻ gì đâu. Cũng nay đau chân, mai đau lưng, được lúc nào hay lúc đó... Còn con sao? Bao giờ thì xong cái tiến sĩ cho ba má mừng?

Bị tấn công bất thần, Tường lúng túng:

- Dạ, dạ. Con còn đang dạy học, thành ra cũng phải để thong thả...

- Cái gì? Ba không hiểu. Nếu chỉ vì phải dạy học để kiếm cơm mà không viết được xong cái luận án thì về đây ở với ba má rồi chỉ việc ngồi viết cho tới xong đi...

- Dạ, dạ.

- Ba nghe nói con còn mắc vào con nhỏ Việt cộng nào đó, có thiệt không?

Tường đoán là lại có người mách rồi, chàng biết chẳng thể phủ nhận hoàn toàn:

- Dạ, chúng con chỉ là bạn.

- Bạn với Việt cộng ấy hả? Ba ngạc nhiên hết sức! Trước nay ba vẫn tưởng con vững lập trường lắm cơ mà, con thay đổi từ hồi nào vậy?

- Dạ, có chơi với người ta mình mới hiểu và cảm hoá được người ta chứ ba.

- Úi chao! Con tưởng con cảm hoá được người ta hả? Nó mà dùng mỹ nhân kế thì thánh cũng phải xiêu. Lúc đó hết còn biết ai cảm hoá ai. Lại còn tờ báo Vượt của con nữa, cũng sặc mùi hoà hợp hoà giải. Con thay đổi quá xá. Thằng chồng con Mai thì đi đi về về buôn bán với Việt Nam như đi chợ. Thằng Vinh sắp đi Việt Nam làm cho hãng của nó. Con thì như thế này. Ba không biết chúng bay còn định làm những trò gì...

Tường cố gắng xen vào nói:

- Ba đang nói đến mấy chuyện riêng lẻ không ăn nhập gì với nhau. Ba để con giải thích từng chuyện một: Chuyện một số tờ báo xúm vào đánh tờ báo Vượt về việc đăng bài "Tuổi Trẻ Việt Nam Trong Tiến Trình Dân Chủ Hóa Đất Nước" của tác giả Chánh Tâm, là chuyện hoàn toàn bất công, và nó thể hiện tính cách thiếu cảnh giác của nền báo chí hải ngoại, cho nên vẫn còn vô tình để trà trộn trong đó những tờ ấu trĩ, a-dua, vui đâu châu đấy... không cần tìm hiểu sự thật. Con đã mang về đây cho ba mấy tờ Vượt, đăng đầy đủ cả bài của tác giả Chánh Tâm và mục "Trưng cầu dân ý." Hôm qua nhà bận ba chưa kịp đọc tờ Vượt, thì ba đừng có dựa vào mấy tờ đăng lại cái Tuyên Cáo của mấy tờ báo từ Hoa Thịnh Đốn, với những câu trích dẫn cắt đầu xén đuôi. Con tưởng cộng đồng mình đang hô hào "dân chủ" mà ba! Không lẽ mình chỉ hô hào dân chủ cho Việt Nam thôi, còn mình ngoài này không cho phép ai nói tiếng nói khác mình hay sao?

- Khoan đã! Sự thật về bài báo đó ra sao hãy để đó đã. Ba chỉ muốn nhắc nhở con phải nhớ rằng đối với cộng sản, không thể có một dung hòa nào cả. Nếu cộng sản biết dung hòa thì cộng sản đã không lừa dối ba trăm ngàn viên chức, quân nhân, văn nghệ sĩ miền Nam để họ tưởng là chỉ phải đi học tập ba tháng, rút cuộc là tù mút mùa. Người thì năm bảy năm, người thì 16, 17 năm... Nếu cộng sản biết dung hòa thì hai triệu người dân Việt không phải bỏ nước ra đi, và nửa triệu người đã không phải làm mồi cho cá ở dưới biển. Nếu cộng sản biết dung hòa thì họ đã không bắt bớ, đàn áp các tôn giáo, các người khác chính kiến ở bên nhà suốt từ ngày lên nắm chính quyền cho đến tận ngày hôm nay... Tựu trung là bất cứ sự dung hòa nào với cộng sản cũng chỉ là cung cách hà hơi cho chúng nó khoẻ thêm, để củng cố nền độc tài Đảng trị. Bây giờ thằng Mỹ lại bỏ cấm vận, thế thì còn cái gì để mặc cả với cộng sản để cho người dân thoát khỏi ách độc tài?

- À đấy, cuối cùng rồi ba cũng lại thương đến "người dân" chứ ba có ghét bỏ họ đâu nào? Việc con làm cũng đơn giản có thế, cũng chỉ vì thương "người dân." Bài báo đăng trên tờ Vượt cũng chỉ có một mục đích duy nhất là tiếp tay cho "người dân" để họ dễ dàng thấm nhuần và ý thức không khí tự do dân chủ, rồi khi học xong, họ trở về Việt Nam đem theo cái hiểu biết đó về mà giải cứu những "người dân" mà ba muốn cứu ấy...

- Á à! Cộng sản Việt Nam khôn ngoan giảo quyệt, đưa ra chiêu bài kêu gọi lòng yêu nước của giới trẻ Việt Nam hải ngoại, nhưng các cậu phải biết rằng—Ông Cát nhấn mạnh—"Yêu nước không phải là yêu Xã Hội Chủ Nghĩa." Các cậu bị lừa về cái mỹ từ "yêu nước" hết. Các cậu chỉ làm đầy tớ cho chúng nó sai, chúng nó xài chứ chẳng thấy nước non dân tộc được nhờ vả gì hết.

- Thế ba bảo bọn trẻ chúng con phải làm gì? Giải pháp quân sự đã lỗi thời, giải pháp "chống cộng tới chiều" xem ra cũng không có hiệu quả, một vài chính phủ lưu vong không cả có đất, không cả được quốc tế công nhận, xem ra đã thành cái bánh vẽ, giải pháp vận động quốc tế đã thất bại hết đợt này đến đợt khác... Sau 18 năm trời mọi nỗ lực của cộng đồng hải ngoại vẫn chỉ là dậm chân tại chỗ. Không nhẽ bọn trẻ chúng con cứ ngồi khoanh tay nhìn à? Chúng con chỉ muốn thấy "hành động." Cuộc chiến này khác lắm ba à! Nó không phải là cuộc chiến giữa quốc gia này với quốc gia khác nhằm tiêu diệt nhau bất kể nhân mạng, mà là cuộc chiến nhằm thay đổi một thể chế độc tài bằng một thể chế tự do, dân chủ. Nó là một cuộc cách mạng. Cuộc cách mạng nhằm lật đổ chính quyền, nhằm xóa bỏ chế độ, không nhằm "ném con chuột để vỡ bình cổ." Và trên hết, là phải làm sao cho người dân ý thức được tự do dân chủ, hầu tự nổi lên giành lấy quyền căn bản mà đáng lẽ họ phải có. Vậy con xin hỏi lại ba, "tuổi trẻ chúng con phải làm gì?"

Cụ Cát suy nghĩ một lúc:

- Làm gì thì chưa biết, nhưng có thật cần phải cặp bồ với một cô cán bộ đảng viên cộng sản để giải cứu người dân không?

Ông bố đã không trả lời trực tiếp vào câu hỏi của chàng, nhưng chàng không muốn dồn cụ vào chân tường, đành cũng đổi hướng theo:

- Cô ấy là sinh viên du học chứ đâu có phải là đảng viên gì đâu ba.

- Xạo! Không là cán bộ cao cấp, không là đảng viên, không là con ông cháu cha mà lại được đi du học hả? Con không biết câu "Hồng hơn chuyên" à? Sao con ngây thơ thế? Cái thông minh sáng suốt của con nó để đâu hết rồi?

- Nhưng thưa ba, ngay như những người có 30, 40, 50 tuổi đảng cũng có thể phản tỉnh, nhìn ra cái sai lầm của đảng để mà phản kháng cơ mà.

- À bây giờ anh lại nói cái chiều đó. Anh tin những đảng viên đang chống đối đảng là họ thật lòng bỏ Đảng đấy à? Thế những Nguyễn Hộ, Hà Sĩ Phu, Dương Thu Hương, Trần Mạnh Hảo...vv... có bỏ đảng không, hay họ chỉ muốn cho Đảng khá hơn mà thôi? Đảng khá hơn nghĩa là Đảng sẽ vững mạnh để độc trị cái nước Việt Nam một trăm, hai trăm năm nữa à? Coi chừng không có lại chui vào cái bẫy Trăm Hoa Đua Nở như dạo nào là chết ráo cả.

- Con không nói là họ bỏ Đảng. Cái lợi trước mắt là mình có được những người nằm trong chăn, phơi bầy cho cả thế giới thấy những chuyện thâm cung bí sử của Đảng CS Việt Nam. Làm sao mình biết cộng sản bằng họ. Xem kỹ những tài liệu của các ông ấy đưa ra mới thấy trước nay mình chỉ hiểu cộng sản một cách phiến diện, sự thật còn ghê khiếp hơn nhiều. Trong cuộc tranh đấu với kẻ thù, điều kiện tiên quyết là phải hiểu kẻ thù đến nơi đến chốn. Mình hãy nhìn họ như kẻ thù của kẻ thù mình, để lôi kéo họ vào làm bạn cái đã. Lẽ dĩ nhiên đối với những người "bạn mới" bao giờ mình cũng phải dè dặt, nhưng không phải vì thế mà hẹp hòi đến độ bít kín cả trái tim lẫn tâm hồn để không còn biết đâu là chân, đâu là giả. Nếu biết khai thác những tài liệu họ cung cấp, biết tiếp tay, khuyến khích những người nhìn ra các sai trái của đảng để họ mạnh dạn đứng lên tố cáo đảng nhiều hơn, thì chỉ có lợi cho đại cuộc, chứ con chưa thấy hại ở đâu hết.

- Ấy cái chữ "nếu" ấy mới là điều quan trọng...

Có tiếng gõ cửa. Tường lên tiếng. Cửa xịch mở. Bà Cát, mẹ của Tường bước vào:

- Hai cha con có chuyện gì mà ầm ỹ lên thế. Mẹ đứng trong bếp mà còn nghe thấy...

Tường định kéo ghế mời mẹ ngồi nhưng ông Cát đã đứng dậy nhường ghế cho vợ, bước ra cửa:

- Thôi hai mẹ con nói chuyện đi, tôi phải đi uống cà phê.

Tường nhìn kỹ mẹ. Bà cũng già đi nhiều, tóc đã điểm hoa râm. Riêng nụ cười vẫn tươi như xưa, như thuở chàng bắt đầu biết nhận xét, biết nhớ. Các cụ ngày xưa tinh lắm, cứ kén con dâu tươi tắn. Con dâu có tươi thì đời con trai các cụ mới khá được. Như mẹ chàng, bà thật là người đàn bà vượng phu ích tử.

- Mẹ khỏe không?

- Mẹ khoẻ. Còn con thế nào? Sao cứ trì chậm mãi, cả đường công danh lẫn đường vợ con...?

Tường không dám nói với mẹ là "cái bằng nó chờ được, còn cuộc tranh đấu cho một Việt Nam có dân chủ tự do không chờ được" như chàng đã nói với Nga năm ngoái, vì với một người mẹ, hạnh phúc của con bà phải là trên hết. Chàng tìm một câu vô thưởng vô phạt:

- Mẹ đừng lo, thời bây giờ khác rồi. Thiếu gì người đi làm chán chê rồi mới đi học lại, có sao đâu.

- Nói thế chứ... vì hoàn cảnh người ta phải chịu đã đành. Đằng này con cố ý kéo dài để làm gì? Các em con vượt con hết cả...

- Có cái bằng rồi người ta cũng vẫn còn phải trau dồi kiến thức khác nữa. Cái bằng nhiều khi làm cản trở người ta học hỏi những cái khác.

- Thôi con nói ngang như cua ấy! Còn chuyện vợ con, con cũng phải tính đi chứ, để lâu cha già con cọc. Các em con ở với ba mẹ đứa nào cũng học một mạch là xong, có mình con ba mẹ cho tự do, đâm ra hỏng! Ở đây ba mẹ có ông bà bạn có cô con gái xinh đáo để, học hành giỏi giang, gia đình là chỗ môn đăng hộ đối. Mẹ muốn con đi xem mặt cô ta ngày mai. Hôm qua nhà mình cũng mời ông bà đi ăn cưới con Lan, nhưng họ lại kẹt một đám cưới khác...

- Dạ, dạ. Mẹ à! Mẹ thấy mấy đứa con cô Mai có lớn không? Chúng nó nói tiếng Việt như gió ấy, chắc là bà ngoại bằng lòng lắm—Tường đánh trống lảng.

- Ừ, thằng Eric nói tiếng Việt giỏi ba má mới bằng lòng gả con Mai cho nó đấy chứ. Nó ăn ở khéo léo bằng mấy rể Việt Nam ấy. Nó gửi từ Việt Nam về cho mẹ đủ thứ, khi thì áo thêu, tranh thêu, khi thì cốm sấy, trà Thái Nguyên, rồi bột sắn, măng khô... Sao mà nó khéo mua bán thế. Thôi đi ra ngoài ăn sáng đi con. Hôm nay nhà còn bao nhiêu việc phải làm...

12

Trên đường lái xe từ phi trường về nhà, Tường ghé qua nhà Sarah lấy thư của Nga. Nếu đúng hạn kỳ, cách hai tuần một lá thư, thì tuần này phải có. Về đến nhà lại thấy chồng thư từ, sách báo khác chất đầy trên bàn, chàng bỏ mặc không đụng vào, mở thư Nga ra đọc trước:

Hà Nội ngày... tháng...
Anh yêu quí,
Em mới có một tin mừng phải báo cáo anh ngay: Em vừa được tuyển vào làm ở Bộ Thương Mại. Thật là đúng lúc, đúng thời anh ạ! Bây giờ các công ty nước ngoài đổ

tiền vào đầu tư ở Việt Nam càng ngày càng nhiều. Em nghĩ làm ở Bộ Thương Mại em sẽ dùng vốn ngoại giao và tiếng Anh của em giúp cho các công ty Việt Nam và các doanh thương nước ngoài thông cảm nhau và tin tưởng nhau, mạnh dạn trong việc đầu tư hầu giúp cho nước nhà phát triển kinh tế tới mức tối đa. Đây là một cơ hội tốt anh ạ, cơ hội làm cho nước Việt Nam tiến nhanh để có thể sánh với các nước mở mang thịnh vượng trên thế giới...

Song song với việc vào làm trong Bộ Thương Mại, em cũng đã tuyên thệ vào Đảng...

Tường choáng váng. Lá thư rơi xuống sàn nhà. Chàng vò đâu bứt tai: "Thôi thế là hết! Cô này điên mất rồi!"

Nhưng với bản tính lạc quan sẵn có, Tường bị lôi cuốn ngay vào cơn sốt chính trị tại hải ngoại...

Mặc dầu lệnh bỏ cấm vận là điều ai cũng biết nó sẽ xảy ra, nhưng khi được Mỹ chính thức công bố thì các chính trị gia hải ngoại cũng vẫn có nhiều ý kiến, có khi trái ngược nhau gây tranh cãi, ngộ nhận, chia rẽ... Cũng vào thời điểm này, Việt Nam gửi nhiều phái đoàn rầm rộ sang Mỹ. Các phái đoàn gồm nhiều chuyên viên cao cấp ở các ngành đi dự hội thảo về đầu tư, kinh tế, kế hoạch, tài chính, kỹ nghệ, thương mại... Phái đoàn khác sang quan sát về canh nông, ngư nghiệp... Các giáo sư sang quan sát hệ thống giáo dục Mỹ, lập quan hệ với các Đại Học. Thêm nhiều sinh viên được học bổng sang Mỹ du học...vv... Các ngân hàng như Quỹ Tiền Tệ Quốc tế, Ngân Hàng Phát Triển Á Châu, Ngân Hàng Ngoại Thương

Pháp... đều tuyên bố sẵn sàng cho Việt Nam vay. Các doanh gia ngoại quốc như Nhật, Pháp, Úc, và dĩ nhiên là Mỹ... rất hăng hái trong việc nhảy vào đầu tư ở Việt Nam. Tình hình này như nước vỡ bờ, vì thế việc các chuyên viên người Mỹ gốc Việt đang làm cho các hãng Mỹ, đều có triển vọng được hãng lựa chọn gửi sang Việt Nam, thiết lập văn phòng đại diện cho hãng ở đây. Vinh, em của Tường, một kỹ sư điện tử được gửi sang Việt Nam, cũng vì lý do đó.

Nghĩ đến bữa về Cali ăn cưới cô em, Tường định bụng tìm dịp nói chuyện với Vinh. Không ngờ chính chàng lại bị ông bà bô cho một trận về tội không chịu làm luận án cho xong cái bằng tiến sĩ, không chịu lấy vợ, mê cô Việt cộng, và đặc biệt là bà mẹ còn hẹn ngày hôm sau, phải đi với bà xem mặt một cô, mà theo bà tả thì "xinh đáo để," ở ngay quận Cam... làm chàng phải mau mau chuồn về miền Đông, khu an toàn của chàng, không kịp thực hiện ý định nói chuyện với Vinh.

Về đến Washington chàng gọi Vinh nhiều lần để nhắc đi nhắc lại cho cậu ta nghe về thực chất chế độ cộng sản và thực trạng Việt Nam, để khi ở bên nhà không để luận điệu tuyên truyền của cộng sản thôi miên nữa. Chàng gửi cho em nhiều tài liệu, nhất là những tin tức và các bản văn do những cựu đảng viên chống đối Đảng được gửi ra hải ngoại. Những bài do đài phát thanh Làn Sóng Tự Do phỏng vấn các vị này để phát thanh ngược về Việt Nam... Chàng đã nói đi nói lại nhiều lần nhưng vẫn không yên tâm. Vẫn cho là không có thể diễn tả hết nỗi băn khoăn lo lắng của chàng cho cậu em hiểu. Nói chuyện bằng điện thoại người ta khó có thể chẩn mạch đúng, để biết người nghe có thực sự hiểu ý người nói không, hay chỉ vâng vâng, dạ dạ hoặc nói theo cho người kia vui lòng. Hoặc giả còn đồng ý bừa đi để người nói khỏi nói nữa thì tốt hơn!

Câu chuyện giữa hai anh em lần này, cũng vẫn sôi nổi như bao giờ:

- Qua Việt Nam làm việc cho hãng, em phải tỉnh táo, thứ nhất không để tuyên truyền bịp bợm của CS làm mình hiểu sai lạc tình hình. Mặt khác phải luôn luôn sáng suốt, để ý xem chính công ty của mình có còn đi đúng đường hướng đề ra lúc ban đầu không, hay nhiều khi vì quyền lợi, chính công ty mình lại dung hòa, nhượng bộ khoản này khoản nọ cho Việt Nam, để bóc lột công nhân mình đến xương tủy, thì vai trò của mình lại vô tình thành ra nối giáo cho giặc.

- Thế anh bảo em phải làm gì? Em đi làm việc cho công ty, làm sao em có thể dính vào chính trị?

- Anh có bảo em dính vào chính trị đâu? Anh bảo em phải có thái độ chính trị. Có thái độ chính trị không có nghĩa là làm chính trị.

- Thế nghĩa là thế nào em không hiểu?

- Có thái độ chính trị nghĩa là biết rõ mình không thể đứng cùng một giới tuyến với nhà nước CS Việt Nam về mặt chính trị. Luôn luôn tự nhắc mình để nhớ lý do tại sao mình có mặt ở hải ngoại này, để giới hạn sự liên hệ với họ, sao cho chỉ đóng khung trên bình diện nghề nghiệp mà thôi. Ở Việt Nam mình ở địa vị một chuyên gia, mình sẽ áp dụng đúng nguyên tắc, đúng luật pháp, đúng luật lao động đối với nhân viên bản xứ dưới quyền mình. Phải để ý để biết chắc chắn là công ty của em áp dụng đúng đắn luật lao động, tôn trọng quyền lợi của người lao động dựa trên tiêu chuẩn quốc tế trong giao kèo ký với Việt Nam. Nhất quyết không để công ty mình toa rập với nhà nước Việt Nam bóc lột đồng bào mình. Chỉ cần bấy nhiêu thôi là em cũng đã giúp cho dân Việt Nam lắm rồi. Em nghĩ ít nhất em có thể làm được bằng bấy nhiêu không?

Với tuổi trẻ vốn hăng hái đầy nhiệt tình, nếu chỉ cần áp dụng đúng luật của công ty, không đụng chạm đến chính trị thì dễ quá rồi. Vinh hăng hái trả lời:

- Em nghĩ không có gì khó hết anh ạ. Anh cứ yên tâm, em sẽ làm được mà.

13

Đúng 7 giờ chiều ngày 29 tháng 4 tức là 6 giờ sáng ngày 30 tháng Tư, giờ Việt Nam, cả Hoa Thịnh Đốn mở đài phát thanh nghe tiếng nói Làn Sóng Tự Do. Đài chủ đích phát thanh về Việt Nam, nhưng các đài phát thanh hải ngoại đều có thể tiếp vận được, nên ai có máy phát thanh có "làn sóng ngắn"[*] để nghe đài phát thanh Việt Nam, đều có thể nghe cả những bài do Làn Sóng Tự Do phát đi. Cộng đồng Việt Nam vùng Hoa Thịnh Đốn lại một phen xôn xao bàn tán, về sự xuất hiện đột ngột của Đài.

Không ai biết đài này được sửa soạn từ bao giờ, chỉ biết cuối tuần trước, báo chí tung tin đài Làn Sóng Tự Do

---

[*] Short-wave.

sẽ phát sóng từ Hoa Thịnh Đốn vào ngày Quốc Hận 30 tháng Tư. Người nghĩ gần thì cho là đài này có liên hệ với tờ báo Vượt và chính buổi sinh hoạt Vượt Sóng cách đây không lâu đã dọn đường cho Đài ra đời. Người thành thạo hơn thì cho là đài phải được tài trợ bởi CIA. Cứ nhìn vào ông giám đốc Đài, một anh HO gốc gác nhà văn, thuộc binh chủng nhảy dù, mới sang Mỹ có bốn năm nay, kiếm cơm hàng ngày còn không xong, làm gì có tiền làm đài phát thanh, nhất là chỉ phát thanh tin tức về Việt Nam chứ không nhằm phát thanh cho cộng đồng người Việt hải ngoại, nghĩa là không sống bằng quảng cáo. Giới thành thạo thì phân tích là, Đài theo y chang khuôn mẫu trong dự án thành lập Đài Á Châu Tự Do, mà Ủy Ban Vận Động Thành Lập Đài, một số Hội Đoàn, và một số cá nhân tích cực vận động từ nhiều năm nay, nhưng chưa đi đến đâu, nay Mỹ cho ra đài Làn Sóng Tự Do là để tạm thay thế cho đài Á Châu Tự Do. Lập luận này nhiều người nghe có vẻ xuôi tai.

Một tuần sau ngày Làn Sóng Tự Do phát sóng, báo Vượt làm một bài phỏng vấn nhà văn, nhà thơ Nam Nhân, giám đốc đài phát thanh. Bài được để rất trang trọng bên cạnh những tin quan trọng khác, về các sinh hoạt trong ngày 30 tháng Tư vừa qua, của các Hội Đoàn trong vùng.

Phóng viên báo Vượt (PVBV): Thưa anh, anh là một cựu quân nhân, là một cựu tù CS, qua Mỹ theo diện HO, anh cũng là một nhà văn, nhà thơ nổi tiếng từ bên nhà trước 75, động cơ nào khiến anh quyết định thành lập một đài phát thanh?

Giám đốc đài Làn Sóng Tự Do (GĐLSTD): Thưa anh, động cơ thì lúc nào chẳng có, trong suốt chiều dài cuộc đấu tranh mang lại tự do dân chủ cho Việt Nam, lúc nào chúng ta cũng cần mọi phương tiện, chuyển những tin tức về Việt Nam, cho người dân khắp nước biết, những tin tức mà cộng sản bưng bít.

PVBV: Xin anh cho biết đường lối chung của Đài?

GĐLSTD: Đài làm công việc trung gian, chuyển về Việt Nam những tin tức trung thực, liên quan đến đời sống chung quanh người dân, nhưng đã bị chính quyền bưng bít. Mặt khác Đài cũng tiếp tay đưa lên những tiếng nói độc lập của những người trong nước, bị nhà cầm quyền cấm đoán mà không có phương tiện phổ biến. Tóm lại Đài làm công việc của một nền báo chí tự do ngay ở trong lòng đất nước.

PVBV: Thưa anh ngày 30 tháng 4 vừa qua, tổng thống Hoa Kỳ vừa mới ký đạo luật thành lập Đài Á Châu Tự Do,[*] là đài đã được thai nghén từ nhiều năm nay, có dư luận cho rằng đài Làn Sóng Tự Do có một đường lối tương tự, ra đời vào thời điểm này là thừa, anh nghĩ sao về việc này?

GĐLSTD: Thưa anh, thứ nhất là trong công cuộc đấu tranh cho dân chủ tự do và nhân quyền cho Việt Nam, thì bao nhiêu báo chí, bao nhiêu đài cũng không là thừa. Đường lối của đài Làn Sóng Tự Do không rập theo khuôn mẫu của đài Á Châu Tự Do, nhưng cùng chung một mục đích, là cung cấp cho Việt Nam những tin tức, mà người dân có quyền biết và cần biết. Thứ hai, theo lề lối làm việc của chính phủ Hoa Kỳ, thì khi Tổng Thống ký một đạo luật, không có nghĩa là Quốc Hội sẽ cho ngay tiền, mà

---

[*] Radio Free Asia.

có khi kéo dài cả mấy năm, trong khi đó, nhu cầu có một đài phát thanh, chuyển tin tức trung thực về Việt Nam, rất cấp thiết, đáng lẽ phải nên có từ nhiều năm trước rồi.

PVBV: Thưa anh, xin anh cho biết thời khoá biểu phát thanh.

GĐLSTD: Thưa anh, hiện giờ Đài phát sóng nửa tiếng mỗi ngày, trong mùa xuân như hiện nay, 7 giờ sáng bên này thì tương đương với 6 giờ chiều bên nhà.

PVBV: Thưa anh, trong tương lai gần, Đài có định tăng giờ hay không?

GĐLSTD: Chắc chắn là dần dần sẽ phải tăng giờ. Thời kỳ này là thời kỳ thử nghiệm.

PVBV: Thưa anh có nhiều độc giả báo chúng tôi muốn biết, là Đài lấy nguồn tài trợ ở đâu, để đài thọ những phí tổn?

GĐLSTD: Buổi khởi đầu, các phí tổn đều do những đóng góp của một số hội đoàn, đa số là hội đoàn quân nhân, và một số đông thân hữu. Trong tương lai gần chúng tôi sẽ phải có Ban Yểm Trợ đi cổ động, quyên góp cho Đài.

PVBV: Thưa anh, hiện nay Đài có bao nhiêu nhân viên?

GĐLSTD: Dạ, mới chỉ có ba người ăn lương theo giờ, và hai thanh niên làm tình nguyện phần kỹ thuật. Bài vở đều được nhân viên của Đài viết sẵn ở nhà, rồi đem vào Đài, chỉ việc phát sóng. Một số bài khác chúng tôi mua, hay phỏng vấn trực tiếp. Sau thời kỳ thử nghiệm, khi chúng tôi tăng giờ, thì sẽ phải tuyển thêm nhân viên.

PVBV : Anh có thể chia sẻ cho mọi người biết là tiêu chuẩn tuyển nhân viên của Đài như thế nào không?

GĐLSTD: Dạ, các nhân viên đều phải có kinh nghiệm ít nhiều về phát thanh. Biết làm báo nữa thì càng tốt nhưng không đủ, vì viết báo khác, viết bài cho phát thanh khác. Nhân viên phải có khả năng dịch từ tiếng Anh sang tiếng Việt. Chúng tôi có kỳ thi tuyển, thi dịch, thi viết bài bình luận và thi giọng đọc.

PVBV: Thưa anh, sau một tuần phát thanh Đài đã kiểm chứng được kết quả ở Việt Nam chưa?

GĐLSTD: Về phía dân chúng thì dân ở các vùng cao trong Nam bắt được khá lắm, ở Sài Gòn thì cho biết bữa được bữa không. Hà Nội chưa bắt được. Về phía chính quyền CS thì chúng tôi chưa nghe phản ứng gì.

PVBV: Anh có lời nhắn nhủ gì với độc giả bổn báo, hay cộng đồng chúng ta tại hải ngoại không?

GĐLSTD: Thay mặt tất cả các anh em trong Đài, ước mong cộng đồng coi Đài như một phương tiện chung của chúng ta, trong công cuộc tranh đấu cho tự do dân chủ tại quê hương Việt Nam. Đài cũng xin được những lời phê bình xây dựng, và sự yểm trợ về tinh thần, cũng như tài chánh, để Đài có thể tồn tại lâu dài.

PVBV: Xin cám ơn anh đã dành cho báo Vượt cuộc phỏng vấn này. Xin chúc quí Đài tiến nhanh và tiến mạnh.

14

Việc Mỹ bãi bỏ cấm vận, và viễn ảnh bang giao Mỹ Việt càng ngày càng gần, làm cho chính quyền và nhân dân Việt Nam rất phấn khởi. Cùng lúc đó, cuộc triển lãm hàng hóa Mỹ tại Hà Nội, với sự tham dự của khoảng 50 công ty Mỹ, trong đó có đủ mặt hàng như máy điện toán, các chương trình điện toán, máy móc của hãng điện toán IBM, hãng GE, xe hơi, máy móc trang bị bệnh viện, máy cấp cứu, máy lọc nước, tủ lạnh, máy giặt, dụng cụ xây cất nhà cửa, bin đinh, máy ép để dùng lại giấy rác plastic, và sắt phế thải... Đồ ăn đồ uống cũng nhiều vô kể. Những người đến thăm gian hàng Pepsi đều được tặng một lon uống thử. Nhiều mặt hàng rất xa lạ đối với dân Việt Nam, tuy nhiên vẫn có đến hàng trăm ngàn người đến xem và mua hàng... Số người tham dự vượt quá mức dự đoán của cả Việt Nam, lẫn giới thương gia Hoa Kỳ, làm hai bên cùng phấn khởi, dự định sẽ tổ chức một buổi triển lãm lớn hơn tại Sài Gòn, với số công ty Mỹ tham dự dự đoán sẽ lên gấp ba lần.

Song song với các việc trên, hàng trăm sinh viên từ Việt Nam đi du học với học bổng, có mặt tại các đại học Hoa Kỳ đã gây nhiều tranh luận và chia rẽ. Chia rẽ giữa giới trẻ sinh viên tỵ nạn cởi mở dễ dàng, và thế hệ cha anh bảo thủ, với một quá khứ đầy kinh nghiệm đau thương, do chế độ mà các sinh viên Việt Nam kia đang phục vụ.

Vinh ngồi trên chuyến máy bay của hãng hàng không EVA của Đài Loan bay về Việt Nam. Tâm tư nặng trĩu. Nhiều tháng trước chàng rất bận rộn. Không phải vì sửa soạn hành trang vật chất, mà sửa soạn hành trang tinh thần. Nào là ông bố khuyến cáo, ông anh dặn dò, công ty huấn luyện, bạn bè khuyên bảo...vv... Chàng nhồi nhét cho đầy đầu, không kịp tiêu hóa. Nay ngồi trên máy bay, chuyến đi dài 24 tiếng đồng hồ, chàng có đầy đủ thì giờ làm công việc của con bò nhai lại. Chàng nhớ lại từng lời khuyên, từng mẩu chuyện để suy nghĩ, phân tích...

Những điều Vinh được nghe nói nhiều nhất là nạn tham nhũng, trong đó hối lộ là một. Hối lộ từ trong ra ngoài, từ trên xuống dưới. Việc hối lộ trở thành đương nhiên, như khi người ta đi mua hàng phải trả giá vậy. Không trả giá thì mua hở. Không hối lộ thì chẳng việc gì xong. Vào đến trong nước, vấn đề lại còn nhiêu khê hơn: chính trị, ô nhiễm, xe cộ, khí hậu, vệ sinh... Đặc biệt chính trị là chuyện "taboo," một Việt kiều phải nên giữ mồm, giữ miệng, nếu không muốn bị công an gọi lên "làm việc." Bên cạnh những lời khuyến cáo của những người đi trước, Vinh lại còn được ông anh cung cấp cho bao nhiêu tài liệu "để đọc và để biết rõ thực trạng chính trị tại Việt Nam"— Anh Tường bảo như vậy, với lời nhấn mạnh rằng: "Em phải luôn luôn mở mắt, vểnh tai ra nghe chính quyền cộng sản làm những trò gì đối với những người họ đang bắt bớ, đàn áp."

Bao nhiêu tháng trời chàng được học tập qua những tài liệu do Tường chuyển qua e-mail. Riết rồi chàng thuộc lòng tên tuổi, và hoàn cảnh của những nạn nhân CS này, như Nguyễn Hộ, Trần Độ, Hoàng Tiến, Nguyễn Văn Trấn, Hòa Thượng Thích Quảng Độ, Hà Sĩ Phu... Trước đây những tên tuổi đó thật xa lạ. Tóm lại Vinh bắt đầu thấy, đây không phải là một chuyến đi làm việc sở bình thường, ở một quốc gia bình thường... mà là một công tác đặc biệt, chờ đợi nhiều thử thách. Nhưng nếu nhìn ở mặt tích cực, thì đây cũng là một cơ hội tốt, cho chàng tìm hiểu đến nơi đến chốn, một số điều tại nơi chàng đã bỏ đi, khi còn quá nhỏ. Chàng háo hức mong ngày lên đường.

Máy bay đã hạ cánh an toàn. Bước ra đến ngưỡng cửa máy bay, chàng cố ý dừng lại ở đầu cầu thang, phóng tầm mắt nhìn toàn diện cảnh phi trường... Chàng nhìn vào không gian như nhìn vào một dung dịch nước đường đặc sánh... Toan hít một hơi dài cho đầy phổi không khí quê hương, thì bị ngay một luồng gió nóng, ẩm, phà vào mặt, làm chàng phải chạy vội xuống thang, đi thẳng vào bên trong tòa nhà chính của sân bay Tân Sơn Nhất. Trong khi sắp hàng đợi đến phiên mình, chàng đưa mắt quan sát khắp nơi. Chàng muốn thử cái "hệ thống" mà chàng vẫn nghe đồn, bằng cách cặp tờ giấy mười đô trong thông hành... Giấy tờ khám xét nhanh, trước cả khi chàng phải sốt ruột. Cô công an đưa hộ chiếu cho chàng, với một nụ cười tươi, chàng mỉm cười trả lại... Tới chỗ thuế quan khám hành lý, chàng cũng làm vậy. Mọi sự đều nhanh, gọn, thông cảm... Ra đến bên ngoài chàng gặp ngay Tom, bạn đồng nghiệp sang Việt Nam trước chàng, và hai người Việt ra đón. Tom giới thiệu anh Dương và anh Tần, kỹ sư của hãng.

Tom và Vinh ngồi ở ghế sau của chiếc xe Mercedes màu đen của hãng, có máy lạnh mát rượi. Anh Tần lái xe. Tom vẫn nói huyên thuyên, nhưng Vinh chẳng thèm nghe câu nào. Chàng chú ý đến đường phố bên ngoài cửa kính... Các xe máy mang nhãn hiệu như Dream, Cub, Suzuki, Yamaha... xe xích-lô và xe đạp chen nhau trong lòng phố. Nhiều người đi xe đạp hay xe máy bịt mũi, miệng, bằng cái mùi-xoa hay cái "mặt nạ" màu trắng, chỉ để hở từ mắt trở lên. Vinh hỏi: "Tại sao người ta phải dùng mặt nạ như thế kia, các anh?" Dương cười trả lời: "À, cái đó người ta gọi là 'khẩu trang' anh ạ. Anh cứ ở đây vài ngày đi rồi sẽ hiểu tại sao người ta phải dùng cái đó."

15

Bữa nay báo chí và truyền thanh truyền hình hải ngoại đồng loạt đăng một tin nổ lớn: "Một Việt kiều, Đại Diện Cho Một Hãng Ngoại Quốc Tại Việt Nam Bị Người Đi Xe Máy Đụng Chết Tại Chỗ." Nội dung các bản tin tức hải ngoại cho thấy, cái chết của Việt kiều trẻ này có sự mờ ám, chứ không như tin tức của báo Việt Nam mà Vinh được đọc ở đây, chỉ là cái chết ngẫu nhiên, do sự vô ý của một anh Việt kiều mới về nước, lỡ ngỡ không biết cách qua đường. Gia đình của nạn nhân trong nỗi kinh hoàng, đã không chịu tiếp xúc với báo chí, cũng như từ chối mọi cuộc phỏng vấn. Tuy nhiên các bạn bè của gia đình lại tiết lộ rằng, họ được chia sẻ ngay từ những ngày đầu, hồi nạn nhân mới tới Việt Nam, rằng ở đấy, anh không thể làm vừa lòng hết các ông lớn. Vì thế anh luôn luôn làm việc trong sự căng thẳng. Bà vợ đã khuyên chồng đợi làm được tròn hai năm thì xin đổi về bằng bất cứ giá nào. Nhưng anh ta đã chẳng bao giờ được phục vụ trên quê hương mình tròn hai năm!

Tin này loan ra làm gia đình Tường hoảng sợ, gọi Tường gần như mỗi ngày thúc giục chàng khuyên Vinh xin đổi về ngay. Tường trấn an cha mẹ, nhưng thực sự trong lòng chàng cũng không yên. Chàng hiểu cộng sản cho nên biết rằng những việc tốt Vinh làm, nhiều khi có thể mang họa cho chàng. Nhớ lại nội dung các bức điện thư của Vinh gửi cho Tường, kể những thành tích chàng đã làm cho các kỹ sư và chuyên viên làm dưới quyền. Vinh là một trong mấy phó giám đốc của công ty. Riêng chàng đặc trách huấn luyện các kỹ sư Việt Nam trong hãng. Nhưng chàng không chỉ làm công việc sở, mà còn liên lạc mật thiết với gia đình của các nhân viên Việt Nam. Chàng xuất tiền túi ra, cấp học bổng cho con cái một số nhân viên nghèo. Tranh đấu với hãng, cho phần thưởng cho những kỹ sư xuất sắc, cất nhấc họ lên những địa vị lãnh đạo, để họ có thể phụ giúp chàng trong công việc giảng dạy...vv...

Càng nghĩ Tường càng lo sợ khi hiểu ra cái trách nhiệm của mình quá lớn. Chính chàng đã cố gắng dạy em sống cho có ý nghĩa, có lý tưởng, có ích lợi cho đồng bào, trong khi làm việc cho hãng ở Việt Nam. Chẳng bù cho mấy tháng trước đây, chàng rất hài lòng về cậu em đã làm được đúng ý mình. Bây giờ giữa sự thúc đẩy của cha mẹ và lương tâm cắn rứt, chàng không biết phải nói với cậu em thế nào. Giải thích tường tận thì không tiện, mà nói xa xôi thì chàng ta sẽ chẳng hiểu, rồi sẽ cãi cho bằng được, là mọi sự đang tiến hành tốt đẹp, tại sao phải bỏ về? Một cơ sở buôn bán của Mỹ, không đời nào hiểu nổi sự lo xa của mình. Họ sẽ cho là mình được báo động hoảng, theo một sự mê tín dị đoan nào đó.

Mỗi ngày Tường điện thoại về Việt Nam cho Vinh, thấy Vinh vẫn bình tĩnh và tiếp tục khoe những thành tích... chàng yên tâm. Mặt khác chàng gọi thường xuyên về Cali, kể chuyện về Vinh để cha mẹ yên tâm. Trong câu chuyện, chàng sàng lọc bớt những chuyện mà Vinh đã khoe. Chàng biết ông già sẽ nhìn ra ngay, là những việc làm "tốt" của con ông, sẽ chỉ tổ dẫn đến tai họa. Ông cho là cộng sản chẳng tin ở lòng tốt của ai. Hế làm gì to chuyện, có thể ảnh hưởng được quần chúng, xã hội... của họ, thì cứ liệu hồn.

Tường không quên kể rằng, công ty của Eric ở rất gần công ty của Vinh. Eric thường đến gặp xếp của Vinh, và có thể hai công ty sẽ làm chung một dự án nào đó. Nghe xong các cụ cũng yên tâm phần nào. Tội nghiệp cho cái tinh thần vọng ngoại, đã có từ trong máu của giống nòi. Một người ngoại quốc, dù đã từng là kẻ thù không đội trời chung của chế độ Cộng Sản, cũng vẫn được chế độ nể nang hơn là đồng bào của chính họ!

16

Vừa đến Việt Nam, Vinh đã có bao nhiêu điều phải học: Làm quen với khí hậu, làm bạn với bụi, làm thân với tiếng ồn. Sau ba tháng chàng nhận thấy cả ba thứ đều... chẳng đến nỗi nào. Chàng bắt đầu thấy chiếc khẩu trang vướng víu trên mũi. Ngày đầu tiên tới sở làm, chàng đã được Tần tặng cho một chiếc. Chàng chịu khó đeo mỗi lần ra đường. Chẳng bao lâu chiếc khẩu trang đen xì, trông dơ quá, thế là chàng vứt luôn. Một tuần đầu đi đâu chàng cũng phải nhờ tài xế đưa đi, nay chàng lái xe lấy. Tuy chàng chạy xe chậm hơn dòng xe cộ trên đường, nhưng cũng đã bắt đầu biết lách, biết vượt, biết chèn thiên hạ để mà đi.

Nhưng chàng thích hơn hết, là hàng ngày đạp xe đạp đi làm, thay cho thể thao. Có nhiều buổi chiều chàng đạp xe đến một khu phố đông đúc, gửi xe rồi thả bộ. Cũng nhờ vậy chàng có dịp nhận xét phố xá, hàng quán, nhịp sống của người Sài Gòn...vv... Chàng la cà, hỏi thăm người đi đường, người bán quán, trẻ đánh giầy... Cứ y như một phóng viên nhà báo chuyên nghiệp.

Thật lạ! Việt Nam vẫn bị coi là một trong những nước nghèo nhất thế giới nhưng đi chỗ nào cũng thấy nhà hàng, quán ăn... Người ta không để phí một khoảng nào trống trước một căn nhà, một biệt thự. Nếu chủ nhân không dùng, thì cũng cho mướn để người ta dựng vài cây cột, che vài mảnh tôn làm thành một quán cóc, quán cà phê... Giờ nào các chỗ này cũng đông. Có người lê la từ quán này sang quán khác, hai ba quán mỗi ngày...

Ở Cali chàng đã từng lấy làm lạ cho cái thứ "văn hóa ngồi quán!" Ở đấy, nhiều người, đủ mọi lứa tuổi, đủ mọi ngành nghề, ưa ra ngồi quán vào bất cứ giờ giấc nào trong ngày. Người thất nghiệp cũng ra ngồi quán, người có nghiệp cũng ra quán ngồi. Họ đợi những bạn hẹn hò. Họ mong những bạn ngẫu nhiên đến. Họ bàn tán sôi nổi về đủ mọi đề tài, từ chuyện vĩ đại như chuyện hải ngoại mới thành lập xong một chính phủ lưu vong, cho đến chuyện chó cắn xe, xe cán chó... Mấy chỗ này cũng là nơi các nhà báo săn tin, các nhà văn, nhà thơ lấy cảm hứng. Các ông chán đời trốn vợ, trốn con. Các bà nội trợ làm biếng rửa chén. Các doanh gia làm thương mại. Các tay giang hồ báo ân, trả oán...

Vinh vẫn thường nói với mấy cô em:

- Này các cô, không học nấu ăn của mẹ đi, rồi sau này ế chồng đấy nhé!

Cô Trúc, em gái út trong nhà, cũng là người đáo để nhất, vênh váo:

- Sao mà ế?

- Thằng đàn ông lấy vợ nó muốn có một gia đình ấm cúng. Trong một căn nhà, cái bếp là nơi ấm cúng nhất, nói theo cả nghĩa đen lẫn nghĩa bóng.

- Thế thì đi mua các món ăn ở tiệm đem về bếp nhà mình mà ăn.

Câu ngụy biện vừa rồi của Lan làm mấy đứa em cười thích thú.

- Không được—Vinh quả quyết—Trong văn chương người ta chỉ cần tả một làn "khói," tỏa lên từ mái rạ của một ngôi nhà, là người đọc có thể biết được khá nhiều về nếp sống của gia đình ở trong đó.

- Chu choa! Bữa nay ông anh tôi lại "xổ nho" rồi. Em tưởng chỉ có anh Tường ưa "xổ nho" thôi chứ. Thôi em xin chịu thua!

Cô Cúc vẫn có cái kiểu trốn tránh cuộc tranh luận một khi bị dồn vào thế bí, bằng cách đổ cho đối phương "xổ nho," cô không có bổn phận phải hiểu, để có thể rút lui một cách an toàn.

Tưởng đó chỉ là chuyện Cali, ai ngờ ở Việt Nam chàng lại gặp thứ "văn hóa hàng quán" như cái tên đã được người ở đây đặt cho. Chỉ khác hàng quán ở đây thì khủng khiếp! Nó được mọc lên một cách bừa bãi. Cái trồi ra, cái thụt vào, tùy tiện, tùy hứng, trên lối đi, trên các ống nước, ống cống, rãnh... Nước rềnh lên, không có lối thoát cũng mặc kệ, đó là việc của ai đâu! Vỉa hè cũng được biến thành bãi đậu xe máy... Người đi bộ phải đi vòng xuống mặt đường. Dường như quyền "phát triển đô thị" ở đây, nằm trong tay mọi người. Họ làm tự do, thoải mái!

Nhưng tất cả những mâu thuẫn đó, những phản khoa học, phản mỹ thuật đó không làm Vinh bớt đi sự hào hứng hòa mình vào đời sống của đồng bào chàng ở Việt Nam. Ngày chủ nhật, hay các buổi tối rảnh rỗi chàng thường đi cùng với các bạn đến các nơi ăn chơi tận hang cùng ngõ hẻm, để thưởng thức các món đặc sản lạ hoắc đối với chàng như rắn, rùa, ba ba, cua đinh, càn đước...

Hôm nay Vinh được các bạn đưa đi ăn ở một "hồ câu tôm" gần thành phố. Đấy là một quán ăn nằm trong khuôn viên một biệt thự. Trong đó "hồ câu tôm" chiếm một khoảng lớn. Vừa bước chân vào cổng người ta đã thấy ngay "hồ" với các quảng cáo cờ đuôi nheo bay phấp phới mời chào, quyến rũ với các tên bia, nước ngọt... đủ loại. Bên cạnh là những bảng chỉ dẫn cách câu tôm và giá cả cho câu 15 phút, nửa giờ, một giờ...vv... Cần câu do quán cung cấp và những con tôm câu được, khách có thể đem về hay giao cho nhà bếp làm thành những món ăn tươi ngon hợp khẩu vị...

Bữa đó ngồi ăn tại bàn, ngoài Tần, Dương, là những người làm việc trong công ty với Vinh, còn có thêm một cặp vợ chồng, bạn thân của các anh kia. Chồng tên Hoàng, vợ tên Yến. Họ thuộc thành phần các doanh gia trẻ. Một giới khá đông đảo ở Việt Nam hiện nay. Mọi người vừa uống bia, vừa quan sát quang cảnh chung quanh... Các bàn đều đã có khách chiếm hết. Những người câu tôm xúm quanh hồ đông nghẹt, reo hò om xòm... Hoàng trầm trồ khen: "Chủ nhà hàng này có sáng kiến thần sầu, độc đáo! Làm ăn 'vào cầu rực lửa' thế này mới đáng mặt làm ăn chớ!" Tần rỉ tai Vinh: "Anh Hoàng cũng là kỹ sư như tụi tôi mà không thèm đi làm công ba cọc ba đồng đâu..." Tần hạ giọng thấp hơn: "Vợ chồng Hoàng đã có một sự nghiệp khoảng năm, bẩy triệu đô chỉ trong vòng ba, bốn năm nay." Đang mải nghe chuyện Tần, không để ý các người kia huyên thuyên bàn tán những gì. Chợt thấy Hoàng nâng cốc bia về phía mọi người, tươi cười: "Uống đi các anh, 'kinh tế theo cơ chế thị trường' muôn năm!" Dương sửa: "Kinh tế thị trường theo định hướng xã hội chủ nghĩa chứ!" Hoàng cãi: "Xã hội chủ nghĩa có hướng mẹ gì đâu mà bắt người ta theo!" Nói rồi Hoàng quay sang Vinh: "Xin lỗi anh Vinh nhé! Chúng tôi cứ phải văng tục lên như thế cho nó đã hờn." Vinh khai thác luôn: "Không sao, không sao! Có nghe anh văng tục lên như thế tôi mới biết anh đang 'hờn' chứ." Mọi người cười khoái chí. Hoàng thân mật: "Anh gốc gác người thuộc chế độ miền Nam hồi xưa thì nói anh hiểu dễ dàng, chứ mấy tay mơ này—vừa nói Hoàng vừa chỉ vào Tần, và Dương—cho rằng bây giờ thế này là sướng như tiên rồi, chẳng nên đòi hỏi gì hơn." Dương cải chính: "Không phải, không phải! Ý tôi muốn nói là nếu mình cứ thoáng, cứ theo chính sách 'mackeno' thì ở chế độ nào mình cũng sống được." Hoàng đổi đề tài, hỏi Vinh: "Sự thật trong xã hội tư bản, giữa thằng chủ với thằng công nhân khác nhau ở chỗ nào, anh Vinh?" Vinh suy nghĩ. Chưa ai hỏi chàng một câu thẳng thừng như vậy bao giờ. Anh định bụng đưa ra một thí dụ gì cho vui thôi, rồi ai muốn hiểu sao thì hiểu: "Thí dụ trong một công ty xe hơi. Công ty Ford chẳng hạn. Sự khác biệt giữa thằng chủ và thằng công nhân là, chủ thì có độ bẩy, tám chiếc xe. Mỗi ngày nó lái một chiếc khác nhau. Một tuần chỉ có bẩy ngày thôi, nếu một tuần có mười ngày, thì có lẽ nó cũng phải có mười chiếc xe thay đổi. Trong khi đó, anh thợ hạng bét thì chỉ có đủ tiền mua một chiếc cho anh ta đi làm hàng ngày, nếu có vợ thì vợ anh ta cũng phải có một chiếc để đi chợ, đưa con nhỏ đi bác sĩ, nha sĩ... Nếu lại có con đến tuổi lái xe nữa thì mỗi đứa cũng phải có một chiếc để đi học, hay đi đá banh, học đàn, học ba lê...vv... Tóm lại, dù bọn chủ có 'bóc lột công nhân đến xương tủy' thì cũng phải biết chừa lại 'đôi chân', tức là cái phương tiện tối thiểu cho công nhân của nó dùng để mà đi."

Mọi người chăm chú theo dõi câu chuyện. Vinh ngừng nói. Vài giây sau mọi người mới sực hiểu ra, ôm bụng cười ngặt nghẽo. Hoàng nói:

- Ừ nhỉ. Nếu thằng chủ tư bản "bóc lột đến xương đến tủy" công nhân của nó, mà nó còn biết để chừa cho anh ta "đôi chân," tức là cái xe, để anh có thể tiếp tục đi phục vụ nó. Vợ anh có xe đưa con nhỏ đi bác sĩ, đi nha sĩ... Con lớn có xe đi học, lại còn dư chút đỉnh để có thể cho con đi học đàn, học nhảy ba lê, chơi bóng đá nữa... Thế thì kể chế độ tư bản cũng OK lắm đấy chứ! Thế mà "đỉnh cao trí tuệ" nhà mình không nghĩ ra, cứ lồng lộn lên mà chửi là nó "đang giãy chết." Mọi người lại phá lên cười. Tiếng cốc chạm nhau chan chát.

17

Tiếng đập cửa liên hồi, mạnh, gấp gáp. Hẳn là người đập cửa biết họ muốn ai, muốn gì, không sợ nhầm nhà, nhầm người. Nhàn chột dạ. Linh tính có việc chẳng lành đang trực chờ sẵn bên ngoài tấm cửa mỏng manh kia. Nàng đưa mắt thật nhanh quanh căn phòng tìm những vật gì cần phải giấu. "Cái gì trong căn phòng này cũng cần phải giấu hết!"—Nàng nhủ thầm. Những chồng thư. Cả đống báo. Một cái máy chữ IBM cũ kỹ, với loại ru-băng nhựa đọc được. Mấy bản tin nàng vừa mới viết cho đài phát thanh "Tiếng Nói Người Việt Từ Mát-xcơ-va." Tất cả đều có thể gây tai họa cho nàng, nếu như người sứ quán nhìn vào. Từ ngày về đây ẩn náu, nàng vẫn tự nhủ là thế nào cũng có ngày chuyện của nàng bị bại lộ, nàng chỉ không ngờ là chuyện xảy ra sớm thế. Nhàn tung chăn, toan nhảy bổ lại phía bàn giấy, nhưng hai chân cứng đơ không cử động được. Nàng cố vùng vẫy, kêu to, hy vọng có ai nghe thấy, nhưng nàng chỉ phát ra tiếng ú ớ, rồi tắc nghẹn. Cánh cửa bật tung... Một toán người ùa vào phòng. Nàng nín thở. Không cả dám đưa tay ra kéo chăn để trùm kín người. Nhưng lạ, không ai nhìn về phía nàng. Họ bận rộn lục lọi khắp nơi. Một lúc nghe chừng khá lâu nhưng vẫn chưa ai mò đến những thứ giấy tờ, tài liệu... Việc này càng kéo dài sự hồi hộp của Nhàn. Căn phòng tranh tối tranh sáng, nàng không nhận diện được ai. Những người này đều cao to đội mũ KGB. Nhưng kìa! Họ lại nói tiếng

Việt. Nàng đâm hoảng, tự nhủ: "Thôi chết rồi! Không phải KGB, mà là công an sứ quán. Nàng nghĩ nhanh đến bà chủ nhà sống chung với nàng ở đây, vừa mới lên Mát-xcơ-va có việc hôm qua, thế là nàng hoàn toàn một mình trong căn hộ này. Có chuyện gì xảy ra cho nàng cũng sẽ chẳng ai biết. Nàng không định được lúc này là ban ngày hay ban đêm. Trong bóng tối mờ mờ, mấy người vẫn hăng hái lục lọi, nhấc tập giấy này, tập giấy kia lên xem, rồi quăng ra đầy sàn. Một người tiến tới phía cái máy chữ, nhìn nhìn một lúc, rồi rút bật tờ giấy có bài đánh dở dang trên máy lên đọc. Đó là bài phát thanh Nhàn viết gần xong. Nàng nhớ lại lời lẽ có tính cách chống đối nhà nước viết trên trang giấy... Một cái nhói trong tim truyền lên tận óc. "Lần này có mà chạy đường giời"—nàng lo lắng chờ đợi... Bất chợt người đàn ông này nhấc chiếc máy chữ nâng lên quá đầu, đập xuống sàn. "Bốp!" Một tiếng vỡ chát chúa. Nhàn giật bắn người... choáng choàng ngồi bật dậy. "Ơ! Thì hóa ra mình nằm mơ." Mồ hôi lạnh toát ra. Hơi thở dồn dập.

Tiếng cửa kính bật ra, rập vào "bốp! bốp!" liên tiếp làm Nhàn giật mình, tỉnh hẳn. Nhìn ra ngoài trời mưa to gió lớn. Nàng nhảy ra khỏi giường, chạy lại phía cửa. Vừa hé mở hai cánh cửa kính lớp trong, gió lùa vào, một vạt mưa ùa vào theo, đẩy Nhàn lùi lại. Nàng hít mạnh một hơi, trườn người ra chộp nhanh lấy hai cánh cửa kính lớp ngoài, khép lại. Nàng rùng mình. Mồ hôi gặp khí lạnh làm nàng cảm thấy ngây ngấy. Nàng dụi mắt, ngồi phịch xuống ghế. Nhớ lại giấc mơ. Bàng hoàng... Nhìn đồng hồ, 4 giờ 15. Mặt trời đã lên, hay mặt trời chưa bao giờ đi ngủ.

Trong căn phòng, mọi vật còn nguyên chỗ cũ. Nhưng nàng vẫn còn sợ. Cơn ác mộng rõ như thật. Nàng vẫn thường lo lắng một ngày tòa đại sứ Việt Nam sẽ khám phá ra chỗ nàng ở và sẽ cho người đến bắt, dẫn độ nàng về Việt Nam để chịu kỷ luật như bao nhiêu người trước, nhưng càng ngày nàng càng thấy bí, không có nơi nào an toàn hơn để lẩn trốn. Căn phòng này của bà Masha, một bà vú nuôi ở với gia đình ông Tcherbakov giáo sư của Nhàn từ thời cha mẹ ông còn sống. Bà nuôi hết mấy anh chị em ông. Năm 1937 gia đình ông giáo sư bị nạn, người bị tù đầy, người bị tống đi Xi-bia, tan tác cả. Riêng bà Masha thì trở về nơi chồng bà đang làm việc ở bến cảng Morskoy Torgovy ở Lêningrad. Gia đình bà gồm có hai vợ chồng, một người con trai được nhà nước chia cho một căn hộ. Khi các hoạt động chống nhà nước Việt Nam của Nhàn bị bại lộ, giáo sư Tcherbakov ra tay giúp nàng, thu xếp cho nàng về tá túc tại nhà bà vú nuôi trung thành của ông tại đây. Bây giờ bà đã 70 tuổi, chồng đã chết, vợ chồng người con trai đã đi làm xa, bà ở căn hộ này một mình, có Nhàn về ở chung, bà cũng thấy đỡ cô đơn.

Nhàn ngồi đối diện cái máy chữ. Những hàng chữ Nhàn viết dở còn trên mặt giấy. Nó hiện hữu. Nó thực. Nó đang bầy ra trước mắt Nhàn một thực tế nàng phải trực diện, không hy vọng nó chỉ là giấc mơ như lúc nãy, để rồi lúc tỉnh ra thì mừng rỡ như được sống lại. Nhàn lật lật mấy chồng tài liệu. Nàng bắt đầu thu dọn, cho tất cả vào một cái túi, để nếu có động tĩnh gì thì giấu cho nhanh.

Nhàn cười thầm: "Đúng là mình dọn quanh. Giấu được mớ tài liệu, còn mấy chồng "báo chui" kia thì để vào đâu cho ổn? Nàng cảm thấy lúng túng, ngồi thừ người suy nghĩ, khá lâu...

"Cọc, cọc, cọc." Tiếng đập cửa. Nhàn giật thót người, nhảy ra khỏi ghế, đứng trân, suy nghĩ: "Chạy trốn hay mở cửa? Mà trốn vào đâu? Làm gì có cửa hậu. Nhất định đây là thật, không còn hy vọng gì là mơ nữa!" Chưa định thần thì... "bành, bành!" Tiếng đập cửa mạnh hơn, Nhàn lùi lại. Rồi lại như có một ma lực nào kéo nàng tới gần cửa. Bất thần, chẳng hiểu tại sao nàng thốt lên: "Ai đấy?"

- Anh đây. Chấn đây mà.

Nhàn thở phào. Mở cửa, reo lên:

- Làm người ta hết hồn! Kìa có cả anh Năng. Anh sang bao giờ thế?

Hai người đàn ông bước vào. Người được Nhàn gọi là Năng, chính là Tường—bí danh của Tường khi ở Nga—Tường nhủ thầm: "Mấy ngày này mình phải cố nghĩ và gọi thầm tên mình là Năng. Để cái tên Tường lộ ra ở đây sẽ nguy hiểm cho anh em, nếu như sứ quán biết họ liên hệ với một tên trùm phản động từ Mỹ qua." Chàng vừa cởi áo vừa trả lời Nhàn:

- Mới sang được hai hôm nay. Anh Chấn có nhắn là Minh Châu cầu cứu ghê quá thành ra phải sang ngay đấy. Thế nào? Tình hình bây giờ ra sao?

Nhàn thấy Năng gọi mình bằng tên Minh Châu một cách thuần thục, tự nhiên, cũng yên tâm. Nàng thấy không còn lý do gì để giấu Năng tên thật của mình nhưng nghĩ, nếu để chàng nhập tâm cái tên Thanh Nhàn là tên đã bị Sứ quán cho vào sổ đen thì có khi chàng còn bị lụy. Hơn nữa cái tên Nhàn không còn cần thiết, dù gì thì nàng cũng đã là một người khác rồi. Nàng chán nản trả lời Năng:

- Làm gì có sự thay đổi nào, anh. Em ở đây hoàn toàn bất hợp pháp. Em phải chuồn. Nhất định là em phải chuồn. Trước sau gì Sứ Quán cũng tìm ra em thôi. Các anh có tin mừng gì cho em không?

Chẳng ai bảo ai, cả Chấn lẫn Tường đều không trả lời câu hỏi của Minh Châu. Không biết có phải hai chàng muốn kéo dài sự hồi hộp của nàng, hay hai chàng thấy cô chưa sẵn sàng bàn đến những việc quan trọng. Chấn nói sang chuyện khác:

- Trông Minh Châu hơi xanh đấy nhé! Hai tháng trước anh gặp còn thấy cô hồng hào khỏe mạnh lắm cơ mà.

- Thì em có đi ra ngoài đâu. Ngoài ra em vừa bị một cơn ác mộng, thấy công an "Sứ"[*] đến khám nhà, lục tung giấy tờ, đập vỡ máy chữ của em, sợ quá! Bây giờ hãy còn run. Khi các anh đập cửa, suýt nữa thì tim em ngừng đập.

- Cô mà cũng biết sợ cơ à? Tưởng một người đã từng vào sinh ra tử như cô thì còn biết sợ ai nữa.

- Ấy thế mà chuyện xảy ra trong giấc mộng sợ lắm anh ạ! Có lẽ tại vì nó giống như thật ấy, mà chân mình không chạy được, miệng không kêu được, và cũng không nhìn rõ, xung quanh cảnh vật chỉ mờ mờ...

Chấn và Tường gật gù nói vài câu đưa đẩy: "Thế à!" "Ghê thế đấy!" "Tội nghiệp không!" Thật ra hai chàng chẳng mấy bận tâm đến cơn ác mộng mà Minh Châu vừa kể.

Từ lúc vào Tường vẫn cầm chiếc áo mưa sũng nước, ngập ngừng, không biết để vào đâu.

---

[*] Sứ: Chữ gọi tắt của chữ Tòa đại sứ.

- Chết! Xin lỗi anh. Anh đưa áo em đem vào treo trong bếp. Anh Chấn nữa, đưa cái ô cho em. Mời các anh ngồi chơi, em đi pha ấm nước chè nóng, các anh uống cho ấm bụng.

Còn lại hai chàng, không ai nói câu nào. Tường khám phá ra là Minh Châu nói nhiều. Lần trước chàng sang đây cô làm hướng dẫn viên cho anh suốt cả tuần, cô nói rất ít, không hiểu sao lần này cô nói tía lia. Tường đưa mắt quan sát căn phòng với những chồng giấy, chồng báo chất cao...

Minh Châu trở ra với khay trà. Tường rút từ túi trong chiếc áo khoác một gói bọc ni-lông đưa cho Minh Châu.

Minh Châu mở gói, há hốc mồm, hét lên nhưng tiếng hét kịp được hãm nhanh trong cuống họng thành tiếng hét thì thầm: "Hộ chiếu! Trời đất ơi! Các anh xoay thế nào mà tài thế?" Nàng hỏi mà không đợi câu trả lời, áp cái hộ chiếu vào ngực, mắt nhắm nghiền, như người cầu nguyện.

Chấn thấy phải kìm bớt cái bồng bột của Minh Châu lại:

- Này cô, tuy là có giấy tờ nhưng chưa biết đến bao giờ mới đi được đấy nhé. Anh em ở biên giới Tiệp mới cho biết là họ đang bị trục trặc, sứ quán mình lại đang liên kết với công an Tiệp để bắt bớ những người có âm mưu trốn sang các nước láng giềng, hệt như năm nào ấy. Như thế cô phải ở đây nghe ngóng đã. Đợi ở đây còn hơn là đợi ở chỗ biên giới.

Minh Châu cụt hứng, lo lắng... Chấn quay sang nói với Năng:

- Anh Năng biết không, vào độ mười năm trước có một cuộc vượt biên tập thể của một nhóm sinh viên Việt Nam thuộc đại học Praha ở Tiệp Khắc. Họ sang được nước Áo rồi viết thư về chỉ đường đi nước bước cho bạn bè ở lại. Sứ quán Việt Nam biết chuyện bèn liên kết với công an Tiệp để họ chặn lại những bức thư này, làm bản sao, rồi trả cho bưu điện để đưa đến người nhận như thường. Khi có chứng cớ rồi, họ bắt đầu theo dõi những người Việt này ở các quán bia, nghe lóm được những chuyện bàn kế vượt biên. Một ngày cả bọn bị công an Tiệp còng tay trục xuất về Việt Nam. Có một chuyện vô cùng nghịch lý là các cô bạn gái của những người bị bắt cũng bị đuổi về. Họ bị gán tội biết các âm mưu của bạn trai mà không khuyên can hay báo cáo cho Sứ Quán biết.

Tường ái ngại, đưa thêm cho Minh Châu cái phong bì:

- Thôi thì cầm tạm cái này đi. Lúc nào đi được thì ít nhất cô cũng sẵn sàng.

Nàng mở phong bì ra, ngạc nhiên trước món tiền quá lớn đối với nàng. Chẳng cần giữ ý nàng ôm chầm lấy Tường, vừa cám ơn rối rít vừa nhét tiền vào túi áo. Chấn cười lớn, không khí bớt nghiêm trọng:

- Bây giờ có tiền rồi thì đưa hai anh đi bồi dưỡng một bữa chứ?

- Ấy không được. Tiền này không dùng vào mục tiêu liên hoan được. Để em vào bếp xem có cái gì làm nhanh cho các anh ăn. Chắc là các anh đói lắm rồi.

- Anh nói đùa chứ mấy tháng trước có người bạn từ Mỹ sang thăm, nói một câu chí lý là "ở Nga có tiền mua tiên được, chứ mua thức ăn thì không được." Thôi cô đi nấu cái gì ăn tạm đi.

- Ừ, mình cũng nhận thấy vậy—Tường góp lời—Mấy người di tản sau 75 nói ở Việt Nam người ta có câu hát nhái: "Ở tận sông Hồng em có biết... quê hương Nga hổng có gì ăn..."

Cả ba người cười biểu đồng tình. Chấn nhìn căn phòng với nhiều giấy tờ chồng chất, lo lắng:

- Em phải làm thế nào chứ chứa nhiều giấy tờ báo chí thế này, nhỡ ai thấy mà đem mách sứ quán thì có mà chối cãi đường giời!

Tường xen vào:

- Có một điều tôi không hiểu. Như lúc nãy Minh Châu nói về cơn ác mộng thấy công an sứ quán vào khám nhà. Bây giờ lại thấy anh Chấn lo sợ sứ quán biết Minh Châu cất giấu tài liệu...vv... Tôi tưởng bây giờ mối quan hệ giữa Nga và Việt Nam đã nhạt rồi, hay có thể nói là tồi tệ nữa, có lý nào người của sứ quán Việt Nam dám tự ý bắt bớ người, dù có là công dân của họ, trong lãnh thổ Nga, để mọi người ở đây phải lo như thế?

- Nó như thế này, anh Năng ạ! Minh Châu nằm mê là do những sợ hãi tích lũy trong tiềm thức của cô ấy nhiều năm trời, ngoài đời không còn những cảnh như thế nữa. Tuy nhiên cô ấy vẫn có khả năng bị tóm là vì ở đây bất hợp pháp. Bất hợp pháp cả về phía Nga lẫn phía Việt Nam vì hộ chiếu của cô ấy đã bị sứ quán Việt Nam tịch thu rồi. Cũng may là cảnh sát Nga "chịu" ăn hối lộ nên đã mấy lần cô ấy bị cảnh sát chặn lại hỏi giấy tờ, cô nói dối là để quên ở nhà rồi cho họ tí tiền là xong. Tuy nhiên sống mãi như thế không được. Tình trạng của cô ấy bây giờ là ở lại Nga không được, mà về Việt Nam cũng không xong. Nếu muốn ở lại đây thì phải xin Nga cho tị nạn chính trị. Nhưng xin tỵ nạn chính trị ở Nga còn khó hơn là dùng hộ chiếu giả mà vào Tiệp.

- À ra thế! Từ nãy thấy quí vị lo lắng, tôi lại cho là lo lắng quá đáng.

Thấy Chấn giải thích cho Năng hiểu rồi, Nhàn yên tâm, tiếp tục bàn tính công chuyện.

- Em đang định nhờ các anh đem các tài liệu của em về Mát-xcơ-va, cho các anh chị ở trên ấy dùng.

- Thôi thôi, cô đem mà đốt đi. Ai dám chứa những thứ đấy ở Mát-xcơ-va?

- Ấy không được, toàn là tài liệu quí cả đấy. Em còn giữ được cả những bài bình luận đầu tiên em đọc cho "Đài Dân Chủ cho Việt Nam ở Mát-xcơ-va" cơ mà.

- Thế thì cô phải cho nó vào bảo tàng, đặt cho nó cái tên "Bảo Tàng Di Tích Những Hành Vi Phản Động."

- Biết đâu một ngày nào đó chẳng có thứ bảo tàng viện như thế. Chỉ sợ không có đủ viện bảo tàng để chứa thôi.

- Thôi để anh Năng ở lại đây giải quyết vấn đề này với cô, tôi chịu. Hay anh Năng mang về Mỹ đi. Chỗ đó an toàn nhất đấy!

- Anh Năng còn ở Len à? Anh còn ở lại đây lâu không? Anh ở bao lâu? Anh ở chơi hay còn có việc gì nữa? Anh Chấn nói phải đấy, anh Năng mang bản gốc các tài liệu này về hộ em đi. Anh giữ những tài liệu này là đúng nhất vì anh rất có công với đài. Không có anh chi viện bao nhiêu năm nay thì làm sao đài sống nổi.

Lối hỏi dồn dập không cần đợi câu trả lời của Minh Châu làm Tường phì cười. Tường nghe như có tiếng reo vui trong từng chữ nàng nói.

- Thôi được, chuyện cất giấu tài liệu ấy, không ai chịu làm thì tôi làm. Tôi còn ở đây độ ba bốn ngày nữa. Làm gì thì chưa biết nhưng chắc chắn là phải tận dụng dịp này để xem cho biết cái thành phố lịch sử này.

- Cám ơn anh lắm. Anh giữ hộ em các tài liệu này thì em yên tâm quá! Còn việc đi ngắm cảnh thì để em làm hướng dẫn cho.

- Cô không sợ tai mắt của "sứ" à?—Chấn hỏi.

- Đừng lo, đã có cái này.

Vừa nói Tường vừa mở chiếc túi xách, lôi ra một chiếc áo "T-shirt" có hình Nữ Thần Tự Do và hàng chữ "I LOVE NEW YORK" to tướng ở giữa ngực. Minh Châu nhào lại đỡ lấy chiếc áo:

- Niu-Oóc? Tại sao lại Niu-Oóc? Em tưởng anh ở Oa-sinh-tơn cơ mà?

- Nhưng ai dại gì cho cô mặc áo có chữ Washington để "chúng nó" để ý rồi theo tôi về tận nhà à?

- Trời ơi! Anh Năng giỏi thật đấy. Anh mới thật là người biết nhìn xa.

- Đội thêm cái mũ này vào nữa là trông hoàn toàn như một người du lịch—Tường vừa nói vừa đưa ra một chiếc mũ bằng vải, có sọc xanh và trắng, có cái lưỡi trai rộng đằng trước. Bên trên lưỡi trai có chữ U.S.A. thêu đỏ chói.

Minh Châu lấy mũ chụp vào đầu rồi chạy vào phòng trong. Điệu bộ nhí nhảnh như trẻ con được quà. Cô không kịp cởi áo, chùm luôn cái áo T-shirt ra ngoài áo đang mặc. Quay qua quay lại trước tấm gương, lấy làm vừa ý, chạy ra phòng ngoài khoe:

- Đẹp không các anh? À mà tại sao anh Năng biết số áo của em? Anh có nhiều bạn gái lắm hả?

- Nhiều em gái thì đúng hơn. Với lại thời bây giờ người ta thích mặc rộng thùng thình, rồi lại con trai con gái mặc chung một kiểu nên cũng dễ mua.

Minh Châu vào bếp một lúc lâu trở ra với cái khay, trên có ba chiếc chén ăn cơm, mỗi chiếc chén một kiểu, ba đôi đũa. Một tô lớn cơm. Chấn reo lên:

- A! Cơm rang. Đang đói lại mát trời như hôm nay mà ăn cơm rang thì tuyệt vời!

- Cơm rang gì mà lủng củng những cái gì thế này?

- Cơm rang Nga mà anh Năng. Ở đây bọn em chỉ làm được vài món Nga thôi, và cơm rang là món tụi em hay làm nhất vì nó dễ và cũng gần gần với cơm Việt, nếu muốn thì cũng có thể biến chế thêm bằng cách cho một tí nước mắm vào!

- Hơi ít xúc xích đấy cô ạ— Chấn vừa lấy thìa xúc cơm ra bát vừa phê bình.

- Gớm thôi đi! Các anh đổ bộ bất thình lình thế này mà có cơm mời các anh là may lắm rồi, lại còn kén chọn.

- Thế mà lại may cho tôi đấy. Ở nhà tôi đâu có dám ăn xúc xích bao giờ. Ăn xúc xích lại sợ lượng mỡ trong máu lên cao.

- Ở Mỹ người ta nghĩ như thế hả anh? Bọn em thì cứ cái gì bổ là ăn thả cửa.

- Cô này còn chuyên môn ăn món váng sữa nữa cơ, anh Năng biết không! Vì thế cô ấy mới có da có thịt thế kia chứ!

- Thôi đừng rủa em nữa đi anh! Em sắp lên đường mạo hiểm rồi, sợ lại chỉ còn xương bọc da như hồi mới sang đây ấy.

- Vượt qua biên giới Đức dễ ợt ấy mà! Chấn nói.

- Dễ với ai chứ làm sao có thể dễ với em được. Ảnh với lý lịch của em được thông tri đi khắp nơi rồi. Sứ mình còn nhờ bên công an Nga tìm hộ cơ mà.

- Thì cô thủ tiêu cái giấy thông hành cũ đi. Dùng cái mới này—Tường nói.

- Làm gì có mới với cũ. Hộ chiếu cũ của em bị sứ giữ rồi còn đâu, anh quên rồi à? Chưa kể em còn phải làm thế nào chuồn sang được Tiệp Khắc đã.

- Để tôi đưa luôn cái này không lại quên.—Tường đưa Minh Châu một miếng giấy—Điểm hẹn đầu tiên là biên giới Tiệp. Nhớ kỹ hình người này đi—Tường đưa cho Minh Châu tấm hình nhỏ—và học thuộc tên và địa chỉ anh ta nữa. Anh ấy sẽ bố trí cho cô vào Tiệp rồi sang Đức. Địa điểm cuối cùng là Tây Đức cũ, ở đây tôi đã viết thư giới thiệu rồi, cô không nên đem theo thư từ gì trong người, nguy hiểm lắm. Tới đó cô hãy liên lạc với tôi. Trước đó thì không nên.

Ba người lặng lẽ ăn uống. Mỗi người mải theo đuổi một ý nghĩ... Trời tạnh mưa từ lúc nào không ai hay cho đến khi một vạt nắng xuyên qua cành cây ngoài cửa sổ, đổ bóng loang lổ xuống chiếc bàn ăn. Tường đề nghị:

- Ăn xong chúng mình đi xem phong cảnh nhé.

- Có lẽ chỉ anh và Minh Châu đi thôi thì hơn, tôi đi vào đấy không tiện đâu. Ở đâu cũng có tai mắt của sứ cả. Thấy tôi là họ nhận ra ngay rồi có thể lộ luôn cả người đi cùng.

- Vâng, thế cũng phải, anh về khách sạn nghỉ đi, tối tôi sẽ gặp anh ở đó.

- Không, anh cứ thoải mái. Tôi phải đi tìm mấy anh em rồi gặp đâu ngủ đó. Đến ngày hẹn trở lại Mát-xcơ-va, anh cứ tự động ra thẳng sân ga. Có vé rồi thì anh tìm đến "cabin" của tụi mình. Chúng tôi cũng sẽ đến đó.

- Vâng, thế cũng được.

18

Minh Châu và Tường lấy xe điện đi Petrodvorets, độ 22 dặm về phía tây ngoại ô St. Petersburg xem Thác Nước Lớn. Một vùng đất rộng mênh mông... Một lâu đài đồ sộ sừng sững trước mặt làm Tường choáng mắt. Người ta đứng sắp hàng dài, đợi vào bên trong xem. Minh Châu đề nghị xem bên ngoài trước, đợi vãn người hãy vào trong.

Từ trên ban-công làm bằng cẩm thạch chạy dài dọc theo cả mặt trước lâu đài, người ta có thể nhìn thấy một vùng rộng của khu vườn thượng uyển... Ngay trước mặt, một vòi nước từ dưới hồ vọt cao lên... Tường nhìn xuống, thấy vòi nước từ một pho tượng vàng chói lọi nằm giữa một hòn đảo nhỏ nhô lên chính giữa một hồ nước phình tròn, ngay dưới chân chỗ chàng đứng, rồi cái hồ thu hẹp lại để trải ra thẳng tắp như một giải ru-băng trước mặt Tường... Chàng liên tưởng tới một cây đàn nguyệt, thùng đàn phình ra, cái cán hẹp và thẳng. Tường đang nhìn kỹ, cố nhìn ra hình thù từng pho tượng thì Minh Châu giục:

- Mình đi xuống dưới kia xem rõ hơn **anh** ạ.

Hai người vừa xuống tới bờ hồ thì một nhóm người đi "tua" cũng vừa tới. Họ dừng lại và người hướng dẫn bắt đầu nói bằng tiếng Anh. Tường mừng như lâu ngày gặp được người đồng hương, bèn kéo Minh Châu đứng lại, nghe lóm: "Cả cái khu này gọi là Vòi phun của Thác Nước Lớn[*] gồm 17 cái thác nhân tạo, các thác đó được nối liền với nhau qua 5 vòm cung của một cái hang. 39 tượng đồng mạ vàng; 142 vòi nước, 64 vòi phun ngắt đoạn. Bức tượng chính giữa kia là tượng chàng Samson, nặng 5 tấn. Bao vây chung quanh ông là 8 con cá heo. Ông đang bửa toác mồm con sư tử, và từ miệng con sư tử vọt lên một vòi nước cao 20 mét. Chung quanh bờ, các hải thần thổi kèn ốc ca ngợi Samson. Mà từ mỗi chiếc kèn cũng là một vòi nước. Vì lý do đó nên có người nói là 'trò chơi về nước' này cũng tựa như một bài giao hưởng nhạc của Bach. Cả cái quần thể lâu đài được gọi là Cung Điện Mùa Hè tức lâu đài của Peter Đại Đế--mà xưa trong thời đại quân chủ, theo tiếng Đức còn gọi là Peterhof--trong đó có một loạt các công viên, thời vua chúa gọi là ngự uyển, xây chung quanh 20 cung điện và vô số các vòi phun..." Người hướng dẫn vẫn còn nói thao thao, nhưng Tường sợ Minh Châu đứng lâu chán, bèn kéo tay nàng đi.

- Cái dải của hồ nước này dẫn đi tới đâu?

- Không phải là hồ anh à. Nó là một cái lạch nhân tạo dẫn ra vịnh Phần Lan.

Hai người đi xa vùng thác ồn ào, sâu vào trong rừng. Trong đám cây già cao ngạo nghễ, Tường nhận ra vài loại cây quen thuộc, như sồi, phong, bạch dương... Minh Châu

---

[*] Fountains of the Grand Cascade.

dẫn Tường đi vào con đường đất, hai bên là hai hàng cây nhỏ, thấp, trồng thẳng tắp... trông như cảnh trong một bưu ảnh mà nàng thường thấy.

- Mình hãy tưởng tượng mình là hoàng tử, công chúa gì đó, đang dạo chơi trong vườn thượng uyển.

- Việc gì phải tưởng tượng. Mình là hoàng tử với công chúa thật ấy chứ.

Tường cao hứng hát:

Nắng có hồng bằng đôi môi em?

Mưa có buồn bằng đôi mắt em?

Tóc em từng sợi nhỏ

Rớt xuống đời làm sóng lênh đênh...

Gió sẽ mừng vì tóc em bay

Cho mây hờn ngủ quên trên vai

Vai em gầy guộc nhỏ

Như cánh vạc về chốn xa xôi.

Nắng có còn hờn ghen môi em?

Mưa có còn buồn trong mắt trong?

Từ lúc đưa em về

Là biết xa nghìn trùng....

- Bài gì mà hay thế anh?

- Bài Như Cánh Vạc Bay của Trịnh Công Sơn.

- Trịnh Công Sơn mà cũng làm những bài tình cảm như thế à?

- Chứ sao. Trịnh Công Sơn là một nhạc sĩ có tài của miền Nam trước kia. Con người thực của anh là con người rất tình cảm, anh ta lại còn là một thi sĩ nữa nên nhạc của anh thành một dòng nhạc mới. Có người cho là anh có thể tượng trưng cho tiếng nói của thế hệ, cũng như Phạm Duy là tiếng nói của một thời trước. Song vì anh ta còn làm nhạc phản chiến nên cũng bị nhiều người lên án, cho là anh ta thuộc loại "ăn cơm Quốc Gia thờ ma cộng sản." Về sau này, khi anh ta quay ra làm những nhạc đặt hàng kiểu "Ánh sáng Mạc Tư Khoa" thì có người giận quá, gọi anh ta là "một thiên tài nhưng là một thiên tài đốn mạt!"

- Thế mà em lại không biết đấy. Ở ngoài Bắc, trong thời chiến tranh Đảng chỉ cho phổ biến những bài có lợi cho cuộc chiến, còn những bài tình cảm thì họ cho là "nhạc vàng," nghĩa là một loại nhạc bệnh hoạn, có hát thì cũng chỉ hát chui thôi.

Ngẫm nghĩ một lúc, Minh Châu ngậm ngùi:

- Anh à! Có lẽ ta cần phải tách rời chính trị với nghệ thuật, và như thế dù anh ta có "đốn mạt" về chính trị anh ta vẫn còn là một thiên tài về đường âm nhạc.

Tường phá lên cười:

- Đương nhiên rồi, Minh Châu khỏi lo! Vì thế nên ai muốn nói gì thì nói, anh vẫn hát nhạc Trịnh Công Sơn đấy thôi. Và cũng vì thế nên chúng ta mới không có thể là cộng sản được. Cộng sản thì tiêu diệt cả nhân tài của họ, nếu như người ấy không chịu gáy *"Thương cha, thương mẹ, thương chồng, thương con thương một, thương Ông thương mười."** Trịnh Công Sơn vẫn còn biết chừa một khoảnh cho nghệ thuật thuần túy.

Bất chợt Minh Châu ôm chặt lấy cánh tay Tường, dụi đầu vào nách chàng, dáng nũng nịu. Tường còn đang ngơ ngác thì một toán bốn, năm người Á Đông đi ngược lại, chỉ

---

* Thơ Tố Hữu khóc Stalin.

trỏ, cười nói vui vẻ bằng tiếng Việt, đi qua mặt Tường và Minh Châu, nhưng không ai để ý đến hai người. Tường hiểu ngay cử chỉ của Minh Châu, bèn đưa tay ra sau ôm eo nàng. Nàng đỏ mặt cười khúc khích.

- Minh Châu có nhận ra ai trong đó không?
- Không, nhưng mình cứ tránh là hơn.
- Đúng rồi. Nhưng trông Minh Châu y hệt một người Nữu-Ước du lịch, ai dám bảo là một "tội phạm Việt Nam!"
- Anh hát nữa đi.
- Ừ! Bài này thì chắc Minh Châu phải biết: *"Người ơi! Người ở đừng về...."*

Tường hát chỉ vừa đủ nghe nhưng giọng trầm ấm của anh đi rất xa. Minh Châu không ngờ là Tường lại có một giọng chuyên nghiệp như thế. Nghe tiếng anh ngân hay chuyển độ cứ nhẹ như không, Minh Châu nghĩ chắc anh có học hát nhiều năm. Nàng muốn hỏi nhưng cùng lúc nàng lại không muốn phá vỡ cái giây phút đặc biệt, rất riêng tư này giữa hai người. Đến khi Tường dứt bài ca trên một nốt ngân cao, Minh Châu tưởng như chính lòng mình đã được mô tả trong bài hát. "Ở đời sao lại có được những phút thần tiên như thế này nhỉ?" Nàng tự hỏi. "Chính những lúc như thế này, con người ta mới không còn phân biệt ta với người, âm với dương, cái vô lý với cái hữu lý... có lẽ vì hai tâm hồn đã hòa nhập vào nhau, thành một."

Đang lúc có những ý tưởng như du mình vào một cõi xa vời, xa mà gần, mà ấm áp, mơn trớn, Minh Châu bỗng nhận ra là Tường đã ngừng hát và đang quan sát mình, nàng sực tỉnh, nói một câu chữa thẹn:

- Bây giờ em lại biết thêm anh có tài hát nữa.

- Ừ, cái tài của anh đôi khi được việc đấy. Khi cần thì có thể hát kiếm tiền như mấy người hát dạo đằng kia kìa.

Tường vừa nói vừa chỉ về phía xa xa có ba, bốn người đang vừa đàn vừa hát. Người du lịch bu quanh xem, vỗ tay theo nhịp đàn, rất hào hứng. Minh Châu đề nghị ngồi nghỉ chân một lúc ở chiếc ghế băng bên đường.

Tường ngồi bên cạnh Minh Châu, ngả người trên lưng ghế, hai chân duỗi thẳng, ngước mắt lên trời:

- St. Petersburg mùa này dễ thương quá! Phong cảnh đẹp, không khí trong lành... Thành phố này được dựng lên từ hồi nào?

- Cũng gần hai trăm năm rồi đó anh. Vào thế kỷ thứ 17 nước Nga còn yếu lắm nên còn bị Thụy Điển ăn hiếp. Đến đầu thế kỷ thứ 18, Piotr Đại đế của Nga mới quyết định phục thù trong một trận chiến kéo dài nhiều năm, mãi đến tận năm 1721 mới chấm dứt. Chiến thắng cuối cùng này đã dứt khoát mang về cho Nga ưu thế ở đây cho đến ngày nay và đảm bảo cho Nga một cửa ngõ đi ra biển Bantic, từ đó có thể thông thương với năm châu tứ xứ. Vì thế nên đây được xem như là một trong những chiến công hiển hách nhất trong lịch sử nước này. Mà Piotr Đại đế cũng là một ông vua rất lạ, ý chí của ông vô cùng mãnh liệt và trong người ông có rất nhiều chất xác tín. Ngay từ đầu thế kỷ 18, khi chiến tranh còn chưa phân thắng bại ông đã quyết định xây dựng kinh đô của ông trên một vùng đất bùn lầy nước đọng để cho nó biến thành thành phố nguy nga như ta có ngày nay. Muốn biết lịch sử tóm gọn của St. Petersburg thì để em đọc cho anh nghe bài thơ nổi tiếng này:

"Tới chỗ mấy dòng sông lẻ loi đang cố lách
Vươn ra biển, Người đứng lại, trầm ngâm...
Ta sẽ chặn tên Thụy Điển kiêu căng ở đây
Và cũng ở đây, khiêu khích hắn, ta sẽ xây nên
    một thành phố
Như thiên nhiên đòi hỏi ta làm
Ta sẽ cho trổ một cửa sổ lớn ngay đây
Để nhìn sang Châu Âu, rồi chiếm nguyên một khoảnh
Trên vùng biển này, tầu thập phương
Ta sẽ đón, rồi ta sẽ thênh thang
Trên bốn biển, không còn ai ngăn lối
Một thế kỷ trôi qua và thành phố kia còn đó
Nét kiêu hùng và diễm tuyệt, trấn Bắc phương
Một thành phố trẻ, lộng lẫy và diễm ảo
Sinh từ bùn lầy và rừng rú đứng lên...
Giờ cung điện, lâu đài nguy nga vươn dậy
Buồm, cột thuyền như mắc cửi quanh bến
Thuyền năm châu neo lại sát bờ
Một vùng đất giầu sang và trù mật
Con sông Nhê-va rộng lừng lững chẩy qua đây.
Gánh nặng phù sa đen nên phải chậm
Dưới chân cầu chuyên chở nước trôi đi
Giờ vườn tược nở khắp mấy cù lao
Trước đây trống dọc theo sông vĩ đại
Mặt vẫn hiền và xám ngắt như gương
Không sánh nổi. Mát-xcơ-va mờ hẳn
Vì già nua nên mất ánh kiêu sa

MA LỘ

Bên địch thủ choáng lộng vừa mới tới
Áo nhung sang, lên chiếm ngự ngai vàng...*

- Để anh đoán xem tác giả bài thơ là ai nhé—Rồi như sợ Minh Châu nói tranh mất, Tường nói liền—Bài thơ này nghe như khẩu khí của Alexander Pushkin, và chữ "Người" được gọi trong bài thơ chính là Peter Đại Đế. Đúng không?

- Phục anh thật! Làm sao anh lại thuộc cả lịch sử nước Nga như thế? Anh có học hay sao mà biết?

- Chính Minh Châu mới giỏi, mới đáng khen chứ. Làm bao nhiêu chuyện mà vẫn có thì giờ cho thơ.

- Ồ, thích cái gì thì có thì giờ cho cái đó, chứ có gì đâu anh.

Tường rất cảm kích về tính tích cực của Minh Châu. Chàng có thêm ấn tượng tốt về nàng.

- Ngày em học trung học em đã mê Nga văn rồi--Nàng nói tiếp--Mình nghe nói nhiều đến các tác giả Nga như những người trong thần thoại, từ Gogol đến Dostoiyevski, Tolstoi, Turgenev... Nhưng em thích nhất thơ Nga, em lại đặc biệt rất thích thơ Anna Akhmatova* vì bà ấy mới lột được hết cả cái u linh cũng như cái thảm kịch của dân tộc này. Để em đọc cho anh nghe bài này nhé:

Như ta nhìn vào sâu vực thẳm
Vực sâu vẫy gọi thăm thẳm mời ta

---

* Bản dịch thơ Alexander Pushkin và thơ của Anna Akhmatova của Nguyễn Ngọc Bích.

Nhưng không bao giờ ta tìm ra đáy vực
Vậy mà lặng câm hư trúc của nó
Không bao giờ ngừng nói.

....

Chim chóc ríu rít gọi nhau làm Minh Châu sực nhớ trời đã về chiều.

- Thế là mình không có dịp vào xem bên trong lâu đài rồi anh ơi!

- Cần gì! Mai xem. Mai mình đi thật sớm.

- Đi sớm thế nào được, 11 giờ sáng nó mới mở cửa cơ. Thôi đành bỏ đi để dịp khác. Chắc anh còn sang đây nữa phải không? Sáng mai em sẽ đưa anh đến Quảng trường Dekabristov, tức Quảng Trường Những Người Tháng Chạp gần Bộ Tư Lệnh Hải Quân để xem tượng Piotr Đại Đế Cưỡi Ngựa.

- Sáng mai anh muốn đến ngay viện bảo tàng Hermitage. Thăm chỗ đó trước cho chắc. Các chỗ khác, còn thì giờ thì đi thăm sau, không thì ngày kia đi cũng được. Anh còn ở đây ba ngày nữa cơ mà.

- Bảo tàng Hermitage cũng không xa đó lắm, đi chỉ độ hai đầu đường dọc theo bờ sông là đến ngay.

Trên đường ra khỏi Thác Nước Lớn, lúc đó đã vắng, Minh Châu lật chiếc mũ tung lên trời, cười sặc sụa, quay tít người như chong chóng, rồi ngã lăn xuống cỏ. Tường đứng ngây mặt ra nhìn. Một thoáng ái ngại lẫn cảm mến. Con người hồn nhiên, đầy sinh lực thế kia mà bị nhốt trong lồng bấy lâu nay, lại sắp phải dấn thân vào cuộc đời trốn lủi đầy chông gai bất trắc. Từ ái ngại, cảm mến, lòng chàng rộn lên một niềm xót xa, muốn chia sẻ... Tường chạy lại ngồi bên cạnh Minh Châu. Nàng hồn nhiên đưa tay cho Tường kéo ngồi lên:

- Trời xanh quá anh kìa.

Tường chống hai tay ra đằng sau, ngửa mặt lên trời.

- Ở bên này có được ngày đẹp thế này là hiếm hoi lắm đấy nhé. Bọn Nga thường nói là cả năm, nước Nga chỉ có độ bẩy ngày đẹp. Họ cũng nói quá đáng ra thế, nhưng điều đó phản ánh phần nào sự thèm khát những ngày nắng ấm. Thế mà từ lúc anh bước chân vào nhà em là trời bắt đầu nắng cho đến bây giờ, và đài khí tượng còn nói là ngày mai cũng đẹp. Thôi bây giờ em gọi tên anh là Nắng đi, không gọi là Năng nữa.

Tường mỉm cười, thoáng nghĩ trong đầu: "Năng với chả Nắng! Đợi khi nàng sang đến Đức là cái tên Tường lộ ra ngay. Chắc lúc khám phá ra tên thật của chàng, cô nàng sẽ nghĩ đến chuyện hôm nay, và sẽ cười thích thú lắm đấy."

Hai người ở viện bảo tàng Hermitage gần hết cả ngày mà Tường vẫn còn thòm thèm, bảo Minh Châu là chàng phải trở lại một dịp khác.

- Một sưu tập tranh khổng lồ như thế mà xem lướt qua thì thật là có tội với các họa sĩ trứ danh mà anh hằng ngưỡng mộ từ khi mới chỉ được xem ảnh. Em có thể tưởng tượng được là khi quân Đức bao vây Leningrad vào năm 1941, thì thành phố này lãnh khoảng mười vạn trái bom với sức bộc phá lớn và khoảng một trăm năm mươi ngàn quả đại bác không? Riêng bảo tàng viện Hermitage cũng bị ăn tới 30 quả bom.

Tường vẫn còn muốn lần khân ở Hermitage nhưng đã 5 rưởi rồi, họ đang lục tục đóng cửa. Tường đành đi ra, nhắc:

- Thôi, ta sang viếng ông Peter Đại Đế đi.

Minh Châu rảo bước đi trước. Không khí mát phà vào mặt làm hai người sảng khoái. Tường chạy theo kéo tay Minh Châu lại. Rồi chẳng ai bảo ai cả hai nắm tay nhau, cắm cổ chạy như trẻ con. Chẳng mấy chốc "Người kỵ mã bằng đồng" đã sừng sững trước mặt. Một tảng đá trắng khổng lồ làm chiếc đế cho pho tượng đồng xanh tạc hình ông Peter Đại Đế oai phong ngồi trên lưng con ngựa lồng, hai chân trước bổng lên trời.

Hai người mỏi cổ ngẩng nhìn. Bức tượng làm Tường liên tưởng đến bức tranh vua Quang Trung trên mình ngựa, cũng lẫm liệt chẳng kém.

Những ngày kế tiếp, Minh Châu đều đến khách sạn đón Tường từ sớm. Tường xuống phòng ăn mua điểm tâm mang lên cho hai người ăn, rồi lại đưa nhau đi xem các lâu đài, và viện bảo tàng từ sáng sớm đến chiều tối. Nhờ đó Tường cũng xem được hầu hết các thắng cảnh chính của St. Petersburg.

Ngày vui bao giờ cũng chóng tàn. Tối hôm nay là tối cuối cùng. Ngày mai Tường phải lấy xe lửa về lại Moscow với Chấn.

Sau khi rời bảo tàng viện Pushkin, Tường đưa ra ý định tìm một chỗ ăn đặc biệt mời Minh Châu một bữa tiễn đưa. Minh Châu tán thành ngay nhưng nói:

- Về mặt xa xỉ này em chịu, không biết đường nào mà chỉ anh đâu nhé.

- Không sao. Phần này để anh lo.

Minh Châu gọi taxi. Tường bảo đến khách sạn Moskva. Để trấn an Minh Châu, Tường cắt nghĩa ngay, đây là chỗ có ăn và xem trình diễn luôn thể. Minh Châu nói chuyện với tài xế qua lại vài câu rồi kéo tay Tường nhảy lên xe.

Khách sạn loại sang này làm Minh Châu choáng mắt, nhìn quanh, ngần ngại:

- Mình ăn mặc thế này mà vào đây hả anh?

- Không sao. Mình là du khách mà. Vả lại đọc hai chữ "New York" trên ngực em là người ta biết em có tiền rồi.

Tường mua vé. Hai người vào một phòng rộng lớn bầy biện như phòng ăn, nhưng có những khu quây thành "booth" kín đáo. Người bồi đưa hai người vào "booth" của họ. Tường dúi tiền vào tay anh bồi. Chả biết là bao nhiêu mà Minh Châu thấy anh ta cám ơn rối rít rồi lăng xăng dẫn đường. Chỗ ngồi là chiếc bàn ăn trong một loại "chuồng chim" gần giống như chuồng chim của ban-công rạp hát, có tính cách kín đáo riêng tư, nhưng có thẩm mỹ và thoải mái hơn.

Tường bảo Minh Châu quen thuộc phong thổ, tập quán, thức ăn Nga hơn nên muốn nhờ nàng đặt đồ ăn. Chàng khuyến khích Minh Châu gọi cả vodka. Mặc dầu không có bạn uống rượu cùng cũng kém vui, nhưng anh cũng muốn một lần hưởng như người Nga thực thụ, xem cuộc sống của họ ra sao, khẩu vị của họ ra sao.

Minh Châu hỏi:

- Anh có đói lắm không?

- Cũng vừa phải nhưng mình cũng không có gì vội nên cứ gọi thoải mái, để vừa ăn vừa thưởng thức. Có gì anh còn hỏi được Minh Châu cách nấu nữa.

Minh Châu cười dòn dã:

- Anh làm như em là chuyên viên hữu nghị có bằng số 1 về nấu ăn Nga vậy.

Mặc dù nói thế song khi người hầu bàn ra, Minh Châu cũng thả một tràng tiếng Nga để hỏi xem hôm nay có món gì đặc biệt. Được biết là có "steak" song Tường đòi ăn cơm Nga thực thụ nên sau khi gọi món khai vị "zakuski" thịt nguội và một cốc rượu vodka cho Tường, Minh Châu đã gọi cho cho chàng món thịt gà băm viên kiểu Kiev còn nàng thì gọi "blinư" cho mình.

- Này đừng có quên "caviar" đấy nhé!

Tường chỉ định nói để ra cái điều sành ăn nhưng Minh Châu nghĩ là Tường nói thật nên để cho anh được thực sự nếm một món thuần túy của Nga, nàng bèn gọi cho chàng và cắt nghĩa:

- Ở đây, tiếng gọi thông dụng là "trứng cá đen," loại trứng cá hồi màu đen khá đắt tiền nhưng là đặc sản của miền Nam nước Nga, bắt về từ dưới biển Caspian. Trứng cá đen này mà ăn với bánh mì đen thì tuyệt diệu.

Khi thức ăn ra, Tường phân vân không hiểu món của Minh Châu gọi là món gì mà sao hơi giống một loại ôm-mơ-lét. Minh Châu giải thích:

Nước Nga có món này là đặc sắc. Đó là một loại "crêpe" như của Pháp, mà trong đó nhồi đủ thứ tùy theo loại và tùy ý thích của mình, nhưng bao giờ cũng phải ăn với kem chua. Người Nga bảo ăn blinư mà có nhấp tí rượu vang hay vodka thì ngon tuyệt. Nhưng không sao, em không uống được rượu nhưng vẫn thấy ngon như thường.

Minh Châu sau đó lấy thìa xắn một miếng "blinư" của mình đưa vào miệng Tường mời. "Anh thử xem!" Tường không khỏi cảm động về cử chỉ vừa tự nhiên vừa âu yếm này. Anh nhận lấy miếng ăn một cách ngoan ngoãn và trong lòng không khỏi thấy dâng lên một chút xao xuyến.

Cuối bữa, để cho Tường giã rượu, Minh Châu gọi "varenniki," một loại tráng miệng bằng trái cây ngọt có đường bột rắc ở trên, uống với nước trà đen của Nga.

- Anh biết không? Minh Châu nói. Người Nga yêu cái bình trà của họ lắm, họ gọi là "samovar," là một thiết dụng không thể thiếu trong cuộc đời của họ, nhất là vào mùa đông—để chống cái rét, để chống cái cô đơn trống trải của cuộc đời trên đất nước mênh mông vô tận này.

Vừa lúc đó thì tiếng nhạc nổi lên. Một thứ nhạc làm Tường khá ngạc nhiên vì không ngờ là nhạc Nga bây giờ cũng rộn rịp, sống động như nhạc Rock của Mỹ. Càng ngạc nhiên hơn nữa là tung màn sân khấu ra là hai cô vũ nữ gần như khỏa thân hoàn toàn, người rất đẹp và cân đối, bộ ngực trông rắn chắc mà không đeo đến một núm vải trên người, ra múa rất điêu luyện và thân hình dẻo không thua gì trong một màn ba-lê. Sau màn vũ đó thì lại đến một bản nhạc có màu sắc Trung Đông, Trung Á, làm cho Tường nhớ đến phim Kismet—lần này được diễn xuất bởi một trong hai cô vũ nữ nói trên với một vũ sư đẹp trai cường tráng, dẻo dai, bắp thịt nổi lên một cách rất hài hòa, thẩm mỹ. Tiếng nhạc mê hồn lôi cuốn như từ một thế giới huyền ảo nào bay về làm cho mấy điệu vũ họ múa đều có tính cách mê hoặc, làm cho người xem như bị cuốn hút vào nhịp điệu và những làn cong, những sóng gợn đôi khi rất gợi tình, gợi ý, của điệu múa. Về sau xem kỹ tờ quảng cáo, Tường mới được biết chính đôi vũ nữ nghệ thuật này là sinh viên trường ba-lê Kirov nổi tiếng ở đây. "Lạ nhỉ?" Tường tự nhủ. "Rõ ràng là họ khỏa thân, điệu múa gợi ý gợi tình như thế mà cảm tưởng chính vẫn là một cảm tưởng thẩm mỹ, khác hẳn, khác xa cảm tưởng khi người du khách đi vào những hộp đêm 'chuồng cởi' ở Hoa Kỳ."

19

Ở khách sạn Moskva ra hai người mới biết là trời đang mưa tầm tã. Tường đề nghị về khách sạn của chàng ngồi đợi, tạnh mưa chàng sẽ đưa Minh Châu về. Minh Châu không trả lời nhưng cũng không nói câu khước từ.

Vào đến khách sạn, lên thang máy, bà canh thang máy nhìn Tường chờ đợi. Tường lại dúi vào tay bà tờ giấy bạc, giống như mỗi sáng khi Tường xuống đón Minh Châu lên. Thực ra phòng của chàng mướn là phòng cho hai người vì chàng ghi tên cho cả Chấn. Nhưng dường như bà già được huấn luyện để chỉ xoi mói, xem ai ra vào bất hợp pháp là bà làm khó dễ, kiếm tí tiền còm.

Tường để Minh Châu đi rửa mặt rửa tay, dùng phòng tắm... Chàng xuống phòng ăn mua một chai Vodka và một ít đồ nhậu mang lên. Hai người ra ngồi ở chiếc "đi-văng" kê sát tường. Chàng bật TV, rót rượu cho mình và Coca

Cola cho Minh Châu. Hai người nhấm nháp món tỏi muối chua và cá hồi xông khói.

- Tửu lượng của anh khá quá nhỉ?

- Khá đâu? Lúc nãy chỉ có một ly nhỏ mà Minh Châu cứ bắt anh phải ăn món "varenniki" cho giã hết rồi còn đâu.

Đưa ly nước ngọt cho Minh Châu, Tường cầm lấy ly rượu của mình. Hai người cụng ly:

- Chúc em chóng được thoát khỏi nơi đây.

Minh Châu lí nhí cám ơn. Thoáng một chút buồn, lo. Tường cảm nhận ngay thấy điều đó, đổi đề tài:

- Khi cuộc cách mạng tháng 8 năm 1991 ở đây xảy ra, thì em ở đâu?

- Ở Mát[*], chứ ở đâu.

Rồi như được khơi đúng mạch, Minh Châu bắt đầu say sưa kể:

- Lúc trước sinh viên bọn em ngoài việc học, chỉ có mỗi một việc là đi chơi khắp các thành phố của Liên bang, nên mùa hè nào mỗi đứa cũng phải tranh thủ đi vài nơi. Đúng mấy ngày trước cuộc đảo chính, em và mấy người bạn rủ nhau xuống Skt. Peterburg, hồi đó còn mang tên là Leningrad, bọn em gọi tắt là Len, chơi với các bạn học dưới đấy. Không hiểu sao suốt mấy ngày hôm đó trời mưa như trút nước. Bọn em hầu như không thể nào ló mặt ra khỏi nhà. Mùa hè ngày dưới Len rất dài, vào tháng 6, tháng 7 hầu như không có đêm, nên người ta hay gọi là đêm trắng. Đến giữa tháng 8 đêm vẫn còn rất sáng, vào những hôm thời tiết đẹp thì đêm cũng vẫn nhìn thấy rõ mặt

---

[*] Chữ tắt cho Mát-xcơ-va do người Việt ở Nga đặt ra.

người. Nhưng mấy hôm bọn em xuống, trời không những mưa mà còn tối âm u như mùa thu nữa. Bọn em nói đùa là thôi không khoe được là đã đi chơi đêm trắng, thì cũng khoe được là đã ngồi nhìn đêm trắng qua cửa sổ!

- Thế thì trời bữa đó cũng giống như hôm nay đấy nhỉ?—Tường điểm vào một câu.

- Vâng, nhưng sang ngày 19 tháng 8, trời lại rất đẹp. Từ 5 giờ sáng bọn em đã rủ nhau dậy chuẩn bị để đi chơi cho sớm sủa. Thời tiết dưới Len đỏng đảnh lắm, các cô nàng đỏng đảnh nhất cũng còn kém xa, lúc nắng lúc mưa là chuyện thường, nên lúc nào có nắng là phải tranh thủ đi chơi ngay, không thì chỉ có nước ngồi ngắm thành phố qua cửa sổ.

Nhưng khác với những ngày đẹp trời khác, không hiểu sao hôm 19 thành phố vắng lạ thường, thỉnh thoảng lại gặp một chỗ dân chúng tập trung im lặng đọc một bản thông báo nào đó. Bọn em cũng chạy đến xem có chuyện gì xảy ra, và thật bàng hoàng thấy tin về Ủy Ban đặc biệt tạm thời điều khiển đất nước. Dù không phải là các nhà chính trị chuyên môn, nhưng lớn lên trong một đất nước mà muốn biết mọi sự thật, đều phải phỏng đoán, nên bọn em cũng hiểu có cái gì mờ ám sau những dòng chữ hiền lành ấy. Dân chúng cũng vậy, trên gương mặt họ thấy rõ nỗi đăm chiêu. Không thấy ai hò hét, hay reo mừng ủng hộ chế độ mới cả. Ở trung tâm mọi chuyện hết sức yên lành, không thấy xe tăng hay quân lính. Sau này đọc trên báo, em mới biết rằng ở một số nơi quân đội cũng được phái đến để uy hiếp thành ủy của Sobchak, một người thuộc trào lưu dân chủ nổi tiếng lúc đó.

Thế rồi... bọn em quyết định bỏ ngày đi chơi, để đi tìm hiểu xem chuyện gì đang xảy ra. Lúc đó ở Nga có tờ Commersant, tiếng Việt gọi là "Thương Nhân" của tư nhân, khá tiến bộ, thường đưa những tin tức trung thực nhất. Bọn em chạy đến các sạp bán báo để hỏi, nhưng trên quầy báo chỉ có tờ Pravda nghĩa là "Sự thật", cơ quan ngôn luận của đảng CS, nội dung không khác mấy tờ áp phích treo trên các bảng thông báo bao nhiêu. Người bán báo cũng không hiểu vì sao các tờ báo khác không xuất hiện. Bọn em chạy về nhà mở tivi, nhưng trên các kênh cũng chỉ có mấy vở balê hay kịch cũ. Mãi đến chiều tối mới có chương trình thời sự, "Ủy Ban đặc biệt" trả lời phỏng vấn của các phóng viên trong và ngoài nước. Nét mặt họ hết sức căng thẳng, thấy rất rõ tay của Yanaev, phó tổng thống Liên Xô, người đứng đầu "Ủy Ban đặc biệt" run lập cập. Các câu trả lời cũng không gãy gọn, đặc biệt khi bị hỏi về giấy chứng nhận bệnh tình của Gorbachov đâu thì ông lúng túng nhìn quanh và hứa sẽ đưa ra sau. Bọn em bắt đầu hiểu nước Liên Xô đang có đảo chính, nhưng quả thật lúc đó không thể nào đoán trước được tình hình sẽ ra sao. Em và mấy người bạn tranh luận suốt cả đêm, rồi cuối cùng quyết định hôm sau sẽ đi mua vé về lại Mát. Dù sao ở thủ đô mọi cái cũng sáng sủa hơn. Bọn em chỉ sợ nếu tình trạng khẩn cấp diễn ra lâu sẽ không về Mát được, chứ không hề cảm thấy sợ hãi là có thể xảy ra chiến sự hay một cái gì đó tương tự. Tuổi trẻ mà anh, còn hăng hái lắm, chỉ muốn về ngay Moskva để đi xem dân chúng Moskva phản ứng như thế nào. Làn không khí tự do mới chỉ vừa ùa vào một chút, vậy mà bọn em đã cảm thấy thân thiện với nó ngay rồi, nghĩ đến cảnh mọi cái lại quay trở lại thời kỳ đóng cửa trước đây cũng thấy buồn lắm.

Bọn em đi chuyến tầu tốc hành lúc 5 giờ chiều, 11 giờ đêm đã có mặt ở Moskva. Nhà ga nằm ngay trung tâm thành phố, nên lên đến nơi đã thấy một không khí náo nhiệt khác hẳn dưới Len. Dân chúng kéo nhau vào trung tâm bảo vệ Nhà Trắng đông lắm, mặt vui cứ y như trẩy hội. Bọn em ghé qua trung tâm xem tình hình thế nào. Trên mọi nẻo đường trong trung tâm dòng người nườm nượp kéo về phía Nhà Trắng, nơi có chính phủ nước Nga đang bị quân của Ủy Ban đặc biệt bao vây. Trên đường chốc chốc lại thấy thấp thoáng bóng những chiếc xe tăng đậu bên lề đường. Nhưng rất lạ, những người lính xe tăng không thấy có vẻ gì sắt máu. Bọn em còn ra nói chuyện với họ, xin chụp ảnh cùng nữa mà. Sau này đọc lại các tài liệu hồi đó, em mới biết rằng rất nhiều nhóm quân đã ngả theo Yeltsin, các toán khác tuy không tuyên bố ủng hộ nhưng cũng không muốn tham gia cuộc tấn công Nhà Trắng. Các bà, các chị hộ tống mấy dân biểu Nga đi ra, nói chuyện với quân lính cũng rất thành công. Các viên sỹ quan chỉ huy mấy khu gần Nhà Trắng đều cho biết họ sẽ không bắn vào Nhà Trắng, không bắn vào dân chúng. Không khí buổi đêm hôm 20 hết sức căng thẳng, dân chúng rỉ tai nhau đêm đó quân đặc biệt Alpha sẽ tấn công vào Nhà Trắng nên không ai ngủ. Mọi người ai cũng sẵn sàng chiến đấu bảo vệ Nhà Trắng dù họ không có vũ khí gì trong tay. Các ông già bà lão mang nước chè nóng đến từng trạm gác cho mọi người. Từng đoàn xe không biết của ai chở củi sưởi, thức ăn, thuốc men đến khu chiến tuyến bảo vệ Nhà Trắng. Ai đó lại còn chở ra cả mặt nạ phòng độc nữa. Mọi người nhanh chóng phân phát mặt nạ, những ai biết chút ít về thuốc men, ngay lập tức được phát túi cứu thương để đến lúc cần có thể cấp cứu cho mọi người. Lại còn có cả ca nhạc. Một sân khấu sơ sài được dựng lên ngay giữa chiến tuyến, các ca sỹ không tên lên hát những bài động viên tinh thần dân chúng làm không khí trở nên thật sôi động, tràn đầy khí thế. Lúc gần nửa đêm có mấy chiếc xe tăng tiến về phía Nhà Trắng, làm mọi người tưởng Ủy Ban đặc biệt bắt đầu cuộc tấn công. Ngay lập tức mọi người lao về phía đường tìm cách cản đường tiến của xe tăng. Ba người đã hy sinh ở đấy. Không khí trầm hẳn xuống, đầy vẻ nghiêm trọng. Sau đó không thấy dấu hiệu tấn công nữa. Sau này người ta mới tiết lộ đội Alpha từ chối tấn công Nhà Trắng. Thật là may! Vì đội này nổi tiếng tinh nhuệ, sự nhiệt tình của dân chúng không thể cản bước tiến của họ được. Đêm đó được đà chiến thắng, dân chúng rủ nhau đi phá một loạt tượng các lãnh tụ phong trào cộng Sản. Trong đó có tượng Dzerdjinsky, ông tổ KGB ngay giữa trung tâm Moskva cũng đã bị kéo đổ. Chắc trong bao nhiêu năm không biết bao nhiêu người đi qua bức tượng này với lời nguyền rủa sẽ có ngày họ kéo sập nó xuống. Và những người sống sót đến ngày lịch sử này đã làm chuyện đó, để linh hồn những người bỏ mình trong các trại tập trung của Liên Xô được siêu thoát.

Đến sáng 21 tháng 8, mọi người cảm thấy mối hiểm nguy đã lui. Ngay từ 8 giờ sáng chính phủ nước Nga do Yeltsin dẫn đầu đã bước ra khỏi Nhà Trắng với tư cách của người chiến thắng. Xe tăng biến thành diễn đài cho bài diễn văn không chuẩn bị trước của Yeltsin. Đến lúc này có thể yên tâm là tự do đã thắng. Ai cũng reo hò, mừng vui. Tinh thần căm ghét Đảng Cộng Sản lên rất cao, nên khi nghe tin Yeltsin cấm Đảng CS hoạt động, ai cũng ủng hộ.

Trong số những người bảo vệ Nhà Trắng có cả người Việt nữa đấy chứ. Có hai cô chú đã đứng tuổi rất hăng hái, lúc mang nước uống đến cho mọi người, lúc chạy đi phát truyền đơn. Vào những giây phút đó chẳng ai nghĩ đấy là việc của nước Nga hay của nước Việt Nam nữa, chỉ thấy nền Tự do bị uy hiếp. Và ai cũng cần phải đứng lên bảo vệ nó...

Tường đưa cốc nước vào miệng Minh Châu:

- Uống đi, Minh Châu hăng hái kể chuyện quá, quên cả mệt. Được nghe chuyện từ một chứng nhân lịch sử vẫn hơn là đọc ở sách báo. Ước gì nước mình cũng có một cuộc cách mạng êm đềm như thế nhỉ?

- Chắc chỉ còn là vấn đề thời gian thôi anh ạ. Giá nó xảy ra sớm được thì em khỏi phải đi đâu...

Tường nhìn ra ngoài. Đúng như Minh Châu nói, vào tháng này ở đây mặt trời không đi ngủ, nhưng trời vẫn mưa tầm tã. Tường không muốn nhắc đến chuyện đưa Minh Châu về sợ nàng mất hứng kể chuyện.

Tới một lúc Tường nhận thấy Minh Châu đã có vẻ mệt, chàng dò ý:

- Bây giờ trời cũng sắp sáng rồi mà bên ngoài vẫn chưa tạnh mưa. Anh đề nghị em lên giường của anh ngủ đi. Anh ngủ ở ghế này.

Nàng không tuyên bố chấp nhận đề nghị của Tường, cũng không từ chối. Nhưng bắt đầu cãi:

- Không anh cứ ngủ giường anh, em ngủ đây.

- Không, em là phụ nữ, nằm giường kia thoải mái hơn.

- Không, em thấy nằm đây thoải mái hơn.

- Ơ hay, sao em bướng vậy! Để em nằm đây mà anh leo lên giường thì trông sao được. Thôi anh van em...

- Ai đến đây mà anh sợ "trông sao được?" Nếu anh không chịu cho em ngủ ở cái ghế này thì em cứ ngồi thế này cho đến sáng.

Tường chịu thua. Chạy lại giường lấy chiếc gối, lột chiếc chăn trên giường mang lại để ở phía đầu "đi văng." Minh Châu ngồi, không nói. Chàng tắt đèn phòng ngoài, để đèn trong phòng tắm và khép hờ cửa, xong cũng không về giường nằm, lại ngồi vào chỗ cũ, cạnh Minh Châu. Chàng gục đầu vào vai nàng, ăn vạ:

- Em bướng quá, anh cũng ngồi tuyệt thực ở đây luôn.

Đêm thật yên tĩnh. Chỉ một lúc sau là chàng đã nghe tiếng thở đều đều của Minh Châu. Chắc nàng đã đi vào cơn mộng mị. Mùi thơm của tóc, của da thịt người con gái đang ở tuổi sung sức nồng lên một mùi khêu gợi, quyến rũ... Tường cố gắng bắt trí não mình tập trung ôn lại những việc làm trong mấy ngày hôm nay, đến những phong cảnh chàng được xem, đến thơ Pushkin... rồi cố mường tượng luôn cả Nga đang làm gì ở Việt Nam giờ này... Vẫn không thể đè nén được những dồn ép thèm muốn đang dần vặt chàng càng ngày càng mạnh. Một lúc sau chàng thấy tâm trí mình bắt đầu tản mạn, con tim càng ngày càng yếu... Bất thần như có một sức mạnh vô hình nào bắt chàng đứng bật dậy, đi như chạy trốn... vào phòng tắm, vặn hoa sen nước lạnh, chui vào đấy với cả quần áo...

20

Mỗi "cabin" có hai giường chồng gồm bốn chỗ nằm, nhưng may mắn, không có người thứ tư vào phòng này. Giường trên bên phải là chỗ bác Cường nằm, bên trái là Chấn, bên dưới Chấn là Tường trông sang chiếc giường không người, để đầy hành lý.

Bác Cường bảo Tường và Chấn bật chiếc đèn nhỏ ở đầu giường có chụp chắn ánh sáng, chỉ để vừa đúng một khoảng sáng cho người đọc sách, trước khi bác tắt đèn phòng rồi từ tốn lôi trong túi xách ra một xấp giấy dầy cộm giơ cao lên khoe:

- Các anh nên biết là phải trần ai lắm mới có xấp tài liệu này đấy nhé. Các anh ấy thức suốt hai đêm để "scan" lại mới kịp cho tôi mang đi hôm nay. Tôi cũng chỉ liếc qua hai ba trang đầu là phải ra ga ngay. Chúng ta phải tranh thủ đọc hết đêm nay để tôi lấy lại. Các anh đọc xong phải nhớ trong đầu chứ không nên giữ, bất lợi lắm.

Bác Cường nói xong đưa sang giường bên cho Chấn trang thứ nhất. Trong khi chờ đợi đến phiên mình được đọc trang đầu, Tường nhìn quanh phòng quan sát... Chiếc "cabin" nhỏ nhưng khá sạch sẽ, thơm tho. Chăn gối không có mùi mồ hôi hay thuốc lá. Tường có thiện cảm ngay với phương tiện xe lửa bên Nga. Hai chiếc giường tầng cao nhưng còn xa trần, đủ chỗ trống cho một người Nga cỡ trung bình có thể ngồi trên giường mà không bị đụng đầu. Giữa hai giường có một lối đi hẹp, dẫn tới cửa sổ trông ra ngoài, tối om, được che bằng màn cửa mỏng. Trước cửa sổ kê một chiếc bàn nhỏ, trên có một chiếc đèn con...

Tường chưa kịp nhớ tới việc mình đang chờ đợi để được đọc thì đã nghe tiếng giấy sột soạt... Bác Cường đưa trang giấy sang Chấn, Chấn tuồn trang số một đã đọc xong xuống giường dưới cho Tường. Ông già thỉnh thoảng lại "hấm," "hứ" nhưng không nói gì vì biết hai người kia chưa đọc đến chỗ này để ông có thể chia sẻ. Suốt đêm tiếng sột soạt truyền giấy sang nhau như thúc giục Tường đọc nhanh, trước khi đêm tàn... Xe lửa lắc lư nhè nhẹ như võng đưa nhưng không ai buồn ngủ.

Ra khỏi ga Moscow, bác Cường chia tay với Tường và Chấn. Họ hẹn nhau gặp lại ở điểm hẹn trong vòng 20 phút. Tường nhìn theo bác Cường một lúc... Năm nay bác đã ngoài 70 nhưng vẫn bước những bước dài, chắc chắn. Đầu tóc bạc nhiều hơn đen. Bác không gù nhưng vẫn hơi cúi về phía trước nhìn đất, có lẽ để khỏi vấp ngã và để suy nghĩ. Bác đang vui trong lòng thấy càng ngày bọn trẻ càng ý thức được bổn phận của mình để tham gia vào phong trào Tự Do Dân Chủ cho quê hương. Bác đã già rồi, phải có giới trẻ nối tiếp... Điều làm bác vui hơn nữa là bác đã móc nối được cả với một số thanh niên ở Mỹ, mà Tường là một trong những người bác đặt nhiều kỳ vọng hơn cả...

Tường nhảy ra ngoài lề đường định vẫy chiếc xe taxi anh nhìn thấy từ xa, nhưng một chiếc xe thường, không có dấu hiệu gì là tắc-xi cả, đậu xịch lại ngay chỗ Tường đứng. Người lái xổ một tràng tiếng Nga. Tường chưa biết phản ứng ra làm sao thì Chấn đã chạy đến nói chuyện với tài xế rồi ra hiệu cho Tường, hai người nhảy lên xe. Tường còn đang ngỡ ngàng thì Chấn cắt nghĩa:

- Ở đây xe nào cũng chạy tắc-xi được hết anh ạ. Những người đi làm về hay trước khi đi làm, họ làm vài chuyến đưa khách kiếm thêm ít tiền cho gia đình. Có hôm mình vẫy được cả xe cứu thương nữa cơ!

- Xe cứu thương à?

- Ừ, xe cứu thương. Sau khi làm phận sự, tài xế làm vài chuyến taxi, kiếm chút tiền còm.

21

Máy bay cất cánh lên khỏi Moscow. Tường nhẹ cả người vì vừa được ra khỏi cảnh tù túng, căng thẳng. Ba ngày cuối cùng chàng làm việc với bác Cường, và mấy anh em ở Moscow toàn những việc khẩn trương, cần nhiều suy nghĩ, không hở được phút nào để nghĩ tới chuyện gì khác. Bây giờ ngồi đây hình ảnh Minh Châu chợt ùa vào tâm trí... Tường không biết Minh Châu nghĩ gì về mình, nhưng bữa ngồi cùng "taxi" tiễn Tường ra ga xe lửa để về Moscow, Minh Châu luôn luôn nhìn chàng quyến luyến, làm chàng rất bối rối, chỉ sợ có cử chỉ gì có thể làm Minh Châu hiểu lầm cảm tình của chàng, rồi sau lại thất vọng thì tội quá. Nếu bảo rằng Tường không có cảm tình đặc biệt với Minh Châu thì không đúng, bảo là đã yêu thì không vì chàng hãy còn nặng tình với Nga lắm. Mấy lúc sau này Nga đã đi theo đường lối chính trị ngược hẳn với chàng, chàng vẫn cứ tự lừa dối mình, bào chữa cho nàng, viện cớ này cớ nọ, để rồi mỗi lần nhận được thư nàng khoe những thành tích, ngược với lòng mong đợi của chàng, thì chàng lại chỉ vò đầu, bứt tai, bất lực...! Thứ tình yêu ấy có phải là tình yêu mù quáng hay là tình yêu thuần khiết đến độ phi chính trị, phi lý trí? Trong khi đó, đối với Minh Châu thì chàng lại tỏ ra sáng suốt. Chàng cho là Minh Châu đang gặp khó khăn, chàng đang giúp đỡ, tình cảm gì nẩy nở ở phía chàng bây giờ, cũng có thể chỉ là do tội nghiệp, lòng trắc ẩn, tình đồng đội... và cảm tình nào của Minh Châu đối với Tường nếu có, thì cũng có thể chỉ là lòng biết ơn, sự cô đơn, yếu đuối cần che chở giúp đỡ... Vì thế cả hai bên cùng khó phân định lòng mình một cách chính xác. Nghĩ vậy chàng rất mừng là đêm cuối cùng ở khách sạn ở St. Petersburg chàng đã không để sự yếu đuối thắng lý trí. Chàng cũng lại mừng là chàng và Minh Châu đã ở cách xa nhau hàng ngàn dặm.

Máy bay rẽ mây. Từng cụm mây trắng xẹt qua cánh máy bay ngay chỗ Tường ngồi. Nhìn lên là bầu trời xanh ngắt. Nhìn xuống bên dưới, hàng hàng lớp lớp những tầng mây trắng dày, đặc, chồng chất lên nhau như một biển san hô. Tiếng động cơ máy bay đều đều. Hai mắt Tường nặng chĩu. Cơn mộng mị lảng vảng. Máy bay lên xuống, trồi sụt nhè nhẹ cho chàng cảm giác bay bổng... Chàng mơ thấy mình là con chim Đại Bàng, xòe ra hai cánh rộng, vượt trùng dương về đến quê hương. Lượn vòng vòng trên ba miền đất nước...

Đây Sài Gòn với đường Nguyễn Huệ, Lê Lợi, người đi lên đi xuống tấp nập. Từng cặp trai gái dập dìu qua lại cười nói huyên thuyên. Tiếng hát Thái Thanh, Khánh Ly, Lệ Thu réo rắt từ trong các quán nước. Chàng nhẩm nhẩm theo câu hát: "... uống ly chanh đường, uống môi em ngọt..."

Bãi biển Vũng Tầu đầy người tắm. Những thân hình khỏe mạnh được che, gọi là cho có che, bằng những chiếc áo tắm hở hang. Trai gái bơi lội, nhảy sóng la hét om xòm. Chỗ này người nằm dài dưới các gốc dừa, chỗ kia người xúm nhau ngồi dưới những tàn dù xanh đỏ.

Kìa Đà Lạt vùng đồi núi chập chùng phủ thông xanh ngạo nghễ. Sương mù còn lẳng vẳng trên các khe núi, trên ngọn thông, trên triền thác Prenn, trên mặt Hồ Than Thở.

Và... đây là Huế. Không thể nào lẫn với miền nào khác. Cầu Trường Tiền 6 vài 12 nhịp đã bạc mầu. Nhìn vào khu Thành Nội thấy Cửa Ngọ Môn, và Hồ Tịnh Tâm đang mùa hoa sen trắng chen hồng tưng bừng rộ nở, ngào ngạt hương thơm. Bên ngoài thành, xa một chút, Phú Văn Lâu lặng lẽ soi mình trên mặt nước. Chợ Đông Ba tấp nập người mua bán. Các món quốc hồn quốc túy bầy la liệt làm chàng phân vân không biết chọn món nào. Cuối cùng Tường ghé vào một sạp gọi món bánh khoái. Chàng lấy đũa xắn từng miếng bánh dòn dầm vào thứ nước chấm đặc biệt, đưa vào miệng. Vị béo ngậy của bánh, vị thơm đậm đà của nước chấm, vị cay của ớt quyện lại với nhau thật hợp. Chàng thầm cám ơn người đã nghĩ ra món quốc hồn quốc túy này. Nhưng lạ thay, chàng càng ăn càng thấy thèm và càng thấy bụng đói như chưa hề ăn!

"Nha Trang là miền Quê Hương cát trắng..." Điệu nhạc luẩn quẩn trong đầu khi chàng nhìn thấy bãi biển Nha Trang cát trắng, nước trong. Mấy chiếc thuyền rập rình ngoài khơi.

Đà Nẵng thuyền bè đậu san sát. Tầu bè ngoại quốc ra vào buôn bán sầm uất. Các cột buồm căng gió, loang loáng dưới ánh mặt trời.

Cảm giác bay bổng chơi vơi, lên cao, xuống thấp càng lúc càng nhanh. Chàng phải cố gắng lắm mới điều khiển được đôi cánh cho bay thẳng ra miền Bắc. Xa xa chàng thấy Hồ Gươm trong sương mù... Chàng đang ngạc nhiên thấy lá cờ đỏ sao vàng to tướng đang tung bay, ngạo nghễ trên đỉnh Tháp Rùa... và kìa lại có cả một rừng cờ búa liềm phấp phới chung quanh hồ... Nhưng khi tới gần thì lại hóa ra là hoa phượng vĩ lẫn trong những cành dương liễu xanh mượt thướt tha trong gió... Chàng mừng quá, nghĩ: "Đất nước thanh bình thế này, tại sao mình không về thăm quê hương nhiều hơn nhỉ?" Chàng tự nhủ, rồi lại tự hứa: "Thôi từ nay mình phải về luôn luôn mới được." Chợt nhận thấy mình đã đứng hẳn dưới đất, bên bờ hồ. Cùng lúc đó chàng sực nhớ đến lý do chính chàng về Hà Nội, chỉ để đi tìm Nga, nhưng hoàn toàn không có một chút ý niệm gì về phố Sinh Từ nằm ở đâu. Hỏi người đi đường thì nhìn mặt người nào cũng đăm chiêu, đi lại vội vàng, không để ý đến chàng. Chợt thấy một chiếc xe kéo. Chàng nhớ đã có lần được xem hình trong một cuốn sách cũ ở nhà, có ghi "xe tay." Chiếc xe không có khách, đi ngược lại phía chàng. Chàng gọi lại, đưa cho người kéo xe địa chỉ rồi leo lên ngồi. Có lẽ cả Hà Nội chỉ còn một chiếc "xe tay" này. Chàng nhìn phố phường... giống hệt như những gì chàng đọc trong sách, xem trong ảnh... Chợ Đồng Xuân, phố Hàng Đào, Hàng Ngang, Hàng Bạc... Các đường tầu điện cũ kỹ chằng chịt dưới đường... Chiếc xe chở chàng cứ đi mãi, đi mãi mà vẫn không thấy phố Sinh Từ ở đâu cả. Lúc đó chàng mới để ý nhìn đến ông già kéo xe... Quần áo tả tới, nối lại bằng những mảnh vá đủ các màu. Các chỗ nối mảnh vá cũng đã bật chỉ để hở cả lưng. Hai cánh tay, hai ống chân đen xạm như những thanh đồng đen, thoăn thoắt chạy trên đường nhựa... Chàng nhớ tới cái đồ chơi làm bằng sợi dây đồng, uốn hình người đạp xe đạp. Cả xe và người đặt trên một cái bệ bằng gỗ. Các cháu Tường thường để ở gờ cửa sổ để hứng ánh mặt trời. Hễ nắng chiếu vào thì thằng người đạp xe hối hả, đạp chí mạng... Chàng bật cười, rồi lại bỗng thấy bất nhẫn về cái cười vô ý thức của mình. Ông lão gò lưng kéo chiếc xe chạy thoăn thoắt cả giờ rồi mà vẫn chưa đến nơi. Chàng thấy áy náy quá. Mình thanh niên thế này mà ngồi chễm chệ trên xe, để cho ông già gầy ốm thế kia kéo xe cho mình... Nhưng chàng không biết làm gì bây giờ, không nhẽ nhảy xuống kéo xe thay cho ông già? "Thôi, cứ để ông kéo rồi mình cho thêm tiền thì chắc ông ấy sẽ mừng"—Chàng tự nhủ.

Đang định hỏi ông lão xem còn bao lâu nữa mới tới phố Sinh Từ thì có tiếng còi cảnh sát huýt inh ỏi. Một anh công an rất trẻ, bận bộ đồng phục vàng, từ lề đường chạy ra chặn xe lại... Chàng chột dạ, chưa biết phải đối phó ra sao, thì đã thấy anh công an nói chuyện với ông già kéo xe, không để ý gì đến chàng.

- Tại sao ông đi đi lại lại phố này nhiều lần thế?

- Xin lỗi chú công an, tôi đi lạc, tôi đang tìm đường đi đến phố Sinh Từ.

- Ông nói không có lý gì hết. Phố Sinh Từ ở đâu đây mà tìm. Rõ ràng là ông định dò thám nhà ai ở con đường này. Tôi phải phạt ông.

- Tôi lạy chú công an. Tôi làm gì có tiền mà nộp phạt.

- Không nộp phạt thì vào tù.

- Xin chú tha cho... Tôi... Tôi... À, Cháu vào tù thì ai nuôi vợ con cháu. Vợ cháu đang ốm nặng...

- Tôi không biết, thây kệ ông.

Tường bắt đầu hối hận, vì mình mà ông già mắc nạn. Đang định xuống xe xin nộp phạt cho ông già thì...

"Đoành!"

Tường giật bắn mình, choàng dậy... Tiếng động cơ máy bay vẫn đều đều. Hành khách vẫn ngồi nguyên trên ghế... Một cô chiêu đãi viên đi qua, chàng xin hai viên Aspirin. Bàng hoàng về giấc mơ vừa qua. Hơi tiếc là chưa gặp được Nga, dù chỉ là trong mơ. "Chỉ tại cái anh chàng công an..."--Tường nhủ thầm--"Chắc chỉ có trong ác mộng mới có chuyện phạt người qua lại nhiều lần trong một quãng phố, chứ ở ngoài đời làm gì có chuyện quái gở như thế!" Cô chiêu đãi mang thuốc và nước tới.

22

Tường về đến nhà vào khoảng 7 giờ tối. Nhà vắng. Thường giờ này là giờ ăn cơm mà sao hôm nay nhà không có ai? Bếp lạnh! Tường không thắc mắc lâu vì mệt và vì còn nhiều chuyện ngổn ngang trong đầu. Chàng vào phòng ngủ, vứt bừa bãi hành lý trên thảm rồi đi tắm...

Nước mát từ hoa sen tỏa xuống người. Dần dần cảm giác thoải mái quen thuộc trở lại với chàng. Chàng lại chợt nhớ tới việc cả nhà đi vắng. Thường thường nếu vợ chồng cô em và hai đứa con đi vắng thì vẫn còn dì Tư ở nhà làm cơm, đâu có đi đến nỗi bỏ giờ cơm nước thế này.

Chàng nghĩ tới Eric, người em rể Mỹ, chồng cô Mai. Anh là một doanh gia rất thức thời. Mỹ mới cho phép các công ty làm ăn ở Việt Nam, chưa cả chính thức bỏ cấm vận, Eric đã cùng với một cựu sĩ quan quân đội Việt Nam Cộng Hòa, mở một công ty lắp ráp máy điện toán, và làm các phần mềm tại Sài Gòn rồi. Ông sĩ quan thường tích cực hoạt động văn hóa, xã hội nơi vùng ông định cư, và làm thơ viết văn dưới bút hiệu Trần Trung Nhạc. Ngoài ra ông được biết như một người giấu lòng từ thiện, và giầu sáng kiến... Khi bỗng dưng không kèn, không trống ông bỏ đi Việt Nam làm ăn, cộng đồng và báo chí Việt Nam ở Mỹ làm một loạt bài chửi ông như là quân phản bội, quân đón gió trở cờ, kẻ đâm sau lưng chiến sĩ...vv và vv... Trần Trung Nhạc không có một lời giải thích. Eric có bằng tiến sĩ về canh nông ở Cornell, nói thông thạo tiếng Việt, đã từng có mặt ở Việt Nam dưới thời Đệ Nhị Cộng Hòa, theo một chương trình thiện nguyện. Ông là người có lòng nhân đạo. Ông nhìn chiến tranh Việt Nam như là một cuộc chiến tàn bạo, do nước ông gây ra. Trong khoảng thời gian chiến tranh leo thang, ông có nhiều hành động phản chiến.

Tường và Eric đã nhiều lần tranh luận sôi nổi về vấn đề làm ăn ở Việt Nam, nhưng Eric vẫn cho là Tường quá khích. Lý luận của chàng ta là, mình không làm thì cũng vẫn có người khác nhảy vào làm, và có thể còn làm hại dân hại nước nữa. Chàng mê Việt Nam đến độ bắt con cái phải nói tiếng Việt. Anh thường hãnh diện nói với mọi người rằng, người ta thường nói trẻ con phải học "tiếng mẹ đẻ" chứ ai nói học "tiếng bố đẻ" bao giờ.

Can Eric chẳng được, Tường suy luận ngược lại. Chàng biết Eric vốn là người không thể ngồi yên nhìn những chuyện sai trái. Chàng ta nên có kinh nghiệm sống với cộng sản và tận mắt nhìn thực trạng Việt Nam hiện nay. Việc có mặt của Eric ở Việt Nam, chưa chắc đã có hại gì cho cuộc tranh đấu. Nghĩ thế, Tường không còn đả kích Eric nữa.

Tường vừa tắt nước vòi hoa sen thì cũng là lúc nhận ra có tiếng TV ngoài phòng khách. Cô Mai đợi nghe tiếng nước ngừng chảy mới ghé sát cửa phòng tắm, gọi lớn:

- Anh đã về đấy à, anh Tường?
- Ờ anh cũng mới về. Sao, cả nhà đi đâu mà anh về chẳng thấy ai?

Tường vừa nói vừa bước ra khỏi buồng tắm với chiếc áo choàng trên người.

- Eric lại vừa đi Việt Nam rồi anh ạ. Tháng này đáng lẽ là phiên anh Trần Trung Nhạc phải trông nom tiệm bên đó, nhưng anh ấy có việc gia đình phải về Mỹ gấp, nên gọi Eric sang thay cho anh ấy về. May quá, Eric đang đợi giấy tờ thì các con dì Tư gọi sang nói là cha đang đau nặng, sợ không qua khỏi được. Trước nay dì Tư vẫn giận ông chồng có bà bé, không thèm liên lạc, nhưng khi nói ông sắp chết thì dì cũng quýnh lên đòi đi ngay. May có Eric đích thân tới sứ quán xin chiếu khán gấp cho dì đi cùng. Dì đi với Eric em cũng yên tâm.

Tường không ngạc nhiên mỗi lần nghe tin Eric đi Việt Nam. Còn dì Tư, đây là lần đầu tiên sau khi ra khỏi nước, dì trở về thăm gia đình, quê hương. Tường mừng cho dì. Dì Tư là một người đàn bà sinh ra và lớn lên tại tỉnh Bến

Tre, ở Mỹ lâu năm rồi mà vẫn giữ được vẻ mộc mạc chân chất. Dì lấy chồng từ thuở 16 và từ đó chỉ biết lo cho gia đình nhà chồng như đa số phụ nữ Việt Nam trong các vùng quê, tỉnh nhỏ. Nhà chồng dì thuộc thành phần nhà giầu xứ quê nên ông con trai duy nhất từ khi ra đời chẳng phải làm ăn gì, có nhiều thì giờ chơi bời lêu lổng. Mới lớn lên đã cờ bạc đĩ điếm nên cha mẹ vội kiếm vợ cho ông. Dì Tư trở thành nô lệ của gia đình này từ ngày đó. Dì sinh một loạt được ba cô con gái. Cha mẹ chồng sốt ruột dọa là đứa sau mà là con gái nữa thì gia đình phải lấy vợ bé cho ông Tư! Dì Tư đi cầu tự khắp hết những đền chùa linh thiêng nổi tiếng. May sao Trời Phật cũng không phụ lòng dì, cho dì một mụn con trai để nối dõi tông đường. Khi cách mạng về, đáng lẽ họ phải thưởng cho những người như ông Tư mới phải, vì không những ông không làm lợi gì cho phía Quốc Gia, lại cũng chẳng đóng góp gì vào công việc làm ăn của gia đình ông, nhưng họ vẫn cho ông đi cải tạo trong dịp "đánh tư sản." Khi ông Tư được thả về, dì bán nhà thu vén của cải, mua chỗ trên tầu vượt biên bán chính thức của mấy chú ba Tầu, cho cả gia đình đi vượt biển. Còn độ hai ngày trước khởi hành, hai đứa con gái thứ hai và thứ ba dọa tự tử nếu bắt chúng đi theo, vì chúng nghe người ta nói đời sống ở ngoại quốc khổ như con trâu. Đứa con trai khai là có bồ, nếu bắt đi thì phải lo cho cả cô bồ đi theo. Cô gái lớn đã lập gia đình, anh chồng muốn ở lại với đại gia đình anh ta. Thế là chỉ còn trơ hai vợ chồng dì. Dì Tư bắt đầu hoảng sợ. Từ nhỏ dì chưa bao giờ có dịp tiếp xúc với người ngoại quốc chứ đừng nói là tiếp xúc với thế giới bên ngoài. Dì trông chờ vào đàn con trẻ tuổi nhanh nhẹn, có thể hội nhập vào xã hội mới một cách dễ dàng, thì cả nhà dựa vào nhau cũng sống được. Dì được bạn bè đi trước viết thư về kể là họ sống rất thoải mái vì có bầy con vừa đi học vừa đi làm. Dù các con họ chỉ làm lương tối thiểu nhưng mỗi đứa đều đem tiền về cho mẹ nấu cơm ăn chung. Thấm thoắt sáu tháng là mỗi đứa đã tậu được xe hơi. Ba bốn năm sau là tậu được nhà...vv... và ...vv... Ngày nào dì cũng khóc lóc năn nỉ mấy đứa con mà chúng vẫn không đổi ý. Vì mục đích duy nhất của cuộc đời dì là sống cho chồng cho con, nên dì không có chọn lựa nào cả, mà phải ra đi để mưu tìm tương lai cho các con. Dì nghĩ một cách mộc mạc rằng, phải có người mở đường để thoát ra khỏi kiếp sống bấp bênh, lúc nào cũng nơm nớp sợ sệt những bàn tay áp đảo của một bọn ỷ mạnh hiếp yếu. Dì không hiểu nổi tại sao các con dì không thấy cái không khí ngột ngạt đó. Hay tại dì cứ gồng mình lên như con gà mẹ che chở đàn con, nên chúng không trực tiếp bị ảnh hưởng đối với thực tế bên ngoài. Dì hy vọng ra nước ngoài ít lâu sẽ có dịp sống và nhìn tận mắt sự sống tự do của thế giới văn minh, có nhân đạo, có tình người... để có thể thuyết phục bầy con theo dì đi xây dựng tương lai của chúng. Nếu dì bỏ lỡ cơ hội đi lần này để ở nhà, thì một mình dì không thể cưu mang được một gia đình sáu miệng ăn mà chỉ có một người đi làm, buôn chui bán nhủi như hiện nay. Lại thêm bệnh tật của ông Tư mang từ trại tù về, thêm gánh nặng cho gia đình. Vì thế dì vẫn phải cương quyết ra đi, dù sao cũng còn ông Tư bên cạnh, cũng là một niềm an ủi cho dì. Ngày tầu khởi hành, dì khóc hết nước mắt. Ôm hết con này đến con khác vào lòng. Tình thương nhớ con lúc này lấn át được sự hờn giận hành động ích kỷ thiển cận, không chịu cầu tiến của chúng. Ông Tư nói là đi chào mấy người bà con rồi về ngay. Dì chờ ông về để đi đến chỗ hẹn, nhưng sắp quá giờ hẹn vẫn không thấy ông đâu.

Dì linh cảm có một sự ám muội gì đây. Dì đâm hoảng cho sự mạo hiểm liều lĩnh của mình. Nước ngoài nó như thế nào, dì chưa bao giờ biết. Đầu óc dì như muốn nổ tung. Dì thấy vô cùng cô đơn vì không ai chia sẻ, suy nghĩ giùm cho dì trong lúc rối rắm đến cùng cực này. Bỗng dưng như có một phép lạ... Thoáng một giây dì bình tĩnh hẳn lại. Dì nhìn thấy ngay trước mắt, một đằng ở lại để giữ ông chồng suốt đời lúc nào cũng chờ dịp phản bội dì, hay ra đi tìm phương kế cho các con có một tương lai...? Cuối cùng dì quyết tâm xách gói ra đi.

Ngay khi còn ở trại Hồng Kông chờ được phỏng vấn để đi một đệ tam quốc gia, dì đã gặp được người cùng xóm tới sau, cho hay là chồng dì có vợ bé ở nhà, và vì thế nên ông không theo dì đi di tản được. Dì hết nước mắt để khóc rồi. Dì nhếch mép cười khinh bỉ cho kẻ lớn đầu mà không bằng lũ con nít, không thể sòng phẳng được với nhau để đến nỗi dì suýt bị lỡ chuyến đi.

Đó là đầu đuôi câu chuyện đưa tới việc dì Tư đến định cư ở vùng này. Nhờ duyên may run rủi, nhà thờ bảo lãnh rồi đưa dì đi làm "lắp ráp,"[*] hai năm sau dì làm cho tiệm ăn Việt Nam, cuối cùng dì được giới thiệu tới làm việc trong nhà cho gia đình cô Mai. Sau ba tháng ở Mỹ dì đã bắt được mối gửi tiền, gửi quà về Việt Nam cho các con. Dì không gửi cho ông Tư nhưng vẫn nghi là thế nào các con cũng dấm dúi cho ba chúng. Có khi tiền của dì còn nuôi cả vợ bé của ông cũng nên. Ở với gia đình cô Mai dì thấy thoải mái và ấm cúng, nhất là Eric và trẻ con đều nói tiếng Việt, gia chủ lại tử tế biết thông cảm hoàn cảnh dì, cho dì nghỉ chủ nhật để đi làm cho một tiệm ăn của người

---

[*] Assembly.

bạn, kiếm thêm chút đỉnh giúp gia đình. Dì tận tụy giúp việc trong nhà này từ nhiều năm nay.

Dì Tư đi vắng nên Mai đem các con đi ăn tiệm cho gọn, khỏi phải cạo nồi, rửa bát. Nàng hỏi Tường có đói thì nàng làm cho anh cái gì ăn tạm. Chàng trả lời một cách lơ đãng rằng không đói trong khi lục soát chồng thư trên bàn. Chàng ngạc nhiên thấy có thư Nga. Mai nói là Sarah chờ mãi không thấy chàng đến lấy thư nên cô mang lại giùm. Chàng đã ngại đọc thư Nga, sợ lại càng chỉ thêm thất vọng, nhưng rồi chàng lại vẫn mở ra:

Hà Nội ngày... tháng...

......

Dạo này em bận quá nhưng cũng vui quá anh ạ! Cùng với việc bình thường hóa quan hệ Việt-Mỹ, hai sự kiện Việt Nam gia nhập ASEAN và kí kết Hiệp định khung hợp tác Việt Nam-EU, có ý nghĩa lớn đối với quan hệ kinh tế đối ngoại của Việt Nam. Em tin là chẳng bao lâu Việt Nam cũng sẽ nhận được quy chế Tối Huệ quốc của Mỹ thôi.

Các bạn anh Định đang ở đây. Em bố trí cho các anh ấy đi tham quan nhiều nơi. Hy vọng các anh ấy có ấn tượng tốt về những đổi mới và những phát triển không ngừng của đất nước...

......

Anh bảo em tìm đài Làn Sóng Tự Do nhưng em tìm mãi không ra. Anh có chắc anh cho em đúng tần số không? Ở đây người dân được nghe đài VOA và đài BBC thoải mái, nhà nước có cấm đâu mà anh cứ bảo họ phá. Đài nào cũng vậy, thông tin phải trung thực thời mới thuyết phục được người nghe anh ạ. Em chưa được nghe đài này nên không dám nói, nhưng nói chung, đài hay báo chí nào dùng những giọng chửi bới, mạ lị thì chỉ làm người ta muốn bịt tai, không đem lại ích lợi gì cho ai mà chỉ tổ gây thêm thù địch... Em tin là đài mới này do anh đề nghị thì phải là đài đứng đắn, em sẽ tiếp tục tìm nghe. Có khi bây giờ chưa nghe được, nhưng có ngày sẽ nghe được, anh cứ cho em lại tần số của đài...

Thằng Hưng, con cô Mai, chẳng cần biết bác Tường của nó đang đọc thư cô Nga với tâm trạng *"Khi vò chín khúc, khi chau đôi mày..."*[*] Nó mách luôn:

- Bác Tường ơi! Trong trại hè của con có một thằng Việt cộng.

- Cái gì? Thằng nào? Sao con lại gọi nó là "thằng Việt cộng?"

- Tại vì ông ngoại bảo thế. Con kể cho ông ngoại nghe con có một thằng bạn mới, nó từ Hà Nội qua. Ngoại bảo nó là thằng Việt cộng. Nhưng con thích nó. Nó nói thạo tiếng Việt lắm bác à. Nó cũng biết nhiều về Việt Nam nữa. Nó bảo ở Việt Nam nó được về quê nội tắm ao và bắt cá tươi ăn, không phải ăn thịt cá ướp đá như ở đây. Nó được trèo lên cây hái quả ăn chứ không phải mua như ở đây.

- Nó đang ở với ai?

---

* Kiều.

- Ở với ba má nó. Ba nó qua đây đi học nhưng học xong rồi, đang đi làm. Con đi trại hè với nó trên cùng xe buýt. Nó thích ngồi phía bên cửa sổ để nhìn xuống đường. Cái gì nó cũng thấy lạ. Nó bảo không thể hiểu được tại sao ở đây ai cũng có xe "ô-tô." Cả trẻ con cũng có xe ô-tô. Nó bảo nước Mỹ là "vua ô-tô." Con hỏi nó, thế không có xe hơi thì đi làm đi học bằng gì? Nó bảo ở Việt Nam người ta đi bộ hay đi bằng xe đạp. Người giầu thì đi xe máy...

- Hôm nào con rủ nó về nhà chơi đi. Liệu nó có muốn đến nhà mình không?

- Có chứ, tại sao nó lại không muốn hả bác? Nhưng mà mấy bữa nay con giận nó rồi. Bữa thứ sáu vừa rồi, khi tụi con chơi ở trong phòng thể thao, nó chỉ cho con xem cái cờ màu đỏ có ngôi sao màu vàng ở giữa, treo chung với cờ các nước khác, rồi bảo đó là cờ Việt Nam, xong nó còn nói "Cờ của mày không phải là cờ Việt Nam, đấy là cờ ba que." Con bảo bận sau mày còn gọi cờ của tao là "cờ ba que" tao đấm vỡ mặt. Thế "ba que" là gì hở bác?

- Sao con không biết mà con lại đòi đấm vỡ mặt nó?

- Tại con nghĩ nó là Việt cộng thì nó không thể thích cờ của mình được, và chữ "cờ ba que" phải là chữ xấu.

- Con nói đúng, đó là một chữ xấu. Nhưng bác cho là nó cũng chỉ nghe người lớn nói rồi lập lại chứ không cố ý làm con giận đâu. Bữa nào gặp lại thì con cứ ôn tồn nói với nó rằng ông tao, chú, bác... tao đều phục vụ dưới lá cờ vàng ba sọc đỏ. Nếu mày còn muốn chơi với tao thì mày không được nói hỗn về lá cờ đó nữa.

- "Phục vụ, phục vụ, phục vụ"—Thằng Hưng nhẩm đi nhẩm lại hai chữ đó—"Phục vụ" là gì hở bác?

- Phục vụ bằng tiếng Mỹ là "serve," như là "serve your country, serve in the army."*

- À được rồi, để con bảo cho nó biết.

Chiều thứ hai Tường vừa bước chân vào nhà, thằng Hưng khoe ngay:

- Sáng hôm nay thằng Dũng Việt cộng lên xe buýt, lại chạy tới ngồi bên cạnh con như mọi bữa. Con nói ngay: "Nếu mày còn muốn chơi với tao thì mày không được nói hỗn về lá cờ của tao nữa. Ông tao, chú tao, bác tao đều phục vụ dưới lá cờ vàng ba sọc đỏ đó, mày biết không?" Nó gần như quên chuyện bữa thứ sáu. Nó ngớ ra một lúc rồi mới nói: "À chuyện đấy! Thôi tao xin lỗi. Tao đâu biết mày hãy còn giận. Tao đâu biết 'cờ ba que' là cái gì." Con hỏi "Thế mày không biết thì tại sao mày lại nói?" Nó bảo: "Tại tao nghe người ta nói thế. Tao chỉ hiểu 'ba que' là 'ba cái que', tiếng Mỹ là 'sticks' ấy mà. Tao cũng chỉ thấy chữ đó buồn cười thôi, tao đâu biết nó xấu đến nỗi làm mày giận."

Thế là con với nó ôm nhau cười lăn...

- Con thấy không, bác cũng nghĩ trẻ con thường không có ý xấu, chỉ lập lại lời người lớn một cách vô ý thức thôi.

- "Vô ý thức, vô ý thức, vô ý thức." "Vô ý thức" là gì hả bác.

- À thằng này giỏi! Con chịu khó học như thế thì con sẽ mau giỏi lắm đấy. "Vô ý thức" là "unconsciously."

---

* Phục vụ đất nước. Phục vụ trong quân đội.

- Con phải học tiếng Việt nhiều để nói chuyện với nó. Có nhiều chữ nó nói con không hiểu nhưng nó cũng không biết tiếng Anh là gì.

- Ờ mà con cũng không nên gọi nó là "thằng Dũng Việt cộng" nữa nhé. Dũng là Dũng thế thôi. Nếu con còn thêm vào chữ Việt cộng là con phân biệt nó với các bạn khác, và thế là con kỳ thị...

- "Kỳ thị, kỳ thị, kỳ thị." "Kỳ thị" là gì hở bác?

Tường xoa đầu Hưng: "Kỳ thị là 'discriminate'."

- Cám ơn bác.

Thấy thằng bé nói một câu cụt ngủn, cô Mai nhắc:

- Cái chữ "ạ" đâu rồi con?

Thằng bé nhăn mặt, nũng nịu:

- "Nó" bỏ đi chơi mất rồi, mẹ!

23

Con sông Hàm Luông dẫn về xã Phước Long êm đềm trôi như chưa bao giờ biết có cảnh tang thương xảy ra trên đất nước này. Sau hơn một tuần sống trong ồn ào, con, cháu xúm xít, họ hàng tới lui suốt ngày, dì Tư và cô con gái thứ hai đi về thăm quê ngoại. Đường đi bằng xe buýt cũng tiện nhưng dì muốn đi đò trên con sông quen thuộc này để ngắm lại cảnh xưa xem có gì đổi khác. Trên quãng đường thủy dài 12 cây số dì có đầy đủ thì giờ để tâm hồn lắng xuống, tự do suy nghĩ tùy hứng... Dì nhận ra dòng nước vẫn đục ngầu đầy màu mỡ. Vẫn những chiếc đò chở hàng tấp nập vào những buổi sáng sớm khi ánh mặt trời còn nhợt nhạt lọc qua màn sương. Tiếng xuồng máy, tiếng chèo khua nước, tiếng gọi nhau ơi ới... tạo nên một sức sống bền bỉ, chai lì trên mảnh đất quê hương này. Gió mát làm dì cảm thấy trong lòng sảng khoái lâng lâng. Cái sảng khoái của kẻ áo gấm về làng. Các con dì nay ai cũng yên bề gia thất. Đứa nào cũng tay bồng tay mang, mong ngóng dì về. Đúng với câu "mong như mong mẹ về chợ." Những đứa cháu ngoại cháu nội bầu bĩnh, kháu khỉnh ôm chặt lấy chân bà. Niềm hãnh diện tràn ngập trong lòng dì từng giây phút. Dì biết là chúng có ngày nay là nhờ sự hy sinh, lòng quả cảm của một mình dì, không một ai gánh đỡ. Dì nhớ lại những khuôn mặt họ hàng, bà con lối xóm gặp lại mấy bữa nay, ai cũng già khọm, cằn cỗi hẳn đi. Dì tặng mỗi người một chút quà gọi là lấy thảo, vậy mà ai cũng vui mừng, thấy mà tội! Trẻ con trong xóm thì nhếch nhác ăn mặc rách rưới, suốt ngày lang thang ngoài đường xin ăn. Các cháu dì nhờ được dì chu cấp nên ăn mặc tươm tất, cắp sách đến trường. Thầy cô của các cháu lãnh lương, tính ra tiền đô-la vào khoảng 30 hay 35 đô một tháng. Vì vậy thầy cô nào đi làm về cũng phải đi kiếm thêm. Các thầy thì chạy xe ôm. Các cô "phụ đạo" học trò ở nhà, kiếm thêm chút thù lao. Học sinh đi học trường nhà nước mà cha mẹ cũng phải đóng tiền trường ở mọi cấp, đã vậy còn phải lo cho con học "bồi dưỡng" thêm.

Mới ở đây có tám ngày mà dì đã làm được một quyết định to lớn. Dì mua đất, mướn thợ cất một căn nhà ba tầng, với đầy đủ tiện nghi, ở ngay tỉnh Bến Tre cho các con ở. Nhà rộng bốn thước bề ngang, 15 thước bề sâu. Có bể chứa nước, có sân lộ thiên, có máy nước nóng nước lạnh, có đường dẫn ga vào bếp... Sẽ có cả đường dây điện thoại nữa. Dì mường tượng trong đầu, ngôi nhà sau khi cất xong sẽ có mấy tấm lợp chống nóng màu đỏ chót, với mấy cái cần ăng-ten trông rất hiện đại. Thợ đã đổ xong móng hai hôm nay. Dì hy vọng tới ngày dì trở lại Mỹ, thì ít nhất cái nhà cũng đã xong được các phần chính.

Từ tâm trạng sung sướng, dì Tư không thấy sợ ôn lại những kỷ niệm đau buồn, vào những năm đầu "giải phóng" dì còn ở nhà. Cha mẹ chồng dì buồn cảnh nhà sa sút, con cái bị tù đầy nên chỉ hai năm sau hai cụ theo nhau qua đời. Một mình dì xoay sở đủ nghề, để nuôi bốn đứa con và thăm nuôi chồng. Sau khi ruộng vườn của nhà chồng dì bị nhà nước tịch thu hết, dì xin đi làm mướn. Dì phải dọn ruộng, mần cỏ, trải phân, gánh những gánh mạ nặng trĩu, đi bộ bốn, năm cây số trên đường ruộng gập ghềnh. Làm được một mùa thì dì bị bại xuội một bên vai phải nghỉ. Dù là người xứ quê, nhưng từ nhỏ dì đâu phải làm lụng vất vả như thế này. Dì lấy chồng nhà giầu nên chỉ phải trông nom cơm nước cho tá điền, chớ đâu phải chân lấm tay bùn ngoài ruộng như bây giờ. Nhưng đói đầu gối phải bò. Mới nghỉ được ít lâu chưa khỏi hẳn thì lại có bạn rủ đi buôn xoài, thế là dì mừng rỡ đi theo luôn. Dì học nghề cũng nhanh. Mua xoài ở vườn về phải thức thâu đêm lau từng trái cho sạch mủ rồi trải rơm dú ba ngày cho chín. Mỗi ngày dì quẩy gánh xoài ra chợ ba chuyến. Giác sớm bán sỉ cho bạn hàng lấy lời chút đỉnh. Giác trưa và giác chiều thì bán cho người đi chợ mua về cúng hay ăn, thời mới được lời nhiều. Đang bán xoài thì bạn bè lại mách một nghề kiếm được nhiều hơn, đó là đi buôn miếng gáo dừa bán cho người ta sấy cau. Dì mua sỉ miếng gáo, chở bằng ghe trên sông Hàm Luông, từ xã Phước Long lên Bến Tre.

Dì đổi nghề không biết bao nhiêu lần, thấy ai mách nghề nào có tiền là dì thử ngay. Làm việc cực khổ như vậy, mà lâu lâu lại bị bắt vào tù về tội không đi họp phường, không đi đào kênh. Nếu chạy được tiền nộp phạt thì chỉ tù một ngày, không có tiền thì tù hai, ba ngày là thường! Dì phải sợ sệt, quy lụy cả những tên công an mặt còn non choẹt, có đứa còn nhỏ tuổi hơn con dì, mà hống hách thôi là hống hách!

Cô con gái bỗng lay lay tay mẹ:

- Má cười gì vậy má?

Dì Tư chợt nhận thấy mình vừa cười thành tiếng.

- Má đang tức cười cái thằng công an lối xóm. Bữa hổm hắn chạy qua thấy má, hắn ngó trâng. Má kêu hắn vô nhà đưa cho hai bao thuốc lá ba con 5, rồi biểu: "Anh biết hông! Tui ơn các anh lắm đó nghe, nhờ các anh làm khó, trầm hà tui đến mạt cùng tui mới phải chạy qua Mỹ, để có ngày nay đó." Thằng nhỏ bẽn lẽn gãi gãi đầu: "Con chỉ thừa hành cấp trên thôi mà dì Tư." Giờ nó kêu mình bằng dì Tư, xưng con. Con coi có dị không? Trước nó kêu mình bằng "ngụy," bằng chị nọ chị kia. Nghe có ứa gan không chớ!

- Bây giờ đỡ lắm rồi, má ơi! Mấy ảnh lo xây khách sạn, ổ điếm, sòng bạc, làm ăn lớn, nên cũng lơ cho mình đỡ khổ.

- Nói chi chứ ba chúng bây còn tệ bạc với má hơn Việt cộng nữa kìa! Má tưởng về chuyến này để chôn ổng chớ. Ai dè tụi bây xí gạt tao...

Cô con gái phá lên cười đắc chí:

- Ba đau thật đó má, tụi con không có nói láo đâu. Ổng nằm bẹp cả tháng nay, mãi khi nghe má về ổng mới ngóc cổ dậy đòi đi thăm má đó, vậy mà má còn không chịu cho ba gặp. Nếu má ghét ba tới mức đó thì sao má còn muốn lo chôn cất cho ba nếu ba chết?

- Nghĩa tử là nghĩa tận con à. Nếu ông chỉ đau ốm thôi, thời để cho vợ bé ổng lo, mắc mở chi bắt má lo. Hồi ba ở trong trại cải tạo, các con còn nhỏ quá, má lại không có đủ tiền xe, đồ cho các con đi thăm nuôi cùng, nên các con đâu biết má cực biết chừng nào: Mỗi lần được thăm nuôi là má phải nghỉ làm ba ngày. Đã không kiếm được đồng nào lại còn phải xài tốn kém tiền quà cáp, xe tầu... Cứ mấy bữa ba no là ở nhà các con đói. Má phải gánh hai túi đầy đồ, lại còn xách thêm một buồng chuối bự. Trong các món thăm nuôi, lần nào má cũng phải có một hũ sả khèo làm bằng sả, ớt bằm, thêm tôm khô đâm nhuyễn trộn với muối, đường, và một hũ gạo lức rang xay nhuyễn trộn với đường. Mấy món này ăn vô sẽ hết bị sưng thũng, nhất là nếu như người bị còng tay lâu ngày...

Nói tới đó, mọi uẩn ức bỗng dưng dồn lên óc làm mắt dì cay xè. Cảnh vật xung quanh nhòa hẳn đi. Hai hàng nước mắt lăn nhanh trên gò má. Cô con gái ôm chặt vai mẹ:

- Tụi con biết chớ má. Hồi đó má ốm tong ốm teo chớ đâu có hồng hào mập mạp như bây giờ. Tụi con thương má lắm, mà chỉ không biết nói làm sao...

24

Dì Tư ở Việt Nam về, cả nhà ai cũng mừng. Hai đứa trẻ, thằng Hưng và con bé Mai Trang mừng nhất. Chúng quen sự chăm sóc của dì. Dì biết đón ý hai đứa, biết chúng muốn gì cần gì không đợi chúng đòi hỏi.

Bữa cơm gia đình hôm nay vui hẳn lên. Ngoài các món vẫn thường làm, dì làm thêm món tôm tẩm bột lăn cốm khô chiên phồng, mới học được. Bọn trẻ con thích quá. Bác Tường dọa Hưng:

- Hưng nhớ sau này phải lấy vợ Việt Nam đấy. Lấy vợ Mỹ là không có mấy món này mà ăn đâu.

Hưng trả lời ngon lành:

- Cháu sẽ mang dì Tư đi theo mà bác.

Bé Trang phản ứng ngay:

- Dì Tư của em. Dì Tư phải ở với em.

Cô Mai vội ngăn hai đứa:

- Thôi các con để dì Tư kể chuyện Việt Nam đi. Dì về thấy Việt Nam thế nào?

- Úi cha! Việt Nam mình thay đổi nhiều quá cô ơi! Ai cũng lo làm ăn. Người nghèo thì cũng khá hơn chút đỉnh, nhưng người giầu thì thôi là giầu. Mình mang tiền về không nhằm nhò gì, chỉ bằng người ta xài một đêm. Nhiều đường xá được xây cất thêm, xe lam, xe hơi về được tới tận làng quê lận.

- Khi vừa bước chân về nhà, cảm tưởng đầu tiên của dì như thế nào? Tường hỏi.

- Thì cũng vui. Thấy bầy cháu được ăn mặc lành lặn, sạch sẽ hơn người ta thì cũng mừng là sự hy sinh của mình không đến nỗi uổng. Bà con tới thăm, người nào nom cũng già khọm, thấy tội. Tui biếu mỗi người chút đỉnh. Người thì chai dầu nước xanh nhập từ Trung Quốc, người thì bao thuốc lá, họ mừng rỡ, cảm động, không dè mình còn nghĩ tới họ... Còn khi xây nhà, tui biếu mấy anh công an sở tại mấy bao thuốc lá, là mấy ảnh "linh động" cho tui hết ráo...

Nói rồi dì cười đắc trí. Tường trêu chọc:

- Chà dì Tư bây giờ cũng biết hối lộ kia à? Mà dì dùng ngôn ngữ của họ cũng khá chuẩn, chắc là tôi phải học dì đấy.

- Úi, về chừng vài tuần là học được hết ấy mà. Bận đầu tui nghe cũng chương chướng, sau rồi cũng quen. Mấy anh thợ mà cũng dùng những từ trên trời dưới biển đâu ấy. Mấy ảnh giục tui mà nói như vầy: "Khẩn trương lên dì Tư!" Với lại: "Dì mượn ai 'thiết kế' cái bếp trước đi, rồi mai con đến làm cái sàn nữa là xong."

Tường hỏi qua chuyện mà chàng quan tâm hơn:

- Dì có thấy ai nói tới những người bị nhà nước bắt bớ, giam cầm về tội chống phá chính quyền không?

- Không có đâu chú!

Dì trả lời dứt khoát, xong lại như không tự tin. Dì nhìn Tường, chờ đợi một sự giải thích thêm. Tường nói cho dễ hiểu:

- Trong nước hiện giờ có những vụ đàn áp tôn giáo. Cả Phật Giáo, Thiên Chúa Giáo, Hòa Hảo... đều bị cấm đoán, làm khó dễ. Những người chống nhà nước bị bắt bớ tù đầy, theo dõi... Dì ở đó mấy tuần có nghe ai bàn ra tán vào gì về việc này không?

- Dạ không. Tui coi TV, nghe đài, đọc báo đủ cả... Đâu có thấy nói gì giống vậy đâu, chú. Còn người ta chưởi nhà nước, chưởi công an đầy ra ở ngoài quán nước, đâu có thấy ai bị bắt đâu. Chùa chiền, nhà thờ làm lễ mỗi chúa nhựt, người ta đi lễ rần rần à... Tui đi hành hương mười chùa. Tới ngôi chùa ở Quận Tân Phước Đông, phường 7, coi cảm động lắm chú à. Thầy ở đó đi gom trẻ mồ côi nằm ngoài đường, dưới gậm cầu về nuôi. Thày mở thêm phòng hốt thuốc Nam, cho thuốc thí... Thấy tội quá, tui cũng cúng chút đỉnh...

- Dì đi thăm những đâu nữa? Mai hỏi.

- Đâu có đi đâu nhiều đâu cô. Cứ đi đi về về từ quê lên thành phố Bến Tre, để trông nom cho người ta xây cất nhà, rồi lại trở về thôi. Giờ đường xá mở về tới quê, xe đi lại dễ dàng, mà tôi ưa đi đò để nhớ lại hồi xưa cực khổ. Tới cái chỗ hồi xưa tui bị đắm đò. Thấy mà tức cười quá...

Nói rồi dì cười ngặt nghẽo.

- "Đắm đò" là gì cơ hả dì Tư? Hưng hỏi.

- "Đắm đò" là cái đò nó chở nặng quá, nó chìm. Cả người và đồ chìm dưới nước luôn... --Dì Tư cắt nghĩa.

- Thế sao dì lại cười? Hưng tò mò.

- Bây giờ nghĩ lại mới cười chớ hồi đó khóc quá chớ ở đó mà cười! Mất luôn một chuyến chở miếng gáo đi bán. Mà lúc đó cũng còn hên, mấy anh làm ở nhà máy đường ở ngay bên bờ sông, thấy vậy nhảy xuống vớt. Thì cũng chỉ vớt được người chớ hàng thì mất hết trơn. Thế là các con lại đói mất mấy ngày, tội nghiệp!—Nói rồi dì như quên được ngay cái phần uẩn ức, dì say sưa kể tiếp—Cô, chú biết không. Xứ mình có cơ man nào là dừa. Tôi cứ ngắm cây dừa mà nghĩ, sao người mình hay quá hà! Một cây dừa làm được bao nhiêu là việc, không bỏ đi đâu phần nào. Này nhá, nước dừa mình uống, cơm dừa mình ăn. Miếng gáo lành thì gọt nhẵn làm gáo múc nước, làm vá, miếng bể đốt làm than. Mo nang và tàu dừa đem phơi khô để chụm đốt làm củi. Khi cây dừa già rồi, cái tầu hũ dừa bị hư sinh ra con đuông. Đuông mà tẩm bột chiên, ngon vô cùng. Người Thượng cứ để vậy ăn sống khỏi cần chiên. Thân cây dừa được đốn về xẻ làm ván đóng giường, tủ, gạc-măng-dê, muỗng xúc cơm, đũa... Gỗ dừa rất tốt, chắc, đỏ và có sọc...

- Dì Tư à! Hồi ở nhà dì có bao giờ suy nghĩ về cây dừa một cách kỹ lưỡng như vậy không? Tường hỏi.

- Không có đâu chú ơi! Ngày lo hai bữa cơm không xong, ai rỗi hơi mà suy nghĩ về cây dừa. Mua cái gáo thì biết cái gáo làm bằng miếng dừa, mua cái tủ thì biết cái tủ làm bằng gỗ dừa. Sức đâu mà nghĩ đến cây dừa làm được những việc gì...

Tường chợt thấy Dì Tư đã thay đổi nhiều... Bây giờ dì đã ở trên những cực khổ, không còn lặn ngụp trong cực khổ, vì thế dì có thể nhìn đời bằng con mắt nhân từ bao dung. Dì cười được khi nhìn lại cái quá khứ đau thương của mình. Dì động tâm trước những cảnh khổ đau của người khác. Dì khâm phục trước sức bền bỉ chịu đựng của đồng bào dì... Cái đó nói lên một điều: Nếu cả một dân tộc khá hơn, người người sẽ nghĩ đến những thứ xa xỉ như lòng bác ái, tự do, dân chủ, nhân quyền...vv...

25

Ở đây có một thứ sinh hoạt nổi bật gọi là "Karaoke đường phố." Mỗi lần đi ngang qua những nơi này, Vinh đều bị mấy cái biển quảng cáo khơi dậy trí tò mò. Nào là "Karaoke Thúy," nào là "Karaoke Hạnh," "Karaoke Hồng," "Karaoke Hoàng Hôn, Chiều Tím...vv..." Lạ một cái là có khi buổi sáng thấy các áp phích dựng ở cửa viết như vậy, buổi chiều dường như thấy không ăn khách lắm, lại đua nhau đổi khác, ra "Karaoke Say," "Karaoke Lả Lướt ," "Karaoke Chịu Chơi... " chẳng hạn.

Đêm hôm nay Vinh năn nỉ Dương đi với chàng. Chính Dương cũng không thành thạo ở những chốn ăn chơi này, nhưng nể Vinh nên cũng phải đi theo. Hai người đi trong một phố có nhiều "tụ điểm" Karaoke. Thật là khó quyết định chọn một nơi điển hình đủ cho Vinh có một khái niệm rõ rệt. Nơi nào cũng câu khách tối đa bằng những đèn đủ màu nhấp nháy giăng đầy ngoài cửa. Có những quãng phố sáng đến độ có lẽ khỏi cần đèn đường. Âm thanh dường như được mở tối đa. Từ "điểm" này đến "điểm" kia, người ta thi nhau "rống" lên, không còn gọi được là hát nữa. Vinh thắc mắc:

- Tôi thấy phố này toàn là các tư gia cả. Ở đây người ta có quyền làm ồn ào trong một khu có nhà ở thế này hay sao?

- Ở đây cái gì cũng có thể làm được, chỉ cần biết cách...! Nếu không biết cách thì ngược lại, chẳng làm được cái gì hết!

- Mình mới chỉ đi qua bên ngoài đã thấy đinh tai nhức óc, các nhà ở xung quanh đây nghe tiếng ồn này suốt ngày đêm mà không than phiền gì hết sao?

- Có chứ anh! Họ khiếu nại hết tháng này sang tháng khác, năm này sang năm khác, nhưng chẳng ăn thua gì. Những nhà làm ăn này đều có ô dù hết đó anh.

Cuối cùng hai người cũng chọn được một tụ điểm, bước vào.

Đây là một biệt thự được trang hoàng thành một điểm karaoke. Các ghế cho khách ngồi đều được bọc nệm êm, có chỗ dựa lưng cao hơn đầu người khiến khách cảm thấy được một chút kín đáo, riêng tư. Thoáng thấy hai chàng, hai cô tiếp viên đã chạy ngay ra "áp tải" hai chàng vào ghế ngồi. Dương gọi bia Hen-ni-ken cho hai người. Hai cô cũng "dành quyền" gọi bia cho mình, để các chàng trả tiền. Hai chàng vừa uống vừa quan sát cảnh tượng xung quanh... Chiếc đèn hình quả cầu, dát những mảnh gương nhỏ, treo trên trần nhà quay tít. Mọi vật trong phòng đều lung linh. Mặt người chập chờn như ma trơi...

Từng cặp ăn mặc đủ kiểu. Đàn ông quần áo cao bồi, quần áo màu da bó sát. Đàn bà hở hang. Trên hở ngực, hở rốn. Dưới ngắn gần tới háng... Họ vừa hát vừa làm điệu bộ, đứng, nằm, quì, vật, giựt, quay... Có những gã đàn ông tuổi đã xế chiều, say khướt, mặt đỏ như mặt trời lặn, không đứng vững được, đành cứ lắc lư ngọ nguậy tại chỗ... Dưới ánh sáng lập lòe, những cặp chân, cặp tay quều quoào... Người ta khỏi cần trở lại mấy chục ngàn năm cũ mà cũng vẫn được xem loài đười ươi của thời tiền sử.

Ồn quá, Dương phải hét vào tai Vinh:

- Anh biết không. Đã từng có những cha loại "yamaha"* vào đây tiêu luôn cả tháng lương trong một đêm. Cứ thử nghĩ xem, trả ngót nghét trăm ngàn một giờ. Thường một giờ chưa đã ghiền. Một tụ điểm cỡ trung bình như thế này chủ tiệm thu vào mỗi ngày không biết bao nhiêu triệu.

- Tháng nào cũng nướng vài trăm ngàn vào những chỗ như thế này, thì còn tiền đâu nữa mà nuôi vợ con?

- Thì lại về mánh mung, làm luật.

- "Làm luật" là làm gì?

- "Làm luật" nghĩa là đút lót để được một ân huệ nào đó.

Vinh quay sang cô tiếp viên ngồi bên cạnh:

- Sao các cô uống bia giỏi thế? Trước khi chúng tôi đến các cô đã uống được bao nhiêu lon rồi?

Cô gái cười bẽn lẽn:

- Nói thiệt với anh Hai, chớ em có uống đâu. Nhấp một chút rồi giấu dưới nè nè—Vừa nói cô vừa chỉ xuống gầm bàn—Nếu bữa nào bị khách ép uống thiệt sự, thì chúng em cũng phải uống rồi chạy vô nhà trong... "giải quyết!" Nói riêng để các anh thông cảm cho, "uống" được một lon thì chúng em lại được một ngàn đồng. Ở đây bán bia, rượu giá gấp đôi ở ngoài mà!

Cô tiếp viên ngồi bên cạnh Dương xen vào:

- Hồi này chúng em đói lắm, chớ hồi mấy tháng trước chỗ này đông nghẹt mấy tay chủ "đề," làm ăn "vào cầu," tiền nong rủng rỉnh, đến đây tìm "tiết mục gây ấn tượng" thoải mái, chúng em cũng đỡ khổ.

---

* Yamaha: Già mà ham.

- Đông thế này mà cô còn cho là chưa đông à?-- Dương hỏi.

- Cũng đông nhưng đây không phải là những tay "sống trên tiền."

- Các cô ra hát một bài cho chúng tôi thưởng thức, được không? Vinh đề nghị.

- Chúng em chỉ tiếp khách như vầy thôi, chớ đâu có được tập hát như mấy chị khác, kiếm được bộn tiền. Chúng em mới ở dưới tỉnh lên, chưa cả biết đọc.

Nói rồi cô gái che mặt cười, mắc cỡ. Vinh thấy tội nghiệp.

Ngồi một lúc, chừng như thấy đã đủ có một khái niệm, Dương ra hiệu cho Vinh uống xong chai bia thì về. Hai người vừa mới nhổm dậy, liền có ngay một bà chạy đến đon đả. Bà này có vẻ bà chủ, tuổi chắc cũng phải ngoại ngũ tuần nhưng trông vẫn còn "nuột" lắm. Mặt bà ta chát dầy son phấn, nần nẫn trong chiếc áo đầm ngắn tủn bằng voan màu thiên thanh, cắt theo kiểu "ờm ờ" của nhà mỹ thuật Típ-phờ-nờ, trong tiểu thuyết Số Đỏ của Vũ Trọng Phụng:

- Các anh đi đâu mà vội thế? Các anh vào "Karaoke máy lạnh" nhé? Cũng sắp có phòng trống rồi đấy.

Câu nói của "Tú Bà" làm hai chàng đâm hoảng. May mắn hôm nay đông loại khách muốn dùng phòng lạnh, bà chủ hơi thiếu "phòng trống." Bà ta vừa quay vào bên trong... xem xét tình hình, Vinh ấn một nắm tiền vào tay hai cô để "chạy lấy người." Các cô làm quà lại cho hai chàng một cái nháy mắt đồng lõa. Hai chàng chuồn nhanh ra cửa.

Ra đến ngoài, Dương bảo:

- Thế này đâu đã thấm gì anh. Những tụ điểm ồn ào, không có tường cách âm là những tụ điểm rẻ tiền. Ở thành phố này còn có những "điểm cực thịnh," rất "xịn" như "Khách sạn karaoke," "Khách sạn karaoke nhảy," "Karaoke vũ trường," "Karaoke club" ...vv... là những ổ mại dâm trá hình, chỗ nhảy thoát y vũ có tiêu chuẩn quốc tế cơ. Những nơi đó đều có các ông triệu phú Hồng Kông, Đài Loan... nằm trong ban quản trị hết.

- Thế này thì nó là cái "dịch," hết thuốc chữa rồi còn gì nữa.

- Đúng thế. Ban đầu karaoke là một môn giải trí thanh tao, lành mạnh trong các gia đình đàng hoàng, rồi một sớm một chiều nó tràn lan ra đường phố lúc nào không hay. Nếu nó chỉ là cái dịch cho người lớn thì cũng mặc xác mấy ông bà ấy, đằng này những con buôn vô lương tâm còn đem cái dịch này cho lây lan sang cả bọn trẻ ở lớp tuổi 14, 15... , có khi còn nhỏ hơn! Chúng cũng gào, cũng rống, cũng áp môi kề má với những đứa trẻ khác... Bắt đầu các điểm karaoke nhạc tình cho trẻ em chỉ là một góc đơn sơ nằm bên cạnh mấy điểm bia ôm, cà phê ôm, trà ôm... Sau các điểm karaoke nhảy vào nằm ngay trong các chung cư. Thời kỳ rộ nhất là vào các dịp nghỉ hè. Những ngày nghỉ như thế là họ có giờ cho các em hát suốt ngày, cho đến 12 giờ khuya hay 1 giờ sáng. Người ở chung cư là những công nhân, viên chức, ngày đi làm khổ cực, đêm không được nghỉ ngơi, lại bị đinh tai nhức óc bởi tiếng nhạc mở tối đa. Cái đau không chỉ ở chỗ bị hành hạ thể chất, mà còn ở chỗ nó làm người lớn ray rứt mỗi khi nghe một giọng non nớt cất lên, cố gắng uốn éo, lả lướt những câu hát tình tự, ướt át, rẻ tiền... Dân ở chung cư đã nhiều lần khiếu nại, cậy báo chí lên tiếng, nhưng hình như đồng tiền của bọn con buôn vẫn có thế lực hơn!

Vinh thở dài. Hai người lầm lũi ra về. Tiếng nhạc xa dần... nhường chỗ cho những tiếng chổi tre quét đường soạt soạt khô khan, của toán "nữ công nhân vệ sinh," lầm lũi trong bộ đồ đen, như những bóng ma, đang làm đẹp thành phố dưới ánh đèn đường hiu hắt...

Đêm đó về nhà Vinh thao thức mãi không ngủ được. Chừng như gần sáng chàng mới thiếp đi trong giấc mộng mị nặng nề, hỗn độn... trong đó có tiếng trống, phách, thanh la chát chúa, tiếng gào hát the thé, tiếng chổi tre xoèn xoẹt, tiếng bánh xe cút-kít nghiến ken két trên mặt đường nhựa... Bỗng từ trong một căn biệt thự nguy nga, choáng lộn ánh đèn mầu, cửa bật mở, ánh sáng chói lóa... Một bọn đàn ông đàn bà xồn xồn, ăn mặc lòe loẹt, tủa ra đường, vừa múa hát vừa quay cuồng, ngoáy, giựt... Cánh tay họ vươn dài... Đưa những bàn tay có móng nhọn, đỏ chót, quặp lấy những tấm thân công nhân gầy guộc, còm cõi, đang ôm những bó lá khô to vượt mặt... chạy tứ tán vào khối đêm dầy đặc...

Ngày hôm sau vào sở, Vinh phờ phạc như người nghiền thiếu thuốc. Trâm lo lắng hỏi han. Chàng mời nàng đi ăn trưa, để kể cho nghe câu chuyện đêm hôm trước đi thăm tụ điểm Karaoke với Dương, và cơn ác mộng cứ đeo đuổi chàng suốt từ lúc ngủ dậy đến giờ.

Ngồi tại bàn ăn Trâm chăm chú nghe chuyện... Nhìn chàng ái ngại, rồi như bối rối vì một ý nghĩ chợt tới, nàng xoay xoay ly nước chanh tươi trong tay, ngập ngừng:

"Trong số những nữ công nhân vệ sinh mà anh gặp đấy... không thiếu gì vợ, con những bộ đội xuất ngũ, những liệt sĩ..." Câu nói làm Vinh chợt tỉnh. Trong con người bề ngoài tưởng như vô tư, thản nhiên thụ hưởng, chấp nhận cuộc sống..., cũng có một tâm sự u uẩn, bất bình được giấu kín... Cho đến hôm nay, vô tình được khơi đúng mạch, vào đúng thời điểm. Thời điểm Trâm bắt đầu hiểu và tin cậy chàng để thổ lộ.

- Thế không ai làm gì hết cả hay sao?

Trâm hiểu ngay Vinh định nói gì, nàng hỏi lại:

- Làm gì? Anh bảo làm gì được?

Chợt nhận thấy mình vừa hỏi một câu ngớ ngẩn, để lãnh một câu hỏi khác, mà chàng không có câu trả lời. Trâm nói thêm:

- Anh chỉ mới thấy những gì quanh quanh đây thôi. Thực sự anh chưa thấy bao nhiêu đâu. Nếu anh chịu khó đi làm những công tác thiện nguyện với tụi em thì anh mới thấy...

- Trâm hay làm việc thiện nguyện à?

- Vâng. Sinh viên, học sinh ở đây làm việc thiện nguyện nhiều lắm anh ạ. Phần nhiều họ làm vào những dịp Trung Thu hay Tết. Cả những việc bất thường như cứu lụt ở các nơi. Tết này anh đi sinh hoạt với chúng em đi...

Vinh vội chộp lấy cơ hội:

- Tôi xin "đăng ký" ngay từ bây giờ. Thế thường thường phải làm những gì?

- Vài ngày trước Tết các anh chị em trong các Đoàn học sinh, sinh viên, thanh niên thuộc các trường, các nhóm... chia nhau đi tìm gặp các trẻ em không nhà, ở khắp các gầm cầu, xó chợ, bến xe, bến tầu, bến xe lửa... cho các em biết địa điểm tụ họp vào ngày 30 Tết để nhận quà. Phải gặp các em mà nói chớ đưa giấy các em không đọc được. Sự thực việc này cũng không tốn công lắm đâu. Các em thông báo cho nhau cũng nhanh.

Trước đó cả mấy tháng chúng em đã đi quyên góp các tặng vật để gói làm quà. Các tặng vật thường thường là chiếc áo thun, chiếc quần, chiếc khăn, đôi bít tất, bánh kẹo... Nhưng quà tốt nhất vẫn là tiền lì xì...

- Trâm cho tôi đóng góp với nhé!

- Thế thì quí quá! Để em phải liên hệ với mấy anh chị em, cho họ biết tin mừng. Họ đang lo Tết này thiếu tiền.

- Để thứ sáu này tôi ra ngân hàng lấy tiền đưa nhờ Trâm bỏ vào các phong bì lỳ xì nhé!

- Cám ơn anh lắm. Nhưng đừng lấy tiền ra vội, còn lâu mới đến Tết cơ mà. Phải qua Tết tây mới đến Tết ta chứ. Em cũng muốn dặn trước là anh mang tiền từ ngân hàng về nhà, phải cẩn thận đấy nhé. Anh phải để tiền bên trong người, đừng cầm ở tay, có thể bị cướp giật đấy.

- Đừng lo. Tôi thường nói với các bạn tôi bên Mỹ là đi bộ ở Việt Nam tương đối an ninh hơn là đi trên đường phố ở Âu Châu. Hồi mấy năm trước, có lần tôi đi xe lửa từ Tây Ban Nha sang Ý vào ban đêm. Tôi đã cẩn thận để cái túi xách dưới gậm ghế ngồi, giữa tôi và cô bạn gái ngồi ở ghế bên trong. Hai đùi tôi chắn bên ngoài. Tôi ngủ gà ngủ gật, lúc tỉnh dậy không thấy cái túi đâu nữa! Người ta bảo là kẻ cắp không phải là hành khách trên tầu, mà là lũ trẻ, được người lớn đứng đằng sau huấn luyện hẳn hoi. Chúng nhào lên tầu khi tầu đỗ, cướp một mớ rồi xuống liền, vì thế khó bắt được bọn chúng. Có bắt thì cũng lại thả ra ngay, vì chúng còn ở tuổi vị thành niên. Dịp đó tôi mất cả giấy thông hành, cả quà cáp mua về cho gia đình, bạn bè, cả máy ảnh và nhiều cuộn phim đã chụp... Đau quá! Nhưng tôi học được bài học để đời...

Trâm nghe Vinh nói đến "cô bạn gái" tim nàng thắt lại. Sau đó không còn nghe gì nữa. Trong lúc bối rối, nàng không thể phân tích lòng mình, xem mình đã có gì thay đổi đối với Vinh chưa! Còn chàng, sau khi hai người ăn xong cùng đi về sở. Lòng chàng thư thái như vừa trút được gánh nặng. Gánh nặng của lòng trắc ẩn, của lương tâm đã đè lên tim chàng suốt từ đêm hôm trước.

26

Chiều 30 Tết. Trâm và Vinh đến địa điểm tập họp. Đó là khoảng sân rộng trước tòa nhà Quốc Hội cũ, nay được gọi là Nhà Hát Thành Phố. Nhìn Trâm và các anh chị em trẻ trong ban tổ chức đeo nơ đỏ trên ngực áo, hoạt bát, chạy đi chạy lại đôn đốc công việc... Vinh thấy trong lòng rất vui. Từ ngày đi Việt Nam Vinh chưa bao giờ được gặp nhiều sinh viên và cựu sinh viên như đêm nay. Trâm giới thiệu Vinh cho nhiều anh chị, nhưng chàng không thể nhớ tên hết được. Chỉ nhớ có anh Khiêm từ Hà Nội vào, nhân một chuyến đi công tác, đến đây sinh hoạt với anh em. Anh Khiêm được giới thiệu là giám đốc một Văn Phòng Tư Vấn Du Học tại Hà Nội. Anh thấy Vinh, một người có kiến thức, có thể chia sẻ được với những sinh viên đang sửa soạn đi du học Mỹ. Anh ngỏ ý mời Vinh ra

Hà Nội tham quan văn phòng của anh. Vinh nói cũng đang tìm cơ hội ra thăm Hà Nội. Hai người cùng vui mừng trao đổi địa chỉ.

Một sân khấu "dã chiến" được dựng lên chớp nhoáng với mấy cái máy vi âm có chân đứng. Hai cặp loa to để bốn góc sân. Các đài TV đã tề tựu. Trời hãy còn sáng mà các em đã nườm nượp kéo tới.

Hai cô ca sĩ nổi tiếng bước xuống xe. Tươi mát trong bộ bà ba, quần đen, áo trắng, giản dị, mộc mạc, rất hợp với không khí sinh hoạt, Vinh có cảm tình ngay. Đoàn múa lân cũng đã tới. Tiếng trống, tiếng hò reo từ xa vang lại. Bọn trẻ đổ dồn mắt về phía ấy. Ông Địa đi đầu, đeo chiếc mặt nạ tròn xoe, phe phẩy chiếc quạt mo, dụ con lân cao ngồng, vừa đi vừa múa rất điệu. Bọn trẻ reo mừng, hét vang trời... Mặt đứa nào đứa nấy nở ra như chưa từng bị gió sương, đói lạnh hành hạ năm này qua năm khác. Chúng nhún nhảy theo tiếng trống. Cái đầu cũng lắc lư rồi nghển nghển như chính mình đang múa lân vậy.

Hết màn múa lân đến ca nhạc. Các chú thanh niên ôm Tây Ban Cầm đàn cho các cô ca sĩ hát những bản nhạc nhi đồng tươi vui. Giọng hát chuyên nghiệp của các cô cũng quyến rũ cả khách đi đường khiến hàng rào người xem không mấy chốc đã dầy đặc. Các cô hát chừng dăm bảy bài lại ngừng để chọn một vài em đem lên máy vi âm, phỏng vấn. Những tiếng trẻ thơ non nớt, rụt rè trả lời các câu hỏi, làm xé lòng nhiều người đứng nghe:

- Em tên gì?
- Tên Chìa.
- Chìa mấy tuổi?
- Bốn tuổi.

- Thế Chìa con ai?
- Con má Dỡ.
- Thế má đâu?
- Hổng bi-iết...
- Ai mang em vô đây?
- Má.
- Trước kia nhà em ở đâu?
- Hổng bi-iết. Nước lụt đem nhà đi mất rồi... Nội và hai em cũng đi mất rồi...
- Ồ, tội không! Thôi thế em đi xuống dưới kia rồi lát nữa có quà cho em nghe!
- Dạ.

Đấy là câu chuyện của một bé gái. Bây giờ một em trai được chọn lên hỏi:

- Em tên gì?
- Dạ em tên Báu.
- Thế Báu mấy tuổi?
- Tám tuổi?
- Em ở đây với ai?
- Không ở với ai cả.
- Thế má đâu?
- Mẹ chết.
- Trước em ở đâu?
- Ở Hải Phòng?
- Sao em vô đây làm chi?
- Đi với mẹ tìm dì.
- Thế em có gặp dì không?
- Không.

- Thế dì em tên gì? Em nói đi để nếu may mắn dì đang đứng đây coi, hay dì coi TV thấy em thì đi kiếm.

- Dì tên Nậm.

Cô ca sĩ hướng thẳng vào TV:

- Dì Nậm ở đâu thì xin đi kiếm cháu là Báu ở Hải Phòng vô đây, đang kiếm dì đấy!

Nói xong cô ca sĩ bảo em Báu xuống dưới đứng, rồi lát nữa sẽ được quà.

Gần giao thừa các em được tập họp, xếp hàng đi lại hai dẫy bàn chất đầy các gói quà. Các cô chú sinh viên, học sinh đã đứng sẵn, trao quà cho từng em đi ngang qua. Bây giờ chúng đứng thành hàng Vinh mới để ý đến từng đứa. Mặt đứa nào cũng vêu vao, quần áo mỏng manh che tấm thân gầy guộc. Một bé gái nhỏ xíu, đã đi quá chỗ chàng đứng một quãng, quay lại nhìn chàng, nhoẻn một nụ cười, vừa tươi tắn vừa e lệ. Chàng không biết em này nhìn mình như thế tự bao giờ. Cứ nhích đi được vài bước thì cô bé lại quay lại nhìn chàng. Khi bắt gặp mắt chàng nhìn lại, thì em quay nhanh đi. Vừa lúc đó Trâm đến gần Vinh:

- Nhờ anh mà chiếc phong bao lì xì năm nay nặng hơn mọi năm đấy nhé.

Vinh cảm động về câu cám ơn kín đáo của Trâm. Chàng nói: "Có lẽ tôi sắp trúng số độc đắc đến nơi rồi Trâm à!-- Chàng chỉ vào em bé gái chàng đang quan sát— Tôi được em bé kia tặng cho một nụ cười thật tươi." Trâm đùa: "Có lẽ anh nói đúng. Các em này mà cười tươi được thì chắc chắn là anh sắp phát tài đấy." Vinh nẩy ra một ý: "Trâm lấy địa chỉ của em này cho tôi được không?" Trâm phì cười: "Địa chỉ à? Làm gì có đứa nào có địa chỉ. Xong đây là chúng đi tứ tán, mỗi ngày chúng đi một nơi khác.

Có trời mà tìm." Trâm nhìn Vinh tò mò: "Anh tìm lại em bé đó để làm gì?" Vinh hăng hái: "Để đến thăm nó. Cho nó quà chẳng hạn..." Trâm bảo: "Anh có lòng thật đấy nhưng không thực tế. Anh có biết hôm nay có bao nhiêu đứa trẻ không nhà đến đây không? 367 đứa! Anh có nuôi được hết không? Chúng em làm việc xã hội như thế này, biết là như muối bỏ bể, nhưng cứ phải làm một cái gì cho các em đỡ khổ vào mấy dịp đặc biệt này thôi, làm gì có sức mà kéo dài mãi được." Thấy Trâm cũng có lý, Vinh lặng thinh. Chàng không dám nhìn về phía con bé nữa.

27

Hôm nay Vinh được mời đến dự sinh nhật của Trâm tại nhà riêng của cha mẹ cô. Trâm ở với cha mẹ và một cậu em trai tại một căn nhà nhỏ, nhưng cũng đủ tiện nghi, do nhà nước cung cấp cho ông bố đã về hưu. Trâm là kỹ sư ngành computer, vào làm trong công ty của Vinh được một năm, trước khi Vinh sang thay thế ông phó giám đốc Mỹ đã trở về nước. Trâm làm dưới quyền Vinh nhưng lại hướng dẫn Vinh trong việc hòa nhập với đời sống ở Việt Nam. Sự liên lạc giữa hai người vì thế thêm mật thiết. Chàng trông đợi dịp này từ lâu, để có cơ hội biết về cuộc sống riêng của cô cộng sự viên, vừa xinh đẹp vừa thông minh lại rất kín đáo này.

Vinh lái xe hơi đến đậu ngay trước cửa nhà Trâm. Trâm đứng trên sân thượng, có lẽ đang nóng lòng đợi chàng. Nhìn thấy chàng từ đầu ngõ vội chạy xuống đón.

Nàng dặn mấy đứa trẻ hàng xóm chơi gần đó trông xe. Chúng đều biết là sẽ có tiền ăn quà nên dạ ran, rồi kéo nhau lại gần xem chiếc xe BMW Sport màu bạc mới tinh. Trâm nạt: "Không đứa nào được để dấu tay trên chiếc xe này, nghe chưa! Trông xe cho tử tế rồi cô thưởng cho." Chúng lùi ra xa một hai bước rồi lại đứng ngây ra nhìn chiếc xe... Đứa thì trợn mắt, phùng má, đứa thì vành mồm vành mắt ra để nhìn hình mình phản chiếu trong những phần kền bóng loáng... Trâm mời Vinh vào nhà. Nàng khen: "Anh tìm nhà hay quá!" Chàng nịnh: "Trâm mà chỉ đường thì lạc làm sao được." Chàng nói thế, chứ thực ra mấy hôm trước khi đi làm về chàng đã đạp xe đạp qua ngõ này để tìm nhà nàng rồi.

Vinh theo Trâm lên lầu trên. Mới đến nửa cầu thang Vinh đã nghe thấy tiếng cười nói của Dương, Tần và một vài tiếng nói quen thuộc nữa, của anh em trong công ty. Trong phòng khách, ghế được dẹp sát vào tường để một khoảng trống ở giữa phòng. Vinh được giới thiệu với cha mẹ của Trâm trước tiên, Vinh cúi chào lễ phép, rồi đến cậu em tên Minh, và một vài người bạn học cũ của Trâm... Vinh bắt tay từng người và nói: "Ủa thế ra tôi là người đến muộn nhất à?" Mọi người cười ồ. Trâm bắt đầu kể: "Không, anh không phải là người đến muộn nhất đâu, hãy còn nhiều người chưa đến. Em mời người Việt nửa tiếng đồng hồ trước, mời người Mỹ nửa tiếng muộn hơn. Em tưởng anh là... Mỹ nên cũng mời cùng giờ với người Mỹ. Trong khi đó các anh chị Việt Nam nghe nói có mời một số nhân viên Mỹ trong công ty, thế là bảo nhau cố gắng đến đúng giờ cho khỏi bất lịch sự, ai dè anh và các bạn Mỹ lại..." Vinh cướp lời Trâm: "Lại đến muộn chứ gì? Thì mình đã Việt hóa họ hết rồi thôi. Còn tôi thì làm sao gột rửa được dân tộc tính trong máu." Mọi người vỗ tay. Tom, John và Lisa bước vào, tưởng mọi người vỗ tay chào mình, cũng vỗ tay theo để chào lại. Vinh nói với họ bằng tiếng Mỹ: "Các bạn nói cho chúng tôi nghe, tại sao các bạn đến muộn nửa giờ?" Tom tranh trả lời: "Tại chúng tôi tưởng theo phong tục Việt Nam thì chúng tôi phải đến muộn mới là lịch sự, không tham ăn." Mọi người cười lăn. Vinh đắc thắng: "Đó, các bạn thấy không. Có thế thôi mà mình cũng không 'đả thông' được thì còn nói gì những chuyện to tát." Mọi người lại được giới thiệu ồn ào trong tiếng nhạc ngoại quốc nhè nhẹ phát ra từ dàn nhạc đồ sộ ở góc phòng.

Trâm mời mọi người vào tiệc ngay vì chương trình còn dài. Vinh chẳng hiểu chương trình Trâm nói là chương trình gì, cũng đi theo mọi người sang phòng bên. Một phòng nhỏ không bầy ghế chỉ kê chiếc bàn dài trải khăn trắng đã bầy sẵn nhiều món ăn. Một bình hoa hồng tươi đỏ thắm, đặt giữa bàn. Trong khi xếp hàng đợi đến phiên mình, Vinh thoáng thấy một chiếc bàn nhỏ trên cuối lối đi, bầy đầy những hộp quà, gói giấy thắt nơ đủ màu, chàng lấy từ trong túi áo ra một chiếc hộp nhỏ, kín đáo nhét vào giữa các hộp khác. Nhiều người đã lấy xong đồ ăn đi ra bằng cửa khác, để trở lại phòng khách. Vinh bắt đầu lấy các món ăn cho vào đĩa mình. Mọi người khen ngợi chủ nhà không ngớt lời. Mẹ của Trâm âu yếm nhìn cô con gái: "Em Trâm làm hết đấy ạ. Tôi chỉ phụ cắt rau thôi..."

Vinh vừa trở lại phòng khách thì thấy Eric ôm chai rượu bước vào, miệng bô bô bằng tiếng Việt: "Chết rồi! Người ta bảo ăn đi trước, lội nước đi sau, thế mà tôi lại đi sau thế này thì có dại không kia chứ!" Bố mẹ và em của Trâm cùng các bạn chưa biết Eric, còn đang ngơ ngác không tin ở tai mình, thì Trâm đã giới thiệu Eric với bố mẹ, em và các bạn. Trâm cũng không quên giới thiệu Eric là anh rể của Vinh. Mẹ Trâm trầm trồ: "Ông nói tiếng Việt giỏi quá. Tại sao ông nói được tiếng Việt rõ như người Việt thế?" Eric láu lỉnh: "Dạ thưa bác, bà xã cháu bảo kiếp trước cháu là người Việt, nên kiếp này học lại tiếng Việt cũng dễ thôi." Em của Trâm trố mắt nhìn, đưa hai tay lên che mặt, cười khúc khích.

Ăn uống xong, Trâm giới thiệu anh Tùng, anh họ của Trâm sẽ điều khiển chương trình giúp vui tối hôm nay. Anh Tùng ra máy vi âm tuyên bố, sẽ có một chương trình hát "Karaoke" và yêu cầu mọi người hưởng ứng, không ai được miễn. TV được bật lên. Trâm bị đẩy ra hát trước tiên để mở màn. Anh Tùng nói "Vì Trâm vừa là chủ nhà vừa là nhân vật quan trọng trong buổi tiệc hôm nay." Thường thường Trâm là một trong những giọng ca có hạng, của nhóm bạn bè ưa văn nghệ lành mạnh, trong các gia đình nền nếp của Sài Gòn, những năm gần đây. Nhưng hôm nay Trâm hơi khớp. Không biết có phải tại có Vinh ở đây hay không. Nhưng nàng không có chọn lựa, đành phải đến bên anh Tùng chọn bài. Băng "tape" đã được cài vào máy. Bài đã được chọn và nhấn nút. Trâm đứng quay mặt ra ngoài, hướng về phía mọi người, cố ý che lấp chiếc TV vì nàng đã thuộc bài, chỉ cần nghe nhạc đệm. Cầm máy vi âm trong tay chờ đợi tiếng nhạc để vào cho đúng nhịp. Nàng cắn môi dưới, tủm tỉm cười, mặt nóng bừng. Nàng đang sợ không biết mặt mình có đỏ không thì nhạc đánh tới chỗ nàng phải vào... "Hỏi đá xanh rêu bao nhiêu tuổi đời..." Mọi người vỗ tay ầm ỹ. Trâm vẫn "điệu" như thế. Nàng có lối hát không giới thiệu tên bài, dành cho mọi người cái thú ngạc nhiên. Tiếng vỗ tay làm nàng tự tin và hứng khởi... Vinh lắng tai nghe... Nàng có giọng trong trẻo, khi lên cao thì lảnh lót nhưng mượt mà, thanh tú, khi xuống thấp thì tròn trịa, nũng nịu, rất "sexy." Đoán là Vinh đang nhìn mình chăm chú, nàng không dám nhìn về phía chàng. Chiếc áo đầm ngắn, vừa đủ che đầu gối, không có tay, màu xanh da trời điểm hoa vàng nhỏ li ti làm nổi bật nước da trắng hồng khỏe mạnh của Trâm. Cặp mắt mở to, bình thường đã đen, hôm nay lại thêm đen láy, long lanh dưới ánh đèn đổi màu từ trên trần tỏa xuống. Mải mê ngắm Trâm, nàng đã hát xong lúc nào chàng không biết. Mọi người vỗ tay tán thưởng nhiệt liệt, huýt sáo inh ỏi. Anh Tùng hướng về phía Vinh mời. Anh muốn dành cho Vinh cái vinh hạnh thứ nhì, sau Trâm, nhưng Vinh từ chối, lấy cớ là vừa ăn no không hát được. Tùng cho Vinh hoãn binh đến lượt sau. Tùng bắt đầu mời những người khác. Các bản "nhạc vàng" lần lượt được trình bày như "Đường Xưa Ướt Mưa" của Đức Huy, "Mùa Thu Cho Em" của Ngô Thụy Miên, "Nửa Hồn Thương Đau" của Phạm Đình Chương, "Nhìn những mùa thu đi" và "Diễm xưa" của Trịnh Công Sơn...vân vân và vân vân... nghĩa là nhiều lắm.

Cứ sau dăm ba bài là người ta lại nhớ đến Vinh, nhưng chàng vẫn kiếm cớ này cớ khác từ chối. Vinh bỏ chỗ ngồi, đi lại ngồi trong một góc phía sau "sân khấu," mong không ai nhớ đến mình. Dương ngồi góc đối diện nhìn sang thấy Vinh có vẻ suy tư, chịu đựng. Dương đoán là Vinh đang tưởng nhớ lại buổi Karaoke hai anh em đi bữa nọ. Quả không sai. Trước mắt Vinh đang diễn lại một cách linh động những cô gái choai choai, những ông già dê say sưa trác táng bữa nọ... Chàng thấy lòng se sắt... Tai chàng không còn nghe gì nữa. Chợt Liên, cô bạn rất thân của Trâm, từ phòng trong bước ra, hai tay bưng chiếc bánh sinh nhật tròn to, cắm đầy nến. Vinh thở phào sung sướng, thầm cám ơn vị cứu tinh. Các bạn Mỹ nhanh nhẩu cất tiếng hát bài "Happy Birthday," nhiều bạn Việt hát theo. Hầu như mọi người đều biết bài này. Màn thổi nến, cắt bánh, ăn bánh, ồn ào, vui nhộn...

Ăn xong một số người ra về, kể cả mấy người bạn Mỹ. Lại có một màn tiễn đưa kiểu Việt Nam dài lê thê. Chỉ còn độ một chục người mê văn nghệ ở lại. Người ta lại nhớ đến Vinh, nhất định đòi chàng lên hát. Lần này Vinh thấy từ chối mãi không tiện, đành nói thật: "Tôi xin được miễn hát karaoke." Rồi sợ làm phật lòng mọi người, chàng nói tiếp "Lối hát karaoke thường làm tôi lúng túng, theo không được. Nếu ở đây có anh chị nào có cây đàn Tây Ban Cầm cho tôi mượn, xin mời hai bác và các anh chị ra sân thượng kia, dưới ánh trăng, tôi sẽ xin hát để hai bác và các anh chị nghe đến lúc nào chán thì thôi." Bây giờ mọi người mới vỡ lẽ, anh Phương tình nguyện: "Tôi có đàn ở nhà. Nhà tôi ở gần đây, để tôi về lấy." Anh Phương đứng dậy, Vinh dặn: "Xin anh cho mượn cả bản nhạc nữa. Cám ơn anh lắm." Phương sốt sắng chạy đi. Mọi người lục tục khuân ghế ra sân thượng. Mẹ Trâm bảo con gái: "Con đem nhang muỗi Yinlu mẹ vừa mới mua mà đốt. Nghe bảo đây là loại nhang ngoại, nhập từ Trung Quốc tốt nhất đấy. Mẹ mới mua thử." Vinh nghĩ thầm: "Nhang đốt muỗi mà cũng phải nhập cảng, thật là đáng buồn!"

Ra ngoài sân Vinh tỉnh cả người, bảo Trâm: "Trời mát, sáng trăng thế này mà ngồi trong kia từ chiều đến giờ, uổng quá!" Trâm đáp: "Thì tại phải cần dàn máy với cái TV mà anh." Sân thượng không lấy gì làm rộng nhưng cũng được bầy nhiều loại cây hoa quí trồng trong các chậu kiểng. Chắc là phải được chủ nhân chăm sóc kỹ lắm nên cây nào cũng tươi mơn mởn. Nhưng Vinh thích nhất cây hoa giấy màu hồng phấn, nở hoa tưng bừng, leo từ dưới chân tường, tận dưới vườn lên đến sân thượng, rồi nằm bò trên mái nhà. Cành của nó rủ xuống như chiếc mành hoa, che cho nắng khỏi chiếu vào nhà. Trâm để Vinh có thì giờ tự do ngắm hoa, định vào trong nhà, vừa đưa tay vén mấy cành hoa giấy lên, Vinh khẽ nói: "Ấy! Đừng nép vào dưới hoa." Trâm ngạc nhiên, tròn xoe mắt nhìn chàng. Vinh tiếp: "Nó sẽ ghen với Trâm và héo rũ ra ngay bây giờ." Trâm đỏ mặt, trốn mất.

Phương trở lại với chiếc đàn "ghi-ta" và một túi đầy những bản nhạc. Mọi người đã tề tựu, tò mò mong đợi một không khí nào đó, khác lúc nãy. Vinh đỡ lấy cây đàn, dạo thử mấy nốt... "Chiếc đàn này chắc là phải cổ lắm. Nó làm bằng thứ gỗ hiếm quí, tiếng nghe vang như tiếng chuông. Bây giờ làm gì có loại đàn này nữa."--Vinh nhận xét. Phương sung sướng: "Anh Vinh thật tinh đời. Cây đàn này không biết làm từ đời nào. Ông nội tôi mua từ hồi Pháp thuộc của một người Tây Ban Nha bỏ xứ này đi về nước."

Vinh đứng trước giàn hoa giấy, xây lưng vào nhà, trước mặt là "khán giả" ngồi thành một vòng tròn. Một chân chàng đứng dưới đất, một chân để trên chiếc ghế đẩu thấp, hai tay ôm cây đàn, so dây... Chỉ có một mình Trâm đứng. Các bạn gái kéo ghế rủ ngồi với họ nhưng Trâm không chịu. Không biết nàng đứng như thế để... không giống ai, hay nàng nghĩ ở thế đứng mới có thể quan sát chàng toàn diện. Chàng nổi bật trước giàn hoa giấy, trông rất nghệ sĩ. Khác hẳn một Vinh thường ngày, nghĩa là một nhà khoa học khô khan, một ông xếp nghiêm túc... Chắc là chàng phải tự tin vào tài của mình lắm lắm nên mới dám đòi "solo," bao luôn cả buổi tối giúp vui mọi người như thế này—Trâm nghĩ. Còn chàng, liếc nhìn Trâm. Nàng đứng dựa lưng vào lan can sân thượng, hai cánh tay trần tròn lẳn dang ra, đặt trên bờ tường, dưới ánh trăng, mịn như có thoa một lớp sáp. Chàng nói trong tiếng đàn dạo: "Tôi xin mở đầu bằng bài 'Mộng Dưới Hoa' của Phạm Đình Chương. Thoáng thấy nàng tủm tỉm cười, có thể chỉ là nụ cười vu vơ, nhưng Vinh cứ coi đó là nụ cười đồng lõa. Chàng dồn hết tâm hồn, cất tiếng hát... Mọi người im lặng. Dường như mấy con muỗi cũng ngừng bay--Trâm nghĩ thế.

Tiếng hát chấm dứt. Mọi người vỗ tay, xì xầm bàn tán, nhưng Vinh không để mất thì giờ. Chàng hát luôn hai bài "Mùa Thu Cho Em" của Ngô Thụy Miên và "Áo Lụa Hà Đông," bài sau này phổ thơ Nguyên Sa. Chàng không để cho ai vỗ tay hay suýt soa khen tặng lâu sau mỗi bài. Chàng lại hát một hơi ba bài nữa, rồi nghỉ. Dựng cây đàn cho đứng thẳng trên ghế, nhìn mọi người: "Xin hai bác và các anh chị đề nghị bài nào...?"

- Hay quá, thưa anh! Đã lâu lắm chúng tôi bỏ quên cái thú tao nhã như thế này-- Một anh nói.

Anh khác xen vào:

- Thật là tuyệt vời! Tôi thật sự được thưởng thức hết cái hay của từng câu hát, từng nốt nhạc. Hát truyền cảm hay không là ở những lúc trình bầy bài hát như thế này, chứ hát karaoke, người hát cứ phải chú ý theo dõi những câu viết trên màn ảnh, đâu có để tâm hồn vào lời hát.

Ông Trình, ba của Trâm bây giờ mới chậm rãi lên tiếng:

- Anh Vinh làm tôi nhớ cái thời ở trên núi rừng Việt Bắc quá! Những năm kháng chiến chống Pháp ấy mà. Cũng trong những đêm sáng trăng như thế này, chỉ có một cây đàn, anh em hát với nhau cả đêm... nhớ nhà vô tả... Anh có thể cho nghe mấy bài tiền chiến được không? Giọng của anh mà hát nhạc tiền chiến thì chắc là tuyệt vời.

Lời khen kín đáo của Ông Trình, làm chàng sung sướng. Vinh nói:

- Vâng cháu xin hát hầu bác những bài tiền chiến nào mà bác thích. Để mở đầu cho phần nhạc tiền chiến, cháu xin phép mời cô Trâm, nhân vật chính của buổi hôm nay, lại đây hát một bài.

Mọi người vỗ tay tán thành. Bị chộp bất thần, Trâm hoảng hốt giẫy nẩy:

- Ý chết! Em đâu có biết hát một mình. Em chỉ hát theo được thôi...

- Cứ lại đây—Vinh ra lệnh.

Trâm ngạc nhiên về giọng độc tài như "ông chủ" của Vinh. Nhưng có lẽ chính vì thái độ độc đoán đó có một sức mạnh, làm Trâm không dám bỏ chạy, mà đành để đôi chân ngập ngừng líu ríu tiến lại chỗ Vinh. Một lần nữa Vinh độc tài chỉ vào bản "Đàn Chim Việt" của Văn Cao bảo Trâm hát. Nàng nhăn nhó: "Em không hát nổi một mình đâu..." Vinh nói nhỏ: "Được rồi, thì hát chung." Chẳng để cho Trâm có dịp phản đối. Vinh tuyên bố:

- Chúng tôi xin hát bài Đàn Chim Việt.

Chàng so giây. Chọn "tông" cho Trâm. Chàng bắt đầu. Trâm vào rất đúng....

Mọi người lắng nghe. Trâm vừa cố hát theo nhịp đàn, vừa nghe được tiếng tim mình đập thình thịch. Giọng chàng trầm ấm, giọng nàng cao, tròn trịa, rất hòa hợp như có tập dượt từ trước. Bài hát kết thúc một cách suông sẻ, Trâm không ngờ. Mọi người trầm trồ... Bà Trình nhìn con gái hãnh diện. Trâm luống cuống, mặt nóng bừng, ôm mặt chạy nhanh vào nhà trong... để lại sau lưng những tiếng gọi ơi ới, tiếng cười, tiếng phẩm bình...

Nãy giờ ông Trình ngồi im. Lòng đắm chìm trong dĩ vãng... Mắt ông rơm rớm. Tiếng ồn ào kéo ông về hiện tại. Ông cất tiếng. Mọi người hướng về phía ông, lắng nghe: "Nhớ quá! Nhớ quá! Hồi ở Việt Bắc, anh em lại hay hát bài này cơ chứ! Lúc đó có nhiều anh khóc!" Ông không nói ra là lúc đó chính ông cũng khóc. Ở Việt Bắc ông khóc nhớ nhà. Ở đây, ông khóc nhớ rừng, nhớ anh em!

28

Thường ngày đi làm, hai cô bạn thân, Trâm và Liên vẫn rủ nhau chui vào một căn phòng bỏ trống nào đó trong sở, ăn trưa rồi nằm lăn ra sàn lát đá hoa, nghỉ một lúc cho mát. Hôm nay cả hai cô cùng nóng lòng đợi đến trưa, có dịp gặp nhau riêng để nói về chuyện hôm qua:

- Hôm qua nhà còn thừa nhiều đồ ăn quá, tao mang bún thịt nướng, gỏi tôm thịt... cho cả mấy chị ngồi cùng văn phòng...

- Có mang cho "chàng" cái gì không đấy?

Trâm thừa biết Liên nói "chàng" là ám chỉ ai, nhưng giả vờ hỏi:

- "Chàng" nào?

- Quỷ thần! Giờ này mà mày còn tính che mắt tao nữa sao? Còn cái gì đeo trên ngực kia? Chắc là quà sinh nhật chàng tặng bữa hôm qua chớ gì?

- À...! Mày định nói anh Vinh ấy hả? Mày nói tao "che mắt" mày cái gì? Đừng có nói bậy nói bạ, đến tai "người ta" thì chết tao đấy!

- Sức mấy mà mày chết! Hôm qua chỉ có người mù mới không thấy chàng say sưa ngắm mày suốt cả buổi. Rồi chàng lại bắt mày hát chung nữa chớ! Chu choa là mùi mẫn!

Trâm đỏ mặt, chạy lại đấm vào lưng Liên thùm thụp.

- Đồ quỷ! Tay mày đang bốc đồ ăn mà rờ vào áo người ta vậy hả?

- Cho mày đáng kiếp! Ai bảo dám trêu chọc tao!

- Thế mày để hình ai trong trái tim chàng tặng kia vậy?

- Hình tao chứ hình ai.

- Đưa tao coi!

Trâm chưa kịp trả lời, Liên đã xấn đến, đè Trâm ra sàn, túm lấy chiếc khung ảnh hình trái tim đeo trên ngực Trâm, toan mở ra xem...

Trâm kêu oai oái... Một cô bạn trong sở đi ngang qua, thấy tiếng ồn, đẩy cửa bước vào:

- Chèng ơi! Mầy làm gì con Trâm mà để nó la như heo bị thọc tiết vậy?

Liên buông Trâm ra, làm như không có chuyện gì xảy ra. Hai cô kéo cô bạn vào ăn trưa cùng. Ba cô vừa ăn vừa bàn tán qua chuyện khác...

Trong công ty có hai cô Trâm và Liên là đôi bạn chí thân từ thuở ấu thơ. Hai cô học cùng tiểu học, trung học, rồi lên đến đại học. Hai cô lại cũng tốt nghiệp vào đúng thời điểm đất nước đang cởi mở, cởi trói... Rồi tuần tự Mỹ bãi bỏ cấm vận, Mỹ tái lập quan hệ bang giao, Việt Nam gia nhập ASEAN, theo cơ chế thị trường... Khi ra đi làm, hai cô rủ nhau vào làm cùng công ty nước ngoài, tình bạn vì thế lại càng thêm thắm thiết.

Việc hai cô biết nhau và thân nhau cũng là nhờ hai bà mẹ. Mẹ Trâm, bà Trình là người Hà Nội. Sau ngày giải phóng miền Nam, bố của Trâm mang gia đình vào Sài Gòn sinh sống, được nhà nước "bố trí" cho một ngôi biệt thự xinh xắn, tịch thu được của một gia đình bỏ ra nước ngoài. Mẹ Liên, cô giáo dạy ở Sài Gòn, có chồng theo Mặt trận Giải Phóng, vào mật khu ngay từ những năm đầu phong trào. Bà ở lại Sài Gòn dạy học. Trong một chuyến công tác nội thành, ông ghé thăm nhà, đó là dịp bà mang thai, sinh ra Liên. Năm 75, khi chiến trường miền Trung sôi động nhất, ông nhắn bà phải "bám trụ" thành phố Sài Gòn bằng bất cứ giá nào, đợi ông về. Khi "quân giải phóng" vào, gia đình bà thuộc thành phần ưu tiên nên vẫn được tiếp tục ở trong căn nhà của mình. Bà vẫn được dạy học, đồng thời đảm trách việc đón tiếp, hướng dẫn các thày cô ở ngoài Bắc vào. Hai cô giáo, mẹ Liên và mẹ Trâm, tuy hai người như từ hai "thế giới" khác gặp nhau, nhưng cùng thuộc gia đình "cách mạng" nên dễ thông cảm, tín cẩn và trở nên thân thiết.

Người ta có lý do khi nói người Bắc vào tiếp thu miền Nam như đi sang một thế giới khác: Trước khi vào Nam, người Bắc được "học tập" rằng miền Nam là một "thuộc địa mới," người Nam bị Mỹ đô hộ. Rằng miền Nam chỉ có một "nền kinh tế giả tạo." Trong đó, một số ít làm tay sai cho Mỹ, Ngụy được ưu đãi, sống xa hoa trên đầu trên cổ đám dân đen, còn tuyệt đại đa số bị bóc lột, đàn áp, giày xéo, sống nghèo nàn, đói khổ... Vì lẽ đó miền Bắc "có nhiệm vụ giải phóng miền đất thân yêu, để cứu lấy đồng bào ruột thịt đang lầm than, khốn khó..." Nhưng khi trực diện với thực tế, mọi người mới té ngửa. Họ đi từ kinh ngạc này đến kinh ngạc khác. Nhưng rồi vì... "niềm tự hào dân tộc," vì mặc cảm tự tôn của kẻ chiến thắng, pha lẫn mặc cảm tự ti của kẻ quen sống trong rừng rú, thiếu ánh sáng văn minh, họ lúng túng, che đầu này, hở đầu kia, gây ra những bi hài kịch cười ra nước mắt... Những câu vè, những câu ca dao, những chuyện tiếu lâm sản sinh nhanh chóng trong đám dân thường, nhất là người Nam, vốn sẵn có óc khôi hài khá đậm. Chuyện kể: Có một nhóm "Ngụy" gặp một nhóm "Giải Phóng" hỏi: "Ở ngoài Bắc các anh có 'cà tô-mát' không?— mấy anh giải phóng không hiểu cà tô-mát là gì vì ngoài Bắc gọi là cà chua, nhưng cứ phải theo đúng bài bản đã học thuộc lòng, không được phép trả lời 'không có' hay 'không biết', bèn trả lời bừa, cầu may: "Có chứ! Cái gì chứ cái đấy chỗ nào cũng có đầy ra, to đùng như thế này này..." (vừa nói, anh vừa khum hai bàn tay ra dấu.) Mấy anh ngụy gật gù, thán phục. Các anh giải phóng hãnh diện là mình đã trả lời đúng phóc. Anh "ngụy" khác hỏi: "Ở ngoài Bắc các anh có cà pháo không?" Nghe chữ "cà pháo" quen thuộc, mấy anh giải phóng mừng quá, tranh nhau trả lời: "Có chứ! Nhà nào cũng có đầy một vườn..." Anh "ngụy" khác thấy chuyện bắt đầu hào hứng, chen vào hỏi: "Ở ngoài Bắc các anh có cà bát không?" Bây giờ các anh "giải phóng" hoàn toàn thoải mái với các món quá tầm thường này, trả lời không cần nghĩ: "Sao không! Có đầy ra. Quả nào quả nấy to như cái liễn ấy." Một cô ngụy thấy từ hồi nào đến giờ bị bỏ quên, bèn đứng ra đòi quyền ăn nói, cô hỏi: "Vậy chớ ở ngoài Bắc các anh có 'cà chớn' không?" Các anh giải phóng, phần vì choáng mắt trước cô gái Nam xinh đẹp, có da có thịt..., phần vì giờ này đã đầy tự tin, nghĩ mình là dân "bách chiến, bách thắng" còn sợ gì ai, bèn thừa thắng xông lên... Họ nhường cái hân hạnh trả lời cho một anh mang nhiều mề đay trên ngực: "Có chứ cô em! Có nhiều lắm lắm và nó to đùng như thế này này..." Vừa nói anh vừa ra dấu một vòng tay ôm. Cô ngụy nháy mắt, cười tình: "Thôi em biết rồi anh Hai ơi! Nó đầy ra ở Bắc Bộ Phủ chớ gì?" Mấy anh giải phóng nhìn nhau ngơ ngác!

Đối với các thành phần gốc gác miền Nam có công với cách mạng, được dự phần trong việc hoán chuyển trật tự xã hội, lại cũng vẫn có những vấn đề phức tạp khác. Có những va chạm không được chuẩn bị trước, mang đến cho hai bên những "cú sốc" thật mạnh. Mỗi ngày đi dạy học về, cô giáo Bông Lài đều có chuyện mách với chồng. Bà đưa ra cả trăm câu hỏi "Tại sao...? Tại sao...? Tại sao...?..." Ông kiên nhẫn giải thích bằng tất cả sự hiểu biết của ông, và năn nỉ bà hãy chịu khó "khắc phục, khắc phục và khắc phục..." Riết rồi tới một ngày ông cũng nhận ra rằng những lời giải thích của ông đầy tính mâu thuẫn và ngụy biện, chính nó cũng không thuyết phục nổi ông nữa. Ông đổ quạu. Bà khóc. Ông khổ tâm. Gia đình lục đục. Con cái hoang mang...

Cho đến một hôm, sau mấy tháng trời ông đi lùng kiếm họ hàng, bạn bè khắp thành phố... Nhiều người đã di tản ra nước ngoài, người đi học tập cải tạo, người bị đuổi ra khỏi nhà, không biết đi đâu, người đi kinh tế mới... Ông trở về nhà thú nhận với bà: "Anh hy sinh bản thân, sống chui nhủi thiếu thốn gian nguy trong rừng sâu nước độc bao nhiêu năm trời, anh hy sinh cả hạnh phúc của vợ, con trong những năm gia đình cần anh nhất, không phải để đổi lấy một xã hội Việt Nam như thế này." Chỉ một câu nói đó, bà hiểu thông suốt tâm tư ông. Từ đó bà tự hứa không làm phiền ông với những câu hỏi. Bà cố gắng khắc phục, không cần ai nhắc nhở. Cũng từ đó ông thu mình trong nhà, trầm tư và thờ ơ với cuộc sống... Mỗi chiều đi dạy học về, bà bắt gặp ông ngồi thừ người... Cặp mắt trầm uất trong một không gian sâu thẳm. Trước mặt ông thường là chén rượu đế với vài trái ớt làm đồ nhắm.

Ông cũng bị tước đoạt luôn cả cái thú thanh tao của người trí thức là đọc sách. Ngay những ngày đầu khi "cách mạng" vào, một trong những việc đầu tiên họ làm là phát động chiến dịch "truy quét tận gốc văn hóa đồi trụy, tàn dư của Mỹ Ngụy." Thấy họ sục sạo khắp các nhà trong thành phố, tịch thu sách báo, băng nhạc, đĩa nhạc, đem về trụ sở phường, chất từng đống cao để dự trù làm lễ hỏa thiêu. Tiệm sách Khai Trí bị tịch thu đến 60 tấn sách! Bà hoảng hốt đem sách của gia đình đi gửi mỗi nhà bà con một ít. Những nhà mà bà nghĩ ít lý do bị nghi ngờ là trí thức, có thể tàng trữ sách vở. Chẳng ngờ, những nhà đó lại có các "tội" khác. Hoặc bị đánh "tư sản," hoặc phải đi kinh tế mới, hoặc bị tập trung cải tạo, nhà cửa bị khám xét, tịch thu... Số sách bà gửi đương nhiên cũng đi theo số phận của chủ nhà. Cái tủ sách gia đình đồ sộ, gồm toàn những pho sách quí, do công lao của ông cha và của vợ chồng ông sưu tập được từ cả trăm năm, đã tiêu tan hết.

Đối với trẻ thơ, sự đổi đời đột ngột không làm chúng xất bất xang bang như người lớn. Chúng chấp nhận, hội nhập dễ dàng... Cả hai cô Liên và Trâm đều hãnh diện được làm "thiếu nhi tiền tiến," trong bộ đồng phục và chiếc khăn quàng đỏ quấn nơi cổ. Liên rất sốt sắng trong việc hướng dẫn chỉ bảo mọi điều về đời sống miền Nam, cho Trâm và các học sinh khác cùng lứa tuổi, từ Bắc mới vào. Trong khi Liên choáng ngợp với màu cờ mới, tưng bừng trên mọi mái nhà, những ảnh cụ Hồ to bự trên mọi bin-đinh, những khẩu hiệu được viết bằng những từ ngữ cao xa, khó hiểu, chăng rợp đường phố... thì Trâm say sưa khám phá những của ngon vật lạ trong Nam. Những dị biệt về văn hóa, ngôn ngữ cũng làm cho cô thích thú học hỏi. Ngày nào Liên cũng mang cho Trâm những trái vú sữa căng mọng, những trái chôm chôm đỏ thắm, những trái cóc ngâm nước cam thảo ngọt lịm...

Nhiều khi Liên mang cho Trâm cả những thỏi sô-cô-la... Liên thích thú mỗi lần được ngắm bạn bẻ một miếng sô-cô-la, cẩn thận đặt vào giữa lưỡi, rồi cong lưỡi ấn nó lên hàm trên, giữ cho miếng kẹo khỏi tan nhanh quá. Miệng mím chặt, mắt lim dim... Cô tận hưởng cái vị ngòn ngọt, đăng đắng, ngầy ngậy... tan chậm chậm chảy xuống cuống họng...

Cứ như thế một lúc sau, Trâm mới thốt được một câu:

- Nếu trên thiên đàng không có sô-cô-la thì tao cũng chẳng thèm mơ.

Đôi bạn lại ôm lấy nhau cười như nắc nẻ. Tuổi thơ thật thần tiên!

Nhưng đó là cuộc sống của các trẻ may mắn như Trâm và Liên. Thiếu gì các trẻ thơ nhà khác thì ngơ ngơ, ngác ngác, sợ sệt, chờ đợi... Chúng lờ mờ hiểu cha chúng hoặc bị bắt, hoặc đi trốn... không biết bao lâu mới trở về. Mẹ thì đôn đáo ngược xuôi. Chúng không hiểu được mẹ chúng đang toan tính cái gì... Đồ đạc trong nhà được đem đi bán dần... Lúc nào cũng hồi hộp lo sợ. Ban đêm nghe tiếng chó hàng xóm sủa, là cả nhà sợ xanh máu mặt. Không biết số phận sẽ ra sao!

Trong khi bà Bông Lài quyết định thôi không xoáy vào vết thương của ông chồng nữa thì cô con gái lại luôn luôn mang về "làm quà" cho cha mẹ những câu vè hay chuyện tiếu lâm nghe được ở ngoài đường. Một hôm trong bữa cơm chiều, cô bé ngây thơ hỏi:

- Ba ơi ba! Thằng Tuấn ở đằng trước cửa nhà mình đó, nó đọc cho con câu này "Phỏng d... tôi rồi, giải phóng ôi!" Thế nghĩa là gì hả ba?

Ba của Liên chưa kịp nói, má đã la:

- Liên! Con không được ăn nói những chữ dơ dáy như vậy nghe không!

- Đâu, chữ nào dơ dáy đâu má?

- Má bảo con chữ nào dơ thì má cũng lập lại chữ dơ đó sao?

- Vậy còn câu này thì sao má?--Chưa ai kịp phản ứng, Liên đọc luôn--"Nam Kỳ Khởi Nghĩa tiêu Công Lý / Cách Mạng vùng lên mất Tự Do" có dơ không má?

Bà Lài lúng túng:

- Má đã biểu thôi mà! Ăn cơm đi!

Liên phụng phịu, cho là mẹ độc tài vô lý. Bé cố gắng nuốt cơm, nước mắt chạy quanh.

Hai cô gái cứ thế lớn lên trong những cơn sốt định kỳ của thành phố: Cơn sốt đốt sách, cơn sốt đuổi nhà, cơn sốt chợ trời, cơn sốt tập trung cải tạo, cơn sốt kinh tế mới, cơn sốt đổi tiền, cơn sốt vượt biên... Một sự đổi đời nhanh đến chóng mặt ngay cả những kẻ để ra cuộc đổi đời! Dường như người ta dùng miền Nam làm thí điểm để thử áp dụng xem chính sách nào êm xuôi, chính sách nào phá sản... Hay nói cách khác, người ta biến miền Nam thành một "nhà thương thí" khổng lồ, mà ở đó mạng con người chỉ bằng con vật được đem ra làm thí nghiệm... Vì thế người ta đổi luật mỗi ngày, mặc cho người dân than khóc. Phường này có luật này, phường kia có luật khác. Chưa kể số phận của "dân bị trị" còn tùy thuộc vào "độ lượng" hay "hứng" của mấy ông công an, mấy ông phường trưởng... Hai ông bố của hai cô Liên và Trâm thường không có câu trả lời khi bị con hỏi, cũng là lẽ đương nhiên.

Một ngày Liên nghe má than với ba là thu nhập hàng tháng của bà, giờ đây chỉ đủ xài cho một tuần. Nhu yếu phẩm như thịt, cá, sữa, đường, gạo, xà bông, bột giặt, bàn chải và kem đánh răng... bắt đầu khan hiếm. Kho tịch thu được của Mỹ, Ngụy, nay sắp cạn kiệt... Tiêu chuẩn nhu yếu phẩm phân phối cho cán bộ và công nhân viên càng ngày càng giảm bớt, càng làm bôi bác điêu ngoa: Một cân thịt chỉ được chút xíu thịt nạc, còn toàn mỡ bầy nhầy... Bà không thể tiếp tục kiên nhẫn, chịu đựng được nữa. Bà đay nghiến chồng: "Thì ra các anh chỉ biết làm chiến tranh. Tới hồi hòa bình các anh không biết làm gì hết! Liên hoan mừng chiến thắng đủ rồi, bây giờ lo làm kinh tế đi chớ!

"Miền Nam xưa nay vẫn được tiếng là 'vựa lúa nuôi con,' nhưng bây giờ, để em nói cho anh hay nghe, bà con cô bác dưới ruộng đang bảo nhau, năm nay sẽ chỉ cấy lúa vừa đủ ăn thôi, trồng cố mạng làm chi, chỉ tổ bị Hợp Tác Xã thu mua rẻ mạt. Khác gì ăn cướp giữa ban ngày? Còn những người bị nhà nước dồn đi kinh tế mới mà không cung cấp dụng cụ, hạt giống, phân bón... cho người ta, thì người ta lấy cùi chỏ ra mà đào đất, trồng cây hả? Không phải lúc nào cũng đem áp dụng câu 'với sức người sỏi đá cũng thành cơm' được đâu nghe! Cũng có khi phải dùng tới cái đầu nữa chớ!"

Chiều hôm đó Liên vừa buồn, vừa hoang mang, lơ mơ cảm thấy một sự bất ổn đang xâm nhập vào nếp sống an vui, no ấm của gia đình mình. Liên chạy đi kiếm Trâm. Hai cô đưa nhau lên sân thượng nhà Trâm, ngồi dựa lưng vào mấy chậu kiểng, tâm sự: "Trâm à, từ nay tụi mình hết được ăn sô-cô-la rồi..." "Sao thế Liên?" "Má không mua được nữa đâu. Má bảo kho hàng tịch thu được của Mỹ Ngụy đang sắp cạn kiệt." Trâm tò mò: "Thế ai làm ra sô-cô-la?" Liên không do dự: "Mỹ, Ngụy." Trâm nghi ngờ: "Thế thì tại sao mình lại đuổi chúng nó đi?" Liên thành thạo: "Tại chúng nó là 'tư bản'." Trâm chưa hiểu: "Tư bản là giống người gì?" Liên thấy bí: "Là... là... là giống người làm ra sô-cô-la!" Trâm ngẩn người. Chợt nghĩ ra là hai đứa đang nói quẩn. Cô ôm chầm lấy bạn. Hai đứa cười ra nước mắt.

Chợt nghe tiếng hò reo dưới đường, hai cô vội lau mặt, nhổm ngay dậy... Bức tường bao quanh sân thượng hồi đó đối với các cô còn quá cao, các cô phải kiểng chân lên mới nhìn xuống được... Một toán người cầm cờ, biểu ngữ, vừa đi vừa hô khẩu hiệu, rầm rộ tiến về phía cuối phố... Đây lại là một bộ mặt khác hẳn của xã hội các cô đang sống. Hai cô vừa nhìn theo đoàn người vừa thả hồn suy nghĩ...: Liên nhớ lại từ hồi giải phóng, Liên thấy các nhóm, đoàn người lớn thì họp hành, mít tinh, hội thảo, liên hoan... suốt đêm ngày. Con nít như Liên được quàng khăn đỏ, ngồi quanh lửa trại, vỗ tay ca hát những bài hát lạ hoắc, nghe những từ chưa từng nghe... Còn Trâm, không giống Liên, cô không xa lạ gì đối với những sinh hoạt nhi đồng, tuy nhiên vẫn còn lại những nghịch lý làm cô bé không thể hiểu. Bây giờ đứng đây, cô đang tự hỏi tại sao trong trường, các thầy cô dạy những bài tập đọc cho thấy hình ảnh các chú công an, các chú bộ đội thật đẹp, thật hiền... Mà từ ngày vào Nam, trước mắt, Trâm chỉ thấy các chú hung bạo, chiếm đoạt, đập phá, bắt bớ, quát tháo, hách dịch, bắt nạt... đối với những chủ nhà, những con người của miền đất mới chiếm, mà theo Trâm, họ là những người rất hiền hòa, rộng rãi, cởi mở, đáng yêu... như Liên của Trâm vậy.

Nhưng sự hoang mang lo sợ thật sự đến với Liên trong một ngày khi cô đi học về, vừa mở cổng ngoài đã nghe thấy tiếng nói to như cãi nhau ở phòng khách. Lắng tai nghe cô chỉ nhận ra tiếng ba cô, còn người khách là ai, dường như cô chưa gặp bao giờ, chỉ biết ông ta nói giọng Bắc. Cô đi theo ngõ bên hông, lẻn vào nhà bằng cửa sau.

Hai ông đang tranh luận đến hồi sôi nổi:

- Đi sau bọn tôi—ông Bá nói--còn một nhóm gồm năm anh em cốt cán trong Mặt Trận Giải Phóng. Cùng nằm gai nếm mật với nhau trong nhiều mặt trận, nên chúng tôi thương nhau vô cùng. Ngày 28 tháng Tư chúng tôi hẹn gặp nhau ở Quảng Trị để cùng đi vô Sài Gòn. Bọn tôi nằm chờ đỏ con mắt vẫn không thấy tăm hơi mấy ổng đâu. Sau có một anh thân tín đến rỉ tai cho biết là "Hỏng rồi! Các anh kia bị thủ tiêu hết rồi." Chúng tôi điếng người, không hiểu chuyện gì, đành ngậm miệng, bỏ vô Sài Gòn tìm hiểu sự tình. Về tới nơi, chuyện đầu tiên chúng tôi được nghe anh em kể lại là, ngày 15 tháng 5, tại buổi diễu binh mừng chiến thắng, tất cả các quân chủng của bộ đội Bắc Việt đều có mặt, được mặc quân phục chỉnh trang, đi đứng trang nghiêm, hùng dũng... Chờ mãi chẳng thấy bộ đội của Mặt trận Giải Phóng đâu. Đến khi mọi người gần như vô vọng, thì thấy xuất hiện lẻ tẻ vài đại đội của Mặt Trận, bước đi trông lôi thôi, lếch thếch... mà lại mang cờ đỏ sao vàng, chứ không phải là cờ của Mặt Trận! Đồng chí Bộ Trưởng Tư Pháp của Mặt Trận quay qua hỏi một vị đại tướng của bộ đội Bắc Việt đứng kế bên, thì được ông này nhếch mép cười, trả lời gọn lỏn: "Quân đội đã được thống nhất rồi."— Ông Bá bất chợt đổi sang giọng gay gắt—Vậy chớ tôi hỏi đồng chí, ai đã làm quyết định "thống nhất", và làm tự bao giờ?

Ông bạn gượng gạo:

- Đồng chí vào sau không thể hiểu được. Lúc đó mọi chuyện xảy ra nhanh quá, không thể nào Trung Ương thông báo đến hết mọi người...

Ông Bá đứng phắt dậy:

- Thôi, đồng chí đi về đi. Nếu đến giờ này mà đồng chí vẫn còn ra công biện hộ cho hành động "phản bội" của họ, thì tôi không còn gì để nói với đồng chí nữa.

Một phút yên lặng. Liên sợ ba có thể bỏ vào nhà trong bất cứ lúc nào. Cô vội rời chỗ ngồi, đi ra cửa sau, lẻn ra đường, hướng thẳng đến nhà Trâm, vừa đi vừa cố ôn lại những câu hai ông nói, để thuật lại cho Trâm nghe, nhưng cũng chỉ nhớ được lõm bõm một mớ từ các ông dùng. Tuy nhiên, chỉ cần hai chữ "phản bội" được thốt lên từ miệng ba một cách giận dữ, đủ cho cô thấy được toàn bộ câu chuyện chẳng tốt đẹp gì.

Một hôm các em được các thầy cô đưa đi xem Đoàn Múa Rối Hải Phòng vào thành phố Hồ Chí Minh trình diễn. Trên đường về, qua dẫy chợ trời ở đường Nguyễn Huệ, Liên thấy một sạp bầy đầy sách và băng nhạc cũ, có nhiều chú bộ đội đang xúm quanh mua bán. Cô tò mò chen vào xem. Chợt mấy cuốn sách có cái bìa quen quen làm cô chú ý. Cô cầm lên, lật xem các trang bên trong thì thấy có con dấu của cha cô với chữ "Tủ Sách An Nhiên" màu xanh dương đóng ngay giữa trang thứ hai. Mặt cô biến sắc, cử chỉ lúng túng, không biết xử trí ra sao. Trâm đứng bên cạnh, hỏi dồn: "Sao thế? Sao thế mày?" Liên chưa kịp trả lời thì cô giáo đã gọi, bảo phải lên xe buýt mau, về trường. Trên xe Liên cắt nghĩa cho Trâm: "Ba của Liên đang buồn lắm vì tủ sách của ông bị mất hết. Má bảo nhà nước 'tịch thu' để đem đốt vì đó là 'văn hóa đồi trụy.' Chữ 'tịch thu' thì cũng dễ hiểu thôi vì tao thấy người ta nói mỗi ngày, người ta cũng làm mỗi ngày. Nhưng còn 'văn hóa đồi trụy' là gì? Ba giảng nhiều lần rồi mà tao vẫn chỉ hiểu lơ mơ. Bây giờ lại thấy sách của nhà mình đem bầy bán ở chợ trời, có mấy chú bộ đội hồ hởi mua... Vậy thì ai tịch thu? Ai đem ra đây bán? Ai bảo sách của ba tao là văn hóa đồi trụy?" Trâm buồn rầu trả lời: "Tao cũng không biết nữa. Để tao về hỏi bố tao." Liên giận dỗi: "Thôi đi! Cái gì mày cũng bảo để về hỏi bố mày. Mấy lần trước mày cũng nói vậy nhưng có bao giờ mày trả lời cho tao đâu?" Trâm cãi: "Tại vì bố tao cũng không biết thật. Bố tao bảo các anh ở đây làm chứ bố tao không liên hệ."

Về đến nhà Liên mách ba má ngay chuyện cô thấy ở chợ trời hôm nay. Ông Bá vừa mừng vừa giận sôi lên. Đêm đó ông trằn trọc nôn nóng, chờ sáng để lên đường Nguyễn Huệ xem xét sự tình...

Những ngày sống ẩn dật trong nhà ông cũng đã nghe người ta bàn tán về một "chợ trời tự phát," nhưng ông vẫn không thể tưởng tượng được ở đây người ta có thể tìm thấy đủ mọi thứ đồ cũ: Nồi niêu, xoong chảo, chén đĩa, chân nến, lư hương, đồng hồ, bút máy, đèn pin, ống nhòm, la bàn... Thậm chí đôi dép da, chiếc quần cụt người ta cũng mang ra bán! "Thì ra ở đây tất cả đồ cũ nào cũng trở thành có giá trị. Kể cả đồ 'quốc cấm' như sách, băng nhạc của miền Nam cũ!" Ông lẩm bẩm một mình.

Người qua kẻ lại trong dẫy phố xưa kia nổi tiếng dành cho trai thanh gái lịch, nay thấy ai cũng ăn mặc giản dị, mộc mạc. Người buôn thúng bán bưng ở đâu ra mà lắm thế. Tiếng ồn ào hỗn độn dội vào óc ông: Tiếng trả giá, tiếng kỳ kèo, tiếng rao hỏi. "Anh có gì bán không?" "Chị có gì bán không...?" Các sạp hàng phần nhiều là một manh chiếu, chiếc khăn bàn hay chiếc bông-sô cũ trải trên nền xi-măng, hay gạch của hè phố. Ông Bá nhằm thẳng đến một sạp sách. Ông tìm ra sách của ông dễ dàng. Càng bới ông càng thấy thêm nữa. Ông quắc mắt hỏi cậu thanh niên khoảng 18, 19 tuổi đứng bán: "Những cuốn sách này là sách của tôi. Cậu lấy nó ở đâu?" Cậu ta ngạc nhiên trả lời: "Cháu phải mua đấy bác ơi! Ai cho không mà lấy?" Ông Bá dịu giọng: "Cậu mua ở đâu? Cậu làm phước cho bác biết được không?" Cậu thanh niên thấy ông già nói giọng Nam, yên tâm, đảo mắt nhanh thấy mấy chú bộ đội cũng đang mải mê chọn băng nhạc ở chiếu bên cạnh, bèn nhoài người, nằm bò trên đống sách, thì thầm vào tai ông Bá: "Cháu mua của tụi phường đội chớ đâu. Chúng không ra mặt ở những chỗ này đâu. Mình phải đi kiếm chúng nó ở các nơi riêng...!"

Ông Bá vỡ lẽ! Ông mua hết sách của ông, thêm một số sách xuất bản ở Sài Gòn sau ngày ông vào khu, mà ông tin là có giá trị. Ông dặn cậu thanh niên, hãy tìm mua và giữ hộ ông tất cả những sách nào có đóng con mộc có chữ "Tủ Sách An Nhiên." Ông hứa hàng ngày sẽ ra đây mua về.

Ông Bá khệ nệ bưng một chồng sách. Vừa toan bước đi thì một anh trẻ đội nón cối bước tới bàn hỏi có băng nhạc Thái Thanh không? Ông nhìn lên, hai người cùng nhận ra nhau. Đó là anh bộ đội đã từng "đồng cam cộng khổ" với ông trong bưng. Anh bộ đội mừng rỡ: "Ô, thưa đồng chí! Lâu ngày quá! Đồng chí vẫn mạnh khỏe chứ ạ?" Ông Bá trả lời câu chào bằng một câu hỏi: "Đồng chí mà cũng ra đây tìm mua băng nhạc à?" Anh bộ đội lúng túng, chưa biết trả lời sao. Anh liếc nhìn chồng sách trên tay ông Bá, không nói gì, nhưng ông hiểu liền, ông tiếp ngay: "Ít nhất tôi không coi đây là những văn hóa đồi trụy." Nói rồi ông bỏ đi luôn.

Khi ông Bá có cái thú mới là ra chợ trời mỗi ngày, để mua lại sách của chính mình, thì cũng là lúc bà Bá bắt đầu đem bán dần những TV, tủ lạnh, máy điều hòa không khí, bếp "ga," bàn ghế... Thậm chí cả những đồ thờ trên bàn thờ cũng lần lượt ra đi. Nhân có phong trào quán cóc, quán giải khát, quán cà phê mọc lên nhanh như nấm dại gặp phân trâu khắp thành phố, bà cho thuê mặt bằng phía ngoài để người ta mở quán. Cả gia đình ở thu vào phía trong và trên lầu. Nhờ thế bà cũng kiếm được thêm một khoản tiền để "cải thiện" bữa ăn cho gia đình.

Dòng đời cứ thế trôi... Hai cô gái lớn dần lên trong những thăng trầm của đất nước. Mỗi tuổi lại một thêm hiểu biết. Tới một ngày những câu hỏi "tại sao" không còn vướng bận trong đầu nữa. Ngược lại, đầu óc các cô giờ đây lại phát triển những ý nghĩ mới: mơ mộng, lãng mạn, lý tưởng... của tuổi dậy thì. Những ý nghĩ mà không nhà tù nào giam hãm được, không chế độ nào kiểm duyệt được...

Việc Trâm quyết định xin vào làm ở công ty nước ngoài cũng là do Liên ảnh hưởng bạn. Thật ra ông thân sinh ra Trâm muốn cô làm cho cơ quan nhà nước. Nếu Trâm nghe bố thì việc đó chẳng khó khăn gì: Ông là đại tá hồi hưu, trên ngực có đầy mề đay và anh dũng bội tinh...

29

Chùa Thiền Lâm tọa lạc trên một khoảng đất rộng có đồi, có suối, có rừng cây rậm rạp ở ngay bìa làng Gömaringen, miền Nam của Tây Đức.

Không ai biết đích xác ngôi chùa này được dựng lên trong trường hợp nào, người ta chỉ biết nó hiện diện ở vùng này trước khi bức tường Bá-Linh sụp đổ. Cũng lại có tiếng đồn rằng, ngôi chùa được dựng lên do bà vợ một ông lớn của nền Đệ Nhị Cộng Hòa, một đêm nằm mơ thấy thần bảo: "Nhà ngươi vơ vét của nhân dân Việt Nam quá nhiều, nay phải dốc tiền ra bố thí, thời may ra mới tránh được tai họa cho cả gia đình." Theo bà thì việc bố thí quá mơ hồ, biết đến kiếp nào mới thấy được kết quả, vả lại bà có nhìn thấy người nghèo khổ bao giờ đâu, bà bèn nhớ đến một kiểu làm việc thiện mà bà và các bạn bà, vợ các ông lớn khác thường làm hồi còn ở Việt Nam là đổ tiền vào việc xây cất chùa, cất nhà thờ. Thế là lập tức bà bỏ tiền ra mua cả một quả đồi, cây cối mọc um tùm. Bà thuê người đến đốn cây, san đất. Mời kiến trúc sư đến vẽ một ngôi chùa khá khang trang. Thỉnh thầy về cố vấn cho việc xây chùa đồng thời cũng xin thầy trụ trì tại chùa sau khi chùa được xây xong.

Miếng đất vừa được chặt cây, khai quang một khoảng đủ để cất chùa, chưa kịp bắt đầu đào móng xây nền thì bà lớn nọ đã bị ung thư rồi chết. Chồng con bà chia nhau của cải chẳng mấy chốc mà sạch bách cả cơ nghiệp, không ai nối tiếp công việc hoàn tất ngôi chùa mặc dù bà đã giối giăng với chồng con ý nguyện cuối cùng của bà trong những ngày trên giường bệnh. Những người có ác cảm với bà và ông lớn nọ thì bảo rằng Phật chỉ cho bà chuộc tội đến đấy thôi, còn dành cơ duyên cho những người khác. Nghe thế các thiện nam tín nữ tỵ nạn tại Tây Đức bèn kêu gọi nhau gửi tiền về xây chùa. Câu chuyện ngôi chùa đại khái là như vậy, không ai biết huyền thoại kia đúng được bao nhiêu phần trăm, nhưng người ta đều cho là phải có phần nào đúng sự thật. Nơi bàn thờ vong, giữa mấy trăm tấm ảnh của người đã khuất, có tấm ảnh của một người mà tên tuổi xa lạ đối với các Phật tử thường lui tới chùa, có thể tên đó là tên hồi còn con gái. Nhiều người đoán đó là người đàn bà họ đang tò mò đi tìm. Sau này có vài người hỏi thẳng thượng tọa Giác Minh, về nguồn gốc ngôi chùa, thầy đều chắp tay trả lời: "Nam Mô A Di Đà Phật."

Thầy Giác Minh cũng như ở "trên trời rơi xuống." Không ai biết thầy ở đâu đến. Bây giờ "bà lớn" cũng không còn thì lấy ai mà hỏi. Nhưng ở thầy có một cái gì thật là huyền bí. Cái dáng khoan thai, vững chãi của thầy cho người ta cảm giác thoải mái, an nhiên. Các hành động, cách xử thế của thầy cho phép người ta kính nể, tin tưởng... Rút cuộc chẳng ai thắc mắc đặt vấn đề. Thầy cao lớn so với một người Việt bình thường và có nước da bánh mật, nhờ thế mà trông thầy chắc chắn khỏe mạnh. Đầu thầy được cạo nhẵn. Ngay bên trên chiếc trán cao rộng, cái thóp của thầy nhô lên như múi bưởi to dầy nằm dọc dưới lớp sọ mỏng. Người ta bảo bộ óc nằm ở chỗ đó. Một người phải ngồi thiền nhiều năm lắm thì bộ óc mới nở và u lên như thế. Những người thông thạo Phật pháp thì giảng rằng "cục u" đó gọi là "nhục đỉnh" nghĩa là thịt trên đỉnh đầu. Người có "nhục đỉnh" là do nhiều kiếp trước đã tu Thiền định. Đức Phật vừa sinh ra đã có "nhục đỉnh" rồi.

Một mặt vì tiền đóng góp đến rỉ rả làm nhiều đợt, mặt khác thầy sợ tốn kém nhiều nên chỉ muốn xây một cái am, nhưng các Phật tử tình nguyện bỏ hết thì giờ rảnh rỗi của họ xúm vào, kẻ làm thợ hồ, kẻ thợ mộc, thợ nề... xây nên một ngôi chùa, tuy vẫn khiêm tốn nhưng bề thế hơn cái am nhiều, để đáp ứng nhu cầu cho hàng trăm Phật tử ở chung quanh vùng này lui tới, tìm nơi ấm cúng, giải tỏa nỗi cô đơn xa xứ.

Chùa có hai tầng, có mái cong, ngói đỏ, nhìn vào biết ngay đó là một ngôi chùa. Tầng trên là một phòng lớn rộng khắp bề mặt chùa, dùng làm chính điện. Đường đi lên là những bậc xi-măng rộng xây thẳng từ dưới đất lên, ngừng ở một cái thềm được bao quanh bằng một tay vịn làm bằng gỗ, trông như cái bao lơn nối ngay với cửa vào chính điện. Cuối chính điện là một bàn thờ Phật. Đó là một bệ xi-măng cao, hai tầng. Tầng trên thờ bức hình A-Di-Đà tam tôn gồm có Đức Phật A-Di-Đà (tượng trưng cho ánh sáng vô biên, vĩnh cửu) đứng ở giữa. Đức Đại Thế Chí Bồ Tát cầm đóa hoa sen xanh màu thiên thanh (tượng trưng cho Trí Tuệ) đứng bên phải, Đức Đại Bi Quán Thế Âm Bồ Tát (tượng trưng cho lòng Từ Bi) tay cầm bình cam lộ có cắm nhành dương liễu đứng bên trái. Trước tấm tranh A-Di-Đà Tam Tôn là bức tượng Đức Thích Ca bằng gỗ mạ vàng. Tầng dưới thờ bức tượng Bạch Y Quán Thế Âm Bồ Tát bằng sứ trắng. Phía sau tượng có treo tranh đóng khung lộng kiếng của vị Phật tương lai, Đức Di-Lặc Tôn Phật, tranh Đức Đại Nguyện Địa Tạng Vương Bồ Tát tay cầm tích trượng, còn tay kia cầm viên bảo châu màu xanh thật lớn, tranh Đại Trí Văn Thù Sư Lợi Bồ Tát cưỡi con voi trắng.

Phía ngoài có chiếc lư đồng ở chính giữa. Đôi chân nến, đôi bình hoa hai bên... Trước bàn thờ là chỗ ngồi cho các Phật tử tới lễ mỗi chủ nhật. Họ đều ngồi xếp bằng trên thảm nên cũng chứa được nhiều người. Tầng dưới nhà là chỗ ở, có một phòng lớn làm phòng khách hay phòng họp, với ba phòng ngủ. Phòng ngủ lớn có phòng tắm riêng dành làm chỗ thầy nghỉ và viết lách. Hai phòng kia dành cho các Phật tử đến chùa làm việc công quả, đôi khi phải ngủ lại qua đêm vì nhà xa. Một phòng tắm khác ở gần cửa sau mở ra vườn. Ba phần tư công việc xây cất chùa là do bàn tay người Việt tỵ nạn làm lấy nên sự tốn kém đỡ được quá nửa.

Thầy Giác Minh đặt tên cho chùa là Thiền Lâm vì khi thầy mới tới, mảnh đất này chỉ là một khu rừng với những cây sồi, cây dẻ, bạch dương, cây thanh tùng và nhiều nhất là thông xanh mọc san sát. Thầy lại yêu thiên nhiên nên chỉ cho đốn cây vừa đủ. Thầy bảo để cây cho chim chóc có nơi trú ẩn, sáng ra chúng hót cho mà nghe, chặt hết đi chúng ở vào chỗ nào. Phần đất còn lại vì thế vẫn là một rừng cây, trên một ngọn đồi thoai thoải. Trước mặt chùa, để ngăn cách với đường nhựa là một cổng tam quan dựng bằng gỗ một cách thô sơ nhưng cũng nổi bật với màu sơn son. Bên trong cổng, thầy cho đào một cái đầm để thả bông súng. Hoa súng màu vàng như màu kén tằm, cánh úp như những bàn tay khum lại. Các Phật tử đào cây trong rừng về trồng quanh bờ như các cây lệ liễu, bạch dương, và nhiều khóm liễu Quan Âm, trông giống như cây phi lao, nhưng lá màu lục đậm, trổ từng chùm hoa lấm tấm màu hồng tươi. Thầy bảo chùa dựa lưng vào đồi, trước mặt lại có nước như thế này, về mặt địa lý, phong thủy thì tốt lắm.

Dần dần các Phật tử còn tìm thấy trong rừng có những cây anh đào Nhật Bản mọc hoang cằn cỗi dưới những tàn cây rậm rạp. Thầy bảo có lẽ chim mang hạt anh đào về đây từ nhiều năm qua, nhưng cây cằn cỗi xấu xí không ra hoa được, nên không ai để ý. Cây nào nhỏ thầy cho bứng về trồng gần chùa, cây nào già thầy cho vun xới, bón phân, phạt quang cảnh rườm rà trên cao của các tàn cây khác để cây anh đào được hưởng chút nắng. Mùa xuân hoa liên kiều màu vàng và anh đào nở tưng bừng... Chùa Thiền Lâm trở thành một nơi thắng cảnh cho người muốn đến tìm một vài giờ thoải mái và cũng là nơi nương tựa tinh thần rất cần thiết cho Phật tử vùng này.

Gömarigen là một làng nhỏ, dân số chỉ có chừng bẩy ngàn người, trong đó chỉ có lác đác vài ba gia đình Việt Nam. Được cái là làng không xa các thành phố lớn mấy. Chừng mười cây số về phía Bắc có thành phố Tübingen còn được gọi là "Thành phố Đại Học" trong đó có trường Đại học rất lớn, và một trại tỵ nạn được dựng lên sau khi bức tường Bá Linh đổ dành cho "tường nhân" đến từ Đông Đức, Tiệp Khắc, Ba Lan... Về hướng Đông Bắc có thành phố Retlingen có nhiều người Việt đến lập nghiệp. Các Phật tử từ các tỉnh lân cận không quản ngại lái xe đến chùa mỗi chủ nhật. Trong những dịp lễ lớn như lễ Đản Sinh Phật Tổ và lễ Đức Thích Ca thành đạo, các Phật tử vùng Đông Bắc nước Pháp như các tỉnh Colmart, Mulhouse, Strasbourg cũng lái xe qua vùng Forêt Noire gần biên thùy Pháp Đức, để đến chùa ở Gömarigen dự lễ.

Nhưng ở đời không có gì là hoàn hảo, đất bằng cũng có khi nổi sóng, vì thế người ta càng thấm thía nghĩa chữ "vô thường" trong đạo Phật. Trong số những "tường nhân" đến đây có một nhân vật mang một quá khứ mà người Việt tỵ nạn ở Tây Đức cho là "mập mờ" khó chấp nhận, đó là ông Huỳnh Long, người gốc Bình Định. Ông đến xin tá túc ở chùa ngay những ngày đầu ông mới qua Tây Đức. Mặc cho thầy cắt nghĩa thế nào họ cũng vẫn cứ tự chắp nối chỗ này một chút chỗ kia một chút để kết luận rằng ông là một sĩ quan cao cấp Việt cộng thuộc Mặt Trận Giải Phóng Miền Nam. Có người còn quả quyết rằng đã gặp ông ở Sài Gòn khi Việt Cộng cưỡng chiếm miền Nam năm 75, rồi đùng một cái lại thấy ông ngang nhiên sống giữa cộng đồng tỵ nạn tại đây, thì họ cho là ông được Việt cộng gài vào chùa, để dò thám phá phách. Những người Việt tại đây vì thế rất ngại sự có mặt của ông. Có người lại đặt thẳng vấn đề với Thượng Tọa Giác Minh, là thầy không được quyền chứa chấp Việt cộng trong chùa. Thầy chỉ cười hiền hòa và cam kết sẽ chịu trách nhiệm hết thảy. Có những người quá khích cho là thầy ngoan cố bèn xúi giục mọi người tẩy chay chùa, không đến lễ nữa, vì thế có một thời gian chùa vắng hẳn đi, nhưng không một lần thầy Giác Minh nao núng, hay mất tin tưởng ở người Phật tử mới đến này. Ông Huỳnh Long áy náy không yên vì thấy tại mình mà chùa bị biết bao nhiêu phiền lụy. Nhiều lần ông đã xin thầy cho ông ra đi nhưng thầy cương quyết giữ ông ở lại. Một số Phật tử ôn hòa hơn, quan niệm rằng mình đến chùa với Phật chứ có đến với người đâu mà lo, nên vẫn đi lễ. Dần dần họ thấy ông Huỳnh Long rất hòa nhã dễ thương, và là một tay đắc lực giúp đỡ những việc xốc vác nặng nhọc trong chùa. Đặc biệt là ông gây được cảm tình với giới sinh viên, thanh niên, con cái của họ thường đến chùa họp hành, cắm trại... Một đồn mười, mười đồn trăm, riết rồi người ta lại lục tục trở lại đi lễ chùa đông như trước. Tuy nhiên cũng bị một thời gian dài, chùa thì khốn đốn mà thầy thì lao đao!

Ở được ít lâu ông Huỳnh Long gặp một gia đình đồng hương trong đám Phật tử đến chùa. Họ không quen nhau trước, nhưng là đồng hương nên rất dễ thông cảm và trở nên thân thiết. Ông chồng xưng tên là Minh Khê, bà vợ là Thảo Khê, có hai trai, hai gái. Một hôm ông Huỳnh Long tò mò hỏi, tại sao hai vợ chồng lại có tên nghe như tên các môn sinh của cùng một võ đường, mà ông rất quen thuộc. Ông Minh Khê cho biết ở Việt Nam ông bà đều là môn sinh võ Tây Sơn Bình Định, đều đã học được 15 năm. Hai người gặp nhau ở cùng một võ đường, sau thương nhau rồi lấy nhau. Ông bà yêu môn võ thuật của mình đến độ khi sinh con họ đặt tên Ngọc, Trản, Ngân, Đài, đó là câu thơ đầu của bài Ngọc Trản *"Ngọc trản ngân đài / Tả hữu tấn khai / Hồi thập tự..."* với ước mong sau này có cơ hội sẽ truyền môn võ cổ truyền lại cho các con, nhưng sang đến đây thì hết hy vọng, không tin là điều mong ước đó có bao giờ trở thành hiện thực. Nghe chuyện xong ông Huỳnh Long rất cảm động, liền kể rằng ông vốn cũng là võ sư đã từng dạy võ Tây Sơn Bình Định ở Việt Nam, ông đã học môn võ này được 25 năm và dạy võ được mười lăm năm. Hai người bèn bàn với nhau đem chuyện này thưa với thầy, xin thầy cho mở lớp dạy võ cho các con em Phật tử. Thầy nhìn ra ngay cái ích lợi rất lành mạnh này. Chẳng phải đợi lâu, thầy cho xây ngay một căn nhà phụ, một tầng sau chùa, rộng rãi, sáng sủa, ngăn cách với chùa bằng một thửa vườn trồng các loại rau ăn hàng ngày. Một con đường chia vườn rau làm hai phần nối liền chùa với võ đường, có lợp mái để che nắng mưa. Nhà phụ có một phòng lớn dùng làm võ đường, hai phòng ngủ và hai phòng tắm. Một căn bếp rộng để nấu nướng, rửa chén và giặt giũ... Ngày thường phòng lớn này là chỗ dạy võ, trong những dịp lễ, các Phật tử muốn dọn cỗ chay thì kê bàn ghế vào, làm thành phòng ăn rộng rãi.

Các con em Phật tử đến xin học võ càng ngày càng đông. Cha mẹ võ sinh tùy tâm tùy sức cúng dường. Người nào không có công ăn việc làm thì được miễn. Ông Huỳnh Long và ông bà Minh Khê, Thảo Khê dạy võ tối thứ năm và chiều Chủ Nhật. Thỉnh thoảng các thầy lại cho các võ sinh cắm trại ngay trong khuôn viên chùa, phía sau trong rừng cây. Các cha mẹ cũng vui thấy con mình học được môn võ thuật tùy thân, chúng lại cũng bận rộn, bớt chơi bời lêu lổng.

Hai vợ chồng Minh Khê và Thảo Khê xin làm lễ tuyên thệ, nhận ông Huỳnh Long làm thầy. Cuộc đời ông thay đổi hẳn, ông tưởng như ông được hóa kiếp sang một cuộc đời mới. Tâm hồn ông lắng dịu hẳn đi, đúng như những lời người ta thường chúc nhau "thân tâm thường an lạc." Ông thấy sự kiên trì chịu đựng của ông qua bao thăng trầm vinh nhục, nay đã được đền bù. "Cõi Cực Lạc chắc cũng đến thế này thôi—ông bùi ngùi thương cho dân tộc ông—cái 'thiên đường' mà cộng sản đã hứa hẹn từ năm chục năm nay vẫn chỉ là cái bánh vẽ." Càng hạnh phúc chừng nào, ông càng biết ơn thầy Giác Minh chừng đó.

Không có lòng từ bi và niềm tin sắt đá của Thầy thì không còn biết giờ này cuộc đời ông sẽ ra sao.

Bà Sửu từ hồi nào đến giờ vẫn hàng ngày lặn lội đến chùa bằng xe buýt. Bà nấu ăn dọn dẹp cho thầy mỗi ngày, mưa cũng như nắng, mùa đông cũng như mùa hè. Cũng may thầy chỉ thọ trai một bữa đúng ngọ, nên bà được nghỉ sớm để lại lủi thủi mò về nhà con trai bà ở trong tỉnh. Chồng bà chết trong trại cải tạo ở Việt Nam. Bà một mình đem đứa con trai duy nhất vượt biên sang được Tây Đức. Bà làm đủ mọi nghề để nuôi con đến thành tài, có việc làm tốt lấy vợ đẹp, xe hơi, nhà lầu... Nhưng đứa con dâu của bà quan niệm rằng, trong một gia đình chỉ có thể có một người đàn bà làm chủ. Thêm một "bà" nữa, dù là mẹ cũng là thừa, và còn làm mất tự do của vợ chồng cô ta. Con trai bà là đứa có hiếu, mời bà về ở cùng, nhưng dù gì thì anh ta cũng là đàn ông, không thể nhìn thấy những chuyện nhỏ nhặt khúc mắc bên trong giữa vợ và mẹ. Bà mẹ thì vì thương con, không muốn gia đình con đổ vỡ. Có chuyện đụng chạm gì với con dâu bà cũng chỉ để trong lòng. Còn cô con dâu thì tha hồ than phiền về mẹ chồng với chồng. Nhiều khi bà có ý tưởng ngộ nghĩnh là ước gì con trai bà là gái thì cuộc đời bà sẽ thay đổi hẳn. Mắt bà thấy biết bao nhiêu cha mẹ ở với con gái và con rể, nhất là con rể ngoại quốc, họ đều được hạnh phúc, đầm ấm. Bà bắt đầu nhận thấy quan niệm phải có con trai nối dõi tông đường là cổ xưa, là không cần thiết nữa. Thiếu gì các con gái thời nay khi được tuyên thệ vào công dân bản xứ, họ được đổi tên nên lấy cả hai họ như Trần-Nguyễn, Phạm-Lê, Võ-Hoàng... chẳng hạn. Biết bao nhiêu ông chồng ngoại quốc cưu mang cả đại gia đình nhà vợ, bỏ hàng chục ngàn Mỹ Kim ra mua vé máy bay cho gia đình nhà vợ sang đoàn tụ. Một cô con dâu, kể cả con dâu Việt Nam, mà vui lòng để chồng lo cho gia đình mình không phải là trên đời này không có, nhưng thật quả là chỉ đếm được trên đầu ngón tay. Bà tự an ủi mỗi người có một cái nghiệp. Nhiều lần bà đã muốn bỏ nhà đi tu, nhưng ở đây làm gì có chùa sư nữ cho bà tu. Bà đành phải đến chùa Thiền Lâm, hàng ngày làm chuyện công quả để trả cho cái nghiệp của bà.

Thế rồi một ngày chuyện xây võ đường xảy ra, lại nhân tiện võ đường có chỗ ăn chỗ ở đàng hoàng và tách biệt khỏi chùa trên, các Phật tử khuyên bà nên xin thầy cho ở lại chùa luôn để khỏi vất vả đi đi về về những ngày đông tháng giá. Thầy thấy không có gì trở ngại bèn hoan hỷ mời bà ở lại. Ít lâu sau bà xin thí phát. Thầy cho bà pháp danh là Diệu Phương. Bà mặc áo xám và chăm chỉ học kinh kệ.

30

Người đàn ông đẩy cửa bước vào phòng khách. Thầy Giác Minh đứng dậy, bỏ dở câu chuyện với ông Huỳnh Long, chạy lại phía người khách, reo lên:

- Kìa anh An, anh đến được, tôi mong mãi.

- Con biết Thầy đang mong, nhưng sắp đi thì anh em bảo phải đợi để đưa một người tới gặp Thầy luôn thể.

An vừa nói vừa quay lại phía sau vẫy gọi người đi cùng tiến lên, giới thiệu:

- Bạch Thầy, đây là cô Minh Châu.

- Ô! Cô Minh Châu đây à? Anh Tường có viết thư cho tôi hai tháng nay rồi, nói là cô sắp tới đây mà không thấy, tôi đang lo. Nhưng bây giờ cô tới được là mừng rồi.

Nghe tên "Tường" Minh Châu nhanh trí biết ngay là lại đang có một sự trục trặc về tên đây, nhưng nàng gần như chắc chắn là thầy đang nói về Năng nên không thấy cần phải hỏi gì cả.

- Thưa Thầy con đi đường cũng vất vả và nguy hiểm lắm, nên đã không thể đến điểm hẹn đúng dự định được.

Thầy Giác Minh sực nhớ có ông Huỳnh Long đang đứng đằng phía bàn chờ đợi để được giới thiệu. Thầy đưa An và Minh Châu vào, mời ngồi.

- Đây là anh An, cô Minh Châu. Và đây là võ sư Huỳnh Long. Ông đến vùng này được sáu năm nay, ông ở chùa và dạy...

Trong khi thầy nói, Minh Châu chẳng nghe thấy thầy nói gì hết, cứ trố mắt ra nhìn người mà thầy giới thiệu là ông Huỳnh Long. Chợt cô la lên:

- Chú Vy! Có phải chú Vy đây không ạ?

Ông Huỳnh Long ngẩn người, nhìn Minh Châu như chờ đợi một sự giải thích.

- Bố cháu là Vũ Thanh Thản...

- Trời đất ôi! Thế ra cháu là con ông Thản hả? Chú đi hồi cháu còn nhỏ xíu làm sao chú có thể nhận ra được. Phải rồi, nó giống bố như đúc đây thôi... Sao trái đất nhỏ thế này!

Hai chú cháu ôm nhau. Cùng rơm rớm nước mắt. Thầy Giác Minh và anh An đứng ngẩn người nhìn. Ông Huỳnh Long phân bua:

- Ông Thản, bố cháu đây là chỗ chí thân của tôi. Tôi ở trong Nam tập kết ra Bắc như tôi đã trình với Thày rồi đó. Nhân tiện đây tôi kể lại cho anh An và cô Diệu Phương nghe luôn. Mới ra Bắc còn lạ nước lạ cái có được ông anh kết nghĩa tôi cũng đỡ bơ vơ, rồi anh chị tôi còn làm mai vợ Bắc cho nữa chứ. Ít năm sau từ Hà Nội hai anh em chúng tôi tình nguyện đi B. Ông Thản hy sinh, còn tôi ở lại cho đến khi giải phóng xong miền Nam, may sống sót trở về Bắc tìm vợ con. Khi được biết Mặt Trận Giải Phóng Miền Nam bị phản bội, tôi cố thuyết phục vợ tôi, bà ấy không tin. Sau tôi phải đánh lừa cả vợ tôi bằng cách ngoan ngoãn, thuần thục trở lại, để được cử sang Đông Đức, trong chương trình hợp tác lao động. Ngay từ những ngày đầu tiên của phong trào người Việt bỏ Đông Đức tràn sang Tây Đức, tôi đã vượt qua hàng rào ngăn cách Đông-Tây, lúc đó chưa chính thức được gỡ bỏ, để trốn sang đây, đành bỏ lại bà vợ mê muội và hai đứa con, một trai một gái.

- Năm mà chú trốn thoát sang Tây Đức, thím có sang khóc với mẹ cháu, thím bảo coi như mất hẳn chú rồi. Mẹ cháu an ủi thím nhưng lại viết thư sang Nga cho cháu báo tin mừng: "Chú Vy đã ra viện và được đi Tây," cháu phải hiểu đó là Tây Đức. Cháu mừng quá. Không thể ngờ được là bây giờ lại gặp chú ở đây. Mẹ cháu mà được tin này mẹ cháu sẽ mừng biết chừng nào. Ba tháng nay trong khi đi đường thế này, cháu không có tin về nhà.

Niềm vui bất ngờ làm ông Huỳnh Long rưng rưng cảm động nắm chặt tay Minh Châu. Thầy Giác Minh đề nghị:

- Thôi có lẽ cũng khuya rồi. Ngày mai và những ngày tới tha hồ mà kể chuyện. Bây giờ xin nhờ ông Huỳnh Long xem cô Diệu Phương còn thức xin cô lo bữa ăn chỗ ngủ cho hai vị này hộ tôi.

Anh An nói:

- Bạch Thầy chúng con ăn cả rồi mới đến đây. Thầy cho con ngủ ngay phòng khách này là được rồi...

- Tội gì mà ngủ ở đây, đêm lạnh lắm. Để chú đưa Minh Châu sang bên võ đường ngủ chung với cô Diệu Phương. Còn anh An vào ngủ chung với tôi trong phòng này, có hai giường cơ mà—Ông Huỳnh Long lăng xăng sắp xếp...

Thầy Giác Minh lặng lẽ đi về liêu phòng, trong lòng thư thái, nhẹ nhõm... Thầy vừa đi vừa niệm danh hiệu Đức Thế Tôn, tạ ơn Người đã soi sáng cho thầy trong những lúc thầy cô đơn làm những quyết định khó khăn.

Hàng ngày theo thời khóa sớm mai thày Giác Minh dậy thật sớm ngồi thiền rồi tụng Thần chú Kinh Lăng Nghiêm, sau đó là Đại Bi Thần Chú rồi đến Như Ý Bảo Luân Vương Đà La Ni...vv...

Sáng nay tiếng chuông mõ làm Minh Châu mở mắt dậy trong sự ngỡ ngàng. Nàng nằm một lúc mới nhớ dần dần những chuyện gì xảy ra chung quanh... Nhìn sang giường bên cạnh thì không thấy cô Diệu Phương mà nàng mới chỉ kịp chào tối hôm qua. Giường của cô đã được làm gọn gàng, phẳng phiu, chắc là cô đã dậy từ lâu. Nàng nghĩ đến ngôi chùa nàng đến hôm qua khi trời đã tối, đến cuộc gặp gỡ ngắn ngủi với chú Vy, em kết nghĩa của bố, đến Thầy trụ trì... nàng cố ý nằm nán lại một lúc để suy nghĩ, tính trước xem chốc nữa ra ngoài gặp mọi người, mình sẽ nói gì, làm gì...

Chợt tiếng mõ ngừng, tiếp theo là một hồi chuông. Tiếng chuông lắng dần nhường chỗ cho tiếng chim ríu rít, rộn lên từ bên ngoài làm nàng không thể nán được nữa. Nàng ra khỏi giường nhìn qua cửa sổ... Trước mắt nàng là một rừng cây. Từng đàn chim se sẻ sà đến nhảy nhót, chuyền từ cành nọ sang cành kia, phút chốc lại vụt bay đi... Đàn chim khác lại sà đến, chí chóe chòng ghẹo nhau thật ồn ào... Có tiếng chim bồ câu gáy đâu đây vọng lại. Minh Châu nhìn lên, thấy mấy chú chim câu béo tròn đang chen chúc nhau dưới mái chùa. Ngay dưới cửa sổ, mấy dây nho trinh nữ, leo trên bức tường lửng. Lá rậm rạp, đỏ như son...

Cửa buồng nhè nhẹ mở. Cô Diệu Phương bước vào:

- Thế nào, ngủ được không?

- Ngủ ngon quá cô ạ. Sáng nghe chim hót nhớ nhà ở Việt Nam ghê! Chắc là cả nhà dậy rồi hả cô. À quên, "cả chùa" chứ nhỉ?

- Dậy cả rồi. Đi rửa mặt đi rồi ra ăn sáng. Có xôi đậu phọng đó.

Minh Châu vừa cám ơn cô Diệu Phương vừa chạy nhanh vào buồng tắm. Nóng lòng được gặp mọi người bên ngoài kia, nàng cuống quít cả lên.

31

Trời mới vào thu, tiết trời hãy còn ấm. Sáng nay Minh Châu dậy sớm đi bộ vào trong rừng, vừa thở hít không khí trong lành, vừa học tiếng Đức. Nàng cảm thấy sảng khoái, thầm cảm ơn mọi người đã giúp đỡ đưa nàng sang được đây. Nàng tiếc rằng đã không có dịp gặp anh An trước khi anh trở về Tiệp để một lần nữa bầy tỏ lòng biết ơn của nàng đối với anh và vợ anh đã cưu mang, bao che nàng một thời gian khá lâu đợi thời cơ sang Đức. Sáng hôm sau ngày Minh Châu đến chùa, nàng cố gắng gặp anh nhưng anh bận làm việc với thầy trong phòng riêng, chẳng mấy khi anh ra ngoài gặp mọi người, rồi hôm sau khi Minh Châu ngủ dậy thì cô Diệu Phương nói là anh đã đi rồi, có gửi lời chào Minh Châu. Anh An là người điềm đạm và kín đáo. Tuy nhiên đi đường xa, anh cũng có dịp tâm sự với Minh Châu là anh sang Tiệp từ năm 1989. Anh theo học khóa Cán bộ Kỹ thuật Nhà máy Đường tại thành phố Brno. Anh tham gia phong trào Tự Do Dân Chủ từ năm 1990. Viết nhiều bài đăng báo trên Diễn Đàn Tự Do Dân Chủ tại thành phố Brno. Hiện nay anh tích cực trong công tác liên lạc, đưa các đồng chí của phong trào trốn sang các nước tự do.

Nhưng người mà nàng chịu ơn nhiều nhất phải là Tường. Nếu không có chàng khuyến khích, giúp đỡ cả tinh thần lẫn vật chất thì nàng vừa không có can đảm lại cũng không có phương tiện mà rời khỏi Nga. Hơn nữa, nàng được đến nương tựa tại chùa này cũng chẳng là do

Tường sắp xếp đó sao. Một ngày sau khi đến chùa thầy gọi điện cho Tường để nàng có dịp nói chuyện. Trước khi thầy đưa ống nghe cho Minh Châu, thầy nói chuyện thật lâu với Tường với giọng thân mật, trong đó còn có cái gì nể trọng nữa, càng làm cho Minh Châu cảm mến chàng hơn. Hôm ấy nói chuyện với Tường trước mặt thầy nên Minh Châu không dám nói những điều nàng muốn nói. Nàng chỉ cám ơn và dặn Tường thế nào cũng cố gắng sang chơi để nàng kể hết chuyện đi đường cho mà nghe.

Công việc hàng ngày của Minh Châu ở đây, theo thứ tự ưu tiên là học tiếng Đức, đi bộ trong rừng thay cho thể dục hàng ngày, phụ giúp cô Diệu Phương dọn dẹp nhà và phụ bếp, vì thế cô Diệu Phương cũng đỡ cực và bớt cô đơn. Ngày Chủ Nhật Minh Châu giúp các Phật tử đến chùa lễ Phật và làm công quả như cắm hoa, bầy hoa quả trên bàn thờ Phật, và một việc nữa Minh Châu thích nhất là học nấu cơm chay.

Được nói chuyện với chú Vy, Minh Châu càng thương nhớ cha, nhưng nhờ thế nàng thấy như bên cạnh lúc nào cũng có người ruột thịt, mà trong hoàn cảnh khó khăn của nàng, thật là hiếm có ai được may mắn như thế. Đời sống ở đây đối với nàng thật là lý tưởng, duy có một điều cứ làm nàng áy náy không yên. Hôm nay nàng không thể nhịn được nữa bèn tâm sự với chú Vy:

- Hàng ngày cháu không ngồi tụng kinh với thầy như chú và cô Diệu Phương thì thầy có giận không?

- Chú không tin là thầy giận, vì chú chẳng thấy thầy giận ai bao giờ. Cháu không biết chứ hồi đầu ở đây có những trường hợp cộng đồng bên ngoài gây sức ép cho thầy thật là găng, mà thầy giải quyết một cách ôn hòa, nhân đạo, nhờ vậy mọi chuyện cũng qua đi.

Ông nói thêm để trấn an Minh Châu:

- Chú nghĩ cháu không muốn tụng kinh là vì cháu chưa tin, hay cháu chưa có cơ duyên đó thôi.

Minh Châu thành thực:

- Cháu nghe những lời kinh cháu chẳng hiểu gì cả thành ra cháu không thấm nhuần được. Chẳng hạn những câu như "Yết đế, Yết đế, Ba la yết đế, Ba la tăng yết đế, Bồ đề tát bà ha..." nghĩa là gì hả chú?

- À đó là những câu chót trong bài Bát Nhã Ba La Mật Đa Tâm Kinh, là những câu chú, viết bằng mật ngữ. Ai tụng kinh này và trì hành thì sẽ có ngày chứng ngộ, hiểu được. Các câu này giúp cho người tụng cắt đứt được những "vọng niệm vi tế" còn vướng mắc trong tâm thức chúng sinh. Đọc kinh mà hiểu được kinh không phải là do trí tuệ thông minh của kẻ thế tục, của khoa học gia... mà là nhờ từ kiếp trước đã gây duyên lành với Phật. Cháu cứ thoải mái, lúc nào nó thấm thì nó thấm. Phật đã dạy rằng "Ai theo ta mà không hiểu ta là phỉ báng ta."

- Chú nói thế thì cháu yên tâm rồi. Lúc nãy chú nói cụm từ "vọng niệm vi tế," nghĩa là gì hả chú?

- À! Đó là những "vọng niệm" nhỏ li ti, mơ hồ quá nên khó nhận biết được. Trừ khử những vọng niệm vi tế xong thì cái "tâm thức" của kẻ tu hành sẽ tiêu sạch hết vọng niệm. Lúc đó, "tâm thức" trở thành CHÂN TÂM, kẻ tu hành sẽ thành Phật.

Chợt nhận thấy vẻ hoài nghi bối rối trên mặt Minh Châu. Ông Vy biết mình đang "nhồi" cô cháu hơi nhiều. Thực ra tại Minh Châu cứ hỏi thì ông nói, chứ ông vẫn cho rằng chuyện tôn giáo phải để từ từ cho nó thấm. Đối với người thông minh như Minh Châu, cô chỉ cần nhìn và chiêm nghiệm là cô nắm bắt được ngay, có khó gì. Ông đứng dậy rủ:

- Thôi, chú cháu mình đi tưới vườn rau cho cô Diệu Phương đi. Tưới cây là cách thiền tốt nhất.

- Vâng, phải đấy, chú!--Nói rồi Minh Châu nhanh nhẹn chạy đi lấy thùng xách nước.

32

Sau vài tuần học tiếng Đức, Minh Châu và Bình đã trở nên thân thiết. Hôm nay Minh Châu dò ý Bình:

- Chị tối dạ lắm phải không Bình?

- Chị mà tối dạ à, chị lanh thấy mồ. Tụi em hồi qua đây còn nhỏ mà học không lại chị đâu. Tiếng Nga mà chị còn học được, tiếng Đức nhằm nhò gì.

Minh Châu tới chùa mới được hai tuần là thầy đã cho cô học tiếng Đức. Thầy nhờ một cậu sinh viên dạy Minh Châu ba hay bốn giờ mỗi tuần tùy theo thời giờ rảnh cậu có. Cậu đang học ở Đại Học Tübingen, cách chùa khoảng 10 cây số. Minh Châu biết là mình phải biết tiếng Đức, không thì chẳng làm được trò trống gì. Nàng tranh thủ học rất chăm chỉ và tiến bộ trông thấy. Cậu Bình mới 22 tuổi, là sinh viên xuất sắc trong lớp nên thầy tin tưởng giao cho việc dạy Minh Châu. Hai chị em tâm đầu ý hợp lắm. Buổi học chấm dứt, Bình nán lại vài phút chuyện trò:

- Chị à! Trước khi gặp chị, em cũng nghĩ là cộng sản ác vậy vậy thôi nhưng khi thấy chị chạy qua đây em chắc là cộng sản phải ác dữ!

- Vấn đề không phải là cộng sản ác hay không ác, vì dù họ có ác mấy đi nữa mà mình chịu sống ngoan ngoãn, bảo sao nghe vậy thì họ cũng để mình yên thôi.

- Vậy chớ mắc mớ gì mà chị mất công lặn lội từ Việt Nam qua Nga, rồi nghe nói công an Nga kiếm bắt chị để gởi chị về Việt Nam làm chị phải trốn qua đây. Đi như vậy đâu có dễ, chị lại là con gái...

- Tại chị không muốn sống ngoan ngoãn bảo sao nghe vậy. Chị muốn được tự do làm cái gì mình muốn, tự do nói, tự do họp bạn, tự do khỏi phải nơm nớp sợ hãi, tự do suy nghĩ, tự do thở....

- Chèng ơi! Cái chữ "tự do" nó mắc dữ vậy ta!

- Chứ sao! Bố mẹ em đem em sang đây từ khi em còn bé tí, em không có dịp so sánh đời sống không có tự do, và đời sống có tự to nó khác nhau thế nào. Em phải cám ơn bố mẹ em lắm đấy.

- Ờ, chị nói đúng. Vậy mà từ hồi nào đến giờ em không nghĩ tới.

- Thế em hiểu thế nào về hai triệu người bỏ nước ra đi. Trong đó hơn một triệu là thuyền nhân và một nửa chết chìm dưới biển hay bị hải tặc hãm hại đến chết?

- Em nghĩ là các gia đình ra đi vì muốn cho con cháu mình có một tương lai...

- Không phải! Không ai đổi mạng sống lấy tương lai bao giờ cả. Cộng sản cũng từng tuyên truyền là người ta ra đi vì kinh tế. Nhưng trong lịch sử nước ta trải qua bao nhiêu lần bị nạn đói hoành hành, nhưng có ai muốn bỏ quê hương làng xóm mà đi đâu. Tất cả là tại vì cái chính thể nó hà khắc và tồi tệ, làm cho con người sống trong đó lúc nào cũng nơm nớp như có người rình mò. Không có cả quyền nói lên những ý nghĩ mình cho là phải. Em nghĩ sống như vậy thì có đáng sống không? Ở Việt Nam sau ngày giải phóng người ta nói: "Nếu cái cột đèn biết đi, nó cũng sẽ bỏ nước đi," thì em biết tình hình như thế nào.

Bình rụt cổ, lè lưỡi nói:

- Khiếp quá chị nhỉ! Em cũng mang máng thấy như phải có cái gì ghê gớm lắm, nhưng thực tình cũng chưa ai giải thích kỹ cho em như vậy bao giờ.

33

Tối hôm nay sau khi tụng xong kinh A-Di-Đà, thầy xuống phòng khách gặp cô Diệu Phương, ông Vy và Minh Châu đang ngồi chuyện trò trên chiếc bàn dài. Trong khi mọi người đứng dậy chào thầy thì Minh Châu nhảy phắt lên ghế, cuống cuồng rũ tung tóc... Một con bọ trông giống như con gián, rơi xuống mặt bàn đang xòe cánh sắp bay, Minh Châu vội vơ lấy một chiếc ly bằng nhựa trắng trong, úp chụp lấy con vật. Trong khi con vật bay loạn xạ trong cốc, Minh Châu lấy một tấm giấy dày, luồn giữa mặt bàn và miệng cốc, bịt miệng cốc lại. Nàng rón rén bưng cả giấy lẫn cốc ra phía cửa, tông cửa bước ra vườn... Một chốc nàng trở vào, thấy mọi người chăm chú nhìn mình tủm tỉm cười, nàng xấu hổ lúng túng, nói một câu hơi thừa:

- Con thả nó ra ngoài rồi.

- Minh Châu mới thật là có tâm Phật đấy nhé!—Thầy khen.

- Con chỉ bắt chước bà cô kết nghĩa của con ở bên Nga thôi. Mỗi lần đi bộ với bà là con phải đợi, vì cứ đi một quãng là bà lại cúi xuống đường bốc những con sâu, con bọ lên, đưa nó vào trong cỏ. Bà chỉ sợ người ta đi dẫm vào chúng. Bà bảo tất cả những loài có đời sống đều muốn sống và biết sợ, biết đau. Con cũng tin như thế.

- Thế bà là một Phật tử à?

- Thưa Thầy vâng. Bà lại là người Nga và nói thông thạo tiếng Việt nữa.

- Hay quá nhỉ! Ước gì mình mời được bà sang đây thăm chùa. Thế đạo Phật du nhập vào nước Nga như thế nào?

- Lâu lắm rồi thưa Thầy, từ thế kỷ 16 khi miền Xi-bia hội nhập vào nước Nga thì dân bản xứ, trong đó có những người Châu Á và người Mông Cổ theo đạo Phật, họ đem đạo Phật vào nước Nga. Mãi đến hơn một thế kỷ sau Nữ hoàng Elizaveta Petrovna mới ra đạo dụ chính thức công nhận đạo Phật, họ gọi là Lạt Ma Giáo. Đạo Phật thời đó được coi như là một trong những tôn giáo chính thức ở Nga. Vào năm 1915, dưới thời Nga hoàng, một ngôi chùa Phật giáo Tây Tạng khang trang đã được khánh thành rất long trọng ở St. Petersburg, là kinh đô cũ của nước Nga. Rất tiếc là khi CS Nga cướp được chính quyền vào năm 1917 thì số phận Chính thống giáo ở Nga thật là thê thảm, họ đều bị đàn áp khốc liệt, rồi chỉ hai, ba năm sau ngôi chùa ở Peterburg cũng cùng chung số phận đen tối với các tôn giáo khác.

- Cô Minh Châu cũng nghiên cứu đạo Phật kỹ đấy chứ nhỉ—Thầy khen.

- Thưa Thầy không phải đâu ạ! Con cũng chỉ đọc sách của cô con viết về đạo Phật. Sách cũng viết bằng tiếng Việt nữa. Tiếc rằng con đi mà không dám đem theo.

- A Di Đà Phật. Bà lại còn viết được bằng tiếng Việt cơ à! Còn cô Minh Châu chỉ đọc sách thôi mà cũng nhập tâm được ngần ấy là cũng phải có cơ duyên với Phật lắm đấy.

Minh Châu cười bẽn lẽn vì được khen nhưng trong lòng vẫn hoài nghi cả kiến thức và lòng tin vào đạo Phật ở chính mình.

Cô Diệu Phương nhắc:

- Thầy chưa đi nghỉ sao Thầy?

- À, tôi ra đây để nhắc quí vị là ngày Trung Thu chùa sẽ cúng rằm như thường lệ. Ông Huỳnh Long có sáng kiến là năm nay mình nên có chương trình đặc biệt cho các em, việc đó đi đến đâu rồi?

- Bạch thầy chúng tôi đã thông báo với cha mẹ các em là sẽ có rước đèn, và quí vị ấy phải thu xếp thời gian để chơi với các em đến chiều, muộn muộn một chút thì rước đèn mới đẹp, nếu để các em ở đây thì phải trở lại đón.

Cô Diệu Phương lo lắng:

- Nếu rước đèn thì phải có đèn ngôi sao, đèn tầu bay, đèn kéo quân...vv..., rồi còn bánh trái nữa, những thứ đó đắt lắm làm sao có tiền...

Ông Vy không đợi cô Diệu Phương hết lời.

- Cô đừng lo, tôi đã thông báo cho các cha mẹ để họ tự mua đèn cũng như bánh trái rồi mang đến đây góp vui, mình chỉ cung cấp nước uống thôi.

Minh Châu góp ý:

- Cháu xin đề nghị là mình nên làm thêm cái gì cho có ý nghĩa một chút thay vì chỉ có ăn uống với rước đèn thôi. Thí dụ như là... kể chuyện chị Hằng, chú Cuội cho các em nghe và dạy các em hát hò, cho các em thi vẽ... Nếu thầy và cô Diệu Phương với chú Vy nhất trí thì con xin tình nguyện làm việc này.

- Thế thì còn gì bằng. Có cháu giúp chú một tay thì Trung Thu năm nay sẽ đầy đủ lắm đây.

- Thật là quí hóa quá! Xin quí vị cứ xúc tiến đi nhé. Mình cũng nên để ý có nhiều gia đình mới di tản sang đây họ không có tiền đâu thì mình miễn cho họ khỏi đóng góp. Thôi tôi xin phép đi nghỉ, chúc quí vị ngủ ngon.

Thầy nói rồi lui về phòng. Cô Diệu Phương hạ thấp giọng:

- Thầy lúc nào cũng lo cho người nghèo, nhưng chùa cũng nghèo, lấy đâu mà cung cấp cho người ta...

- Cô đừng lo, để tôi xoay. Trong số các tường nhân có nhiều người giầu xụ à! Họ buôn bán qua lại với Việt Nam từ hồi còn Đông Đức kia. Xin họ đóng góp thêm cho hai ba phần nữa là họ cho ngay ấy mà.

Ngay tối đó Minh Châu đã bắt đầu cố gắng lục trí nhớ, để chép ra những bài hát Trung Thu và huyền thoại về Trung Thu.

34

Ngày "Hội lớn" của trẻ em đã đến. Trong khi thầy làm lễ trên chùa thì Minh Châu phát giấy và bút vẽ cho các em thi vẽ trong võ đường. Các em vẽ xong thì cô Thảo Khê kể chuyện chị Hằng với chú Cuội cho các em nghe, trong khi cô Minh Châu và chú Minh Khê chấm điểm các bức vẽ. Thầy làm lễ xong, tất cả Phật tử vào võ đường thụ trai với các món chay do cô Diệu Phương nấu và các phụ huynh Phật tử cúng dường. Sau đó có cả buổi chiều dành cho các em chơi.

Những bức tranh do các em vẽ đều đã được treo hết lên tường. Các họa sĩ tí hon này, dù trúng giải hay không cũng vẫn được lĩnh phần thưởng an ủi bằng bánh kẹo. Các bức tranh được giải nhất, nhì hay ba chưa được công bố. Các phần thưởng cho các giải này, ngoài bánh kẹo, còn có cả bút giấy vẽ nữa. Cha mẹ các em được dịp xem một cuộc triển lãm tranh phong phú. Nhiều người nhân dịp này mới khám phá ra là con mình có tài vẽ. Có nhiều phụ huynh tự chấm điểm lấy, và đoán trước các bức tranh được giải, rất hào hứng. Minh Châu đang sửa soạn phát phần thưởng, thì Bình hớt hải chạy lại thì thầm:

- Chết rồi chị ơi! Sao chị cho giải nhất bức tranh có vẽ cờ đỏ sao vàng thế này?

Nhìn bức tranh trên tay Bình, bức tranh vẽ một phi hành gia đang cắm cờ trên mặt trăng, nhưng lá cờ lại là cờ đỏ sao vàng! Minh Châu hỏi:

- Thế Bình bảo chị phải làm thế nào? Em có thấy nét vẽ của em này già dặn, so với một em tám tuổi lớp năm không? Rõ ràng là em đấy có năng khiếu vẽ. Mình chấm điểm nghệ thuật chứ mình đâu có chấm điểm chính trị? Nếu đánh tụt em này xuống hạng thấp hơn thì mình cũng lại phải giải thích đến mệt.

Bình chưa bằng lòng với cách giải thích của Minh Châu:

- Nhưng cộng đồng mình ở đây khó lắm chị. Họ sẽ gây chuyện lôi thôi lắm.

- Thôi được chị sẽ có cách. Cứ "vô tư đi..."

"Cứ vô tư đi!" Bình vừa quay đi vừa lẩm bẩm, nhắc lại câu nói của Minh Châu. Cậu nghĩ tiếp: "Tiếng nói của mấy người miền Bắc này nghe kỳ ghê!"

Trời đã hơi ngả về chiều. Minh Châu mời mọi người ra đứng trước cửa chùa. Cô đứng trên thềm cắt nghĩa qua cách chấm điểm của Ban Giám Khảo và giới thiệu võ sư Minh Khê cũng là người chấm thi. Cô nói là còn rất nhiều bức tranh vẽ đẹp có thể được giải, nhưng lần này chỉ có ba giải cho các em, mong rằng dịp khác các em cố gắng hơn. Cô nhờ các võ sinh phát phần thưởng an ủi cho các em không trúng giải. Sau đó cô giơ cao một bức tranh, vẽ một căn nhà với một con chó đứng trong khu vườn trước, đầy hoa. Con chó đang vẫy đuôi, lưỡi lè ra, tạo cho bức tranh một vẻ sinh động. Bên dưới bức tranh đề "Nhà của em." Cô tuyên bố đây là bức tranh trúng giải ba, rồi mời "họa sĩ" lên lãnh thưởng. Mọi người vỗ tay. Bức tranh thứ hai, vẽ một đám múa lân và một đàn trẻ con chạy theo sau, cầm đèn lồng, trông khá linh động. Minh Châu tuyên bố đó là giải nhì. Một em gái lên lãnh thưởng. Mọi người trầm trồ. Đến bức tranh cuối cùng được giơ lên... mọi người im lặng, nhìn nhau ngơ ngác. Minh Châu cảm nhận ngay được nỗi lo lắng của Bình lúc nãy là có "cơ sở." Nàng cố chấn tĩnh. Cố tỏ cho mọi người biết, nàng ý thức được việc làm của mình, và nàng sẽ có lý giải chính đáng trong khi nàng cố vận dụng trong đầu, tìm một lối thoát... Bất chợt nàng bật ra nói:

- Xin mời em Hùng, họa sĩ của bức tranh này, lên đây.

Em Hùng, một em trai tám tuổi, rẽ đám đông bước tới. Minh Châu mời em lên đứng bên cạnh mình. Cô nói:

- Kính thưa Thày, kính thưa các phụ huynh, dịp Trung Thu năm nay chúng ta không có một bức vẽ trúng giải nhất-- Cô ngừng vài giây cho tiếng xì xầm lắng xuống, rồi nói tiếp—Bức tranh này có những nét vẽ già dặn như nét vẽ của một em mười lăm, mười sáu tuổi có năng khiếu, tuy nhiên bức vẽ lại có chỗ sai, nên đã không được giải nhất, mà chỉ được... hơn giải nhì, Ban Giám Khảo đặt cho nó một cái tên là "giải nhì cộng." Bây giờ em Hùng cho cô phỏng vấn vài câu nhé?

Em Hùng còn đang bẽn lẽn chưa biết nói gì thì các em đứng dưới nói to:

- Thưa cô, "phỏng vấn" là gì ạ?

Minh Châu chợt nhớ là mình đã dùng chữ "cao siêu" quá, các em không hiểu, bèn cầu cứu:

- Kìa, "phỏng vấn" bằng tiếng Đức là gì? Các anh chị lớn có biết không?

Bên dưới có người nhắc:

- Ein Interview.

- Cô muốn hỏi, lá cờ em vẽ ở đây là cờ nước nào thế?

Hùng đã bình tĩnh hơn, mạnh bạo trả lời:

- Cờ Việt Nam ạ.

- Cô nghĩ là các chú bác và các anh chị ở đây ai cũng tò mò muốn biết tại sao em lại vẽ cờ Việt Nam trong một bức tranh vẽ người lên mặt trăng? Em có thể cho mọi người biết được không?

- Tại em thích. Em muốn người Việt Nam ở trên mặt trăng.

- À, thế là tại em muốn. Thế nhưng mà sự thật thì nước nào đã lên được mặt trăng?

Hùng chưa kịp trả lời thì các em ở dưới đã nhao nhao lên:

- Nước Mỹ!

- Nước Mỹ!

- Mỹ!

- À, thế thì đáng lẽ em Hùng phải vẽ cờ Mỹ chứ nhỉ? Cái gì của người ta thì mình phải trả cho người ta chứ! Nhưng mà em đã muốn vẽ cờ Việt Nam là vì em thích, chứ không phải là em không biết, phải không? Như thế Ban Giám Khảo cũng chỉ có thể thưởng cho em ở cái nét vẽ chiếc phi thuyền và mặt trăng thôi nhé! Em không được giải về lá cờ em vẽ ở đây. Bận sau nếu em vẽ đúng nữa thì sẽ được giải nhất. Thôi cám ơn em. Xin cám ơn các bác, các anh chị đã chung vui với các em. Bây giờ xin nhờ các võ sinh giúp các em đốt nến để chúng ta đi rước đèn.

Tiếng vỗ tay nồng nhiệt. "Không hiểu mọi người vỗ tay cho cô Minh Châu hay cho em Hùng? Thôi thì cứ coi như vỗ tay cho cả hai đi." Bình nghĩ thế, rồi cậu lắc đầu lẩm bẩm: "Chịu thua chị này thật!" Còn Minh Khê thì ngớ ra, tự hỏi: "Cái chi mà kỳ vậy? Cô này bịa ra cái 'giải nhì cộng' từ hồi nào?"

Các em lớn trong võ đường giúp các em nhỏ thắp nến trong thuyền giấy rồi thả thuyền trên hồ. Các đèn ngôi sao, đèn con cá, đèn tầu bay... cũng được thắp nến và đưa cho các em cầm cái cán tre. Có đến bốn chục em đủ cỡ tuổi, từ bốn, năm tuổi đến mười bốn, mười lăm..., đứng sắp hàng trước cửa chùa. Cuộc rước đèn bắt đầu. Các em xếp hàng một, đi vòng vòng chung quanh hồ, vừa đi vừa hát. Trời mới sẩm tối. Các lồng đèn đều được thắp sáng, lung linh như sao sa... Ánh nến phản chiếu lên những khuôn mặt bầu bĩnh, ngây thơ trông thật dễ thương. Các miệng xinh xinh hát líu lo hồn nhiên như bầy chim non... Hát đến gần hết nến thì các em được tập họp lại, sắp hàng đi nhận bánh và nước ngọt.

35

Sau lễ Trung Thu nhà chùa lại trở lại không khí yên tĩnh như trước. Tất cả mọi người, cảm thấy thoải mái vì chùa vừa làm được một việc có ích và khá thành công cho cộng đồng vùng này. Minh Châu lại có dịp ngồi tâm sự với chú Vy:

- Chú ạ, chú mộ đạo Phật lắm nhỉ?

- Ừ! Gia đình chú mộ đạo Phật từ thời ông tổ nào đó cơ mà. Tuy nhiên hồi ở nhà chú chẳng đi chùa bao giờ. Nếu có theo bà hay mẹ đi chùa thì chỉ là đi chơi thôi. Khi đi theo Mặt Trận Giải Phóng, rồi đi tập kết, chú càng không có cơ hội thực hành đạo, nhưng trong lòng vẫn mang máng thấy như có một đấng thiêng liêng ở đâu đó theo dõi việc làm của mình, nhưng với anh em đồng chí thì như cháu biết đấy, chú đâu có dám hở ra cái "tư tưởng lạc hậu, mê tín dị đoan" ấy. Trong hoàn cảnh bấy giờ, đôi khi chú vẫn tự hỏi có Trời không? Có Thượng Đế không? Có đời sống tâm linh không? Càng nhiều tuổi, càng thăng trầm thì những câu hỏi đó càng thôi thúc, nhưng vẫn chưa có câu trả lời. Mãi cho đến khi bước chân vào ở chùa này, cảm giác đầu tiên là thấy thấm câu thơ của cụ Chu Mạnh Trinh: *"Lạ cho vừa bén màu thiền / Mà trăm não với ngàn phiền sạch không."* Bao nhiêu phiền não tan biến hết thật! Sau lại đọc sách về Phật, rồi nghe Thầy giảng, dần dần chú thấy lòng thư thái, không oán thù, không tiếc nuối tuổi thanh xuân phí uổng, coi như con đường mình đã đi qua, là tất yếu trong một giai đoạn lịch sử. Nhưng giai đoạn đó đã qua rồi, mình phải sống với hiện tại. Đạo Phật là đạo "hiện hữu" và chủ trương diệt khổ. Diệt khổ cho mình và diệt khổ cho mọi chúng sinh khác.

- Theo cháu hiểu thì đạo Phật là một đạo từ bi, không giết cả con kiến thì làm sao giết được con người. Thế mà biết bao nhiêu người đang theo đuổi chung một lý tưởng đem lại tự do dân chủ cho Việt Nam, dù chủ trương bất bạo động đi nữa, cũng không phải là không quyết liệt, sống còn... Như thế chú có nghĩ là chú và những người theo đạo Phật mà còn hăng say tranh đấu, đang đi ngược những điều Phật dạy không?

- Không, cháu nghĩ thế là cháu hiểu lầm đạo Phật, cho rằng đạo Phật là đạo tiêu cực, vô vi... Cũng có nhiều người nghĩ như vậy, nhưng sự thật đạo Phật là đạo rất tích cực. Đạo Phật là đạo chủ trương diệt khổ, vì vậy ta phải tìm tận nguồn cội của khổ đau để mà tiêu diệt. Thí dụ từ một chuyện nhỏ: Cháu muốn có một chiếc xe ô-tô sang trọng để khoe khoang với bạn bè mà cháu không có thì cháu lấy làm khổ sở, than thân tủi phận..., hay còn tệ hại hơn nữa là có thể đi cướp của giết người để có được những gì mình muốn, rồi đưa đến tù tội. Nhưng nếu cháu dẹp được cái ham muốn đó đi thì cháu hết khổ ngay. Ta phải chẩn đúng bệnh cái đã, rồi mới chữa bệnh được. Nay cái nguồn gốc gây ra khổ đau, nghèo đói của hơn 70 triệu dân Việt Nam là cái gì? Nhất định không phải là dân mình ngu dốt, cũng không phải là nước mình thiếu tài nguyên thiên nhiên, mà là cái bản chất độc tài của đảng CS Việt Nam! Nếu đúng là như vậy, thì ta phải tìm cách bứng cái Đảng nó áp đặt cái tà thuyết Mác Lê trên đầu trên cổ người dân Việt Nam đi. Đấy, đạo Phật là như thế chứ đâu có phải ai cũng ngồi gõ mõ tụng kinh mà giải quyết được mọi vấn đề.

- Thế người ta gõ mõ tụng kinh để làm gì hả chú?-- Hỏi rồi Minh Châu cảm thấy áy náy, sợ có thể bị hiểu lầm, nàng thấy cần phải làm sáng tỏ hơn--Đã có lần chú nói Phật dạy "Ai theo ta mà không hiểu ta là phỉ báng ta," nên cháu muốn tìm hiểu tới nơi tới chốn.

- Ừ, cháu làm như vậy là phải. Sở dĩ nhân dân Việt Nam khốn khổ như ngày nay là vì người dân đen không được quyền hỏi tới nơi tới chốn. Nếu có thắc mắc điều gì thì cũng phải im miệng, để cho công an biết những suy tư thầm kín của mình thì chỉ có nước ngồi tù mút mùa. Nhất là nếu lại nêu ra những câu hỏi thông minh, có vẻ sắp nguy cơ cho đường lối của Đảng, thì Đảng sẽ nhân danh "nhân dân" kỷ luật mình ngay...

Nói đến đây ông Vỵ chợt nhận thấy mình vẫn cứ luôn luôn bị con ma chính trị ám ảnh, cho nên trong lời nói, trong suy nghĩ của ông, dù nó có là chuyện trên trời dưới biển, thì rồi quanh quẩn nó cũng lại bị ông qui kết vào chính trị. Qua cái vẻ nhìn kiên nhẫn và ái ngại của Minh Châu, ông cho là nàng cũng đang nghĩ về ông như thế. Ông nói tiếp:

- Bây giờ chú trả lời câu hỏi của cháu. Tụng kinh gõ mõ là để thấm nhuần Đạo Từ Bi, như có lần chú đã cắt nghĩa cho cháu là đọc những câu "chú" để sửa soạn cho tâm lắng xuống, khi tâm bất loạn thì sẽ thấy được sự mầu nhiệm của hiện hữu. Trường hợp các Thầy tụng kinh gõ mõ là để tu thân trước đã, có tu thân rồi mới mong hoằng dương đạo pháp, cứu chúng sinh khỏi trầm luân trong bể khổ. Việc xây chùa cũng vậy. Xây chùa để có chỗ thuyết giảng, phát triển tu học và hoằng pháp, nhằm hướng đến mục tiêu tối thượng là giải thoát...

- Như chú biết, những người cộng sản chẳng bao giờ tin có đời sống tâm linh, cháu sinh ra và được đào tạo trong cái lò ấy từ thuở bé nên cháu cũng chẳng tin tôn giáo nào. Khi lớn lên cháu thấy những người theo đạo này hay đạo khác, đi nhà thờ thì cầu nguyện, đi chùa thì lễ bái xì xụp xin cái này, xin cái nọ, cháu cho những con người đó yếu đuối đến độ không còn tin ở mình mà chỉ ỷ lại vào thần linh... cháu lại càng coi thường tôn giáo. Chẳng hạn nếu cháu bị bệnh thì cháu phải đi bác sĩ hay vào viện, chứ cháu không tin có thể uống nước cam lộ của Phật mà khỏi...

- Ấy, câu chuyện nước cam lộ thì lại như thế này. Khi ta gặp hoạn nạn, ta cầu Đức Đại Từ Bi Quán Thế Âm xin Ngài cứu khổ cứu nạn. Trong lúc ta chú tâm cầu như thế, là ta khởi tâm từ bi, lúc đó bên ngoài cũng hiện ra những hoàn cảnh có những kẻ từ bi theo. Phật đã nói "tâm cảnh nhất như," nghĩa là một khi mình có Tâm Từ Bi, thì cảnh bên ngoài cũng trở nên tốt lành, và có nhiều kẻ hảo tâm đem theo những lòng Từ Bi khác, đến giúp đỡ ta vượt qua tai nạn. Còn kẻ ác cũng sẽ đổi lòng nhân, sẽ bớt độc ác. Khi ốm đau, ta cầu Đức Quán Thế Âm. Trong lúc cầu nguyện, ta tự tạo nước cam lộ ở trong ta. Nó có năng lực làm cho các tế bào và cơ quan trong thân thể ta, vận chuyển bình thường, tránh được sự xáo trộn trong cơ thể. Tâm từ bi vốn làm cho lòng ta khinh khoái. Hễ tâm khinh khoái thì thân sẽ khinh khoái theo. Thân tâm vốn tương ứng.

- Chú cắt nghĩa một cách rất khoa học. Nếu cháu được ai cắt nghĩa như thế từ đầu thì cháu đã không hiểu nhầm đạo Phật.

- Chưa hết đâu. Bên Thiên Chúa Giáo cũng có nhiều hiện tượng rất khoa học. Trong cuốn Love, Medecine and Miracles[*] của bác sĩ y khoa Bernie S. Siegel, có chương nói đến một số các giáo sĩ bị bọn Đức Quốc Xã đánh nát thịt bằng roi da, về tội dám đứng ra bênh vực những người Do Thái bị hành hung, nhưng thay vì oán hận kẻ thù, các vị lại mở lòng bác ái, tội nghiệp cho kẻ thù hung ác, sẽ gặp hung ác sau này. Lòng bác ái đó khiến vết nứt trên da thịt khép miệng lại, chỉ trong vài phút sau, không làm độc, không cần phải xức thuốc. Theo các bác sĩ, lòng yêu

---

[*] Tình thương, Thuốc chữa và Phép lạ.

thương vô điều kiện đối với tha nhân, làm tăng trong cơ thể của chúng ta số lượng kháng sinh, và tế bào "T" chống vi trùng một cách kỳ diệu. Tha thứ và yêu thương là tiên đan thánh dược.

- Các tôn giáo có khác nhau về đức tin, nhưng có một điểm chung là đều dạy người ta từ bi, bác ái... chú nhỉ?

- Ờ ! Thế mà "từ bi" với "bác ái" có khác nhau đấy nhé. "Từ bi" là một quan niệm của đạo Phật, nói lên lòng yêu thương bao la, chẳng những thương yêu người mà còn yêu tất cả chúng sinh như loài thú vật, kể cả loài ác thú... Còn từ "bác ái" thì thường dùng ở bên Thiên Chúa Giáo. Bác ái là lòng yêu thương đến mọi người, kể cả kẻ hại ta. Đem công sức ra cứu vớt những người cùng khốn, không phân biệt bạn, thù... Lòng bác ái đã giúp Bá Tước Elzear de Sabran khi săn sóc người cùi, hôn lên vết lở người cùi để an ủi họ, mà ông không bị lây bệnh. Câu chuyện xẩy ra ở thế kỷ 14, tại miền Provence nước Pháp, Bá tước Elzear de Sabran và vợ là Nữ Bá tước Delphine de Signe, hai vợ chồng cùng giữ trinh tiết và làm việc phước thiện. Vào tuổi 37, ông chết trên chuyến đi về Paris vì bệnh khác, chứ không phải vì bệnh cùi, và được chở thi hài về quê quán của ông... Thi thể dù chưa nhập quan nhưng không hư vữa trong tiết trời viêm nhiệt ở miền Provence vào mùa hè. Khi nhập quan, từ thi thể ông, một mùi thơm ngát tỏa khắp vùng và tỏa khắp nghĩa trang khi quan tài ông vừa hạ huyệt.

Bà vợ ông sống tới trên 80 tuổi. Sau khi chồng chết, bà đem hết tiền của sản nghiệp ra giúp người nghèo, có lúc bà phải đi ăn xin. Bà có phép lạ là xoa đầu bất cứ kẻ mắc bệnh nan y nào thì đương sự được lành bệnh. Khi bà chết, bất cứ bệnh nhân nào tới hôn chân bà cũng đều được lành bệnh. Khi người ta nhập quan cho bà, thì trên không trung vang tiếng nhạc lan khắp vùng. Dân chúng vùng này bảo là nhạc trời đón bà về cõi lạc phúc trên thiên đường thượng giới. Ông được Tòa Thánh La Mã phong thánh, còn bà được phong Á Thánh.

Chuyện này được nữ sĩ Suzanne Bernard viết thành quyển Les Époux Vierges* do nhà xuất bản Perrin tung ra cách đây không lâu. Việc này giống như những người tu theo môn phái Tịnh Độ Tông, họ nói hễ ai niệm Nam Mô A Di Đà Phật trong lúc lâm chung, nhất tâm bất loạn, thì khi chết sẽ có ánh sáng tỏa khắp nhà. Hoặc trên không trung vẳng tiếng nhạc. Hay có mùi hương tỏa khắp đám táng hoặc trong lúc hỏa thiêu.

- Thật thế hả chú? Thật là huyền diệu!—Trí tò mò của Minh Châu lên cao độ.

- Đó là tại sao người ta khuyên con cháu, khi có người thân hấp hối thì đừng khóc ầm ỹ lên, để người sắp lìa đời đừng tiếc nuối trần gian, mà có thể tĩnh tâm niệm Phật.

- Thế tại sao lại chỉ niệm Phật A Di Đà, hả chú?

- À, người ta bảo thế này. Trong lúc một người lâm chung mà chú tâm niệm danh hiệu Đức Phật A Di Đà một trăm lần thì sẽ được ngài đón lên sinh ở Tây Phương Cực Lạc của ngài. Đó là một thế giới thần tiên có đời sống sung sướng nhất, con người sẽ không còn phải luân hồi. Tất cả cái ý đó nằm ở trong câu niệm: "Nam Mô Tây Phương Cực Lạc Thế Giới Đại Từ Đại Bi A Di Đà Phật."

---

* Đôi Vợ Chồng Trinh Tiết.

- Đạo Phật và nhiều các tôn giáo khác xem ra sâu sắc và khoa học quá chú nhỉ? Nhiều khi cháu thấy ở đời rõ là có một thế giới tâm linh, huyền bí. Để cháu kể chú nghe một chuyện xẩy ra ở bên Nga như thế này, lạ lắm! Ở Mát-xcơ-va có một ngôi nhà thờ mới được cất lên, là Nhà thờ Chúa Ki-Tô Cứu Thế. Nhà thờ này xây từ thời Nga hoàng Alexandre II để tạ ơn Chúa, sau khi đánh thắng Napoléon trong Chiến Tranh Vệ Quốc 1812. Người ta phải mất mấy chục năm mới xây xong, nhưng nó thật đẹp.

- Sao mà phải xây đến mấy chục năm trời mới xong? Nhân công Nga thì thiếu gì, chắc là gặp phải thời kỳ khan hiếm vật liệu--Ông Vy hỏi.

- Không phải, tại vì nhà thờ lớn lắm, chú! Không những lớn mà đây còn là một công trình kiến trúc tuyệt đẹp của thế kỷ 19, một di tích lịch sử biểu dương lòng yêu nước của dân Nga, một cơ sở tôn giáo quan trọng nhất ở Mát-xcơ-va hồi đó. Nhà thờ toạ lạc trên một khu đất cao gần điện Kremli. Người ta bố trí rất khéo để khi ở trung tâm thành phố, dù ở phía nào cũng nhìn thấy Nhà thờ này được. Nhưng, dưới thời thống trị của Đảng Cộng Sản Liên Xô, do chính sách bài trừ tôn giáo của đảng vô thần và để đề cao chính quyền Xô-viết, nên năm 1931, chính Stalin ra lệnh đặt bom phá huỷ Nhà thờ, để lấy khu đất đó xây dựng Nhà các Xô-viết. Theo đồ án thiết kế thì toà Nhà các Xô-viết sẽ là ngôi nhà cao nhất châu Âu với tượng của Lenin và Stalin cao 80 mét.

Điều kỳ lạ là sau khi phá Nhà thờ, các kỹ sư và công nhân xây cất Nhà các Xô-viết không thể nào đào móng được, cứ đào lên thì đất lại sụt xuống. Cứ như thế nhiều lần mà móng vẫn không thể xây được. Cuối cùng vì không xây được móng, người ta đành cứ để cái hố móng to tướng đào dở dang như thế. Rồi đến khi sắp xảy ra Thế chiến II, người ta đành bỏ mặc cái "công trình" với hố to tướng đó giữa thành phố Mát-xcơ-va.

- Chà! Đất thiêng quá nhỉ? Cháu biết không, tội phá chùa, phá nhà thờ là tội nặng lắm. Thế mà các ông cộng sản Việt Nam nhà mình cứ phá bừa bãi. Thế nào cũng có ngày...

- Vâng. Thế rồi đến thời Khrushchev, hồi giữa thập niên 50, người ta thấy để mãi cái hố to tướng như vậy ở trung tâm thành phố thì thật là không đẹp mắt, mà lại gợi cho dân chúng nhớ đến tội ác phá sập Nhà thờ của Đảng Cộng Sản, nên Khrushchev quyết định dùng cái hố đó làm hồ bơi lộ thiên cho dân Mát-xcơ-va. Sau khi chế độ cộng sản sụp đổ ở Liên Xô, tổng thống Yeltsin quyết định xây cất lại Nhà thờ Chúa Ki-Tô Cứu Thế, gần đúng như khuôn mẫu ngôi Nhà thờ xưa, coi như là một hành động sám hối về những tội ác của cộng sản đối với tôn giáo. Với sự góp tiền của dân chúng, nhất là các nhà kinh doanh. Nhà thờ Chúa Ki-Tô Cứu Thế được xây cất lại mà hầu như không dùng tới ngân sách nhà nước, và thời gian xây dựng, lại chỉ trong vòng bốn năm là xong. Thế chú bảo có lạ không? Lần nào đi qua ngôi Nhà thờ này cháu cũng phải đứng chiêm ngưỡng một lúc.

- Chuyện thật là thần kỳ, nhưng chú không ngạc nhiên chút nào hết. Không biết đến kiếp nào các ông cộng sản Việt Nam mới biết sám hối, chớ mà cứ tiếp tục tạo nghiệp chồng chất thế này thì sau con cháu lãnh đủ.

36

Bình bắt đầu nhận thấy Minh Châu là người thông minh có nhiều sáng kiến, và đặc biệt là có đầu óc cởi mở khiến cậu thấy gần gũi tin cậy. Có chuyện gì thắc mắc cậu đem chia sẻ với Minh Châu thì thường được nghe những lời giải thích hay khuyên bảo hợp tình hợp lý, hơn là hỏi cha mẹ. Hôm nay sau khi dạy Minh Châu học tiếng Đức, cậu nán lại để hỏi ý kiến chị về vấn đề mà anh em trong Hội Sinh Viên ở đây đang gặp phải:

- Chị à, tháng trước sinh viên tụi em có một buổi họp. Có người mang vấn đề lá cờ ra, làm cho buổi họp chuyển hướng. Những người có mặt chia làm hai phe, có hai ý kiến trái ngược nhau, thế là cuộc cãi nhau trở thành sôi nổi. Một phe muốn treo cờ vàng ba sọc đỏ ở phòng họp, phe khác lại cho là Việt kiều sống ở hải ngoại không còn quốc gia nữa, vì thế lá cờ vàng ba sọc đỏ không thể làm biểu tượng chung cho người Việt ở bất cứ đâu. Họ đưa ra bằng cớ là trên thế giới, ở những chỗ quốc tế, người ta chỉ treo cờ đỏ sao vàng làm biểu tượng cho Việt Nam mà thôi.

- Thế phe kia có đòi treo cờ đỏ sao vàng trong phòng họp không?—Minh Châu cắt ngang.

- Không. Họ cũng chẳng còn công nhận lá cờ đỏ sao vàng nữa. Còn những người như tụi em là dân ty nạn của miền Nam, chẳng có lý do gì lại chối bỏ lá cờ của mình, vì thế vẫn muốn trưng lá cờ vàng ba sọc đỏ trong những dịp hội họp, lễ, tết... Tối hôm nay sẽ lại có buổi họp để bàn tiếp vấn đề này. Nếu chị là người tham dự buổi họp thì chị làm gì?

- Nếu chị có quyền phát biểu thì chị sẽ nói màu cờ sắc áo không làm nên con người. Vấn đề chính là trong huyết quản chúng ta có chảy cùng một dòng máu Việt Nam hay không? Chúng ta có nói tiếng Việt, có chia sẻ cùng một văn hóa cũng như ước vọng tự do dân chủ cho đất nước quê hương hay không? Nếu chúng ta có cùng một mẫu số chung như thế, thì sự đồng thuận chả mấy lúc sẽ đến.

Trường hợp em và những người tị nạn cộng sản sau ngày 30 tháng Tư coi lá cờ vàng ba sọc đỏ là biểu tượng thiêng liêng, thì đó là quyền tối thượng của mình. Riêng chị cũng như đa số các anh chị em ở Đông Âu, không còn công nhận lá cờ đỏ sao vàng nữa, mà chị thấy cả quốc ca cũng không còn ý nghĩa đối với dân tộc mình nữa. Em nghe nhé. Bài quốc ca có những câu như: *"Cờ in máu chiến thắng mang hồn nước... / ...Thề phanh thây uống máu quân thù..."* Một khi lá cờ vẫn còn in đầy máu, thì đừng nói đến hoà bình, đến xây dựng đất nước, đến đoàn kết dân tộc. Em nên nhớ là Việt Nam mình đã trải qua bao nhiêu thời đại, nhiều chính thể, đã từng thay đổi lá cờ nhiều lần rồi. Cả tên nước cũng còn đổi thay, huống chi là lá cờ. Như thế, nếu có phải thay đổi màu cờ một lần nữa cũng chẳng nên coi là điều sống chết, đến nỗi phải gây ra chia rẽ, thù hận.

Chị cũng lại có kinh nghiệm ở bên Nga khi người ta đạp đổ xong chế độ cộng sản. Người ta lấy lại lá cờ thời Sa-hoàng. Đâu có phải vì người ta muốn dựng lại chế độ Sa-hoàng. Rõ ràng chuyện đó đã không xảy ra. Người ta lấy lại màu cờ đó vì nó là màu cờ truyền thống của dân tộc

Nga. Ở Việt Nam, cờ vàng là cờ truyền thống của dân tộc. Tại sao chị dám nói thế, là vì cờ vàng đã trải qua mấy nghìn năm lịch sử. Này nhé, cờ thời Hai Bà Trưng là cờ vàng. Rồi đến Lê Lợi, *'Nước non Lam Sơn / Nước non Lam Sơn! / Bóng cờ bay phấp phới / Khắp nơi cờ vàng / Khắp nơi cờ vàng / Muôn hồn quân Nam...'* Đến ngay cả ông Văn Cao, người làm ra bài 'Tiến Quân Ca' của Việt Nam bây giờ, khi viết bài 'Gò Đống Đa' cũng kết thúc bài hát bằng hai câu:

Cùng cất tiếng hát lừng vang chốn này
Ngày nào vẫy vùng màu vàng lá cờ...

Là người Việt lúc này chúng ta cần đoàn kết hơn bao giờ hết. Chị ước mong thấy tất cả chúng ta đều đứng chung dưới ngọn cờ vàng truyền thống dân tộc. Khi họp mặt chung thì treo lá cờ đó. Biết đâu sau này khi hết bóng cộng sản trên quê hương, người Việt ở Đông Âu chúng ta lại chẳng được nêu gương tiên phong, dương cao ngọn cờ vàng dân tộc?

Minh Châu ngừng. Bình đang ngây người ra nghe, bất chợt ôm chầm lấy chị, nói cám ơn thật nhanh, rồi chạy vụt đi. Vừa nhảy chân sáo vừa la ầm lên: "Hay quá, hay quá! Có câu trả lời rồi! Có câu trả lời rồi!"

Minh Châu nhìn theo Bình, nhớ tới câu chuyện ngày xưa cách đây trên 250 năm trước Thiên Chúa, Archimedes cũng mừng cuống lên khi ông tìm ra một nguyên lý toán học, để rồi la lên "Eureka! Eureka!"[*]

---

[*] Archimedes (287-212 tr. C. N.) tìm ra nguyên lý (lý học) "lực đẩy của nước" khi ông ngồi vào bồn tắm đầy nước. Mừng quá, ông la lên "Eureka! Eureka!" (Tìm ra rồi! Tìm ra rồi!) Ông nhảy ra khỏi bồn tắm, chạy ra ngoài nói cho mọi người biết, không kịp mặc quần áo.

37

Trong không khí sôi sục ở hải ngoại, các đoàn thể, các cá nhân từng đấu tranh cho dân chủ và tự do cho quê nhà, đều ráo riết tìm một đường lối đấu tranh cho phù hợp với tình hình mới. Những người như Nguyên Việt và Tường, vì thế mà vô cùng bận rộn.

Hôm nay tại phòng khách nhà Nguyên Việt, một số anh chị em trẻ, chừng hơn hai chục người ngồi xúm quanh chiếc bàn cà phê thấp, chăm chú nghe Nguyên Việt "hâm nóng" một số dữ kiện trong và ngoài nước. Đây là một trong những buổi học tập hàng tháng của nhóm này. Trong số các thành viên, có người còn trẻ lắm. Họ đến với nhóm này từ nhiều gia cảnh khác nhau. Tuổi họ khác nhau, từ người đã ra trường, có sự nghiệp có gia đình, đến người còn đang ngồi trên ghế đại học. Họ chỉ có một điểm chung là tuổi trẻ, là niềm khao khát học hỏi về quê hương đất nước, về lịch sử, chính trị, con người... mong tìm ra một con đường, một giải pháp cho đất nước... Cũng có người tính con đường chính trị ở xứ này. Họ tự đặt cho nhóm một cái tên khiêm tốn là "Nhóm Học Tập."

Tiếng Nguyên Việt sang sảng khiến anh em không thể không chú ý: "Sau cơn khủng hoảng của Chủ Nghĩa Xã Hội trên thế giới, từ cách mạng nhung tại các nước Đông Âu vào năm 1989 cho đến sự sụp đổ của chế độ CS tại Liên Xô năm 1991, Việt Nam trải qua một giai đoạn bơ vơ, cô lập như chưa từng: Bị Liên Xô bỏ rơi không còn giúp vũ khí nữa, COMECON* cũng cắt các nguồn viện trợ kinh tế, Hà Nội đã phải quyết định triệt thoái quân đội khỏi xứ Chùa Tháp, làm lành với các nước Tây phương và Trung Quốc, tái lập ngoại giao với Bắc Kinh... vì thế CS Việt Nam đã lấy lại được phần nào thăng bằng. Sau đó tiếp tới việc Mỹ bỏ cấm vận, Việt Nam và Mỹ thiết lập quan hệ bình thường, gia nhập ASEAN... đưa đến việc các nước như Nhật, Pháp, Đại Hàn, Đài Loan đổ xô vào Việt Nam đầu tư. Singapore được coi là nước giao thương nhiều nhất với Việt Nam, từ đầu tư đến xuất cảng, vượt cả Nhật Bản; các ngân hàng quốc tế tranh nhau cho Việt Nam vay tiền...vv..."

Nguyên Việt tiếp tục bằng tóm lược những nhận định của các kinh tế gia, chính trị gia, lý thuyết gia hải ngoại:

"Việt Nam bắt đầu chập chững bước ra, tiếp xúc với thế giới bên ngoài, khác nào kẻ bị nhốt trong hầm tối lâu ngày, nay được đưa ra ánh sáng, làm sao tránh khỏi chói mắt, loạng choạng, vấp ngã... Những nhầm lẫn, những vụng về, những hớ hênh... trong trò chơi mới, gây ra những cảnh cười ra nước mắt...

Tất cả những vận sự xẩy ra nhanh quá đã làm cho CS Việt Nam vừa mừng lại vừa lo. Một mặt cũng tỏ ra sáng suốt, ráo riết kêu gọi tiền đầu tư của nhân dân, để không phải phụ thuộc quá nặng vào số tiền đầu tư nước ngoài, hầu tránh mắc nợ với ngoại quốc, có thể đưa đến hậu quả tai hại sau này... Mặt khác trong thực tế, thì Việt Nam đã trở nên một thị trường bỏ ngỏ để cho các nước nhảy vào khai thác. Nhà nước, và cả các cán bộ đảng viên cao cấp

---

* Council of Mutual Economic Assistance: Hội Đồng Tương Trợ Kinh Tế (giữa các nước CS với nhau).

có quyền lực trong tay, cần tiền nên cấu kết với mọi loại tài phiệt ngoại quốc, để bán rẻ tài nguyên đất nước, qua những hợp đồng rẻ mạt.

Sau 10 năm đổi mới, một mớ cụm từ được đẻ ra. Song, 'Kinh tế thị trường theo định hướng xã hội chủ nghĩa,' 'công nghiệp hóa, hiện đại hóa,' 'Đổi mới tư duy...vv...' đối với người dân vẫn chỉ là những từ mơ hồ, rỗng tuếch, xem như họ đang được Đảng dắt tay mò mẫm đi vào ma lộ của thế giới tư bản man khai, thứ tư bản khập khiễng, đầu voi đuôi chuột. Cũng như từ hơn 50 năm nay, Đảng đã dắt tay nhân dân mò mẫm 'tiến lên xã hội chủ nghĩa.' Cho đến nay, nào đã ai thấy 'thiên đường' ấy ở đâu?

Một số đảng viên kỳ cựu nổi lên chỉ trích đảng. Một số trí thức ngoài đảng nổi lên chống đảng, khiến CSVN vô cùng lúng túng. Để đối phó với tình thế trên, cộng sản tăng cường hệ thống công an, khủng bố, đàn áp tôn giáo, nhân quyền..., bắt bớ bất chấp luật pháp những người có ý kiến khác với đường lối của Đảng, khiến chế độ càng ngày càng thất nhân tâm.

Trong khi CS Việt Nam vừa mừng vừa lo thì ở hải ngoại, người Việt tỵ nạn lại vừa lo vừa mừng!

Ngoài một số Việt kiều rời khỏi Việt Nam trước 75, và dân tỵ nạn sau năm 75 trở về Việt Nam, hợp tác làm ăn với chính quyền, một số tiếp tay Việt Nam kêu gọi xóa bỏ hận thù, quên đi quá khứ, đối thoại vô điều kiện, hòa hợp hòa giải dân tộc, mơ tưởng thiện chí của CS, để rồi xa rời cuộc đấu tranh giải phóng dân tộc...vv... Các hội đoàn đấu tranh chống cộng sau những thất bại liên tiếp trong các cuộc vận động, tranh đấu, ngăn chặn bãi bỏ cấm vận, Mỹ-

Việt bang giao... bèn làm kế 'bắt chẳng được tha làm phúc.' Cuối cùng, nhặt nhạnh những gì còn lại, những gì do ngẫu nhiên đưa tới, chắp nối... mò mẫm tìm một chiến lược mới. Cùng lúc đó cửa ngõ Việt Nam mở toang: Những cái có lợi cho cộng sản cũng như những bất lợi đều tràn vào như nước vỡ bờ, tạo thành một hiện tượng mà CS gọi là 'âm mưu diễn biến hòa bình.' Vô hình trung ở một nghĩa nào đó, giới chính trị hải ngoại cũng có một 'vận hội mới'."

Nguyên Việt ngừng nói. Tiếng bàn tán lào xào. Một anh lên tiếng:

- Bài tóm lược của anh cô đọng quá, bằng cả mấy chục bài báo dài lòng thòng mà chúng em thì ít thì giờ đọc.

- Chưa hết đâu—Nguyên Việt nói--Hôm nay anh em còn phải "học tập" một thứ thật "nặng ký" đó là bài "Bình Ngô Đại Cáo," sẽ đăng trong tờ báo Vượt số tới, để kỷ niệm ngày sinh Nguyễn Trãi. Đây cũng là một quan niệm "về nguồn" mong tìm được một giải pháp "đắc nhân tâm," hầu tìm đường cứu vãn tình thế hiện tại bên nhà. Công việc khó khăn này tôi xin nhường cho "ông đồ" Tường của chúng ta, ông ấy sính chữ Hán lắm thì mới có thể giúp cho anh em hiểu được.

Bài Bình Ngô Đại Cáo được phát ra. Anh em lại chăm chú đọc.

BÌNH NGÔ ĐẠI CÁO
(Theo bản dịch Bùi Kỷ)
"Tượng mảng:
Việc nhân nghĩa cốt ở yên dân, quân điếu phạt chỉ vì khử bạo. Như nước Việt ta từ trước, vốn xưng văn hiến đã

lâu. Sơn hà cương vực đã chia, phong tục bắc nam cũng khác. Từ Đinh, Lê, Lý, Trần, gây nền độc lập; cùng Hán, Đường, Tống, Nguyên, hùng cứ một phương. Dẫu cường nhược có lúc khác nhau, song hào kiệt đời nào cũng có.

Vậy nên:

Lưu Cung sợ uy mất vía, Triệu Tiết nghe tiếng giật mình. Cửa Hàm Tử giết tươi Toa Đô, sông Bạch Đằng bắt sống Ô Mã. Xét xem cổ tích đã có minh trưng...

......."

Trong căn phòng im lặng, nghe được cả tiếng mở giấy sột soạt, Nguyên Việt có được vài phút nhàn rỗi hiếm hoi, nhìn ra vườn qua tấm cửa sổ kính vòng cung,* chợt gợi cho chàng nhớ đến giấc mơ buổi thiếu thời... Sinh ra và lớn lên trong binh lửa trên quê hương nên chàng đã nung nấu một lý tưởng, chỉ muốn làm một cái gì để có thể chuyển hóa được tình hình, cho đất nước thanh bình, người dân ấm no trong một xã hội công bằng, bác ái. Nhưng khi lớn lên, cuộc di tản xảy ra, được sống giữa một xã hội yên bình, văn minh giầu có mà giấc mơ của chàng lại như thêm xa vời vợi. Nhưng chàng không chịu bỏ cuộc mà lại càng cố gắng để đạt lý tưởng đó. Trong muôn vàn khó khăn, chàng vẫn cho phép mình mơ một mái ấm gia đình, trong đó có người bạn đời tháo vát, yểm trợ chồng trong mọi hoạt động, một bầy con ngoan ngoãn thông minh, một căn nhà phải có đủ chỗ cho chàng hội họp bạn bè, anh em cùng chung một hoài bão.

---

* Bay window.

Chàng cũng từng mơ trong đời, thế nào cũng phải xây được một căn nhà trên mặt hồ nước. Khi dọn xuống Hoa Thịnh Đốn, chàng tìm mua ngay một căn nhà ở bờ hồ Barcroft. Nhà có hai tầng. Phòng khách ở tầng trên nhô ra phía mặt hồ đến năm, sáu thước. Có cửa kính vòng cung rộng lớn trông ra hồ. Tầng dưới bước ra vườn sau là bờ hồ. Gần bờ, nước không sâu. Chàng quây một khoảng để trồng sen và nuôi cá vàng. Giữa đám sen chàng đặt một hòn non bộ có lắp máy bơm, cho nước róc rách trong núi chảy ra. Hòn non bộ là một tảng đá loại "ba-dan," đen, mềm, chàng tự đẽo gọt và khoét các hang động... Ở cửa hang chàng bầy những tượng nhỏ nặn các ông Đế Thiên, Đế Thích ngồi đánh cờ, ông Lã Vọng ngồi câu cá, anh tiều phu với cái rìu... Những buổi chiều, sau một ngày làm việc mệt mỏi, chàng ra ngồi cạnh hồ, cho cá ăn, ngắm cảnh cho đầu óc thư giãn. Thuở thiếu thời, cũng có một thời chàng mơ xây nhà ở Việt Nam với một căn nhà ngang, có cái sân ngăn giữa nhà trên và nhà dưới. Nhà dưới để cho đàn con của chàng chơi, nô đùa thỏa thích. Để vợ chàng có chỗ thực hiện những hoạt động văn hóa từ thiện riêng của nàng. Có chỗ đầy đủ tiện nghi cho nàng nấu những bữa cơm ngon lành, để chàng nuôi dưỡng các đồng chí... Điều mơ ước đó cũng phần nào minh họa chân dung người vợ mà chàng vẫn còn đang tìm kiếm...

Chàng thường tâm sự với Tường đủ thứ chuyện. Chàng bảo sẽ dùng cả cuộc đời để chứng minh với người, và với chính mình một điều: Việc gì con người ta "mơ" đều có thể thực hiện được, nếu như thực sự muốn. Chàng muốn ảnh hưởng những tâm hồn ù lỳ, lười biếng, chỉ nói mà không làm. Lay họ dậy bắt họ phải biến lý thuyết thành hành động. Chuyện lấy vợ chàng cũng lạc quan cho rằng "chỉ cần chọn người vợ thật đẹp, còn tính nết, chàng sẽ ảnh hưởng uốn nắn được!" Nhưng càng ngày, khi kinh nghiệm sống càng nhiều, tuổi đời chồng chất, chàng càng nhận thấy các cố gắng của mình chỉ như muối bỏ bể. Nhưng dù sao các nỗ lực mà chàng đã và đang thực hiện còn có tí "chất mặn của hạt muối," trong khi đó, giấc mơ nhỏ bé riêng tư thì sao lại như càng ngày càng xa vời...

Tiếng Tường bắt đầu buổi học tập làm Nguyên Việt giật mình quay lại nhìn.

- Bài viết này dùng nhiều tiếng Việt cổ và chữ Hán. Để hiểu ý toàn bài, trước hết chúng ta phải cắt nghĩa một số chữ khó khăn ở đây đã. Thí dụ "tượng mảng" là gì, "điếu phạt" là gì... Sau đó sẽ còn một số điều nòng cốt, như chiến lược "tâm công," chính sách "an dân," "lấy 'nhân' làm gốc"...vv... chúng ta cần phải thấu đáo.

- Anh Tường ơi!--Một cậu giơ tay hỏi— "Tâm công" là gì? Tại sao không phải là "công tâm" mà lại là "tâm công?" Em chưa nghe chữ này bao giờ.

- Ấy, chớ có nhầm "tâm công" với "công tâm" đấy nhé! "Tâm công" nghĩa là "lấy lòng mình để mà thu phục lòng người." Đó là chiến lược mà cụ Nguyễn Trãi đã dùng cách đây hơn 600 năm, để đánh động, thuyết phục, cải hóa... lòng dân và lòng địch. Bàn rộng ra thì chúng ta có thể hiểu, nếu chúng ta hô hào dân chủ, thì trước hết lòng chúng ta phải thực thi dân chủ đối với người khác...

Sau ba tiếng đồng hồ tập trung học hỏi, mọi người mệt nhoài. Lời giảng của Tường và Nguyên Việt bắt đầu vào tai này ra tai kia... Cửa chính bật mở. Hòa bước vào.

Theo sau là chồng chị, anh Thuận, và cô Như. Chị cười nói bô bô mang theo một luồng sinh khí mới... đượm cả mùi thơm ngon của đồ ăn làm mọi người sáng mắt lên, nghển cổ nhìn theo. Nguyên Việt thấy không cách gì bắt mọi người chú tâm vào việc học tập được nữa. Thực ra cũng đã đến lúc phải cho mọi người nghỉ giải lao, chàng khoát tay ra dấu cho mọi người chạy vào bếp xem Hòa làm gì.

Anh Thuận bắt đầu phân bua:

- Bà ấy bỏ quên nước mắm, bắt mình trở về lấy nên mới lâu thế.

Chị Hòa không chịu thua:

- Người ta đã để ở ngay ngoài cửa ra vào để lúc đi khỏi quên, ai bảo anh đem cất nó đi chỗ khác, chẳng cần biết vì lý do gì cái hũ nước mắm nó lại nằm chình ình ở giữa cửa...

- Rõ thật vớ vẩn! Nước mắm mà để giữa cửa, lỡ ai đá vào thì tha hồ mà đi chùi—Anh Thuận la vợ.

- Thôi thôi, tôi xin can ông bà, dù gì thì hũ nước mắm nó cũng đã ở đây an toàn với chúng ta rồi, và chúng tôi thì đói thắt cả bụng.

Tường vừa nói vừa nhón một cuộn chả giò cho vào miệng cắn, dòn tan. Vài cô trẻ làm theo. Cô Như vừa sắp rau sống ra đĩa đưa cho mấy em mang ra bàn, vừa tán thêm:

- Anh chị này tên là Thuận với Hòa mà lại hóa ra hay khắc khẩu. Chuyện gì cũng có thể thành đề tài cãi lộn được.

- Ấy, thầy tướng bảo chúng tôi phải thế mới ăn ở với nhau được. Nếu một ngày đẹp trời nào bỗng dưng chúng tôi hòa thuận là sẽ có chuyện đấy—Anh Thuận làm mọi người cười.

Nguyên Việt đứng cạnh Hòa, lặng lẽ nhìn nàng xếp chả giò vào cái đĩa lớn. Nhìn những cuộn chả giò vàng óng, thuôn, dài, cuộn chặt, chàng hình dung được cả những ân tình được gói ghém trong đó. Chàng quàng tay qua vai Hòa, bóp nhẹ. Đó là cách cám ơn của Nguyên Việt vẫn thường dành cho Hòa, một người bạn đặc biệt, thay cho những lời cám ơn ồn ào cửa miệng. Hòa luôn luôn đón được ý Nguyên Việt, nàng thường xuất hiện bất ngờ, gây ngạc nhiên thích thú cho những người nàng quí mến. Những lúc như lúc này, chàng cảm thấy "sinh khí" cho một căn nhà, không phải chỉ là ánh nước hồ phản chiếu lên hàng hiên, hay ánh mặt trời xuyên qua những tấm cửa sổ mở rộng, mà nó còn phải có tình yêu, tình bạn, tình người...

38

Đan Thanh lái xe đi phom phom trên xa lộ Vòng Đai "Beltway 495" trong buổi chiều tháng 10, trời tối om. Nàng đi vô mục đích. Cũng không biết là đi như thế được mấy vòng rồi. Trời lạnh, nhưng nàng vẫn để cửa sổ mở, mong "hạ hỏa" sau một trận hờn giận với Nguyên Việt. Nàng biết sự vắng mặt của nàng tại nhà Nguyên Việt hôm nay, trong buổi học tập về Nguyễn Trãi, sẽ gây tò mò cho mọi người. Nhưng nàng không thể bỏ qua chuyện xảy ra sáng nay, ở nhà Nguyên Việt, khi nàng ghé qua ăn sáng với chàng và giúp chàng dọn dẹp một chút cho buổi họp chiều. Trong câu chuyện gẫu về một chàng tài tử điện ảnh vừa mới ly dị lần thứ tám, Nguyên Việt triết lý vụn một câu—chàng vẫn ưa triết lý chuyện đời với những người thân như vậy: "Người ta yêu nhau không cần phải lấy nhau. Chuyện vợ chồng chẳng qua chỉ là một mảnh giấy giá thú, và cái quan niệm phải có con để nối dõi tông đường." Đan Thanh không cho đó là câu nói ngẫu nhiên nằm trong tinh thần của câu chuyện. Nàng nghĩ nhanh trong đầu: "Anh chàng này muốn nhắn nhủ mình cái gì đây?" Nàng phản ứng liền: "Bộ anh quan niệm một người phải nên cố ý lấy một người mình không yêu, chỉ cốt để cấy cái giống tốt nối dõi tông đường cho nhà anh sao?" Nguyên Việt bị tấn công bất ngờ, chàng chống chế một cách vụng về: "Ừ thì các cụ xưa vẫn nói 'lấy vợ xem tông, lấy chồng xem giống' mà lại." Câu nói đó khác nào như đổ dầu vào lửa. Đan Thanh ngừng tay dọn dẹp, đứng phắt dậy, mặt đanh lại: "Thế có nghĩa là tới giờ này anh chưa chịu lấy vợ là vì anh chưa tìm đâu ra cái 'giống' tốt, phải không?" Nguyên Việt ngớ ra, biết ngay là mình vừa hố, chàng chống chế một cách yếu ớt : "Ơ hay! Anh chỉ nói chung chung vậy thôi chứ có định nói ai đâu." Đan Thanh nghiêm giọng: "Thôi, nhân tiện đây em cũng xin nói luôn. Chúng mình cũng quen biết nhau lâu rồi. Cũng làm mất thì giờ của nhau quá nhiều rồi. Cũng đã đến lúc em nên trả tự do cho anh để anh đi tìm 'nái tốt' để mà cấy 'giống'." Nói dứt lời, Đan Thanh khoác áo, xách ví, chạy ra chỗ đậu xe, lái đi thẳng...

Gió lạnh làm nàng rùng mình, lại thấy người bừng bừng như đang lên cơn sốt. Nàng quay cửa kính lên, vặn sưởi. Hơi ấm làm nàng dễ chịu. Nàng ôn lại toàn bộ mối liên hệ giữa Nguyên Việt và nàng từ năm, sáu năm nay. Nàng là kỹ sư điện làm dưới quyền Nguyên Việt trong một công ty điện tử tại Phila. Nàng mến chàng vì tài, trọng chàng vì tính khiêm nhường và một tâm hồn trong sáng, cởi mở. Chàng có một lý tưởng để theo đuổi, không như loại giá áo, túi cơm mà nàng từng gặp. Đối với nàng, từ mến đến yêu không cách nhau bao xa. Hai năm trước, khi Nguyên Việt đột ngột quyết định dọn đi Hoa Thịnh Đốn, để tiện thực hiện việc ra báo, nàng tự thấy cuộc đời không thể thiếu chàng, nên cũng phải thu xếp đi theo. Bọn thanh niên từng theo đuổi nàng bị Nguyên Việt đánh bại thì hận, quay ra thêu dệt nhiều chuyện. Những người vô can thì chẳng thắc mắc gì, mặc dù cũng tò mò tự hỏi, cái gì ngăn cản khiến cho hai người không lấy nhau đi cho xong?

Việc trông thì giản dị, nhưng bên trong, ai biết đâu lại có cả một đại dương cuồn cuộn sóng! Đối với Đan Thanh, tình yêu là lẽ sống, là nguồn cảm hứng của mọi hành động. Vì thế không có tình yêu thì nàng cảm thấy đời thật vô nghĩa, và những gì làm được, nếu có, cũng chẳng biết đem chia sẻ với ai. Ngược lại, Nguyên Việt thì lúc nào cũng như người của quốc tế. Chàng chẳng của riêng ai. Có lần chàng nói: "Đối với thằng đàn ông, sự nghiệp của nó là trên hết. Trong lúc say sưa, nó có thể nói với một cô 'em là cả đời anh', nhưng sự thực không phải vậy." Có lẽ tại chàng chưa thực sự biết "tình yêu" là gì, nên mới có thể nói như thế. Nàng không thể đánh ghen với cái "sự nghiệp" của chàng được vì nó lớn lao quá, lại vô hình nữa, vì thế nàng đành tìm cách 'vun xới' sự nghiệp cho chàng, bằng cách này hay cách khác. Nhưng hình như chàng nhận những ân tình ấy một cách tự nhiên, như con người ta sống đương nhiên phải được ăn, được thở... Chàng phải đi tìm cái gì hơn cái "đương nhiên" ấy cơ!

Vậy cái gì làm cho nàng chưa thể dứt bỏ được chàng? Phải chăng, cái "gan" nói thẳng nói thật của chàng là một thứ bùa mê đưa nàng vào mê hồn trận? Hoặc giả ở chàng có một chiều sâu thăm thẳm làm nàng tò mò tìm tòi khám phá mãi không xong? Hay là một ánh đèn làm nàng mù quáng, cứ đâm đầu vào như một giống thiêu thân? Hay... tệ hại hơn nữa, nó là một sự thách thức khiến tự ái nàng bị thương tổn đến cùng cực. Nàng bị mắt lóa, tai ù, liều lĩnh nhắm mắt đưa chân vào một ma lộ, để rồi không tìm thấy lối ra. Đã có lúc, phần thấp hèn trong con người nàng trỗi dậy, nàng đã nhen nhúm ý định lừa chàng để có con với chàng, thế là buộc được chàng! Con người có trách nhiệm như chàng không đời nào bỏ nàng trong hoàn cảnh đó, và như vậy là nàng cầm chắc phần thắng trong tay. Nhưng đến lúc định thực hành thì phần cao thượng trong người nàng lại bảo: "Không được. Để xuyên thủng trái tim người đàn ông, con người tầm thường có thể đi qua nhiều ngả, kể cả ngả gây áp lực, ngả giả dối phét lác, ngả qua cái 'dạ dầy,' ngả có con...vv... Nhưng qua các ngả đó, người ta có thể giữ được phần xác của chàng, mà có khi cũng chưa chắc, chứ không thể giữ được phần hồn. Trong tình yêu, sự thẳng thắn, thành thật là chất keo gắn bó hai người. Chính sự nói thẳng nói thật của chàng, đã chẳng là cục nam châm cuốn hút nàng đó sao."

Rút cuộc là..., sau bao lần sóng gió, nàng vẫn viện hết lý này đến lẽ nọ để bào chữa cho chàng, và tha thứ cho mình!

Miên man nghĩ... Nàng đã về đến nhà. Định bụng sẽ đi tắm nước thật nóng. Sẽ rút dây điện thoại ra. Đi ngủ liền.

Mọi người đã đi về hết. Nhà Nguyên Việt lại im ắng.

Chàng sực nhớ đến Đan Thanh với việc nàng giận dỗi bỏ đi sáng nay. Chính chàng cũng phải ngạc nhiên về tật "ham bạn" của mình. Ở người khác thì phải đến "cửa thiền" mới rũ sạch được mọi ưu phiền, nhưng chàng thì không. Chỉ cần vứt chàng vào giữa đám đông là chàng quên hết! Chàng tận hưởng sự hiện diện của họ. Chàng say sưa nói và đem chuyện đông tây kim cổ ra chia sẻ với mọi người. Có lẽ vì thế mà "một người" dù là người tình hay người vợ cũng không thể có hơn một bộ óc để cho chàng truyền kiến thức. Chẳng thế mà, ngay cả khi "mơ" về một người vợ lý tưởng, chàng cũng không quên gắn liền nàng với đức tính "hiếu khách" để vun xới bạn bè, người cùng chí hướng với chàng... Chàng đã từng nuôi bạn cả năm trong nhà. Người ta thường gọi chàng là "Mạnh Thường Quân," nhà chàng được gọi là "Trạm Nghỉ Chân" là có lý do. Bây giờ ngồi đây, hoàn toàn một mình... Lần đầu tiên trong ngày chàng nhớ đến câu chuyện sáng nay!

Phải rồi, sáng nay khi Đan Thanh bỏ đi, Nguyên Việt đứng tần ngần một lúc. Chàng cũng chẳng chạy theo kéo nàng lại. Với tính lạc quan cố hữu, chàng nghĩ chiều nay nhà có họp, thế nào nàng cũng sẽ trở lại, và chàng sẽ đền bù cho nàng sau.

Sự lạc quan của chàng không phải là không có cơ sở. Kể từ ngày hai người trở thành người tình, tức là đã năm, sáu năm rồi, nàng đã nhiều lần cho chàng tối hậu thư, bắt phải chính thức hóa "chuyện hai người." Lần nào chàng cũng giảng hòa được một cách êm thắm. Cuối cùng chàng chẳng phải làm gì để thỏa mãn yêu cầu của nàng.

Nói là chàng không yêu Đan Thanh thì không đúng. Nhưng có lẽ yêu mà còn sáng suốt nên vẫn để cho lý trí thắng tình cảm. Cái mà chàng tưởng là "lý trí" đó, chẳng qua cũng chỉ nôm na là một sự "tính toán." Tính toán như thế nào thì chính chàng cũng lơ mơ không rõ. Cuối cùng vô hình trung chàng gần như để đó cho số mệnh đẩy đưa. Chàng phân biệt hôn nhân với tình yêu. "Yêu nhau không cần phải lấy nhau"—Chàng từng nói với Đan Thanh như vậy, và: "Hôn nhân chẳng qua chỉ là một mảnh giá thú để sinh con đẻ cái..." Đối với Đan Thanh, ngay từ đầu nàng đến với chàng như một người tình, thì chàng đón nhận nàng như một người tình. Nàng là một người phụ nữ giỏi, đặc biệt thông minh, nhưng... vẫn không phải là đối tượng chàng đang đi tìm. Tiêu chuẩn "đối tượng" của chàng như thế nào thì chính chàng cũng không rõ lắm! Chỉ biết cho tới giờ này chàng chưa gặp ai mà chàng cho là lý tưởng cho cuộc hôn nhân. Có lần Tường bảo Nguyên Việt: "Nếu tôi là đàn bà, không đời nào tôi lấy ông." "Tại sao vậy?" Nguyên Việt ngạc nhiên. Tường phũ phàng: "Người gì mà chủ trương sự nghiệp quan trọng hơn vợ thì ai mà thèm lấy? Tôi mà là đàn bà ấy à, tôi sẽ lấy cái anh 'lên non tìm động hoa vàng' cơ." Nguyên Việt nhớ là đã có lần nói với Tường như thế, không ngờ anh chàng này chịu khó nghe và nhớ dai. Chàng mỉa mai: "Lấy mấy thằng gàn ấy thì chỉ có mà uống nước lã." Tường nhanh trí: "Thế cái 'sự nghiệp' mà cho đến giờ này ông vẫn còn đang hì hục xây, chưa thấy mặt mũi hình thù nó ra làm sao, thì 'nó' nuôi vợ con ông như thế nào?" Nguyên Việt không trả lời được. Một thoáng, chàng nhận thấy một chút quá đáng và ích kỷ, trong con người chàng. Nhưng chàng lại quên ngay và ngập mình vào công việc, và các thú tiêu khiển khác...

Chợt nhận thấy ngồi đây suy nghĩ đến mai cũng không giải quyết được vấn đề gì, chàng nhấc điện thoại gọi cho Đan Thanh. Nàng đã rút dây diện thoại ra rồi, không nghe thấy gì hết. Chàng gọi thêm bốn, năm lần nữa vẫn không có ai trả lời. Cũng không có máy nhắn như mọi khi để cho chàng nhắn. Nguyên Việt săm săm xuống tầng hầm lấy lên một cái kìm cắt sắt, rồi mặc áo, đi ra cửa. Chàng lái xe đến thẳng nhà Đan Thanh. Bấm chuông nhiều lần, không thấy động tĩnh. Chàng dùng chìa khóa riêng mở cửa ra. Vướng dây xích. Chàng biết có Đan Thanh ở trong. Chàng đưa cái kìm vào, kẹp một mắt xích rồi nghiến răng cắt... Một tiếng sắt nghiền trên sắt chát chúa. Dây xích đứt. Chàng đẩy cửa bước vào. Thấy trong phòng ngủ còn đèn sáng, chàng đi thẳng vào. Chỉ kịp tháo giầy, cởi chiếc áo ngoài là lao mình vào giường, nằm bên cạnh Đan Thanh. Chàng giơ một mắt xích đứt trước đèn, khoe: "Trông này! Em thấy kẻ trộm này hay không? Để ngày mai anh thay dây xích khác cho em." Nàng biết xưa nay chàng vẫn có cái "gan cóc tía" đó, nhưng nàng cười không nổi, quay mình ngoảnh mặt vào trong tường. Chàng lập tức lật nàng nằm ngửa lên rồi hôn như mưa vào môi, vào mắt, mũi, tai, cổ... khiến nàng muốn nghẹt thở. Nàng thầm mong một lời xin lỗi, một lời giải thích hay cải chính..., dù là nói dối cũng được. Nhưng tuyệt nhiên không có lời nào. Ngay lúc đó nàng đã biết chàng không hề ân hận về những điều chàng nói lúc sáng. Cho dù bây giờ có phải nhắc lại thì chàng cũng sẽ nói y trang. Nàng biết... thế là hết! Nhưng vì quá yếu đuối nên nàng chỉ khóc. Khóc mùi mẫn trong vòng tay ghì chặt của chàng.

39

Trưa nay gặp bữa đẹp trời, cả tòa soạn đi ra ngoài. Người đi ăn trưa, người đi săn tin, người chạy việc vặt... chỉ còn Hòa và Như đang ngồi xẹp dưới sàn phòng họp, xếp báo. Hai chị em tha hồ chuyện trò:

- Bữa nay cô Đan Thanh nghỉ bịnh.

- Thiệt hả? Chị ấy đau sao? Bữa chúa nhựt không thấy chị ấy tới nhà anh Nguyên Việt, em lấy làm lạ, tính hỏi mà mải nói chuyện, quên mất tiêu.

- Đau bệnh tương tư đó mà.

- Chi mà kỳ vậy? Lúc nào ảnh chẳng ở ngay bên cạnh còn tương tư gì nữa?

- Thế mới có chuyện. Người ở đó mà lòng không ở đó thì sao?

- Vậy chớ lòng để ở đâu?

- Nào ai đi đâu mà biết! Người ta có tài thì có tật! Cô Đan Thanh hiền lành quá, không bắt nổi anh Nguyên Việt đâu. Anh này phải để cho những tay dữ dằn nó thòng dây vô lỗ mũi nó kéo đi thì mới được. Có bữa anh bảo chị, các cụ xưa quan niệm "cái nết đánh chết cái đẹp" là sai.

Ảnh chỉ cần lấy một cô vợ thật đẹp, còn "cái nết" anh ấy uốn nắn được tuốt.

- Xạo, xạo, xạo! Ở đó mà uốn nắn. Em chả thấy ông nào uốn nắn, ảnh hưởng được vợ, mà ngược lại, ở với nhau ít lâu thì y như rằng ông ngả theo "bà" hết. Chị cứ ngẫm mà coi. Mặc cho các ông cứ tha hồ "nặn" ra người lý tưởng mà đi kiếm. Riết rồi lấy phải "đồ dỏm" hết! À thì ra chàng thấy chị Đan Thanh cứng đầu, không có hy vọng "uốn nắn" được thì chàng không lấy chớ gì! Mụ nào khi đang cua chồng chẳng chiều chuộng chàng, chẳng phét lác thả dàn cho chàng tưởng bở. Lấy được rồi nó mới hiện nguyên hình! Chị Đan Thanh không thèm đóng kịch thì cứ mà ngồi đó cho đến chết già...

- Suỵt! Nói khẽ chứ! Cô làm gì mà hận đàn ông quá vậy?

- Đâu có phải tại hận đàn ông mà nói vậy. Nhưng em không chịu loại đàn ông lấy vợ mà cứ tính toán hơn thiệt. Mà trò đời cứ ghét của nào trời trao của ấy cho mà coi! Loại đàn ông như anh Tường thì em lại chịu à! Khi không đi thương một cô Việt cộng thì đến kiếp nào mới gặp lại nhau mà lấy! Có khi mất cả sự nghiệp ấy chớ. Nhưng ảnh chẳng cần đâu. Tình yêu không có tính toán mới gọi là tình yêu.

Chuyện Đan Thanh nghỉ ba ngày liền không đến tòa soạn, không làm Nguyên Việt lo lắng, chàng đã biết "bệnh" của nàng và vẫn lui tới nhà nàng "săn sóc." Chỉ có Tường là không yên tâm. Trưa nay chàng vào văn phòng Nguyên Việt:

- Sao, Đan Thanh ốm đau ra làm sao?

- Không sao cả. Ốm qua loa ấy mà.

Tường biết bạn mình quá nên không chấp nhận câu trả lời mập mờ ấy. Chàng gợi chuyện:

- Này, ông biết không?—hai người vẫn có lối gọi nhau bằng "ông" khi họ muốn nhấn mạnh điều gì—Khổng Tử đặt thứ tự ưu tiên rõ ràng khi Ngài nói "Tu thân, tề gia, trị quốc, bình thiên hạ." Tôi thấy ông đốt giai đoạn quá nhanh. Ông bỏ phần 1, phần 2, nhảy ngay vào phần 3, thành ra nước mình không khá được.

Nguyên Việt nhanh như cắt:

- Ấy, thiên hạ cứ lúng túng mãi ở phần 1, rồi lại tắc tị ở phần 2. Tôi thấy thế bèn lấy kinh nghiệm, bỏ hai cái phần vô dụng đó đi, nhảy thẳng vào phần 3 để đi cho lẹ.

Hai người phá lên cười. Hòa ngó vào phòng tò mò hỏi:

- Cái gì mà làm các anh thích thú quá vậy?

- Không, chuyện này là chuyện cấm đàn bà. Các bà không nên hỏi. Tường vừa bước ra, vừa nói.

40

Mãi đến cả tuần sau sự liên hệ giữa Đan Thanh và Nguyên Việt mới trở lại bình thường, ít nhất là trước con mắt các anh chị em trong tòa soạn. Hôm nay Tường đến nhà Nguyên Việt để đọc mấy chương bản thảo của cuốn sách Nguyên Việt đang viết, mang tựa đề "Dân Chủ: Một Vấn Đề Cơm Áo." Hai người ngồi trên hai chiếc ghế bành đan bằng mây có nệm êm, đặt ngay trên bờ hồ, trước hòn non bộ. Đan Thanh bưng khay nước ra, trên để một ấm trà, hai cái tách và một đĩa bánh đậu xanh. Nàng đặt khay trên chiếc bàn tròn nhỏ giữa hai người rồi bỏ đi chợ. Tường vừa rót nước ra tách, vừa nói:

- Cách lý giải của anh trong chương này, có điểm còn lúng túng.

- Điểm nào?--Nguyên Việt chờ đợi...

- Như anh biết, cộng sản vốn sính chính trị lắm, cho nên chỗ anh nói về sự liên hệ giữa cơm áo và chính trị, tôi nghĩ anh phải nên nói rõ thế nào, nếu không người ta sẽ nghĩ anh lại cũng đang rơi vào vết xe của cộng sản?

- Có một tài liệu của một người, tự xưng là đảng viên cộng Sản trong nước mới gửi ra, nói thế này mà tôi rất đồng ý, và bây giờ tôi cũng xin mượn để trả lời thắc mắc của anh--Nguyên Việt vừa nói vừa lục tìm trong chồng sách ở trên bàn, lôi ra một xấp giấy, chàng tìm một đoạn, đọc: *"...Một thể chế chính trị phải là đầu tầu cho một nền kinh tế phát triển, và kinh tế là cái 'bao tử' của chính trị. Ví như Chính trị là bộ não mà Kinh tế là cái bao tử. Bộ não không thể tồn tại nếu bao tử không tiếp nhận được thức ăn. Trái lại bao tử cũng chẳng thể sống còn nếu bộ não không biết chọn lựa thức ăn, ăn trúng phải chất độc. Vậy thì Kinh tế–Chính trị, tuy hai phạm trù nhưng là điều kiện tất yếu của nhau để cùng tồn tại. Phải hài hòa, phù hợp, tạo điều kiện cho nhau phát triển, không thể đi một giò mà bảo vững hơn đi hai chân được..."*

Sau khi đã nhận thức được địa vị của chính trị và cái bao tử rồi--Nguyên Việt tiếp—thì ta có thể đi đến kết luận

⑥

Kết luận thấy trước nhất: một thể chế chính trị phải là đầu tầu cho nền Kinh tế phát triển và Kinh tế là cái "bao tử" của chính trị. Ví như chính trị là bộ não mà Kinh tế là cái bao tử. Bộ não không thể tồn tại nếu bao tử không tiếp nhận được thức ăn. Trái lại bao tử cũng chẳng thể sống còn nếu bộ não không biết chọn lựa thức ăn, ăn trúng phải chất độc. Vậy thì Kinh tế chính trị, tuy 2 phạm trù nhưng là điều kiện tất yếu của nhau để cùng tồn tại. Phải hài hoà, phù hợp, tạo điều kiện cho nhau phát triển, không thể đi một giò mà bảo vững vàng hơn đi 2 chân được.

Hoàn cảnh xộ bộ, náo loạn trong xã hội VN hiện tại, mà dẫn đầu là về mặt Kinh tế, chế độ độc đảng không thể nguỵ biện bảo rằng phù hợp với Kinh tế thị trường (đúng làm trò cười lố bịch vẽ rắn thêm chân) theo "định hướng xã hội chủ nghĩa". Đa thành phần là hiện tượng tự phát, chứ không chỉ như 5 thành phần như trước đây, gượng ép chủ quan. Do đó, thực trạng đã vượt ra ngoài tầm kiểm soát của bộ máy độc đảng thiếu nghiêm trọng các thông tin phản hồi từ nhiều khuynh hướng khác nhau, mất liên lạc với nhiều lãnh vực một khi cái "chợ trời bất trị" vốn là xu thế tự nhiên đã trót mở của trong khi đảng lễ một thể chế đồng bộ cần được thiết lập từ lâu rồi. Không ai đo lường nổi mức độ phá sản tinh thần và băng hoại xã hội sẽ dẫn tới đâu.

2- Trên thực tế

Dựa vào kinh nghiệm của các nước đã phát triển hoặc các nước đang phát triển mạnh trong khu vực Đông Á và Đông Nam Á có điều kiện tương tự như VN đề nghị một mô hình tương tự như các nước tư bản (gần tương tự chứ không phải rập khuôn).

Ở đây cứ tạm gọi là tư bản chứ thực ra không hẳn cái tư bản mà hàng trăm năm trước Marx đã từng chỉ trích. Trong quá trình nó đã rất linh động tự uốn nắn để thích nghi với từng giai đoạn phát triển Khoa học Kỹ thuật. Cái mà ta gọi là "đổi mới" chỉ cách nay có 9 năm trong khi tư bản nó âm thầm đổi mới từng ngày từng tháng thành ra nó sống dai dẳng mà ông tổ lý thuyết của ta cứ nhất quyết là nó sẽ phải chết.

Cái Khôn Khéo ở chỗ nó không tốn tiền bạc, công sức để sản xuất nhiều khẩu hiệu dao to búa lớn như ta vẫn say sưa, chẳng cần la lớn "ta đổi mới" và cũng chẳng cần thay tên đổi họ, giữ nguyên cái tên cha sinh mẹ đẻ là "tư bản"

---

* Phụ bản #1: Trích thư của Đoàn-Quốc-Đăng-Long, trong nước gửi ra.

là "có thực mới vực được đạo"! Ít nhất cũng có người nói giống tôi là cơm áo phải đi đôi với dân chủ. Mà thứ dân chủ thực sự kia, chứ cái thứ "dân chủ" biểu diễn thì dù là nhà nước hay ông tây bà đầm nào nói, thì dân cũng bịt tai lại, chẳng nghe. Trong tiến trình dân chủ hóa này, lại hơn bao giờ hết, người ta cần giữ chữ tín. Nếu anh không giữ được chữ tín, hay dân chủ một chiều, anh thất bại là cái chắc. Đó là quy luật tự nhiên, áp dụng cho cả phía chúng ta nữa.

- "Có thực mới vực được đạo," vậy có phải theo trật tự "thực" rồi mới đến "đạo" hay là "cơm áo" trước rồi "dân chủ" sau không?—Tường hỏi.

- Không, không--Nguyên Việt trả lời--Nói thế thì có khác gì người cộng sản đang nói với người dân bây giờ? Cộng sản bảo rằng "Phải có ổn định đã rồi mới nói đến dân chủ." Nhưng cái quá trình tiến đến dân chủ dài bao lâu thì không thấy nói. Cái "ổn định" hiện nay Việt Nam đang có phần nào đấy. Song thử hỏi nó đã đem lại được bao nhiêu dân chủ, tự do? Xem chừng cũng không có gì hứa hẹn. Có khi nó sẽ mãi mãi chỉ đủ như một liều thuốc an thần cho mọi người ngủ lơ mơ và yên phận. Trong khi đó "dân chủ" là yếu tố cần thiết để bảo đảm cho ổn định được phát triển, thì lại chưa có, hay không biết đến bao giờ mới có.

- Vậy anh muốn nói làm "dân chủ" với giải quyết vấn đề "cơm áo" sẽ phải đi song song với nhau?

- Đúng! Ngoài ra vẫn còn phải nhớ một điều là, không thể làm "dân chủ" bằng cửa miệng.

Nguyên Việt trả lời, nhưng biết là bạn mình không bao giờ chịu chấp nhận một sự giải thích lơ mơ, mà phải tranh luận tới cùng. Nguyên Việt rót một tách trà. Trà lúc này mới thật đặc. Chàng nhấp một hơi, nói tiếp:

- Nếu nói dân chủ với cơm áo, hay cơm áo với dân chủ đi song song, thì vô tình anh đã nhìn nó là hai thực thể riêng biệt. Anh thử nghĩ, còn có gì dân chủ hơn là khi dân đòi cơm áo thì giải quyết vấn đề cơm áo, dân cần nhà ở thì giải quyết vấn đề nhà cửa, dân cần giáo dục thì giải quyết vấn đề giáo dục, dân khiếu nại tham ô, cửa quyền thì chém đầu ngay cái thằng tham ô, cửa quyền...vv... Nói cách khác là nếu chính quyền đáp ứng kịp thời những vấn đề căn bản cho người dân, thì cái đó, tự thân nó là "dân chủ."

- Người ta cũng nói "Nếu cộng sản bỏ 'chuyên chính' thì nó chết ngay," vậy tại sao anh lại nghĩ cộng sản muốn "dân chủ?"

Tường vừa nói vừa ngồi thẳng dậy. Cuộc tranh luận bắt đầu sôi nổi. Nguyên Việt hăng hái:

- Không! Tôi đâu có nói chuyện với Đảng Cộng Sản Việt Nam. Tôi nói chuyện với người có lòng, thực tâm yêu nước thương dân, muốn cho dân giầu nước mạnh. Người đó dù ở trong nước, hay ngoài nước, dù là Quốc hay Cộng. Những người đó họ để tổ quốc, dân tộc lên trên hết. Họ muốn có dân chủ trên quê hương để bảo đảm cuộc sống ấm no, văn minh, tiến bộ cho từng người. Tôi tin là ở trong nước có vô số người yêu nước, và ngay cả ở trong Đảng Cộng Sản cũng không thiếu người yêu nước.

- Anh vừa nói "ngay cả ở trong Đảng Cộng Sản cũng không thiếu người yêu nước," tôi không phủ nhận lòng yêu nước của những người cộng sản này, nhưng anh đừng quên, là cộng sản, họ vẫn đòi "độc quyền yêu nước." Họ không chia sẻ "tình yêu" đó với ai đâu! Chưa kể, người cộng sản không bao giờ coi Tổ Quốc là trên hết. Đối với họ, Đảng là trên hết.

Tường nói một cách rất tự tin. Nguyên Việt lại cầm tài liệu lúc nãy lên, tìm một đoạn khác:

- Tôi biết. Nhưng tôi vẫn có niềm tin là một khi họ yêu nước thương dân đến mức độ nào đó, họ sẽ hy sinh cái "muốn" và cả ý thức hệ cố hữu của họ. Nếu họ không vì "tổ quốc," vì "dân tộc," tới mức độ có thể hy sinh quyền lợi cá nhân, quyền lợi phe đảng, thì đừng gọi họ là người "yêu nước" đi. Đây này, cũng vẫn ở trong tài liệu này, có đoạn trả lời ông Nguyễn Kiến Giang khi ông Giang đề nghị Việt Nam từ bỏ XHCN: *"Chúng tôi thật bất ngờ, vấn đề quá dễ dàng và đơn giản đến thế sao? Bởi vì trước đây chúng tôi đã từng bỏ cả dân-tộc, Tổ-quốc, thậm chí đấu tố luôn cả Cha mẹ anh chị em, huống hồ bây giờ chỉ từ bỏ XHCN là cái viển vông mơ-hồ nào đâu, thì có ăn nhằm gì. Rất biết ơn ông Nguyễn-Kiến-Giang! Ấy chết, thiện chí của ông Giang cần phải xem xét lại. Có thể do khách-quan cộng với cảm-tính và thiện-chí mà chúng tôi e không còn cơ hội để sửa sai và hối hận."* Tôi không cần biết tác giả bài này đồng ý với ông Nguyễn Kiến Giang hay chỉ mỉa mai. Đoạn thư trên gợi ý cho tôi, là nếu người cộng sản muốn từ bỏ XHCN thì chẳng khó gì, họ chỉ không muốn.

- Thôi thì cứ cho là ông tác giả bức thư nói đúng đi--Tường sốt sắng--Những người cộng sản yêu nước thật sự sẽ vì "tổ quốc" vì "dân tộc" từ bỏ XHCN dễ ợt, "họ chỉ không muốn!" Vậy thì anh đem cái "chuông dân chủ" treo vào cổ cọp bằng cách nào? Võ khí à? Bạo lực à? Giờ

Chúng tôi thật bất ngờ vấn đề quá dễ dàng và đơn (14) giản đến thế sao? Bởi vì chúng tôi trước đây đã từng bỏ cả dân tộc, tổ quốc, thậm chí đấu tố luôn cả cha mẹ, anh chị em, huống hồ bây giờ chỉ từ bỏ CNXH là cái viễn vông mơ hồ, thì có ăn nhằm gì. Rất biết ơn ông Nguyễn Kiến Giang, ấy chết, thiện chí của ông Giang còn phải xét lại. Có thể do khách quan cộng với cảm tính và thiện chí mà chúng tôi e không còn có hội để sửa sai và hối hận.

Này nhé, ông đề nghị từ bỏ XHCN có nghĩa là giải thể chính quyền chuyên chế, chấp nhận có đối lập thực sự nghĩa là hình thành thể chế đa nguyên. Mà đa nguyên thì kéo theo nhiều thứ tự do: tự do báo chí, tự do xuất bản, tự do tham chính, tự do biểu tình đòi nguyện vọng... Nói chung, cánh cửa chuyên chính một khi đã mở, thì ngọn gió đa nguyên ùa vào quét tan hoang những "thành tựu" bao năm tháng cam go núp sau lá chắn tập thể " chúng tôi mới tom góp được....

Ông Giang đừng giỡn chơi, dù chúng tôi làm con dã tràng. Ông đánh giá chúng tôi thấp quá đấy, thưa ông!

Tóm lại, quý vị cần đầu tư thêm nữa, trí tuệ và tâm huyết hơn nữa. Nói theo Kiều Hà Sĩ Phu "Dắt tay nhau đi dưới những tấm biển chỉ đường của trí tuệ". Trường hợp này phải hiểu là quý vị dắt tay quý vị, chứ không phải dắt tay chúng tôi. Hãy đưa ra giải pháp thực tế, công thức cụ thể, thật cụ thể, mới trải hết tấm lòng với dân với nước.

Tuy nói vậy mà vẫn đâu đó trong chiều sâu tâm thức, chúng tôi mường tượng một việc gì bất an, khi muốn chứng tỏ chút lương tri vì đại nghĩa. Không rõ đây là bản năng hay là mặc cảm khó bôi xoá. Chúng tôi đã trót làm ngược lại lời dạy của cổ nhân: "Cái gì mình không muốn, đừng làm cho người" (Kỷ sở bất dục, vật thi ư nhân). Khi thấm biết ý nghĩa đích thực trong đạo xử thế thì đã quá muộn, thế nên, nghe chừng tương lai không mấy êm ả cho bản thân, gia đình và cái đồng chí "Kỷ cựu".

Khi viết lên tâm tư này, có lúc nước mắt đã phải chảy ngược vào trong cuống họng. Đừng bảo người Cộng Sản chúng tôi không biết yêu nước. Cái sai lầm nghiệt ngã phát xuất từ chế "yêu nước độc quyền" 65 năm nay, nên ra nông nỗi này. Còn hoạn nạn của dân tộc vẫn chưa đến hồi kết thúc. Nếu bảo "ánh sáng ở cuối đường hầm" trong lúc này, thiết tưởng có vội lạc quan lắm không?

*

---

*Phụ bản #2 – Trích bức thư của Đoàn-Quốc-Đăng-Long, từ trong nước gửi ra.

này không còn ai muốn thấy máu chảy thịt rơi nữa? Những người quan tâm đến vấn đề đất nước đang trông đợi một giải pháp. Không ai cần nghe lý thuyết suông nữa. Anh bảo "Dân chủ qua hành động, không phải qua cửa miệng," nhưng làm thế nào để thực hiện các điều đó, khi người trong nước thì bị kìm kẹp, còn cộng đồng ngoài này thì... than ôi! Giờ này vẫn cứ cho phép mình "nổi trôi theo mệnh nước!"—Tường nói rồi, mệt quá, nằm thượt trên chiếc ghế bành, nhắm mắt lại.

- Võ khí à? Võ khí là thể chế đa nguyên, đa đảng, là bầu cử tự do—Nguyên Việt quả quyết.

Tường mở choàng mắt. Vẫn nằm ở tư thế... chán nản:

- Thế nhưng cho đến ngày người dân tin tưởng được là lá phiếu của mình có giá trị, có hiệu lực để mà kéo nhau đi bầu, cho đến lúc "đảng đối lập thực sự" được "thực sự" tự do ngồi ngang hàng với Đảng Cộng Sản trong cuộc tranh cử, và có được một cuộc bầu cử "thực sự" tự do, thì anh thử đoán "thời kỳ quá độ" đó, kéo dài bao lâu?

Nguyên Việt không trả lời, soải người ra, ngả dài trên ghế. Nhắm mắt lại. Khu hồ Barcroft chìm trong cái im lặng của một buổi chiều chủ nhật. Bên cạnh, chỗ hai người ngồi, nguồn nước trong hòn non bộ róc rách chảy ra... Đánh một vòng trở về hòn non bộ, rồi lại... róc rách chảy ra...!

41

Hôm nay Tường đến nhà Sarah lấy thư của Nga. Có cả mấy tờ báo xuân. Mấy tháng nay chàng đã làm việc này như cái máy, không còn thấy hứng thú nữa. Chàng biết trước, ít nhất nửa bức thư nàng sẽ nói về các thành tựu vĩ đại của nhà nước, còn nửa kia nàng "xây mộng" viển vông. Lúc này tâm tư chàng trĩu nặng. Việc nhà, việc mình, việc tranh đấu... việc nào cũng bế tắc. Gặp Thảo, một lưu học sinh từ Việt Nam ở trọ nhà này, do chị Phượng giới thiệu, đon đả chạy ra đón. Chàng cũng thấy có chút không khí ấm cúng quen thuộc, nhưng cũng không muốn chia sẻ những ưu tư của chàng với cô. Chàng không tin là cô ta biết nhiều về chính quê hương mình. Cái hiểu biết của phần đông người Việt Nam từ bên nhà, vẫn là cái gì mà nhà nước muốn cho họ biết. Nhưng chàng nghĩ ra được một cách, bèn ra xe lấy báo Vượt vào tặng cô mấy số. Chàng khuyên cô nên đọc báo và nghe đài Làn Sóng Tự Do. Dặn cô ra chợ Việt Nam ở đây, mua lấy một chiếc radio có "làn sóng ngắn." Thảo cám ơn. Không biết có phải cô chỉ cám ơn lấy lệ, rồi khi chàng ra về thì vứt báo vào sọt rác hay không? Nhưng chàng vẫn hy vọng. Biết đâu, có một lúc nào đó cô ta tò mò, liếc vào tờ báo một cái, hay vặn thử cái ra-đi-ô lên nghe, là chàng có một cuộc "vỡ đất" thành công rồi.

Thư Nga đến lần này làm chàng chán hơn bao giờ hết:

Hà Nội ngày... tháng...

Anh yêu quí,

Thư này đến tay anh thì chắc Tết cũng gần đến, em chúc anh được luôn luôn vui khỏe. Chúc anh thành công trong công việc anh đang làm để rút ngắn ngày về với em...

.....

Cùng với tất cả mọi quốc gia trên thế giới, Việt Nam cũng đang chuẩn bị vượt qua những năm cuối cùng của thế kỉ 20 để bước vào thế kỉ 21 đầy hứa hẹn và cũng đầy thử thách. Riêng đối với nước ta, đây là những năm quyết định nhất để thực hiện công nghiệp hóa, hiện đại hóa và quyết tâm thực hiện khẩu hiệu mới do nhà nước đề ra: "DÂN GIẦU, NƯỚC MẠNH, XÃ HỘI CÔNG BẰNG, DÂN CHỦ, VĂN MINH."

Hãy cứ nhìn khẩu hiệu trên, anh sẽ thấy bây giờ ưu tiên của nhà nước đã khác xưa nhiều. Xin anh đừng nghi ngờ gì nữa. Hãy thay đổi cách nhìn, để có thể làm những công việc anh đang theo đuổi một cách hữu hiệu hơn.

.....

Tường bắt đầu chán, quay ra lật tờ báo Xuân ra xem. Chàng để ý đến một đoạn hay hay:

"Có thể dự báo rằng nhờ biết tận dụng những thành quả của cuộc cách mạng khoa học và công nghệ hiện đại, kinh tế trong các nước tư bản vẫn tiếp tục phát triển ở thế kỉ sau. Song chủ nghĩa tư bản tự phát với mục tiêu lợi nhuận tối đa bằng bất kỳ giá nào sẽ không giải quyết nổi các vấn đề xã hội. Nạn thất nghiệp, sự phân hóa giầu nghèo giữa các khu vực, giữa các tầng lớp trong xã hội ngày càng sâu sắc, tình trạng bạo lực, tệ nạn xã hội tiếp tục phát triển, bản sắc văn hóa dân tộc bị mất dần, đạo đức xã

hội bị băng hoại và môi trường sinh thái bị suy thoái, hủy hoại..."

Đọc đến đây tự nhiên Tường nẩy ra một ý nghĩ tinh nghịch. Chàng trích nguyên văn đoạn báo trên, chỉ tẩy xóa đi chữ "tư bản," thay vào đó một khoảng trống. Chàng cho nó một tựa đề: "Báo Xuân – Đố vui ngày Tết." Bên cạnh chàng sẽ ghi: "Xin mời độc giả trong và ngoài nước điền vào chỗ trống, một chữ hay cụm từ mà bạn thấy phù hợp với sự mô tả của đoạn văn trên. Ai điền trúng sẽ được bầu làm kẻ 'biết mình biết người nhất thế giới'." Làm xong chàng cho lên mạng để mời bà con trong và ngoài nước tham dự. Chàng tự nhủ, chắc chắn cuộc Đố Vui này sẽ về tới Việt Nam, và sẽ có nhiều người hưởng ứng!

Trò chơi này không làm chàng vui quá vài phút. Buông tờ báo ra đầu óc lại luẩn quẩn nghĩ đến Nga, một người mà theo chàng là người có lý tưởng cao quí, nhưng vì quá lý tưởng và thẳng thắn, nên không hiểu được những lắt léo của cuộc đời. Chính trị thì muôn mặt, mà nàng chỉ thấy được một mặt, mặt bầy ra ngay trước mắt. Nàng cần một người hướng dẫn. Khi nàng ở đây, người hướng dẫn là Tường, bây giờ người hướng dẫn là Đảng. Làm sao chàng địch lại được với Đảng, nhất là khi Đảng lại ngay kề! Nỗi thất vọng, chán chường đã đẩy chàng xuống đến cùng cực.

Từ ngày làm báo, hàng ngày Tường phải vào mạng lấy tin tức, nhân đó chàng khám phá ra nhiều điều bổ ích như vào các "trang nhà" của giới trẻ, để đọc tâm tình và nguyện vọng của họ. Nhiều lúc họ cãi nhau như mổ bò khiến chàng nghiền theo dõi. Trang nhà mà chàng hay vào là diễn đàn "Hẹn Hò Ra Biển" của một nhóm thanh niên, sinh viên, chuyên gia trẻ trong và ngoài nước. Phần đông họ trao đổi và chia sẻ khá chân tình và ôn tồn, về các đề tài liên quan đến xã hội, đất nước, chính trị, văn hóa... Khi đụng đến đề tài chính trị thì thường gây ra tranh luận sôi nổi, chưa kể có người còn nổi nóng, nặng lời... Có một thời gian khá lâu trang nhà này bị "tường lửa" chắn, chàng bỏ quên nó luôn. Hôm nay nhân đang chán nản về bức thư của Nga, chàng thấy không có hứng làm việc gì khác, nhớ đến diễn đàn Hẹn Hò Ra Biển, chàng mở ra mới biết các anh em đã vượt được tường lửa.

Mở đầu chàng đã thấy người điều khiển mục "Trao Đổi Tâm Tình" phân trần là tuần trước nhận được, cũng trên mục này, bức thư có hơi hướng đe dọa việc làm của Diễn Đàn, mà theo tác giả bức thư, là việc làm của Diễn Đàn "không có tính cách xây dựng mà gây ảnh hưởng xấu cho tầng lớp trẻ trong nước." Bức thư ngắn gọn đó được đăng lại ngay đầu trang, tiếp theo là những bức thư phản hồi. Diễn Đàn được an ủi, khuyến khích khá nhiều, nhưng mượn gió bẻ măng để "mắng vốn" cũng không thiếu. Tường thấy không quan trọng, chỉ đọc lướt qua tất cả... Nhưng bỗng mắt chàng dừng lại ở một bức thư, bắt đầu bằng một câu khá ôn tồn:

"Các bạn ơi! 'Gà cùng một Mẹ chớ hoài đá nhau.' Các bạn đã quên câu ca dao đầy tính dân tộc này rồi sao?

Tôi ở ngoài cuộc tranh cãi của các bạn, nên có lẽ tôi có thể khách quan hơn, vậy xin hãy để tôi phân tích như thế này: Người ở trong nước và người ở ngoài nước hiểu nhầm nhau là điều rất dễ xảy ra, vì chúng ta ở hai môi trường khác biệt, vậy tại sao ta không bình tĩnh, ôn hòa nói chuyện với nhau, để mong tìm được sự đồng cảm. Tôi thấy các bạn ở ngoài nước thì sốt ruột khi thấy đất nước cứ ù lì, trì chậm trong việc phát triển, và cuộc tranh đấu cho tự do dân chủ thì cứ như dậm chân tại chỗ. Các bạn trong nước thì cho là các bạn ở ngoài nước, người không ở trong cùng hoàn cảnh, chỉ 'vén tay áo xô đốt nhà táng giấy.' Các bạn quen lối sống dân chủ, tự do, muốn gì là phải được ngay, không thông cảm những nỗi khó khăn, nguy hiểm mà người bên nhà đang trực diện.

Tôi may mắn đã được ở nước ngoài một thời gian dài, đủ để có những kinh nghiệm bức xúc, trăn trở mỗi khi nhìn về bên nhà thấy những điều nghịch lý, bất công... khiến đôi khi tôi muốn phát khùng. Nhưng cuối cùng tôi cũng đã quyết định trở về nước lập nghiệp. Sau một thời gian bương trải, bị đời đá lên đá xuống, tôi nhận ra một điều là, nếu tôi đã chọn lựa sống ở đây, thì tôi phải chấp nhận trả giá. Tôi phải tự nhào nặn, mài rũa cho hết những góc cạnh xù xì trong tâm hồn, để có thể thành 'quả bóng' lăn tròn trong cái xã hội này.

À bạn có thể cho tôi là ba phải, là cố đấm ăn xôi, là hèn... Nhưng tôi quan niệm, nếu tôi không lăn tròn được trong cuộc chơi thì tôi không thể lèo lái cuộc chơi theo chiều hướng mình muốn. Các bạn ở ngoài nước ơi! Hãy tin tôi đi! Hãy về đây sống, rồi sẽ chiêm nghiệm được những điều tôi nói là đúng. Rồi một ngày, biết đâu, quả bóng của tôi, quả bóng của bạn, quả bóng của các bạn khác... cùng một lượt như những 'quả bóng tuyết,' càng lăn càng dày, càng lớn, càng lừng lững thành một khối khổng lồ... đè nghiến lên những bất công, những nghịch lý, những độc tài, thối nát... trên quê hương yêu dấu của chúng ta.

Cuối thư, tôi chỉ mong ước các bạn đừng vì lẽ gì để Diễn Đàn của chúng ta trở thành một đấu trường, vì kẻ thù của chúng ta không ở giữa chúng ta đâu, chúng nó ở chỗ khác cơ. Nói ít, mong các bạn hiểu nhiều.

Xin gửi lời chào cảm thông và đoàn kết. Thân ái,
Nam."

Đọc xong, Tường chợt hiểu ra những lý do đằng sau những hành động của Nga. Nếu phần đông giới trẻ ở nhà nghĩ như vậy, thì Nga cũng chẳng thể nào khác được. Có lẽ nàng cũng đã nghĩ, phải *"mài rũa những góc cạnh xù xì trong tâm hồn"* để có thể *"lăn tròn được trong cuộc chơi"* thì mới mong *"lèo lái cuộc chơi theo chiều hướng mình muốn."* Chỉ có một điều Nga không nhìn ra là, chưa chắc ai đã "lèo lái" được ai. Nga quá bé nhỏ, ngây thơ bên cạnh những tay cáo già chính trị. Lòng xót xa, dồn nén... Chàng muốn hét to lên cho hả.

42

Thư Minh Châu cũng không làm Tường phấn khởi! Thư nào cũng chỉ thấy nàng khoe chuyện tổ chức Trung Thu với lau chùi bàn thờ Phật, học làm cơm chay, bón cây, tưới vườn, đi bộ trong rừng ngắm cây cỏ...vv... Chàng thấy không có gì để phải trả lời. Chàng tiếc cho những thì giờ phí phạm của nàng. Chàng lấy giấy ra viết thư cho mấy anh em trong nhóm tạp chí Con Thoi bên Đức, để nhờ họ làm cái gì giúp Minh Châu xin được qui chế tỵ nạn ở Đức.

Hai tuần sau Tường nhận được thư trả lời, có những đoạn như sau: *"Để được tỵ nạn, một người cần có thành tích chống cộng như gia nhập một tổ chức chống cộng ở Đức và hoạt động tích cực như biểu tình, viết bài chống cộng để tên thật, đăng rùm beng trên các báo. Nếu cô ấy lại có thành tích chống chính quyền CS Việt Nam tận bên Nga như anh nói, thì tốt quá, chỉ cần đưa ra bằng chứng sẽ làm cho 'ca' của mình thêm mạnh. Mình phải tự làm đơn xin tỵ nạn và thường là tòa án bác đơn của mình trước, sau đó mình phải thuê luật sư cãi.. Thời gian chờ đợi cũng phải mất một, hai năm, hay có thể hơn, và tốn kém thì... khỏi nói, chỉ được cái là trong khi đang xin giấy tờ, họ không đuổi mình được. Còn một cách này, không biết chị Minh Châu nào đó có chịu không, là lấy một người Đức hay một người Đức gốc Việt thì công việc sẽ rất nhanh!*

Trong khi chờ đợi quyết định của anh, tụi tôi hứa sẽ đi gặp chị Minh Châu ở chùa Thiền Lâm theo như yêu cầu của anh, để xem ý chị ấy thế nào. Nếu có dịp xin lại mời anh qua thăm anh em. Vào thời điểm này anh em rất cần bàn với anh một số công việc..."

Đọc thư xong Tường rất phấn khởi. Thấy vấn đề của Minh Châu đã có triển vọng giải quyết, nhất là thấy sự nhiệt tình của anh em muốn giúp chàng. Tường sốt sắng lấy giấy viết hồi âm ngay cho họ, nhờ họ tìm mọi cách thu xếp cho Minh Châu tham gia những hoạt động cần thiết. Chàng hứa sẽ chịu hết phí tổn cho luật sư. Tường cũng nửa đùa nửa thật nhắn anh em là, giải pháp cho Minh Châu lấy người Đức gốc Việt cũng là một ý kiến hay, nếu như anh em có được người nào xứng đáng để giới thiệu cho nàng.

Mặt khác Tường đi lục tìm trong mớ tài liệu Minh Châu gửi chàng đem về Mỹ hồi năm ngoái, khi chàng đi thăm nàng ở St. Petersburg, xem có giấy tờ gì dùng được. May mắn chàng tìm thấy đủ giấy tờ chứng minh sự chống đối của Minh Châu, với nhà nước CS Việt Nam, như các bài báo chống cộng đưa đến lệnh trục xuất nàng khỏi Nga, lệnh của sứ quán buộc nàng phải trở về Việt Nam, để nhận kỷ luật... Tên thật của Minh Châu là Vũ Thanh Nhàn.

Chàng gom góp hết những thứ ấy gửi sang cho anh em bên Đức. Thư gửi đi, chàng thở phào nhẹ nhõm, tưởng như công việc làm cho Minh Châu đã xong đến quá nửa.

Một hôm thầy Giác Minh báo cho Minh Châu biết là có mấy anh trong nhóm báo Con Thoi muốn đến gặp Minh Châu để đem tin của Tường. Họ xin gặp nàng sáng thứ bẩy tuần này. Nếu Minh Châu đồng ý thì cho thầy biết để thầy trả lời cho họ. Nghe tên Tường lòng nàng rộn ràng. Không biết tin gì quan trọng đến nỗi Tường không viết thư trực tiếp cho nàng, mà phải cần cả một "phái đoàn" đến gặp, mới nói được. Hôm nay mới là thứ ba, nàng hồi hộp, hy vọng pha lo lắng, bồn chồn không yên...

Nàng xin thầy cứ để cho họ đến.

Chỉ hơn một tháng sau Tường đã nhận được số báo Con Thoi, đăng bài phản kháng nhà nước CS Việt Nam, ký tên Vũ Thanh Nhàn. Chàng mỉm cười sung sướng.

43

Minh Châu đến ở vùng này đã được nửa năm. Mặc dù việc an cư chưa có tia hy vọng nào, nàng cũng vẫn thấy cuộc đời được yên ổn trong sự bảo bọc của ngôi chùa, cũng như của những người có lòng từ bi, nhân ái xung quanh... Vì thế dù mùa đông năm nay khá khắc nghiệt, Minh Châu cũng không thấy đến nỗi lạnh lẽo, cô đơn...

Nhưng hôm nay lại khác. Nhìn ra ngoài trời bão tuyết, tự nhiên nàng nhớ nước Nga đến tê tái. Một đất nước đã cưu mang nàng nhiều năm tháng, đã khắc sâu vào tuổi thanh xuân của nàng với bao buồn vui, bi lụy. Nàng cũng nhớ những người thân của nàng ở Nga, giờ đây còn đang sống những ngày tháng tạm bợ, trồi sụt theo sự bao dung, cơn phẫn nộ của những kẻ cầm vận mệnh mình.

Hôm nay cũng là ngày rằm. Vầng trăng vằng vặc trên cao, chan hòa một màu xanh lơ trên tấm thảm tuyết khổng lồ phủ lên vũ trụ. Thảm tuyết dầy này là kết quả của trận tuyết cuối mùa xẩy ra, đã một tuần rồi mà chưa tan. Nhìn lên mái chùa, một ngọn gió thổi... một tảng tuyết trên mái lở, rơi ra, bụi tuyết bay mù mịt trước ánh đèn tỏa từ cửa sổ bên chánh điện. Nàng rùng mình. Một cảm giác buốt giá chạy nhanh trong xương sống. Thoáng chốc nàng quên mất là mình đang ở miền Nam nước Đức. Nàng đang lạnh cái lạnh của nước Nga. Hình ảnh những cánh đồng mênh mông bạt ngàn của xứ Xi-bia trải rộng ra trước mắt... Những cọng rạ thưa thớt dựng đứng, đen xì, nổi bật trên tuyết trắng. Những khúc rạ ngắn, nhô lên chừng một gang, nửa gang... dài hay ngắn là thước đo mức độ dầy, mỏng của tuyết.

Có những buổi chiều, bầu trời xám, thấp... Nhìn về phía xa tít... , chỗ trời và đất chạm nhau, ngậm mặt trời đỏ au như viên ngọc, tỏa ánh sáng chói lòa trên mặt tuyết mịn màng, bóng láng như mâm bánh bò khổng lồ...

Trước cái vô biên, hãi hùng của vũ trụ, Minh Châu chợt thấy mình bé nhỏ. Nàng bỗng thương cảm cho thân phận mình, thân phận con người. Chân nàng bước lên chùa trên lúc nào không hay. Nàng bước tới bàn thờ. Gục đầu vào hai cánh tay đặt trên bệ xi-măng, òa lên khóc nức nở... Một hồi lâu, lòng đã dịu. Nàng ngước mắt nhìn lên các pho tượng đang mỉm cười. Mơ hồ không biết Phật là gì? Là đấng thiêng liêng? Là sức mạnh huyền bí? Là đấng từ bi? Nàng chỉ có thể chắc chắn một điều là, trận khóc thỏa thuê vừa rồi là một liều thuốc tiên, như được trút hết nỗi thống khổ trên vai người mẹ hiền.

44

Mùa đông rồi cũng qua. Tiết trời đã ấm. Bỗng một sớm Minh Châu ngủ dậy thấy cả quả đồi thay đổi như người ta thay áo. Cành các cây sồi, cây bạch dương, hạnh đào... đều lấm tấm lộc đỏ non, lộc xanh mơn mởn... "Xuân đã đến đây rồi!"—Nàng tự nhủ. Trong lòng dấy lên một niềm hy vọng, vu vơ nhưng thật nhiệm mầu. Bầu trời xanh, cao, vẫn vài cụm mây đứng im như bức tranh vô tận...

.

Hôm nay Bình có được ngày rảnh rỗi hiếm hoi, cậu bỏ không đi chơi với bạn bè, đến chùa rủ Minh Châu vào rừng thám hiểm.

Bình là con của một gia đình thuyền nhân đến định cư ở vùng này. Đối với cậu, Minh Châu là một người đến từ "bên kia," khiến cậu rất tò mò muốn tìm hiểu. Cha mẹ cậu và những người trong cộng đồng tỵ nạn đi từ miền Nam mà cậu đã gặp, cho cậu ấn tượng là người "bên kia" thì không thể nào suy nghĩ bình thường như người "bên này" được. Thêm vào đó, bà thím người Hà Nội thứ thiệt của cậu, đã đoan kết rằng giọng của những người Hà Nội mới bây giờ, là giọng lai Sơn Tây. Có lẽ do tại các thầy cô từ các tỉnh lân cận vào Hà Nội dạy học, nên trẻ con Hà Nội nói toàn giọng của các thầy cô hết. Có người còn bảo giới trẻ sau này ở Hà Nội, bắt chước giọng của các cô ca sĩ Trung Quốc, nên cứ cao vút lên. Sau một thời gian tiếp xúc, cậu dần dần nhận thấy Minh Châu không những chẳng khác gì một người bình thường "bên này" mà lại cũng thông minh, cởi mở, đầy tình người... Cậu cảm mến và đem lòng thương như một người chị.

Minh Châu đã thuộc lòng quả đồi này rồi, nhưng được lang thang trong rừng với Bình, nàng cho là tuyệt vời. Nàng có thể hỏi Bình về các loại chim, loại cây mà từ ngày sang đây nàng vẫn muốn biết mà chẳng hỏi ai được:

- Này Bình, em có nghe thấy tiếng gì như tiếng gõ cạch cạch ấy không?

Lắng tai một lúc Bình quả quyết:

- Tiếng chim gõ mõ đấy mà.

- Hay nhỉ. Chim gõ mõ mà ở trong khuôn viên chùa thì thật là hợp. Thế tên tiếng Đức gọi là gì?

- Là chim Specht. Kìa, kìa chị có thấy mấy con chim hoa mai kia không? Tiếng Đức gọi là "Fink."

Minh Châu dừng chân lại ghi chép. Một con suối nhỏ từ trên cao róc rách chảy xuôi... Nước trong, chưa được đầy lòng suối, nhưng dòng nước cũng chảy mạnh. Bình và Minh Châu theo ven suối đi quanh đồi... Nhiều loại hoa dại nở. Hoa "daisy," mà tiếng Việt gọi là nguyệt cúc trắng, "forget-me-not," lưu ly thảo, màu thiên thanh, "dandelion," hoa bồ công anh màu vàng, hoa cúc tím, hoa cúc áo vàng, hoa "poppy" đúng là hoa mào gà đỏ bên nhà... Len lỏi trong đám cây xác rắn, có cỏ trầm thủy, lá dài có dáng như lá mía, xanh um, mọc gần bờ nước. Lá xõa xuống nước, lung lay, uyển chuyển như tóc tiên nga... Cả khung cảnh trông như hình chụp trong các lưu ảnh. Minh Châu thầm ao ước có máy ảnh chụp gửi về cho Mẹ và cho Tường. Nghĩ thế nàng lại thấy mình buồn cười. Không biết tự bao giờ nàng cứ nghĩ đến mẹ là lại nghĩ đến Tường, mặc dù hai người đó không có liên hệ nào cả.

- Cây thông thì chắc là ở đâu cũng có phải không chị? Đây là cây sồi, tiếng Đức là Eiche. Kia là cây dẻ, Nussbaum.

Minh Châu nhận ra những cây quen thuộc có ở Nga như bạch dương, sồi, phong, nhưng nàng vẫn hỏi để học tiếng Đức. Bình vừa đi vừa chỉ từng gốc cây. Cậu đọc tên lên rồi đánh vần bằng tiếng Đức cho Minh Châu ghi, y như một giáo sư thực vật học, đưa học trò đi dã ngoại.

- Trông kìa. Trông kìa Bình! Cây lê của chị ra nhiều hoa quá! Chị khám phá ra nó rồi chị bón và ủ gốc cho nó ngủ suốt mùa đông... Năm nay chắc là sẽ có nhiều quả, tha hồ mà hái về cúng Phật.

- Chị mà cũng tin có Phật à?

Minh Châu ngỡ ra, không ngờ mình đã thốt ra câu nói đó.

- Ư...ư...ư..., chị không dám nói là đã tin cái mầu nhiệm của đạo Phật, nhưng chị được đọc mấy cuốn sách Bước Đầu Học Phật mà chú Vy cho mượn, thì chị thấy tư tưởng đạo Phật rất là khoa học, ít nhất người ta có thể áp dụng nó như một triết lý sống.

- Chị đã đọc sách thì chị biết đạo Phật nhiều hơn em đó nghe. Hôm nào chị giảng cho em nghe đi.

- Ừ, chị đọc chỗ nào hay hay chị sẽ kể lại cho em nghe. Còn giảng thì chị không dám đâu. Có nhiều chỗ chị còn phải nhờ chú Vy hay cô Diệu Phương giảng rộng thêm ra, chị mới hiểu. Mẹ chị mà biết chị đang đọc sách về đạo Phật thì bà sẽ mừng lắm đấy. Mẹ chị mộ đạo lắm.

- Nếu chị đón được bác sang đây nữa thì quí nhất. À, để em kể cho chị nghe chuyện này. Chị tin được thì tin, không tin thì thôi nhé, nhưng đó là chuyện thật: "Có một chị sinh viên học ở trường em, đậu cao học về hóa học và ra trường đã lâu rồi. Hồi mới xây chùa xong, chị ấy tới chùa mỗi chủ nhật, cầu xin cho cha mẹ cùng các em chị vượt biển thành công, và đến được một nước tự do. Bên cạnh việc ăn chay niệm Phật cả năm trời, chị ấy chuyên tâm vẽ các bức tranh Phật, mặc dù chị chỉ biết vẽ sơ sơ thôi, chớ không học vẽ ở trường mỹ thuật nào hết. Cho tới một bữa chị tới đây, khoe là cha mẹ và các em chị đã vượt biển thành công qua được Mỹ rồi. Các bức tranh Đức Phật Thích Ca Mâu Ni sơ sinh, Đức Quán Thế Âm bên rừng trúc, Đức Văn Thù Bồ Tát cỡi sư tử lông xanh, Đức Phổ

Hiền Bồ Tát cưỡi voi màu trắng... chị đều đem cúng dường cho chùa hết.

- Thế à? Chùa mình ấy hả?—Buột miệng rồi Minh Châu mới nhận thấy là nàng vừa nói chữ "chùa mình" một cách ưu ái, tự nhiên quá...

- Em nói chuyện chùa mình chớ còn chùa nào nữa. Hàng ngày lên chánh điện chị không thấy mấy bức tranh treo ở đó sao? Mà lạ ghê, chị ấy nói là bình thường chị vẽ những cái khác thì rất tầm thường, vậy mà mấy bức tranh vẽ Phật thì lại rất tinh thần, ai coi cũng phải khen, làm như có Phật cầm tay cho chị ấy vẽ...

- Thế bây giờ chị ấy ở đâu?

- Chị ấy qua Mỹ, đoàn tụ với gia đình hồi mới ra trường rồi.

Minh Châu thấy lòng ấm dịu, mơ mộng... y như hồi nhỏ sau khi được nghe mẹ kể chuyện Chiếc Đũa Thần, truyện Phật của Bé Hương, truyện Tiên hiện lên... Nàng ước mơ chuyện tương tự như thế, sẽ xảy ra cho mình. Từ chân đồi, tiếng cô Diệu Phương ơi ới vọng lên, gọi hai chị em về ăn cơm..., giống hệt cảnh quê ngoại thân thương ngày nào...

45

Một buổi chiều vào đầu tháng tám, Minh Châu ngồi giữa sân giúp cô Diệu Phương bào rau cải và cà-rốt. Hai người chuyện trò:

- Cô ạ! Con về ở chùa được một năm rồi đấy cô. Thời gian đi nhanh quá!

- Ừ nhanh thật! Chùa mới tổ chức Trung Thu năm ngoái, hồi Minh Châu mới tới nhỉ! Bây giờ lại sắp đến Trung Thu nữa rồi. Chắc năm nay chùa sẽ làm lớn hơn năm ngoái nữa.

- Chưa phải tổ chức Trung Thu đâu cô ơi! Con nghe Thầy nói chùa sắp làm Lễ Vu Lan đấy. Lễ Vu Lan là gì hả cô? Con không hiểu nhưng không dám hỏi lại Thầy.

- Không hiểu thì cứ hỏi chứ sợ gì. Con hỏi Thầy càng mừng chớ sao. Lễ Vu Lan là Lễ Báo Hiếu, để cho ai còn cha mẹ, thì cầu Đức Đại Hiếu Mục Kiền Liên phù hộ cho cha mẹ khoẻ mạnh an vui. Ai có cha mẹ khuất núi rồi, thì cầu cho cha mẹ được siêu thoát, mau được tái sinh lên đất Phật.

- Thế Mục Kiền Liên là ai hả cô?

- Nguyên thủy Ngài cũng sinh ra và sống như chúng ta vậy thôi, nhưng Ngài đạo đức từ bi khác thường, nên khi mất, Ngài thành Bồ Tát. Một hôm Ngài đi ngang qua địa ngục, thấy những người có tội bị đọa đầy rất khổ sở, Ngài động lòng trắc ẩn. Rồi lại thấy chính mẹ Ngài trong đám người đang bị ngạ quỷ hành hạ. Khi bà bưng bát cơm lên ăn, thì bát cơm hoá ra lửa... Ngài thương quá, bèn về tâu với Đức Phật Tổ, xin Phật gia ân cứu cho Mẹ. Lòng hiếu thảo của Ngài được Phật chứng hộ, cuối cùng mẹ của Đức Mục Kiền Liên được ra khỏi địa ngục, và đầu thai lên tầng trời Tứ Thiên Vương, một cõi quốc độ trong sạch, và lạc phúc hơn cõi thế gian này. Sau này người ta nhắc lại công đức, và lòng hiếu thảo của Đức Mục Kiền Liên tại Lễ Vu Lan, để nhắc nhở người đời phải ăn ở có hiếu với cha mẹ.

- Chuyện hay quá cô nhỉ! Thế đến hôm này, con cầu cho mẹ con ở Việt Nam được bình an khỏe mạnh, có được không cô?

- Được chứ. Xin Thầy dâng sớ hẳn hoi đi. Thế nào Phật cũng độ cho mẹ con.

Minh Châu nói thế nhưng trong lòng vẫn nghi ngờ sự nhiệm mầu của lá sớ, nhưng vì nhớ mẹ quá, cô định bụng cứ xin, nếu không được thì cũng chẳng mất mát gì.

- Con thấy cô con nhớ mẹ con quá. Mẹ con chắc chưa bằng tuổi cô đâu, nhưng già sọm vì vất vả, và suốt đời lo lắng chứ không được khỏe mạnh như cô.

- Minh Châu có nghĩ đến chuyện đón bà sang đây không?

- Làm sao đón được hả cô. Cái thân con còn chưa xong. Sống ở đây mà chẳng có giấy tờ gì, thì làm sao cưu mang được ai?

- Chỉ có một cách nhanh nhất là lấy chồng Đức thì ở lại được ngay, rồi bảo trợ cho mẹ qua.

- Úi chết, con mà lấy Tây thì mẹ con giết.

- Không phải lấy Tây đâu, lấy người Đức cơ mà.

- Cô ơi, ở bên nhà người ta gọi tất cả dân da trắng mũi lõ là Tây, dù là Nga, Mỹ hay Anh hay Pháp, Đức gì cũng thế hết.

- Sao kỳ vậy! Thế thì lấy Việt Nam mà có quốc tịch Đức nhé! Con xinh đẹp và mau mắn thế kia, thiếu gì người cầu. Ở đây có mấy cậu được lắm, để cô nhắm xem có cậu nào hay hay cô giới thiệu...

Nói rồi cô Diệu Phương mơ mộng... Ước gì thằng con trai cô chưa có vợ... Trong khi đó Minh Châu lại nghĩ sang chuyện khác. Nói đến lấy chồng nàng lại mơ đến Tường. Nàng mới chỉ gặp Tường có hai lần nhưng lần thứ hai Tường để lại trong lòng cô những hình ảnh thật đẹp... Nhất là đêm cuối cùng, hai người ngủ chung trong một phòng khách sạn ở Mát-xcơ-va mà không có chuyện gì xảy ra, Minh Châu càng đem lòng cảm mến, và kính phục Tường. Đối với nàng, chàng có đầy bí ẩn. Chàng không bao giờ nói về mình, nên Minh Châu chẳng biết chàng đã có gia đình chưa, con cái nhà ai, chàng làm những gì bên Mỹ, nhưng cứ thấy lòng hào hiệp và sự chu đáo lo cho đồng đội, chứng tỏ chàng là con người có tinh thần trách nhiệm, có lý tưởng. Không biết chàng bao nhiêu tuổi, chỉ thấy cách suy nghĩ của chàng thì trẻ trung cởi mở, nhưng cách xử thế thì lại chín chắn, đàng hoàng. Minh Châu tưởng như đã gặp được "hoàng tử của lòng" nhưng chàng cao xa quá, xa vời quá, không cách gì với tới...

Một tháng sau Minh Châu từ ngoài cổng chùa tất tả chạy vào, tay cầm bức thư, miệng rối rít gọi cô Diệu Phương. Cô ngừng tay hái rau, đứng dậy tò mò nhìn...

- Cô ơi con nhận được thư của mẹ con... Để con đọc cô nghe này... *"Con không thể tưởng tượng được mẹ mừng đến thế nào, khi được biết con đã dâng sớ cầu an cho mẹ dịp lễ Vu Lan vừa qua. Mẹ thấy khỏe hẳn ra, chắc là Phật có phù hộ cho mẹ rồi. Đọc thư con mẹ mừng phát khóc lên. Ở nhà sau một thời gian dài... ngày nay người ta đã dần dần trở về với tôn giáo con ạ. Ai cũng thấy chỉ có tôn giáo, nhất là đạo Phật từ bi, mới có thể xoa dịu, hàn gắn được những sứt mẻ đớn đau của bao nhiêu sinh linh đang ngụp lặn trong vô vọng từ nửa thế kỉ nay. Ở đây, mỗi người đều thờ Phật bằng cách riêng, bằng phương tiện riêng của mình. Con được ở trong chùa, lại có thầy, có cô, có chú Vỵ dẫn dắt thì con phải biết là con đã tu từ kiếp nào mới được như thế..."* vân...vân... Đấy cô xem? Con biết là mẹ con sẽ vui. Mẹ con vui quá, con thật mừng!

Nói rồi Minh Châu ôm lấy cô Diệu Phương nói một cách chân thành: "Con cám ơn cô."

46

Minh Châu đưa Tường lên đồi. Tường vừa đi vừa trầm trồ khen quả đồi thật là lý tưởng, vẫn giữ nguyên được vẻ thiên nhiên, mà lại không đến nỗi quá rậm rạp hoang dã, đến nỗi không thể đi dạo mà không bị vấp ngã vì dây nhợ. Minh Châu cắt nghĩa là khu đồi này trước kia đi bộ vào khó khăn lắm, sau nhờ có các anh em học sinh, sinh viên Phật tử, tình nguyện không biết bao nhiêu ngày giờ, phạt quang lấy vài lối đi, vét lòng suối vứt đi những cành khô, lá rụng... không thì chẳng mấy chốc rác rưởi cũng lấp đầy con suối.

Hôm nay là ngày thường. Khu rừng này không có các học sinh, võ sinh hay Phật tử đến vãng cảnh chùa. Quả đồi như dành riêng cho Tường và Minh Châu. Thời tiết cũng thật đặc biệt. Trời trong xanh không gợn mây. Nắng vàng tươi nhưng không nóng, nhờ những ngọn gió phe phẩy. Trong khi Tường luôn mồm suýt soa khen phong cảnh đồi núi, suối nước, cây cối... thì Minh Châu lại ít nói. Nàng đang đắm mình tận hưởng những giờ phút bên Tường mà nàng biết là sẽ ngắn ngủi. Cả nửa tháng nay từ ngày thầy báo tin cho Minh Châu biết là Tường sắp sang, nàng mong chờ mất ăn mất ngủ. Nàng định bụng lần gặp này sẽ tìm hiểu những điểm chính liên quan đến chàng. Lúc này đầu óc nàng cứ luẩn quẩn sắp xếp mấy câu hỏi, cố sao cho được tự nhiên:

- Anh sướng quá nhỉ! Mùa hè đi chơi thả cửa. Thế vợ con anh không phàn nàn à?

- *"Vợ còn chưa có, có chi con."*

Câu nhái thơ của bà Thị Lộ không làm Minh Châu có vẻ thích thú. Tường đoán có thể tại vì ở Hà Nội vào thời kỳ Minh Châu còn học trung học, ngoài Bắc còn đang theo Trung Quốc nên đã không dám dạy về Nguyễn Trãi, hoặc giả có dạy thì cũng đổi cả lịch sử đi rồi. Nhưng chàng nhầm. Lúc này đầu óc Minh Châu rất bận rộn, nàng không còn nghĩ được gì ngoài Tường ra.

- Tại sao anh có quyền sống độc thân, mà anh lại bắt em đi lấy chồng?

Tường ngớ ra, nhưng rồi hiểu ngay:

- À, đâu có phải là bắt. Anh quan niệm là con gái phải nên lập gia đình trong một thời hạn nào đó. Còn con trai thì muộn càng tốt... Bọn họ mách em hết những gì anh nói với họ trong thư hay sao?

Minh Châu không trả lời, buông tay Tường ra, chạy xuống suối, ngồi trên một rễ cây to đã bị nước xói hết đất phía dưới, vươn ra phía suối. Nàng tháo giầy, đặt hai bàn chân trên tảng đá ngập nước. Tường chạy lại ngồi xuống bên cạnh. Nhìn hai bắp chân nàng để trần, trắng hồng, khỏe mạnh... Chàng nhớ khi bước chân vào chùa gặp Minh Châu, cảm tưởng đầu tiên là thấy nàng khỏe mạnh, nhanh nhện, cặp mắt long lanh sáng ngời một niềm tự tin yêu đời. Nhưng không hiểu sao từ lúc lên đồi với Tường, nàng có vẻ tư lự. Còn đối với Minh Châu thì lúc này cảnh vật trước mắt nàng lu mờ. Tiếng nước chảy róc rách càng phóng đại lên, trong khối óc đầy những ý nghĩ rối rắm của nàng.

Tường tìm cách phá vỡ bầu không khí nặng nề:

- Tại sao hôm nay Minh Châu ít nói thế? Chả bù với những hôm ở St. Petersburg.

- Em chả còn gì để nói nữa. Suốt từ ngày sang Đức em viết cho anh hàng chục bức thư, anh không thèm trả lời bức nào là tại sao?

- Thứ nhất là anh bận kinh khủng, em không thể tưởng tượng được đâu. Thứ hai là anh biết em đang sống ở một nơi an toàn, anh không phải lo. Thứ ba là em viết thư chỉ kể chuyện lang bang chứ có hỏi gì đâu? Anh tưởng không cần phải trả lời.

- Và bây giờ thì anh định âm mưu gả em cho ai thế?

Thấy Minh Châu trở lại vấn đề lấy chồng, chàng cảm nhận ngay, là chuyện này quan trọng. Chàng thầm trách mấy thằng bạn vô duyên hại mình.

- Đâu có phải. Đây chỉ là một ý kiến trong muôn vàn ý kiến. Lần này anh sang để lo luật sư, làm cho em được tỵ nạn chính trị. Đâu có ai nói đến chuyện lấy chồng nữa đâu.

Tường càng nói Minh Châu càng nhận thấy chàng thản nhiên, vô tư, vô tình... Thứ tình cảm chàng dành cho nàng có lẽ chỉ là tình anh em, tình đồng chí, hay thương hại cũng có. Trong tâm trạng thất vọng cùng cực, nỗi buồn tủi trở thành bão hòa, Minh Châu bỗng nhiên thấy... giải thoát. Giải thoát khỏi sự kỳ vọng, khỏi mơ mộng, khỏi lo âu mất chàng... Nàng quyết định sẽ sống với thực tế, tận hưởng những gì thực tế cho phép, còn tất cả đều phó mặc... Nàng tìm một câu nói đùa cho bớt căng thẳng:

- Thế bây giờ anh là Năng hay là Tường?

Tường phì cười:

- Em muốn gọi anh bằng gì?

- Em thích tên Tường.

- Ừ thì cứ gọi anh bằng Tường. Còn anh, anh vẫn muốn gọi em là Minh Châu.

Nói xong chàng thoáng nghĩ, không biết câu nói đó có phải do mình đang tự lừa dối mình, vẫn ước mong không biết Minh Châu chính là Nhàn, bạn thân của Nga hay không? Dù gì thì một khi đã lỡ nói ra mất rồi, chàng không muốn đổi lại nữa.

- Vâng, em cũng thích tên Minh Châu.

Tường thì thầm hát vào tai Minh Châu, chỉ vừa đủ cho nàng nghe bài Việt Nam Minh Châu Trời Đông của Hùng Lân.

Minh Châu say sưa trong cái êm ái, cái tình tự thiết tha trong từng lời hát, từng hơi thở thoát ra từ ngực chàng... Nàng tự hỏi, tại sao chàng lại có thể gần gũi như lúc này. Rồi ở lúc khác lại xa vời vợi như ở đâu tận trên trời...

Tiếng cô Diệu Phương ơi ới gọi hai anh em về ăn cơm chiều... Nàng tỉnh mộng! Minh Châu dạ to cho cô nghe thấy, nhưng người cứ trì xuống, không muốn nhúc nhích. Tường đỡ Minh Châu đứng dậy. Bốn mắt gặp nhau, trao đổi nhanh một sự đồng tình: Tiếc quá một buổi vui chóng tàn!

47

Tối hôm ấy Tường nói chuyện với thầy rất lâu trong phòng. Chàng cũng gọi điện thoại đi vài nơi hẹn hò anh em, rồi xin phép thầy cho đưa Minh Châu lên tỉnh, gặp luật sư của nàng để thúc giục giấy tờ xin tỵ nạn chính trị.

Sáng hôm sau Tường và Minh Châu ra đi sớm. Vừa ra khỏi cổng Minh Châu đã thấy như mình được xổ lồng. Lạ ghê! Từ lâu nàng vẫn có giấy tờ tạm để đi lại, nàng vẫn từng được các anh trong nhóm Con Thoi đón đi họp, đi làm báo, đi biểu tình... nàng đâu có cảm giác được tự do, thoải mái như hôm nay. Đi bên Tường nàng cảm thấy như được che chở, được hướng dẫn, mặc dù chính chàng mới là người lạ ở xa đến. Tường bảo hôm nay đưa Minh Châu đi "phá giới" một bữa. Nói rồi chàng vội cắt nghĩa cho nàng yên tâm:

- Minh Châu ăn cơm chay nhiều rồi, hôm nay ta phải đi ăn một bữa có nhiều thịt cá để em "bồi dưỡng."

Minh Châu cãi:

- Tại anh chưa được ăn cỗ chay đấy. Hôm nào anh ăn cỗ chay do cô Diệu Phương nấu, thì anh sẽ thấy là ngon tuyệt vời.

- Thôi, lạy Phật. Anh vẫn thấy miếng bí-tết ngon hơn.

Hai người cùng cười phá, dắt tay nhau chạy đến chỗ đón xe buýt lên tỉnh. Họ trẻ trung hẳn ra đến mười tuổi chứ không ít!

Trên xe Tường cho Minh Châu biết chương trình của chàng. Trước tiên là anh phải đi giữ phòng khách sạn ngay để quẳng những cái "của nợ" gồm hành lý, sách vở, tài liệu... ở đấy, rồi tắm rửa, thay quần áo, đi gặp anh Thành nhờ anh ấy đưa đến luật sư, để giục giấy tờ cho Minh Châu. Sau đó Tường sẽ mời anh Thành đi ăn. Ăn xong có thể anh Thành sẽ đưa Minh Châu tới nhà trọ của mấy chị độc thân, trong nhóm Con Thoi. Thành nói đã "bố trí" cho Minh Châu ở đó rồi. Nghe sự sắp xếp khá hợp lý, Minh Châu yên tâm.

Ra khỏi tiệm ăn Thành nói phải trở lại sở làm việc ngay. Chàng đề nghị: "Anh Tường nên đưa chị Minh Châu đi tham quan thành phố, không thôi uổng một ngày đẹp trời, tối hãy đến nhà các cô kia. Giờ này họ cũng đi làm cả, để chị Minh Châu ngồi nhà một mình sẽ buồn chết. Anh em đã bố trí để làm việc với anh suốt hai ngày thứ bẩy và chủ nhật, không có thì giờ đi ngắm cảnh nữa đâu." Nghe có lý, Tường đồng ý để Thành về sở.

Minh Châu mừng ra mặt. Thật sự nàng chưa được hưởng tí gì từ ngày đặt chân đến nước Đức. Mọi khi đi sinh hoạt với mấy anh chị em, thì cứ chạy như ma đuổi, tâm trạng thì rối bời, còn lòng nào mà ngắm cảnh. Hôm nay, sau khi ở văn phòng luật sư ra cùng với Tường và Thành, lòng nàng tràn trề hy vọng. Càng cảm thấy sức mạnh của đô la, sức mạnh của Tường, cộng với nhiệt tình của nhóm Con Thoi, nàng thấy mình thật may mắn.

Sau bữa ăn tối khá đầy đủ và xa xỉ, Tường đề nghị đi bộ về khách sạn lấy hành lý của Minh Châu cho tiêu cơm, đồng thời có dịp ngắm thành phố ban đêm. Minh Châu choáng mắt trước những ánh đèn màu trong thành phố hoa lệ này. Nàng đòi dừng chân ở mọi chỗ để ngắm nghía, để phẩm bình, để liên tưởng chuyện này với chuyện kia... Miệng nói huyên thuyên, khiến cho Tường bây giờ lại trở thành người ít nói. Tất cả chỉ vì nàng muốn kéo dài một buổi tối đi chơi với Tường, trở về khách sạn sớm có nghĩa là sẽ phải đến nhà các cô kia sớm. Tường biết điều đó nên nhìn Minh Châu tủm tỉm cười.

- Anh cười gì?

- Sao Minh Châu không im lặng như hôm qua, khi mình ở trên đồi ấy?

Minh Châu chữa thẹn:

- À! Có lẽ tại bữa cơm lúc nãy nấu với rượu.

Về đến khách sạn, nhìn đồng hồ mới biết là đã 12 giờ khuya. Ngồi đợi Tường tắm rửa, Minh Châu lo lắng không biết từ đây đến nhà các cô kia xa bao nhiêu? Đến nhà người ta khuya thế này liệu có phiền không? Tường ở trong phòng tắm bước ra với chiếc khăn mặt bông trắng quàng trên cổ:

- Chết rồi, khuya quá rồi mà từ đây đến nhà các cô ấy ở ngoại ô, khá xa. Có mò được đến nơi thì cũng quá nửa đêm. Hay em ở tạm đây đêm nay đi, mai mình đến họ. Ban ngày ban mặt dễ tìm nhà hơn. Lại làm như hồi ở St. Petersburg ấy...

Nghe nhắc đến "hồi ở Skt. Peterburg," Minh Châu thấy không có lý do gì để nghi ngại Tường. Hồi ở đấy đã không có gì xảy ra. Minh Châu im lặng. Tường hiểu "im lặng là biểu đồng tình," bèn nhấc điện thoại lên, gọi xin lỗi các chị chủ nhà, lấy cớ còn mắc bận việc, chưa thể đứng dậy đưa Minh Châu đến nhà các chị được. Sợ khuya quá phiền các chị, và cũng sợ kiếm nhà không ra. Tường không nói là "bận việc" đến bao giờ. Ở đây người ta đã quen cái không khí họp hành thẳng đến sáng, vì thế các chị ở đầu dây kia cũng dễ dàng thông cảm.

Tường ra ngồi ở chiếc đi-văng kê dựa lưng vào cửa sổ, mở ra vườn. Phòng của chàng ở tầng ba, nhìn ra chỉ thấy mấy cành cây chạm vào cửa sổ. Trời tối đen, không có đèn đường. Minh Châu tắm rửa ra, Tường lại tình nguyện ra nằm ở đi-văng để nhường giường cho Minh Châu. Cuộc tranh cãi lại bắt đầu. Tường đành chịu thua. Chàng đứng dậy kéo chiếc bàn cà-phê lại sát đi-văng để chắn cho nàng khỏi ngã. Chàng kéo chiếc chăn mỏng trên giường ra và lấy một cái gối vác sang cho Minh Châu. Nàng ngồi trên đi-văng, đưa mắt quan sát quang cảnh chung quanh, tìm lại những nét giống như hồi ở Skt. Peterburg. Nhưng lần này tâm hồn nàng khác hẳn bốn năm về trước. Nàng không còn dửng dưng hay đầu óc không còn bị những chuyện đi, ở chi phối. Nàng ngồi đó làm cao, nhưng sâu trong thâm tâm, vẫn thầm mong Tường sẽ lại đến ngồi cạnh mình suốt đêm, như hồi năm nào...

Quả nhiên Tường đã đến ngồi xuống bên cạnh Minh Châu. Chàng gác chân lên bàn, kéo chăn đắp lên chân cả hai người. Bật TV, mò tìm trong các đài, chọn một phim tình cảm, hạ âm thanh thật nhỏ. Trên bàn không có rượu, không có đồ nhắm, vì Tường không hề tính toán trước cho một đêm "lãng mạn" như thế này.

Hai người cứ ngồi yên như thế không biết trong bao lâu. Người này không đoán được người kia có thực sự chú ý, theo dõi các diễn tiến trong phim hay không. Tường quàng tay ôm vai Minh Châu. Không do dự, nàng thu mình, ép đầu vào ngực chàng, nghe nhịp tim chàng đập. Nàng ngộp lên vì cái hạnh phúc mà nàng nghĩ chỉ trong mơ mới có. Mấy năm trời, kể từ sau lần gặp Tường ở St. Petersburg, nàng ôm ấp một niềm tưởng nhớ bâng quơ, một niềm kính phục, biết ơn... Sau này, cộng thêm cái uẩn ức trước sự kiêu kỳ của chàng, như không bao giờ thèm trả lời thư, rồi lại còn gợi ý cho anh em gả chồng cho nàng... Khiến nàng, trong cái không khí buông thả lãng mạn, dấy lên trong lòng ngọn lửa đam mê: Đam mê trả ơn, đam mê trả thù, đam mê của tình trai gái đang độ tuổi cần yêu đương... đưa đến một hành động như có ma lực nào sai khiến... Nàng ngửa cổ lên nhìn Tường, chờ đợi, mời mọc... Tường cúi xuống... một nụ hôn cháy bỏng, bất tận...

Cứ như thế... Có trời biết là bao lâu! Cả hai thân hình ngã xuống đi-văng. Đầu Minh Châu đã chạm chiếc gối rồi mà hai cặp môi vẫn không rời. Minh Châu cố duỗi thẳng hai chân... Nàng đang chập chờn trong cảm giác đê mê, được âu yếm, mơn trớn... thì nhận thấy một khối nặng, nóng hổi đè lên người. Các xớ thịt trong người nàng như được là thẳng ra. Thì ra... giữa hai thân thể đã không còn một manh vải ngăn cách. Ánh sáng từ chiếc TV lập lòe... sáng, tối... càng như đồng lõa, khêu gợi... giục giã... Nàng bỗng rùng mình...

Có tiếng sột soạt bên ngoài cửa sổ. Minh Châu nhìn ra. Trời đã sáng. Một đôi chim họa mi đang tíu tít, bay vờn một lúc rồi quấn quít, quyện lấy nhau trên cành cây bạch đàn. Bỗng một tiếng hót lảnh lót vút cao... Một con, có lẽ là con đực, vút lên cành trên, nhìn xuống con bạn... chờ đợi, rủ rê...

Minh Châu chưa hết ngỡ ngàng. Nàng cố nhớ lại chuyện xẩy ra đêm hôm trước... Ý tưởng còn đang lộn xộn, chợt nhận thấy chiếc đùi trần, nặng của Tường gác trên đùi mình... nàng chợt mang máng hiểu có một sự khẳng định rằng hai người từ nay đã thuộc về nhau... Nhìn sang Tường, chàng cũng vừa mở mắt. Hai người không ai bảo ai, cùng cuống quít chui tuột vào trong chăn.

48

Mấy ngày ở Đức căng thẳng quá làm chàng rã rời... Bây giờ ngồi trên máy bay một mình, nghĩ lại toàn bộ những chuyện đưa đến, chàng không thể tưởng tượng được là mọi việc đã xảy ra như thế. Minh Châu, mà tên thật là Thanh Nhàn, một người con gái chàng đang giúp đỡ và cũng lại là bạn thân của Nga, người yêu của chàng. Trong tất cả những lần tiếp xúc với Minh Châu Tường không đả động gì đến liên hệ giữa Tường và Nga. Có thể Minh Châu sẽ chẳng bao giờ biết Nga, cô bạn thân của mình, lại là người yêu của Tường. Và ngược lại Nga cũng thế. Nhưng không phải vì vậy mà Tường lấy làm đắc chí. Chàng vẫn thấy lương tâm không ổn, và biết chắc rằng sự việc này sẽ còn là mối cấn cái theo đuổi Tường không biết đến bao giờ. Chỉ có một điều duy nhất chàng khả dĩ tha thứ được cho mình, là ít nhất chàng đã không lợi dụng tình yêu tha thiết của Minh Châu. Chàng đã yêu nàng thật lòng. Nhưng như thế mới chỉ là yên một bề, còn "bề" kia đối với Nga thì sao! Bảo rằng tình cảm của Tường đối với Nga vẫn còn đậm đà như xưa thì không đúng, vì dù sao, nó cũng bị chính trị chi phối phần nào. Nhưng bảo rằng chàng đã dứt tình hẳn với nàng cũng không đúng. Nga là "con nhà lành," hồi nàng ở đây, chàng bảo sao nàng nghe vậy, còn như bây giờ, Đảng bảo sao nàng nghe vậy. Người như thế làm vợ, làm mẹ một bầy con, trông nom cúng giỗ tổ tiên cho đúng ngày, để chàng rảnh tay hoạt động thì tốt. Nàng sẽ là người "bạn đời" lý tưởng cho chàng. Nhưng... để làm một người "bạn đường," làm nguồn cảm hứng cho những sáng tác, làm một bờ vai mềm mại nhưng có sức mạnh thần kỳ, để chung gánh vác, chia sẻ với chàng trên con đường tranh đấu, đạt lý tưởng chàng ấp ủ, thì phải là Minh Châu. Nói cách khác, chàng chẳng muốn bỏ ai...! Tường chợt mỉm cười. Cái cười méo xẹo, mỉa mai chính mình... vì nhận ra, chàng đang tự phong thái thượng hoàng, tự cho mình nhiều quyền, kể cả quyền có hơn một người vợ. Chợt nghĩ đến bài hát "J'ai deux amours, mon pays et Paris..."[*] Chàng mừng cho tác giả của bài hát, có được hai mối tình. Thứ tình vừa đơn sơ vừa chính đáng.

Tiếng cô chiêu đãi cắt nghĩa các thủ tục an toàn trên máy bay, làm giòng tư tưởng của Tường bị gián đoạn: "Quí vị lấy mặt nạ có dưỡng khí chụp vào mũi rồi thắt chặt dây lại. Vị nào muốn giúp người khác, thì nhớ phải lo cho mình xong đã rồi hãy lo cho người kia."

---

[*] Tôi có hai mối tình: xứ sở tôi và Paris.

Chàng ngao ngán: "Biết rồi cô ơi! Nhưng tôi đang không cứu nổi chính tôi đây này, làm sao tôi cứu được ai?"

Tiếng động cơ máy bay đều đều làm cặp mắt chàng nặng trĩu. Chàng cố chống cơn buồn ngủ để nhâm nhi ôn lại từng cử chỉ, từng hình ảnh Minh Châu. Hình ảnh buổi sáng, khi ánh sáng dìu dịu lọt vào phòng khách sạn, vừa đủ cho chàng nhìn rõ khuôn mặt nàng. Chàng nhổm người dậy, chống khuỷu tay trên gối, bàn tay nâng đầu cho cao hơn mặt nàng để có thể ngắm nàng thật kỹ. Đây là lần đầu tiên, chàng khám phá cái vẻ đẹp kỳ diệu của người đàn bà, sau khi được hưởng trọn vẹn một đêm ân ái. Nàng y như một bông hoa mãn khai. Mắt nàng long lanh, môi mọng, ướt như đầm đìa sương đêm... pha vào đấy cái dáng lúng túng, e ấp... làm vẻ đẹp nàng thăng hoa, trong cái nhìn ngây dại của Tường. Ngay lúc ấy, nàng đưa tay bịt mắt chàng lại, nũng nịu: "Anh! Đừng có nhìn!" Tường thì thầm vào tai nàng: "Càng không nhìn, anh càng thấy...!"

49

Từ ngày được dự buổi tổ chức "Tết của trẻ không nhà" với Trâm đến nay, mỗi lần có dịp đi bộ lang thang trên đường phố, Vinh thường cho tiền bọn trẻ ăn xin nhiều hơn trước. Đặc biệt chàng để ý tìm bé gái chàng đã gặp. Vinh tự trách mình hôm đó đã nghe Trâm, để nàng ngăn cản không cho chàng cơ hội gặp lại em bé đó. Nhưng Vinh biết Trâm đúng, ngay như lúc bấy giờ có lấy được tên, thì nó vẫn không có địa chỉ nhất định. Chàng không dám ngỏ lời trách nàng, nhưng đòi Trâm mượn ảnh và băng video của ban tổ chức về xem. Không thấy con bé trong ảnh. Vinh lấy làm lạ, tự nhủ, hay đây là một thiên thần của đêm 30 Tết, đến trêu ghẹo chàng rồi biến mất. Chàng âm thầm tiếp tục tìm kiếm. Có khi thấy sau lưng một bé gái từ xa, chàng hối hả chạy lại nhìn tận mặt, mới biết là không phải. Thiên thần đêm 30 này đến với chàng một thời gian quá ngắn ngủi, đến nỗi chàng không kịp nhận xét xem bé cao hay thấp, béo hay gầy, đen hay trắng. Con mắt, cái mũi, khuôn mặt ra làm sao cũng không nhớ, chỉ có nụ cười in sâu trong tâm trí chàng. Hai bên mép nhếch lên, hằn hai vệt lõm ở đuôi mép, trông như hai dấu ngoặc, đóng khung lấy cái miệng. Chàng nhớ mang máng như có nhìn thấy nụ cười này ở đâu. Đúng rồi! "Nụ cười Mona Lisa." Chàng nghĩ ngay ra được một cái tên chính xác cho cô bé: "Mona Lisa Việt Nam."

Trâm phát ghen lên với con bé. Nàng bảo:

- Có lẽ chỉ có nụ cười của nó làm anh để ý và nhớ. Cho nên bây giờ dù anh có thấy chính nó trong ảnh, trong phim, hay bắt gặp ở ngoài đường, mà nó không cười thì anh cũng không nhận ra nó đâu.

Trâm đúng. Chàng đang đi tìm "nụ cười." Nếu chàng gặp lại con bé trong lúc nó không cười thì cũng chưa chắc đã nhận ra nó. Mấy ai đã thấy một nụ cười trên mặt đứa trẻ không nhà! Thế là cuộc tìm kiếm của chàng vô ích. Đã có lúc chàng quyết định quên đi câu chuyện "Mona Lisa Việt Nam," nhưng thỉnh thoảng hình ảnh con bé lại lởn vởn trong tâm tưởng.

Những ngày tiếp nối, những lúc rảnh, Trâm đưa Vinh đi tìm gặp các sinh viên nghèo, thăm trẻ em mồ côi, thăm các xưởng làm hàng thủ công của những người tàn tật...vv... Tình cảm giữa hai người cũng lớn lên theo những cảm xúc, lòng trắc ẩn của hai con tim đang nhịp nhàng đập theo cùng một điệu. Mới đầu họ chỉ đi với nhau những ngày cuối tuần, sau này đôi khi cả những buổi chiều sau giờ tan sở. Cha mẹ Trâm bắt đầu để ý, dò hỏi cô con gái mấy lần, nhưng sự giải thích của Trâm nghe có vẻ thành thực, lại thấy Vinh là người đứng đắn, ông bà cũng yên tâm.

Ông Trình rất mến Vinh. Mê tiếng hát của chàng. Những dịp sau buổi sinh nhật Trâm, chàng thường được mời như người thân, trong những buổi họp mặt ở nhà nàng. Chàng bắt đầu chơi với cả những người trong gia đình Trâm như anh Tùng, anh Phương, người cho mượn cây đàn ngày nào. Thỉnh thoảng Vinh tổ chức buổi văn nghệ bỏ túi tại nhà. Mấy anh chị em ngồi uống bia, đàn hát chơi. Vinh thật sự đã khơi dậy cho những người bạn trẻ này, một không khí nghệ thuật đáng duy trì, mà bấy lâu nay họ bỏ quên. Ông bà Trình biết con gái họ vẫn thường đến nhà Vinh tập hát cùng với các bạn, ông bà cũng chấp nhận.

Dưới con mặt của mọi người, ông Trình là người bảo thủ, nhất là về mặt chính trị. Đối với ông, cái gì ông đã cho là chân lý, thì nó không có thỏa hiệp nào cả. Nếu nó sai thì sửa sai. Nhưng ở trong căn bản, nó vẫn là con lộ duy nhất để mà theo. Tuy nhiên được một cái là, khi "chân lý" đó bảo phải "đổi mới," phải "mở cửa" thì ông cũng vui vẻ mở cánh tay đón nhận những điều xưa kia từng cấm kỵ như "Mỹ," "Ngụy," như "kinh tế thị trường..."

chẳng hạn. Mở đến đâu thì còn tùy... Mở cho những chuyện làm ăn hay vui chơi thì ông làm. Nhưng với những chuyện hệ trọng, có thể làm xoay chuyển cả tư duy của ông, thì chưa ai được thấy!

Hôm nay Vinh tản bộ trên thềm ga Hòa Hưng để chờ đón một người bạn Mỹ đi từ Quy Nhơn vào. Bạn Vinh sang Việt Nam du lịch. Anh vào ngả Hà Nội, chơi ở đấy một tuần rồi lấy xe lửa đi chơi khắp miền Trung, sau cùng vào Sài Gòn để lấy máy bay về Mỹ. Anh ta hẹn sẽ ở chơi với Vinh vài ngày trước khi rời Việt Nam. Vài đứa trẻ lem luốc xúm quanh chàng xin tiền. Sau lại kéo nhau chạy đến người khác. Chúng xô đẩy nhau, chửi nhau, văng tục, ồn ào... Xe lửa tới muộn, chàng đi đi lại lại trên thềm ga, quan sát cảnh chung quanh... Chợt mắt chàng dừng lại ở một chân cột lớn. Một đứa con trai chừng năm, sáu, bẩy hoặc tám tuổi gì đó... thật khó mà đoán. Chỉ thấy nó quắt queo, dơ dáy, ngồi bệt dưới sàn xi-măng, ôm chân, gục đầu xuống hai đầu gối... Chàng đứng ngắm nó một lúc lâu, nó vẫn bất động. Chàng đi quanh ga vài vòng, trở lại vẫn thấy nó ngồi nguyên như cũ. Chàng lân la hỏi chuyện bà già ngồi bán xôi ở gần đó:

- Bà ơi, cho tôi hỏi thăm, thằng bé này là con nhà ai mà nó ngồi ở đây từ nãy, không thấy nó nhúc nhích...

- Con nhà ai đâu? Nó tới đây cầu đến bảy tám tháng nay rồi mà có thấy ai tới kiếm nó đâu. Hết nằm lại ngồi, hết ngồi lại nằm. Nó hiền khô chớ chẳng giống mấy thằng quỷ kia—bà nói, hất hàm về phía mấy đứa trẻ xin tiền bên ngoài—Nó hổng biết đi xin tiền nữa. Bữa nào tui cho nó mấy cái lá chuối còn dính chút xôi là nó làm xoẹt cái hết trơn à. Còn không thì nó đi lượm mấy mẩu bánh thừa trong thùng rác chung quanh đây, nhờ vậy cũng có miếng ăn qua ngày.

Vinh rút ví lấy tiền, mua một nắm xôi của bà già. Đang quay ra, toan đi lại phía thằng bé thì bà đã biết ý, gọi như quát:

- Này mày! Này cu!

Thằng bé giật mình, ngẩng đầu lên ngơ ngác, rồi nó nhìn ngay lại phía bà già. Dường như ở đây, chỉ có bà là có bao giờ liên hệ với nó. Vinh vừa bước tới:

- Cho em đây này, ăn đi!

Thằng bé giơ hai bàn tay bẩn, đỡ lấy gói xôi, bốc ăn ngấu nghiến. Bà già lại quát:

- Cám ơn chú đi! Cha mày! Cứ như thằng câm ấy!

Nó lúng búng cái gì trong mồm không ai nghe rõ. Vinh quay lại hỏi:

- Nó tên gì bà nhỉ?

- Nào ai biết nó tên gì? Tui hỏi cha ở đâu, mẹ ở đâu, mấy tuổi... nó cũng chẳng biết. Chỉ lắc với gật, cứ như thằng câm ấy.

Tiếng còi tầu rúc vào ga inh ỏi. Chiếc tầu từ từ đậu lại. Vinh cám ơn bà già rồi rảo bước đi. Người bạn bước ra khỏi toa. Vinh nhận ra ông "Tây ba-lô" ngay. Hai người ôm nhau mừng rỡ rồi cùng bước ra hướng cửa. Chợt Vinh lôi tay bạn dừng lại, nói:

- Khoan đã! Đi theo tôi! Tôi còn phải làm cái này...

Vừa đi chàng vừa cắt nghĩa cho bạn nghe về chuyện chàng gặp thằng bé "không nhà." Chàng muốn mang nó về nuôi... Nghe xong bạn Vinh đâm hoảng:

- Anh nói rỡn hả? Anh làm thế công an sẽ bắt bỏ tù anh về tội bắt cóc trẻ con.

- Ở đây làm gì có luật—Vinh nói bô bô bằng tiếng Anh.

Hai người đã tới cái cột. Thằng bé đã ăn hết xôi, mặt mày tỉnh táo, hai con mắt tròn xoe, đen láy, ngước nhìn hai người lạ... Vinh hỏi bà già:

- Bà ơi! Cho tôi hỏi thăm cái này. Bà nghĩ tôi đem thằng bé này về nhà nuôi có được không?

- Được chớ! Chú làm phước dzậy là tốt lắm đó. Có dzợ chưa?

- Dạ chưa.

- Chưa hả? Dzậy là có dzợ liền cho coi.

- Tôi làm vậy có thể bị công an rầy rà không bà?

- Công an à? Cậu mang nó đi người ta còn mừng nữa chớ. Ở đây làm gì có luật gì.

Vinh được thể dịch ngay câu nói của bà già sang tiếng Anh cho bạn nghe. Mặc cho người bạn đang lắc đầu, hoài nghi, Vinh đến gần thằng bé, cúi xuống hỏi:

- Này em! Em có muốn theo chú về không? Chú nuôi cho ăn, đi học.

Thằng bé vẫn ngồi nguyên dưới đất, ưỡn người. Không biết nó vươn vai hay chỉ làm một cử chỉ thay cho câu trả lời. Bà già bỏ cả gánh xôi, le te chạy lại chỗ thằng bé, sốt sắng can thiệp:

- Sao? Mày có nghe chú đây nói không?

Nó gật. Bà hỏi tiếp:

- Vậy chớ mày có ưng theo chú về nhà, chú nuôi cho ăn, cho ở nhà lầu không?

Nó gật.

- Cha mày! Lại gật! Mồm đâu? Sao cứ như thằng câm ấy?

Vinh thấy được cái niềm hân hoan trong câu mắng chửi của bà già tốt bụng, bà mừng cho kẻ xấu số. Thằng bé vặn vẹo người mấy cái, rồi bỗng bật ra một chữ:

- Co... ó!

Bà già vui ra mặt:

- Dzậy là xong rồi. Chú cứ mang nó đi. Có gì tui làm chứng cho.

Vinh ân cần cám ơn bà già. Hai người đi với thằng bé ra cửa. Bạn của Vinh vẫn cười, lắc đầu:

- Tôi không thể tưởng tượng được việc làm quái gở của anh.

Vinh và bạn đã cơm nước xong, đang ngồi chuyện trò ở sân sau biệt thự của chàng. Trâm bước vào. Vinh đứng lên giới thiệu hai người. Vinh để ngón tay trỏ lên miệng, ra dấu cho bạn đừng tiết lộ bí mật, rồi quay ra, bịt mắt Trâm đưa đi, miệng nói:

- Đừng nhìn! Anh cho Trâm một sự ngạc nhiên.

Chàng đưa Trâm vào cửa một căn phòng. Chàng mở cửa, phòng tối om. Chàng bỏ tay bịt mắt Trâm ra, bật đèn, ngạc nhiên thấy giường trống không. Chàng tìm quanh, thấy thằng bé ngồi bó gối dưới sàn đá hoa, trong một góc phòng. Nó ngẩng đầu nhìn lên, đưa tay lên che mắt. Vinh la lên:

- Ơ hay! Sao lại ngồi dưới đất thế này? Có giường đây, sao không nằm?—Chàng không trông mong một câu trả lời của thằng bé, chàng gọi ô-sin:

- Chị Mão ơi!

Chị Mão từ nhà dưới hớt hải chạy lên, thấy cậu chủ và cô bạn đứng lóng ngóng nhìn thằng bé. Chị la:

- Ủa, Xía! Sao mày ngồi đó? Tao tắm rửa, thay quần áo mới tinh cho mày mà mày ngồi dưới sàn thế kia hả? Vậy là dơ hết rồi.

Bây giờ Vinh mới biết tên thằng bé là "Xía." Chị Mão vừa nói vừa xăm xăm chạy lại, lôi nó dậy, kéo lại phía giường. Nó chườn người, không chịu đi. Chị la:

- Mày mà không chịu lên giường nằm, tao liệng mày ra đường bây giờ!

Thằng bé líu ríu bước theo chị. Trâm chứng kiến câu chuyện không đầu không đuôi. Biết tính Vinh nên nàng hơi đoán được một chút, nhưng vẫn cố ý nhìn chàng chằm chằm, đợi một lời giải thích. Vinh chợt nhớ là mình đang đặt Trâm trong tình trạng đã rồi và rối mù. Chàng ôm vai nàng, vừa đi ra, vừa kể cho nàng nghe câu chuyện ở ga xe lửa chiều nay. Bạn Vinh hỏi Trâm:

- Cô thấy thế nào? Một người Mỹ gốc Việt đi bắt cóc trẻ em ở ngay giữa Thành Phố Hồ Chí Minh! Ha! Ha! Tôi không thể đợi được để xem tên của Vinh ở ngay trang nhất trên tờ báo Los Angeles Times. Các bạn bè của hắn ở Mỹ sẽ chết ngất!

Trâm lắc đầu:

- Anh ấy tưởng dễ như bắt một con chó, con mèo hoang ở ngoài đường, mang về nuôi... Cứ mỗi lần khuất mắt tôi, là anh ấy lại làm được một chuyện bất hợp pháp!

- Ở đây làm gì có luật pháp! Cả bà bán xôi ở nhà ga cũng nói vậy mà—Vinh nói bằng tiếng Anh nhưng vẫn hạ thấp giọng cho có vẻ bí ẩn.

- Không phải là không có luật—Trâm cãi—Có luật mà không ai áp dụng thì đúng hơn. Nhưng thế mới càng nguy hiểm. Khi người ta muốn bắt lỗi mình, người ta mới giở luật ra, là mình trái lẽ à.

Vinh dần dần nhận thấy mình vừa làm một chuyện liều lĩnh, chẳng được ai ủng hộ. Nhất là chị Mão, ô-sin của chàng thì phản đối từ khi chàng mang thằng bé về. Chàng ngồi im, tiu nghỉu.

50

Ngày Noël cận kề. Vinh và Trâm ra Hà Nội. Chàng đi do lời mời của Khiêm, giám đốc một văn phòng tư vấn du học Hà Nội. Nàng đi do bà dì đau nặng. Nàng xin phép cha mẹ cho đi thăm. Nàng nói thật với bố mẹ là, nhân tiện Vinh cũng có việc đi Hà Nội thì nàng đi cùng chuyến cho có bạn. Đến nơi ai sẽ lo việc nấy.

Mặc dù sau này sự quan hệ giữa hai người ngày càng thắm thiết nhưng thực trong thâm tâm nàng cũng chỉ dám nghĩ "đây là một cuộc đi chung cho vui." Nàng biết chắc lòng mình. Đã nhiều lần thấy lòng rung động khi được đi bên cạnh chàng. Nhiều đêm trằn trọc thấy không thể thiếu chàng trong cuộc sống hàng ngày, còn chàng thì cứ như con mèo vờn quanh... với đầy tự tin. Thường thì chàng xưng "tôi" với nàng cũng như với tất cả mọi nhân viên trong sở, nhưng đôi khi lại xưng "anh," làm như buột miệng, chứ chẳng phải là cố ý. Chẳng có thể đoán chàng cần mình vì công việc sở, vì công việc từ thiện, hay một hướng dẫn viên. Hay có khi đối với chàng, nàng chỉ là cái bóng của một trong những cô em gái bên Mỹ. Chàng chẳng thường khoe với vẻ hãnh diện, là nhà có ba cô em vừa giỏi, vừa đảm, vừa đáo để là gì!

Cuộc gặp gỡ các sinh viên Hà Nội rất thoải mái. Không có diễn văn, không có bài bản soạn sẵn. Vinh nói một thôi một hồi về hệ thống đại học và thi cử ở Mỹ. Sau đó chàng để các sinh viên tự do đặt câu hỏi. Một nam sinh viên giơ tay:

- Em nghe nói ở Mỹ người ta quan niệm trong xã hội, các thành phần được ưu đãi nhất là trẻ con, thứ nhì là đàn bà, thứ ba là con chó, rồi thứ tư mới đến đàn ông, có phải thế không ạ?

Cả phòng cười. Vinh chậm rãi:

- Câu nói đó quả là có, nhưng đó là một lối nói quá cho vui, sự thật không đến nỗi phũ phàng như vậy! Tuy nhiên trẻ con và đàn bà thì ở đâu chả nên được kính trọng phải không?—Các cô sinh viên cười thích thú, Vinh nói tiếp—Còn đối với con chó thì có một câu chuyện thực, ở ngay thời chúng ta, là có một bà già Mỹ sống rất cô đơn. Khi bà chết, luật sư của bà đưa ra tờ di chúc có ghi là bà để hết của cải cho con chó của bà, gồm có hơn một triệu Mỹ Kim.

Cả phòng, trầm trồ bàn tán. Một cô hỏi:

- Em nghe nói người Mỹ không hiếu khách như người mình phải không ạ?

- Điều đó đúng, tuy nhiên lý do bên trong là người Mỹ coi trọng "privacy" nghĩa là "quyền riêng tư" của mình và của người khác. Bởi thế người Mỹ có câu "After three days, guests stink," nghĩa là sau [khi ở nhà mình] ba ngày thì khách trở nên có mùi 'khó ngửi'." Trừ khi để người lạ trong nhà vì mục đích nhân đạo. Câu thành ngữ trên phản ánh tính muốn được tự do, không muốn có khách trong nhà lâu, để ra vào khỏi phải giữ ý, giữ tứ. Cũng vì văn hóa coi trọng "privacy" mà sinh viên với giáo sư và nhà trường không có quan hệ gì ngoài giờ học cả. Ở bên Mỹ, nếu anh chị em cần gì thì nên mạnh dạn phát biểu, nếu không, người ta sẽ không đi tìm mình để hỏi mình muốn gì.

Nhưng mặt khác người Mỹ lại rất rộng rãi, hào hiệp trong việc đóng góp cho các nhà thờ, các hội từ thiện, các vụ thiên tai, nạn đói... ở khắp nơi. Nước Mỹ là một trong những nước có nhiều cơ quan từ thiện nhất thế giới. Nước Mỹ cũng là nơi chấp nhận mọi chủng tộc, và tạo cơ hội cho mọi tầng lớp xã hội, nếu muốn tiến thân. Họ dạy cho trẻ em có tinh thần tương thân, tương ái... ngay từ mẫu giáo, tiểu học, trung học... Hãy cứ hình dung cuộc di tản hồi 75, nếu không có các nhà thờ, các hội từ thiện, và đặc biệt nhân dân Mỹ, thì làm sao chính phủ Mỹ có thể lo cho mấy trăm ngàn người Việt tỵ nạn được an cư lạc nghiệp. Rất nhiều gia đình Mỹ đã đón người tỵ nạn về nhà cho ăn, ở, lo cho giấy tờ, nơi học hành cho trẻ con, ít nhất trong những tháng đầu. Chỉ ở Mỹ mới có một Bill Gates dành sáu tỷ rưỡi cho các hội từ thiện để lo cho trẻ em, và cho các viện nghiên cứu tìm ra các loại thuốc chích ngừa. Ông chủ hãng kẹo chocolate Hershey đã lập ra rất nhiều cô nhi viện. Ông chủ Dominos Pizza đang dự định xây một thành phố đại học công giáo cho tiểu bang Florida, và tuyên bố "I will die broke." Ý ông muốn nói là, đến khi ông chết thì ông đã cho hết, không còn một đồng xu...vv... Cả hai ông chủ Domino và Hershey đều xuất thân ở cô nhi viện ra.

- Người ta cũng nói là người Mỹ theo chủ nghĩa cá nhân. Điều đó thực hư như thế nào anh?—Một sinh viên ở cuối phòng hỏi.

- Điều đó rất đúng. Thí dụ hàng xóm thường không qua lại thân mật. Một nhóm bạn đi ăn đi chơi với nhau, có lẽ ai lo phần người đó, trừ khi có sự mời rõ rệt từ trước. Ăn xong họ chia tiền trả, ngay trên mặt bàn một cách rất tự nhiên. Họ dùng thành ngữ "go Dutch" để ám chỉ ai trả phần người đó. Ngay như họ không nói hẳn ra là "chúng ta go Dutch" thì mình cũng phải hiểu là không ai mời ai cả. Phong tục này cũng có cái hay của nó. Thí dụ nếu mình không có nhiều tiền trong túi thì vẫn thấy thoải mái đi chơi chung với bạn bè. Chỉ cần lo đủ tiền cho phần mình thôi, không phải bao ai cả. Họ cũng bắt con cái phải sớm tự lập. Muốn gia đình nhỏ, không muốn đông con. Ông bà, cha mẹ già phải sống riêng hay vào "nhà già." Ốm thì vào "nursing home," một thứ nhà dưỡng lão, có bác sĩ chăm sóc. Con cái thường ở xa, hay phải đi làm suốt ngày, không thể bỏ việc để ở nhà lo cho cha mẹ.

Người Mỹ hay ly dị. Nhiều khi họ ly dị nhau về những lý do rất tầm thường mà người Việt mình không thể chấp nhận được, như một trong hai người ốm lâu hay thất nghiệp chẳng hạn. Gần đây có một vụ ly dị rất buồn cười. Có hai ông bà cùng về hưu. Vì không ai đi làm nên họ sống với nhau 24 tiếng mỗi ngày. Ông chồng do đó mới khám phá ra là bà vợ hay lau chùi dọn dẹp quá. Bà thích di chuyển đồ đạc từ chỗ này sang chỗ kia suốt ngày. Trong khi ông còn đang ăn, bà đã ăn xong và đứng dậy, nhấc dĩa và dao dĩa của ông lên để lau bàn. Ông cảnh cáo nhiều lần không xong, bà vẫn chứng nào tật nấy. Ông đưa bà ra tòa đòi ly dị. Ông bảo việc làm của bà làm ông căng thẳng thần kinh. Ông được toại nguyện vì tòa cho rằng việc ly dị của ông là chính đáng.

Một nam sinh viên ngồi ở hàng ghế đầu quay hẳn người lại đằng sau, nói lớn:

- Các chị nghe thấy không? Sang bên đấy đừng ai lấy chồng Mỹ nhé!

Chưa có cô nào phản ứng gì, Vinh vội thêm ngay:

- Ấy, đừng có nhảy vào kết luận vội! Cũng trong dịp di tản năm 75, các chàng rể Mỹ rất đáng khen. Có nhiều ông cưu mang cả đại gia đình nhà vợ, gồm ông bà, cha mẹ, và 5, 7 anh chị em gì đó. Anh bạn Mỹ của tôi lấy vợ Việt Nam, kể là mẹ vợ anh đến chơi nhà thấy anh rửa bát. Bà bảo con gái: "Nếu lần sau mà tôi còn thấy anh ấy rửa bát thì tôi không đến nữa đâu đấy!"

Anh Khiêm tuyên bố chỉ lấy thêm hai câu hỏi nữa thôi. Một dành cho nữ giới, một dành cho nam giới. Anh mời một nữ sinh viên nói trước. Một cô hỏi:

- Thưa anh, khi sinh viên đang học có được đi làm kiếm tiền không ạ? Em cũng được biết, sau khi một sinh viên ra trường rồi họ có thể được gia hạn thị thực để ở lại Mỹ làm việc, hai hay bốn năm gì đó. Nếu một người đón vợ con sang Mỹ ở cùng thì vợ con họ có được đi làm hay đi học không ạ?

- Các anh chị mang "visa" sinh viên thì không được phép làm việc toàn thời. Tuy nhiên có nhiều việc làm trong trường như làm ở thư viện, chấm bài cho các sinh viên lớp dưới, làm việc văn phòng... Các anh thì còn có thể làm gác, giữ an ninh trong trường vào buổi tối...vv... Tôi có mấy người bạn sang Mỹ học xong thì được cấp một loại giấy phép đặc biệt, ở lại làm việc vài năm để thực tập. Anh ấy có vợ con. Các con anh ấy được học tiểu học, trung học miễn phí như những trẻ em Mỹ. Chị ấy đi học làm tóc, làm móng tay hoặc đi làm "chui" cho những tiệm ăn Việt Nam trong vùng.

Một nam sinh viên hỏi:

- Trong chương trình học, anh thấy có cái gì đặc biệt trong đại học Mỹ, mà đại học Việt Nam không có?

- Tùy môn học. Ngoài ra tôi không học trong hệ thống đại học Việt Nam, nên cũng khó so sánh. Tuy nhiên nói chung, tôi có thể nêu một vài điểm, mà tôi đoán là các anh chị em mới bước vào đại học Mỹ sẽ lúng túng, vì không quen. Thí dụ họ cho sinh viên viết "term paper" vào giữa khóa và cuối khóa. Đó là một loại bài luận nhưng dài hơn, đòi hỏi nghiên cứu tìm tòi, trích dẫn và chú thích. Thứ hai là "team work," nghĩa là làm việc chung trong một đội với nhau. Họ chia việc giữa những người cùng đội. Người nào cũng phải biết rõ vai trò của mình và làm việc nhịp nhàng với người khác. Thí dụ nếu giáo sư đặt ra một tình huống, một cuộc đàm phán giữa Mỹ và Nhật về vấn đề mậu dịch chẳng hạn. Một bên đóng vai các kinh tế gia Mỹ, một bên kinh tế gia Nhật. Hai bên đều phải vào thư viện đọc sách, báo về tình hình kinh tế hai nước. Tìm hiểu vấn đề sẽ đem ra đàm phán. Tiên liệu trước bên kia sẽ nói gì, đòi hỏi gì. Chia việc giữa người cùng đội với nhau. Mỗi thành viên đều phải có tinh thần đồng đội và tinh thần trách nhiệm cao. Thứ ba là sinh viên không chỉ tùy thuộc vào những ghi chép trong lớp và sách học. Họ không phải học thuộc lòng cái gì hết, nhưng phải tìm tòi, nghiên cứu và đặc biệt phải năng động, chủ động và có óc sáng tạo. Sinh viên

Mỹ được huấn luyện ngay từ trung học, rồi lại đại học môn diễn thuyết và lãnh đạo. Vì thế họ mạnh dạn và hoạt bát trong cách ăn nói. Người ta không phải thi vào đại học, nhưng khi đăng ký phải nộp cho trường điểm thi S.A.T. nghĩa là Scholastic Aptitude Test để định mức độ hiểu biết của mình dưới Trung học. Loại thi này không có đỗ hay trượt, mà chỉ có điểm cao hay thấp. Người ta có thể thi hơn một lần. Thi cho đến khi nào được điểm cao nhất trong khả năng của mình, thì nhà trường chấp nhận điểm đó.

Vinh thấy mình trả lời đã tạm đủ, chàng hỏi:

- Từ nãy các anh chị hỏi tôi nhiều quá rồi. Cho tôi hỏi một câu, được không?

Mọi người đồng thanh:

- Được chứ ạ!

- Các anh chị em kỳ vọng gì ở mấy năm du học ở bên Mỹ? Sau hai năm, bốn năm, hay sáu năm... các anh chị nghĩ là mình sẽ về làm được gì cho đất nước?

Cả phòng nhao nhao:

- Được bằng cấp cao và nói giỏi tiếng Anh. Về kiếm được việc làm tốt.

- Có nhiều cơ hội tìm được việc làm tốt. Có một đời sống tốt. Có một căn nhà riêng cho mình...

- Em sẽ quan sát cách tổ chức ở đại học Mỹ. Em mơ khi về sẽ mở một trường đại học dân lập theo kiểu Mỹ. Em sẽ lập giáo trình theo tiêu chuẩn quốc tế.

Vinh tò mò hỏi:

- Ở Việt Nam các trường tư được tự do lập giáo trình theo ý mình, để dạy cho sinh viên hay sao?

Cả phòng ồn ào:

- Không!

- Không!

- Không!

- Phải dạy theo giáo trình của Bộ Đại Học và Trung Học Chuyên Nghiệp.

- Thế thì tại sao... --Vinh định hỏi thêm, thì anh sinh viên vừa phát biểu đó đã hiểu ý, bèn trả lời cho Vinh và cũng là cho tất cả:

- Thì đã nói là "mơ" mà lại...!

Cả phòng cười vang. Một sinh viên khác giơ tay phát biểu:

- Em sẽ học về kinh tế, thương mại. Khi về nước em hy vọng mở được một công ty riêng cho mình. Tạo được công ăn việc làm cho một số người. Em sẽ chủ đích học những bí quyết ứng dụng vào công nghệ, kinh doanh...

- Ngoài việc học để lấy bằng cấp chuyên môn, em còn muốn học cách tổ chức xã hội ở các nước tân tiến nữa.

Anh Khiêm nhắc nhở:

- Trong câu hỏi của anh Vinh, còn có một phần hỏi các anh em hãy mường tượng, khi về sẽ làm được gì cho đất nước?

Một anh ngồi ở bàn cuối đứng dậy nói một cách nghiêm túc:

- Em nghĩ nếu mỗi cá nhân ra nước ngoài chăm chỉ học hành, lấy được mảnh bằng, khi về làm việc để cho mình và gia đình mình khá hơn hay giầu có, thì tự nhiên xã hội sẽ khá hơn, và đất nước sẽ vững mạnh. Nếu gia đình mình còn ăn bữa sáng lo bữa tối thì nói chi đến chuyện làm được gì cho đất nước? Em nhất trí với anh Hiếu, mong về lập được một công ty riêng cho chính mình, để khỏi kiếm việc làm ở các công ty nước ngoài. Nếu sinh viên nào đi du học về cũng gầy dựng được một cái gì cho chính mình, thì kinh tế nước mình sẽ bớt lệ thuộc vào ngoại bang. Em cũng lại nhất trí với chị Xuân, là sẽ quan sát và học hỏi cách tổ chức xã hội ở một nước tân tiến.

Cả phòng vỗ tay. Anh Khiêm tuyên bố buổi họp bế mạc. Anh mời Vinh và các anh em sinh viên sang phòng bên liên hoan và hàn huyên tiếp.

51

Vinh và Trâm ngồi ở nhà Thủy Tạ nơi ban công nhìn xuống Hồ Hoàn Kiếm. Cả hai đều không có tâm sự hoài cổ nào đối với chốn này. Cha của Vinh là người Nam, mẹ người Bắc, chàng sinh ra ở trong Nam, chưa từng biết Hà Nội bao giờ. Nàng người Hà Nội, bây giờ sống trong Nam, nhưng đi đi về về dễ dàng nên không mấy xúc động khi được nhìn lại cảnh cũ. Tuy nhiên bữa nay cả hai cùng ít nói. Mỗi người như đang chìm trong một cõi riêng, hay cùng chung một cõi, ai mà biết...! Trời chạng vạng tối. Mặt hồ trở màu đen sậm, long lanh những ánh đèn phản chiếu. Hai người nhâm nhi cà phê nóng, ăn bánh "ga-tô." Chợt Trâm hỏi:

- Bánh của anh là bánh gì thế?

Thay vì trả lời nàng, Vinh dùng dĩa của mình sắn một miếng bánh, đưa vào miệng Trâm.

Trâm hơi ngượng nhưng sung sướng:

- Ừm! Cũng ngon bằng bánh của em—Nói vậy nhưng Trâm không dám làm như chàng. "Cử chỉ của chàng âu yếm biết bao!" Nghĩ thế nàng lại cố xua đuổi ngay, sợ mình nhầm. "Chàng chẳng đã từng có những cử chỉ ân cần đối với cả những em bé mồ côi đó sao?"

Ra khỏi nhà Thủy Tạ, hai người cuốc bộ về hướng Nhà Thờ Lớn. Đêm Noël! Không hiểu bao nhiêu độ mà trời lạnh lạ lùng! Khí trời lạnh buốt làm tê da mặt nàng. Trước khi đi mẹ nàng đã dặn là mùa đông đất Bắc lạnh lắm đấy, đừng có coi thường. Nàng mặc bộ quần và áo may bằng len, bên ngoài khoác chiếc áo "vest" bằng dạ, may kiểu Âu Mỹ rất hợp thời trang. Sự thật Trâm không lạnh cho bằng đau chân. Nàng biết đêm nay sẽ đi bên cạnh Vinh qua nhiều đường phố, nàng chọn đôi giầy cao gót cho xứng với chàng, ai ngờ giầy cao làm chân đau, lại còn thêm tê buốt. "Ôi, cái giá phải trả! Không biết như thế này có phải là quá đắt không?!"—Nàng tự hỏi.

Bỗng Vinh kéo nàng đứng lại. Chàng ghé mua hạt dẻ của một ông già đang ngồi rang trong cái thùng sắt tây, đặt trên lò than đỏ. Khói bốc lên nghi ngút... Trâm ngắm kỹ ông già. Da ông xạm như đồng đen. Bắp tay và cổ cuồn cuộn những đường gân chằng chịt... "Trời lạnh thế này mà mặt ông cũng đổ mồ hôi, bóng nhẫy. Không biết con, cháu ông đâu mà để ông làm những việc nặng nhọc thế kia. Hay là chúng cũng đang lam lũ ở đâu đó, trong cái thành phố xa hoa nhộn nhịp đêm nay..." Trâm đang chìm sâu trong suy nghĩ, Vinh ấn vào tay nàng cả bọc hạt giẻ gói bằng giấy báo. Nàng suýt soa: "Ấm quá! Ấm quá!" Vinh chợt nhận ra Trâm đang lạnh, chàng đưa cánh tay ôm lưng nàng, dìu đi... Trâm bỗng cảm thấy ấm cả lòng! Nàng mạnh dạn đi sát vào Vinh, ngả đầu vào vai chàng.

Các đường vào nhà thờ đều đã bị chắn không cho xe đến gần. Hai người nhập vào dòng người đổ về hướng nhà thờ, lòng rộn ràng nao nức. Ai cũng ăn mặc đẹp, lịch sự và vui cười hớn hở. Ánh sáng từ nhà thờ tỏa rực rỡ một vùng... Các dây mắc bóng đèn Noël xanh, đỏ, trắng, vàng... nhấp nháy, giăng từ nóc gác chuông xuống tới sân. Bên trong nhà thờ đã đầy ắp người. Những người chậm chân như Vinh và Trâm đứng đầy sân. Có lẽ hai người cũng muốn thế, để còn có cớ đứng sát vào nhau cho ấm. Các bài ca Noël trỗi lên trong các loa. Vinh hát theo bài Silent Night bằng tiếng Anh, mặc dù người ta trong băng nhạc đang hát bằng tiếng Việt. Giọng chàng lại khỏe và ngân vang khiến mọi người xung quanh đổ dồn mắt nhìn. Có lẽ họ tưởng Vinh là người Trung Quốc, Đại Hàn hay Nhật Bản gì đó, mới không biết hát bằng tiếng Việt. Trâm ôm chặt cánh tay Vinh, cười sung sướng. Nàng không thể ngờ trong chuyến về Hà Nội "thăm dò" lại có phần hạnh phúc như thế này. Nàng không biết có Chúa thật hay không, nhưng những gì nàng được hưởng ngay trong lúc này, chắc chắn phải do một bàn tay thiêng liêng kỳ diệu nào đó, ban cho nàng.

Thánh lễ bắt đầu. Các bài kinh cầu, các bài giảng, các bài thánh ca... lần lượt được hát lên. Ai cũng theo dõi một cách nghiêm trang. Đây đó một vài tiếng nhõng nhẽo của trẻ con. Một vài bà mẹ kéo tay con chen lấn vào gần cửa nhà thờ, trong cái nhìn thông cảm của những người khác.

Đầu óc nàng bắt đầu suy nghĩ tản mạn... Đôi bàn chân bắt đầu tê cóng. Nhưng những phút bên Vinh quá quí giá, nàng không dám để Vinh biết, sợ chàng đưa nàng về ngay. Vừa lúc nàng như muốn khuỵu xuống, chợt nghe loáng thoáng trong ống loa, tiếng vị linh mục chúc bình an cho mọi người. Thấy người xung quanh cũng quay sang nhau gật đầu và nói nhỏ một câu gì đó. Vinh đáp lại người đứng gần... rồi chợt quay sang Trâm ôm chặt lấy nàng, xoay người nàng, nhìn thẳng vào mặt.

- Trâm có đạo không?

- Không. Nhà em theo đạo Phật mà...

- Thế thì càng tốt! Thế thì cả hai chúng mình cùng là con ngoại đạo. Người ta bảo con ngoại đạo mà cầu xin cái gì thì thiêng lắm...

- Nhưng mà mình cầu xin cái gì chứ? Trâm ngây thơ hỏi.

- Cầu xin Chúa cho mình... thành vợ chồng!

Trâm ngẩn người. Tròn xoe mắt nhìn Vinh. Vinh nhìn sâu trong mắt Trâm, thì thầm:

- Please say "yes!" [*]

Trâm chợt tỉnh. Nàng không thể nói gì khác:

- Yes! Nhưng...

- Không "nhưng" gì hết!

Vinh nhấc bổng Trâm lên. Xoay mấy vòng. Đặt nàng xuống. Tiếp theo là một nụ hôn đậm đà...

---

[*] Hãy nói bằng lòng đi em!

Mọi việc đã xảy ra chớp nhoáng. Trâm bàng hoàng... Nàng không bao giờ ngờ Vinh lại tỏ tình với nàng bằng một cách độc đáo trong một khung cảnh lãng mạn như thế.

52

Báo chí hải ngoại chưa hết bàn tán về bản tin do hãng tin Reuter, dựa theo Bộ Nội Vụ Việt Nam đưa ra: "Việt kiều dù mang quốc tịch gì khi về Việt Nam cũng vẫn bị coi như chưa bỏ quốc tịch Việt, và nếu muốn, chính quyền có thể bắt giam như một công dân Việt" thì lại có tin một anh chủ tịch trẻ của "Chương Trình Rộng Mở Tình Thương" bị chính quyền cộng sản bắt giam trong khi anh ta đang ở Việt Nam, để xin thủ tục giấy tờ thiết lập văn phòng đại diện tại Sài Gòn. Được biết Chương Trình này đã từng hoạt động nhiều năm, gây quỹ ở khắp nơi có cộng đồng Việt hải ngoại cư ngụ, lấy tiền mua thuốc men, dụng cụ y tế cho đồng bào nghèo, phát học bổng, sách vở, giấy bút cho học sinh nghèo...vv... Chương trình này vẫn từng gửi tiền và tặng phẩm về để nhờ Việt Nam giúp làm công việc phân phối. Nếu cứ như thế thì mọi việc cũng êm xuôi, nhưng lần này đại diện của Chương Trình về nước, với ý nguyện lập văn phòng đại diện ngay tại Sài Gòn, để được trực tiếp trông nom công việc cứu trợ. Tin anh chủ tịch bị bắt đã gây phẫn nộ, không những nơi giới trẻ đầy tâm huyết, mà còn nơi những nhà hảo tâm từng đóng góp cho Chương Trình. Được biết anh bị bắt là vì anh đã không chịu để chính quyền Việt Nam xâm nhập vào Chương

Trình của anh, tới mức Nhóm của anh không còn chút quyền quyết định nào. Trong khi đó nhà nước Việt Nam lại hô hoán lên là Chương Trình "Rộng Mở Tình Thương" chỉ là "một tổ chức từ thiện trá hình, tay sai của các thế lực thù địch thực hiện 'diễn biến hòa bình' trên lãnh vực văn hóa-xã hội... Dùng sách báo, tranh ảnh, các ấn phẩm như băng nhạc, băng hình... để truyền bá các quan điểm Tự do, Dân chủ, Nhân quyền tại Việt Nam...vv... "

Ở đây Vinh quá quen thuộc với luật Việt Nam, nghĩa là luật trước có thể mâu thuẫn với luật sau, có thể áp dụng cho người này mà không áp dụng cho người khác, có thể thay đổi thường xuyên như mưa với nắng...vv... Vì thế nhiều khi người ta không thể coi những sự thay đổi đó là nghiêm túc. Nhưng cha mẹ Vinh thì hoảng sợ. Chương Trình Rộng Mở Tình Thương không xa lạ gì đối với gia đình chàng. Anh em Vinh đã từng yểm trợ tài chánh cho Chương Trình. Một số đông đảo anh chị em bà con của họ cũng phục vụ trong Chương Trình từ ngày mới thành lập. Thấy ông bà bô có vẻ xuống tinh thần, Vinh bèn quyết định lấy ngày "nghỉ phép năm" về thăm nhà luôn thể.

Hôm nay Vinh mời Trâm đi ăn ở Làng Du Lịch Bình Qưới, để nhân thể báo tin cho Trâm biết ý định về thăm nhà của chàng. Là buổi chiều thứ sáu, khu vườn vắng vẻ, yên tĩnh, thật lý tưởng cho những cặp tình nhân đi dạo, ngắm cảnh...

Ở đằng mé hồ có một cặp cô dâu chú rể đang ngồi trước ống ảnh lớn, được đặt trên cái giá ba chân. Người thợ ảnh loay hoay, bắt họ chụm đầu vào nhau, nhích sang bên phải, nhích sang bên trái... làm họ cười khúc khích, mắc cỡ với Trâm và Vinh đang đứng nhìn từ bên kia hồ. Một cặp khác ngồi gần đó chờ đến phiên mình, hình như họ không quen nhau, nhưng cũng bàn tán cổ võ. Vinh nhận xét thấy các cô dâu chú rể thời nay ăn mặc y hệt kiểu tây phương. Chàng mặc "tuxedo," nàng mặc áo đầm voan trắng, lòe xòe, dài lê thê. Vinh nói với Trâm:

- Cô dâu của anh thì nhất định là phải mặc áo dài.

Trâm siết chặt bàn tay Vinh, ngước mắt lên nhìn chàng âu yếm, thay thế cho một lời biểu đồng tình.

Hai người đi trên con đường đất dẫn vào sâu trong vườn. Con sông Sài Gòn chạy ngang trước mặt họ, hắt ánh nắng lên, chói lòa...

Một quán ăn nằm ngay trên bờ sông, mái lợp lá dầy trên mấy cái cột, bốn bề trống không, gió sông thổi vào mát rượi. Hãy còn sớm, phòng ăn rộng chỉ có vài cặp trẻ ngồi, vừa ăn, vừa thì thầm nói chuyện. Vinh chọn chiếc bàn gần mé sông. Kéo ghế cho Trâm ngồi xong, chàng ngồi xuống chiếc ghế đối diện, đưa mắt nhìn cảnh sông, nước đầy, sóng lăn tăn...

Cô phục vụ bàn đến đưa thực đơn. Hai người đặt đồ ăn xong Vinh vào đầu ngay:

- Anh định lấy mấy tuần nghỉ, về Mỹ thăm gia đình.

- Có chuyện gì không anh?--Trâm hỏi, giọng lo lắng.

- Không. Lâu lắm rồi ông bà già không thấy mặt, thì về cho các cụ thấy. Mấy năm trước anh toàn lấy ngày nghỉ đi du lịch các nước quanh đây...

- Em đang định đề nghị với anh một chuyện. Bây giờ anh lại tính đi vắng lâu ngày, thì em càng thấy cần phải giải quyết sớm.

- Là chuyện gì vậy em?

- Chuyện thằng Xía. Em thấy nó ở với anh nó chỉ béo tốt, hồng hào ra thôi, chứ hình như nó cũng không vui. Mấy lần em đi qua khi anh không có nhà, em thấy nó đứng bên trong cổng sắt, thò tay ra ngoài nghịch với mấy đứa trẻ ngoài đường, nó cười như nắc nẻ, thế mà khi mình có mặt, em chưa thấy nó cười lần nào... Trẻ con cần có bạn anh à!

- Thế em đề nghị gì? Anh không thể thả nó ra ngoài, làm đứa trẻ không nhà lần nữa.

- Không, em không bảo anh trả lại nó cho đường phố. Em có liên hệ với một cô nhi viện ở ngay trên đường đi Biên Hòa, do mấy bà sơ có sáng kiến lập nên. Các bà chăm sóc, dạy dỗ các trẻ mồ côi rất chu đáo. Trong viện có các lớp học chữ, các lớp học nghề. Các em lớn đan, thêu, may vá, làm các đồ thủ công nghệ... Các bà sơ đem hàng đi bỏ mối cho các tiệm lấy tiền nuôi các em nhỏ. Vì viện còn nghèo quá nên họ chỉ lấy các em vào hạn chế thôi, nhưng nếu mình hứa cho họ tiền, độ mười đô mỗi tháng chẳng hạn, thì họ hoan hỷ nhận thằng bé ngay...

- Ờ phải rồi! Các sơ làm chủ, nhà nước quản lý. Còn các em mồ côi thì... "làm theo năng lực, hưởng theo nhu cầu" chứ gì!

- Anh! Lúc nào anh cũng mỉa mai được!—Trâm nũng nịu rồi năn nỉ—Thôi, chịu đi anh, rồi em hứa sẽ đi với anh khắp nước để "bắt cóc" thêm trẻ em không nhà, gửi vào đấy...

- Ý, chết rồi! Không được đâu em!

- Sao vậy?

- Anh mới nhớ bữa ở nhà ga, anh hỏi bà bán xôi xem anh có thể đem thằng bé về nuôi không, bà ta nói anh làm phúc vậy là tốt lắm, thế nào cũng có vợ liền. Anh mang nó về, y như rằng chỉ vài tháng sau là anh có em. Bây giờ anh lại để nó đi, thì thần thánh phạt anh chết!

Trâm phì cười:

- Anh chỉ được cái mê tín dị đoan. Mà ngay như nếu điều anh tin là đúng, thì mình cũng làm thế để giúp cho nó sống vui, và để mình có thể cứu thêm nhiều đứa trẻ khác nữa, chứ mình đâu có làm điều gì xấu?

Trong óc Vinh thoáng phác họa ra được một chương trình xã hội, vừa hữu hiệu vừa có ích. Chàng thấy đề nghị của Trâm có lý.

- Thôi thì thế này nhé, nếu em muốn thế thì anh cũng chiều, nhưng em phải thề không bao giờ được bỏ anh cơ.

Trâm cuống quýt:

- Vâng, vâng, em xin thề một trăm lần, một ngàn lần!

Vinh đưa ngón tay trỏ ra, đòi ngoắc tay với Trâm. Hai người cười sung sướng. Cô phục vụ bưng đồ ăn ra, nóng hổi, thơm lừng.

Trong khi Trâm múc đồ ăn vào bát của Vinh, chàng ngắm Trâm, hỏi:

- Có một điều anh vẫn thắc mắc mà chưa bao giờ dám hỏi em. Bữa anh tỏ tình với em ở trước Nhà Thờ Lớn ở Hà Nội, em trả lời "Yes, nhưng...," vậy "nhưng" là những cái gì?

Trâm hóm hỉnh nhìn Vinh, nhái lại câu nói của chàng bữa đó:

- Không "nhưng" gì hết!

- À thế thì anh yên tâm.

Cả Vinh và Trâm cùng yên lặng ăn. Cùng tưởng nhớ lại buổi đi lễ nhà thờ độc đáo đó.

Trên đường ra, hai người đi vòng vòng xem tượng các ông Đào Duy Anh, Nguyễn Bính, Văn Cao..., dựng rải rác trong một khu có các cây hoa quí. Có giàn hoa "ti-gôn" nở bông phớt hồng, leo lên mái nhà. Có một loài hoa lạ, bên cạnh có tấm biển đề "Hoa mua." Vinh hỏi Trâm, nàng cũng chịu không giải thích được tại sao hoa được đặt tên là hoa mua. Đi xa ra ngoài một quãng nữa, bỗng Trâm reo lên: "A! Chiếc đu của bà Hồ Xuân Hương đây rồi!" Vừa nói dứt lời nàng đã chạy đến chiếc đu, ngồi lên, đánh bổng tít trong tiếng cười giòn giã... Một chốc nàng lại bỏ chiếc đu, chạy lại bên hồ, chỗ có cái cầu khỉ. Chiếc cầu mỏng manh, đơn sơ, trông như cầu để trang trí hơn là để cho người đi, nhưng nàng vẫn leo lên. Hai bàn chân trắng muốt của nàng để trần, rón rén trên mấy thân cây rung rinh theo bước chân. Một tay nàng nắm vào cái tay vịn làm bằng thân tre, tay kia dang ra lấy thăng bằng... Vinh nói vọng sang: "Này coi chừng! Ngã xuống là anh không có nhảy xuống cứu đâu đấy!" Nàng nhí nhảnh đáp: "Em biết rồi! Anh sợ đỉa chứ gì? Ở Mỹ làm gì có đỉa."

Vinh đứng ngây người nhìn... Nàng rực rỡ, hồn nhiên, tươi mát như con công đang múa. Chàng nghĩ: "Phải chăng tình yêu đã đóng một vai trò tối quan trọng trong đời sống con người? Nó là thuốc bổ, là lẽ sống, là cảm hứng cho văn thơ, là nghị lực cho mọi hoạt động... Nàng chẳng đang yêu đời, khoe đẹp, khoe xinh vì người yêu, cho người yêu là gì? Và biết đâu cả mình nữa. Biết đâu mình cũng chẳng là một thứ 'công' trong các hoạt động từ thiện bên cạnh nàng."

53

Lần này ngồi trên máy bay trở về Mỹ, tâm trạng Vinh ngổn ngang hơn lúc ra đi nhiều. Lúc đi đầu óc Vinh đầy ắp những dự đoán, những trông đợi, những háo hức của tuổi trẻ sắp bước vào con lộ thênh thang, đầy kỳ hoa dị thảo... Lần về lòng chàng nặng trĩu những tình cảm, những băn khoăn, trăn trở... Chàng thấy mình đang bước đi trên con lộ một chiều, ngoằn ngoèo, ngoắt ngoéo... Nhìn lại sau lưng không thấy quãng đường mình đã đi qua. Nhìn đằng trước không thấy quãng đường mình sắp tới. Quay trở lại không được. Đành cứ đi...

Chàng sửa soạn tinh thần cho một cuộc chạm trán với ông già và ông anh. Anh Tường đã hẹn sẽ gặp Vinh ở Cali khi chàng về tới. Chàng sẽ phải trình bầy thế nào với mọi người về thực trạng Việt Nam, vì có lẽ đó là cái mà người ở hải ngoại nóng lòng muốn biết.

Suốt trong thời gian Vinh ở Việt Nam, lúc nào chàng cũng "mở mắt, vểnh tai" như lời anh Tường của chàng dặn dò, để nghe ngóng, quan sát tình hình chung quanh. Cố gắng đánh giá đúng thực trạng Việt Nam. Nhưng khó quá! Trước mắt, Vinh chỉ thấy đầy mâu thuẫn và nghịch lý. Nói như mấy Việt kiều mang tiền về với mục đích ăn chơi trong vòng ba, bốn tuần rồi bỏ đi, thì Việt Nam bây giờ cởi mở, phồn thịnh, người người no ấm, nhà nhà giầu sang, có người đốt hàng ngàn đô cho một đêm truy hoan...vv... thì cũng đúng. Nhưng những ai có tinh thần xã hội một chút thì không thể làm ngơ trước những cảnh cơ cực của đám dân lao động. Một số không nhỏ có công ăn việc làm nhưng với loại công việc bấp bênh, đồng lương chết đói, đêm đêm họ vẫn phải ngả lưng nơi gầm cầu, xó chợ, ghế đá công viên... Con cái họ đi bán hàng vặt như vé số, thuốc lá, vài chai nước giải khát... Làm những dịch vụ như vá xe, bơm xe, giữ xe, đánh giầy, bới đống rác tìm giấy vụn, bao ni-lông, miểng chai... Đáng lẽ giờ đó chúng phải được ở trong lớp học.

Trong cái trằn trọc băn khoăn, Vinh thường tự hỏi không biết mình có lãng mạn với đất nước hay không? Tại sao chàng cứ nhìn ra toàn những điều tiêu cực để mà trăn trở, trong khi chung quanh chàng, những người thân quen ở đấy, dù như có giúp chàng hiểu biết về cái xã hội phức tạp này, họ cũng sống thản nhiên như mọi sự đã được an bài. Thấy những chuyện nghịch lý, Vinh thường bực bội thắc mắc, hỏi ý kiến hết người này đến người khác, chàng đều được nghe câu trả lời tương tự: "Ở đây nó như thế đấy anh ạ! Chúng tôi quen như mưa với nắng. Sắc mắc quá thì sống sao nổi."

Nghĩ đến những "vấn đề Việt Nam" trong đó vấn đề xã hội gần gũi với chàng hơn cả, hình ảnh Trâm bỗng lồng lộng trước mắt. Nàng thật đặc biệt! Nàng có đủ điều kiện sống thoải mái an nhàn, nhưng nàng cũng cứ loay hoay bận rộn với nỗi bất hạnh của đám trẻ thơ, hay những người kém may mắn chung quanh. Sau khi tan sở nàng có thể hy sinh cả buổi ăn tối để đưa chàng đi gặp một sinh viên nghèo hay một em bé mồ côi. Sau đó chàng mời đi ăn, nàng thường từ chối, viện lý do quá muộn, sợ cha mẹ la rày.

Chàng mơ mộng... lần này về cố lấy can đảm thưa chuyện với ba mẹ, rồi khi trở lại Việt Nam chàng sẽ chính thức xin đính hôn với nàng. Nhớ lại những cái nhìn trìu mến long lanh nước mắt ở phi trường Tân Sơn Nhất, khi nàng đi tiễn, chàng thấy được sự lo lắng trong mắt nàng. Nỗi lo ấy Vinh đã được nghe từ hôm chàng đột ngột báo tin sắp về thăm nhà. Nàng rụt rè hỏi: "Có cô nào đang chờ đợi anh ở bên Mỹ không?" "Không!" Chàng dứt khoát trả lời. Nàng chưa yên tâm: "Cha mẹ anh có giục anh lấy vợ không?" "Cha mẹ nào chả muốn dựng vợ gả chồng cho con cái, khi đã đến tuổi trưởng thành." Chàng tưởng mình trả lời như thế đã là khôn ngoan, nhưng với cái linh tính bén nhậy trời phú cho phụ nữ, Trâm chẳng chịu tha: "Hai bác có nói lần này anh về sẽ hỏi vợ cho anh không?" Nghĩ tới những lời mách trước của các cô em, chàng không dám nói dối: "Có gì thì cũng còn tùy ở anh hết cả." Nàng không hỏi nữa. Từ đó ít nói và lúc nào cũng như cố ngăn một dòng lệ sắp trào ra. Chàng cố trấn an cách nào nàng cũng chỉ ngoan ngoãn gật đầu cho qua, nhưng rồi lại chìm sâu vào những suy nghĩ riêng của mình.

Chàng nói mạnh với Trâm, nhưng ngồi trên máy bay một mình, khi mọi việc đều đã lắng xuống, chàng thấy tận đáy sâu của nghịch cảnh: Ông thân sinh chàng, một cựu đại tá trong quân đội Việt Nam Cộng Hòa, cha của Trâm là cựu đại tá Việt cộng! Thấy càng nghĩ chuyện riêng chỉ càng thêm rối mù, chàng cố gắng lái dòng suy nghĩ trở lại vấn đề rối rắm khác: vấn đề đất nước. Một vấn đề mà trước khi sang Việt Nam đối với chàng thật đơn giản. Chàng không hiểu mình bị lôi cuốn vào những vấn đề xã hội, chính trị... từ lúc nào. Không những Vinh để tâm tìm hiểu vấn đề Việt Nam qua cuộc sống hàng ngày, ngoài xã hội, Vinh còn là người chịu khó đọc và theo dõi báo chí trong nước hơn cả dân ở đấy. Chàng mua đều đặn ba tờ báo Sài Gòn Giải Phóng, Hà Nội Mới và Tuổi Trẻ. Vào sở chàng được đọc thêm những tờ như Kinh Tế Sài Gòn, Vietnam Investment Review, Saigon Times...vv... Vinh ngạc nhiên thích thú khi thấy trong một nước có đến 80 phần trăm nông dân và rất nhiều dân lao động như Việt Nam, lại có nhiều báo đến thế. Phải nói là có cả rừng báo trên các sạp. Báo hàng ngày, tạp chí, tạp chí chuyên đề như các tờ Nhân Dân, Quân Đội Nhân Dân, Công An Nhân Dân, Công An thành Phố Hồ Chí Minh, Lao Động, Nông Nhiệp, Năng Lượng, Dầu Khí, Saigon Eco, Thời Báo Kinh Tế Sài Gòn, Tuần Báo Quốc Tế, Văn Hóa Nghệ Thuật, Văn Nghệ, Kiến Thức Ngày Nay, Nông Nghiệp, Pháp Luật, An Ninh Thủ Đô, Phụ Nữ Việt Nam, Thanh Niên, Tuổi Trẻ, Sân Khấu, Điện Ảnh... Và cũng lấy làm lạ là chưa từng thấy ở nước nào lại có nhiều thơ văn trong các báo như thế, và lại còn có hẳn những tờ báo văn nghệ cho nhiều ngành như Văn Nghệ Quân Đội, Văn Hóa Văn Nghệ Công An, Văn Nghệ Thành Phố Hồ Chí Minh..." Còn nhiều nữa, không thể kể xiết. Một anh bạn nhà báo cho biết Việt Nam hiện có đến 600 tờ báo, có người còn bảo là 800! Đối với những tờ báo này chàng chỉ mua khi nào lật qua thấy có bài đặc biệt, hoặc báo Tết, như thế cũng đủ để chàng có một ý niệm khái quát về nền báo chí sau thời kỳ đổi mới ở Việt Nam: phong phú, khá chuyên nghiệp, in ấn sạch sẽ và một số có những bìa màu choáng lộn... chẳng kém báo nước ngoài, cùng được bầy đầy trên sạp. Về nội dung, bên cạnh những loại bài có tính cách "đẹp đẽ phô ra" thường tình, cũng có đầy những bài phóng sự, phơi bầy những mặt tiêu cực của xã hội, thẳng thừng tố cáo những tệ nạn như sự lan tràn của bệnh AIDS, nạn mại dâm, mại dâm trẻ em, lao động trẻ em, ma túy xâm nhập vào giới học sinh sinh viên, tội phạm, buôn lậu, lãng phí, tham ô cửa quyền... Thậm chí người ta gọi tham nhũng là "nguy cơ hàng đầu," là "nhà dột từ trên nóc dột xuống." Tổng bí thư Đảng còn công khai trên báo, gọi tham nhũng là "quốc nạn."

Trong muôn vàn cái mâu thuẫn nghịch lý, như việc anh chủ tịch của "Chương Trình Rộng Mở Tình Thương" bị bắt, đưa đến việc Vinh phải lấy phép năm về Mỹ thăm gia đình, cũng có những hiện tượng nhà nước cộng sản "ưu ái" Việt kiều hải ngoại với những câu ngọt ngào: "Cộng đồng người Việt Nam ở nước ngoài là một bộ phận không tách rời của dân tộc Việt Nam;" "Kết hợp rộng rãi những nhà trí thức VN trong nước và hải ngoại;" "Họ là thành phần chặt chẽ của đại gia đình VN. Gần đây nhiều người đã góp phần xứng đáng..." Ngoài ra còn những khẩu hiệu được nhắc đi nhắc lại: "Hòa hợp dân tộc. Hướng về dân tộc. [Việt kiều nước ngoài là] Khúc ruột xa ngàn dặm ...vv..."

Nghĩ đến gia đình mình, có ông bố và ông anh tích cực hoạt động chống cộng sản, chàng tự hỏi: "Với một đất nước đang được xem một trong những quốc gia nghèo nhất thế giới, trong đó đa số con người còn sống trong cơ cực, nghèo nàn, lạc hậu, đầu tắt mặt tối, ăn bữa hôm nay không chắc có bữa ngày mai, bên cạnh một thiểu số cậy thần cậy thế, biết nắm cơ hội, luồn lọt, đút lót, mánh mung, móc ngoặc, bóc lột, tham nhũng... để được ngồi trên đống tiền... Vậy thì thành phần nào cần tự do, dân chủ? Công cuộc tranh đấu giành tự do dân chủ cho Việt Nam, của những người Việt hải ngoại như ông bố, ông anh mình, nên bắt đầu từ đâu? Bắt đầu thế nào? Liệu họ có đi đúng đường?

Vinh loay hoay tìm một cụm từ ngắn gọn, để mô tả đúng hiện trạng Việt Nam, mà tìm mãi chưa ra. Chàng đành so sánh nó với cái gì trừu tượng như "mê lộ," "ma lộ," "ma trận," như "labyrinth"[*] trong huyền thoại Hy Lạp.

54

Vinh về tới Lốt khoảng bốn giờ chiều. Sau màn đón người trở về, vừa nồng nhiệt vừa thắm thiết của các em ở phi trường, chiếc xe chở Vinh bị kẹt ngay vào dòng xe tan sở trên đường từ Lốt về quận Cam. Xe nối đuôi nhau nhích từng chút không làm chàng khó chịu. Nhân dịp này chàng có dịp chuyện trò, hỏi thăm các em về việc nhà... Chàng được biết hiện giờ này anh Tường đang ở đài Radio Thủ Đô Tỵ Nạn, trả lời cuộc phỏng vấn. Cúc đang dự hội nghị của sở ở Boston. Vợ chồng Thông và Lan rất hạnh phúc. Lan đã ra bác sĩ, còn đang học thêm chuyên môn. Hiển và Trúc ở sở ra sớm, đến thẳng phi trường đón Vinh. Mới xa nhà có vài năm mà chàng thấy hai em lớn và

---

[*] Labyrinth: Mê cung.

trưởng thành hẳn lên. Vinh bóp thử cánh tay to, rắn chắc của Hiển đang cầm tay lái. Chàng mừng thầm, khen cậu em khỏe mạnh, rồi hỏi sang chuyện khác:

- Sao, nghe nói em còn đang học gì nữa phải không?

- Vâng, em vừa đi làm vừa học thêm, lấy cái bằng tiến sĩ môn chính trị học.

- Chà hay quá! Em có định làm chính trị không?

- Có chứ, anh Hiển đang nhắm chức thống đốc California đấy anh ạ-- Trúc tranh trả lời hộ anh.

- Cũng tốt thôi, có gì là quá đáng đâu?—Vinh nói— Bây giờ bọn trẻ Việt Nam phải nên cố gắng đi vào "dòng chính mạch" của xứ này, càng đông càng tốt.

- Thằng bạn em nó vượt biển sau nhà mình mấy năm mà hiện đang làm thực tập ở Tòa Bạch Ốc--Hiển nói-- Tháng trước em theo phái đoàn qua Washington vận động Quốc Hội về nhân quyền, nó đưa em đi thăm cùng khắp... Em mê luôn không khí làm việc ở đó.

- Thế là xong rồi! Phải bắt đầu bằng "mê" cái đã. Chỗ còn lại thì cũng dễ thôi.

Trúc sốt ruột muốn nghe chuyện Việt Nam hơn. Cô đổi đề tài:

- Sao người ta đi làm ở ngoại quốc người ta về thăm nhà hàng năm, mà anh thì đi biền biệt không về vậy?

- Tại mấy năm trước anh phải tranh thủ đi tham quan mấy nước Châu Á, nên không còn thời gian. Năm kia đi Trung Quốc, năm ngoái đi Thái Lan...

Trúc nhận thấy trong ngôn ngữ của ông anh có lẫn những chữ nghe chướng tai. Những chữ mà người Việt ở đây cũng dùng nhưng không dùng trong một nội dung tương tự, như "cũng tốt thôi," "tranh thủ," "tham quan," "Châu Á," "thời gian," nhưng cô không nói ra, cứ để đó đã, xem ông anh còn những thay đổi gì. Cô dò ý:

- Báo động cho anh biết trước là lần này về thế nào ba mẹ cũng đi hỏi vợ cho anh đấy nhé. Mẹ bảo để nó lêu lổng rồi lại đâm lười ra như thằng Tường ấy. Em hy vọng anh chưa mắc phải cô Việt cộng nào.

- Việt cộng thì làm sao? Chưa kể đâu có phải cứ ai ở Việt Nam cũng là Việt cộng-- Vinh dò ngược lại.

- Thế nghĩa là anh đã loạng quạng với một cô nào ở Việt Nam rồi hả? Có không? Có không?

Vinh tránh trả lời thẳng vào câu hỏi. Chàng nói:

- Nếu có mà gặp phải cái thứ "bà cô bên chồng" như cô thì người ta cũng đến bỏ anh mất thôi.

- Kể ra... đẹp trai, học giỏi như anh mình đây, mà không có cô nào mê thì cũng xấu mặt Việt kiều lắm nhỉ? Nghe bảo các cô ở Việt Nam bây giờ sính Việt kiều lắm. Anh chưa bị cô nào cột vào mới là lạ chứ—Trúc tố thêm.

Vinh chẳng dại gì mà mắc vào cái bẫy của cô em. Chàng nghĩ: "Con bé này có trưởng thành hơn trước, nhưng cái khôn lanh đáo để của nó cũng trưởng thành theo."

Xe vừa xịch đậu vào sân nhà, Vinh đã thấy mẹ tất tả chạy ra trước, bố đứng ở cửa ra vào ngắm cảnh hai mẹ con ôm nhau mừng mừng, tủi tủi... Chàng chạy lại ôm bố rồi bị các em lôi tuột vào trong nhà. Chàng ngồi phịch xuống chiếc ghế bành trong phòng khách. Chiếc ghế chàng thường ngồi trước kia, hai chân duỗi dài ra trên sàn, ngửa mặt lên trần, nhắm mắt để tận hưởng cái hiện hữu mà chàng bỏ quên từ mấy năm nay. Hiển khệ nệ bưng hành lý vào. Vinh đỡ lấy chiếc va-li, mở ra. Chàng lôi ra... nào là bánh phồng tôm, bột sắn, măng khô, hạt sen, bánh đậu xanh, ô mai, cốm khô... Rồi đến khăn lụa, áo thêu, khăn trải bàn, tranh thêu... Cô Trúc đứng há hốc mồm nhìn.

- Anh Vinh mà biết mua các thứ này hả? Cô nào mua hộ anh vậy, khai ra đi...

Vinh sợ cô em sắp làm hư việc hết cả, nói át đi:

- Thôi cô mang vào bếp cho mẹ đi. Còn các cái khăn, cái áo... thì các cô đem mà chia nhau.

Vinh tưởng thế là xong, chàng không biết mẹ chàng không nói gì, nhưng bà để ý hết. Tường ở ngoài bước vào... Vinh nhảy bổ ra ôm anh thắm thiết. Tường đẩy em ra xa một chút, ngắm nghía:

- Chú mày lớn quá nhỉ! Da xạm nắng thế này mới ra đàn ông chứ. Việt Nam thế nào? Kể cho anh nghe đi.

- Khoan!

Nói một chữ cụt ngủn, Vinh chạy lại mở thùng cạc-tông nằm trên sàn:

- Sách báo của ba với của anh Tường đấy.

Mọi người nhìn nhau. Hiểu ngầm ý Vinh định nói thùng sách báo này sẽ trả lời câu hỏi của Tường. Không ai nỡ phá vỡ nhiệt tâm của Vinh, chăm chú nhìn... Chàng lôi ra, nào sách, nào báo, nào CD nhạc, video phim truyện... bầy đầy trên sàn. Mọi người lặng lẽ theo dõi. Trúc và Hiển chạy lại bới đống CD. Tường nhặt mấy tờ báo. Ông Cát cầm mấy quyển sách lên... Vinh hồi hộp, không biết người nhà đón nhận mấy thứ "quà" này ra sao. Chàng đứng dậy, theo mẹ vào bếp giúp bà đem thức ăn ra bàn. Bàn ăn đã được dọn. Mẹ gọi cả nhà. Ông Cát vào ngồi ở chiếc ghế đầu bàn như thường lệ. Bà mẹ vẫn không chịu ngồi ở đầu bàn đối diện. Nếu có Tường thì đó là ghế của Tường. Tường không có mặt thì đứa con nào ngồi cũng được. Bà ngồi ở chiếc ghế bên cạnh, lấy cớ là để đi ra đi vào bếp cho tiện. Mọi người ăn uống nói chuyện huyên thuyên không theo một đề tài nào, cho đến khi ông Cát hỏi:

- Con mua sách ở Việt Nam con có đọc không?

- Dạ có, nhưng không nhiều. Con đọc báo nhiều hơn.

- Cộng sản cố ý xuyên tạc sự thật, che mắt giới trẻ sinh ra sau này, để không ai biết những phần mà cộng sản không muốn cho họ biết. Những cuốn sách họ in lại của các tác giả miền Nam trước kia, họ đã tự ý cắt bỏ những phần không có lợi cho họ. Ba không nói đâu xa, chỉ nói về những cuốn con mang về thôi. Cuốn Hồi Ký Nguyễn Hiến Lê đây này. Ba vừa mới lật xem sơ sơ đã nhận thấy mất mấy chương. Vậy thì còn gì là sách của người ta nữa.

- Vậy ạ? Những người như con đâu có được đọc những cuốn sách trước 75 để mà so sánh.

- Thế đấy! Chết ở chỗ đó. Bóp méo lịch sử, xuyên tạc sự thật, che đậy tội lỗi là nghề của cộng sản. Thà không in thì thôi, đã in mà lại cắt xén... làm người đọc hiểu lệch lạc cả vấn đề... thì đừng in. Hỏng! Hỏng hết...

- Em nói em đọc báo nhiều--Tường xen vào--Đọc báo cũng phải cẩn thận. Việt Nam không có một tờ báo nào của tư nhân hết, vì thế ngay cả những thông tin trông ra vẻ nói thẳng, nói thật cũng đều đã bị sàng lọc ít nhiều, nhất là con số thống kê đã bị giảm xuống tới mức nhà nước cho phép. Không còn ai biết có bao nhiêu phần trung thực trong đó.

- Ở Việt Nam có vui không anh?—Trúc lại đổi đề tài.

- Trả lời câu hỏi đó thì dài dòng lắm. Nhưng nói chung, về mặt ăn chơi thì... số một. Còn chuyện nước non thì... còn nhiều vấn đề.

Ông Cát thừa biết các "vấn đề" gì, nhưng ông cũng muốn đo tầm hiểu biết của cậu con:

- Thí dụ như vấn đề gì con?

- Các vấn đề xã hội, giáo dục, tham nhũng... chẳng hạn. Xã hội thì còn quá nhiều người nghèo. Khoảng cách giầu nghèo càng ngày càng cách xa nhau. Thí dụ vào những năm tám mươi, người giầu cách xa người nghèo khoảng một thước thì giờ này người giầu đã đi hia bảy dặm để cách xa người nghèo... chắc là... ít nhất thì cũng khoảng... bảy dặm!

Mọi người cười ồ, thầm phục Vinh tiến bộ rất nhiều trong cách nói tiếng Việt. Vinh tiếp:

- Có nhiều cơ quan thiện nguyện quốc tế phi chính phủ, sang Việt Nam giúp, thiết lập rất nhiều chương trình khác nhau, nhưng vẫn còn thiếu nhiều lắm.

- Thế chính quyền bên nhà làm được những gì?-- Tường hỏi.

- Họ cũng có những chương trình "Xóa đói, giảm nghèo," chương trình "Trợ giúp sinh viên nghèo," "Giáo dục viên đường phố" có "Làng cùi..." nhưng vấn đề rộng lớn quá, không chính phủ nào lo hết được.

- Hàng năm Việt kiều đổ vào Việt Nam trung bình khoảng hơn hai tỷ đô la—Tường tiếp--Thiết tưởng nếu nhà nước Việt Nam cũng trích ngân quỹ ra một con số tương tự như vậy thì sẽ giải quyết được vấn đề xã hội ngay, có khó gì?—Tường trả lời Vinh.

- Vấn đề giáo dục thì cả nước chỉ có khoảng 10% mù chữ, nhưng có đến 80% thất học—Vinh tiếp tục kể-- Gần như đại đa số những người em gặp hay tiếp xúc, từ anh taxi, đến người quét đường đều có thể đọc được số nhà, tên đường phố, tên người, thậm chí đọc được báo... hơn hẳn dân Thái Lan. Em nhờ người làm ở khách sạn viết địa chỉ và câu "xin đưa tôi đến địa chỉ này" bằng tiếng Thái, mà rất nhiều lần gặp tài xế taxi Thái không đọc được. Thật là bất tiện. Còn việc học hành thì phần đông con nhà nghèo ở Việt Nam phải giúp gia đình kiếm sống, hoặc có đủ sống thì cũng không có tiền đóng tiền trường, dân Việt Nam lại rất hiếu học...

- Trong khi đó trên khắp thế giới nhan nhản những con ông cháu cha ở Việt Nam lấy được học bổng, vào tràn ngập các trường nổi tiếng—Ông Cát thêm.

- Cái đó có ba ạ! Nhưng đã là con ông cháu cha thì chưa chắc họ đã cần học bổng để ra nước ngoài du học đâu ba. Họ thừa sức cho con họ đi học tự túc. Ngoài ra con nhà nghèo, hay học sinh ở các vùng sâu vùng xa cũng không có phương tiện để "săn học bổng." Thí dụ họ không được thông tin đầy đủ lại chỉ quanh quẩn học ở các trường làng, không có tiền lên tỉnh học trường khá để trở thành học sinh giỏi, không có tiền thi TOEFL[*], không có tiền học thêm tiếng nước ngoài như Anh, Pháp, Đức... Còn nhiều món chi linh tinh khác...

- Nghĩa là "con vua thì lại làm vua, con sãi ở chùa thì quét lá đa."--Ông Cát kết luận—Thế thì cộng sản ở chỗ nào? Cách mạng ở chỗ nào? Sau gần nửa thế kỷ làm cách

---

[*] Test of English as a Foreign Language: Sát hạch tiếng Anh như một ngoại ngữ.

mạng, giết hại bao nhiêu đồng bào để đổi lấy cái gì? Họ đã làm cho cả nước nghèo mạt, xong bây giờ lại đẻ ra được bọn tư bản đỏ để chúng trấn lột bọn nghèo mạt. Thôi thì lại đến nước phải dụng kế "Quy mã" hay "Mã quy" thôi. Chẳng làm thế nào khác được.

Cả nhà nhìn ông, không hiểu ông nói gì. Cô Cúc lên tiếng trước:

- "Quy mã" với "Mã quy" nghĩa là gì, ba?

- À chuyện dài dòng như thế này: "Sau khi Việt cộng 'giải phóng' xong miền Nam, nhà nước cộng sản triệu tập một phái đoàn bô lão ở Thành Phố Hồ Chí Minh ra 'tham quan' Hà Nội. Khi tới thăm Hồ Hoàn Kiếm, thấy Tháp Rùa, nhớ lại câu chuyện Thần Kim Quy trong cái hồ lịch sử này, các cụ xúc động quá, bèn lập bàn thờ ngay trên bờ hồ, khấn Thần Kim Quy lên để vấn kế, xin Thần dạy cho, làm thế nào cho dân giầu nước mạnh. Thấy các cụ thành tâm, Thần Kim Quy bèn hiện lên...

Cô Trúc nóng lòng, hỏi:

- Chắc là ba lại định nói giỡn rồi, chớ làm gì có Thần Kim Quy hiện lên thật, phải không ba?

Ông Cát mắng con:

- Giỡn hay không chưa biết, hãy nghe hết câu chuyện đã nào. Cái con này chỉ được cái láu táu...—ông tiếp tục—"Thần Kim Quy hiện lên phán hai chữ 'Quy mã,' rồi lặn mất. Các bô lão miền Nam bàng hoàng, cảm động rớt nước mắt. Phần vì không ngờ mình có diễm phúc được tận mắt thấy Thần Kim Quy, phần vì lo lắng, không hiểu 'Quy mã' là gì? Các cụ ngơ ngác hỏi nhau. Mấy cụ thâm nho bèn ra tay giảng: 'Quy mã' là 'Ngựa về' hay 'Rùa, ngựa.' Nhưng khi được hỏi 'Ngựa về' hay 'Rùa ngựa' nghĩa là gì, thì các cụ không giải thích được. Phái đoàn lại bảo nhau khấn nữa. Lần này phải thành tâm hơn, xin Thần Rùa dạy cho một giải pháp khác dễ hiểu hơn. Các cụ khấn. Thần Kim Quy lại hiện lên, phán hai chữ khác 'Mã quy,' rồi lặn mất. Các cụ lại cố gắng dịch nghĩa: 'Mã quy' là 'ngựa rùa.' Tới đây thì phái đoàn hoàn toàn chịu thua, bảo nhau cứ về báo cáo nguyên văn lên Trung Ương, để 'đỉnh cao trí tuệ' tùy nghi 'xử lý.'

Trung Ương nhận được báo cáo cũng ngớ ra, không cách gì lý giải được. Một ông lớn, có đầu óc tiến bộ nhất, đưa ra một đề nghị táo bạo: Các đồng chí biết không? Thời bây giờ là thời của khoa học, của không gian, của vệ tinh, tin học..., biết đâu Thần Kim Quy nhà mình cũng được 'hiện đại hóa' rồi, mà mình cứ 'giải mật' của Ngài theo lối hủ nho, thì làm sao mà ra được. Tôi đề nghị mình tìm mấy chú bé chơi đánh đinh đánh đáo ngoài đường kia kìa mà hỏi, có khi các chú ấy giải được đấy. Không ai trong phòng họp có ý kiến gì khác, mọi người đành phải 'nhất chí' với đồng chí cao cấp này thôi.

Các ông cho gọi mấy em chừng 13, 14 tuổi, đang chơi đùa ở ngoài đường, mặt mày lem luốc vào. Các em chẳng hiểu chuyện gì, sợ run cầm cập. Các ông phải trấn an các em bằng cách kể ngay đầu đuôi câu chuyện ở Hồ Hoàn Kiếm, và hỏi: 'Các em có hiểu Quy mã và Mã quy là gì không?' Một em nhỏ nhất, không cần suy nghĩ lâu, nhưng rụt rè tiến lên thưa: 'Cháu hiểu. Nhưng nếu cháu nói thì các ông phải hứa không bắt cháu đi kinh tế mới, không bắt cháu tập trung cải tạo... thì cháu mới dám nói.' Các ông đều giơ tay thề bồi sẽ không trù rập gì em cả. Các ông bảo: 'Em cứ việc nói thật hết đi. Những gì em nói sẽ được giữ làm bí mật quốc gia.' Cậu bé bèn nói thật nhanh: 'Quy mã' là 'Qua Mỹ'; 'Mã quy' là 'Mỹ qua.' Nói rồi em hè mấy đứa bạn kia chạy vụt ra cửa, biến vào đám người đi đường, mất hút... trước những con mắt ngơ ngác của mấy ông lớn!"

  Cả nhà cười. Cô Trúc lăn ra cười sặc sụa, nước mắt ràn rụa... Cô phải rời ghế, ngồi bệt dưới sàn cho khỏi té. Tiếng cười bỗng chỉ còn nghe ặc ặc trong cổ. Cô này vẫn có cái tật khi nào bị kích động mạnh thì cười đến không tự ngừng được. Tiếng Mỹ gọi là "hysterical." Hiển không biết làm gì, chạy lại đấm vào lưng em liên tiếp. Bà Cát bảo: "Con cứ cắn vào lưỡi cho thật đau, thì sẽ ngừng được." Trúc làm theo, quả nhiên nàng ngừng được trận cười. Vinh có cảm tưởng như chính mình đang đại diện Đảng Cộng Sản Việt Nam, ngồi đây cho cả nhà "tố khổ." Bà Cát nhận thấy ngay điều đó, bà đổi đề tài:

- Con ra Hà Nội con có thấy hoa sữa không?

  Vinh mừng quá, thầm cám ơn mẹ:

- À con nhớ mẹ dặn con tìm hoa sữa, nhưng con ra Hà Nội vào dịp Giáng Sinh, trời lạnh nên không còn hoa. Con được thấy cây sữa ở các phố như Nguyễn Du, Bà Triệu, Lò Đúc... Nó là loại cây cao hàng chục mét, người ta trồng lấy bóng mát, lá nhỏ nhưng rậm rạp um tùm. Người Hà Nội giải thích là cây này có ở Hà Nội từ lâu lắm. Hoa sữa thành chùm giống như hoa mẫu đơn, lúc chưa nở to thì màu xanh ngọc thạch, khi nở rộ thì màu trắng ngà như sữa. Hương thơm sực nức, ngào ngạt về ban đêm. Mùi thơm như hoa dạ lý hương, cũng phảng phất mùi sữa.

- Thế à? Lạ ghê! Tại sao hồi ở Hà Nội mẹ không nghe đến hoa sữa bao giờ. Có lẽ hồi còn nhỏ đâu có được đi đêm để mà thấy mùi hoa sữa. Bây giờ nghe những bản nhạc ca tụng hoa sữa mới tò mò tìm hiểu. Thế mới biết văn, thơ, nhạc có sức gây ấn tượng vào tâm tư con người mạnh như thế nào.

- Ba mẹ và các em thử về Việt Nam chơi một chuyến đi. Con được sở mướn cho một cái vi-la rộng rãi ở ngay phố buôn bán. Bước ra đường là có các cửa tiệm rồi, đi lại rất tiện.

Ông bà Cát và Tường không nói gì. Hiển và Trúc nhao nhao lên:

- Anh Vinh bao tụi em một vé máy bay đi.
- Có ngay. Chuyện nhỏ mà. Bao cả đi chơi khắp nước Việt Nam nữa.
- Úi chà! Ông anh tôi chơi ngon không!--Cô Trúc hào hứng.

55

Tường biết là góp chuyện chính trị trên bàn ăn lúc chiều trước mặt ông già là "lửa cháy đổ dầu thêm," chỉ khổ Vinh. Tối nay hai anh em ngủ chung phòng, thả cửa trò chuyện. Tường bắt đầu bằng câu chuyện muôn thuở của con người:

- Thế nào, chú mày đã có cô nào chưa?

Vinh nhớ lại câu cô Trúc nói hồi chiều trên xe từ sân bay về nhà, chàng trả lời dễ dàng:

- Em của anh thế này mà chưa có cô nào thương thì cũng ế mặt anh em mình lắm nhỉ?

- Thật à? Anh cũng đoán là phải có cô nào rồi. Hồi chiều trên bàn ăn anh hồi hộp đợi ba mẹ đem chuyện hỏi vợ cho Vinh ra nói. Có lẽ tại em bị tấn công về mặt chính trị ghê quá nên các cụ tạm gác chuyện vợ con lại. Cô nào vậy? Có ảnh không?

Vinh rút cái ví trong túi, lấy ra một tấm ảnh màu đưa cho anh. Tường trầm trồ:

- Khá quá nhỉ? Ở ngoài có đẹp như thế này không?

- Đẹp hơn ấy chứ! Trông ảnh thấy người, không thấy được tâm hồn ẩn kín ở bên trong. Em quan niệm ở đời, giầu mấy thì cũng có thể có người giầu hơn, giỏi mấy cũng có thể có người giỏi hơn, đẹp mấy cũng có thể có người đẹp hơn, nhưng không ai có thể nói được tâm hồn người này đẹp nhất, tâm hồn người kia đẹp nhì... "Tâm hồn đẹp" là tuyệt đối!

Tường chạy ngay lại chỗ Vinh đang đứng "thuyết minh." Chàng giơ cánh tay phải lên ngang mặt... Vinh hiểu ngay, cũng giơ cánh tay phải ra... Hai bàn tay của hai anh em đập "bốp" vào nhau.[*] Họ ôm nhau, cười vang.

- Ngoài chuyện đẹp người, đẹp nết ra. Cô ấy tên gì? Con nhà ai? Học gì? Làm gì?

---

[*] Tiếng Mỹ gọi là "Give each other five"— Khi hai người đồng ý với nhau về một chuyện vui mừng gì thì họ nói: "Give me [a high] five" rồi cả hai người giơ bàn tay phải đập vào nhau để biểu hiện sự biểu đồng tình.

- Cô ấy tên là Ngọc Trâm. Kỹ sư, làm dưới quyền em. Ông bố là cựu đại tá...

- Thôi rồi! Ông già mình trúng "số độc đắc" rồi! Thật là môn đăng hộ đối nhé!

- Lần này em sẽ không dám nói với ba đâu. Chỉ khi nào đã quyết định đi đến hôn nhân thì em mới thưa.

- Nhưng em phải nói với mẹ, để mẹ khỏi tính toán gì khác cho em.

- Em cũng định như thế nhưng chưa biết bắt đầu thế nào.

- Đừng lo, mẹ là người cởi mở và nhậy cảm. Mẹ sẽ không gạt phắt đi như ba, nhưng bà cũng sẽ không nhắm mắt chấp nhận bừa bãi đâu. Nếu em ở đây với ba mẹ những ba tuần thì thế nào cũng kẹt.

- Kẹt cái gì cơ anh?

- Chắc chắn các cụ sẽ bắt em đi xem mặt cô này, cô kia... Hay là... anh đề nghị, mấy hôm nữa em theo anh về Hoa Thịnh Đốn để làm việc vài ngày. Anh muốn em gặp "Nhóm Học Tập" của anh và anh Nguyên Việt, em sẽ nói chuyện Việt Nam cho họ nghe.

- Cũng hay đấy. Lâu quá rồi em không đi Washington, tiện thể thăm chị Mai và các cháu nữa. Nhưng em chỉ làm việc trong phạm vi riêng tư thôi đấy nhé. Em không muốn báo chí làm rùm beng lên... Còn "Nhóm học tập" của anh thì học những cái gì?

- Căn bản là học tập chính trị, lịch sử... Bên cạnh đó họ cũng được huấn luyện để trở thành người lãnh đạo, hầu cáng đáng những công việc cộng đồng sau này... và cuối cùng có thể đi vào "dòng chính mạch" của Hoa Kỳ.

- Thế thì cậu Hiển nhà mình có thầy ngay đây rồi, cần gì phải đi học đâu nữa. Hiển có vẻ có triển vọng đi hẳn vào con đường chính trị đấy anh nhỉ? Vinh hỏi.

- Ừ, anh cũng đang "nhồi" cậu ta như hồi trước anh "nhồi" em vậy. Nhóm bạn cậu này khá đông và đều ôm mộng làm chính trị ở xứ này. Đó là điều đáng mừng cho cộng đồng mình.

- Anh vẫn gián tiếp "nhồi" em đấy chứ. Em đọc báo của anh trên mạng và nghe đài Làn Sóng Tự Do đều đặn, nhiều khi cũng bị phá sóng. Nhờ thế em mới biết các ông Nguyễn Thanh Giang, Trần Độ, Hà Sĩ Phu... bị bắt.

Hai anh em lên nằm trên hai chiếc giường cá nhân kê song song nhau. Cả hai cùng thấy thư giãn sau một ngày dài, dồn dập những chuyện căng thẳng. Tường với tay tắt chiếc đèn trên bàn đầu giường, hỏi:

- Em làm trong hãng có gặp trở ngại gì như là... có người đến đề nghị hay gợi ý về việc làm ăn này nọ không?

Vinh hiểu ngay là Tường ám chỉ chuyện mánh mung, tham nhũng, hối lộ... Chàng trả lời không ngần ngại:

- Không, bởi vì em thuộc Ban huấn luyện và đào tạo nhân viên, không có gì để đề nghị cả. Hãng em có ba phó giám đốc, mỗi người chuyên một việc. Các Ban khác có liên hệ với chính quyền, đôi khi cũng rất găng. Đã hai lần hãng đề nghị đôn em lên làm giám đốc, nhưng em đều từ chối. Trâm bảo người như em không cách gì biết giao dịch với người Việt ở đây thì cứ tránh xa là hơn.

- Cô ấy dám nói như vậy à?

- Vâng. Trâm rất ít vạch xấu chế độ hay xã hội. Nhưng nếu cần phải nói thì nói thành thực và nghiêm túc. Trâm có một cô bạn tên là Liên thì lại hay phê phán chế độ thẳng thừng. Hai người có hai cá tính khác biệt mà lại thân nhau vô cùng.

- À thế thì các cô này cũng khá đấy nhỉ! Vinh có dịp tiếp xúc với giới sinh viên nhiều không?

- Có chứ, em có chủ đích tìm hiểu sinh viên, xem họ sống thế nào, ước nguyện của họ là gì? Các gia đình có khả năng đều cố gắng cho con đi học, muốn con mình có một tương lai tốt hơn cha ông. Giới trẻ lại rất ham học. Nếu Việt Nam có trăm ngàn vấn đề phải giải quyết, thì em nghĩ việc nâng cao dân trí là bước đầu tiên phải nên làm. Một công dân có kiến thức sẽ có thể tự lựa chọn cho mình một chế độ, một cuộc sống...

Tường thấy cậu em mình như lột xác so với ngày em ra đi. Mới vài năm sống trong môi trường Việt Nam, cậu phát triển được nhiều mặt. Tường thấy Vinh có niềm tin, có những khám phá mới, nhưng vẫn phân tích vấn đề bằng cảm xúc nhiều hơn là bằng lý trí. Tuy nhiên trước mắt, chàng vẫn tin có thể trông cậy ở em giúp chàng rất nhiều trong những ngày tới. Chàng thử hỏi xa hơn:

- Đã đành nếu dân trí cao hơn họ sẽ tự quyết được nhiều vấn đề của cuộc sống. Nhưng theo em, trong một nước mà đa số là nông dân, người lao động, người nghèo khó... người ta có thể "nâng cao dân trí" bằng cách nào?

- Bằng cách giúp thành phần trẻ cho họ có phương tiện học hành đến nơi đến chốn. Nếu con các nhà nông dân, lao động này được ai cho phương tiện, chắc chắn cha mẹ chúng sẽ cố gắng thêm, hy sinh thêm để chúng đi học.

- Nhưng, như chiều nay em nói trên bàn ăn, là đám dân nghèo không cả có cơ hội và phương tiện "săn học bổng," mặt khác ai cũng biết là nếu như có học bổng từ nước ngoài đổ vào cho Việt Nam, thì lại những con ông cháu cha, những con nhà giầu sẽ giành hết cả.

- Có một điều em không thể nhất trí với ba và anh được, là cứ sợ các con ông cháu cha cướp hết học bổng. Bây giờ giả thử... Giả thử thôi nhé! Tự nhiên ở đâu trên trời rơi xuống hàng trăm ngàn học bổng cho sinh viên Việt Nam sang Mỹ du học. Con cháu các ông ấy sang đây học. Trong thời gian khoảng bốn năm, sáu năm, tám năm... các sinh viên ấy không thể không bị ảnh hưởng bởi nếp sống văn minh, tự do dân chủ ở xứ này. Khi về các cô, cậu ấy sẽ vỗ vào vai các ông bố và bảo rằng: "Bố làm sai bét rồi! Bố lỗi thời rồi! Bố ra chỗ khác chơi để chúng con chỉ đạo cái nước Việt Nam này cho." Thế là "gậy ông đập lưng ông." Chỉ có con các ông ấy bảo các ông ấy "ra chỗ khác chơi," chứ ai dám mở miệng ra nói những câu ấy, nhất là người ở trong nước.

- Thế lấy gì đảm bảo là các sinh viên này học xong sẽ trở về cầm gậy "đập vào lưng bố?" Em có biết có bao nhiêu phần trăm con cháu các ông ấy học xong ở lại đây làm việc? Hay còn tệ hơn nữa là một số còn bòn rút ngân quỹ quốc gia, tiền thế giới viện trợ cho Việt Nam đem sang đây mở siêu thị, mở trung tâm thương mại...vv...

- Mình không thể cấm cản được những người ở lại đây, không về. Mình cũng không làm gì được những cá nhân ăn cắp tiền viện trợ cho Việt Nam, mang sang đây làm kinh tế, thương mại. Mình chỉ cần mười người có tài, có lòng, thực sự yêu nước thương dân đi về, là hoán chuyển hết Việt Nam...

Thấy Tường lắng tai nghe, Vinh thừa thắng xông lên:

- Có khi chỉ cần một người thôi. Một Gorbachev Việt Nam chẳng hạn!

Tường biết là Vinh đang lạc quan quá đáng, nhưng chàng phải thầm phục cậu em là người có suy nghĩ, nhìn cuộc đời bằng thái độ tích cực. Chàng thăm dò:

- Trong những ngày ở Việt Nam chắc là em phải để tâm trí rất nhiều vào việc nước, việc dân... thì mới có được những nhận xét như vậy.

- Không phải là ý kiến của em hết đâu anh ạ! Em chỉ phản ánh những gì thấy và nghe được từ những người dân ngoài đường, từ giới sinh viên đến bác tắc-xi, đến anh hướng dẫn du lịch, đến chị bán chuối chiên ở trước cửa nhà, đến cô "ô-sin" ở nhà em đó thôi...

Có một bữa em đi xe tắc-xi. Anh tài hỏi em ở đâu về, Mỹ hay Pháp? Em ngạc nhiên hỏi tại sao anh biết tôi là "Việt kiều," thì anh ta nói: "Dễ lắm, chỉ cần nhìn một người đang tuân thủ nghiêm chỉnh cái đèn đỏ ở ngã tư, hay là đi đường đụng người ta mà nói xin lỗi, là biết ngay người đó không phải dân ở đây." Rồi anh ta tiếp: "Việt kiều về đây thường không muốn ai biết mình là Việt kiều vì sợ mua bán bị hố hay đi xe, đi đò bị bắt chẹt, nhưng thời bây giờ, Việt kiều đâu có giầu bằng Việt cộng, thành thử các anh, chị về đây cứ 'vô tư đi.'"

Một bữa khác em đi tắc-xi từ Đà Nẵng ra Huế, bác tài là một cựu sĩ quan Việt Nam Cộng Hòa, bị tù "cải tạo" mười năm. Khi ra, bác chỉ làm ăn chui kiếm sống. Bác mới được hành nghề lái xe tắc-xi từ khi Mỹ-Việt tái lập bang giao, tuy nhiên ngay cả đến bây giờ bác vẫn còn bị trù ếm bằng cách, con bác được học bổng do một sĩ quan Mỹ, bạn của bác trước kia xin cho, ở một đại học ở Mỹ, nhưng chính quyền địa phương nhất định không chịu chuyển hồ sơ của con bác xin xuất ngoại. Bác đang cố gắng chạy tắc-xi ngày đêm, để lấy tiền hối lộ cán bộ địa phương. Bác ấy cũng bảo: "Công bằng mà nói, thì chính người của họ muốn làm gì cũng phải 'bồi dưỡng' cán bộ mới được việc, nhưng nếu có trục trặc gì thì ít nhất họ còn dám lên chính quyền cấp cao hơn để khiếu nại, được việc hay không lại là chuyện khác, chớ 'ngụy' chúng tôi thì có khiếu nại cũng chỉ thêm mang họa vào thân, chẳng ích gì."

- Lạ nhỉ! Tại sao người ta lại có thể chấp nhận việc hối lộ để mà sống, như một lẽ đương nhiên...

- Ở Việt Nam, những chuyện "bồi dưỡng" với "phong bì" cho người có thẩm quyền để được việc, nó đương nhiên như ở đây, anh đậu xe ở ngoài đường trước cái cột bỏ tiền, thì anh phải bỏ tiền vào... Tóm lại, nếu anh không định dấn thân cứu dân tộc mình thì thôi, nếu định làm thì phải chấp nhận những việc như thế, như người ta phải nhảy xuống ao mới bắt được cá vậy. Hãy nghĩ đến con cá to mình sắp bắt được, đừng nghĩ đến cái áo bị lấm bùn.

Tường sực nhớ đến những người Việt sống bất hợp pháp ở Nga, cũng nói với chàng rằng họ rất mừng là cảnh sát Nga tham nhũng, ăn hối lộ của họ. Có thế họ mới có thể sống ở đất Nga mà chưa bị tống cổ về Việt Nam. Chàng suy nghĩ... Vô tình Vinh gợi cho chàng một ý hay hay...

Chợt nhận ra căn phòng đang chìm trong im lặng. Tường vội đổi đề tài:

- Em nghĩ mình có thể làm được gì cho lớp sinh viên nghèo?

Được anh hỏi về vấn đề này, Vinh sáng mắt:

- Em không dám bàn đến những chương trình to lớn nhé! Mình không thể làm một cái gì lớn được. Làm lớn là chính quyền để ý thì hỏng việc ngay. Trâm và em có một số bạn Việt Nam rất tín cẩn. Nhóm này tìm những sinh viên nghèo, phần nhiều ở vùng xa hay nhà ở quê, tìm cách lên Sài Gòn hay Hà Nội trọ học. Mấy em đó đi học ban ngày. Ban đêm hay Chủ Nhật chạy xe ôm, làm thợ quét sơn, thợ nề, thợ mộc, khuân vác mướn cho các chủ tầu tại bến cảng... Các em gái thì bán vé số, kèm trẻ, may vá, làm hầu bàn... để lấy tiền trả tiền học, tiền trọ, tiền ăn, tiền sách vở... Chỉ cần được một học bổng 10 đô mỗi tháng là các em đó có thể trả tiền học, tiền trọ, không phải đi làm nhiều như trước, năng suất học tập tăng trông thấy. Bọn em chỉ có ba đứa ở Mỹ, một ở Úc, một ở Canada. Em đại diện ở Việt Nam, nhưng em không ra mặt, nếu có đi cùng với Trâm thì cũng chỉ như đi theo chơi thôi. Trâm và những bạn trẻ kia làm công việc tìm kiếm các sinh viên có hoàn cảnh nghèo và trực tiếp đóng tiền trường, tiền trọ hàng tháng cho các em. Các bạn trẻ đó có bổn phận báo cáo cho nhóm chúng em kết quả học hành của các sinh viên. Còn các sinh viên nhận học bổng có thể liên hệ thư từ thẳng với ân nhân của mình. Sinh viên nào muốn thi TOEFL để xin đi du học, chúng em cũng đóng tiền cho đi thi. Có khi em và Trâm còn luyện thi cho nữa. Hiện chúng em đã cho được 12 học bổng. Nếu nhóm của tụi em không có thêm số người đóng góp nữa, thì ít nhất cứ sau mỗi bốn năm là tụi em lại có thể dùng các học bổng của các em tốt nghiệp, cho 12 em khác. Ở hải ngoại này cũng có nhiều nhóm đi trước tụi em. Họ rất thành công.

- Hay quá nhỉ! Nhưng tại sao nhóm của em lại không định mở rộng hơn để tăng thêm số người đóng góp? Cho anh tham gia với, chẳng hạn.

- Ô thế thì còn gì bằng! Cám ơn anh. Anh định cho bao nhiêu?

- Như em nói, mỗi học bổng 15 đô la một tháng, thì anh cho 15 đô một tháng.

Vinh hào hứng:

- Hay quá! Thế là mình có 13 học bổng rồi. Nhưng... có lẽ mình không nên ngừng ở con số 13 anh nhỉ!

- Khó gì, bảo cô Lan nhà mình ấy. Cả hai vợ chồng là bác sĩ, thiếu gì tiền, cho mấy học bổng mà chả được. Mình chỉ cần gợi ý là chúng nó OK ngay.

- Đúng rồi, anh nói phải. Em không dám nói chuyện này với ba đâu nhé. Em biết trước ông già sẽ nói gì nếu ông biết được. Ông sẽ bảo là em "hà hơi cho cộng sản để họ rảnh tay vơ vét tiền viện trợ và đàn áp những người đối kháng." Đối với ông, đấy là một tội rất nặng. Nhưng em nghĩ, nhiều khi muốn chữa con bệnh, trước hết người ta phải đổ thuốc bổ vào cho con bệnh mạnh lên đã. Trong thời gian đầu, nếu vi trùng có nhân cơ hội mà mạnh lên theo, thì mình cũng phải chấp nhận thôi.

Đồng hồ quả lắc ngoài phòng khách đủng đỉnh điểm ba tiếng. Hai anh em ngừng nói. Vinh nhắm mắt. Lòng khấp khởi mừng, mơ mộng chương trình học bổng của mình sẽ phát triển như vết dầu loang... một vùng, hai vùng, ba vùng... rồi... khắp cả nước...

Tường mở mắt nhìn vào bóng đêm dầy đặc, nhưng anh vẫn thấy ánh sáng của hy vọng, của tương lai, của tình anh em thắm thiết, của tình quê hương dạt dào...

56

Hôm nay đài Làn Sóng Tự Do vừa tròn ba tuổi. Trong ba năm đó đài đã không những thực hiện được mục đích chính là đưa tin cho thính giả ở Việt Nam, những tin tức đã bị nhà nước CS che giấu, mà còn, không định mà nên, giúp cho không ít các cơ quan truyền thông hải ngoại lấy tin tức mau chóng, chính xác, không tốn kém một xu. Hoạt động được chừng năm tháng thì Đài "lên lưới" và từ sau đó Đài tràn ngập các thư từ các nơi trên thế giới gửi về, nhất là từ Việt Nam để khen, để chê, để cám ơn, khuyến khích cũng có, đồng thời cho những tin tức nhanh chóng, rất có giá trị. Mỗi lần nhận được tin từ Việt Nam, Nam Nhân lại gửi người tín cẩn tới tận nơi có chuyện xảy ra, để điều tra, hoặc tìm đến người nhà của nạn nhân hỏi chuyện, sau đó Đài mới phát sóng. Nhờ có các "tay trong" đó, các vụ như đàn áp tôn giáo, bắt bớ những người khác chính kiến với nhà nước, cuộc nổi dậy của nông dân Thái Bình đã được Đài Làn Sóng Tự Do tung ra trước tiên, trước cả các hãng thông tấn ngoại quốc. Trong những trường hợp như thế, người ta mới thấy "đồng bào" hơn hẳn "đồng tiền." Có thể nói Đài đã ra đời đúng lúc để làm trung gian tiếp tay những nhà trí thức, những đảng viên CS kỳ cựu đứng lên chống đảng như các ông Trần Độ, Hoàng Minh Chính, Nguyễn Thanh Giang, Hà Sĩ Phu, Nguyễn Hộ, Bùi Minh Quốc...vv... bằng cách phát thanh về Việt Nam những bức thư phản đối của các ông mà ở Việt Nam không ai được biết đến. Trong thời gian này, Đài luôn luôn có bài phỏng vấn trực tiếp với các vị trên. Việc làm hữu hiệu của Đài cũng là một đề tài tranh cãi trong chính giới hải ngoại rồi đưa đến chia rẽ, ngộ nhận, chụp mũ không ít. Người thì cho là Đài đã tiếp tay cho những đảng viên CS để họ có cơ hội nói lên tiếng nói của họ. Người ít đố kỵ nhất thì cũng nghĩ, những kẻ đã theo Đảng, trực tiếp nhúng tay vào việc làm cho đất nước nát bét như ngày nay, không xứng đáng để ta tiếp tay họ trong việc "sám hối." Người bảo thủ hơn thì cho rằng những đảng viên này chỉ giả vờ chống đối Đảng, để dụ những kẻ chống đối khác vào tròng... vì thế, dù ở trường hợp nào, thì việc làm của Đài cũng là hành động "nối giáo cho giặc." Trong khi đó thì các báo chí, cơ quan ngôn luận của nhà nước CS lồng lộn, lên án Đài cũng như ông Nam Nhân, là có âm mưu diễn biến hòa bình. Ông giám đốc đài Làn Sóng Tự Do, vốn là một quân nhân quả cảm, ngồi tù cộng sản 13 năm trời, trong đó có 8 năm kiên giam, mà đôi lúc cũng thấy thấm đòn, trong thế "tứ bề thọ địch!"

Hôm nay Đài Làn Sóng Tự Do làm một bữa tiệc kỷ niệm ba năm thành lập Đài, đồng thời cũng nhân dịp này Đài giới thiệu người đại diện Ban Yểm Trợ Đài với cộng đồng người Việt vùng Hoa Thịnh Đốn.

Trong thành phần quan khách tới tham dự, người ta thấy phần đông là bạn tù của ông Nam Nhân, một số thân hào thân sĩ, một số trong giới làm chính trị. Giới báo chí chỉ có Tường, đại diện cho báo Vượt, còn phần đông là những người không thuộc giới nào, nhưng lại yểm trợ hay ủng hộ Đài từ ngày đầu...

Sau bài diễn văn của ông giám đốc, người ta hiểu khá rõ về ông và Đài như sau: "Ông Nam Nhân vốn vẫn có liên hệ rất tốt với một nhà thờ Công Giáo ở Hoa Thịnh Đốn từ khi ông qua Mỹ và đến định cư ở vùng này. Ông không phải là người Công Giáo, nhưng trong suốt 8 năm bị kiên giam trong một cái "hộp" nhỏ hẹp, ông quả quyết đã hơn một lần được trông thấy, từ một khe hở của cái "hộp giam," Đức Mẹ Maria xuất hiện giữa đêm trăng. Người tỏa hào quang sáng chói một vùng... Nhờ cái tín hiệu thiêng liêng đó, ông có niềm tin để sống sót sau 13 năm trong tù, và cuối cùng sang được xứ tự do này. Bây giờ đã được thoát nạn, ông thấy ông có phận sự cứu đồng bào ông, đang sống lầm than dưới ách độc tài cộng sản. Nói thế cũng là để cắt nghĩa tại sao ông có cơ may được nhà thờ nhường cho một số giờ phát thanh trên đài riêng của xứ Đạo. Trong thời gian thử nghiệm, sáu tháng đầu ông không phải trả tiền thuê, chỉ phải trả công cho người gác dan, để có người trông nom, đóng cửa, mở cửa và trả tiền điện nước. Sáu tháng sau, phải trả tiền thuê đài, nhưng cũng nhẹ thôi, nhờ thế mà Đài có thể sống đến ngày hôm nay.

Sáu tháng đầu Đài chỉ phát thanh nửa giờ một ngày, mỗi buổi chiều, vào 7 giờ, để bên nhà có thể nghe vào lúc 6 giờ sáng. Thời gian đầu, chỉ có ba nhân viên làm việc ăn lương theo giờ, ông giám đốc và vài người khác làm việc tình nguyện. Bài vở đều được nhân viên của Đài viết sẵn ở nhà, rồi đem vào Đài chỉ việc phát sóng. Một số bài khác thì mua hay phỏng vấn. Sau sáu tháng, giờ phát thanh lên đến hai buổi. Buổi sáng nửa giờ, buổi chiều nửa giờ. Hiện nay số nhân viên đã lên tới sáu người, trong đó có ba người ăn lương toàn thời. Ông cũng giới thiệu thành phần Ban Yểm Trợ. Người đứng đầu là một bà dược sĩ ở bên Cali, có mặt ở đây hôm nay. Bà còn trẻ đẹp, có chồng Mỹ làm việc trong Bộ ngoại giao. Bà có nhiều thì giờ và tiền bạc, lại quảng giao, nên có phương tiện tổ chức nhiều buổi đại nhạc hội hay những bữa cơm gây quỹ. Riêng nhóm của bà trong ba năm đã quyên góp được 193 ngàn Mỹ Kim. Những nguồn tài trợ khác do các Hội Đoàn quyên góp cho. Riêng vùng Hoa Thịnh Đốn, một số gia đình thân hữu thường xuyên làm những bữa cơm, những buổi "picnic" sau vườn, bán vé vào cửa. Số thu theo cách này tuy khiêm tốn nhưng những ân tình thì lại thật sâu đậm.

Tường đã làm một bài tường thuật khá đầy đủ về buổi kỷ niệm đài Làn Sóng Tự Do trên báo Vượt ngay cuối tuần sau đó.

57

Năm ngoái, hãng điện tử VNTEK của Định được đứng trong số mười công ty thành công nhất về kỹ thuật của tiểu bang Virginia. Đáng lẽ đây phải là niềm hãnh diện lớn cho cộng đồng Việt Nam, nhưng công ty này đã không được báo chí Việt Nam nhắc đến một cách đúng mức vì lẽ người ta xì xầm rằng ông chủ công ty có khuynh hướng "hòa hợp hòa giải." Lúc nào trong công ty của ông cũng có vài người cộng tác đến từ Việt Nam...

Thật ra những người như Định đâu có hiếm. Có nhiều cô cậu sinh ở hải ngoại sau 75, hay các thanh niên di tản từ những năm còn quá nhỏ, không có một quá khứ đau thương như các bậc cha anh của họ, nên họ không thấy trở ngại nào, làm họ phải xa lánh những người đồng trang lứa từ phía "bên kia." Suốt từ hơn hai chục năm nay ở hải ngoại, vấn đề "generation gap"[*] vẫn còn là vấn đề nhức nhối. Một số người thành thạo phân tích vận sự này, rồi đưa ra kết luận như sau: Giới trẻ quen tự do, hấp thụ văn minh, văn hóa của quê hương thứ hai, thấy không cần phải học hỏi những kinh nghiệm cũng như văn hóa truyền thống của ông cha mà họ cho là không còn hợp thời nữa, vì thế họ cứ "đường ta ta đi." Các bậc cha ông lại cũng không chịu cúi mình xuống để nghe xem các con cháu mình nghĩ gì, muốn gì, nói ngôn ngữ nào để mà thông cảm... Nói cách khác, họ cũng không chịu đổi mới cách nhìn cho phù hợp với hoàn cảnh mới, cũng cứ "đường ta ta đi." Một số các lãnh tụ trong cộng đồng muốn trao "bó đuốc" lại cho giới trẻ, nhưng trước khi trao, không nhìn lại xem "bó đuốc" cũ kỹ của mình đã lạc hậu chưa, còn dùng được nữa không. Lại cũng có vị ôm "bó đuốc" hơi lâu, để cháy gần tới tay mới chịu trao lại cho giới trẻ, dĩ nhiên bị giới trẻ từ chối. Tất cả những dữ kiện trên đưa đến chỗ giới trẻ không mấy tin tưởng ở các bậc trưởng thượng, họ tự tách mình ra khỏi cộng đồng. Có một số trường hợp giới trẻ cũng cố gắng hòa mình với thế hệ đi trước, nhưng xét ra các vị tiền bối cũng không tạo ra được những sinh hoạt gì hấp dẫn để họ muốn nhập cuộc lâu dài.

Hôm nay công ty VNTEK ăn mừng năm năm thành lập công ty. Họ làm một bữa tiệc thết đãi các nhân viên của công ty và một số thân hữu trong cộng đồng. Trong số

---

[*] Hố cách biệt giữa hai thế hệ.

các thực khách có Tường là chỗ quen biết riêng và Đan Thanh, đại diện của báo Vượt.

Tường đưa Đan Thanh tới vừa đúng lúc Định đưa các quan khách đi "tua" trong sở, xem các máy móc và chỗ làm việc của nhân viên... Chỉ có Đan Thanh là thân hữu mới thì nhập ngay vào đoàn, còn Tường, chẳng lạ gì chỗ này, chàng ở lại phòng tiếp tân nói chuyện với Tuyết:

- Em giỏi quá nhỉ? Chả mấy tháng VNTEK không có tiệc mà thấy em cứ tươi như hoa.

- Không có đâu anh. Mỗi năm em làm tiệc lớn như thế này có một lần. Còn thỉnh thoảng em làm bữa cơm thân mật cho nhân viên và gia đình họ thôi. Cốt sao cho Ban Giám Đốc và nhân viên thêm gần gũi. Cho vợ con họ có dịp gặp, hiểu nhau, hầu giúp đỡ nhau như trong một gia đình.

- Ý kiến đó tuyệt hảo. Chỉ có Tuyết làm được chứ đâu có phải ai cũng làm được. Định mới thật là "thân cư thê" trong số tử vi.

Tuyết chưa kịp trả lời thì Thảo bước tới:

- Hôm nay anh Tường có báo không?

- Có chứ, thiếu gì trong xe tôi ấy! Cô có đọc đấy hả?

- Anh này, lúc nào cũng sẵn sàng nghi ngờ. À mà em không nghe được đài. Đài đấy phát thanh vào thời gian em còn đang ở thư viện.

- Thế thì chiều về mở "Internet" ra. Vào www.lansongtudo.org sẽ nghe hay đọc được các bài vừa mới phát thanh và cả các bài cũ nữa...

Tuyết thấy Huy đi qua, nàng gọi Huy lại giới thiệu với Tường:

- Đây là anh Tường. Đây là anh Huy ở Việt Nam qua. Anh Tường là một trong những người chủ trương tờ báo Vượt. Anh Huy muốn biết gì về vấn đề Việt Nam thì anh Tường là nguồn tin tức tốt nhất để hỏi đấy.

- Anh ở Việt Nam qua thì anh mới là "nguồn tin tức" mà tôi cần phải hỏi...

Tuyết giới thiệu xong bỏ đi tiếp khách, để mặc ba người tự do nói chuyện.

Trên đường về Đan Thanh khen:

- Công ty VNTEK nhỏ nhưng mà ấm cúng quá anh Tường nhỉ! Họ mới thành lập mà đã thấy treo năm bảy bằng tưởng thưởng. Em hỏi thăm một vài bà vợ nhân viên làm trong đó, họ đều nói là bà giám đốc tránh mặt không làm trong công ty của chồng, nhưng lại là linh hồn của công ty vì bà ta vun xới nhân viên, yểm trợ chồng hết mình. Tôi nghĩ đấy cũng là bài học cho các bà vợ có chồng làm những việc lớn.

- Ừ, không có Tuyết thì công ty cũng không thể trong ấm ngoài êm như vậy đâu. Cô này ăn ở khéo lắm, nên dù ở ngoài có chống đối việc công ty của Định "chứa chấp" cộng sản, mà rồi cũng qua đi. Còn trong nội bộ nữa chứ. Nhân viên phe quốc gia, nhân viên phe cộng sản luôn luôn có chuyện xích mích... Tuyết làm thế nào đó cho các bà vợ chơi thân với nhau, thế là huề cả làng.

Đan Thanh thở dài. Nghĩ đến hoàn cảnh mình. Nguyên Việt chưa bao giờ cho nàng cơ hội làm một người vợ để vun xới cho sự nghiệp của chồng. Không là vợ chính thức, không nhẽ nàng cứ đứng ra làm như bà chủ để người ta cười cho à!

58

Bà Cát không thể tưởng tượng được mình đang ngồi trên máy bay trở về Hà Nội sau gần nửa thế kỷ xa vắng. Bà vừa mừng trong bụng, vừa hoang mang, lo sợ, không biết cộng sản sẽ làm gì bà trong những ngày bà thăm nhà. Bà cũng không biết mình có tội gì khả dĩ bị cộng sản làm khó dễ. Không nhẽ bà có tội lấy chồng sĩ quan ngụy? Không nhẽ bà có tội vì bà là má thằng Tường, nổi tiếng làm báo chống cộng ở hải ngoại? Nếu người ta bắt theo tiêu chuẩn đó thì gần hết Việt kiều đều ít nhiều có "tội." Không có nhẽ! Chắc không sao đâu! Trí óc bà luẩn quẩn với ý nghĩ "không sao đâu." Bà yên tâm được năm, mười phút, lại chợt nhớ tới chuyện bà bạn về thăm nhà bị công an mời lên làm việc, chỉ vì bà này đến thăm người bà con đang "có vấn đề." Xong bà lại tự trấn an là bà sẽ không đi thăm ai, chỉ thăm gia đình thôi. Bà sẽ không nói gì đụng chạm đến chính quyền. Ai nói gì mặc kệ, bà sẽ không hùa theo, thế thì công an có thể bắt lỗi bà ở chỗ nào? À, nhưng mà... –bà nghĩ lại—cộng sản có bao giờ cần lý do. Chồng bà vẫn chẳng thường nói là ngay như người của họ, mà họ cũng gán bừa cho là làm gián điệp cho người nước ngoài, thế là tù rục xương ngay. Mình lại càng chẳng là cái thá gì. Họ muốn bắt thì bắt, rồi đổ cho tội gì chẳng được. Hơn hai chục tiếng đồng hồ trên máy bay bà gần như không ngủ được giấc ngon lành nào. Bà cứ chập chờn, hết nằm mê lại đến tưởng tượng những chuyện chẳng lành. Riết rồi bà không còn biết chuyện nào trong giấc mơ, chuyện nào trong tưởng tượng!

Hết lo chuyện cộng sản lại lo chuyện gặp gia đình. Không hiểu các vị niên trưởng, các em họ lâu không gặp, các cháu chưa bao giờ biết mặt... sẽ đón nhận bà như thế nào? Bà nhẩm tính, bên nội, bà có chú thím, một người em trai họ tên Hiệp còn ở Hà Nội. Các người khác đã tản mát, đi tứ xứ làm ăn. Bên ngoại bà có ông cậu là em ruột mẹ, và bà mợ. Cậu mợ có một người con trai lớn tên là Bảo và hai cô con gái, Uyên và Nhung, đều đã đứng tuổi, nay đã có con, cháu... Những người này cùng trang lứa với bà. Hồi còn nhỏ chơi với nhau như bạn. Nhớ đến các em, bà Cát lại bồi hồi cảm động, nóng lòng muốn gặp. Cô Nhung có đứa con gái út tên Nhuần, được học bổng Ford Foundation học ở đại học Columbia, Nữu Ước. Được biết hiện giờ Nhuần cũng đang ở Việt Nam, thăm gia đình. Khi Nhuần vừa sang Mỹ, cô Nhung viết thư cho bà, nói: "Xin nhờ chị trông nom cho cháu." Ở hai nơi cách nhau hàng ngàn dặm, làm sao bà trông nom được. Bà chỉ thường xuyên gọi điện thoại, nhắc nhở cháu chuyện nơi ăn, chốn ở, đi đứng... ở Nữu Ước phải rất cẩn thận. Nhưng qua các cuộc nói chuyện, bà thấy Nhuần khôn ngoan và giỏi giang, tháo vát bà cũng yên tâm.

Mục đích chính của bà về Việt Nam chuyến này cũng là để thăm mồ mả tổ tiên, ông bà... Bà không quên bà nội đã từng là nạn nhân trong vụ Cải cách ruộng đất hồi thập niên 50. May mắn ông nội đã qui tiên trước đó lâu rồi. Kẻ đấu tố cụ không ai xa lạ, mà chính là con cháu trong họ, trong làng. Bà định bụng sẽ không hỏi đích danh đứa nào nhúng tay vào tội ác đấu tố bà nội. Sợ nếu biết, bà sẽ có thành kiến với đứa đó. Bà sẽ nhìn chúng như có mọc nanh mọc vuốt. Chúng có đẹp bà cũng nhìn ra xấu, chúng có hiền lành bà cũng nhìn ra hung dữ. Ông Cát cứ lâu lâu lại mang chuyện gia đình bà ra để chứng minh rằng, cộng sản dạy cho con người sống không tình nghĩa, mạnh ai nấy sống, đừng hòng ai cứu, nếu gặp hoạn nạn... Có lần bà hỏi móc: "Thế tại sao, cũng có lúc ông nói rằng cộng sản chỉ có phe cánh, ô dù, chỉ con ông cháu cha mới được thế này, thế nọ...?" Chồng bà trả lời ngon lành: "Ấy thế mới gọi là nghịch lý. Một mặt thì phe đảng bao che cho nhau, một mặt thì đấu tố cả cha mẹ, anh em... Người ta bảo Lê Duẩn cho người giết con gái, vì cô này dám cưỡng luật lệ của Đảng, lấy người Nga, gây tai tiếng cho bố, trong khi ông đang ở địa vị chóp bu của nhà nước. Tóm lại, nghĩa là cộng sản không tình nghĩa, chỉ có lợi. Có người tù 'cải tạo' nói: 'Ngày xưa Hitler tàn sát dã man, nhưng nó chỉ giết người ngoài, còn cộng sản lại tàn sát chính người của họ.' Rồi ông kết luận: Thế có phải là cộng sản ác hơn Hitler không nào?" Bà luôn luôn đuối lý khi nói chuyện chính trị với ông chồng, nhưng bà không chịu thua. Bà quyết chí kỳ này về Việt Nam, sẽ kín đáo tìm hiểu thực chất "cộng sản," để sau này về lại Mỹ, bà có vốn sống, tranh luận với ông chồng, đang được tiếng là "chống cộng tới chiều."

59

Phi trường Nội Bài hoàn toàn xa lạ đối với bà. Lần đầu tiên về Việt Nam, bà muốn được yên thân. Bà nghĩ, "thôi thì của đi thay người," bà bỏ tờ năm đô vào hộ chiếu cho yên bụng. Nhưng bà lại tự biện hộ cho khỏi thẹn với lương tâm rằng bà muốn "thử" hệ thống ăn hối lộ ở phi trường như thế nào, rằng bà tội nghiệp cho những người làm việc cho nhà nước "lương" ít, họ chỉ trông vào "bổng." Qua được chỗ khám hộ chiếu và thị thực suông sẻ, bà rút kinh nghiệm, lại bỏ tờ năm đô vào hộ chiếu trước khi đưa cho công an khám hành lý. Thủ tục giấy tờ nhanh chóng hơn bà dự tưởng. Đang ngơ ngác tìm người nhà thì thấy có người chụp lấy bà từ đằng sau, bế bổng bà lên. Chung quanh còn ba, bốn người nữa, lớn có, bé có, tiến lại vây lấy bà... Câu chuyện nổ như pháo... Cái tên "Thu," tên tục của bà được dùng. Mọi người làm như không cần biết đến cái tên "Cát". "Thôi thì cũng phải,"—bà nghĩ—"Tên Thu làm bà sống trọn vẹn tuổi ấu thơ, trong những ngày ở đây thăm nhà."

"Chị Thu ơi! Em nhận ra chị ngay. Chị vẫn thế... Chị thay đổi rất ít." "Chị Thu còn đẹp hơn ngày xưa nữa ấy nhỉ?" "Chị Thu, chị có nhận ra em không? Em là... " "Đây là cháu... nó sinh ra sau khi chị đi rồi, năm nay cũng đã hơn 30!" vv...và ...vv

Thôi thì tíu ta tíu tít, cười cười, nói nói... Trong lòng mừng đã thoát được một cửa ải là phi trường. Nhưng điều đáng mừng hơn cả, bà nghĩ, là sự tiếp đón nồng nàn của gia đình. Các em họ bà trông có già hơn tuổi nhưng tâm hồn họ thật trẻ trung, chả thế mà một cô dám bế bổng bà lên. Bà nao nức mong chóng được về tới nhà gặp mặt ông cậu, bà mợ, và nhìn lại căn nhà yêu dấu chất chứa bao nhiêu kỷ niệm thời thơ ấu... Bà nhìn hai bên đường, nhà cửa san sát, cái thì nhô ra, cái thụt vô. Nhà lầu mới, cất ngay giữa dẫy nhà lá xập xệ. Nhà mới nào cũng xây bằng gạch cao lênh khênh, hẹp, trông như cái bao diêm để đứng. Các mái nhà sơn xanh, sơn đỏ chói chang... Khi xe đi qua những quãng đường sát cạnh những cánh đồng, nhìn những con trâu gầy gò với người nông dân đang còng lưng đẩy cái cầy, lòng bà se lại...

Chiếc xe "van" chở bà và đoàn người đi đón, đậu trước cửa nhà. Vừa bước vào cổng sắt bà Thu thoáng thấy mấy người có tuổi đứng trong vườn với một bầy con nít, bà nhận ngay ra ông Trấn là ông cậu. Bà chạy lại ôm chầm lấy cậu. Đang thăm hỏi bà mợ, thì bị các em kéo đi, lôi tuột lên gác, đưa bà vào phòng ngủ của mẹ bà ở trước kia. "Chị Thu ơi! Buồng này dành riêng cho chị đấy," một cô em họ nói. Bà để cái xách tay xuống rồi bước ra, đi vào từng căn phòng khác... Bà rụt rè hỏi ông cậu: "Cháu tưởng nhà mình đã bị chia ra cho nhiều 'hộ' rồi cơ mà...?" Ông cậu chưa kịp nói gì, Bảo, người em trai đã hãnh diện trả lời:

- Bọn em mới mua lại được đấy chị ơi! Cũng trần ai lắm đấy!

- Mua? Tại sao lại phải mua nhà của chính mình?

Bà Thu hỏi. Cô em dâu tranh trả lời thay chồng:

- Vâng, thì thế mới ngược đời. Tụi em phải mua dần từng thước vuông một. Phải trả ba cây cho mỗi thước vuông, cho mấy hộ đang ở trong nhà mình. Có lợi thì họ mới chịu rời đi nơi khác. Đó là tụi em mua hai năm về trước, chứ bây giờ phải gấp đôi.

Bà Thu bỗng quên giữ miệng:

- Thế các em mua nhà mua đất thế này, không sợ một ngày nào đó, nhà nước lại... lấy đi à?

Cả nhà nhao nhao lên, bà không nghe được câu nào có đầu có đuôi. Nhưng khi ông cậu cất tiếng, thì mọi người im bặt:

- Dào! Một khi cái nồi xúp-de nó đã mở rồi thì không dễ gì đậy lại được đâu. Chẳng bao lâu rồi lại như ngày xưa mình thôi cháu ạ.

"Lại như ngày xưa mình thôi, thế thì 'cách mạng' làm cái quái gì?"—Bà Thu nhẩm trong đầu, nhưng không dám nói ra.

Một bữa cơm thịnh soạn với các món thịt, cá, tôm cua đã được dọn ra đầy một bàn. Bà đã viết thư dặn các em là khi về, bà chỉ xin ăn canh cua đồng nấu rau rút, ở Mỹ bà trả 39 xu cho nửa cân thịt gà, nhưng phải trả 2 đô cho nửa cân rau muống... Hình như không ai chịu tin.

Trong bữa ăn bà Thu hỏi thăm về mọi người trong họ. Ai còn, ai mất, ai khá giả, ai vẫn nghèo, ai đi xa làm ăn... Xong bữa, các em đang dọn trái cây tráng miệng thì cô Nhung reo lên:

- A, con đã về. Vào đây chào bác đi này!

Bà Thu nhìn ra cửa, thấy một cô gái chừng 25, 26 bước vào tươi cười, nhào lại phía bà. Bà biết ngay đó là Nhuần. Nhuần chào bác rồi nói:

- Cháu phải bay từ Niu-Oóc về Việt Nam mới được gặp bác. Sao mà nước Mỹ nó rộng thế!

Cảm tưởng đầu tiên của bà về Nhuần là cô trông đĩnh đạc hơn tuổi, đúng với dự đoán của bà, khi nói chuyện với cô trong điện thoại. Bà thấy ở Nhuần có cái gì toát ra, làm bà có lòng tin và có cảm tình được ngay. Bà tự nhủ, có lẽ tại cô này ở Mỹ về, cô có cái hồn nhiên và tự tin, mà nhiều người Việt Nam chưa ra khỏi lũy tre làng không thể có. Bà Thu giục Nhuần đi rửa mặt rồi vào ăn cơm. Nhuần xin phép đi tắm, nói là đi đường xa bụi bặm. Cô vừa bước nhanh vào nhà trong vừa nói vọng lại:

- Hôm nay cháu đi rất thành công, cháu sẽ có nhiều chuyện kể cho cả nhà nghe.

Bà Thu cười, đưa mắt nhìn mọi người trong nhà, chờ đợi một lời giải thích. Ông cậu nói:

- Dào! Con bé chỉ được cái bồng bột. Người "sáng" mà lại đi vấn kế "kẻ mù!"

Cô Nhung đỡ cho con gái:

- Không phải là người mù. Không phải là thầy bói tầm thường đâu ông. Cháu nó gặp được một 'nhà ngoại cảm' am tường đông tây, kim cổ... Cụ đã ngoài 90. Cháu may mắn lắm mới được cụ kết nạp làm đệ tử và truyền dạy Kinh Dịch cho. Kinh Dịch là môn học cổ và sâu sắc, khó không thể tả được... Khổng Tử bỏ cả đời ra nghiên cứu cũng chưa xong, sau các đệ tử của ngài phải tiếp tục...

Ông Trấn cắt ngang:

- Thế sao không thấy nó nói gì, ông lại tưởng nó đi xem bói. Bây giờ thầy bói, ông đồng bà cốt mọc lên như nấm khắp nơi. Thiên hạ đổ xô đi xem, có cả các nhà trí thức, các đảng viên, các ông to bà lớn... Thế nó đi gặp 'nhà ngoại cảm' nào—ông Trấn nhấn mạnh chữ 'nhà ngoại cảm'--'hay' đến nỗi cả cái thành phố này không ai biết tiếng, mà nó ở Mỹ về lại biết?

- Ông ơi!—Cô Nhung cố trấn an bố--Thứ nhất là cụ không ở Hà Nội, cụ ở trên núi cơ. Mà cũng không phải ai cụ cũng tiếp đâu. Mới đầu cháu Nhuần vào thư viện Hà Nội tìm kiếm bản đồ thành Thăng Long và các tài liệu cổ thuộc về Thăng Long, để đem về Mỹ viết luận án. Cháu gặp một ông già cũng hay đến thư viện đọc sách về ngành khảo cổ, cháu lân la hỏi thăm và nhờ giúp. Thấy cháu còn trẻ mà để ý đến một vấn đề nghiêm túc, ông đem lòng quí rồi tận tình giúp đỡ. Sau thấy con bé hỏi nhiều câu thông minh quá, ông không có câu trả lời, ông bèn giới thiệu cho cháu đi gặp cụ Sơn Tử. Cụ Sơn Tử còn sáng suốt tinh tường, thông thái, có khả năng nhìn thông suốt quá khứ vị lai, và hiểu thấu đáo địa thế của cả khu vực Hà Nội này. Con cho là cháu gặp được cụ Sơn Tử kỳ này, phải là một cơ duyên tiền định.

- Lại "cơ duyên" với "tiền định..."

Ông Trấn vừa kêu lên thì Nhuần cũng vừa bước ra trong bộ đồ lụa màu gỗ hồng, mát mẻ. Cô vui vẻ hỏi:

- Ông nói gì cháu thế?

Ông Trấn mắng yêu cô cháu rượu:

- Cái con bé này! Cho mày đi học Tây, học Mỹ, bây giờ về nhà lại đi học ba cái thứ bùa mê nước thải, thì thà ở nhà còn hơn...

- Không không, ông không hiểu—Nhuần cãi—Tây phương họ chả có Nostradamus[*] là gì? Ngày xưa mình có

---

[*] Nostradamus: Vị tiên tri người Pháp ở thế kỷ 16.

Trạng Trình, ngày nay mình cũng có thể có một Nostradamus Việt Nam được chứ ông.

Bảo hỏi cháu, giọng mỉa mai:

- Thế à? Thế cụ ấy nói tương lai cái đất nước này thế nào?

- Thứ nhất cụ nói là nước Việt Nam mình hồi xưa bị Tầu nó yểm bùa vào các huyệt linh, sau này lại chính mình ngu dốt, xây cất bừa bãi, không theo địa thế, phong thủy làm bế tắc tất cả các linh huyệt. Riêng đất Thăng Long, cũng có biết bao nhiêu linh vật ẩn dấu sâu ở dưới, mà mình cứ xây bừa lên, cho nên Thăng Long là đất địa linh nhân kiệt mà con cháu vẫn không ngóc đầu lên được.

Bây giờ cháu xin trả lời bác về câu hỏi, tương lai đất nước này thế nào, thì theo cụ Sơn Tử, chừng nào ta giải tỏa được các linh huyệt bị Tầu nó yểm, và giải quyết được các vấn đề địa lý, phong thủy, thì ta sẽ khai thông được bế tắc. Phong thủy bị bế tắc khác nào mạch máu trong con người bị bế tắc, phổi không thở được, không khí không vào được... Và theo cụ, ngày ấy không xa, chỉ trong vòng 30 năm. Nước Việt Nam sẽ có một chỗ đứng rất quan trọng đối với thế giới. Đấy sẽ là thời của giới trẻ ở Việt Nam cũng như ở khắp nơi trên thế giới đổ về xây dựng đất nước, và còn có thể... có một phụ nữ ra lãnh đạo.

Cả nhà cười ồ lên. Riêng bà Thu không cười. Bà thấy câu chuyện hấp dẫn quá. Hấp dẫn hơn nữa là, bà thấy cái hố cách ngăn giữa hai thế hệ trong gia đình bà khá rõ rệt. Thế hệ già thì "bảo thủ" nhưng lại không phải thứ bảo thủ bình thường, nghĩa là "tiến bộ," không tin những cái gì trái với duy vật biện chứng, còn giới trẻ thì ngược lại, ngả sang duy tâm, tin vào cuộc sống bên ngoài vật chất. Bà muốn đào sâu, tìm hiểu thêm câu chuyện Nhuần vừa kể. Bà hỏi:

- Mẹ cháu nói là cháu đang học Kinh Dịch, vậy thì Kinh Dịch giải quyết được vấn đề gì?

- Thưa bác, Kinh Dịch là một bộ sách trong ngũ kinh, nói về sự biến hóa của bát quái. Kinh Dịch giải thích được tất cả mọi hiện tượng trên trái đất. Đến Tây nó cũng phải công nhận Kinh Dịch rất sâu sắc và khoa học. Người ta đã viết cả ngàn quyển sách về môn học này, mà nói vẫn chưa hết. Một bác sĩ phân tâm học người Đức tên là Carl Jung đã viết cuốn "The I Ch'ing" tức là "Dịch Kinh" nổi tiếng thế giới. Ông cho rằng Dịch Kinh có thể giải thích, không những các hiện tượng thiên nhiên, mà còn cả nội tâm con người và cuộc sống tâm linh nữa.

- Thế cháu học kiến trúc thì hà cớ gì lại phải lang bang học sang cả Kinh Dịch?—Ông ngoại hỏi.

- Cháu học về "quy hoạch đô thị" mà ông! Bây giờ giả thử sau này khi tốt nghiệp xong, cháu về và được tuyển chọn để vẽ bản đồ quy hoạch thành phố Hà Nội, thì cháu chủ trương rằng, một thành phố xây lên phải hội đủ cái đẹp vật chất, và cái đẹp tinh thần, những cái mình nhìn thấy được, như gạch, ngói, xi-măng, gỗ, đá, sắt, màu mè, mỹ thuật, phương hướng... và cả những cái không thấy được, như địa thế, long mạch, phong thủy, linh khí... Phong thủy là một phần của Kinh Dịch. Chưa kể, một thành phố có phát triển hay không, một quốc gia có hưng thịnh hay không lại còn tùy thuộc vào hai yếu tố: Thứ nhất là "cộng nghiệp." "Nghiệp" của một nước, tức là nghiệp của những chúng sinh sống trong nước đó. Thứ hai là phong thủy của một vùng hay một nước, làm cho nước ấy giầu mạnh, hay nghèo hèn, chiến tranh hay hòa bình, đạo lý vững chắc hay suy đồi...vv... Vì thế ngay như các nhà tiên tri, các nhà ngoại cảm, có nhìn thấy những quy luật biến hóa của trời đất, nhưng nếu con người chưa biết sám hối, "nghiệp" chưa hết, vận nước chưa tới, lòng người còn tha hóa, thì các vị cũng chẳng làm gì được. "Thiên cơ bất khả lậu" là ở chỗ đó.

Mọi người trong nhà ngẩn ra nghe Nhuần. Người nghi ngờ, người rưng rưng cảm động, người hy vọng tràn trề..., quên cả dọn cơm cho con bé ăn...

60

Ngay ngày hôm sau bà Thu xin gia đình cho được đi thăm bên nội. Chủ đích là thăm ông chú. Chính ông là cái cớ để bà được ông Cát bằng lòng cho về Việt Nam. Trước khi về đây, qua những thư từ trao đổi hàng năm với họ hàng, bà đã được biết sơ sơ về gia cảnh ông chú. Ông đang ốm nặng. Trong người ông có nhiều thứ bệnh kinh niên. Cả ông lẫn bà đều được rất nhiều bằng tưởng thưởng treo đầy tường và huy chương đeo đầy ngực, vì thế được nhà nước chu cấp cho một căn hộ. Lương hưu hàng tháng của hai ông bà gom lại chỉ vừa đủ mua mười bát phở. May nhờ có người con trai út, đã có gia đình riêng, cùng ở Hà Nội, qua lại chăm sóc và bù đắp qua ngày. Những đứa khác đã hy sinh trong chiến tranh! Người vợ mà ông chú lấy sau khi gia đình bà Thu di cư vào Nam, lại là cô Tâm, người cô kết nghĩa của bà. Cô ở thuê một phòng trong nhà của bố mẹ bà Thu ở Hà Nội, hồi trước năm 54.

Cậu Hiệp, người em họ, con trai chú, đưa bà vào một khu nhà, gồm ba, bốn bin đinh hai tầng cũ kỹ, đứng quây quanh một cái sân. Bà leo lên tầng lầu hai của một trong những bin đinh. Nhà chắc là được xây bằng bê-tông từ thời Tây, chắc nịch, nhưng các bức tường đều loang lổ, uế, mốc... Cửa sổ đã xộc xệch, các bậc thang mòn nhẵn. Trên mỗi bậc, phía trong cao hơn phía ngoài, khiến khi bước lên, bà có cảm tưởng như nếu không cẩn thận, có thể ngã ngửa ra!

Cậu em đẩy cửa bước vào một căn hộ. Một bà già tóc bạc phơ, còn ít sợi búi ra đằng sau chỉ nhỏ bằng quả cau, tươi cười, phô hàm răng, cái mất, cái còn, đon đả chạy ra đón khách. Bà cầm hai bàn tay bà Thu nói nhỏ nhẹ: "Cháu đấy à!" Bà Thu vừa nói "Vâng cháu đây, thưa cô, à... thưa thím," vừa ôm chầm lấy thím, thì cũng cùng lúc đó, bà nhìn qua vai bà thím, thấy một người đàn ông, da bọc xương, lưng gù, ngồi trên chiếc ghế, đầu ngoẹo sang một bên, cặp mắt không có thần, nhìn vào hư không... Bà thím chợt hiểu cháu Thu có thể đang ngỡ ngàng, chờ đợi một lời "giới thiệu." "Chú đấy!" Bà bảo bà Thu, rồi chạy lại vịn vào vai chồng: "Cháu Thu ở Mỹ về thăm ông đây này." Bà Thu trong tình trạng "sốc," run run nói: "Thưa chú, cháu đây ạ! Cháu Thu đây, chú còn nhớ không ạ?" Ông không nói gì, cặp mắt vẫn nhìn vào hư không...

Bà thím mời bà Thu ngồi xuống một trong ba chiếc ghế cọc cạch trong phòng, trước cái bàn cao, như là bàn ăn. Ông chú ngồi trên một chiếc ghế đã được biến chế thành chiếc xe lăn, hai chân sau ghế có hai bánh xe gắn vào.

    Bà thím hỏi thăm gia đình bà Thu. Bà Thu trả lời qua loa, trong khi nhìn kỹ bà thím, cố gắng tìm lại những nét Hà Nội quí phái xưa ở bà, mà không còn thấy. Bà đưa mắt nhìn căn phòng... Có lẽ bề rộng chỉ độ năm thước—bà đoán--Bề sâu bẩy, tám thước. Ngoài bộ bàn ghế cọc cạch này ra, bên trong là bộ phản, trên trải chiếc chiếu cạp điều! Cạp chiếu đã sờn rách, ngả sang màu hồng lẫn vàng. Bà thoáng nghĩ, chiếc chiếu trông quen quen, như chiếc chiếu bà từng thấy ở quê nội trước khi bà "dinh tê" lên Hà Nội! Sâu bên trong cùng, dựa vào tường là chiếc bàn thờ cũ kỹ. Trên đó, ngoài chiếc ảnh ông nội, bà từng thấy trên bàn thờ tổ ở nhà quê, khi bà còn nhỏ, có thêm ảnh bà nội, và ảnh mấy cậu thanh niên. Bà đoán là ảnh các em, con chú thím. Bà đứng dậy, xin đi thắp hương. Bà lâm râm khấn khứa. Nhìn ảnh bà nội, cả cuốn phim thời thơ ấu quay trở lại. Bà Thu đứng ngây người... Chợt bà thím đến bên, lên tiếng, làm bà giật mình:

    - Đây là em Hà, hy sinh năm 72 tại Quảng Trị. Đây là em Toàn hy sinh năm 75, tại tỉnh Phước Long.

    "Trời! Năm 75!"—Bà Thu nhắc thầm. Bà rùng mình! Đang nói vài câu chia buồn, thì cậu Hiệp vạch chiếc màn, từ phòng trong bước ra với khay trà. Bà Thu không biết sau bức màn còn có buồng nào nữa, hay chỉ là một chỗ được ngăn ra, để đặt cái bếp.

    Bà Thu theo bà thím trở lại bàn, ngồi xuống. Trong khi nhìn thím rót nước trà ra mấy chiếc chén, bà gợi chuyện:

- Thật không ngờ "cô Tâm" lại là thím của cháu. Ước gì bố mẹ cháu còn sống, để được chứng kiến...

Bà thím đặt một chén nước vào tay bà Thu, nói:

- Ừ hồi đó bố mẹ cháu và cháu đâu có biết thím đã là vị hôn thê của chú từ ngoài hậu phương. Mới đầu chú bảo thím ra Hà Nội tìm gặp bố mẹ cháu, để tự giới thiệu và nhận họ. Nhưng khi ra đến nơi, thấy trong căn nhà cháu ở, còn có mấy "đối tượng lý tưởng" ở thuê, như gia đình ông Lễ làm đài phát thanh ở buồng trên gác này, ông Liên làm ở Biệt Điện, ở ngay buồng bên cạnh này, ông Hiển là nhà báo ở tầng dưới... Thế là thím giả làm người xa lạ, đến gặp mẹ cháu, hỏi thuê luôn một buồng trong nhà, và giấu nhẹm đi cái gốc gác là người yêu của chú lúc bấy giờ...

- Thím nói "những đối tượng lý tưởng..." "Lý tưởng" cho cái gì kia ạ?

Bà thím cười chúm chím. Sắc diện thím bỗng đổi hẳn, không còn già nua như lúc bà Thu vừa bước vào. Mắt thím sáng ngời... Bà Thu bắt được cái ánh sắc sảo của "cô Tâm" hồi còn ở chung nhà. Thím hãnh diện, nói rành rọt từng chữ:

- Chả là... ngày đó "cô" hoạt động nội th...ành... --bà đang sống lại thời xưa cũ, quên mất là đáng lẽ bà phải xưng thím.

- Ối giời!—Bà Thu la lên—Vậy mà "cô" bí mật thế!—Bà Thu cũng quên luôn, người ngồi trước mặt mình, nay đã là thím.

- Phải bí mật chứ, không có thì chết!—Bà thím bắt đầu cởi mở—Rồi sau đó cháu có biết không? Mãi đến ngày bộ đội ta vào Hà Nội, cô mới thấy con Đoan, người giúp việc nhà cháu ấy, nó cầm cờ đi đầu..., cô mới ngã ngửa ra. Hóa ra con bé cũng hoạt động nội thành như mình, lại ở cùng nhà với mình mới chết chứ! Thảo nào mà nó tháo vát, thông minh, chịu khó... không giống những đứa ở quê lên.

- Ơ kìa! Tại sao cùng hoạt động trong một tổ chức mà lại không biết nhau hả cô?--Bà Thu ngạc nhiên.

- Biết thế nào được! Biết thì chết! Người ta hoạt động theo hàng dọc, không theo hàng ngang, cho nên mình chỉ được biết người trên mình, và người dưới mình, còn người bên cạnh thì chịu chết, không biết được—Bà thím vừa nói vừa khoát tay, làm một cử chỉ dứt khoát.

Bà Thu nhận thấy bà thím dùng nhiều chữ "chết" trong bất kỳ câu nào bà có thể, với vẻ thích thú.

- Cháu chả biết hàng dọc, hàng ngang là thế nào, chỉ thấy cô giỏi quá. Cô được lòng tất cả mọi người ở trong nhà. Hồi đó không ai để ý, cứ thấy cô sống bằng nghề thêu đan, lại khen cô khéo tay cho nên có nhiều khách đến đặt hàng. Cô dạy cháu thêu, rồi cho cháu làm những cái dễ dễ, cháu được tí tiền còm thành ra vui quá! Ai biết đâu!

- Ừ, hồi đó trong số các khách đến nhà cô, có nhiều cán bộ. Họ đến để liên lạc, lấy tin...

Đến lượt bà Thu hào hứng. Bà hạ giọng, hóm hỉnh:

- Thế bây giờ, cô và các đồng chí của cô có còn muốn làm "cách mạng" nữa không?

Bà thím không cần suy nghĩ, trả lời ngay:

- Làm thế nào được! Ngày đó tinh thần thanh niên nó khác lắm cháu ạ! Nó yêu nước một cách điên cuồng, lãng mạn không thể tả được! Ngày nay bơ sữa nó ngập đầy mồm, ai dại gì mà làm cách mạng!

Bà Thu nhìn chén nước trà trên tay mình. Chiếc chén vừa mẻ, vừa nứt. Bà ngậm ngùi thầm nghĩ: "Thế này mà thím gọi là 'bơ sữa ngập mồm' thì thế nào mới gọi là thiếu thốn, nghèo khổ!?"

61

Ngay ngày kế tiếp, cậu Hiệp đưa bà Thu về thăm quê nội.

Xe tắc-xi ngừng trên đê theo lời yêu cầu của bà. Bà phóng tầm mắt nhìn quanh xem có nhận ra dấu vết xưa. Câu thơ của cụ Trần Tế Xương văng vẳng trong tâm tưởng: *"Sông kia rầy đã nên đồng / Chỗ làm nhà cửa chỗ giồng ngô khoai / Đêm nghe tiếng ếch bên tai / Giật mình còn tưởng tiếng ai gọi đò."* Các câu thơ nghe thật thấm thía, ở bất cứ thời nào, nơi nào. Chỉ có câu thứ ba *"Đêm nghe tiếng ếch bên tai"* là không hợp lúc này, vì bây giờ đang là ban ngày. Bà chẳng nghe thấy tiếng ếch nào cả. Thế mà vẫn còn "giật mình!" Bà nhớ bãi cát bên ngoài đê năm nào cũng lụt. Nước sông Hồng dâng cao mỗi mùa hè. Có năm nước mấp mé mặt đê, tức là phải lên đến gần mái nhà. Thế mà bây giờ không còn một chỗ trống, người ta làm nhà kín cả. Hỏi dân cư ở đây thì được biết hàng năm vẫn có nước lụt, dân lại bồng bế nhau lên đê ở tạm, hay vào nhà họ hàng bên trong đê ở nhờ dăm ba bữa, nước rút lại kéo nhau về, lau chùi nhà sạch sẽ, lại ở như thường. Sức con người thực là dẻo dai, bền bỉ, chai lỳ với phong sương... Tất cả cảnh vật trước mắt như thu nhỏ lại. Con đường từ đê vào làng gần xịt. Điều đó cũng dễ hiểu.

Trong 50 năm qua bà lưu lạc ta bà thế giới... Thế giới thì bao giờ chả vĩ đại, chưa kể, giờ đây nhà cửa san sát khiến nhãn quan của bà hẹp hẳn lại, không gian chật chội, con đê bớt dài bớt rộng... Bà chặc lưỡi nghĩ thầm: "Mình không thể ích kỷ, cứ muốn thấy mãi mãi cái cảnh thơ mộng... mấy túp lều tranh lưa thưa, mấy trẻ mục đồng ung dung trên mình trâu, con cò trắng lặng lẽ rình mồi bên bờ ruộng..." Dù có hoài cổ đến mấy, thì cũng phải chấp nhận quy luật biến hóa của trời đất, huống chi đây lại còn có con người nhúng tay vào.

Xưa kia sau khi bước xuống xe tay, bà đứng đây một lúc lâu, nhìn về làng, hình dung sau lũy tre xanh kia, đang có bà nội, có các chú, các cô, anh chị em họ đồng trang lứa... chờ đợi. Có ao sen tỏa hương ngào ngạt, có ao cá nước trong veo, có những cây nhãn, cây vải, cây mít...vv... đầy quả chín, nặng chĩu cành... Lần này về, bà đã được gia đình trên Hà Nội "sửa soạn tinh thần" khá kỹ: Vườn trại đã bị cắt làm nhiều mảnh chia cho nhiều hộ. Trại nhà mình bây giờ chỉ còn độc một căn buồng, cho gia đình đứa cháu họ ở để nó hương khói cúng ông bà, tổ tiên... Phần còn lại của tòa nhà đồ sộ do ông nội xây đã đổ nát, người làng dỡ gạch ngói để xây nhà của họ. Hoành phi, câu đối, sập gụ, tủ chè đều được họ hàng "chiếu cố" hết. Bà nội đã bị chính các đứa cháu trong họ tố khổ trong đợt "cải cách ruộng đất." Như đã định tâm từ trước, bà vẫn không hỏi đích danh đứa nào là thủ phạm để khỏi có định kiến, hận thù...

Giờ phút này, sau gần 50 năm xa vắng, bà lại đứng trên đê, cố ý kéo dài thời gian trước khi trực diện sự thực phũ phàng. "Sự thực" trên mảnh đất có nhiều nghịch lý chồng chéo, hỗn độn...

Cuối cùng bà cũng phải đi vào làng. Bà dừng lại ở một nghĩa trang, có lẽ tương đối mới, không thấy cây to bóng mát. Những ngôi mộ thuộc gia đình bà được di về đây, quây quần thành một vùng. Bà ngồi thụp bên từng ngôi mộ, lâm râm khấn, cầu xin ông, bà, tổ tiên tha tội...

Qua đình. Ngôi đình do chính ông nội cho xây hồi làng mới được thành lập. Cây hoa ngọc lan xưa đã không còn. Bà ngạc nhiên thấy vẫn còn cây hoa đại già nua, đang nở những bông hoa cuối đời cằn cỗi, nửa khóc nửa cười với bà. Một cành lớn sắp gẫy, được chống đỡ bằng cái cột xi-măng đắp sơ sài. Trước cửa đình là cái hồ nhân tạo, rộng, xây gạch chung quanh. Xưa kia dân làng vẫn ra đây gánh nước. Thanh niên, thanh nữ thường ra đây hóng mát và gặp gỡ nhau. Bà hãnh diện nhìn tấm bia ghi công đức ông nội, dựng ở bên kia hồ, đối diện với đình. Ông là người có công di cái làng này vào bên trong đê. Trước kia làng ở bên ngoài đê sông Hồng, năm nào cũng bị lụt và đất bị xoi mòn dần.

Vào đến ngõ nhà, bà đưa mắt tìm hồ sen năm xưa nhưng không còn một cọng sen nào, bây giờ là ao thả vịt. Bà bước từng bước chậm chạp trên từng viên gạch long lở, xộc xệch. Nhìn quanh, cố tìm lại một hình ảnh quen thuộc, nhưng vô ích. Hai bên ngõ, nhà cửa san sát, toàn gạch, cái thụt ra, cái thụt vào, cái quay hướng đông, cái quay hướng tây... Chó sủa ầm ỹ...

Bước vào cổng trại. Cái cổng chẳng còn dấu tích gì của cái cổng khang trang ngày xưa. Sân chỉ còn lại một khoảng nhỏ. Bà chặc lưỡi nhủ thầm: "Thế cũng phải!

Mình ở rộng quá, nay chia ra cho mọi người cùng hưởng." Từ trong căn buồng duy nhất còn sót lại, các cô em họ tay bồng tay mang chạy ra vui vẻ chào... Bà giơ máy ảnh chụp lia lịa... Ôi những đứa trẻ hai, ba, bốn... tuổi, đủ cỡ... mắt sáng ngời, khôi ngô tuấn tú! Ông, bà, bố mẹ chúng trông hiền lành, chất phác thế kia... Bà thấy quặn đau trong lòng, tự nhủ: "Thật không làm sao hiểu được, đã từng có một thời, cả lớp người này biến chất!"

Bước vào trong nhà, việc đầu tiên, bà đưa mắt tìm chiếc sập gụ và chiếc võng treo lủng lẳng trên sập, mà ngày xưa bà thường nằm đọc Tây Du Ký, Đông Chu Liệt Quốc, Tam Quốc Chí, truyện Quả Dưa Đỏ... cho bà nội nghe. Cụ nằm trên sập, vừa chăm chú nghe, vừa phe phẩy quạt. Nhưng không còn vết tích xưa, chỉ thấy chiếc tủ đứng, cao, kê sát tường, đằng trước kê một bộ bàn ghế. Người cháu, có lẽ là con trưởng của gia đình này, chỉ lên nóc tủ khoe:

- Đấy là chiếc ngai thờ duy nhất mà cháu còn giữ được...

Bà nhìn theo tay trỏ. Một chiếc ngai bằng gỗ đã cũ kỹ ngả màu xám. Bên trong "màu thời gian xám ngắt" ấy, vẫn lờ mờ ánh lên màu sơn son thếp vàng. Trong ngai không thấy có ảnh hay bài vị. Trước ngai là một bình hương đầy chóc những chân hương đỏ. Ba nén hương đã được thắp sẵn, nghi ngút tỏa những cuộn khói mỏng bay là là, lơ lửng dưới trần nhà... Chợt bà nhìn sang bên tay phải, ở trên bức tường, cao hơn chiếc ngai, một chiếc khung kính lớn lồng ảnh cụ Hồ, đang nhìn bà... mỉm cười.

Trong lúc ngây ngất với mùi trầm hương, bà nhìn qua làn khói tỏa lung linh, mờ mờ, ảo ảo... bất chợt thấy mọi vật trên ấy đều linh hoạt hẳn lên... Bà thấy cụ Hồ trong chiếc áo trắng cổ cao kiểu Tầu, đang dang rộng hai cánh tay hiệu triệu quốc dân. Có rừng cờ đỏ với biểu ngữ viết bằng máu. Có biển người cuồn cuộn tiến lên... xô sập mấy thân hình già yếu hốc hác đang bị trói gô, đứng bêu giữa cánh đồng nắng chói...

Bà ngồi chết trân trên ghế. Mắt bà hoa lên. Đầu óc bị xoáy hút vào cảnh tượng đang diễn ra... Thình lình có tiếng gọi ngoài sân, bà giật bắn mình... Bà choáng váng bước ra...

Một tia nắng lọt qua tàn cây, chiếu thẳng vào mắt. Thứ tia nắng... chao ôi là quen thuộc, của những buổi trưa năm nào...! Phải rồi! Đây chính là những tia nắng ấm áp, sáng lạng đã nuôi dưỡng bà suốt thời thơ ấu, cũng như đã thấm tẩm vào máu huyết, xương tủy của mỗi con người sinh ra và lớn lên ở đây, để họ với bà, trong muôn vàn cái khác biệt, cũng còn có được một cái "chung." Rồi một ngày, bà tin như vậy, cái "chung" đó sẽ thăng hoa, thành sức vươn lên... trên cả những thấp hèn tối tăm của con người.

62

Những ngày còn lại, bà Thu được hai cô em con ông cậu đưa đi thăm đủ 36 phố phường. Đi dạo quanh Hồ Hoàn Kiếm, chùa Quan Thánh, đường Cổ Ngư, đê Yên Phụ...vv... bà thấy cái gì cũng khác xưa. Bà không còn nhận ra đường nào với đường nào. Một hôm xe taxi đậu ngay trước Quốc Tử Giám, bà hỏi: "Ơ hay! Sao Quốc Tử Giám bây giờ lại ở ngay trong thành phố thế này?" Cô Uyên ngơ ngác hỏi: "Nó không ở trong thành phố thì chị bảo nó ở đâu?" Bà Thu còn đang ngẩn ngơ thì cô Nhung cắt nghĩa: "Bây giờ thành phố phát triển, chiếm cả ngoại ô rồi chị ạ!" Đúng thế, ngày xưa bà nhớ mỗi buổi chiều hè, bà và các bạn đạp xe mãi mới tới được Quốc Tử Giám. Đến đây để tìm một nơi yên tĩnh, có bóng cây mát mẻ, không khí trong lành để học thi, hay để được vài giờ thư giãn. Nhưng bây giờ, chốn này cũng ồn ào, bụi bậm như trong thành phố vậy.

Hôm nay ba chị em ngồi ăn trưa ở nhà Thủy Tạ. Ngồi ở ngoài ban công, bà Thu có thì giờ ngắm kỹ mặt hồ, loang loáng như có giát vàng. Hoa phượng vĩ đỏ, tươi cười, chen chúc trong những tàn lá xanh ngăn ngắt. Những cành liễu xanh mượt như ngọc, phất phơ trong gió... Cả một thời học sinh vô tư tràn trề mộng đẹp, quay trở lại trong óc bà. Bà tự hỏi có thật bà đã xa nơi này gần 45 năm rồi không? Cũng nước hồ đó, cũng Tháp Rùa đó sừng sững chốn này tự cổ xưa, chứng kiến biết bao đổi thay... Không biết những dấu tích này có một linh hồn hay không? Có đang nghĩ gì không?

- Chị thấy Hà Nội bây giờ so với hồi chị đi có khác nhiều không?—Cô Nhung kéo bà ra khỏi sự im lặng.

- Khác chứ! Khác quá nhiều em ạ! Phát triển rộng lớn lắm, chỉ tiếc là phát triển bừa bãi, không có qui hoạch gì cả. Phát triển kiểu này thì như phá hoại, chứ đâu có thể gọi là xây dựng. Người cũng đông đúc gấp bội. Hàng hóa thì dồi dào. Đi đâu cũng thấy cửa tiệm thế này, thì lấy đâu ra người mua cho hết nhỉ?

- Nhưng người sống ở đây lại nghĩ khác chị ạ-- Cô Nhung tâm sự--Nếu ai sống qua trước thời mở cửa thì sẽ thấy bây giờ là thần tiên. Ngày xưa lo gầy thì bây giờ lo béo. Ngày xưa lo thiếu thì bây giờ lo thừa...

- Thật đấy chị ạ!—Cô Uyên tiếp lời—Chị không thể tưởng tượng được sự "mở cửa" đã thay đổi bộ mặt đất nước này thế nào đâu. Đất nước này như là... như là... đang ở cuối mùa đông, cây cỏ xác xơ, trơ trụi lá... ruộng đồng khô cằn nứt nẻ... bỗng dưng một sớm, như có mưa xuân phủ lên...

- Chà cô em tôi nói như làm thơ ấy!—Bà Thu khen—Thế nhưng sao báo chí trong nước lại nói là tỷ lệ trẻ em thiếu dinh dưỡng vẫn còn cao? Và ra khỏi Hà Nội, chị vẫn thấy người nông dân lam lũ quá, chỉ có dân thành thị là phè phỡn, sống sung túc thôi. Chị thấy về khuya có những người nằm ngủ dưới những mái hiên nhà ngoài phố, chị tưởng họ là "kẻ không nhà" như ở các nước Âu Mỹ, hay là người ăn mày, nhưng hỏi ra mới biết có nhiều người trong số đó ở quê lên, có việc làm ban ngày, nhưng vì đồng lương ít quá, họ không thuê nhà nổi, phải nằm ngoài đường cho đỡ tốn kém. Em bảo như vậy là đời sống "thần tiên" à?

- Để em trả lời chị từng điểm một nhé—Cô Uyên nói—Trẻ em thiếu dinh dưỡng phần lớn không phải là tại thiếu ăn, mà vì dân trí còn kém, phương pháp nuôi trẻ thiếu khoa học. Còn việc người lao động ngủ ngoài đường thì, nhờ thành thị ăn nên làm ra, người ở thôn quê mới có việc mà đổ ra đây làm. Cái nọ kéo theo cái kia, việc nọ sinh ra việc kia... Nếu chị không thể tưởng tượng được cách đây mười năm ở nhà khổ đến như thế nào, thì chị không hiểu được tại sao em coi đời sống bây giờ là "thần tiên" đâu.

Bà Thu thấy lối giải thích của cô em giống hệt lối giải thích của mấy tờ báo trong nước. Bà biết là nếu bây giờ bà có đụng đến vấn đề Sida, mãi dâm trẻ em, buôn bán phụ nữ cho Đài Loan, Hồng Kông, Thái Lan... làm vợ bé, nàng hầu, ô-sin trá hình... đang càng ngày càng tăng trưởng ở đây, thì bà cũng sẽ nhận được lối giải thích theo bài bản có sẵn, chỉ thêm chuốc lấy sự bực bõ vào người, chẳng ích gì. Bà nhìn em ái ngại.

Nhung cầm chiếc thìa dài cán, ngoáy loạn xạ trong cốc nước cam tươi nhiều đá, gây ra tiếng leng keng ồn ào... trong khi cô cố nghĩ một câu gì đó, để khẳng định với bà chị Việt kiều, quan điểm riêng của cô về chỗ đứng của người dân trong xã hội hiện tại. Cuối cùng cô góp lời:

- Dĩ nhiên đời sống bây giờ còn xa mới gọi được là hoàn toàn thoải mái, như đời sống ở các nước tự do, tân tiến. Cái gì cũng là tương đối thôi chị ạ. Nhưng có ở trong nước, có hòa nhập vào xã hội này, chiêm nghiệm hoàn cảnh và môi trường chung quanh, mới biết được là ở đây, cái gì người ta có thể đòi được, cái gì chưa thể đòi ngay bây giờ, mà phải chờ thời gian...

Một ý nghĩ thoáng đến trong đầu bà Cát: "Lại chờ! Sao mà những con người ở đây kiên nhẫn thế!" Nghĩ vậy nhưng bà không muốn nói ra, dù là với các em. Ngoài ra bà cũng thừa biết câu trả lời của họ sẽ là: "Ở ngoài cuộc mà nói thì dễ lắm." Bà Thu lại chìm vào im lặng. Cô

Nhung biết bà chị chưa thỏa mãn với câu trả lời của mình, cô nói thêm, mong hóa giải được không khí nặng nề:

- Nếu cuộc sống hàng ngày chỉ biết có "cân, đo, đong, đếm" và cuộc đời của nhiều con người ở đây đã chót gắn liền với "tình, tiền, tù, tội" rồi, thì chị bảo thời gian ở đâu ra để nghĩ đến các xa xỉ khác?

Bà Thu bật cười về câu nói của cô Nhung. Nghe thì như một câu nói đùa, nhưng không giấu được vẻ mỉa mai, yên phận.

- À hôm qua chị đi chơi Hồ Tây chị có ăn gì ở đấy không? --Cô Nhung đột ngột đổi đề tài.

- Chị ăn bánh tôm để nhớ lại thuở học trò.

Cô Uyên xuýt xoa:

- A, bánh tôm! Hơi "bị ngon" đấy nhé!

Bà Thu thấy thứ tiếng Việt ở đây hơi lạ, nó ngang ngang thế nào! Tuy nhiên bà làm như không để ý.

- Chị thất vọng vì nó chẳng còn giống bánh tôm Cổ Ngư ngày xưa nữa. Thứ nhất là họ không làm bằng khoai lang cắt chỉ, trộn với bột rồi rán lên, mà cái bánh làm toàn bằng bột, trông giống chiếc bánh phồng tôm, nhưng dầy cộm, với một con tôm nhỏ xíu, khô queo ở giữa. Nước mình xuất cảng tôm đông lạnh, mà sao lại phải hà tiện tôm thế nhỉ?

Cô Nhung tò mò:

- "Cổ Ngư" là ở đâu hả chị?

- À! Bây giờ chị thấy người ta gọi là Đường Thanh Niên đó em. Ngày xưa nói đến đường Cổ Ngư với đê Yên Phụ là người ta nghĩ đến văn chương, thơ phú. Đến những cuộc hẹn hò thơ mộng... Các cô bây giờ đâu có biết những chuyện đó.

Bà Thu trả lời. Cô Uyên cãi:

- Còn đấy chị ạ! Bây giờ người ta vẫn hẹn hò nhau ở Đường Thanh Niên, nhưng còn cái tên đê Yên Phụ thì lại bị gắn liền với hình ảnh mấy quán bán thịt chó!

63

Sau khi chơi ở Hà Nội hai tuần, được gia đình đưa đi thăm các danh lam thắng cảnh nổi tiếng như Chùa Hương, Vịnh Hạ Long, đền Thánh Gióng... Bà Cát bay vào Đà Nẵng, rồi từ Đà Nẵng vào Huế bằng xe taxi để được ngắm đèo Hải Vân. Ở chơi thăm Huế xong bà mới gọi Vinh, báo cho chàng biết ngày giờ bà tới phi trường Tân Sơn Nhất. Vinh ngạc nhiên. Chàng không bao giờ ngờ mẹ lại dám về Việt Nam. Hơn nữa, những ngày gần đây, chàng vẫn thường gọi về Mỹ, có thấy ai nói gì đâu. Chàng chợt hiểu tất cả. Vụ này là âm mưu của cả nhà, nhằm "bắt quả tang" chàng với Trâm đây. Nhưng vì biết tính mẹ, chàng gần như chắc chắn chỉ một mình bà sắp xếp hết mọi chuyện. Chàng không thấy lo mà mừng. Mừng vì được gặp mẹ trong khung cảnh Việt Nam này, chàng có biết bao nhiêu điều muốn chia sẻ với bà. Mừng vì chàng tin rằng một người như mẹ chàng, luôn luôn bao dung, thông cảm... thì không thể nào bà từ chối một người như Trâm được.

Ngày được tin mẹ sắp vào thăm là ngày thứ bẩy. Vinh báo tin cho Trâm. Nàng tới gặp chàng ngay, vẻ lo lắng:

- Mẹ anh là người như thế nào?
- Mẹ anh ấy à? Bà... trên cả sự tuyệt vời!
- Thế nghĩa là thế nào?
- Nghĩa là bà có đầy trí tuệ để nhìn sự việc hay giải quyết mọi chuyện... một cách thông minh.

Trâm ôm lấy Vinh như cầu một sự che chở. Nàng nũng nịu:

- Anh nói thế thì cũng chẳng giúp gì em hiểu thêm về "chuyện chúng mình" rồi sẽ ra sao cả.
- Thế này nhé, trên tất cả mọi điều anh nói, bà là người rất thương anh, hay nói chung là thương các con. Bà sẽ không làm gì để, để...–Vinh cố tìm một câu chính xác—để thương tổn đến con bà, dù là chỉ làm gẫy một cái móng tay.
- Nhưng đối với mẹ anh, chắc gì em đã được bằng cái móng tay của anh.
- Không. Em là trái tim của anh. Tim mà ngừng đập thì chết rồi còn gì...

Trâm ôm chàng chặt hơn, sung sướng. Sung sướng không phải vì nàng đã được giải tỏa nỗi lo, mà vì câu nói đầy tình tứ của chàng.

Bà Cát thủng thẳng đi quan sát khắp căn biệt thự của Vinh... Nhà có một chị "ô-sin" khá nhanh nhẹn giỏi giang, nhưng với linh cảm nhậy bén của bà, bà chắc chắn phải có một bàn tay phụ nữ khác nữa, vừa có tình đối với con bà, vừa có óc thẩm mỹ mới có thể trang hoàng được căn nhà ấm cúng như thế này. Vinh đón mẹ từ phi trường về nhà từ hồi chiều, nhưng cả ngày hôm nay chỉ có hai mẹ con quanh quẩn với nhau. Bữa tối chị Mão dọn một bữa cơm thanh đạm gồm các món do bà yêu cầu, canh cua đồng nấu khoai sọ, rau rút, và rau bí xào tỏi. Chàng nói với mẹ là sáng mai chàng đi làm, buổi trưa sẽ về đón bà đi ra tiệm ăn, luôn thể để giới thiệu Trâm với mẹ. Bà nhận lời đi ăn nhưng không bầy tỏ ý kiến gì về việc gặp Trâm. Bà vốn kín đáo, điềm đạm, không để lộ suy nghĩ của bà cho Vinh thấy, nhưng thực ra sâu trong lòng bà, lúc nào cũng như có lửa đốt.

Đêm đầu tiên ở đây bà Cát lại mất ngủ. Không phải tại vì giờ ở đây khác với giờ Cali, như tuần đầu bà mới tới Hà Nội, lần này bà buồn ngủ rất sớm. Chín giờ tối đã lên giường ngủ ngon lành, nhưng bốn giờ sáng bà thức dậy, nôn nóng, mong chờ trời sáng để ra đường nhìn lại thành phố Sài Gòn năm xưa... Bà bắt gặp lại cảm giác nao nức, của tuổi thơ, mỗi lần được về quê chơi, bà thường nằm trên giường lắng nghe tiếng gà gáy, tiếng chim kêu... nhìn qua cửa sổ đợi trời dần dần sáng... Hễ nghe thấy tiếng động đầu tiên trong nhà là bà bật dậy, nhẩy ra khỏi giường, cứ thế chân đất, tông cửa chạy ra vườn... Mấy con chó Mực, Vàng, Vện... ùa nhau chạy theo bà ra đến tận bờ ao.

Thấy nằm mãi cũng chẳng ngủ lại được, bà khoác chiếc áo lạnh, mở cửa bước ra vườn sau, vừa đi bộ vừa hít mạnh không khí ban mai trong lành. Có tiếng động loảng xoảng. Bà hoảng hồn, đứng lại định thần, thấy mình đang ở cuối vườn, gần mấy thùng rác lớn, cao đến ngang ngực. Một bóng đen xuất hiện. Tim bà thót lại. Bà đang lùi mấy bước, thì bóng đen ra khỏi bóng tối. Nhờ có thêm ánh đèn đường, bà Cát thấy một dáng người thấp, nhỏ, da mặt nhăn nhúm, nhoẻn miệng cười phô hàm lợi hồng hồng, trông như một con ma... Bà định bỏ chạy thì cùng lúc đó bóng đen lên tiếng:

- Chào bà! Sao bà dậy sớm thế?

Bà Cát mở to mắt nhìn, đưa hai tay lên ôm ngực, nói:

- Trời ơi! Bà làm tôi gần đứng tim! Sao bà làm gì ở đây mà sớm thế?

- Phải đi sớm chớ bà. Từ "xóm rác" tới đây xa lắm. Cháu còn phải thu góp rác của nhiều nhà khác nữa, đem về còn phải đổ ra, phân loại rác lấy phế liệu đem bán, kiếm thêm... Cháu vẫn đến đây lấy rác mỗi tuần hai lần vào giờ này mà! Sao cháu chưa bao giờ thấy bà?

Bà Cát nhìn kỹ người đối diện, tự nhủ: "Chắc bà này phải già lắm, mà lại xưng cháu với mình mới khổ chứ!" Bà Cát áy náy, nhưng nghĩ mình chỉ gặp bà ta một thoáng, không bõ đề nghị lại cách xưng hô. Bà trả lời:

- Tôi chỉ đến đây thăm con tôi là chủ nhà này thôi. Tôi không ở đây. Thế con cháu bà đâu mà để bà phải làm lụng vất vả thế này?

- Ôi! Trời còn cho sức khỏe thì cháu còn ráng làm, kiếm chút đỉnh bồi dưỡng cho gia đình...--Rồi bà già tiếp luôn với vẻ hãnh diện--Cháu đi làm vầy mà nuôi được đứa con gái đi học, đã đậu cử nhân, đi làm cô giáo rồi đó bà.

Trong chỗ tranh tối tranh sáng, bà Cát thấy chiếc miệng móm và cặp mắt nhăn nheo của bà già bừng lên một vẻ tươi vui kỳ lạ. Bà chúc mừng bà già rồi trở lại nhà, vào phòng ngủ, nằm thao thức cho tới sáng.

64

Quán Ngon tọa lạc trong một khu biệt thự rộng rãi trên đường Nam Kỳ Khởi Nghĩa. Bàn ăn bầy la liệt cả ở ngoài vườn, dưới các cây dù, các tàn cây. Khách ăn đông nghịt, có nhiều người tây phương, đâu đó nghe tiếng Mỹ ồn ào... Vinh đưa mẹ đến chiếc bàn quen thuộc của Vinh và Trâm. Bà Cát để ý tiếng nhạc phát ra từ loa phóng thanh là nhạc vàng, các bài hát mà bà vẫn ưa thích từ thập niên 60. Nhìn chung quanh... sau lưng bà là một cây chuối to. Nhìn lên, một buồng chuối nặng trĩu sà xuống... Chung quanh biệt thự có tường rào vây. Sát tường người ta dựng những căn lều lợp lá gồi, mỗi căn chuyên làm một món... Nhìn những bảng treo lơ lửng dưới mái nhà, bà đọc: "bún mọc," "bún thang," "bún riêu," "bún bò," "miến lươn" "bánh ướt thịt nướng," "chạo tôm" "bánh tôm"...vv...và...vv...

Chợt Vinh đứng dậy. Bà nhìn theo hướng con đang nhìn... Một cô gái rất trẻ nhưng trông chững chạc, đang tươi cười bước tới... Tóc cô để xõa ngang vai, nước da trắng nổi bật trong chiếc áo đầm gọn ghẽ, kín đáo, màu hoàng yến. Vinh giới thiệu: "Đây là mẹ anh, đây là Trâm đó mẹ."

- Thưa bác ạ!-- Trâm cố ý chào một cách dõng dạc nhưng không giấu nổi vẻ ngượng ngùng.

- Chào em—Bà Cát cố tình làm ra vẻ thân mật. Bà tránh dùng những chữ khách sáo như "Không dám, chào cô" chẳng hạn, nhưng cũng không giấu nổi vẻ xa lạ.

Thoạt đầu Vinh định để Trâm ngồi bên mẹ, chàng ngồi đối diện, nhưng thấy nàng tội nghiệp quá, chàng chỉ chỗ cho Trâm ngồi vào trong, chàng ngồi ngoài.

Bà Cát phá vỡ bầu không khí xa lạ, bà bảo con:

- Con với Trâm "đi chợ" đi. Dân ở đây thì chắc thạo hơn. Mẹ ăn gì cũng được. Mẹ chỉ chưa dám ăn rau sống và uống nước đá.

Trâm nhân cơ hội:

- Vâng thưa bác ăn rau sống ở nhà thì được, chứ rau sống ở tiệm thì không bảo đảm lắm đâu ạ! Còn đá thì họ cũng làm bằng nước lấy từ máy. Anh gọi nước cam vắt nguyên chất, không đá để bác xơi.

Trong khi Trâm nói, bà Cát quan sát: "Cô bé này đúng là con gái Hà Nội đây. Mặt mũi nhẹ nhàng, xinh xắn thế kia, trách gì con mình chẳng mê mệt." Nhớ lại lời Vinh nói là bà mẹ cô này trước kia đi dạy học, bà cũng yên tâm phần nào.

Các món ăn đã được bầy ra bàn. Vinh và mẹ vừa ăn vừa tính toán các chỗ đi thăm trong những ngày sắp tới. Trâm chỉ nói vài câu đưa đẩy và ăn cầm chừng.

- À, sáng nay mẹ nhận được điện thoại, của một người bạn học từ trường trung học Trưng Vương Hà Nội. Bác ấy mời mẹ tối mai đến nhà bác ở Tân Định để gặp một số bạn học cũ. Mẹ không biết chương trình của con thế nào, nên chưa nhận lời.

- Ô! Mẹ nên nhận lời chứ. Con bận gì thì cũng phải đưa mẹ đến đó.

- Thưa bác, trước kia mẹ cháu cũng học ở trường Trưng Vương Hà Nội...

- Thế à? Trường Trưng Vương lớn lắm. Tuy nhiên nếu có học khác lớp thì cũng có thể gặp nhau ở sân trường.

Bà chỉ nói cho có chuyện chứ bà nghĩ sau 45 năm bà đi khỏi Hà Nội, đến như bạn cùng lớp còn chưa chắc đã nhận ra nhau nữa là người ở lớp khác. Bà thấy Trâm là con cả mà còn trẻ thế kia thì chắc là bà mẹ phải học dưới lớp bà khá nhiều.

65

Vinh đưa mẹ đến nhà bác Quyên ở Tân Định. Chàng chỉ ghé một chút, chào các bác một lượt rồi xin phép đi chơi, chàng hẹn 10 giờ sẽ trở lại đón mẹ. Ra đến sân chàng vẫn còn nghe các bà oang oang: "Ối giời ơi, bây giờ mày thế này đấy à?" "Ối giời, sao mà mày biệt tăm, biệt tích... " "Đây là con..., mày có còn nhận ra nó không?"...vv...

"Có lẽ bọn trẻ bây giờ ít 'mày mày', 'tao tao' hơn các cụ ngày xưa ấy!"--Chàng nghĩ và mừng thấy mẹ đang sống những giờ phút vui tươi, trẻ trung quá!

Bà Quyên là một trong những người bạn rất thân và học với bà Cát từ tiểu học rồi đến Trung học. Năm 1954 hai người cùng vào Nam và tiếp tục học ở Trưng Vương. Hai bà lại học với một số bạn trong Nam, vì thế bữa tiệc hôm nay gồm một số bạn cũ từ ngoài Bắc, bà Cát xa họ khoảng 45 năm, và một số bạn gặp ở trong Nam thì xa nhau khoảng hơn 20 năm.

Bàn tiệc bầy đầy đồ ăn, mỗi người góp một món. Câu chuyện các bà xoay quanh chuyện con cái mấy đứa. Cháu nội cháu ngoại mấy chục... Các bạn khác, ai còn ai mất, ai sướng, ai khổ, ai đi, ai ở...vv... Một bà khách mới bước vào, hỏi ngay: "Đâu rồi? Con Thu đâu rồi? Đố mày nhận ra tao là ai?" Bà Cát còn đang ngơ ngác. Bà kia làm bộ mặt giận giỗi: "Thôi bây giờ tao già rồi mày không thể nhận ra tao nữa đâu. Bốn mươi lăm năm, còn gì. Mà mày thì thay đổi rất ít..." Cả bọn nhao nhao lên: "Ừ, nó còn đẹp hơn ngày xưa ấy!" "Cái dân ở nước ngoài nó sướng thật, chả trách cứ trẻ hoài." Bà khách mới vào không kiên nhẫn được nữa: "Tao là Hương, bạn cố tri của mày đây..." "Ối giời đất ơi!"--Bà Cát chỉ kêu được một tiếng rồi ôm chầm lấy bạn, nước mắt rưng rưng. Không ai biết bà xúc động vì thương bạn thay đổi quá nhiều, hay mừng được gặp lại bạn xưa. Bà chống chế: "Không phải tụi mày già đâu. Hồi chúng mình xa nhau, đứa nào cũng mới có 13, 14... Tụi mình còn đang lớn mà, thì nó phải khác đi chứ." "Phải, mày vào Nam thì mày lớn lên, chứ tụi tao ở lại thì chỉ có 'còi đi' thôi...!" Một bà chua chát nói. "Hương ơi, mày đừng có buồn, trước khi mày đến thì tụi tao cũng đã có một màn đố vui với nó rồi. Nó đoán trật lất hết à!" Bà chủ nhà an ủi bà Hương.

Mọi người vào tiệc. Các quyển ảnh được chuyền tay nhau. Các câu chuyện ô mai, sấu ngọt, gốc đa, gốc đề lại được hâm nóng. Cái danh xưng "bà Cát" bỗng biến hẳn trong tâm tưởng bà. Ngồi đây từ giờ phút này, bà Cát chỉ còn nhớ mình là "con Thu" của ngày xưa...

Mười giờ đúng Vinh xuất hiện trước cửa nhà, theo sau là Trâm. Bà Hương vừa thấy Trâm, reo lên: "Kìa con cũng đến đây hả? Vào đây mẹ giới thiệu với con, bác Thu vừa ở Mỹ về, bác học với mẹ từ... " "Ơ kìa! Mày là mẹ cháu Trâm à?" Bà Thu cắt ngang. "Ừ... Ừ, đúng rồi, thì sao...?" Bà Hương ngơ ngác... "Còn cháu Vinh là con trai tao!" Bà Thu nói nhanh như sợ ai cướp lời.

Bà Hương, bà Thu, Vinh, Trâm, và dường như tất cả mọi người hiểu ngay ra câu chuyện... Các tiếng trầm trồ nổi lên trong phòng: "Ồ...!" "Thật à?" "Ối giời!" "Quả đất tròn không kia chứ!" "Thật là đẹp đôi... !" "Đúng là trai tài gái sắc"...vv...

Đôi trẻ đỏ mặt... Trâm cuống quýt chụp lấy tay Vinh, úp mặt vào ngực chàng, quên cả giữ ý. Vinh chợt thấy mấy giọt nước nong nóng lăn trên tay, chàng vội kéo Trâm ra một chỗ khuất, rút khăn mùi-xoa trong túi ra, thấm mắt cho nàng. Chàng không muốn chia sẻ với ai những giọt nước mắt, mà chàng biết nó là những giọt hạnh phúc nhất của người yêu.

66

Sau khi bà Thu được họp mặt với một số bạn học cũ, mỗi ngày bà đều có bạn đưa đi ăn uống, mua bán... Vinh cũng đỡ lo mẹ ở nhà suốt ngày buồn. Dần dần con mắt bà cũng quen với những cảnh tượng chung quanh. Cảnh đông đúc, chen chúc, bụi mù... Bà nhớ hồi cộng sản mới chiếm miền Nam, họ gán cho phần đất mới chiếm này, là phồn vinh giả tạo. Bây giờ bà thấy nơi đây phồn vinh giả tạo gấp mười!

Tối mai hai mẹ con bà được mẹ của Trâm mời tới nhà dùng cơm để gặp gia đình. Bà Thu biết là chủ yếu bạn mình muốn mình gặp ông chồng. Trong lúc chờ đợi ngày quan trọng sắp tới, mọi người đều có những suy nghĩ riêng trong đầu, nhưng không ai muốn nói ra. Bà Hương vốn từ lâu vẫn quí Vinh. Đối với bà, chàng là mẫu người có đầy đủ tiêu chuẩn cho cô con gái cưng của bà. Trước kia bà cứ lo không biết gia đình Vinh thế nào, nay được biết chàng là con của bạn thân mình, từ hồi tiểu học rồi trung học, bà nghĩ chỉ có bàn tay ông Trời sắp xếp cho, mới có thể hoàn hảo như thế. Bà cũng lại biết chồng bà rất quí Vinh, nhưng có quí đến mức chấp nhận gia đình Vinh hay không, thì bà chưa dám nói. Vinh cũng đôi ba lần tiết lộ có ông bố là đại tá "ngụy," nghe loáng thoáng có vẻ như chống cộng tích cực lắm trong cộng đồng Việt kiều ở Cali. Bà Hương tự nhủ: "Cuộc gặp gỡ sắp tới này có phần gay go, mình cần phải sửa soạn tinh thần cho ông chồng thật kỹ. Không thể để cho mọi chuyện xảy ra một cách tự nhiên được."

Từ hôm bà Thu khám phá ra Trâm là con gái bạn thân mình, thì cứ đinh ninh việc này phải là một phép lạ! Trước đó được gặp Trâm mấy lần, bà cũng đã "chịu" lắm, cho rằng thời buổi này còn tìm được một cô gái dịu dàng, đàng hoàng, không đua đòi thiên hạ, thì dù ở trong nước hay ngoài nước cũng là của hiếm. Chỉ có mối e ngại, bà không biết Trâm là con nhà ai. Nay thì bà yên trí quá! Ngày nào bà Hương và các bạn cũng đến đón bà Thu đi chơi. Hễ có dịp, là các bà bạn kia lại nói vun vào cho hai bà làm thông gia. Hai bà không nói, nhưng trong thâm tâm họ đều biết mình có ông chồng quá khích, đều nghĩ phải có thời giờ để "vận động" với các ông ấy một chút. Hai bà đành cứ phải cười cười, nói nước đôi với các bạn, không dám hứa hẹn gì. Sự thật đối với hai bà, điều quan trọng hơn hết vẫn là hai trẻ đã yêu nhau thắm thiết. "Giả dụ hai gia đình có cấm chúng nó lấy nhau, thì chắc cũng chả được"—các bà cứ nghĩ một cách thực tế như vậy—"Nhưng nếu hai bên cha mẹ được quyền góp ý, thì vẫn trăm lần tốt hơn."

Trâm tỏ ra giỏi nội trợ và biết chiều Vinh. Cứ độ ba, bốn ngày nàng lại đem hoa tươi đến cắm vào mấy chiếc bình trong nhà. Nàng cắm hoa theo kiểu Nhật Bản Ikebana, rất mỹ thuật, trang nhã. Trong phòng ăn lúc nào cũng có một đĩa trái cây đầy, mùa nào thức nấy. Bà hỏi "ô-sin" của Vinh, thì được nghe chị ta kể, là cô Trâm vẫn làm như thế từ thuở nào đến giờ, chứ không phải là bây giờ có mẹ Vinh ở đây, nàng mới làm. Chị ta cũng nói cô Trâm là người dặn dò chị làm mọi việc trong nhà từ đi chợ đến cơm nước, dọn dẹp... Chú Vinh không phải lo gì hết. Bà mừng lắm, tuy nhiên bà vẫn còn một mối lo. Bà được các bạn, nhất là những bạn học Trưng Vương trong Nam sau năm 54, rỉ tai cho biết là ông Trình chồng bà Hương là người rất nghiêm túc. Về mặt chính trị ông tỏ ra "kiên định lập trường." Trong những dịp tiếp xúc, người ta thấy ông vẫn còn nhiều gắn bó với chế độ cộng Sản. Càng nghe, bà càng chỉ thêm lo. Nhưng bà có một mục đích để đạt. Bà phải chấp nhận thử thách. Lúc nào bà cũng suy nghĩ và sửa soạn trong đầu, đề phòng những tình huống có thể xảy ra, khi phải trực diện chồng của bạn.

Mới bốn giờ sáng bà đã thức dậy. Có lẽ đây là lần đầu tiên trong đời bà có dịp nằm nghe "tiếng đêm" ở Sài Gòn. Tiếng động đầu ngày thưa thớt, trầm buồn, không đủ sức lôi kéo bà Thu ra khỏi những suy tư sâu thẳm trong lòng. Bà cứ loay hoay nghĩ về buổi họp mặt sắp tới ở nhà bà Hương. Bà tự nhủ "Mình phải tỏ cho ông ấy biết mình cũng không phải là người không có lập trường. Vả lại cũng không nên để cho hai gia đình hiểu lầm nhau. Cần phải ướm cho họ biết mình là ai, gia đình mình cũng có thế giá trong xã hội hải ngoại. Nếu sau này có thông gia với nhau thì ít nhất ông ta cũng không thể trách mình là giả dối. Hay ít nhất ông ấy cũng nên biết chồng bà, con trai lớn của bà, cậu Tường, cũng là thứ dữ, để nếu có dịp tiếp xúc, họ khỏi bị 'sốc'. Bà chỉ cần ăn nói sao cho tỏ ra trí thức, hiểu biết, cởi mở, không cố chấp... là được. Điều đó bà biết chắc bà đủ sức làm. Có điều bà hơi lo, không biết bà có đủ kiến thức về chính trị để đương đầu với một "cây" cộng sản, thuộc loại cổ thụ với hơn 40 tuổi Đảng này không? "Kể cũng tức cười,"—bà nghĩ—"trước khi đi Việt Nam, bà luôn luôn tự nhủ, bà sẽ về trong hình ảnh một 'bà già trầu' về thăm nhà. Không khoe khoang tiền bạc, không phô trương kiến thức, không "chính chị chính em," ai chửi nhà nước hay cộng sản mặc kệ ai, mình cũng sẽ làm ngơ, không bắt chuyện, chỉ cốt sao cho chính quyền và người dân ở đây không để ý đến mình, để khỏi bị phiền hà. Nhưng mới chỉ có vài tuần đi từ Bắc vào Nam, không thấy có chuyện gì xảy ra, mình đã quên được ngay cái cảm giác 'nguy hiểm trực chờ' vẫn ám ảnh mình suốt thời gian sửa soạn đi." Bà tự mắng: "Bây giờ lại bầy đặt, muốn tỏ 'kiên định lập trường!' Rõ khỉ!"

Bà ra khỏi giường, đi đánh răng, rửa mặt... Nước mát làm đầu óc bà thoáng, dễ chịu. Bà nghĩ đến sắp được đi Vũng Tầu, được nhìn lại cảnh cũ... sống lại cả một thời học sinh, vô tư lãng mạn... Lòng bồi hồi, nao nao.

Trở lại phòng ngủ, đầu óc bà lại bị chuyện vừa rồi lảng vảng đến ám ảnh. Bà tự hỏi: "Mình nghĩ đến đâu rồi nhỉ? À chuyện ông Trình. Phải rồi, ông ta 'kiên định lập trường' thì mình phải đối phó sao đây? Nhưng biết đâu, có khi cả buổi người ta chỉ nói chuyện trên trời dưới đất, không ai nói đến chuyện chính trị, thì mình thoát." Nghĩ vậy bà hơi yên tâm. Nhưng chưa đầy một phút, bà lại nhớ đến không khí trong gia đình bà: "Mỗi lần có bạn đến chơi, các ông có thể nói về đủ mọi vấn đề, nhưng cuối cùng cũng vẫn lại quay ra nói chuyện chính trị. Ngay cả khi đồng ý với nhau, họ cũng tranh luận sôi nổi. Còn khi bất đồng thì khỏi nói, ầm ỹ cả nhà! Huống hồ người mình sắp gặp tối nay, là một tay cộng sản gộc. Cộng sản không nói chuyện chính trị, 'ai thắng ai,' thì nói cái gì? Nếu ông ấy cũng có ý định gả con gái cho con trai mình, thì ông lại càng cần tìm hiểu gia đình mình lắm. Với cộng sản thì chính trị lại quan trọng vô cùng. 'Hồng hơn chuyên' mà! Có khi 'hồng' còn hơn cả 'môn đăng hộ đối' ấy chứ! Thế mà con mình không những đã không 'hồng' mà lại còn là con 'ngụy!' Ối giời! Thế này thì rắc rối to đấy!" Nghĩ vậy bà lại thấy cần phải sửa soạn tư tưởng kỹ lắm, chứ không thể coi thường được. Bà lẩm bẩm: "Ước gì có ông Cát ở đây, mình sẽ phó mặc cho ông ấy lo đối phó với ông Trình để mình thoải mái đi chơi với Hương, khỏi bị căng thẳng tinh thần như thế này."

Bà chợt nhận thấy mình đã bách bộ trong phòng này cầu đến một trăm vòng. Đầu óc rối mù như đi trong ma lộ, loay hoay tìm lối ra mà lại hóa ra đi sâu thêm vào! Bà mệt lả, ngồi phịch xuống chiếc ghế bành kê sát tường, chân soải ra giữa sàn, hai bàn chân để trần, tiếp xúc với mặt đá hoa mát rượi. Bà đưa bàn tay che mắt, bóp thái dương, cố gắng ngủ lại... Bất chợt bà bật cười trong bóng đêm: "Rõ thật vớ vẩn! Tại sao bỗng dưng mình lại 'đánh giá thấp' cộng sản quá vậy? Bỗng dưng lại nghĩ cộng sản không biết chồng, con, gia đình mình là ai để đến nỗi mình phải nói họ mới biết! Ôi thôi! Mình lẩm cẩm quá! À! Thế thì được rồi. Đã thế mình sẽ làm bộ ngây thơ. Làm như không biết họ biết tổng mình đi rồi. Mình sẽ cứ tuồn tuột kể về gia đình mình. Họ sẽ phải phục mình là can đảm và thành thật... Úi chao! Mình có điên không chứ! Cộng sản mà lại biết quí trọng người 'can đảm' với 'thành thực!' Mình cứ tự mâu thuẫn từ đầu đến cuối! Thôi không thèm nghĩ nữa. Cố ngủ lại đi, không thôi ngày mai các bạn đến đón đi chơi Vũng Tầu lại mệt, mất vui." Nghĩ vậy, bà leo lên giường, nhắm mắt, đợi giấc ngủ...

"Tiếng đêm" đã mau hơn, dày hơn... Tiếng giao hàng cất lên, kéo dài... rồi tan biến trong khoảng không gian còn mờ mờ hơi sương. Bà chìm vào giấc ngủ...

Tám giờ sáng bà tỉnh dậy. Lại một ngày nắng ấm chan hòa của miền Nam khiến bà sảng khoái. Tiếng động ngoài phố giờ đây khác hẳn lúc ban đêm: ồn ào, hỗn độn, nhộn nhịp... đầy sức sống. Tiếng xe máy đang gầm gừ đều đều, bỗng rống lên! Cả trăm chiếc rồ máy một lúc như có một cuộc đua xe ngay trước cửa nhà. Bà sực nhớ đến ngã tư ngay đầu đường có đèn giao thông. Có lẽ tất cả mọi xe máy tụ lại ở đấy lúc đèn đỏ, chờ đèn xanh vừa bật lên là... vọt...

Mọi băn khoăn lo lắng về vấn đề gặp ông chồng bà Hương--do bà bầy đặt ra lúc bốn giờ sáng--nay bỗng biến đâu mất! Trong đầu bà lúc này, vấn đề chợt đơn giản không thể tưởng tượng được! Bà tự nhủ: "Việc gì lại 'không khảo mà xưng!' Họ hỏi đến đâu, mình trả lời đến đấy. Không nói dối, nhưng cũng không tình nguyện tiết lộ điều gì. Chỗ còn lại thì cứ coi như 'họ phải biết cả rồi,' chẳng phải đợi mình khai ra mới biết." Thế là bà quyết định, để việc đến đâu hay đến đó. Từ bữa về Việt Nam, ít nhất ba bốn lần bà nghe chính người ở đây nói: "Bây giờ người ta sính Việt kiều lắm đấy!" Huống hồ con trai bà lại thuộc loại Việt kiều "sáng giá."

"Thì cũng tốt thôi!"-- Bà nhái lối nói của người trong nước, rồi tủm tỉm cười đắc ý, trong khi bước nhanh vào phòng tắm sửa soạn, đợi mấy bà bạn đến đón đi Vũng Tầu như đã hẹn.

67

Tối hôm nay tại nhà bà Hương. Trên chiếc bàn ăn dài phủ khăn thêu trắng tinh, bà Thu được sắp ngồi ở một chỗ danh dự, bên tay phải ông Trình ngồi ở một đầu bàn. Bên trái ông Trình là ông Đoàn, chồng bà Quyên. Đầu bàn kia là bà Hương. Bên phải bà Hương là bà Quyên, bên trái bà là Vinh rồi đến Trâm, ngồi ở giữa Vinh và mẹ Vinh. Trước mặt Trâm là Minh, cậu em trai nàng. Trước mặt Vinh là Tuấn, con trai út của ông bà Đoàn, bạn học của Minh. Chỉ nhìn qua cách sắp xếp chỗ ngồi trên bàn ăn, bà Thu đã tìm lại được nếp sống văn minh của cô bạn tiểu thư Hà thành ngày nào. Sự hiện diện của bà Quyên, người bạn thân của hai bà từ hồi Hà Nội, cho bà thấy một sự cố ý tế nhị của bà chủ nhà. Bà Quyên là một trong những người bạn cùng vào Nam với bà Thu hồi năm 54. Hai người tiếp tục học Trưng Vương trong Nam, rồi lại cùng trải qua cảnh đổi đời đầy bi thương hồi tháng 4-75. Đã nhiều lần hai bà ôm nhau khóc rấm rứt, bàn chuyện đi hay ở, tiên đoán chuyện gì sẽ xảy ra khi cộng sản vào...vv... vì thế tình thân giữa hai bà rất khăng khít. Chồng bà Quyên là người Nam tập kết. Bà Thu từng cho rằng Mặt Trận Giải Phóng có tội với tổ quốc hơn ai hết trong biến cố 75, chính họ là người "nối giáo cho giặc." Nhưng lạ quá! Nghe được một giọng Nam trên bàn ăn này, bà thấy thân thiết và gần gũi làm sao! Bà cảm thấy dễ chịu và tự tin hẳn lên, như có thêm đồng minh bên cạnh. Bà thầm cảm ơn bạn.

Bà Hương thúc giục mọi người ăn. Vẫn với một giọng Hà Nội:

- Các bác xơi tự nhiên cho nhé. Cháu Trâm làm hết đấy ạ. Cháu hãy còn vụng về lắm, nhưng xin các bác châm chước cho...

Điều đó vô tình nhắc nhở mọi người khen cô con gái bà:

- Trời ơi! Bà mẹ nói thế chứ món nộm hoa chuối khai vị ngon tuyệt vời. Cháu tôi khéo quá!-- Bà Quyên nói.

- Món gà luộc cũng vừa chín tới. Cái da thật là dòn và thịt ngọt quá! Thời bây giờ các cô còn chịu học việc bếp núc thế này thì nhất rồi đấy!--Mẹ Vinh thêm vào.

Trâm đỏ mặt, lúng túng... Vinh biết người Việt Nam không có lệ "cám ơn" khi được khen, như người Mỹ. Chàng thấy cần phải nói cái gì để "cứu bồ" bèn quay mình, ngả sang Trâm, nói đùa:

- Coi chừng, vỡ mũi lại phải đi sửa đấy nhé!

Mọi người dồn mắt về phía Trâm, cười.

Người ít nói nhất trên bàn ăn từ đầu đến giờ, là ông Trình. Ông không "ba đầu sáu tay" như bà Thu mường tượng. Cũng không tỏ thái độ khó chịu, đáng ghét như bà chờ đợi. Ông chỉ ngồi... cười trừ. Bà Thu thấy tạm ổn về mặt ông Trình, nhưng bà Hương không để chồng yên, bà hỏi:

- Này mình! Hôm nọ mình nghe chuyện cô con gái nhà ai mà tuyên bố, ai muốn lấy cô ta thì, điều kiện đầu tiên là phải hứa đưa cô đi thưởng thức các nhà hàng, ít nhất 15 ngày mỗi tháng, không thì cô ta không lấy. Mình nhớ không?

Ông Trình chậm rãi:

- À! Ừ! Con tưởng Cận đấy mà. Úi dào! Thời buổi này bọn trẻ chỉ lo "làm tiền," không mấy ai lo "làm người" hết!

Ông Đoàn, chồng bà Quyên thừa dịp dò ý:

- Vậy chớ anh kén rể theo tiêu chuẩn nào?

Nói xong, ông nhìn Vinh, nháy mắt ra chiều đồng lõa.

- À, cũng dễ thôi! Cứ làm ngược lại: Lo "làm người," đừng chỉ lo "làm tiền!"

Mọi người phá lên cười vì câu nói có duyên của ông.

Bà Quyên vun vào:

- Đấy, cậu Vinh nhớ lời bác Trình nói để mà liệu nhé!

Vinh đỏ mặt, nhưng lém lỉnh:

- Dạ dạ! Cháu đã "liệu" từ lâu rồi ạ!

Bà Hương đỡ cho Vinh:

- Cậu Vinh thì khỏi lo. Lúc nào cậu ấy cũng quân bình được nếp sống. Chẳng ai cấm làm giầu, miễn sao làm giầu lương thiện và cũng làm giầu cả mặt tinh thần nữa là được. Hai bác cháu hợp nhau về mặt thưởng thức âm nhạc lắm đấy. Lát nữa ăn xong mình nhờ cậu Vinh hát cho nghe vài bài cho vui, ba nhỉ?

- Không!--Ông Trình gạt phắt—Nhạc thì phải để hôm nào thật tĩnh lặng nghe mới thú chứ. Các bà còn đang tíu tít hàn huyên thế kia, đâu có để tâm nghe nhạc. Nó phí đi.

Tới lúc này, bà Thu hoàn toàn thư giãn.

Trâm vào bếp, một lúc sau cho người giúp việc mang ra một đĩa lớn sò huyết nướng. Mọi người lại bận rộn tiếp nhau, giục nhau: "... xơi món này đi, đang nóng hổi, không có nguội mất." Vinh để vào đĩa cho Trâm mấy con sò, trong khi nàng chưa ra. Bà Hương vắt chanh vào chén tiêu muối. Bà Thu giúp bà Hương chia ra từng đĩa nhỏ, trong khi ông Trình và ông Đoàn tiếp tục nói chuyện. Ông Đoàn đổi đề tài:

- Tôi nghe bà xã tôi nói chị Thu về Việt Nam lần này là lần đầu tiên, chị thấy Việt Nam ra sao?

Bà Thu vừa đưa cho ông Đoàn một đĩa muối tiêu chanh, vừa nói:

- Câu hỏi của anh chắc phải trả lời cả giờ cũng chưa hết, nhưng tôi có thể tóm gọn trong một câu, là tôi có ấn tượng tốt là đất nước đang phát triển mạnh...

Nói đến đây, bà nghĩ nhanh, bà cần phải nói một cái gì nữa để mở một lối thoát cho bà sau này, bà thêm:

- Nhưng có cái là phát triển không đồng bộ.

Ông Đoàn hỏi tới:

- Cái đó ai cũng biết, nhưng theo ý chị thì nó yếu ở mặt nào? Bà Thu không ngần ngại:

- Thứ nhất là cái giầu nghèo nó chênh lệch quá đáng. Thí dụ có những người đốt cả ngàn đô la cho một đêm truy hoan thì cũng có những "hộ" hàng ngày bới đống rác kiếm sống. Có những sinh viên, gia đình có nhiều tiền cho con du học, mang đô la ra nước ngoài, mua xe hơi trả tiền mặt, chạy loạn ngoài đường... chẳng chịu học hành gì cả, thì ở trong nước có những con nhà nghèo ở những vùng hẻo lánh, bò lên thành phố, kiếm việc ở những bến cảng, oằn lưng ra khuân vác những kiện hàng to, nặng hơn cả người vác, kiếm không quá hai chục ngàn mỗi ngày, để chi những món tiền trọ, tiền ăn, tiền sách vở, tiền trường..., cố giành được tấm bằng đại học để mà ngoi lên...vv... Một thí dụ khác về sự chênh lệch. Bữa ở Huế, buổi tối hôm đầu tôi được chứng kiến trong khách sạn Hương Giang, nơi tôi ở, có những người tung tiền ra trả cho một bữa "cơm vua." Họ thưởng thức những cao lương mỹ vị trong tiếng đàn sáo nhã nhạc, thụ hưởng vài giờ xa hoa như vua chúa ngày xưa... Sáng hôm sau, trong lúc còn mờ hơi sương, tôi lại được tận mắt nhìn thấy trên dòng sông Hương, những chiếc thuyền nhỏ, mỏng manh chở cát, chở sỏi... nặng thật nặng, mấp mé mặt nước chỉ chừng ba, bốn phân. Có những gia đình sống luôn trên thuyền, có cả bàn thờ và chó, mèo... Những người đàn ông và con trai ngâm mình dưới nước, vớt những rổ sỏi, rổ cát đưa lên thuyền cho đàn bà con gái san ra. Mỗi thuyền cát, thuyền sỏi như thế, bán được chừng hai mươi đô, để nuôi cả nhà. Tôi cũng được ăn những bát cơm hến, do những người ngâm mình hàng giờ dưới nước lạnh, buổi sớm tinh mơ, để vớt hến. Bàn tay họ trắng bệch như tay người chết đuối, có những vết cắt sâu, thấy cả thịt ở dưới lớp da dầy!--Bà Thu rùng mình. Ngừng nói.

Ông Đoàn tiếp lời một cách vô thưởng vô phạt:

- Cái đó có, chị à! Đối với một đất nước đang phát triển, lại phát triển nhanh như hiện nay, khó mà tránh khỏi sự không đồng đều. Nhưng tôi mong là mọi việc sẽ được giải quyết dần dần...

Ông Trình ngồi nghe từ nãy. Ông nhai thật kỹ một con sò trong miệng, nhưng bà Thu biết ông đang suy nghĩ lung lắm. Ông chậm chạp nói:

- Trong thời chiến tranh ấy mà, mọi sự đều chỉ có một hướng mà đi, một mục tiêu để đến. Cuộc sống thật đơn giản, quanh đi quẩn lại chỉ có lao động và hy sinh. Ai cũng như ai. Đảng với dân, quân một lòng, bảo nhau nó dễ lắm. Đến khi hòa bình rồi thì mọi sự khác hẳn. Cuộc sống phức tạp hơn nhiều, từ cơm ăn, áo mặc, giáo dục, xã hội, kinh tế, ngoại giao...vv... nó đẻ ra trăm thứ linh tinh. Lại còn cởi mở, rồi đến kinh tế thị trường... Toàn là những bước dò dẫm cả. Đương nhiên "vấn đề" nó đẻ ra, song song với việc phát triển. Phát triển càng nhanh, càng mạnh, các tệ nạn càng sinh sôi nẩy nở nhanh. Giống như vi trùng gặp môi trường tốt ấy mà. Các nước tư bản nó có mấy trăm năm theo nếp sống kinh tế thị trường rồi, mình mới có một chục năm. Cái đó nhà nước chưa có thể đáp ứng được đúng mức. Cầu đến đời con cháu mình thì may ra mới thay đổi hoàn toàn được. Mà không phải đời các cô cậu này đâu—ông vừa nói vừa chỉ vào bốn cô cậu trẻ ngồi trên bàn ăn—đời con cháu chúng cơ!

Bà Thu chưa biết nói gì thì bà Hương đã lên tiếng, giọng rất từ tốn, nhưng cương quyết:

- Ba à! Em nghĩ nếu mình không diệt được tham nhũng ở đời này, thì đến đời con mình, rồi đến cháu mình, cũng chưa chắc đã giải quyết được gì, mà sợ còn lún sâu vào bế tắc nữa ấy--Bà Thu biết bạn mình cố ý đụng đến cái "taboo" để chứng minh điều bà thường nói với bà Thu mấy bữa nay, rằng "bây giờ chế độ cởi mở nhiều rồi, người dân ăn nói cũng mạnh dạn lắm, không còn như xưa nữa."

Ông Trình bình tĩnh:

- Đó là vấn đề nhức nhối nhất hiện nay. Nước mình nhỏ cho nên hơi một tí là người dân bị ảnh hưởng mạnh. Các nước tân tiến, giầu mạnh, cũng tham nhũng đầy ra đấy, nhưng không ảnh hưởng đến nhiều cá nhân. Muốn dẹp tham nhũng ở đây cũng còn cần thời gian.

Nói rồi ông cười gượng gạo. Ông Đoàn, con người vốn ăn ngay, nói thẳng, xen vào:

- Cho tôi quyền là tôi diệt được ngay à! Cứ chém đầu mấy cái thằng đầu sỏ là xong!

Bà Quyên lườm chồng:

- Anh nói nghe ngon không! Nhưng mấy thằng đầu sỏ cũng có cái ô dù to lắm, như vụ Thủy Cung Thăng Long, vụ Khánh Hòa... chẳng hạn, có ai đến gần được lông chân mấy tên đầu sỏ đâu nào? Chỉ những thằng tép riu bị đem ra làm heo tế thần thôi!

Không khí bắt đầu cởi mở. Bà Thu quên biến mất dự định ban đầu của bà là "hỏi đâu nói đó" và "ai chửi chế độ mặc ai." Ngược lại, bà thấy đây là cơ hội ngàn năm một thuở để bà khai thác, xem những người trong nước biết gì, nghĩ gì, để khi về Mỹ, bà còn có thể "ra cái điều" với ít nhất chồng, con bà, rằng bà "can đảm," rằng Việt Nam bây giờ khác nhiều rồi, nếu quí vị cứ chống cộng cái kiểu cũ rích thì quí vị trật lất, và sẽ chẳng có hiệu lực gì cả. Bà trịnh trọng đặt câu hỏi:

- Thưa các anh, ở bên Mỹ tôi đọc báo, nghe ra-đi-ô, xem trên mạng, thấy người ta nói rất nhiều đến phong trào Dân Chủ ở trong nước, và được biết những thành phần dân chủ bị trù dập, bắt bớ cũng nhiều, mà sao về đây hỏi, ai cũng ngơ ngơ. Làm như chẳng biết gì cả?

Ông Trình với tay, chậm chạp chọn mấy cọng rau răm trong đĩa rau giữa bàn. Ông Đoàn nhanh nhẩu:

- Ôi! Những chuyện đó đời nào nhà nước phơi bầy ra trước mắt công chúng để mà biết. Với lại các ông ấy cũng đơn lẻ quá, đâu có gây được thành một "phong trào."

Ông Trình dường như đã kéo dài thời gian suy nghĩ đủ. Ông chậm rãi lên tiếng:

- Để tôi xin phân tích như thế này. Trong quá trình chiến đấu trong hai trận chiến, Đảng cũng làm vài điều sai lầm. Đảng cũng đã xin lỗi quốc dân về vụ cải cách ruộng đất chẳng hạn. Những sai lầm khác như vụ Xét Lại, vụ Nhân Văn Giai Phẩm, vụ cải tạo sau 75—bà Thu thoáng nghĩ, không biết có phải ông nói câu sau này chỉ vì có bà ngồi đây hay không?—Đảng cũng đều biết hết. Nhưng những cái đó là quá khứ cả. Người ta không thể làm lại lịch sử. Quí vị có trách thì chúng tôi cũng chỉ biết nói...— Ông Đoàn xen vào pha trò: "Biết rồi khổ lắm, nói mãi!"— Cả nhà cười. ông Trình đợi cho tiếng cười dứt, nói tiếp— "Dân Chủ" thì đương nhiên là tốt. Tuy nhiên chúng tôi còn đang lúng túng chuyện "kinh tế thị trường" chưa xong, lại đến "diệt tham nhũng" chưa thấy kết quả mấy, nay lại thêm Dân Chủ, thì e rằng xã hội sẽ hỗn loạn không còn biết đâu mà lường nữa. Ngoài ra, người dân bây giờ rất sợ mất ổn định. Cái gì có thể làm mất ổn định là họ không dám mạo hiểm.

Bà Thu lắng tai nghe. Cặp lông mày nhíu lại. Cùng lúc cố nặn óc nhớ lại những lời chồng con bà thường tranh luận, để đưa ra một lập luận thông minh, hầu bẻ gẫy lập luận của ông Trình. Tự nhiên bà bật ra:

- Thưa anh, anh có nghĩ chính cái chính thể toàn trị, và không có tự do ngôn luận, tự do báo chí, là mẹ đẻ của tham nhũng không ạ? Chính vì Đảng độc quyền trên nhiều lãnh vực, cho nên mới có kẻ lợi dụng quyền bất khả xâm phạm mà làm bậy, không sợ bị tố cáo. Nếu có dân chủ, có tự do báo chí thì tham nhũng sẽ hết đường hoành hành. Rồi đặt một hệ thống mà ở Mỹ họ làm, gọi là 'check and balance' trong đó ba quyền gồm Hành Pháp, Lập Pháp và Tư Pháp,—bà nhìn các cô cậu trẻ và nói—các cô cậu này chắc phải biết rõ, đó là ba cơ quan độc lập, kiểm soát nhau rất gắt gao, sẽ cần thiết cho Việt Nam lúc này.

Bà Quyên và bà Hương rất ngạc nhiên thấy bạn mình, trước hết tỏ ra tha thiết đối với vấn đề quê hương, đất nước. Thứ hai rõ ràng "nó" là người có đầu óc, có tâm hồn, chứ không phải loại người chỉ biết chuyện bơ sữa, như người trong nước thường đánh giá các Việt kiều. Còn Vinh thì hoàn toàn bất ngờ, lần đầu tiên chàng nghe mẹ nói rất lưu loát, về một đề tài ngoài phạm vi của một bà mẹ, một bà nội trợ. Chàng hãnh diện trước mọi người, nhất là đối với gia đình Trâm.

Người nhà lại mang món bí hầm nấm, hạt sen ra. Cuộc mạn đàm bị gián đoạn. Bà Hương tiếp cho mọi người. Cảnh hỗn độn trên bàn ăn lại diễn ra một lúc. ông Trình thủng thẳng:

- Tôi nhất trí với chị. Nhưng tôi sợ đời chúng ta sẽ không được hưởng đâu. Như vậy tôi đề nghị chúng ta hãy để giới trẻ ở đây cho biết ý kiến, vì chính họ mới là những người sẽ phải làm gì để thay đổi bộ mặt xã hội này.

Trâm và hai cậu trẻ còn bẽn lẽn chưa biết nói gì. Vinh góp ý:

- Cháu nghĩ chuyện Việt Nam thì nó giống như một mớ chỉ rối. Nếu chúng ta muốn gỡ rối, trước hết chúng ta phải kiên nhẫn và phải gỡ bằng tinh thần triết lý và nhân đạo. Tại sao lại phải gỡ rối bằng tinh thần triết lý và nhân đạo là vì có triết lý thì con người mới suy nghĩ để hiểu sâu xa cái nguyên lý của sự "rối bung." Phải nhân đạo để biết xót xa, trân quý từng bộ phận, dù là thấp nhất trong xã hội, cũng như đừng coi nút nào quan trọng hơn nút nào, để khỏi đang tay cắt bỏ những nút khó gỡ, hay coi như không cần thiết. Trong mấy năm trời ở đây, cháu cũng đi gặp nhiều người, và chỉ hỏi một câu: "Nếu chú, bác, cô, anh, chị... có quyền hoán chuyển cái xã hội này thì quí vị muốn bắt đầu từ đâu?" Thường cháu được trả lời đủ thứ: Người cho là phải bắt đầu bằng lành mạnh hóa xã hội. Người cho là bắt đầu với kinh tế trước. Người lại quả quyết phải thay đổi chính trị...vv... Cháu nghĩ tất cả những câu trả lời trên đều đúng cả. Nhưng làm sao để lành mạnh hóa xã hội, phát triển kinh tế, hay thay đổi chính trị? Câu trả lời là, chỉ có nâng cao dân trí là giải quyết được hết thảy. Mà nâng cao dân trí thì trước mắt là nâng cao phẩm chất giáo dục. Nói đến giáo dục lại cũng rộng lớn quá. Lý tưởng ra thì tất cả mọi cấp từ mẫu giáo đến đại học đều có tầm quan trọng như nhau. Nhưng giả thử, mình chưa đủ phương tiện để làm đồng bộ, mà chỉ đủ sức làm một phần thôi, thì cháu nghĩ nên bắt đầu ở cấp đại học. Tại sao lại bắt đầu ở đại học? Là vì cấp này chỉ có bốn năm. Xong cử nhân là người sinh viên tốt nghiệp có thể đi làm, hay chủ yếu cháu mong các sinh viên đó đều có cơ hội ra nước ngoài học cao hơn. Đội ngũ đó sẽ về đào tạo những lớp đi sau. Một lý do quan trọng nữa, làm cháu muốn bắt đầu từ cấp đại học là vì, trong khi tìm hiểu hệ thống đại học ở đây, cháu gặp một giáo sư kỳ cựu, đã lớn tuổi, rất quen thuộc với hệ thống đại học từ thời Pháp. Bác tâm sự với cháu là Việt Nam bây giờ không có đại học. Đại học Việt Nam chỉ là trung học nối dài, chỉ như phổ thông cấp 4. Điều đó làm cháu bị "sốc!"—mọi người trong bàn ăn cũng ngạc nhiên, trừ Trâm. Vinh tiếp—Sau đó cháu bắt đầu mò mẫm vào các đại học tìm hiểu. Ở đây cháu phải xin mở một dấu ngoặc là, một Việt kiều như cháu mon men vào bất cứ một cơ quan nào là vô phương, nhưng may nhờ có Trâm biết cách "bồi dưỡng" cho các tay trong, nên cuối cùng rồi cũng trót lọt--thì cháu thấy quả là vị giáo sư kia nói đúng. Các giáo trình thì sơ sài. Về các môn khoa học thực nghiệm thì chỉ có lý thuyết mà chẳng có thực nghiệm. Lạ lùng nhất là môn triết lý tuyệt nhiên không có. Hỏi đến các triết gia lừng danh thế giới như Socrate, Plato,

Aristote, Descartes... không ai biết! Trong trường có dạy chủ thuyết Marx-Lenin, nhưng dạy như một môn chính trị học, hơn là triết học. Ngoài ra đại học vẫn giữ cái lối học từ chương, thành ra con người mất hết khả năng suy nghĩ, mất tự chủ, sáng tạo...

Vinh ngừng để nghe ngóng phản ứng mọi người. Bây giờ lại đến lượt mẹ Vinh ngạc nhiên về vốn liếng tiếng Việt của con mình. Ông Trình và bà Hương từ trước chỉ cho là Vinh "đẹp trai, học giỏi, con nhà giầu" như nhiều chàng trai Việt kiều khác. Ông bà cũng đặc biệt mến Vinh vì cậu đàn hay, hát giỏi, tính nết hài hòa, vui vẻ... Nhưng không bao giờ ngờ cậu lại còn tỏ ra sâu sắc. Ông Đoàn vừa cất tiếng định hỏi Vinh rời Việt Nam từ năm mấy tuổi, mà còn nói được tiếng Việt hay như thế, nhưng chưa nói hết câu thì nghe ông Trình cũng đang léo xéo nói cái gì đó, khiến ông Đoàn ngừng ngang, nhìn sang ông Trình nhường: "Dạ xin mời anh..." ông Trình phải nhắc lại câu hỏi:

- Thế còn các cô cậu này học trong trường thấy thế nào?

Minh trả lời bố:

- Dạ cũng không có gì nhiều mà cũng chán lắm ạ! Chương trình học chỉ toàn lý thuyết khô khan, không có ứng dụng thực tiễn thành ra không tạo hứng thú gì cả. Sách giáo khoa cũ mềm, không cập nhật thực tế hiện tại... Các đứa bạn con muốn săn học bổng, để đi học nước ngoài phải học thêm. Phải đọc sách ngoài nhiều lắm...

Ông Đoàn sốt ruột:

- Sao? Bác tưởng là Bộ Đại Học và Trung Học Chuyên Nghiệp đã lập ra một ban gồm các giáo sư nổi tiếng, có học vị cao để lập giáo trình, thì sao lại còn có những khuyết điểm đó nhỉ? Thi được vô đại học cũng trần ai lắm chớ phải giỡn đâu.

- Dạ phải--Minh trả lời bác Đoàn--Học trong trường thì cũng dễ thôi, nhưng thi vào thì thật là khó. Đứa học giỏi thì rớt, đứa học dốt thì đậu. Có nhiều đứa có bằng tú tài giả nữa!

Nói xong Minh bụm miệng cười hích hích. Tuấn cười ngặt nghẽo, đưa cùi chõ thúc vào cạnh sườn bạn, tỏ biểu đồng tình.

Bà Quyên ngơ ngác:

- Chết thật! Tuấn! Con cũng biết những đứa có bằng giả đó sao?

- Dạ! Tụi con biết chớ! Tuấn đáp.

- Báo chí nói đầy ra về những chuyện bằng giả, nhưng ba cứ nghĩ những chuyện đó xảy với những ai đâu ấy, ai dè chuyện ở ngay trong chỗ quen biết của các con. Vậy sao không đứa nào tố cáo lên ban giám đốc?-- Ông Đoàn gắt lên.

- Tụi con nói thì ai mà tin!--Tuấn trả lời.

- Vậy chớ tới hồi tụi nó ra trường rồi, đi làm thầy giáo, cô giáo thì thấy mồ không!— Ông Đoàn nói, giọng bất bình.

Ông Trình ngồi trầm ngâm. Vẻ mặt ông biểu lộ nhiều hơn cả lời nói. Ông không ngờ ông chỉ đưa ra một câu hỏi đơn giản, mà thành ra phải nghe cả một câu chuyện xấu hổ như thế này.

Người nhà bưng ra hai quả dừa tươi đã cắt nắp sẵn, để mỗi đầu bàn một trái. Bà chủ nhà giới thiệu món tôm rim nước dừa rất đặc biệt. Các bà lại bận rộn tiếp các ông. Vinh cảm thấy tội lỗi, nghĩ cách làm dịu bớt không khí căng thẳng. Chàng mở một lối thoát cho mọi người:

- Các em thấy Việt Nam trong vòng năm năm nay thay đổi thế nào?

Các cậu quên mất chuyện vừa rồi, hào hứng hẳn lên. Tuấn nói:

- Em thấy thay đổi nhiều lắm. Chẳng hạn có nhiều nhà máy kỹ nghệ nước ngoài được xây lên. Tiệm ăn và khách sạn thì tùm lum... Có thêm nhiều việc làm cho giới trẻ. Đi đâu cũng thấy một công trường mới xây cất, hay đang xây dở dang... Đường xá, cầu, xây thêm và mở rộng rất nhiều mà vẫn bị kẹt xe...

- Ừ, em nói đúng--Vinh thêm vào--Anh ở đây mới có ba năm mà thấy mỗi năm đều có nhiều thay đổi. Thành phố càng ngày càng lan rộng ra ngoại ô. Càng ngày càng có nhiều xe máy và ít xe đạp. Một sớm một chiều tự nhiên nhận thấy rất nhiều người có điện thoại di động. Nhất là ở giới trẻ, và những người làm ăn... Có lúc anh vào chợ Bến Thành, thấy một bà bán cá ngồi một mình mà cười nói bô bô... Đang ngạc nhiên thì nhận ra bà ấy đang nói chuyện bằng điện thoại di động...

- Vâng, em nghĩ ở đây ai cũng phải nên có điện thoại di động khi đi đường, để nếu mình gặp tai nạn...

Tuấn chưa nói hết câu, mẹ cậu đã la:

- Chỉ nói dại, cái thằng này!

Vinh nhanh tay gõ xuống bàn "cộc, cộc, cộc..." Mọi người tò mò nhìn theo tay chàng. Vinh giải thích:

- Ở Mỹ sau khi một người nào hay chính mình nói một câu gì có vẻ là nói gở thì cứ gõ vào gỗ là xong. Có lẽ họ cho rằng gõ như thế thì những điều chẳng lành sẽ theo tiếng gõ, thấm vào gỗ rồi chui tuột xuống đất.

Cả bàn cười. Vinh không muốn bỏ dở câu chuyện mà chàng cho là quan trọng, mọi người phải nên biết cả mặt tích cực của bộ mặt thành phố. Chàng tiếp:

- Hồi mới qua, đọc báo ở đây thấy họ làm một thiên phóng sự, mang tên là "Nạn Karaoke." Đọc xong anh cũng thấy bất mãn trước một tệ nạn xã hội mà nhà nước ở đây không chịu giải quyết. Một bữa anh và một anh bạn Việt Nam làm trong sở, tò mò đến thử một "tụ" karaoke thì thấy có nhiều phần đúng. Nó ồn ào, tạp nham, chẳng có nghệ thuật gì cả. Thế mà năm nay đi qua cửa các "tụ điểm" đó, không còn nghe tiếng ồn. Hỏi thì được biết là bây giờ họ bị buộc phải làm ở trong phòng có tường cách âm. Ngay cả cách quảng cáo ở cửa tiệm cũng bớt giật gân, rẻ tiền. Họ đã biết dùng những từ có vẻ lãng mạn, trang nhã...

Bà Thu muốn làm cho câu chuyện thêm phong phú:

- Ở nhà các anh chị có nghe được các đài phát thanh từ ở ngoại quốc không ạ?

- Có chứ! Chúng tôi nghe được nhiều đài, nhưng có hai đài VOA và BBC là nghe thoải mái. Buổi sáng tôi vừa tập thể dục vừa nghe đài VOA, rồi tiếp ngay đến đài BBC. Buổi tối không có khoảng trùng lắp nên nghe được đủ chương trình của từng đài. Nhiều người cũng ưa nghe đài Làn Sóng Tự Do nữa--Ông Đoàn trả lời. Bà Thu tiếp:

- Ở ngay quận chúng tôi ở bên Cali có đài VNCR thường làm những cuộc phỏng vấn các thành phần dân chủ hay các đảng viên chống đảng như các ông Nguyễn Hộ, Hoàng Minh Chính, Hà Sĩ Phu, Thầy Quảng Độ, Linh

Mục Chân Tín, và nhiều nữa... Có một lần tôi được nghe bài phỏng vấn nhà văn Tiêu Dao Bảo Cự ở Đà Lạt, một người chống Đảng và bị khai trừ ra khỏi Đảng. Ông nói Việt Nam những năm gần đây có những dấu hiệu "hướng về điều thiện, chống lại cái ác." Ông làm một cuộc tổng kết dựa trên những suy nghĩ, quan sát trong xã hội, hoặc các bài đã được đăng tải trên báo chí có tính cách tiêu biểu cho các sinh hoạt tâm linh, cũng như các hoạt động từ thiện, giáo dục, chống lại việc xâm phạm lợi ích công cộng, bộ máy hành chánh quan liêu... để đi đến kết luận rằng, về sinh hoạt tâm linh có hiện tượng khôi phục và phát triển mạnh. Tín đồ các tôn giáo đi lễ ngày càng nhiều hơn. Trong các chùa, nhà thờ, thánh thất có hàng triệu người im lặng, thành kính nghe các bài giảng về giáo lý và đạo đức của các giáo sĩ... Vô số người cầu nguyện và ăn năn hối lỗi trước bàn thờ. Các cuộc hành hương được tổ chức thường xuyên, đưa những người sùng tín đến những nơi có thánh tích. Nhiều người có tôn giáo hay không có tôn giáo đọc và chuyền tay nhau, các sách về tâm linh, loại sách thiền môn Tây Tạng, Ấn Độ. Sách thiền và các sách Đạo Học Đông Phương... Có một số sách trở thành sách gối đầu giường của nhiều người, trong đó có các nhà trí thức, khoa học, cán bộ, đảng viên...vv...

Bà Thu ngừng, nhìn ông Trình. Ông đang ra dấu như muốn hỏi.

- Thế còn chị? Chị về đây nhận xét thấy thế nào?

- Vâng, tôi đã để ý quan sát xã hội ở đây, xem lời nói của nhà văn Tiêu Dao Bảo Cự đúng đến đâu, thấy cũng có nhiều điều đúng. Tôi thấy người ta đi lễ chùa, lễ nhà thờ siêng năng, đông đảo. Trong các gia đình mà tôi lui tới, thấy nhà nào cũng có hai, ba quyển sách về tâm linh. Chẳng hạn như những cuốn *Hành Trình Về Phương Đông, Đường Mây Qua Xứ Tuyết, Chân Thiền, Minh Triết Trong Đời Sống*... là những sách rất quen thuộc với tôi, vì in ở hải ngoại. Trường hợp mê tín dị đoan như đốt vàng mã, cúng giỗ linh đình, xem bói, xem tướng... cũng có vẻ tăng hơn ngày xưa nhiều. Hơn cả trước năm 75, hồi tôi còn...

- Phú quý sinh lễ nghĩa đấy mà!--Bà Hương xen vào, trong khi bà Thu chưa nói dứt câu.

- Về mặt văn hóa, hồi mấy năm trước tôi nghe người về thăm nhà nói là người ở Việt Nam, cả trong đám con nhà tử tế, cũng ăn nói tục tằn, chửi thề luôn miệng... Nghe vậy thì biết vậy, nhưng vẫn không hình dung được sự thật nó thế nào, cho đến một bữa có người bạn chiếu cho xem cuốn phim quay quang cảnh Hồ Hoàn Kiếm, tôi nghe rõ mồn một tiếng trẻ con nô đùa, văng tục luôn miệng ở ngay gần đâu đó. Nhưng từ ngày về đây, thật quả tôi không bị nghe những thứ ngôn ngữ đó. Không biết tại tôi đến không đúng chỗ, hay hiện tượng đó không còn nữa. Tôi cũng thấy ở các nơi trên đường có treo những bảng lớn, viết các câu cổ động người dân, theo nếp sống văn minh, lịch sự, hô hào chống ma túy... Chứng tỏ đã có những nỗ lực làm đẹp xã hội...

- Đúng thế, bây giờ đỡ lắm rồi đó Thu ơi!--Bà Quyên không đợi bà Thu nói hết--Bây giờ người lớn không còn dám văng tục trước công chúng. Trẻ con cũng được răn đe dữ lắm, nhưng bên trong các xóm nghèo cũng vẫn còn đầy ra đấy, nói của đáng tội...

- Trong chính quyền thì tôi không biết—Bà Thu nói tiếp--nhưng ngoài xã hội, các dịch vụ đã trẻ trung hóa khá nhiều. Đặc biệt tại các khách sạn, các nhà băng, nhà hàng ăn uống, các dịch vụ hướng dẫn du lịch... thấy các cô, các cậu "lễ tân" vừa trẻ vừa đẹp, tháo vát, nhanh nhẹn. Các cô thì mặc áo dài tha thướt, các cậu thì mặc đồng phục sạch sẽ, ăn nói lễ phép, lịch sự, xưng hô đúng mức... Chứng tỏ cái thanh lịch của dân Hà Nội đang dần dần được phục hồi.

- Thì đã bảo giầu đi đôi với sang, nghèo thì chỉ có hèn thôi!—Ông Đoàn vừa nói vừa gật gù, có vẻ vừa lòng với nhận xét của mình.

Bà Thu không muốn mọi người đi lạc sang vấn đề khác, bà nói tiếp:

- Ngay đầu cuộc phỏng vấn, nhà văn Tiêu Dao Bảo Cự cũng nói ngay: "Tình hình 'hướng về điều thiện chống lại cái ác' của dân tộc Việt Nam không mang tính cách chính trị cụ thể, nhưng lại có thể có bề sâu mang tính nền tảng, chi phối những vấn đề chính trị của đất nước."

Ông Trình bắt đầu thấy tầm mức quan trọng của bài phỏng vấn. Ông tò mò:

- Thế ông ấy có đưa ra lập luận chứng minh cho câu nói đó không?

- Dạ có chứ!—Bà Thu được thể—Ông ấy đưa ra vài trường hợp tiêu biểu về sự bất công, tham ô, cửa quyền, vô trách nhiệm và thờ ơ trước sự oan khuất của nhân dân... Khi có khiếu nại thì thường nhà cầm quyền bao che, vậy mà vụ việc vẫn nổ ra, nhờ vào sự dũng cảm của một số phóng viên báo chí, truyền hình... Họ đã dám đưa vấn đề ra trước công luận, bất chấp sự răn đe, mua chuộc. Sau đó có sự ủng hộ mạnh mẽ của dư luận, đã làm cho vụ việc không thể bưng bít. Ông kết luận, điều này là một minh chứng rất rõ vai trò của công luận, trong việc gây sức ép với bộ máy cầm quyền. Cũng theo ông, bộ máy hành chính, quan liêu đã tạo ra sức cản trở quá trình đổi mới của đất nước, và gây thương tổn sâu xa đến đời sống của công dân. Cuối cùng ông nhắc đến những người ông gọi là các 'kẻ sĩ thời đại,' các 'bộ phận trí thức cấp tiến,' đã dũng cảm đứng lên tranh đấu cho lẽ phải, bất chấp sự đàn áp, bắt bớ... Nhưng mặt khác ông cũng lại nói, các chiến sĩ cấp tiến chỉ là một thiểu số, chỉ là những 'con chim báo bão,' quyết định cuối cùng vẫn thuộc đại bộ phận nhân dân. Những tiến trình đấu tranh cho công bằng, dân chủ, sẽ phát huy sức mạnh khi điều kiện chín muồi...

Trong lúc bà Thu đang nói thao thao, bà nghĩ ngay ra được cách cột ông Trình:

- Lúc nãy anh Trình cũng nói: "Làm người chứ đừng chỉ làm tiền," tôi thấy câu nói đó rất hàm súc, nói lên được nhiều điều... Nếu "làm người" đúng với nghĩa của nó, thì con người sẽ hội đủ chân, thiện, mỹ. Cái thiện sẽ kéo theo lòng vị tha, bác ái..., từ đó sẽ đưa đến ghét điều ác, muốn tiêu diệt những hành vi độc tài, bất công... Lòng thiện, vị tha, bác ái... sẽ đưa con người tới chỗ không biết sợ, trước những hành vi đàn áp, bạo tàn, hung dữ...

Bà Thu ngừng. Bà hơi hoảng. Không ngờ những lời nói đó lại thốt ra từ miệng bà. Bà đã no, nhưng vẫn múc mấy thìa bí tần đổ vào bát, ăn lấy ăn để, để khỏa lấp sự xúc động, lúng túng. Giữa sự im lặng tuyệt đối của căn phòng..., bỗng một tiếng nói cất lên, khác hẳn với các thứ tiếng ồn ào, sôi nổi trước đó. Nó nhẹ như tơ... nhưng rành rẽ, rót vào tai mọi người:

- Chị nói rất đúng!

Nói xong ông Trình vội kéo đĩa rau lại gần, chăm chú lục lọi, tìm thứ rau gì...? Nhìn sắc mặt ông, người ta có thể đoán ông đang chịu đựng một lò lửa ngùn ngụt, nung nấu trong lòng: Lửa ăn năn, lửa thử vàng, lửa tam muội, hay lửa gì... nào ai biết?

Mọi người quay nhìn ông, không tin được tai mình. Cả tiếng tim đập của chính mình cũng nghe rõ mồn một. Trâm chợt ngộ ra, nhìn thông suốt được những gì trong tận cùng tâm sự của bố. Ý nghĩ bố vừa nói ra đó, nhất định không phải do kết quả của buổi nói chuyện hôm nay, mà phải do nhiều năm tháng suy ngẫm... Hôm nay, trên bàn ăn này, không hiểu sao nó lại được thốt ra từ miệng ông. Trâm nghi ngờ rằng, đã từ lâu có một sự bức xúc tiềm ẩn trong ông, mà đến ngay vợ con ông cũng không được biết. Lòng kính yêu, xót thương cha dâng lên dạt dào...

68

Tiếng động cơ máy bay đều đều vẫn không dỗ được giấc ngủ của bà Thu. Hai đêm trước bà thức khuya ăn tiệc tiễn của bạn bè, tối về lại nói chuyện với Vinh tới sáng, bà cần phải lấy lại sức, nhưng đầu óc bà căng thẳng, đầy ắp những chuyện hỗn độn khiến bà phải suy nghĩ...

Bà cố lắng tâm, điểm lại từng việc... Chuyện gia đình, bên nội, bà đã thăm được ông chú cao tuổi, ốm nặng. Bà đã cho xây lại mộ ông bà nội chung vào một ngôi đồ sộ, trông như một ngôi miếu thờ. Bên ngoại, bà hứa mua vé máy bay mời hai cô em họ sang "tham quan" nước Mỹ cho biết. Còn Vinh có được cô bạn gái nền nếp dễ thương, con nhà đàng hoàng tử tế, thật lý tưởng, bà không thể mong ước gì hơn... "Thế là yên tâm mọi bề!"—Bà tự nhủ. Bà nhắm mắt cố ngủ lại thì... hình ảnh "bà già xóm rác," bà gặp ở sau vườn nhà Vinh bỗng hiện ra rõ mồn một, với hai hàm lợi không còn răng, nằm trên chiếc cằm nở nang đưa ra trước, hai bên đuôi mắt hằn những "vết chân chim," khiến cặp mắt bà tươi hẳn lên. Bà Cát nhớ có ông thầy tướng bảo bà, người nào có chiếc cằm nở, đưa ra trước hứng lộc từ chỏm mũi nhỏ xuống là có hậu vận tốt. Bà cố nghĩ xem số bà già này tốt ở chỗ nào? Bà chợt hiểu: "À, phải rồi! Bà ấy có con gái làm cô giáo. Chắc chắn đời bà tốt đẹp và vinh quang bằng trăm lần những người ở cùng xóm... Thế nhưng... sao bà vẫn còn phải đêm đêm rời căn nhà êm ấm, đi làm công việc đổ rác nhọc nhằn, chỉ để kiếm 'chút đỉnh'?"

Rồi hình ảnh bữa cơm tại nhà bà Hương, với những câu chuyện trao đổi: *"...Nếu mình không diệt được tham nhũng ở đời này, thì đến đời con mình, rồi đến cháu mình, cũng chưa chắc đã giải quyết được gì, mà sợ còn lún sâu vào bế tắc nữa ấy."* Đấy là lời bà Hương. Còn ông Trình chồng bà Hương thì, nào là: *"...Cái đó nhà nước chưa có thể đáp ứng được đúng mức. Cầu đến đời con cháu mình thì may ra... Mà không phải đời các cô cậu này đâu, đời con cháu chúng cơ!"* Nào là *"...Muốn dẹp tham nhũng ở đây cũng phải cần thời gian."* Rồi: *"...chúng tôi còn đang lúng túng chuyện 'kinh tế thị trường' chưa xong, lại đến 'diệt tham nhũng' chưa thấy kết quả mấy, nay lại thêm Dân Chủ, thì e rằng xã hội sẽ hỗn loạn không còn biết đâu mà lường nữa. Ngoài ra, người dân bây giờ rất sợ mất ổn định. Cái gì có thể làm mất ổn định là họ không dám mạo hiểm."*

"Chao ơi! 'Ổn định' đối với ông Trình là thế nào? Không nhẽ 'ổn định' có nghĩa là thùng rác của mỗi nhà dân có thêm 'phế liệu' để những người ở 'xóm rác' có thêm 'thu nhập' hàng ngày? Hừ! Lại còn cái gì cũng bảo 'chưa làm được' với 'chờ thời gian'."--Bà thở dài—"Đợi đến lúc làm được thì chắc đời mình chẳng còn được thấy. Thế thì không hiểu chồng, con mình và những người cùng chung lý tưởng với họ đang làm gì để cứu nước? Họ có hơn gì mấy ông ở nhà không? Cái gì làm trước, cái gì làm sau? Cái gì đợi được, cái gì không đợi được? Đầu óc bà lại rối mù. Bà cố tìm một chữ để mô tả Việt Nam ngày hôm nay. Có người gọi nó là "mớ bòng bong," thế là nói một cách lịch sự đấy! Có người gọi nó là "đống xà bần," thế cũng không đến nỗi nào. Có người trực tả hơn, gọi nó là "nồi cám heo!" "Ôi cái nước Việt Nam yêu quí của bà mà người ta đem ví với nồi cám heo sao!" Bà muốn khóc. Bà mệt lả... Cặp mắt nặng chĩu... Đầu óc lơ mơ...

Bà thấy mình lại đang ở Việt Nam. Đang chạy giữa một rừng người. Toàn người trẻ. Có cả Vinh, cả Trâm, cả Tường... Tất cả đổ về phía một vầng sáng chói lòa. Trên trời mây vần vũ... Lẫn trong những mảng mây bay tan tác, có vô số những mảnh gì trông như lá bàng... lá bàng của mùa thu năm nào... Song nhìn kỹ thì lại là những miếng "puzzle,"[*] đủ màu, đủ dạng, mà ở Mỹ các con bà vẫn chơi

---

[*] "To puzzle" có nghĩa là làm cho phân vân, bối rối, khó xử, khó giải quyết... Từ đó danh từ "Puzzle" được dùng để chỉ một số trò chơi. Một dạng "puzzle" là "Crossword Puzzle" ('Ô chữ' trong tiếng Việt.) Một dạng khác làm từ một bức tranh hay ảnh, in trên một tấm bìa các-tông dày, được cắt rời ra thành từng miếng nhỏ rồi trộn lộn lên. Người chơi phải tìm các mảnh đúng, lắp lại với nhau để làm bức tranh trở lại như trước. Trò chơi "Puzzle" rất phổ thông cho trẻ em đủ mọi cỡ tuổi, và

lắp ghép hồi chúng còn nhỏ. Mọi người hình như đều chạy, nhắm chộp lấy các miếng "puzzle." Bà nhìn xuống dưới chân thì thấy ở mặt đất, chỗ bà đang đứng, là cả một cái "puzzle" khổng lồ, đang lắp dở dang...

Chiếc máy bay đi vào một tảng mây dày, gây ra một tiếng động rất mạnh. Bà Thu giật mình, choáng choàng mở mắt... Chợt nhận ra mình vừa qua một giấc mơ. "Tại sao trong mơ lại có 'puzzle'?"—Bà tự hỏi. Bà xin cô chiêu đãi hai viên Tylenol. Bà uống thuốc với cả một ly nước lạnh mới tỉnh. Giấc mộng rõ y như thật. Mở mắt ra bà còn thấy những miếng "puzzle" bay loạn xạ trước mặt. Nó nhào tới bà. Nó đậu trên vai, trên đầu bà như bươm bướm. "Thôi đúng rồi!"—Bất thần bà reo lên trong tâm tưởng—"Toàn bộ 'vấn đề Việt Nam' là một cái 'Puzzle' vĩ đại... Có lẽ vấn đề còn lại là cần tìm cho ra những miếng đúng, những miếng đã đánh mất... mà lắp vào những chỗ trống kia, là hoàn thành cả bức dư đồ Việt Nam, là giải đáp được cả bài toán hóc búa..."— Bà thít lên vì sung sướng... tự hỏi: "Phải chăng giấc mơ vừa qua là một điềm lành? Một phép lạ? Một dự báo?" Rồi bà lại chợt nghiêm mặt, nhìn thẳng vào không gian..., bảo thầm: "Mình phải tìm thấy những miếng 'puzzle' cuối cùng!"

Bỗng cảm thấy nét mặt đang căng thẳng, bà tự nhủ: "Không chừng mình còn trợn mắt, phùng má, méo miệng... mà không hay!" Sợ người ngồi chung quanh trông thấy, bà

---

người lớn, ở các nước Âu, Mỹ. Trò chơi cho trẻ em thường là bức tranh vẽ ít nét, với các miếng cắt lớn. Cho người lớn thì bức tranh có nhiều chi tiết và các miếng cắt nhỏ hơn. Trò chơi này rất tốt cho việc tôi luyện đức kiên nhẫn, kích thích tính cầu toàn, không cho phép người ta nhìn vấn đề chỉ từ một góc hay một mảng rời.

vội quay mặt ra cửa sổ, nhìn những cụm mây đen ùn ùn kéo theo máy bay.

69

Bà Cát về đến Cali đã hai hôm nay. Tối hôm mới về đến nhà, bà gượng tỉnh táo, chia quà cho mọi người, nói chuyện qua loa xong, bà bảo cô Trúc dọn cho bà phòng ngủ vẫn dành cho khách. Bà nói đang khó ngủ mà ông Cát thì ngáy như sấm, bà nằm ở phòng này cho đến khi tình trạng bà trở lại bình thường. Những lúc bà ra khỏi phòng tìm cái gì ăn, uống, thường bà làm nhanh, gọn. Trao đổi với chồng, con dăm ba câu, rồi lại lui vào phòng.

Thật ra bà vẫn chẳng ngủ được bao nhiêu. Trong giấc ngủ chập chờn bà nhớ lại đủ thứ chuyện... Rồi lại loay hoay tìm cách kể chuyện Việt Nam với gia đình, bạn bè sao cho thuyết phục và không đến nỗi lâm vào bế tắc với những nghịch lý không lý giải được. Bà biết ông Cát vốn là người chống cộng triệt để, nhiều khi quá khích. Cộng sản không chấp nhận dân chủ đã đành, đằng này ông Cát hô hào dân chủ nhưng lại không chấp nhận ý kiến khác mình, nghĩa là ông thực thi "dân chủ một chiều." Bà nhớ đến những người bạn của ông thường tới nhà, khoe ông những bài họ viết để "đả lại" những bài báo có ý kiến mà các ông cho là "có phương hại đến đường lối đấu tranh mang dân chủ vào trong nước." Bài viết của các ông chứa đựng thứ ngôi từ mà theo bà thì không đẹp tai chút nào. Bà vẫn thường nhắc nhở ông Cát rằng: "Bạo lực" là võ khí của kẻ "yếu," còn "mạ ly" là võ khí của kẻ "đuối." Ông Cát bênh bạn và thế là ông bà lại cãi nhau.

Lần này qua kinh nghiệm Việt Nam, bà càng tức thấy nói chuyện với chồng lại hóa ra khó hơn nói chuyện với cộng sản! Bà cứ yên trí chính bà là người đã cảm hóa được ông Trình, một tay cộng sản mà các bạn bà ở nhà còn phải gờm. Bà rất hãnh diện về điều đó, nhưng bà chẳng chia sẻ được với ai. Bà có thể đoán trước được những lập luận của ông Cát, sẽ đưa ra để bẻ gẫy các lý luận của bà. Nếu bà nói cộng sản Việt Nam bây giờ khác lắm rồi. Họ đã tiến bộ và cởi mở. Người ta phê phán những sai lầm của Đảng đầy ra...vv... Ông sẽ bảo: "Thế bà cắt nghĩa thế nào về trường hợp các thầy Huyền Quang, Quảng Độ, các ông Hoàng Minh Chính, Nguyễn Thanh Giang, Hà Sĩ Phu, Nguyễn Hộ, Bùi Minh Quốc..., đang bị trù dập khốn đốn đấy?" Nếu bà nói nhà nước Việt Nam bây giờ công khai kêu gọi "Xóa bỏ hận thù, khép lại quá khứ, gác lại bất đồng...," ông sẽ bảo: "Câu nói cửa miệng đó chỉ đánh lừa được bà chứ đánh lừa được ai? Nếu cộng sản Việt Nam thành thực 'xóa bỏ hận thù, khép lại quá khứ... ' thì trước hết hãy tỏ thiện chí đối với người chết ngay trên đất Việt Nam đi cái đã. Họ hãy lập tức trả lại nghĩa trang quân đội Việt Nam Cộng Hòa cho thân nhân người quá cố được quyền chăm sóc, trùng tu các ngôi mộ trong đó."

Bà thấy bí. Cuối cùng bà quyết định chỉ nói những chuyện gia đình, bạn bè, ăn chơi... Còn chuyện nghiêm trọng nặng nề như chính trị, quê hương thì phải đợi một dịp thuận tiện mới nói được. Bà cũng quyết định không nói cho ai nghe về giấc mơ "Puzzle" của bà. Người ta bảo kể chuyện về giấc mơ của mình thì nó sẽ mất linh đi. Cũng như nếu kể ra cho mọi người nghe về cơn ác mộng thì những điều xấu sẽ được hóa giải.

Chuyện của Vinh và Trâm thì không thể chờ. Bà phải tìm dịp "tung quả bóng thăm dò" với ông Cát càng sớm càng tốt. Hôm nay là ngày đầu tiên bà ngồi vào bàn ăn với cả nhà. Bà đặc biệt khuyến khích các con nên đi Việt Nam thăm Vinh. Bà nói:

- Anh các con ở trong một cái vi-la xinh đáo để.

Cô Cúc bộp chộp:

- Thế chúng con có chị dâu ở đó chưa mẹ?

Bà Cát túm lấy cơ hội:

- Chỉ nói bậy! Nhưng mà anh các con cũng đến tuổi rồi. Nó cũng phải liệu mà đi tìm vợ đi chứ. À, mà mẹ vui nhất là được gặp lại các bạn học từ trước năm 54 ở Hà Nội cơ! Các bà ấy đều có con, có cháu đầy đàn. Nhiều cô xinh đáo để. Toàn là con nhà gia giáo, nền nếp...

- Thế mẹ có chọn được cô nào cho anh Vinh con không? --Cô Trúc sốt sắng. Ông Cát mắng ngay:

- Con này chỉ được cái nông nổi. Các người ấy ở với cộng sản từ năm 54 đến giờ, nếu họ không là cộng sản thì cũng bị ảnh hưởng, sống như cộng sản, suy nghĩ như cộng sản, hành động như cộng sản...

- Thôi anh ơi! Ở Việt Nam khôn hồn thì đi kén vợ, chứ để vợ nó kén mình, là đổ nợ đấy! Việt kiều mà ở Việt Nam ấy à, con gái nó quyến rũ thì có mà chạy đường giời!

Bà Cát đe dọa. Ông Cát hình dung ngay được cảnh các Việt kiều về nước bị gái quyến rũ. Tính độc đoán của ông chùng xuống, nhưng ông vẫn phải cãi:

- Bà ở Việt Nam có mấy tuần, làm sao bà biết đứa nào đàng hoàng, đứa nào không?

- Biết gốc gác cha mẹ nó, thấy nếp sống hiện tại của gia đình người ta thì phải biết chứ--Bà Cát bực mình.

- Thế ra bà đã nhắm cô nào cho thằng Vinh rồi à?

Ông Cát lo lắng, nhưng bà Cát lại mừng vì có cơ hội tung tin một cách xa xôi:

- Thì em đã nói là em được gặp các bạn học cũ mà. Đến nhà người ta, người ta mang con gái ra chào, không nhẽ em nhắm mắt lại à?

Cô Cúc, cô Trúc, khúc khích cười biểu đồng tình với mẹ. Nhưng hai cô im bặt ngay khi nhìn sang ông bố, mặt nghiêm, vầng trán nhăn cộm lên. Lối nói liến láu của bà làm ông nghi ngờ, như có một "sự đã rồi" nào đấy. Ông thấy cần phải tỏ thái độ:

- Thôi nhé! Hết thằng Tường làm cho tôi điên đầu, nay lại đến thằng Vinh. Người ta sẽ hỏi là hải ngoại này hết con gái rồi sao, mà chúng nó phải lấy những thứ đó? Bà cứ chiều con bà kiểu đó thì đừng hỏi ý kiến tôi nữa.

Nói rồi ông Cát đứng dậy, đi về phòng ngủ. Để lại mấy mẹ con bà Cát ngồi tiu nghỉu trên bàn ăn.

70

Chuông điện thoại vừa reo tiếng thứ nhất, Tường đã nghe giọng Minh Châu trả lời ở đầu kia.

- Em đấy à? Làm gì mà chộp lấy điện thoại nhanh thế?

Minh Châu không trả lời Tường, nàng nói luôn:

- Ồ may quá anh gọi! Anh nhận được thư em chưa? Em viết báo tin là em đã nhận được qui chế tị nạn rồi.

- Thật à! Ô hay quá! Thế đã ăn khao chưa?

- Ăn hôm qua rồi. Ăn khao bằng xôi chè!--Nàng cười sung sướng--Bây giờ em như được chắp đôi cánh. Cám ơn anh, tất cả là nhờ anh đấy! Nhưng có cánh mà chẳng được bay thì cũng buồn. Hay anh bay sang đây với em đi.

- Sang thế nào được. Công việc đầy ra...

- Anh lúc nào cũng "công việc." Anh quan niệm ưu tiên ở đời là gì nhỉ?

- Là công việc!--Tường nói, biết là sẽ chọc tức Minh Châu.

- Em cũng đoán anh sẽ nói thế. Nhưng em nghĩ người ta làm việc để phụng sự "con người," chứ không nhẽ làm việc để phụng sự công việc à?

Hai người cùng cười. Chợt thấy mình nói chuyện quá khô khan với Minh Châu, chàng áy náy, buột miệng nói:

- Bây giờ em có cánh rồi thì bay sang đây chơi với anh đi.

Minh Châu chỉ chờ có thế, cô tóm ngay lấy cơ hội:

- Em muốn lắm chứ, nhưng cánh này không có xăng dầu thì lấy gì mà bay?

Khi đề nghị như vậy là Tường đã biết mình phải làm gì rồi.

- Được, để rồi anh tính.

Minh Châu mừng quá, cột ngay chàng lại:

- Anh nhớ nhé! Cho em đi xem cái nước Mỹ một tí xem nó ra làm sao. Những người bên kia vẫn tự phụ là "bách chiến bách thắng" đánh bại được cả Mỹ. Em tò mò muốn biết nước Mỹ "yếu" đến mức nào.

Từ ngày ở Đức về chàng lại lao đầu vào cuộc đời bận rộn. Có biết bao nhiêu chuyện chờ đợi trước mắt... Tuy nhiên vẫn có lúc bồi hồi tưởng nhớ tới những giờ phút sống bên Minh Châu. Chàng cố phân định lòng mình, xem tình cảm của mình đối với nàng đã thực sự là tình yêu chưa? Tình yêu là gì? Chàng đã tự hỏi nhiều lần rồi mà chưa tìm ra một định nghĩa. Minh Châu và chàng, trong những năm tháng qua, đã có một sự gần gũi, chia sẻ về mọi mặt. Khi chàng bắt đầu nhận thấy không thể thiếu nàng, thì chàng đoán có lẽ đó là tình yêu. Nghĩ thế nhưng rồi lại thấy bế tắc: "Mối tình giữa mình với Nga thuần túy là tình yêu tinh thần, thì sao?" Chưa tìm ra câu trả lời chàng đã tự biện hộ: "Gần đây, ngay cả phần tinh thần cũng đang lung lay, bởi ý thức hệ bị lung lay, thì còn gọi là tình yêu được nữa hay không?" Hỏi nhưng không có câu trả lời. Chàng vẫn thấy không phải vì thế mà chàng đã có thể có một quyết định gì đối với Nga. Chàng chịu thua, đành bỏ dở câu chuyện triết lý lôi thôi, để lại ngập lụt trong cuộc sống thực tế trước mắt.

Tâm hồn Minh Châu đơn giản và thuần nhất hơn nhiều. Giữa cảnh chùa vắng vẻ, tịch mịch, nàng có cả thời giờ lẫn hoàn cảnh nhìn sâu tận đáy lòng mình. Nàng nhớ đọc ở đâu một định nghĩa về tình yêu, dựa theo quan niệm Hy Lạp cổ xưa: "Con người nguyên thủy"--theo lời kể của

Plato trong một tập hội luận của ông mang tên Symposium—"chỉ có một loại, không giới tính, sau bị tách rời ra làm hai, một nửa thành đàn ông, một nửa thành đàn bà, vì thế nên từ đó người đàn ông cứ phải đi tìm người đàn bà, và ngược lại." Minh Châu khẳng định, Tường là "nửa" kia của nàng. Cái "nửa" đã tìm thấy, không đời nào nàng để mất.

Có "ái tình tô điểm," Minh Châu như được chắp đôi cánh. Lúc ra vào vui vẻ, yêu đời, lúc bồn chồn nóng lòng chờ đợi thư từ hay điện thoại... Điều đó không thể qua mặt chú Vy và cô Diệu Phương. Cuối cùng Minh Châu cũng phải thú nhận mối tình giữa nàng và Tường với hai người mà cô coi như bậc cha mẹ. Cả ông Vy lẫn cô Diệu Phương đều ái ngại cho Minh Châu, khuyên nàng đừng có hy vọng nhiều rồi sau lại đau khổ, vì chàng tham vọng còn cao, chưa ai biết chàng sẽ ngừng ở đâu để mà tính đến chuyện thê tróc, tử phọc. Minh Châu không dám cãi lại, nhưng trong thâm tâm, nàng quả quyết: *"Nhụy đào thà bẻ cho người tình chung."**

Nàng là con người dứt khoát. Dứt khoát như khi nàng khẳng khái đứng lên chống lại Đảng và nhà nước Việt Nam, để bị truy lùng, trù dập. Dứt khoát như việc nàng bỏ nước Nga trốn sang Đức, dù biết sẽ phải trải qua nhiều gian nan nguy hiểm. Dứt khoát như việc nàng từ bỏ quan niệm vô thần để trở về với đời sống tâm linh nơi cửa Phật...

---

* Kiều.

71

Như thói quen, Tường đến thăm Sarah và Thảo đem theo vài tờ báo Vượt mới nhất, tặng cho Thảo.

Tờ báo Vượt tuần này đăng một bài phóng sự, tổng kết về vụ Trần Trường với nhiều hình ảnh. Người ta được xem những tấm ảnh rất gợi ý, như hình chụp kiểu hoành tráng, bao quát cảnh hàng chục ngàn người Việt ở Cali cầm cờ, biểu ngữ, vàng rực cả góc trời. Cảnh người biểu tình đốt hình nộm Hồ Chí Minh, đốt cờ đỏ sao vàng, mang biểu ngữ viết: "Ho Chi Minh–Mass Murderer"...vv... Trong phòng khách lúc đó có Sarah và Thảo. Tường đưa cho Thảo mấy tờ báo rồi quay sang nói chuyện với Sarah, để Thảo tự do ngồi đọc báo. Không lâu Tường đã thấy Thảo bỏ tờ báo xuống, vầng trán cau lại, nét mặt hầm hầm, đăm chiêu... Tường sợ cô sẽ lấy cớ gì đó để bỏ đi chỗ khác, chàng lên tiếng trước:

- Vụ Trần Trường kết thúc rồi đấy. Hắn ta bị bắt thành ra mới hết chuyện—Nói xong Tường cắt nghĩa ngắn gọn cho Sarah hiểu toàn bộ vụ việc Trần Trường xảy ra bên Cali—Trong khi đó Thảo có đủ thì giờ sắp xếp ý tưởng trong đầu, Tường vừa ngừng nói, Thảo nhào vào góp ý ngay:

- Cái nước này có một điều hết sức vô lý. Cứ bảo là tự do, dân chủ, nhưng tự do, dân chủ ở chỗ nào mà lại cấm người ta treo cờ đỏ sao vàng với treo ảnh Bác Hồ?

- Nước này đâu có cấm ai treo cờ, treo ảnh ai đâu? -- Tường ngạc nhiên thấy Thảo hiểu sai hẳn vấn đề—Tại việc làm của tên này làm chướng tai gai mắt những người Việt tỵ nạn cộng sản, thì người ta biểu tình phản đối. Hắn ta có quyền treo cờ đỏ sao vàng, và nạn nhân cộng sản có quyền phản đối. Ở nước này, đến như tổng thống làm điều gì không hợp ý dân, dân cũng có quyền phản đối nữa là...

- Nước Mỹ đã tái lập bang giao với Việt Nam, muốn chơi với Việt Nam, muốn làm ăn với Việt Nam... mà lại cứ dung túng và bênh vực những việc làm chống Việt Nam như thế, thì sẽ chẳng có kết quả nào cả—đến đây Thảo cao giọng hơn và dằn từng tiếng--Cờ đỏ sao vàng là lá cờ chính thức duy nhất của Việt Nam. Đáng lẽ Mỹ chỉ nên công nhận một lá cờ đỏ sao vàng thôi. Còn cái cờ... cờ... cờ... gì... gì... đấy không còn biểu tượng nào cả, vì miền Nam không còn quốc gia nữa...

Mặt Thảo đỏ gay. Giọng nàng hằn học, gay gắt như giọng của một cán bộ tuyên huấn đang xách động cho một mục tiêu nào đó. Nàng khác hẳn một cô Thảo trước kia, dịu dàng, cởi mở, hòa nhã... như Tường đã từng nhận xét. Sarah và Tường ngạc nhiên quá. Sarah cuống quýt:

- Thôi! Thôi! Thôi! Thảo thân mến của tôi ơi! Hãy bình tĩnh lại đi! Hãy bình tĩnh lại đi! Bạn mất bình tĩnh thì bạn không thể nhìn vấn đề một cách sáng suốt được.

Tường thầm cám ơn Sarah. Chàng thấy Sarah nói đúng. Thảo mất bình tĩnh đâm ra nói lắp. Hay không chừng còn tệ hơn nữa, là khi nói đến lá cờ vàng ba sọc đỏ, cô định "văng" ra một danh từ cố hữu, của những người cộng sản đặt tên cho lá cờ miền Nam, nhưng cô kìm lại được, cố tìm một từ khác thay vào mà nghĩ không ra, cuối cùng nói chệch đi là "cờ gì gì đấy." Tường cố ôn tồn:

- Lá cờ vàng ba sọc đỏ là biểu tượng của người Việt tự do khắp năm châu. Tại sao cô có thể nói nó không còn biểu tượng cho ai, cho cái gì? Và nếu người Việt ty nạn ở Mỹ muốn dùng lá cờ đó làm biểu tượng cho họ, thì Mỹ cũng phải tôn trọng quyết định đó. Cô muốn bắt Mỹ phải từ chối sự hiện hữu của lá cờ vàng ba sọc đỏ, là cô đành hanh, phản dân chủ tới mức không thể chấp nhận được, và cô đang làm một việc không tưởng. Mỹ chơi với Việt Nam, Mỹ có cấm Việt Nam chơi với Tầu, với Bắc Triều Tiên, với Cu Ba đâu? Cô có biết ở Việt Nam ngày lễ quốc khánh vừa qua, khắp nước Việt Nam treo cờ búa liềm bên cạnh cờ đỏ sao vàng không? Tôi hỏi cô, nếu có một người Nga nào phản đối, bảo rằng cô không có quyền treo cờ búa liềm, vì cờ chính thức của Nga bây giờ là lá cờ cũ, cờ ba màu, thì cô trả lời sao? Còn như cô nói Mỹ "dung túng," "bênh vực" việc làm của người Việt ty nạn là sai. Nước Mỹ tôn trọng quan điểm của cả hai bên. Bên Trần Trường treo cờ cộng sản và bên ty nạn cộng sản phản đối việc treo cờ này. Cảnh sát chỉ có mặt ở chỗ biểu tình để giữ an ninh mà thôi.

- Thế tại sao cảnh sát lại bắt ông Trần Trường?

Tường bực mình:

- Ơ hay! Cô chẳng chịu đọc gì cả. Cảnh sát bắt Trần Trường là vì khi cảnh sát vào tiệm của hắn ta, mới khám phá ra là trong tiệm có rất nhiều máy móc làm cóp-pi những video, những CD... Họ điều tra, thì được biết hắn chẳng hề có giấy phép của các hãng kia cho sao chép những sản phẩm đó. Hắn bị bắt vì làm hàng lậu, chứ đâu phải bị bắt vì treo cờ đỏ sao vàng với treo ảnh ông Hồ.

Thảo nói nhanh, không kịp nghĩ:

- Người ta bỏ mấy thứ đấy vào hiệu của Trần Trường rồi đi báo cảnh sát thì cũng được chứ gì.

Từ đầu Sarah ngồi im, cố gắng theo dõi cuộc tranh luận để hiểu câu chuyện cho có đầu có đuôi. Nghe Thảo nói câu đó, cô bỗng giật mình, vội phản ứng:

- Lạy Chúa tôi! Đừng nói như thế Thảo ơi! Ở đây chỉ có Mafia mới làm những chuyện như thế. Ngoài ra cái ông Tran Tru nào đó, không ngu gì mà lại không đòi FBI điều tra, xem đứa nào bỏ những thứ bất hợp pháp đó vào tiệm ông ta...

Tường cố dằn cơn xúc động:

- Chỗ thân tình, tôi nói thật. Thảo đừng bao giờ nói những câu như thế nữa nhé! Nói vậy mà thành hố to đấy! Tiếng Việt mình có một thành ngữ hay vô cùng. Một câu mà có thể dùng trong hai trường hợp ngược hẳn nhau, như: "Suy bụng ta ra bụng người." Phải biết trường hợp nào nên suy bụng ta ra bụng người, trường hợp nào không nên. Có làm được như thế mới gọi là biết xử thế. Trong trường hợp Trần Trường, nếu Thảo khách quan để "suy bụng ta ra bụng người," Thảo sẽ thông cảm được ngay với những người Việt tỵ nạn cộng sản, khi họ nhìn thấy cờ đỏ sao vàng, và ảnh ông Hồ trong vùng họ ở. Họ đã chạy trốn những thứ đó mà!

Sarah là một cô gái Mỹ rất thông minh, bén nhạy, đúng như Tường đã đánh giá cô từ lúc mới quen. Tới lúc này, Sarah đã có thể hiểu khá rõ vấn đề Việt Nam nói chung, và của hai người bạn Việt Nam mà cô đều yêu mến nói riêng. Cô thấy mình có đủ khả năng góp ý vào cuộc tranh luận:

- Theo tôi hiểu thì miền Bắc "giải phóng" miền Nam vì một ý thức hệ nào đó--nhưng ta hãy bỏ chuyện ý thức hệ sang một bên. Bây giờ chỉ nói rằng, cũng vì một ý thức hệ khác, miền Nam cũng cho là mình có quyền "giải phóng" miền Bắc. Chúng ta thử đặt một giả thuyết ngược lại, là năm 1975, miền Nam "giải phóng" miền Bắc... Thảo và nhân dân miền Bắc phải bỏ nước đi tỵ nạn sang Trung Quốc, Đại Hàn, Cu Ba... thì giờ này Thảo và tất cả những người tỵ nạn sẽ nghĩ gì và làm gì? Chắc chắn là Thảo sẽ căm phẫn, và không đời nào chịu ngồi nhìn anh hàng xóm mình treo lá cờ của miền Nam. Đúng không?

Từ lúc Thảo nói một câu hở hênh, nàng ngồi im. Tường không tin đó là dấu hiệu của sự phục thiện, nhưng là một sự chịu đựng. Cô đã quá quen với chịu đựng khi cần thiết. Tường không muốn đi quá đà, hay như người ta nói là "bồi thêm một cú," khi tranh luận quanh một vấn đề tế nhị. Tường lại cũng không nhìn Thảo như một kẻ thù, mà ngược lại chàng nghĩ, nàng cũng như trăm, ngàn người Việt ở Việt Nam qua đây, và những người như Tường, cần có nhiều cơ hội tiếp xúc để đả thông. Chàng tự nhủ: "Chính những người này sẽ mang mầm mống dân chủ về Việt Nam. Nếu mình xa lánh họ, để họ trở về chẳng học được bài học dân chủ nào, thì mục đích của mình sẽ coi như thất bại."

Tường chào Sarah và Thảo ra về... Cú "sốc" làm chàng choáng váng! Chàng nghĩ: "Bài học dân chủ quả là khó nuốt, một khi cái vỏ do chế độ cộng sản bọc lên mỗi con người, trong guồng máy của họ quá lâu năm, đã quá dầy, quá kiên cố..."

Tường đi rồi, Thảo cầm tờ báo Vượt vò nát, vứt vào sọt rác rồi đi lên lầu, trước sự chứng kiến của Sarah. Sarah không nói thêm một chữ nào, nàng tôn trọng quyền riêng tư của bạn.

Thảo vào phòng cô, đóng chặt cửa lại, nhẩy lên giường úp mặt vào gối, òa khóc... Chắc phải đến mười, mười lăm phút cô mới thấy hả. Sau khi cơn uẩn ức được trút hết ra khỏi tâm can, cô ngồi bật dậy cho thật tỉnh táo, nghĩ lại toàn bộ câu chuyện vừa xẩy ra... Cô cũng không hiểu đích xác tại sao cô lại phẫn nộ đến thế. Cô chỉ nhận ra một điều là cô vẫn yêu Bác Hồ, vẫn yêu lá cờ đỏ sao vàng. Hai hình ảnh này đã ăn sâu vào tâm thức cô từ thuở lọt lòng, thành một sự thật mà cô coi là hiển nhiên, cho đến lúc lớn lên và đến ngày hôm nay... Tách rời mình ra khỏi hai biểu tượng đó, cô sẽ thấy mất phương hướng! Cô lại cũng gắn liền hình ảnh "Bác Hồ" và cờ đỏ sao vàng với "quê hương, dân tộc," vì thế hễ ai xúc phạm đến hai biểu tượng trên, là "niềm tự hào dân tộc" của cô nổi dậy ngay. Cô thấy có bổn phận phải bảo vệ cho đến cùng.

Nhưng loay hoay một lúc cô lại không chứng minh được là những "ngụy" cô từng gặp và chơi thân ở đây, không yêu "quê hương dân tộc." Cô nghĩ: "Họ đã chẳng xả thân ra tranh đấu cho quê hương dân tộc là gì? Chỉ phải một cái là họ không tranh đấu dưới lá cờ đỏ sao vàng và dưới sự chỉ đạo của Bác Hồ như mình thôi. Việt kiều nói chung, đã chẳng trực tiếp đóng góp—có thể còn hơn cả nhà nước mình nữa--trong việc xóa đói giảm nghèo ở Việt

Nam đó sao?" Nghĩ đến đây cô thấy bí, lại nằm vật xuống giường, đấm thùm thụp trên nệm...

72

Ngay lúc lỡ mồm mời Minh Châu sang chơi, Tường đã biết là mình kẹt. Nhưng một khi đã quyết định, chàng phải tiến tới, không tính toán gì nữa. Chàng lấy danh nghĩa tờ báo Vượt viết thư mời Minh Châu sang "công tác." Không lâu sau đó, Minh Châu được "visa." Tường vừa mừng vừa lo! Lo vì không biết rồi "câu chuyện hai người" sẽ đi đến đâu, trong khi chàng vẫn chưa dứt khoát được với Nga, một người chưa rõ rệt có lỗi gì đối với chàng.

Hôm nay Minh Châu tới sân bay Dulles. Tường lấy một phòng khách sạn để Minh Châu ở cho được tự do, thoải mái. Tường muốn giữ cho việc Minh Châu sang đây kín đáo và khiêm tốn, nhưng Nguyên Việt không chịu. Chàng bảo Minh Châu đối với cộng đồng Việt Nam hải ngoại là Vũ Thanh Nhàn, là nhân vật ai cũng biết. Mọi người đã biết tiếng và ngưỡng mộ nàng, làm sao Tường có thể giành cho một mình chàng được. Tường chịu thua. Ngay tối hôm đến nàng đã được phỏng vấn trên đài Làn Sóng Tự Do. Hai ngày sau có bài phỏng vấn khác trên báo Vượt. Thế là tin "Vũ Thanh Nhàn tới Hoa Thịnh Đốn" bay đi tứ phương! Các báo địa phương đều dành cho nàng những lời phẩm bình ưu ái. Các đài radio, các báo chí ở Cali đòi phỏng vấn nàng qua điện thoại. Đài truyền hình mời nàng sang Cali để trực tiếp truyền hình. Cả hai người, Tường và Minh Châu cùng không mường tượng được sự thể lại đâm ra rềnh ràng rắc rối thế.

Dù Tường và Minh Châu không dám có cử chỉ gì lộ liễu trước mặt mọi người, ai cũng biết là hai người "có chuyện với nhau." Người biết nhiều nhất là cô Mai, em Tường, thấy ông anh đi về thất thường, lại hay vắng mặt qua đêm. Sau đó đến tòa soạn báo Vượt. Người của tòa báo tìm chàng những lúc này thật là khó. Còn Tuyết, vợ Định thì tìm cách nhắc lại với Tường: "Anh có nhớ lời em nói năm xưa không? Em đã bảo dù chuyện của anh với cô Nga có không thành thì anh cũng sẽ đi tìm một cô Việt cộng khác..." Nhưng nói chung, mọi người đều mừng cho Tường đã có nơi. "Có thế chứ!"--Hòa nói với mọi người— "Chờ cô Nga thì đến Tết Công Gô mất thôi!"

Tường muốn vớt vát một chút riêng tư cho hai người, bèn đưa Minh Châu đi Nữu Ước chơi. Minh Châu cảm thấy như được phóng thích. Đứng dưới chân tượng Thần Tự Do, nàng cảm động nói: "Em ước gì ngọn đuốc kia soi được tới Việt Nam! Em thấy đời thật là bất công, vô lý, tại sao lại có thể có một thiểu số tự cho mình quyền bóp chết tự do của hàng triệu người khác?"

Vào xem hai bin-đinh Trung Tâm Thương Mại Thế Giới, Minh Châu hoàn toàn bị chinh phục bởi tầm cỡ, kiến trúc, văn minh và tính cách quốc tế của nơi này... Nàng bảo: "Anh ạ! Chỗ này qui tụ nhân tài của cả thế giới, chứ đâu phải chỉ có nước Mỹ." Chàng thấy Minh Châu hoàn toàn đúng.

Đối với cả hai người, những ngày ở Nữu Ước là những ngày trăng mật, là một khẳng định của "sự chia sẻ và đáp ứng," của "nửa" này đã tìm được "nửa" kia, của một "bản giá thú" vô hình...

Sau một tuần ở Nữu Ước, họ lại ngồi bên nhau trên chuyến máy bay đi Cali. Minh Châu nói với Tường như một lời cảm ơn: "Nhờ anh em mới được dịp đặt chân đến những nơi mà trước kia em chỉ thấy trong mơ. Sang đây có ba tuần mà em được thăm những nơi biểu tượng nhất như Oa-sinh-tơn là thủ đô chính trị, Tòa nhà Quốc Hội, Ngũ Giác Đài là Trung tâm quyền lực của Hoa Kỳ, Nữu Ước là trung tâm văn hóa và tài chính của sức mạnh kinh tế... Nay lại được đến thủ đô tỵ nạn của người Việt nữa. Chuyến này về chắc là em sẽ có thêm vốn để viết lách."

- Em có nhận viết cho báo Vượt không?

- Có chứ! Anh Nguyên Việt bảo em viết cho báo Vượt ít nhất mỗi tháng một bài. Còn anh Nam Nhân thì bảo viết cho đài Làn Sóng Tự Do càng nhiều càng tốt. Có trả tiền đàng hoàng nhé! Em chưa tới Cali mà cũng đã có tờ báo ướm ý mời em cộng tác.

- Hay quá! Em sắp giầu to rồi!

- Nếu có tiền thì việc đầu tiên là em đón mẹ em sang ở với em.

- Ý kiến đó rất hay. Anh sẽ yểm trợ, nếu em cần.

- Cám ơn anh! Anh đã yểm trợ em quá nhiều rồi.

Nói đến đây nàng không khỏi xây mộng: "Ước gì chàng của mình vĩnh viễn. Mình sẽ có mẹ, có chàng suốt đời... Thật chẳng có 'thiên đường' nào bằng." Nghĩ thế nàng lại chợt sợ mình đang mơ mộng quá đáng, khó thành sự thực. Nàng lắc đầu mạnh để xua đuổi ý nghĩ vừa qua. Tường vội kéo chăn đắp lên đến vai cho cả hai người, hỏi nhỏ: "Em lạnh hả?" Minh Châu gật đầu. Chàng nhấc cái để tay giữa hai ghế lên, kéo Minh Châu lại gần mình. Hai bàn tay tìm nhau, đan vào nhau... bấn loạn...

Minh Châu nghĩ, khi đến Cali chắc cũng sẽ bận rộn, tương tự như ở Oa-sinh-tơn thôi. Nhưng điều nàng hồi hộp hơn cả là việc sắp gặp gia đình Tường. Nàng không có một chút ý niệm nào về cha mẹ chàng với một bầy em chàng đông đảo. Minh Châu không dám nói với Tường ý nghĩ đó, sợ mối lo của nàng sẽ tác động đến chàng. Phần Tường, nhớ đến câu tiên đoán của Tuyết: "Nếu chuyện của anh với cô Nga không thành thì anh lại sẽ kiếm một cô Việt cộng khác..." Không biết bố mẹ chàng có nghĩ như Tuyết không? Tường không dám để hé cho Minh Châu biết mối băn khoăn của mình, sợ nó lây lan sang nàng. Chàng muốn nàng nhìn mình như một chỗ tựa an toàn.

Nhưng Tường đã nhầm. Nỗi lo của chàng hoàn toàn không cần thiết. Cha của Tường đang tỉa mấy bụi hoa ở sân trước, thấy xe của Hiển đón Tường và Minh Châu vừa về tới, đỗ ngay ở sân nhà, ông đã ngừng tay chạy ra tận nơi hỏi: "À, đây là cô Vũ Thanh Nhàn mà làm cho cộng sản Việt Nam điên cái đầu lên đấy, phải không?" Minh Châu mừng rỡ, xá dài ông, tỏ lòng biết ơn. Tường sực nhớ, cha đã từng niềm nở đón tiếp Nadia, người phụ nữ Nga nói tiếng Việt rất giỏi, đã lập ra đài Radio Dân Chủ cho Việt Nam ở Moscow. Ông cũng biết cả chuyện hồi đó Thanh Nhàn là người Việt đầu tiên làm cho đài phát thanh này.

73

Ngày tháng trôi qua mau, trước cả khi Tường nhận biết. Ngoài công việc bận rộn hàng ngày, và nhiều khi nhớ Minh Châu đến đờ đẫn, chàng cũng có những cơn giằng xé, dầy vò trong tận cùng đáy lòng. Đã nhiều lần ngồi trước tờ giấy trắng, chàng muốn đặt bút viết cho Nga một bức thư trần tình hay tạ từ gì đó, nhưng không biết mở lời thế nào. Viết được hai ba dòng lại thấy lời lẽ giả dối, ngụy biện, nhạt thếch... chàng xé giấy, vứt vào thùng rác. Dòng đời lại cuốn chàng đi...

Cho đến hôm nay... Tường đến nhà Sarah nhận được một phong bì. Không phải thư mà là một cuốn băng ghi âm. Tên người gửi là Nga nhưng không có địa chỉ. Dấu bưu điện là Nữu Ước. Vào xe chàng gài ngay "tape" vào máy. Tiếng nói của Nga vừa cất lên, tim chàng bỗng nhói đau, sững sờ...

"Anh yêu quí. Em đang ở Sài Gòn. Có những chuyện xảy ra bất ngờ quá, khủng khiếp quá! Em không thể đợi đến khi về Hà Nội mới viết cho anh, em phải nói vào băng này, nhờ người cầm tay mang sang cho anh ngay.

Em vào đây có công tác bốn tuần. Em ở nhà một người bạn rất thân, được bạn cho nghe đài Làn Sóng Tự Do. Nhờ nghe đài em mới biết sự thật về vụ nông dân tỉnh Thái Bình nổi dậy. Biết tên những đảng viên kỳ cựu viết bài khuyến cáo nhà nước mở rộng quyền tự do, dân chủ đang bị bắt giam. Biết chuyện một số các nhà văn, nhà trí thức, văn nghệ sĩ dám đứng ra vận động dân chủ, họ đang bị bố ráp...vv... Những đảng viên này, qua bố mẹ và ông anh, em đã từng nghe tên, biết tiếng họ là những người đáng kính phục nên em biết đài không thể bịa đặt ra được. Bây giờ em mới hiểu tại sao anh cứ bảo em phải nghe đài này. Sự thật thì ở Hà Nội em không nghe được, có lẽ bị phá sóng, còn ở đây em nghe rõ lắm.

Trong thời gian ở đây, em tranh thủ đọc mấy tờ báo Dân Sài Gòn do chính những đảng viên cốt cán và ưu tú chủ trương. Mấy năm trước đây tờ báo bị truy diệt và đe dọa sẽ "xử lý nghiêm minh" cả độc giả lẫn người tàng trữ, sao chụp, truyền bá... nhưng may mắn bạn em vẫn còn giấu được nguyên bộ để ngày nay em được đọc. Tờ báo bị qui kết "có nội dung phản động, xuyên tạc, đả kích đường lối của Đảng và Nhà nước, vu khống, bôi nhọ một số cán bộ lãnh đạo, hòng gây chia rẽ nội bộ và kích động chống Đảng ta và chế độ ta." Chỉ cần nhìn tên tuổi những vị trong ban biên tập, em cũng thấy không thể nào các vị đó lại có thể làm chuyện "xuyên tạc," "bôi nhọ" bất kỳ ai. Vậy thì những gì các ông ấy nói, phải là sự thực. Em cũng được đọc sách của các nhà văn Tiêu Dao Bảo Cự và Vũ Thư Hiên, được biết một số chuyện những người bị trù ếm trong vụ "Xét lại chống Đảng."

Sực nhớ đến nhà văn nữ Hướng Dương, em nhờ người móc nối để xin đến gặp bà với mục đích xin được xác nhận vài điểm trong sách bà viết. Bà bằng lòng cho gặp. Nhưng cũng nhắn người trung gian nói với em rằng, bà không sợ gặp em, cũng không sợ trả lời bất cứ câu hỏi nào mà bà có câu trả lời. "Họ" sẽ chẳng làm gì được bà. Nếu bà bị bắt, bà sẽ đưa tất cả các bằng chứng cụ thể để chứng minh cho những điều bà nói là sự thực. "Họ thừa biết bắt tôi"—bà nói—"họ sẽ bị thiệt hại ngay trước mắt nên họ sẽ không bắt đâu. *Nhưng còn cô ấy, tôi nói trước, sau khi gặp tôi, cô có thể sẽ bị lụy. Nếu cô ấy chịu chấp nhận hậu quả thì xin mời đến."*

Thấy bà khẳng khái em mến phục ngay. Lẽ dĩ nhiên là em cứ đến. Những điều em hỏi, khỏi cần nhắc ra đây vì anh cũng biết cả rồi. Một phần thuộc những điều bà viết trong sách. Phần khác là những điều bà trả lời phỏng vấn của đài Làn Sóng Tự Do. Sau cùng là em muốn hỏi ý kiến bà về tình hình hiện tại trong nước.... Nghe xong em như bị dội cả một thùng nước lạnh lên đầu. Em cám ơn bà. Không biết có bao giờ được gặp lại? Còn một tuần nữa em mới trở về Hà Nội. Anh đừng viết thư cho em vội, đợi thư em cho anh địa chỉ khác. Ở địa chỉ em từng dùng, không nói được những chuyện loại này đâu. Từ nay trở đi em sẽ phải dùng những tiếng lóng mà em đã viết đưa cho anh trước khi rời Mỹ ấy. Anh còn giữ không?

Trong những ngày tới em chưa biết phải làm gì. Bây giờ em đang hoang mang và rất khổ sở. Đầu óc em tối tăm như đang đi trong "ma lộ," không còn định được phương hướng nữa. Ước gì có anh ở bên, em sẽ để cho anh đưa em đi đâu thì em đi đó, thế là yên trí. Ôi! Em mong đâu đây có một 'trạm nghỉ chân,' em bước vào... thấy anh đã chờ em sẵn ở đấy!

Em hôn anh và yêu anh vô cùng!"

Tape vừa hết Tường cũng vừa về tới nhà. Tường không muốn ra khỏi xe. Đầu gục vào tay lái. Lòng nát tan!

Tập 3

CHUYỂN MÙA

1

Hà Nội đã chuyển mùa!

Không cần phải thấy lá vàng, người ta đã được báo hiệu bằng những băng cờ biểu ngữ...

Nga đi thất thểu trong tâm trạng một kẻ thất tình giữa lòng phố. Nàng có cảm tưởng khắp người mình, vai, tóc, quần áo và cả bầu trời trên kia, cũng nhuốm đậm một màu đỏ. Tâm sự ngổn ngang của nàng đang bị giày vò, giằng xé tả tơi, bởi những lời trong bản hùng ca, được nhắc đi nhắc lại từ những loa phóng thanh hai bên đường: "*...19 tháng 8/ sao tự do phấp phới...*" Nhớ lại từ thuở mới lớn, mỗi năm đến dịp này, cảm giác hừng hực sục sôi cứ dồn dồn mãi lên, với những hình ảnh hàng hàng lớp lớp thanh niên kéo nhau lên đường đánh giặc, cứu nước... Hôm nay, bỗng dưng cảm giác ấy bị pha trộn với xót xa, thương cảm, tiếc nuối, bẽ bàng... Nàng bật khóc như đứa trẻ bị oan ức, bị giằng ra khỏi lòng mẹ, bị cuốn băng đi bởi một sức mạnh vũ bão...

Nga cắm đầu đi trên phố Hàng Mành như người chạy trốn. Hôm nay thứ năm, Nga có hẹn với Khuê, một cô bạn từ thời để chỏm, gặp nhau ở nhà hàng Hà Nội Garden sau khi ở cơ quan ra. Nàng vừa bước vào đã thấy Khuê ngồi đợi ở một chiếc bàn góc sân, dưới một tàn cây. Thấy Nga, Khuê ngạc nhiên:

- Mày làm sao thế? Trông tả tơi như người chạy giặc...

- Tao muộn. Sợ mày đợi, tao chạy bán mạng.

Khuê nhìn Nga, không tin lời giải thích, nhưng nói sang chuyện khác:

- Gớm cô nàng, đi Sài Gòn về có khác, ăn mặc đẹp thế!

Nga xoay người trên gót giầy nhọn, điệu đàng như một người mẫu:

- Mày có thích bộ đồ này không? Tao mua cho mày một bộ đây này.

Nga lôi trong giỏ ra một gói áo, một gói bánh phồng tôm, một lọ mắm đặc sản miền Trung. Khuê la lên:

- Làm gì mà nhiều thế này? Cho tao bộ đồ là đủ rồi. Còn các cái kia để làm quà cho người khác đi.

- Thôi không sao. Cho mày hết đấy. Còn lâu tao mới đi Sài Gòn nữa.

- Thế nào, kể chuyện Thành Phố Hồ Chí Minh cho tao nghe đi.

Anh phục vụ bàn mang đến hai tấm thực đơn. Hai cô gọi nước uống, rồi mở thực đơn đọc. Anh phục vụ đi khỏi, Nga nói nhỏ:

- Chuyện ở đấy dài lắm, nhưng không nói được ở đây. Tao phải hẹn mày ở chỗ khác, vào một ngày khác—Nga hạ giọng thấp hơn—Bây giờ tao cần mày giúp một chuyện ngay trước mắt. Cho tao mượn địa chỉ của mày để "chàng" gửi thư về đó, được không?

Khuê biết ngay "chàng" là ai. Hai cô vẫn từng tâm sự với nhau những chuyện riêng tư. Chia sẻ với nhau những ước vọng về quê hương, đất nước... Khuê trả lời không đắn đo:

- Được chứ! Nhưng sao? Bị "động ổ" rồi hả?

- Chưa, nhưng tao sợ sẽ có thể bị. Địa chỉ chị Tú tao vẫn dùng, sẽ không tiện nữa. Tao đề phòng có chuyện gì là bọn công an sẽ nghĩ ngay đến liên hệ gia đình... Bây giờ tao chỉ còn có chàng... Tao sẽ nói chi tiết với mày sau...

Nghe câu "Tao chỉ còn có chàng" với giọng tha thiết khẩn khoản, Khuê có thể đo được tình cảm của Nga đối với "chàng" và tầm mức quan trọng của công việc Nga giao phó. Khuê nhìn Nga, tò mò, lo lắng... Trong óc nàng bắt đầu tưởng tượng... Khuê đã được Nga tả nhiều về người yêu của bạn, nàng lập tức nghĩ "chàng" có thể đã làm một chuyện động trời nào đó, ở bên Mỹ. Hay đã xâm nhập được vào Việt Nam... Anh phục vụ trở lại. Nga gọi nem hải sản chấm nước sốt làm món khai vị. Khuê gọi món vịt Bắc Kinh. Anh này viết xuống giấy những món các cô đặt, quay sang nói chuyện với thực khách ở chiếc bàn bên cạnh. Nga cố ý nói ồn ào tự nhiên:

- Mày không thể tưởng tượng được đời sống ở Sài Gòn phồn thịnh như thế nào. Hàng hóa ê hề ra. Có tiền thì muốn mua gì cũng có. Chẳng bù với hồi mới giải phóng, tao theo bố tao vào công tác, mà thấy thành phố tiêu điều. Đến các nhà tư thấy không còn bàn ghế giường tủ... Vào các cửa hiệu, hiệu nào cũng rỗng tuếch... Người trong đấy nói là sau thời mở cửa, Sài Gòn phục hồi với tốc độ rất nhanh...

Khuê không chú ý đến những chuyện nàng cho là không quan trọng. Anh phục vụ đi rồi, nàng cúi sát xuống bàn nói nhỏ với Nga, ngồi đối diện:

- Mày tóm gọn cho tao nghe một câu thôi, có chuyện gì xẩy ra thế?

- Mày phải đợi, nói ở đây không được đâu. Tao chỉ nói một câu thôi nhé: Tình hình khác nhiều rồi. Các thần tượng của tụi mình sụp đổ hết rồi. Tụi mình phải xét lại...

Anh phục vụ mang đồ ăn đến. Nga phải ngừng. Giọng hát Thanh Lam từ đài réo rắt... *"Hà Nội Mùa Thu/ cây cơm nguội vàng/ cây bàng lá đỏ/ nằm kề bên nhau/ Phố xưa nhà cổ/ mái ngói thẫm nâu/ Hà Nội mùa thu/ mùa thu Hà Nội/ mùa hoa sữa về/ thơm từng cơn gió/ Mùa cốm xanh về/ thơm bàn tay nhỏ/ Lòng như thầm hỏi/ Tôi đang nhớ ai...?*

Nga cố làm ra vẻ thản nhiên:

- Anh chàng Trịnh Công Sơn thật là vớ vẩn. Nhớ ai cũng không biết hay sao mà phải hỏi!

Khuê không chú ý đến món ăn, đến bài hát, đến những phẩm bình của Nga. Nàng lặng lẽ ăn. Trong lòng bồn chồn, mong chóng đến ngày Nga nói cho biết câu chuyện gì mà quan trọng, bí mật đến thế.

Ở nhà hàng Hà Nội Garden ra, hai cô giắt tay nhau đi dưới rừng cờ đỏ, về hướng Bờ Hồ Hoàn Kiếm. Lòng phố cổ hẹp. Những lá cờ to từ mái những dẫy nhà hai bên đường vươn ra, những biểu ngữ viết chữ màu vàng trên nền đỏ, chăng qua phố, từ cửa sổ nhà này sang cửa sổ nhà đối diện, vòm thành một cái cổng chào vĩ đại, rực rỡ trong nắng chiều. Khuê quên mất câu chuyện nghiêm trọng Nga vừa nói trong nhà hàng ăn. Nàng lập tức bị lây lan và ngộp lên với niềm vui tràn ngập không gian... Nàng se sẽ hát theo tiếng hát đồng ca hùng hồn từ các loa phóng thanh: *"... 19 tháng Tám, sao tự do phấp phới... Cờ bay muôn nơi trong ánh sao vàng... Nguyện đem xương máu quyết lòng chiến đấu cho tương lai..."* Chợt Khuê ngừng hát. Nàng phấn khởi:

- Hôm nay tụi mình không định mà hóa ra được liên hoan, kỷ niệm ngày Cách Mạng Tháng 8 đấy nhỉ?

Nga thản nhiên:

- Có khi nó không còn là kỷ niệm, mà là một dự báo!
- Cái gì? Mày nói gì?--Khuê la lớn.

Nga không trả lời. Nắm chặt tay bạn, lôi tuột, băng qua đường Đinh Tiên Hoàng, len lỏi trong dòng xe máy, đang ồ ạt đổ về một hướng.

2

Minh Châu bước theo chú Vy trên đồi sau chùa, nhưng hồn lại bay bổng tìm về tận nước Nga xa xôi... Cứ mỗi lần chuyển mùa là Minh Châu lại có dịp nhớ nước Nga ray rứt, ngẩn ngơ. Nàng nhớ từng tòa nhà, gốc cây, góc phố nàng thường qua lại.

Mùa thu lại càng là cái cớ để nàng ôn lại những kỷ niệm đầu tiên được thấy mùa thu thực sự, mà trước nay nàng chỉ thấy trong tiểu thuyết, trong phim ảnh. Mùa thu năm ấy, vừa đặt chân lên đất Nga, nàng đã trực diện ngay với một sự đối cực toàn diện. Nàng đang sống trong một thành phố nhỏ bé, hay trong lũy tre làng, người người biết nhau, nay trước mắt là những tòa nhà đồ sộ, những con lộ thênh thang, những vùng đất mênh mông, những rừng người xa lạ... Thêm vào, khí hậu khắt khe của xứ này làm cho con người, dù có dẻo dai đến mấy, cũng có lúc muốn sụm... Nhưng cùng với cảm giác hãi hùng trước cái vô cùng của trời đất, theo một phản xạ tự nhiên, Minh Châu nẩy sinh ra sức phản kháng mãnh liệt để tồn tại. Từ phản kháng chống thiên nhiên, đến phản kháng chống độc tài, bạo tàn, bất công... Nghĩ như thế không phải Minh Châu đã phủ nhận những tình người ở nước Nga. Ngược lại, ở một nơi có không khí chính trị phức tạp, tình người càng nổi bật, càng được trân quí, vì thế chưa một lúc nào nàng quên ơn nước Nga, nơi đầu tiên đã đón nhận nàng, cưu mang nàng, khi nàng xa nhà, xa quê hương.

Một con quạ vừa kêu vừa sà mạnh xuống cành cây ngay trên đầu. Minh Châu bừng tỉnh... Một rừng thu đỏ ối đang reo vui trong nắng. Cái tương phản giữa cảnh thu mênh mông lạnh lẽo ở Nga với cảnh thu ngay trước mắt, làm nàng thấy ấm áp lên bội phần. Đó là cái ấm áp của không khí tự do, của ngôi chùa, của những người thân ở đây...

Minh Châu đưa mắt nhìn quanh, tìm chú Vy. Chú ngồi dựa lưng vào một gốc cây lệ liễu ở đằng xa, nàng tiến lại gần, ngồi xuống.

- Chú đang nhìn gì thế?

- Trông kìa, cây ngô đồng đã rụng hết lá. Miền Nam xứ mình chỉ có cây vông đồng tức là cây gạo, lá hình trái tim. Gỗ vông đồng dùng làm guốc vông, làm đàn. Lá vông đồng dùng để gói nem. Còn lá ngô đồng chẳng biết có dùng được vào việc gì hay không, nhưng người ta bảo gỗ cây ngô đồng dùng để làm đàn, tiếng kêu vang như tiếng chuông. Ngô đồng là giống báo thu sớm nhất. *"Ngô đồng nhất diệp lạc, thiên hạ cộng tri thu."** Câu thơ từ đời Đường bên Tầu mà đến bây giờ nghe vẫn thấm thía!

- Chú cũng thích thơ nhỉ?

- Ừ! Chú mê văn thơ lắm, cho nên từ hồi 9, 10 tuổi chú đã dám ăn cắp sách của ông già, leo lên bồ lúa nằm đọc lén. Chú đã bị nhiều trận đòn của ổng, mà vẫn không chừa. Hồi đó các cụ đâu có cho con cái đọc văn thơ của người lớn. Vì phải đọc lén cho nên càng ngốn cho nhanh. Đọc riết rồi chú đâm ra mê các ông Tô Hoài, Nguyễn Tuân, Nguyên Hồng, Nguyễn Công Hoan, Thạch Lam, Thế Lữ, Lưu Trọng Lư, Xuân Diệu... Rồi đến khi tập kết ra Hà Nội, việc đầu tiên chú làm là đi tìm các ông ấy. Mê các ông ấy còn hơn mê Bác Hồ hồi đó nữa đấy cháu ạ.

- Chắc là những ngày đó tuổi trẻ như chú với bố cháu lãng mạn lắm đấy nhỉ?

- Lãng mạn là cái chắc! Cả cuộc cách mạng giải phóng dân tộc là lãng mạn! Không có chất lãng mạn thì không có say mê. Không có say mê thì không nẩy sinh ra anh hùng tính, và không thể có sự hy sinh mà không đắn đo, suy nghĩ... Hồi đó Tự Lực Văn Đoàn đã góp công làm chấn động tính ù lỳ của một một tầng lớp thanh niên. Đọc xong Đoạn Tuyệt của Nhất Linh, ai cũng muốn lên đường như nhân vật Dũng, để tìm thấy mình trong những vần thơ của Thế Lữ đề tặng Đoạn Tuyệt: *"Xin anh cứ tưởng bạn anh tuy / Giam hãm thân trong cảnh nặng nề / Vẫn để lòng*

---

* Một chiếc lá ngô đồng lìa cành là thiên hạ đều biết mùa thu đã đến.

theo người lận đận / Vẫn từng... trông ngóng... bước anh đi..."—Ông Huỳnh Long ngâm nga mấy câu thơ. Mắt lim dim...

- Thế tại sao đã hơn năm chục năm qua rồi, mà không có được một cuộc cách mạng nào khác hả chú? Hay là tại bây giờ kinh tế thị trường nở rộ, không ai dại gì mà "lãng mạn" với "đô la" cả, cho nên mới không có cách mạng?

- Đúng thế đấy. "Mở cửa," "cởi trói," "đổi mới..." nằm trong sách lược của cộng sản cả. Bây giờ ai cũng bận rộn làm ăn, vơ vét... ai dám cục cựa để mất ổn định, mất những cơ may béo bở? Nhưng cháu cứ yên trí đi! Sau khi cơm no áo ấm rồi, người ta sẽ nghĩ đến cái xa xỉ khác, đó là... "lãng mạn." Lúc nãy, trước khi cháu đến, chú nghĩ về mùa thu Hà Nội. Cháu biết chú nhớ cái gì không?

- Chú nhớ thím và các em.

- Cũng đúng một phần, nhưng không phải đó là điều chú muốn hỏi.

- Chú nhớ cốm xanh, cây bàng lá đỏ...

- Không, trật lất rồi! Chú nhớ ngày cách mạng mùa thu 19 tháng 8 cơ. Chú nhớ lại cái cảm giác dạt dào yêu nước. Cộng thêm cái nhiệt tình của tuổi trẻ. Người ta có thể xông vào lửa đạn dễ như chơi...

- Nhưng chú tiếc làm gì cái cuộc cách mạng đã mang lại hậu quả tai hại cho cả một dân tộc. Cái hậu quả kéo dài hơn năm chục năm, mà vẫn còn di hại không biết đến bao giờ...

- Không, cháu không hiểu được đâu. Tiếc lắm chứ! Tiếc ở chỗ mình đã có cơ hội bằng vàng mà mình để mất. Thời đó có cả chục triệu con người có lý tưởng, yêu nước thực sự. Có cả chục triệu con tim thổn thức muốn xung vào cuộc *"sẻ dọc Trường Sơn đi cứu nước..."* Rõ ràng mình có thiên thời, địa lợi, nhân hòa mà mình lại để cho người ta hướng mình đi, vào con đường huynh đệ tương tàn. Cháu thử nghĩ xem, nếu sau khi đánh đuổi Pháp xong rồi, mình có một cuộc bầu cử tự do, thống nhất đất nước, đi theo con đường dân chủ, thì đất nước mình sẽ phát triển nhanh và mạnh biết chừng nào. Đâu có thể nào thua kém Phi Luật Tân, Hồng Kông, Thái Lan... như hiện nay. Nhưng mà cháu cứ yên trí đi, trước ngày 19 tháng 8 năm 1945 đó, có ai dám ngờ là sẽ có một cuộc cách mạng vĩ đại như thế không? Biết đâu, với cái đà tự hoại bằng độc tài, bất công, tham nhũng... của Đảng Cộng Sản Việt Nam ngày nay, sẽ lại không có một cuộc cách mạng tương tự, trước cả khi mình biết đến ấy chứ!

- Kìa chú! Tại sao bỗng dưng chú lại "phá giới" để mơ tưởng đến một cuộc cách mạng? Cháu tưởng chú đã tuyên bố buông hết, để tu cơ mà?

- Ai bảo cháu tu mà không làm cách mạng? Phật cho phép người ta *"hại một người cứu muôn người"* như cô Kiều của cụ Nguyễn Du ấy.

Hai chú cháu cười khoan khoái, từ từ bước xuống đồi... Minh Châu chợt nghĩ đến cuộc tình của mình. Nàng nhủ thầm: "Cũng 'lãng mạn' lắm đấy chứ!" Lòng tưởng nhớ Tường bỗng lâng lâng dạt dào... chan hòa vào thiên nhiên, mọng lên từng chiếc lá.

3

Sáng nay Đan Thanh dậy từ ba giờ, lái xe đưa Nguyên Việt ra phi trường, đi Âu Châu dự "Hội Thảo Dân Chủ Cho Việt Nam." Về đến nhà trời hãy còn tối om, nàng lao vào giường ngủ một giấc dài... Tỉnh dậy nhớ lại ngày hôm qua, bận sửa soạn cho chàng lên đường, bỏ cả bữa ăn. Nàng phải giúp chàng làm những việc lặt vặt: đi nhà băng đổi tiền; đi bưu điện gửi những bức thư khẩn; trả lời e-mail; đọc và góp ý bài diễn văn chàng viết; làm "copy" tài liệu, bài vở; đưa và lấy quần áo ở tiệm giặt về...

Bây giờ nàng đang đi trong khu rừng, sau căn chung cư nàng ở. Đi bộ trong rừng mỗi chủ nhật với Nguyên Việt là công việc nàng thường làm, nhưng chiều nay nàng đặc biệt thấy sảng khoái, thư giãn... Cảm giác rưng rưng nhớ người yêu đi xa, thêm niềm hãnh diện đã được gián tiếp đóng góp vào sự nghiệp tranh đấu cho quê hương của chàng, Đan Thanh thấy lòng lâng lâng... lãng mạn.

Nhưng cảm giác viên mãn đó không ở lâu trong nàng, khi bất chợt một ngọn gió thổi qua, dội lên không gian tiếng xào xạc, khô khan. Lá vàng bay tơi tả... nhắc nhở nàng, lại một mùa thu nữa! Nàng có thói quen nhẩm đếm năm, tháng, để nhìn lại những gì mình làm được và không làm được, trong quãng thời gian đã qua đi...

Người ta bảo thiên nhiên "lãnh cảm" cũng không phải không có lý do. Mặc cho ai vui, ai buồn, ai thi sĩ, ai văn nhân... cứ việc tốn giấy, mực, nước mắt... ca ngợi, tả oán, than thân, trách phận... thiên nhiên vẫn cứ thản nhiên chuyển mùa, đổi áo:

"Mùa xuân ấy áo xanh nàng mầu nhiệm,
Đến thu nay áo rực sáng hoàng hôn.
Ôi vũ trụ kỳ quan đệ nhất!
Vạn vật vô tri bỗng khoác linh hồn."

Đan Thanh đi trên con đường đất ngoằn ngoèo, dọc theo một con suối nông. Nước trong. Những viên sỏi vàng, mòn nhẵn, hiện rõ dưới lòng suối. Những ý nghĩ dồn nặng dưới từng bước chân nhỏ... Nàng hình dung, chàng sắp choáng ngợp trước quang cảnh lạ, trước hàng trăm cặp mắt ngưỡng mộ mình, sẽ say sưa nói những điều chàng tin tưởng, sẽ thỏa mãn với những kết quả mang lại... Liệu có giây phút nào chạnh nhớ tới nàng ở chốn xa xôi...? Từ ngày hai người yêu nhau, chỉ có Nguyên Việt hay đi xa. Những chuyến đi gần trong nước Mỹ, bao giờ nàng cũng cố gắng đi theo. Chàng chưa bao giờ nếm mùi "ở nhà một mình." Sự hiện diện, sự chăm sóc của nàng, chàng thấy tầm thường và tự nhiên quá. Tự nhiên như khi người ta sinh ra, đã có sẵn không khí để thở. Nàng chợt nẩy ra một ý mới: "Giá mà mình có được một cơ hội đi xa, để chàng có dịp sống qua những ngày không có mình, thì kể cũng... hay!"

Đan Thanh ngồi nghỉ chân trên một phiến đá dưới gốc cây "dogwood." Nàng vẫn thích gọi nó là "dogwood," thay vì "cẩu mộc," hay "khuyển mộc" như có người trước đây đã dịch, nghe chẳng thơ mộng chút nào. Tiểu bang Virginia có hai cái đặc biệt. Thứ nhất là câu cách ngôn "Virginia is for Lovers," Virginia là đất của và cho tình nhân. Người ở đây lúc nào cũng thấy muốn yêu và được yêu. Cái đặc biệt thứ hai là mùa xuân đi đâu cũng thấy cây "dogwood." Khoảng đầu xuân hoa nở lớn bằng đồng 50 xu Mỹ, có khi hơn. Bốn cánh hoa xẻ hình trái tim, xòe thẳng. Có cây hoa màu trắng, cây màu hồng. Dáng cây mảnh mai, không cao lắm. Khi cây già thì vỏ cây sần sùi, cành đâm ngang, u lên một cục chai ở những nơi cành bị gãy, hay được cắt tỉa, trông như những gốc mai, đào già trong tranh Tầu. Cành cây xòe ra như cái lọng. Lá được xếp trên một mặt bằng, lớp nọ trên lớp kia, như những chiếc quạt trong một điệu múa quạt, của các cô nghệ sĩ sân khấu Đại Hàn. Mùa thu "dogwood" không có hoa, nhưng lá đổi màu sớm hơn các loại cây khác, nổi bật trong các khu rừng. Hai hôm trước có một trận mưa lớn, cây cối được tắm rửa sạch sẽ. Lá "dogwood" đỏ au, óng ả dưới nắng xiên khoai...

Mấy chú chim sẻ chành chọe nhau trên cành, ngay trên chỗ nàng ngồi. Nàng nhìn lên... Qua làn nước long lanh trong mắt, cả vũ trụ nhòe nhoẹt, trộn lộn một màu hồng, tía, đỏ, nâu... báo hiệu mùa thu đã đến tuyệt đỉnh. Nàng rùng mình, nghĩ đến "phía bên kia của cái đỉnh!"

Chiều buông xuống thật nhanh... Tiếng nhạn kêu sương nghe buồn tê tái. Đan Thanh ít khi để ý đến thơ, nhưng trước phong cảnh này, nàng không thể không nhớ đến vài đoạn thơ ai đó làm đã lâu, nghe thật hợp:

...

Chợt thấy muôn màu rạng rỡ tươi
Gió, chim hòa nhịp thác buông rơi
Trách mình sao trước thờ ơ thế!

Đáp lại tình yêu có "một người"

Đường về tuy mấy dặm còn xa
Mê mải ươm hồn vạn ý ca
Cô để hòa tan tình luyến ái
Trong lòng vũ trụ rộng bao la...

"Hừ!"--Nàng mỉm cười gượng gạo, nghĩ tiếp—"Ước gì mình cũng có can đảm *để hòa tan tình luyến ái / Trong lòng vũ trụ rộng bao la...*"

4

Tin Đan Thanh bỏ tuần báo Vượt sang làm cho VNTEK của Định, là một tin "động trời" trong cộng đồng Việt Nam vùng Hoa Thịnh Đốn. Ai cũng tưởng Nguyên Việt với Đan Thanh không bao giờ có thể rời nhau. Có người gọi họ là đôi uyên ương, là bóng với hình, có người còn gọi là "cặp bài trùng." Căn bản họ coi cặp này là bất khả xâm phạm, không ai còn dám đụng vào nữa. Bọn đàn ông mê Đan Thanh, đã có lần bảo nàng: "Tránh ra chỗ khác đi, để chúng tôi cho tên này một trận." Trận đây là trận đánh chính trị bằng những bài bôi nhọ, chụp mũ... Đan Thanh cố gắng giàn hòa, nên đôi lúc cũng đỡ đòn được cho Nguyên Việt. Bọn ganh ghét với Nguyên Việt thì "ăn mừng" thấy hai người "gặp nạn."

Đối với Nguyên Việt và Tường, chuyện này không làm họ ngạc nhiên. Vào khoảng ngay sau khi Nguyên

Việt đi dự "Hội Thảo Dân Chủ Cho Việt Nam" ở Âu Châu về, Tuyết đã báo động cho Tường hay, là Đan Thanh đưa đơn xin làm ở sở của Định. Nàng muốn Nguyên Việt và Đan Thanh thu xếp nội bộ, để Định khỏi mang tiếng quyến rũ nhân viên của nhau. Tường báo cho Nguyên Việt biết, nhưng chàng cho là Đan Thanh đang hờn giỗi, nên dọa non dọa già đó thôi. Nàng cho chàng tối hậu thư—lần này không biết là lần thứ mấy—bắt chàng phải giải quyết tình trạng giữa hai người, nhưng Nguyên Việt cứ kéo dài, không chịu trả lời. Cho đến một hôm, trong khi nàng đi nghỉ phép, về với gia đình ở Phila, Nguyên Việt nhận được thư bảo đảm của nàng xin thôi việc. Chàng hoảng hồn chạy đến nhà nàng, mới hay nàng đã trả nhà và dọn đi nơi khác! Có lẽ nàng đã dọn nhà trong mấy tuần nghỉ, trong khi chàng cứ tưởng nàng đang ở Phila. Chàng gọi số điện thoại tay của nàng, không ai trả lời. Gọi cho Định thì được biết Đan Thanh sẽ bắt đầu làm việc ở VNTEK thứ hai tới. Hôm nay là thứ sáu.

Nguyên Việt gọi gấp Tường đến nhà vấn kế. Tường thản nhiên:

- Ông có đầy đủ thì giờ để hành động mà ông không làm gì. Bây giờ quá muộn rồi. Làm sao Đan Thanh có thể làm gì khác, ngay dù như vẫn còn thương ông?

Suốt cả tuần, trời mưa tầm tã. Đan Thanh đi làm về lại quay ra dọn dẹp, bầy biện nhà mới. Hôm nay nàng vừa uể oải lấy đồ từ trong các thùng cạc-tông ra, vừa khóc như mưa đang đổ ở bên ngoài. Cái gì trong nhà này cũng in đậm hình ảnh Nguyên Việt. Từ dàn nhạc đến kệ sách, các bức tranh, bồn cá vàng... đều có bàn tay chàng chăm sóc.

Nghĩ đến bồn cá vàng, nàng chạy lại, ngồi kề bên, nói như người mất trí: "Cá vàng ơi! Thôi thế là chàng bỏ chúng mình vĩnh viễn rồi!"—Nàng bỏ đi nhưng trong thâm tâm vẫn coi như bị chàng bỏ, vì sự thật, ở một nghĩa nào đó, chàng đã đẩy nàng đến quyết định phải ra đi—"Thôi bây giờ ta cho chúng bay một cái tên nhé! Con vàng tên là Nguyên, con đen tên là Việt." Đặt tên xong, nàng thấy ngay là không ổn, tự nhủ: "Gọi chúng bằng cái tên ấy, khác nào mình tự ngoáy thêm vào vết thương đang muốn cho nó mau lành." Nàng với tay, khoắng vào trong chiếc thùng giấy để gần đó, lấy ra một cái lọ hình ống, như kiểu lọ đựng muối tiêu, nhưng các lỗ được đục to hơn nhiều. Nàng vừa rắc đồ ăn vào bồn cá vừa lẩm bẩm: "Ta cho chúng bay ăn nhé! Chỉ còn chúng mình là những sinh vật có tim, có cảm xúc trong cái nhà này. Chúng ta sẽ làm nhân chứng cho nhau. Còn tất cả đều đã chết hết rồi! Tiếng nhạc không có, tiếng TV cũng không. Ta sợ những thứ tiếng đó lắm. Thà trong nhà cứ im lặng như thế này lại hơn..."

Đồ ăn của cá vàng giống như những vẩy cá. Nhỏ, mỏng. Các mảnh đồ ăn nổi lềnh bềnh trên mặt nước. Hai con cá lao ngay lên, đớp mồi. Miệng chúng mở rộng ra, tớp được một miếng, lại ngậm miệng lại... Cứ thế liên tiếp, trông như miệng đứa trẻ háu ăn. Nàng tự trách mình: "Dễ thương thế kia mà sao từ ngày nuôi chúng, mình chẳng bao giờ quan sát chúng kỹ như thế này." Chỉ một loáng, đồ ăn đã hết, hai con cá bắt đầu lội tung tăng. Con vàng như muốn cám ơn nàng, nó biểu diễn tài nghệ, bơi thoăn thoắt về phía cuối bồn, vẫy mạnh cái đuôi, ngoắt một cái, nó quay trở lại, đến đầu đằng này, nó vút lên mặt nước, ngay chỗ Đan Thanh đang cúi nhìn. Miệng ngáp ngáp liên tục như muốn nói gì. Mải nhìn con vàng, nàng không để ý đến con đen, bây giờ mới thấy nó đang bơi đứng, ngoe nguẩy cái đuôi dài, xòe rộng. Nàng bảo nó: "Biết rồi, khoe mãi!" Lúc đó nó mới chịu đi chơi chỗ khác.

Tập trung vào cá được một lúc, nàng thấy đầu óc hơi mỏi mệt. Nàng lười biếng đưa mắt nhìn khắp phòng xem còn cái gì phải làm. Chợt mắt nàng dừng lại ở chiếc điện thoại. "Điện thoại câm," nàng đặt cho nó cái tên như thế. Mặc dù các bạn nàng gọi luôn, trong đó có cả Tường, nhưng đối với nàng, nó vẫn câm từ ngày nàng dọn đến đây. Trong nàng, đang có một mâu thuẫn cùng cực. Nàng vừa sợ Nguyên Việt lấy được số điện thoại này từ Tường hay ai đó và gọi, lại vừa ước ao có một ngày chàng gọi. Nàng tự nhủ: "Nếu chàng gọi thì mình sẽ ăn nói nhẹ nhàng, như không có chuyện gì xẩy ra..." Nghĩ thế, vài giây sau nàng lại tự bảo: "Không được! Nếu nối lại liên lạc thì chàng sẽ lại đến đây. Câu chuyện sẽ bắt đầu từ đầu. Rồi sau này có chuyện phải chia tay nữa, thì mình đi đâu? Không nhẽ mình dọn nhà lần nữa? Thôi, chàng đã thế thì mình cũng chẳng nên thương tiếc làm gì." Nghĩ xong, nàng lại bào chữa cho chàng ngay: "Chàng cũng có những lý do để được tha thứ. Chàng không chịu lấy mình, có khi tại chàng chưa sẵn sàng, sợ bị ràng buộc. Trong suốt thời gian với mình, chàng đã không có người đàn bà nào khác. Chàng đã tỏ ra rất tình cảm và tế nhị. Kể ra cứ sống với nhau như vậy thì cuộc đời cũng đã hạnh phúc..."—Nghĩ chưa dứt đoạn, nàng lại nhớ ngay đến lý do nàng phải bỏ chàng ra đi—"Nhưng mình là con gái, đâu có thể sống mãi như thế được. Chưa kể khi sống với mình, chàng đã chẳng xây mộng sẽ lấy vợ thế này, lấy vợ thế nọ là gì? Nói như thế khác nào chàng muốn nhắn nhủ, đối với chàng tình yêu khác, vợ con khác! Úi giời! Thế thì họa có điên mới ở đó mà đợi một ngày đẹp trời, chàng tìm được người lý tưởng, rồi cưới cô ta ngay trước mắt mình. Thôi, thôi, hết là phải..." Chiếc đồng hồ trên tường đánh chín tiếng. "Chết thật! Chín giờ rồi mà chưa cơm nước gì cả. Hôm nay ăn gì nhỉ? Mình chưa bỏ thịt thà từ trong tủ đông lạnh ra, thì đến kiếp nào mới thành đồ ăn?" Nghĩ thế nhưng nàng vẫn không nhúc nhích, cứ y như bị mọc rễ trên cái bệ nàng đang ngồi, cạnh bồn cá. Đầu óc nàng lại luẩn quẩn với chiếc "điện thoại câm." "Hay là mình gọi chàng,"—nàng đắn đo—"lấy cớ mình còn nợ tiền chàng, hai lần nhờ chàng đi gửi thư bảo đảm ở bưu điện, từ trước ngày nàng đi Phila." "Không, không ổn! Cái cớ này yếu quá!"—Nàng lại bác ngay—"Dĩ nhiên, như mọi lần, chàng sẽ bảo không đáng gì, không cần phải trả. Chàng sẽ biết tẩy mình muốn làm hòa. Chàng sẽ đến. Mọi sự lại diễn ra từ đầu. Dần dần các cuộc hờn giận tái diễn... Lúc đó nàng sẽ còn chỗ nào mà đi? Thôi, cứ để cho nó hết!"

Nghĩ thế nhưng ngay lúc đó nàng đứng bật dậy. Lại gần chiếc điện thoại, nhấc ống nghe lên, quay số... Đầu kia có tiếng trả lời "Hello!" "Hello!" "Hello!"—Giọng "sexy."--Mặt nàng biến sắc, tim đập mạnh, bỏ ống nghe xuống, lẩm bẩm: "Tội nghiệp anh! Chắc anh tưởng có tên đạo tặc nào phá phách... Hóa ra chỉ là em!"

Mưa vẫn đổ. Lúc ào ào, lúc bặt tiếng. Các vạt mưa bị gió mạnh thổi qua, quết trên mái nhà. Đan Thanh hình dung mưa như cái quạt kéo khổng lồ trên trần nhà thời xưa, người ta dùng ở Việt Nam, tạt qua, tạt lại... Nàng bắt đầu mệt mỏi với mớ ý nghĩ hỗn độn, lụn vụn, đứt quãng, ùa đến chiếm trọn tâm hồn... Nàng quăng một chiếc gối ra giữa sàn trải thảm, ngồi xếp bằng tròn trên ấy. Lưng thẳng, mắt nhắm... Các ý nghĩ cứ lải nhải, theo riết nàng, không tha... Nàng nghĩ đến một phương pháp thiền trong sách dạy. Phải xua đuổi những ý nghĩ lảm nhảm đó ra khỏi trí não, bằng cách thay thế nó với một hình ảnh khác. Cái gì thật đơn sơ, như một chiếc chén chẳng hạn... Đan Thanh đã nhìn thấy cái chén trong đầu: Một chiếc chén hạt mít màu ngọc thạch... Không có quai cầm. Không vẽ hoa lá... Chiếc chén mà cha nàng trân quí như một bảo vật. Ông dùng nó mỗi ngày, uống rượu thuốc trước mỗi bữa ăn tối, với vài củ lạc... "Sau khi cụ mất, không biết mấy em ở nhà cất chiếc chén đi đâu? Bữa mình về Phila đã không còn thấy nó trong tủ kính."--Nàng băn khoăn. Đầu óc đi lang bang sang hình ảnh mấy củ lạc, rượu thuốc... Rồi bị nhiễu loạn với ý nghĩ cái chén, các em để ở đâu... Nàng bỗng sực tỉnh: "Ơ hay! Ý nghĩ mình lại đi lạc hướng rồi... Mình đang nghĩ đến cái gì nhỉ? À, phải rồi, chiếc chén hạt mít màu ngọc thạch... Rượu sóng sánh... một chiếc thuyền nan bập bềnh... chàng Trương Chi... Tiếng mái chèo đập nước bì bõm..." Chợt nhận ra tiếng nước chảy từ bồn cá vàng... Bụng đói cồn cào. Nàng đứng phắt dậy, bỏ chỗ ngồi, đi vào bếp...

Nhưng nàng không làm cơm, mà đi xuyên qua bếp, ra cửa khác vào hành lang, đi thẳng vào phòng ngủ, lấy khăn, vào buồng tắm. Nước ấm áp chảy từ hoa sen... Nàng đổ cả nửa chai "shampoo"[*] lên đầu, vừa vò loạn lên, vừa hát: *"I'm going to wash that man right out of my hair... I'm going to wash that man right out of my hair... And send him*

---

[*] Thuốc gội đầu.

on his way... "[*] Đan Thanh chợt nhận thấy giọng hát của mình không đến nỗi tệ trong tiếng nước rào rào làm nhạc đệm. Nàng vừa hát vừa tưởng tượng mình là nàng Nellie Forbush trong phim South Pacific... Cô ta đang hát bài này trong lúc gội đầu với một bầy con gái tắm xung quanh, bất thần chàng Emile de Becque xuất hiện...

Đan Thanh cảm thấy mặt mình nóng bừng... Nàng vặn nước cho chảy thêm mạnh, thêm nóng, phủ tràn, vuốt ve trên thân thể...

5

Hôm ở Phila nàng đã viết thư cho tất cả mọi người trong tòa soạn báo Vượt để chia tay. Nàng cũng khẩn khoản xin đừng ai tìm gặp hay gọi nàng, cho đến khi nàng sẵn sàng liên lạc với họ. Nàng không cắt nghĩa lý do. Phần cho rằng ai cũng biết rồi, phần không muốn đụng đến chuyện đau lòng đó nữa. Mùa thu là mùa của chia lìa nên người ta càng cần nhau, muốn tìm đến nhau để khẳng định mối quan hệ tình cảm, thì Đan Thanh lại bỏ đi. Bạn bè đoán, tình trạng chắc là phải đến hồi quá lắm.

Trong mấy ngày đầu, Nguyên Việt cuống cuồng tìm cách liên lạc với Đan Thanh nhưng vô ích, nàng đã cố ý tránh. Tường khuyên nên để cho mọi việc lắng xuống. Cố

---

[*] *"Ta sẽ rũ sạch hình bóng chàng ra khỏi đầu óc ta. Ta sẽ rũ sạch hình bóng chàng ra khỏi đầu óc ta. Để tống cổ chàng đi đường chàng..."*

công tìm gặp nàng lúc này, có khi chỉ làm tình hình rối beng thêm. Nguyên Việt cho là phải.

Thật sự Nguyên Việt tự lừa dối mình. Chàng, lấy cớ nàng trốn tránh, lấy cớ Tường khuyên "hãy để mọi việc lắng xuống..." Nhưng thật trong thâm tâm, chàng không biết làm gì với chính mình. Tìm gặp nàng cũng không khó, cứ đậu xe ở một chỗ kín đáo gần cửa hãng VNTEK, đợi nàng lái xe ra, chàng có thể đi theo về đến tận nhà. Nhưng gặp nàng để nói gì? Không nhẽ bảo nàng là anh xin lỗi, hãy trở về với anh, và anh cũng sẽ chẳng làm gì khác? "Nhưng không tìm gặp nàng thì có vẻ lạnh lùng quá!"—Chàng nghĩ--Đã có lần chàng hăng hái lái xe đến cửa sở Đan Thanh, thấy nàng lái xe ra, chàng cứ ngồi ì trước tay lái. Cho đến giây phút đó chàng cũng vẫn chưa biết mình muốn nói gì. Cuối cùng chàng quyết định không đi theo. Tự nghĩ, nếu theo được về tới nhà nàng, hoàn cảnh thuận tiện sẽ quyến rũ chàng vào... để rồi lại nói những điều không hứa hẹn, mà nàng đã chán ngấy. "Thôi!" Chàng tự nhủ rồi ra về.

Khuyên Nguyên Việt như vậy nhưng Tường, do quen biết nhiều với công ty VNTEK, đã đi lại thường xuyên tìm gặp, thăm hỏi Đan Thanh, xem nàng có cần giúp đỡ gì. Đan Thanh chẳng cần giúp đỡ gì về vật chất, nhưng bản tính lạc quan của Tường đã lây lan sang Đan Thanh, khiến nàng có can đảm mà đứng dậy. Cả hai cùng tránh nhắc đến Nguyên Việt. Cả hai đều hiểu rằng, tha thứ cho Nguyên Việt, đối với Đan Thanh không phải là việc khó. Nhưng tha thứ để làm gì, thì không ai có câu trả lời. Tường cũng vì thế không khuyên bảo gì Đan Thanh, chỉ ngậm ngùi cho cái ngậm ngùi của nàng. Dòng đời cứ thế lặng lẽ trôi...

Không khí ở tòa soạn Vượt trở nên hụt hẫng, buồn chán. Tuy nhiên không ai vì thế mà ghét bỏ Nguyên Việt. "Dù sao chàng cũng vẫn là ông xếp tốt, người bạn chân tình..." Họ bảo nhau như vậy. Người ta chỉ tiếc cho chàng và cũng nhớ tiếng nói giọng cười của Đan Thanh hàng ngày trong tòa soạn. Có một điều vẫn không ai hiểu đến nơi đến chốn, lý do nào khiến Nguyên Việt không thể lấy Đan Thanh. Chàng là người của cộng đồng, của khắp thiên hạ... Chàng thấy cần phải lấy một người mà, trước thiên hạ, chàng có thể hãnh diện có nàng đứng bên cạnh. Một người mà chàng cho là, sẽ giúp chàng "tát cạn biển Đông." Theo ý chàng Đan Thanh không phải là người như vậy. Nàng chỉ suốt đời đứng đằng sau chàng, nấp dưới cái dù của chàng. Nghề nghiệp chuyên môn cũng như sở thích của nàng, đều cho thấy nàng không có tham vọng "để lại danh gì với núi sông" bên cạnh chàng. Chàng chỉ nhắm ở một điểm: Sức hấp dẫn của Đan Thanh nằm rất sâu trong tâm hồn nàng, nó cần cơ duyên để nẩy nở, như hạt giống tốt cần mưa với nắng. Không là vợ chính thức của Nguyên Việt, lại mang tiếng là bồ, là nhân tình, là người theo không của chàng, Đan Thanh không cảm thấy thoải mái xông xáo ngoài cộng đồng. Những khả năng tiềm ẩn trong nàng cũng vì thế thui chột luôn. Cái cầy để trước con trâu hay con trâu để trước cái cầy, là điều Nguyên Việt tính không ra.

Không có Đan Thanh, Nguyên Việt đôn Phùng lên thay thế, làm phụ tá chủ nhiệm kiêm tổng thư ký. Đó cũng là một xáo trộn không nhỏ trong tòa soạn. Tinh thần nhân viên xuống thấp. Danh buồn chán trở nên ít nói. Anh cũng ít quanh quẩn ở tòa soạn, xong việc là chuồn. Tường phải cố gắng lắm mới giữ được không khí làm việc lành mạnh nơi này. Tường nói với Hòa và Như: "Được một cái là bây giờ anh Phùng bằng lòng với chức vụ mới, không có mặc cảm nữa. Anh làm việc siêng năng hơn, không gây gổ với mọi người. Để một người bất mãn đến độ người ngoài cũng nhận biết, trong hàng ngũ chúng ta, là một điều không nên, có khi còn nguy hiểm nữa. Đáng lẽ chúng ta phải khen anh Nguyên Việt 'biết dùng người' chứ!"

Hòa không đồng ý:

- Tôi chưa thấy dấu hiệu gì là ảnh hết mặc cảm cả. Tôi nhận thấy trước kia cứ mỗi lần ảnh đi làm trễ giờ, hoặc nói bốc phét được cái gì, thì ảnh đằng hắng liên hồi, như để khỏa lấp tội lỗi... Bây giờ mắc mớ gì mà ảnh vẫn làm vậy. Coi bộ bịnh còn nặng hơn trước!

Như pha trò:

- Bây giờ ảnh làm lớn, trách nhiệm lớn, ảnh càng cảm thấy tội lỗi hơn, vì thế phải đằng hắng nhiều hơn chớ sao!

Tường ngao ngán:

- Quí vị nhiều tưởng tượng thật!

Người ta để ý thấy Nguyên Việt ngồi lại tòa soạn làm việc rất trễ. Có nhiều việc viết lách riêng chàng phải làm lấy, không thể nhờ Phùng được. Bây giờ chàng phải tự đánh máy bài trước khi lên đường đi nói chuyện ở đâu đó.

Những lúc này chàng mới thấy thấm thía nhớ tiếc "người bạn đường" với tất cả ý nghĩa thâm sâu của nó. Chàng nhớ nhất ánh mắt sáng ngời của Đan Thanh, mỗi khi nàng được đi chung với chàng trên xa lộ. Đường càng dài, nàng càng thích, chàng lạc đường, nàng càng vui. Điều đó làm chàng thấy dễ chịu, để sự lúng túng bực bội, đáng lẽ phải có, lại hóa ra nhẹ nhàng, vui vẻ...

Tường ái ngại cho bạn! Thỉnh thoảng chàng nhớ lại những lần hai anh em tâm sự chuyện tình cảm riêng tư, Tường thấy rõ Nguyên Việt dù như rất thông minh, sáng suốt, chân thành đối với gần như bất cứ chuyện gì trên cõi đời, nhưng ở một góc nhỏ sâu kín trong tâm hồn thì chàng lại ưa sống bằng "ảo tưởng." Điều này Tường phân tích thấy, có lẽ do bản chất lạc quan thái quá của bạn, dẫn đến việc chàng không chịu chấp nhận một sự thất bại, một sự thua kém nào... Riết rồi chàng tự dối cả mình, tưởng tượng ra cuộc đời mình như thế này hay thế khác... Có một lần, chắc cũng lại trong giây phút sống bằng "ảo tưởng," chàng tuyên bố giữa đám bạn bè rằng chàng "chẳng mê ai bao giờ." Đến lúc bọn bạn bắt đầu nhao nhao lên chọc quê thì chàng chữa là "Tôi nói gần như chẳng bao giờ." Nhưng câu bào chữa gượng gạo đó, chẳng làm cho ý nghĩa câu nói của chàng thay đổi trong ấn tượng của Đan Thanh, lúc đó nàng cũng có mặt!

Thường thường gia đình Hòa ăn cơm ở tòa soạn, vì tiệm sách mở cửa tới tám giờ tối, theo giờ giấc của cả khu chợ. Hòa dùng bếp ở đây nấu những bữa cơm có toàn rau, thịt, cá tươi... Một ngày vợ chồng chị thấy Nguyên Việt thui thủi đi về khuya khoắt, họ mời anh ở lại ăn với gia đình họ mỗi tối trước khi về. Nguyên Việt nhận lời ngay. Nhờ thế chàng cũng có thể làm thêm được một số công việc. Cuộc sống cũng đỡ cô đơn. Có khi mùa đông gặp ngày bão tuyết, chàng ngủ luôn trong tòa soạn. Trong phòng làm việc của chàng, vẫn có cái giường gấp khá tốt.

6

Tường rã rời sau một đêm không ngủ!

Hôm qua chàng nhận được thư Nga sau hai tháng trời chờ đợi. Trong băng ghi âm gửi đi từ Sài Gòn, nàng dặn chàng đừng viết thư, đợi nàng cho địa chỉ mới, nhưng mãi đến hôm nay chàng mới nhận được lá thư đầu tiên. Không có địa chỉ người gửi ngoài bì thư. Dấu bưu điện là Nữu Ước, như thể có người cầm tay sang gửi hộ. Sau khi nghe nàng kể việc dám liều đến gặp nhà văn Hướng Dương, bằng đi một thời gian lâu không có tin tức gì từ Nga, chàng bồn chồn không yên. Trong lúc lo lắng, linh tính cho biết, nàng có thể đã gặp rắc rối như lời cảnh cáo trước của nhà văn nữ ấy. Nhưng linh tính của chàng đã làm chàng hoàn toàn lạc hướng. "Khả năng" bị nhà cầm quyền làm khó đã không xẩy ra, nhưng...

Chàng lại lấy thư ra đọc, lần này không còn biết là lần thứ mấy:

Hà Nội ngày... tháng...
Anh yêu quí,

Sau khi gửi băng ghi âm cho anh đi rồi, em còn ở lại thành phố Hồ Chí Minh một tuần nữa, vì thế lại có dịp lôi những cuốn băng cũ của cô bạn thu từ đài Làn Sóng Tự Do ra nghe. Bất chợt em vớ được bài phỏng vấn Nh., cô bạn thân của em. Em mừng quá, liền viết thư ngay cho Nh. để mừng bạn đã đến được bến bờ tự do. Nhất là bạn lại được sang thăm Oa-Sinh-Tơn, là nơi em từng chôn sâu bao nhiêu kỷ niệm...

Về đến Hà Nội được chừng hơn một tuần, em nhận được hồi âm của Nh., kể chuyện đi chơi vui ở Oa-Sinh-Tơn, ở Niu-Oóc, ở Cali, luôn thể khoe đã có người yêu, người đó tên là... Thiết tưởng em không cần nói ra đây cảm nghĩ của em lúc đó. Em để cho hai tuần qua đi, khi chuyện đã lắng xuống, em mới viết thư này cho anh, với tất cả lòng thành của em.

Anh yêu quí,

Như có lẽ anh cũng biết, em với Nh. thân nhau như ruột thịt, vì thế thấy bạn có hạnh phúc là em thấy mình hạnh phúc rồi. Còn đối với anh, em cũng có lỗi. Lỗi trước tiên là em đã ở xa anh nửa vòng trái đất, và ngày đoàn tụ thì càng ngày càng xa vời. Khi đã được mở mắt bởi những điều mắt thấy, tai nghe trong chuyến đi vừa qua, em lại càng thấy tương lai đất nước quả là mù mịt, thì bên cạnh đó, tương lai của cá nhân mình đâu còn nghĩa lí gì.

Cùng lúc với thư này, em cũng viết cho Nh., mừng bạn đã tìm thấy hạnh phúc. Sau khi niềm tin của em vào cái chế độ em đang phục vụ, đã hoàn toàn sụp đổ, em lại càng thấy Nh. cao quí và quả cảm. Cuối thư em viết: "Bạn rất xứng đáng được đền bù những ngày gian khổ."

Trong thư, dĩ nhiên em không nói gì đến mối liên hệ giữa anh và em. Em cũng xin anh hãy giữ kín chuyện chúng mình, để cho Nh. được hoàn toàn hạnh phúc. Để ít nhất một người trong ba chúng ta được hưởng hạnh phúc trọn vẹn.

Riêng chúng ta, nếu anh còn chút tình cảm nào dành cho em, thì chúng ta vẫn có thể gặp nhau trên những quãng đường mưu tìm tự do dân chủ cho quê hương. Hay trước mắt, hãy tiếp em một ngọn đuốc, đưa em ra khỏi "ma lộ" tối tăm này.

Mừng anh và chúc anh hạnh phúc!

Em,

N.

7

Việc Trần Trung Nhạc đột ngột bị bắt, và Eric bị nhà nước Cộng Sản trục xuất khỏi Việt Nam, là tin nổ nhất trong tháng tại hải ngoại. Người ta được đọc các tít lớn, dài lòng thòng trên các trang nhất như: "Ông Trần Trung Nhạc và Ông Eric Jones, Đồng Giám Đốc Hãng Điện Tử Quang Trung tại Sài Gòn, Đã Bị CS Việt Nam Bắt Giam Với Tội Danh Dùng Công Ty Thương Mại Của Họ Làm Tổ Hoạt Động Chống Phá Nhà Nước Việt Nam." Hoặc là: "Ông Trần Trung Nhạc Chủ Công Ty Điện Tử Quang Trung Tại Sài Gòn Bị CS Việt Nam Bắt Giam. Đồng Giám Đốc Công Ty Này, Ông Eric Jones Là Người Hoa Kỳ, Sau Khi Bị Giam 48 Tiếng Đồng Hồ Thì Bị Trục

Xuất." Hay là: "Công Ty Điện Tử Quang Trung Bị Kết Tội Yểm Trợ Cho Một Nhóm Xâm Nhập, Hoạt Động Ngầm, Chống Phá Nhà Nước Việt Nam. Ông Giám Đốc Trần Trung Nhạc Bị Bắt Giam. Ông Eric Jones Đồng Giám Đốc Bị Trục Xuất." Có tờ báo lại khơi khơi đưa ra giả thuyết: "Đã Có Thêm Dấu Hiệu Cho Thấy, Có Nhiều Đội Ngũ Hải Ngoại Về Sống Lén Lút Ở Việt Nam, Để Tiếp Tay Với Nhóm Dân Chủ Trong Nước"...vv...

Báo chí bu quanh Eric khi chàng vừa đặt chân xuống phi trường Dulles tại Washington. Vài câu hỏi điển hình được đưa ra: "Cộng Sản Việt Nam quy kết công ty của ông đã yểm trợ một nhóm xâm nhập, hoạt động ngầm, chống phá nhà nước Việt Nam, xin ông cho biết ý kiến ông thế nào về lời cáo buộc đó?" Eric trả lời: "Chúng tôi thách thức nhà nước Việt Nam đưa ra được bằng chứng cụ thể về việc làm này." Hỏi: "Tình trạng sức khỏe của ông Trần Trung Nhạc hiện giờ ra sao?" Đáp: "Tòa Đại Sứ Mỹ ở Việt Nam cho tôi biết, là ông ấy vẫn khỏe và vững tinh thần." Hỏi: "Trong những ngày tới, ông sẽ làm gì?" Đáp: "Tôi sẽ dùng toàn thời giờ và sức lực của tôi để tranh đấu cho ông Trần Trung Nhạc được ra khỏi nhà tù."

Khả năng nói tiếng Việt của Eric gây ấn tượng rất tốt đối với báo chí, cũng như độc giả. Eric giữ đúng lời hứa. Trước kia chàng phản chiến mạnh như thế nào, thì giờ đây chàng tranh đấu chống độc tài, đàn áp, bất công... mạnh gấp mười. Tự nhiên Eric được báo chí và cộng đồng Việt Nam đón nhận chàng trở về, như một vị anh hùng. Những tờ báo chỉ trích, chụp mũ ông Trần Trung Nhạc trước kia, bây giờ lại đang dựng lên một huyền thoại đẹp đẽ chung quanh ông!

Mai và gia đình ông Cát bị một phen hoảng sợ. Nhưng ở một khía cạnh khác, có phần ích kỷ trong đó, họ mừng Eric đã trở về an toàn. Họ bảo nhau: "Không có chuyện này xẩy ra, thì không ai có thể bứng được Eric ra khỏi Việt Nam." Tường và Nguyên Việt không mấy ngạc nhiên về chuyện xẩy ra cho Eric và Trần Trung Nhạc. Họ chỉ tiếc là chuyện xẩy ra quá sớm, và rất không đúng lúc... Biết vậy nhưng báo Vượt chỉ loan tin có chừng mực. Không thêm lời bình luận.

Cũng lại ở một khía cạnh ích kỷ khác, do việc nhà việc nước xẩy ra bi thiết quá, vô hình trung đã giúp Tường dàn trải tập trung của mình ra nhiều ngả... Chuyện riêng của chàng được tạm xếp qua một bên. Bức thư "tạ từ" của Nga, Tường đọc nhiều lần đã nhàu nát, nay tạm thời được nằm yên trong ngăn kéo.

8

Thế giới đang đi vào thiên niên kỷ mới. Các khoa học gia, chính trị gia, kinh tế gia, các nhà xã hội học, môi sinh học... ráo riết chuẩn bị đi vào năm 2000 bằng những cuộc hội thảo sôi nổi, những bài bình luận rốt ráo, những cuốn sách dự báo... thấy đều nhắm vạch một con đường để giải quyết vấn đề gay go trong một trật tự thế giới mới. Họ kết luận là mỗi quốc gia đều có bổn phận điều chỉnh lại chiến lược của mình, trước khi bước vào kỷ nguyên mới, hầu đối phó với những biến đổi căn bản và xu hướng toàn cầu. Trong tất cả mọi khu vực, khoa học kỹ thuật là khu vực đang trực diện một thách thức lớn lao chưa từng có: Làm thế nào để có thể chuyển đổi cả hệ thống vận dụng máy vi tính để đi vào năm 2000 mà không bị trục trặc, hoặc nguy hại hơn nữa, là có thể bị rối loạn, và thảm họa trùm lên cả thế giới, có thể đang chờ phía trước.

Công ty VNTEK là một công ty làm việc với các kỹ thuật cao cấp, càng không thoát khỏi bị cuốn hút vào cơn sốt Y2K.* Các kỹ sư trong sở làm việc quên ăn quên ngủ, nhằm nâng cấp hệ thống máy vi tính trong cả phần cứng lẫn phần mềm, để nó có thể đồng bộ, và ăn khớp với các hệ thống máy vi tính trên toàn cầu. Cả sở có khoảng hơn một trăm cái trạm máy*, 4, 5 máy chủ*. Các kỹ sư hiện có mặt và rảnh tay có thể nâng cấp các máy chủ và BIOS*, thì chỉ có 3 người. Các kỹ sư khác hoặc mắc bận trong một vài "deadlines,"* hay đang đi công vụ. Đan Thanh vì thế cũng bị xung công làm công việc "cứu nguy," dù nàng là một nhân viên mới, hãy còn trong giai đoạn học việc.

Không khí Y2K càng ngày càng căng thẳng, khi thời gian đi dần vào cuối năm. Trong dân chúng người ta tung ra đủ các điều dự đoán: Người đoán sắp tận thế. Người đoán đến ngày cuối của năm 1999 hay đầu năm 2000 cả thế giới sẽ tối đen như mực, cả lục địa sẽ trôi ra biển...vv... Người ta đem sấm của Nostradamus ra phân tích. Người Việt Nam đem sấm Trạng Trình ra mổ xẻ. Còn các công sở, tư sở... ngay như nếu đã khắc phục được những "con

---

* Năm 2000, lối viết tắt của "Year 2000."
* Trạm máy: work station.
* Máy chủ: server.
* BIOS: hệ vào ra cơ sở.
* Deadlines: hạn chót giao sản phẩm.

bọ"* trong hệ thống điện toán của họ, để có thể chạy ăn khớp với các hệ thống trên thế giới, cũng vẫn phải cắt cử người trực các máy vi tính ngày đêm, để đề phòng khả năng có gì trục trặc trở lại, thì phải giải quyết ngay.

Tuyết, vợ của Định cũng bận. Nàng thường xuyên tới sở buổi tối, nấu một nồi cháo hay nồi mì, để đó cho nhân viên làm muộn ăn. Nàng đến văn phòng xã hội trong quận hay Hồng Thập Tự, xin những tài liệu chỉ dẫn "sửa soạn cho Y2K," đem về để cuối tuần "học tập" với vợ con nhân viên, cùng đàm đạo, chia sẻ và trấn an lẫn nhau. Các nhân viên mới đến vùng này, được nàng đưa đi mua đồ ăn, nước uống, bếp ga, thuốc và những đồ dự trữ khác ở những nơi bán rẻ...

Để đề phòng trường hợp phải di tản khỏi vùng mình ở, nàng nhắc nhà nào cũng phải có một ít tiền mặt, xe hơi lúc nào cũng phải đổ đầy xăng. Nàng mách mọi người đến chỗ bán ba-lô. Dặn mỗi người phải sắp trước một cái ba-lô, đựng vài thứ cần thiết, nhất là đang mùa đông, để lỡ phải di tản bằng đường bộ, cứ việc đeo ba-lô mà chạy. Không khí làm việc trong sở vì thế càng thêm ấm cúng. Chủ và nhân viên giúp đỡ, đùm bọc nhau. Đôi khi có những chuyện xích mích chính trị giữa phe tỵ nạn và phe từ Hà Nội sang, nhưng Định cư xử rất khéo, chàng không bênh bên nào, trái lại chàng còn quan niệm, nơi này là một môi trường rất thuận lợi, cho hai bên bất đồng chính kiến có cơ hội "đả thông."

---

* Con bọ: bug.

Sự bận rộn đầu tắt mặt tối trong sở, và tình trạng rối bòng bong của không khí Y2K làm Đan Thanh quên được chuyện riêng phần nào. Những lúc này nàng rất sợ nhàn rỗi. Đối với nàng, bây giờ nhàn rỗi là một loài vi khuẩn tai hại, có thể hủy hoại tâm não nàng một cách nhanh chóng. Vì thế chỉ cần một chút thì giờ rảnh, là nàng lại lấy sách ra đọc. Sách của nàng phần lớn là quà tặng trước đây của Nguyên Việt. Lúc được tặng, nàng cứ bầy lên tủ sách như một vật trang trí, thầm trách chàng quá thực tế và khô khan. Quà gì mà chẳng thơ mộng, tình cảm chút nào! Nhưng bây giờ, để cho đầu óc khỏi bị thu hút vào hoàn cảnh buồn, nàng nghĩ có lẽ đây là lúc nên lôi những cuốn sách này ra đọc. Đọc riết rồi nàng tạo được thói quen thích đọc sách. Cho đến một ngày nàng trở nên nghiền. Nàng dần dần nhận thấy mình, dù bận ở đâu, khi sực nhớ có cuốn sách hay đang đọc dở dang ở nhà, cũng vội vàng đi về để đọc tiếp. Có cuốn sách hay như có người bạn tâm tình. Nàng nhập hồn vào không khí của trang sách: Cả một bầu trời mở ra trước mắt, như đi du lịch, như ngồi nghe một bài diễn văn hay. Nếu là tiểu thuyết, nàng còn tưởng tượng mình đang là một nhân vật nào đó trong truyện, để cùng hỷ, nộ, ái, ố... với nhân vật đó. Đọc hết sách, nàng lại tiếc như tiếc người tình bỏ đi! Bây giờ nàng mới thực hiểu, tại sao Nguyên Việt lại có thể mê sách đến thế. Nhìn toàn bộ những cuốn sách chàng tặng, những cuốn nàng đã đọc, và cả những cuốn chưa đọc, nhưng cứ nhìn cái tựa đề, nàng cũng có thể nhìn ra sự cố ý của chàng. Chàng muốn nàng đọc những cuốn sách có giá trị về nhiều thể loại khác nhau, từ văn hóa, lịch sử, văn học, tâm lý, đến những tiểu thuyết lừng danh thế giới... để mở rộng kiến thức... Nhưng rất tiếc là hậu ý của chàng quá tế nhị, quá kín đáo, khiến nàng không hay biết. Khi có Nguyên Việt ở bên, nàng có thể pha những ấm trà thật ngon cho chàng thưởng thức trong khi đọc sách. Còn nàng, say sưa thưởng thức sự có mặt của chàng. Hai người có khi hàng giờ không nói với nhau một câu, cũng chẳng sao.

9

Gần đến những ngày cuối của năm 1999, thì sự điều chỉnh các máy vi tính trong công ty VNTEK hoàn tất. Các kỹ sư lo việc điều chỉnh các máy được tuyên dương công trạng, là đã làm việc có hiệu quả tốt trong một thời gian kỷ lục. Định đặc biệt nhắc đến Đan Thanh, một nhân viên mới, nhưng có tinh thần tập thể cao, đã vượt được những khó khăn, để đóng góp vào các thành quả tốt đẹp của công ty.

Tối 30 Tết dương lịch tại nhà Định và Tuyết là một ngày ăn mừng lớn. Cây Noël bằng cây thông tươi đứng sừng sững ở một góc phòng chơi của gia đình, tỏa hương thoang thoảng trong không gian. Trên các dây điện mang các bóng đèn đủ màu quấn chung quanh cây, có các bóng thủy tinh màu đỏ, xanh, vàng, trắng... to bằng quả cam treo lủng lẳng. Người ta còn thấy các phong bì nhỏ làm bằng giấy kim tuyến, treo trên cây như một phần của vật trang trí. Trên bàn nhỏ ở các góc phòng, các cây nến lung linh, các chậu hoa trạng nguyên đỏ chót, vẫn còn tươi nguyên từ lễ Giáng Sinh, làm cho cả khu tiếp khách rực rỡ. Trong lò sưởi lửa bập bùng, mùi củi cháy đưa ra, thơm nồng ấm cúng. Một bàn ăn dài trải khăn "ren" trắng trong phòng ăn, trên bầy đầy các món ăn. Một con gà tây chừng 30 pounds vàng óng, chiếm một góc bàn. Một bình hoa hồng đỏ thắm nằm chính giữa.

Tám giờ khách lục tục kéo đến. Có đông đủ vợ con của các nhân viên trong sở, thêm một số thân hữu. Gia chủ cố ý mời mọi người muộn như thế, để khách có thể ở lại chơi khuya qua giao thừa. Xem những quảng cáo từ mấy tuần trước, tất cả các nước trên thế giới sẽ làm hết khả năng để đón mừng năm mới. Mọi người kỳ vọng, sẽ được xem một cuộc biểu diễn thi thố đốt pháo bông ngoạn mục.

Khoảng chín giờ Tường bước vào, đi sau là Nguyên Việt. Đan Thanh vừa thoáng thấy... tim nàng thắt lại. Nàng định chuồn vào bếp, nhưng quá trễ. Nguyên Việt đã vượt qua mặt Tường và Định, người ra mở cửa, để chạy lại chỗ Đan Thanh đang đứng:

- Hi...!

Tiếng "Hi" hơi kéo dài. Chàng vẫn có lối chào "sexy" như vậy.

- Chào anh!--Nàng lí nhí đáp.
- Đan Thanh vẫn khỏe chứ?
- Dạ khỏe. Cám ơn.
- Treo áo ở đâu em nhỉ?

Nàng biết chàng chỉ bịa chuyện để níu kéo nàng. Rõ ràng Định xin áo của chàng ngay từ lúc hai người mới bước vào, nhưng Nguyên Việt làm bộ không nghe thấy. Nguyên Việt đã không tính ra. Nàng cầm ngay áo của chàng rồi biến nhanh lên lầu. Đan Thanh vào "toa-lét," nhìn vào gương, mắc cỡ thấy mặt mình đỏ kè. Nàng nhớ khi nói chuyện với Nguyên Việt mặt nàng nóng bừng. Trong lòng lo sợ nếu như đứng với chàng vài phút nữa, thế nào nàng cũng bật khóc. Nàng chỉ đoán là hôm nay sẽ gặp Tường, nhưng không nghĩ ra là sẽ có cả Nguyên Việt. "Ừ, mình cũng lú lẫn! Nàng tự nhủ, chàng không được mời trong bữa tiệc này mới là chuyện lạ. Chàng là khuôn mặt sáng chói trong cộng đồng, chỉ có mình, nếu không phải vì đang làm cho VNTEK, thì Tuyết và Định biết mình đâu mà mời. Nhưng không biết sẽ gặp chàng ở đây lại hóa hay. Biết trước đâm khó nghĩ. Không đến thì coi không được, mà đến thì như cố ý muốn gặp chàng. Còn chàng thì sao? Chàng có lựa chọn đến hay không đến. Chàng phải biết đến đây sẽ gặp mình mà chàng vẫn đến." Một nụ cười sung sướng nở trên môi, nhưng vội tắt ngóm. Nàng vừa nhớ đến thực tế! Thực tế là dù chàng có vô tình hay cố ý đến gặp nàng ở đây, thì cũng sẽ chẳng có gì thay đổi. Mải nghĩ miên man, có người gõ cửa. "Có lẽ ai đó muốn dùng toa-lét," nàng nghĩ, vội làm bộ giật nước cầu tiêu, rồi mở cửa bước ra. Tuyết đứng chờ ngay lối đi: "Kìa chị! Anh Tường đi tìm chị mãi. Xuống đi. Mọi người bắt đầu vào tiệc rồi." Đan Thanh cám ơn Tuyết rồi chạy xuống bậc thang. Không thấy Tường hay Nguyên Việt trong đám người sắp hàng chung quanh bàn ăn. Nàng đi thẳng vào bếp. Không còn ai trong này, nàng thu dọn những bát đĩa đem lại chậu rửa chén.

Nghe chừng phòng ăn đã vắng dần. Tường bước vào bếp: "Tôi cũng chưa ăn, mời Đan Thanh đi ăn cùng." Tường rủ. Đan Thanh lau tay, theo Tường ra ngoài bàn. Các ghế đều đã có khách ngồi. Hai người lấy đồ ăn xong, rủ nhau lên ngồi trên bậc thang lầu.

- Chị Tuyết đảm đang quá, anh Tường nhỉ? Không có chị ấy yểm trợ chồng hết mình thì anh Định không được nhân viên yêu mến như thế này đâu—Đan Thanh nói đến đây, nàng hạ giọng thấp hơn—Ai cũng bảo anh dại quá, đáng lẽ lấy chị Tuyết thì có phải bây giờ sung sướng không?

- Thôi, số cả đấy Đan Thanh ạ!

- Tờ báo Vượt hồi này có nhiều bài vở phong phú quá!--Đan Thanh đổi đề tài.

- Cũng tại có nhiều chuyện xẩy ra trên thế giới. Đan Thanh có đọc cái tin một bà Việt Nam ở tiểu bang Oklahoma bị cơn lốc cuốn lên trời không?

- À có. Trời ơi! Sao lại có thể như thế được! Trong muôn vàn triệu người, lại có một người Việt Nam bị ông trời chọn trúng phóc để bứng đi như vậy nhỉ!

- Tỷ lệ xác suất trúng số độc đắc nhỏ đến thế nào, mà còn có người Việt trúng được, thì việc một người Việt gặp một tai nạn hiếm hoi cũng có thể xẩy ra chứ.

Nguyên Việt bước tới, nhìn lên khen: "A! Đây là chỗ ngồi lý tưởng nhất. Có ai lấy món xôi gấc không? Thấy Tuyết nói là gấc thật, mang từ Việt Nam qua đấy." Nói dứt lời, Nguyên Việt xắn một miếng xôi ở đĩa chàng, bước lên hai bậc thang, để vào đĩa của Đan Thanh. Tường bật dậy bước xuống, miệng nói: "Tôi phải đi lấy thêm nước mắm. Anh ngồi đi." Chỉ còn hai người. Nguyên Việt ngồi xuống, dưới Đan Thanh một bậc. Chàng thấy cần phải nói một câu gì ngay, không thôi Đan Thanh lại lấy cớ bỏ đi:

- Em đã đưa xe đi cho nó làm "inspection"* chưa?

- Chưa.

- Xe em cuối tháng này hết hạn rồi đó. Đưa "garage" cho nó khám đi, không thôi cảnh sát phạt cho đấy.

- Vâng.

Đan Thanh sực nhớ xưa nay những việc thuộc về xe cộ, nàng chẳng bao giờ phải lo. Cảm động về sự săn sóc của chàng, nhưng nàng chẳng biết nói gì.

- Sao! Đan Thanh đọc sách đến đâu rồi?

Hiểu ngay là chỉ có Tường nói cho Nguyên Việt biết về thú tiêu khiển mới của nàng, chứ không ai khác. Nàng cười nhạt:

- Dạ, chẳng đi đến đâu hết.

- Đọc cuốn *"The Catcher in the Rye"* của J. D. Salinger chưa?

- Dạ chưa!

- Đọc đi! Em sẽ thích loại truyện cổ điển này lắm đấy. Nghe nói em làm mấy việc cho VNTEK cũng giỏi lắm phải không? Mừng em nhé!

Đan Thanh cười gượng gạo, không trả lời. Nàng bỏ đĩa đồ ăn xuống bậc thang. Nguyên Việt nhìn vào hai bàn tay nàng đang nắm chặt. Nàng vẫn có cái tật nắm chặt tay mỗi khi bối rối về một chuyện gì, như thể nàng cố dồn hết

---

* Ở Virginia các xe hơi phải được khám hàng năm để biết chắc xe chạy tốt. Chỗ khám có thể là một tiệm sửa xe. Nếu xe có gì trục trặc thì phải chữa rồi mới được cấp một cái "sticker," là miếng giấy nhỏ chứng nhận xe chạy tốt, dán trên cửa kính xe. Cảnh sát sẽ phạt nếu như xe không có "sticker" đó.

sự căng thẳng vào hai nắm tay. Các móng đâm trên lòng bàn tay để lại các vết bầm. Trước kia mỗi lần nàng làm như thế, chàng biết ý, nắm chặt lấy tay nàng như truyền sang cho nàng sự bình an. Nàng buông lỏng tay ra, lấy lại trạng thái bình thường được ngay. Hôm nay chàng giữ ý, không dám làm một cử chỉ thân mật. Chợt nhận thấy Nguyên Việt đang nhìn chằm chằm vào tay mình, tủm tỉm cười, nàng càng lúng túng, đỏ mặt...

Dưới phòng khách bắt đầu mục văn nghệ. Định đang tuyên bố lý do và nói qua về một chương trình văn nghệ mà chàng gọi là "bỏ túi của gà nhà." Kế đến Tuyết lên cám ơn khách và nêu tên các bà nội trợ của các nhân viên đã làm khéo, đóng góp vào bữa tiệc hôm nay... Nghe mọi người la ó yêu cầu Tường lên ngâm một bài thơ từ biệt thế kỷ cũ. Đan Thanh vội chụp lấy cơ hội:

- Thôi, mời anh xuống nhà nghe anh Tường đi.

Nàng đứng dậy chạy trước. Tường ngâm bài "Chào thua thế kỷ."

Nhìn lại sau lưng: Thế kỷ dài...
Tang thương gieo rắc khắp trần ai!
Bắc Nam sát phạt: người hung ác,
Huynh đệ tương tàn: quỉ tác oai.
Đất lở trời long: mồ khuất dạng
Sóng trào biển dậy: mả chìm khơi
Thôi chào thua nhé trăm năm cũ!
Ta lại lên đường... kịp sớm mai...

Mọi người vỗ tay tán thưởng ầm ỹ. Đan Thanh công nhận là giọng ngâm của Tường càng ngày càng điêu luyện. Các bài hát khác tiếp tục được trình diễn, do các "tài tử" bất đắc dĩ, nhưng cũng rất khá. Mọi người tự hỏi sao mà sở của Định có nhiều nhân tài đến thế. Anh Huy, anh Đạo từ Hà Nội qua, cũng lần lượt lên đóng góp những bản "nhạc vàng" một cách thành thạo như họ vẫn từng hát, làm mọi người ngạc nhiên.

Sắp vào giờ giao thừa, Nguyên Việt bị gọi lên đóng góp một cái gì. Nguyên Việt đỡ lấy máy vi âm:

- Thưa quí vị, thưa các bạn, anh Tường của chúng tôi đã "đại náo" ở đây đủ rồi, xin các anh chị miễn cho tôi. Tuy nhiên trước giờ phút thiêng liêng của lịch sử, tôi cũng xin chia sẻ một vài cảm nghĩ: Người xưa quan niệm rằng người quân tử sau mỗi ngày tàn, thường nhìn vào gương tự hỏi, một ngày trôi qua mình làm được những gì? Tự kiểm soát xem mình làm cái gì sai để mà sửa, cái gì đúng để tiếp tục. Hôm nay chúng ta có cả một thế kỷ dài ở đằng sau lưng, để mà kiểm điểm lại. Không biết quí vị thế nào chứ riêng tôi, tự biết mình có nhiều điều phải sám hối. Đáng lẽ hôm nay tôi phải ăn chay mới phải, nhưng món ăn của các chị hấp dẫn quá, khác nào trái táo trong vườn Eden, làm tôi đã lỡ phá giới. Sau hôm nay tôi sẽ phải sám hối...

Mọi người phá lên cười. Những người biết chuyện liếc nhìn Đan Thanh. Có người hỏi:

- Xin lỗi anh, "người xưa" nào thế anh? Khổng Tử, Mạnh Tử? Lão Tử? Hay "người xưa tân thời?"

Nguyên Việt cười xuề xòa:

- Thôi thì cái gì mình không biết chắc, thì cứ đổ cho "người xưa" đi. Các cụ đâu có ở đây mà cãi! Và bây giờ tôi xin được nói lời cuối cùng. Trước thềm năm mới, thế kỷ mới, thiên niên kỷ mới, tôi xin chúc toàn thể anh chị em chúng ta vui sống trong hòa bình và thịnh vượng.

Chờ cho tiếng vỗ tay chấm dứt, Định lên máy vi-âm chúc tụng mọi người và mời nâng cốc. Anh cám ơn các nhân viên trong sở, bằng những lời lẽ rất nồng nàn. Sau cùng mời các nhân viên tiến tới cây Noël, tìm quà Tết của mình, trong các phong bì làm bằng giấy kim tuyến, treo chung với các vật trang trí khác. Mọi người hào hứng. Đã có người nhanh tay tìm được phong bì của mình, mở ra xem, reo lên và đến bắt tay Định, cám ơn. Người ngoài đoán là Định phát quà tặng theo tỷ lệ lương của mỗi người. Thấy ai cũng hỉ hả vui mừng, khách cũng vui lây. Tiếng vỗ tay ran cả phòng.

Chiếc "projection TV" có màn ảnh vĩ đại trong phòng gia đình được bật lên. Chương trình văn nghệ phải tạm ngưng. Tiếng pháo bông nổ liên tiếp. Đến ngô rang trong chảo cát nóng cũng không thể nổ liên hồi như thế. Cả bầu trời Hoa Thịnh Đốn sáng rực. Một màn ảnh nhỏ[*] cũng hiện lên trong một góc của màn ảnh lớn, chiếu cảnh các lễ ăn mừng khác trên thế giới. Quang cảnh nhộn nhịp ở Times Square ở Nữu Ước được chiếu lên. Các nước bên Âu Châu mừng Tết sớm hơn ở đây sáu tiếng đồng hồ, cũng đang được chiếu lại toàn bộ. Mọi người trầm trồ khen pháo bông năm nay ở đâu cũng độc đáo. Họ bầu cho pháo bông ở Luân Đôn đẹp nhất. Cả thế giới vui chơi nhưng cũng vẫn hồi hộp chờ đợi một chuyện gì xẩy ra...

---

[*] Picture-in-picture.

Tường và Huy đứng dựa lưng vào một cái cột, vừa xem TV vừa nói chuyện:

- Những ngày lễ như thế này anh có nhớ nhà không anh?

- Nhớ lắm chứ anh. Tôi ở đây như vậy là năm thứ ba rồi. Nhiều lúc cũng muốn mang vợ con sang đây mà sợ tốn kém quá. Tôi có hai cháu. Cháu gái 14, cháu trai sẽ được 10 tuổi tháng ba này.

- Tôi tưởng ở đây bề nào anh cũng phải mướn nhà, có vợ con hay không cũng thế thôi. Còn tiền ăn thì tương đối rẻ. Nhiều tiền thì ăn sang, ít tiền thì cũng vẫn có ăn, chẳng có thể đói. Các cháu lại có thể đi học miễn phí.

- Vâng, chính việc học hành của các cháu là điều chúng tôi đang suy nghĩ.

Tổng thống đang đọc diễn văn. Hai người ngừng nói, chăm chú... Cả thế giới mở ra trước mắt Huy... Anh suy nghĩ: "Cuộc cách mạng thông tin làm cho thế giới trở nên nhỏ bé, gần gũi quá! Sức mạnh của khoa học kỹ thuật ngày nay đem lại một quá trình toàn cầu hóa, sẽ buộc các lãnh tụ các quốc gia chậm tiến, hay độc tài, phải quan niệm lại toàn bộ ý thức hệ của mình, trước khi bị đào thải trong cái thế giới văn minh tiến bộ không ngừng nghỉ. Một nước nông nghiệp như nước ta càng phải nâng cao dân trí, để khỏi bị trì chậm trong việc chuyển hóa, đến một cuộc cách mạng công nghiệp, một xu hướng toàn cầu, không thể đảo ngược..."

12 giờ rưỡi quá nửa đêm. Không có chuyện ghê gớm nào xẩy ra trên thế giới. "Cám ơn Trời!"--mọi người thở phào nhẹ nhõm. Các món tráng miệng lại được mang ra. Tường tình nguyện ngâm một bài thơ để chào Thiên Niên

kỷ mới. Mọi người mừng lại được thưởng thức một giọng ngâm mà họ từng ái mộ.

Pháo nổ tung trời pháo nổ vang
Mừng thiên niên kỷ mới vừa sang
Nhìn quanh tìm bạn ai còn, mất
Mừng, tủi, buồn pha suối lệ tràn

Nâng chén chúc mừng tân thế giới
Ngày càng thêm tiến bộ văn minh
Hãy đem khoa học phù nhân loại
Trái đất đâu còn họa chiến chinh

Chén này xin mừng mẹ Việt nam
Chúc Mẹ hiền giờ hết gian nan
Lũ đi hoang về ôm chân Mẹ
Lũ cuồng mê chấm dứt bạo tàn

Chén này dâng anh hùng liệt nữ
Mấy nghìn năm bồi đắp máu xương
Cho đời sau hàng hàng lớp lớp
Bước lên đường gìn giữ biên cương

Tuổi trẻ ơi! Cờ đã đến tay
Hãy cùng tôi uống cạn ly này
Chúc muôn thế hệ đang đi tới
Đừng để gương mờ chí khí phai

Còn chén dành riêng chúc bạn đường
Lập công đầu giải cứu quê hương

Giắt tay nhau sang tân thế kỷ
Ngẩng mặt cao cười ngạo gió sương.

Nào cụng ly mừng anh mừng chị
*Hát vang lừng bài quốc tế ca**
Không sắt máu không lời ủy mị
Cờ tung bay nhuộm nắng chan hòa

Người người ra về đem theo cảm tưởng đẹp, viên mãn, về một buổi họp mặt vui vẻ, chân tình. Nhưng sự vui vẻ đó, chắc chắn cũng phải do sự an bình trên thế giới, ít nhất trong giờ phút này.

Đan Thanh một mình một ngựa trên xa lộ tối thui. Trời đầy sao, lạnh ngọt ngào. Nguyên Việt vẫn dễ thương, tình tứ... Nếu như ngày trước, sự hiện diện của chàng ở bất cứ nơi nào, cũng làm cho nơi đó sáng ngời, thì giờ đây, nó càng như ánh đèn thu hút thiêu thân. Nếu ngày trước tiếng nói giọng cười của chàng là thuốc bổ, là suối ngọt, là niềm vui..., thì ngày nay nó là sự bùi ngùi, là ray rứt, là chất cường toan đốt cháy tâm can nàng. Vết thương lòng tưởng đang được hàn gắn, lại tấy lên. Bên cạnh cảm giác xao xuyến, bồi hồi được gặp lại người xưa, nàng cũng có linh tính: "Dù như có cơ hội trở lại với nàng, chàng cũng sẽ không làm gì khác."

Dòng xe trên xa lộ càng về khuya càng đông, nhưng nàng vẫn thấy cô đơn như chỉ có một mình. Nàng nghĩ: "Giá mà một ngày nàng biến mất khỏi cõi đời này, thì

---

* Không phải là bài "Internationale."

sáng sáng mặt trời vẫn mọc, chim vẫn hót, hoa vẫn nở, bạn bè vẫn nâng cốc chúc tụng nhau trong các bữa tiệc... Xa lộ này vẫn đầy xe... Sẽ không một ai nhận biết sự thiếu vắng một chiếc xe của nàng. Vậy thì, những chuyện nhỏ như chuyện của một cá nhân, làm gì có chỗ trong tâm tưởng, trong trí nhớ mọi người.

Được gặp lại Đan Thanh tại nhà Định và Tuyết, Nguyên Việt chợt nhớ lại toàn bộ liên hệ giữa nàng và chàng, trong suốt tám năm trời. Bao nhiêu kỷ niệm đẹp tràn về trong tâm chàng, như một cuốn phim chuyện tình thắm thiết, trong đó vui có, buồn có, có cả nước mắt... Chính những cái đó đáng lẽ phải là chất keo sơn gắn chặt cuộc đời hai người, nhưng chàng lại vô tình để nó ở ngoài chàng, vì lạc quan cũng có, vì chủ quan cũng có, cho là đời mình còn nhiều việc quan trọng hơn để nhắm tới... Bây giờ chàng giật mình, nghĩ đến khoảng thời gian khá dài từ ngày Đan Thanh bỏ đi, và ngạc nhiên đến xấu hổ trước cái vô tâm, vô tình của mình. Không nhẽ chàng "mải chơi" đến thế, như nàng vẫn thường trách: "Hễ được đứng giữa đám đông, hay ngồi trước quyển sách, hay trước công việc anh thích, là anh quên hết..." "Suốt thời gian xa vắng Đan Thanh, mình bận rộn đến thế hay sao?" Chàng tự hỏi.

Nhìn nàng hôm ấy, mắt lúc nào cũng long lanh như muốn khóc, chàng mới hoảng thấy trách nhiệm của mình quá nặng. Nặng đến nỗi chàng thấy không thể cứ tự dối mình, là không có chuyện gì quan trọng giữa hai người. Ngay ngày hôm sau ở tòa soạn ra, Nguyên Việt săm săm lái xe đến cửa công ty VNTEK đợi. Vừa thấy Đan Thanh lái xe ra, chàng lái theo sau nàng về đến tận nhà, mà nàng vô tình không biết. Chàng đậu xa xa nhìn nàng ra khỏi xe, bước vào cửa. Chàng cứ ngồi bất động trước tay lái, sực nhớ mình chẳng biết nói gì với nàng, ngoài những câu làm lành cố hữu, sáo mòn, chàng đã dùng với nàng hàng chục lần rồi. Một cuộc giằng co trong nội tâm, ác liệt đến nỗi chàng không thể chịu nổi. Chàng phải quay xe, lái nhanh đi, như sợ con ma yếu đuối trong chàng, sẽ bắt chàng vào căn nhà của Đan Thanh, để rồi chàng lại phải đóng vai trò ngớ ngẩn. Nói dối thì chàng không muốn. Nói thật thì lại đi vào vết xe trước, mà chàng biết chắc chắn nàng không còn muốn nghe nữa.

Bản chất Nguyên Việt là không bao giờ tiếc nuối quá khứ. Chàng sống với hiện tại và hướng về tương lai, vì thế chuyện buồn nào xẩy ra rồi cũng qua đi.

10

Mấy tuần nay chính trường bớt sôi động, công việc ở tòa soạn hơi thư thả một chút. Những lúc trời êm bể lặng như lúc này là thuốc độc đối với Tường. Câu chuyện cuộn băng ghi âm của Nga và bức thư tạ từ của nàng lại trở lại trong tâm trí chàng như chuyện mới hôm qua. Đầu óc chàng lại quay quắt với ân hận, dằn vặt, lo lắng, nhớ nhung... Chàng lại đọc bức thư và vặn cuốn băng ghi âm lên nghe không biết bao nhiêu lần. Nga đã không cho chàng địa chỉ mới để viết thư như đã hứa, chàng không còn ngả nào để liên lạc. Ngoài ra chàng nghĩ nàng có thể đang bị theo dõi. Liên lạc với nàng lúc này, có khi chỉ làm nàng thêm nặng tội.

Mặt khác chàng cũng còn một nỗi canh cánh khác bên lòng, đó là Minh Châu. Tưởng nghĩ ra được một cách, chàng gửi tiền sang cho Minh Châu, để nàng lo đón mẹ sang Đức. Làm xong việc đó, chàng thấy trong lòng nhẹ bớt được một bề.

Từ sau ngày đi Sài Gòn về và viết bức thư cuối cùng cho Tường, Nga sống trong tình trạng suy sụp cả tinh thần lẫn thể xác. Ngày đêm nàng bị ám ảnh bởi cảm giác chới với trước một vực thẳm, chỉ cần sơ ý, hay có ai xô nhẹ là nàng có thể lăn tòm xuống đấy.

Hôm nay Hà Nội dưới tiết xuân, rưng rưng muốn khóc! Một làn sương xám, mỏng, ẩm ướt, phủ lên mặt hồ Hoàn Kiếm. Chiếc cầu Thê Húc trông như tấm thân gầy, nhiều chân, của một con rồng mang cái đầu to tướng, rậm rạp, điểm trang bằng ngôi đền Ngọc Sơn với những cành trâm mang cờ đuôi nheo ngũ sắc, phe phẩy, thấp thoáng dưới những bóng đèn nhòa tỏa...

Nga và chị Tú, người chị ruột, cũng là người bạn tâm tình của nàng, ngồi uống cà phê trong cái quán bên Bờ Hồ. Trời se lạnh. Một vài người rụt đầu vào trong cổ áo, co ro bước nhanh gần mé hồ. Hai chị em chọn một chiếc bàn xa xa ngồi tâm sự. Chị Tú ái ngại khuyên em nên phải nói chuyện với bố ngay, chị nói:

- Tại sao em để những thắc mắc ấy trong lòng đến tận bây giờ, mà không chịu nói với bố mẹ? Em đừng quên bố là người có tất cả mọi câu trả lời cho anh chị em mình từ ngày thơ ấu đến giờ. Chị tin chắc bố sẽ có lời giải thích thỏa đáng cho em.

- Em không muốn nói ngay với bố, vì em cần thời gian suy nghĩ và sắp xếp lại các ý nghĩ trong đầu. Ngoài ra, em cũng muốn gom góp những hoài nghi của em từ trước đến nay, để trình bầy với bố một lần cho hết. Chị biết không? Mỗi sáng thức dậy, em ước mong rằng tất cả những gì em nghe và thấy, trong chuyến vào thành phố Hồ Chí Minh vừa qua, chỉ là cơn ác mộng. Lúc tỉnh hẳn, em nhận ra đó không phải là mộng. Em thất vọng não nề! Bây giờ em lại ước mong bố chứng minh, và thuyết phục được em rằng, tất cả những chuyện đó là "hoàn toàn láo khoét," là "âm mưu thâm độc," là "diễn biến hòa bình của thế lực thù địch..." Chị ơi! Có thể nào được như thế không? Em sợ lắm! Em chưa dám hỏi bố vì em sợ... Nếu như kết quả ngược lại, nghĩa là nếu những khám phá của em đều đúng cả, thì sao?

- Chị không biết. Chị không thể trả lời em được. Nhưng chị nghĩ em phải nên nói chuyện với bố càng sớm càng tốt. Còn địa chỉ cho "chàng" gửi thư, em bảo bây giờ không dùng được địa chỉ đằng nhà chị nữa, em có muốn chị tìm cho em một địa chỉ tin cậy khác không?

Nga nhìn chị, bật khóc:

- Chị ơi! Em không cần địa chỉ nào nữa, chị ạ! Chàng đã có người yêu khác rồi. Cũng không trách được chàng. Em ở xa quá...

Chị Tú với tay về phía cạnh bàn đối diện. Cuống quýt tìm hai bàn tay lạnh, run run của em, nắm chặt. Chỉ thốt lên được một câu:

- Khổ quá! Tội nghiệp em tôi!

Đằng sau lưng Nga, cây liễu gầy rủ xuống thấp hơn, chịu đựng khối sương ướt rượt của cả bầu trời Hà Nội ngày giáp Tết.

11

Nga có một ông bố, trước nay nàng vẫn coi ông như một mẫu mực, một biểu tượng cho trí tuệ, một thành trì vững chắc để nàng nương tựa, yên tâm mà đi... Tóm lại, ông là thần tượng mà nàng tôn thờ từ thuở ấu thơ, là nguồn an ủi cuối cùng nàng tìm đến, nhất là trong hoàn cảnh hiện nay.

Hôm nay trong bữa cơm chiều có cả bố và mẹ. Nàng cố nén xúc động để khơi mào câu chuyện một cách bình thường:

- Bố ạ! Cụ Trần Độ là người thế nào hả bố?

- Cụ là một vị tướng đức độ, trí thức. Là một đảng viên kỳ cựu và khả kính nhất.

- Thế tại sao những điều cụ nêu ra nghe rất hợp tình hợp lý, Đảng không nghe, mà ngược lại, lại khai trừ cụ ra khỏi Đảng?

- Đảng có nghe đấy chứ! Nhưng để thực hiện được những đề nghị cụ đưa ra, còn cần thời gian. Không thể một sớm một chiều mà giải quyết được.

- Bố nói gì lạ thế? Đảng nghe mà Đảng lại khai trừ cụ. Thế nghĩa là thế nào, con không hiểu?

Bà Lương xót chồng, mắng át con gái:

- Ơ hay! Làm sao con lại có thể qui trách nhiệm cho bố trong vụ cụ Trần Độ bị khai trừ khỏi Đảng?

- Được rồi không sao. Con nó không biết thì cứ để nó hỏi—Rồi ông tiếp--Con phải biết ở một nước đang đổi mới, canh tân như nước ta, các lực lượng thù địch lúc nào cũng rình mò, lăm le nhẩy vào để xúi giục. Mình phải có kỷ luật khắt khe, nếu không thì sẽ loạn to. Cụ Trần Độ đưa ra những ý kiến hay, nhưng Đảng sợ cụ sẽ làm gương xấu cho những đảng viên khác đang sẵn chao đảo, dao động, tha hóa... Họ có thể nghe theo cụ, mà không hiểu cụ, rồi đứng lên chống phá Đảng và nhà nước. Trong giai đoạn đất nước đang trên đà phát triển, ai cũng phải nên đứng sau Đảng, chung lưng đấu cật với Đảng để xây dựng đất nước. Bố biết con vừa mới vào thành phố Hồ Chí Minh về, con đã lượm lặt được những tin tức có tính cách tiêu cực để về lo âu, thắc mắc... Bố không trách con, nhưng bố dặn, con phải đề cao cảnh giác...

- Vâng, đúng là nhờ chuyến đi tham quan miền Nam, con mới biết được những tin tức, mà nhà nước bưng bít bấy lâu nay. Con chỉ rất tiếc là con phải học từ người ngoài. Đáng lẽ ra con phải nên được nghe từ bố.

- Bố không muốn nói cho con biết là vì con còn trẻ. Tuổi đảng lại cũng còn non. Con đi học bên Mỹ, tiêm nhiễm thói tự do... Nếu để con biết chuyện, rồi vào cơ quan đặt vấn đề này nọ, con sẽ bị lôi thôi. Bố nghĩ thà con không biết còn hơn.

- Bố ạ! Đối với con, Đảng chỉ là phương tiện. Việc xây dựng đất nước, mang dân chủ, tự do cho toàn dân là cứu cánh. Từ thời khởi đầu của Đảng cho đến bây giờ và mãi mãi về sau, Đảng phải chấp nhận nó như một qui luật tự nhiên. Khi làm xong một nhiệm vụ nào rồi, thì Đảng nên ngừng đi, để người khác, nhóm khác làm công việc kế tiếp. Nếu Đảng chỉ biết làm chiến tranh mà không biết làm hòa bình, thì càng nên đứng sang một bên, để người khác làm, nếu thực lòng nghĩ đến hạnh phúc của nhân dân, đặt quyền lợi tổ quốc, dân tộc lên trên hết.

Ông Lương ngạc nhiên, nhưng ông bình tĩnh lại được ngay:

- Con nói thế thì không công bằng. Công lao vĩ đại nhất của Đảng là cuộc cách mạng thần thánh, giải phóng dân tộc khỏi ách nô lệ của ngoại bang. Trong đó có hai cuộc kháng chiến đánh đuổi thực dân Pháp và đế quốc Mỹ, giành độc lập tự do cho toàn dân. Ngày nay là "cởi trói," là "đổi mới" là "mở cửa" để giao tiếp với thế giới bên ngoài, mở mang kinh tế... Chỉ có Đảng mới xứng đáng lãnh đạo quốc dân, không ai có quyền thay thế. Điều đó không ai có thể chối cãi được.

- Thưa bố, bố đã nói đến công bằng thì con cũng xin thưa, cuộc cách mạng cũng như công thắng hai trận đánh Pháp, đánh Mỹ là công của toàn dân. Ông tướng mà không có quân cũng không ra trận được, chứ đừng nói là Đảng mà không có nhân dân. Còn bố nói "cởi trói." Ai đã "trói" dân, để bây giờ Đảng phải gia ân "cởi?" Bố nói "đổi mới," mà có ai thấy đổi mới thật sự cái gì đâu? Đây chỉ là "phục hồi những cái gì Đảng đã phá hoại." Đảng đốt sách, đốt nhạc của chế độ miền Nam, bây giờ lại lục tục in lại những sách đấy. "Nhạc vàng" thì nhà nước cấm đoán, bỏ tù những người nghe hay tàng trữ... Nhưng như bố biết, ngày nay nhạc vàng tràn ngập khắp nước... Đảng phá vỡ quan niệm lấy gia đình làm gốc, bây giờ ai cũng lo vơ vét, bồi đắp cho gia đình mình. Đảng chủ trương "Trí, phú, địa hào, đào tận gốc, trốc tận rễ," nay bố thử nhìn cán bộ, đảng viên đang làm gì? Họ đang nhồi nhét cho con họ học hành, thành những trí thức, khoa bảng... họ đang vơ vét của cải, đất đai để thành triệu phú, địa chủ... cả đấy. Bố có nghĩ một ngày nào đấy, Đảng sẽ lại đấu tố các ông ấy, lấy nhà, lấy đất chia cho dân nghèo không?

Con xin trở lại vấn đề cụ Trần Độ. Con nhất trí với bố là bây giờ ai cũng phải nên đứng sau lưng Đảng, giúp Đảng xây dựng đất nước. Nhưng cái đó lại còn tùy người ta hiểu thế nào là "đứng đằng sau lưng Đảng?" Nếu đứng đằng sau có nghĩa là để Đảng bảo gì nghe nấy, Đảng bảo sai cũng răm rắp làm theo thì con nghĩ, đó phải nói là chôn sống Đảng mới đúng. Cụ Trần Độ mới thật là người đứng sau lưng Đảng, giúp Đảng làm theo lẽ phải, thuận lòng dân. Con ra nước ngoài học được thế nào là tự do, dân chủ thứ thật. Con không thể chấp nhận kiểu "dân chủ bánh vẽ." Kiểu "đầy tớ dân" lại đè "ông chủ" ra mà quất. Hơn hai nghìn năm trước, Mạnh Tử mà còn biết nói--nàng nhớ lại câu Tường nói với nàng bảy năm về trước--"Dân vi quí, xã tắc thứ chi, quân vi khinh." Nghĩa là "Dân là quí, là trọng, xã tắc đứng thứ nhì, vua chỉ được coi nhẹ." Có lẽ nào chúng ta đang ở thế kỷ thứ 21, mà lại tụt hậu. Lại cho "vua" ngày xưa, hay "lãnh tụ" ngày nay quyền to tát hơn dân. Hay tệ hại hơn nữa là quyền sinh sát, trừng phạt dân, bất cần phải trái. Ngày nay Đảng cũng đề ra: "Nhà nước quản lý, Đảng lãnh đạo, dân làm chủ." Rút cuộc "ông chủ" được gì? Qua một ngàn năm dưới ách đô hộ giặc Tầu, một trăm năm chịu nô lệ giặc Tây, ba mươi năm cách mạng giải phóng dân tộc, hai mươi lăm năm thống nhất, độc lập, tự do... giai cấp nông dân, công nhân vẫn là giai cấp thấp cổ bé họng, và bị bóc lột đến xương tủy! Một Đảng cầm quyền mà không lo nổi cho dân những điều căn bản nhất, như miếng cơm, manh áo, thì không được phép tâng công hay nói điều ân huệ.

- Con phải biết là làm cái gì cũng phải có quần chúng mới thành được. Con nói đúng. Qua cuộc cách mạng và hai cuộc chiến, Đảng phải dựa vào nhân dân. Đảng có dân hậu thuẫn. Cụ Trần Độ, cũng như hết thảy các người trong phong trào Dân Chủ ngày hôm nay, làm việc dưới dạng đơn lẻ, tự phát, không có dân hậu thuẫn. Họ đang làm những việc vô ích, và vô vọng. Một số người, hay cứ cho là một số đông đảo đi, có thể chia sẻ, nhất chí với các ông ấy về lý tưởng, nhưng theo thì không ai có thể theo được, vì một lý do dễ hiểu, sau bao năm chiến tranh, bây giờ mới có ổn định thì ai lại muốn mất. Bất cứ một cuộc đấu tranh nào không có quần chúng hậu thuẫn thì trước sau gì cũng bị tiêu diệt.

- Bố có biết tại sao mấy người tranh đấu cho tự do, dân chủ không có quần chúng không? Có ai được biết chuyện gì xẩy ra chung quanh họ đâu mà họ ùn ùn "cuốn cờ đi theo" như thời bà Trưng, bà Triệu, như thời Quang Trung, Lê Lợi... –Nói đến đây, lời nói của Tường năm nào lại văng vẳng bên tai, nàng mạnh bạo tiếp--Tuyệt đại đa số nhân dân đang như ếch ngồi dưới đáy giếng. Những chuyện xẩy ra chung quanh, gián tiếp, hay trực tiếp ảnh hưởng đến đời sống của họ, họ cũng chỉ được hiểu lõm bõm, hay còn tệ hại hơn nữa, hiểu sai lạc. Những người am tường mọi chuyện như bố, mà bố còn không hậu thuẫn cho các chiến sĩ dân chủ, thì còn ai làm?

Bà Lương ngồi lặng người... Nhưng khi thấy con gái bắt đầu đi sâu vào những điều cấm kỵ, bà hoảng hốt, vội can:

- Thôi thôi con ơi! Con làm ơn cho mẹ...! Liệu liệu cái mồm không có lại khổ cả...

Không khí bữa cơm trở nên nặng nề, gay gắt. Bà Lương kẹt ở giữa. Không dám bênh chồng mà cũng chẳng dám mắng con. Bà thấy cô con gái nói có nhiều phần đúng. Nga nghe mẹ nói "Làm ơn cho mẹ... " thì hối hận. Ông Lương suy nghĩ: "Không biết con cái nhà khác đi học ở các nước tự do về có như con mình không, chứ nếu đứa nào cũng thế này thì không biết Đảng sẽ ra sao? Đất nước sẽ đi về đâu?" Ông ngồi thừ người...

Cái im lặng tuyệt đối trong căn phòng làm bà Lương phát sợ! Bà nhớ đến chuyện ngày xưa tóc Ngũ Tử Tư bạc trắng, sau một đêm suy nghĩ. Ngày nay trước mắt bà, tóc ông Lương bạc trắng chỉ sau vài giờ tranh luận với con, về chuyện quê hương, đất nước! Nga cố gắng định thần xem mình đang ở trong mơ hay thực. Nàng bỗng phát sợ cho những điều quá bộc trực nàng vừa nói. Nga không ngờ kết quả câu chuyện lại như thế này. Nàng tưởng đem những thắc mắc ra hỏi bố, những mong bố khai sáng, vạch rõ cho nàng thấy những gì nàng nghi ngờ là không cơ sở, là phi lô-gic, là không tưởng, là lo hão huyền... để nàng lại vô tư, phụng sự lý tưởng nàng đang theo đuổi. Chẳng ngờ lời giải thích của ông, lại càng như xác nhận thêm cho những hoài nghi của nàng là có thực, là có cơ sở... Bây giờ nàng mới thực sự thấy được cảnh "trời sụp" trên đầu! Giấc mộng được thấy tự do, dân chủ, công bằng trên quê hương, bỗng chốc thành mây khói...

Nàng ngước nhìn bố. Trán ông hằn sâu những nếp nhăn. Hai bên má xệ, kéo hai bên mép cụp xuống, làm thành chiếc miệng úp thuyền... Nét khắc khổ trên gương mặt ông, tố cáo rõ hơn bất cứ lời mô tả nào, một sự chịu đựng đến cùng cực, của một phần tử nhỏ trong một hệ thống kiên cố. "Phải rồi,"--Nàng vỡ lẽ--"bố cũng như hàng triệu người Việt Nam, đã và đang bị hút chặt vào một 'hệ thống.' Họ chỉ là một con ốc nhỏ, trong một guồng máy khổng lồ, không thể tự ý chạy đi hướng khác, hay bung ra..." Lòng nàng bỗng quặn đau. Thương bố, thương mình, thương cả dân tộc...

12

Bà Lương nhận thấy con gái bà thay đổi, cả nội tâm lẫn hình thức một cách trầm trọng. Nàng ít nói, người gầy hẳn đi. Bên cạnh đó lại thêm nỗi lo, thấy nàng đã lớn mà cứ mải mê chuyện chính trị, không chịu lấy chồng. Bà phải nghĩ mưu kế... Nhân có chàng Hải Đăng, vẫn mê mệt và chịu khó kiên trì theo đuổi Nga, từ gần mười năm nay. Bà tiếp tay chàng "tấn công" cô con bà mạnh hơn. Chàng nổi tiếng là một nhà văn, nhà thơ, nhà báo, nhà chính trị... Nhưng quan trọng hơn hết, chàng là tổng biên tập tờ tuần san Trẻ, một tờ báo có tầm cỡ trong nước hiện nay. Nếu việc thành, thì con gái bà sẽ yên bề gia thất, lại luôn thể có được thêm cái dù che chở, cho những tư tưởng phóng khoáng, có khả năng mang họa đến cho cô bất cứ lúc nào.

May mắn cho Hải Đăng, chàng trở lại với nàng, vừa đúng lúc nàng cần một cánh tay khỏe để vịn mà đứng dậy.

Độc giả báo Trẻ bắt đầu thấy xuất hiện một nhà văn mới, ký tên Nguyễn thị Thường Nga, viết các loại truyện ngắn, bút ký hay tạp ghi... với những đề tài nhẹ nhàng. Bài tùy bút "Cốc Cà-phê Đáng Bạc Triệu," tả cảnh một ngày tuyết lạnh, tác giả đi chơi với cô bạn đồng hương mới ở Việt Nam sang. Hai cô ngồi trong hiệu ăn McDonald nhâm nhi cà-phê nóng, nhìn ra ngoài, tuyết rơi lả tả... Tác giả kể cho bạn nghe, chuyện một bà già Mỹ lái xe đến cửa sổ của McDonald mua một cốc cà-phê. Bà kẹp cốc cà-phê giữa hai đùi cho khỏi đổ, để rảnh tay móc tiền trong ví ra trả. Chẳng may sức nóng của cà-phê, đã vượt quá sức chịu nóng của chiếc cốc làm bằng bấc, khiến cho đùi bà bị phỏng. Bà kiện McDonald và được bồi thường hơn một triệu Mỹ Kim! Tiếp tục câu chuyện là hai cô ôn lại những kỷ niệm xưa, và cùng nhớ nhà... Tác giả truyền cho cô bạn mới sang những kinh nghiệm hội nhập ở Mỹ. Thí dụ nấu ăn thì phải nhớ: muối ở đây mặn gấp đôi muối bên nhà, còn đường thì trái lại, phải cho gấp hai, gấp ba mới đủ ngọt...vv... Bài tùy bút còn tả tỷ mỉ món cà-phê Mỹ đặc biệt nhạt, và có vị chua chua trong miệng sau khi uống. Nhưng được ngồi với bạn trong quán, thấm đậm tình đồng hương, đồng cảnh, thì cốc cà-phê cũng hóa ra đậm đà, còn lại dư vị thơm ngon, ngọt ngào mãi trong miệng.

Một bài khác kể chuyện vị nguyên thủ quốc gia Mỹ đa tình. Nước Mỹ phải lập ra một ban đặc biệt, để điều tra, hạch hỏi tổng thống về vụ bê bối của ông. Đã có lúc tưởng ông có thể mất chức luôn. Cuối cùng ông phải lên

TV xin lỗi đương sự là "nàng," và quốc dân đồng bào... Còn nhiều bài khác nữa... Các đề tài cũng đại loại nhẹ nhàng, vô can như vậy.

Ở Mỹ Tường cũng có báo Trẻ, vì thế được đọc những truyện do Nga viết. Chàng cũng lại nhớ chuyện Hải Đăng, chủ nhiệm lâu năm của báo Trẻ, đã mê Nga như thế nào, chàng rất mừng và yên tâm, nàng đã tìm được nguồn vui mới. Chàng định bụng, để ít lâu nữa, chàng sẽ viết thư cho tác giả những bài này, gửi về tòa soạn, như một độc giả ngưỡng mộ.

13

Nếu người ta coi tin Đan Thanh bỏ Nguyên Việt, bỏ tờ báo Vượt sang làm cho VNTEK là chuyện "động trời," thì tin Nguyên Việt đi lấy vợ phải coi là chuyện "động đất!" Cả tòa soạn Vượt xôn xao lên, khi mới chỉ nghe sơ sơ Tường báo tin Nguyên Việt đã sang Pháp gặp gia đình "nàng." "Nếu chàng có bao giờ trở về—Tường mỉa mai—thì sẽ có một đám cưới ở đây."

"Nàng" là ai thì được Tường mô tả: "Là một 'thi sĩ' sống ở bên Pháp từ 75. Nguyên Việt đã gặp nàng trong một buổi ra mắt thơ của nàng ở bên Pháp, khi chàng có việc đến Paris cách đây bốn năm. Chàng được mời do một cặp vợ chồng bạn, anh chị họ của nàng. Trong hơi men của chén rượu, chàng nhìn nàng trên sân khấu như một 'nàng tiên': duyên dáng, huy hoàng, tài ba, tháo vát... Các bài thơ của nàng được những ngâm sĩ thượng thặng của Paris trình diễn với một vài tay sáo, tay đàn cừ khôi.

Không ai nghe rõ lời thơ, nhưng không sao, tiếng ngâm êm ái, tiếng đàn sáo du dương là được rồi.

Khi Nguyên Việt trở về Mỹ, câu chuyện 'nàng' đã dễ dàng chìm vào quên lãng... Cho đến ngày 30 tháng Tư vừa qua, trong một buổi hội thảo chung quanh vấn đề 'Phụ Nữ,' nàng là một trong năm bẩy nữ diễn giả, từ Pháp, từ Úc, Canada, Cali, Texas... đổ về. Đúng là một đại hội quần thoa. Sau khi đọc xong một bài diễn văn 'nẩy lửa,' nàng xuống bên Nguyên Việt ỏn ẻn: 'Anh không nhớ em sao?' Nguyên Việt hoảng hốt: 'Có chứ, nữ sĩ của đêm ra mắt tập thơ Tình Em Như Khói Trong Lò, quên làm sao được!' Nàng trách móc: 'Sau bữa đó em đi kiếm anh liền mà anh về Mỹ mất tiêu à!' Nguyên Việt cảm thấy tội lỗi đầy mình: 'Xin lỗi Huyền Hoa, tôi vội quá phải về. Về đây tôi ngập đầu với công việc, quên biến việc viết thư cám ơn đã cho tập thơ, và được dự một buổi ra mắt thơ độc đáo.' 'Bữa đó em làm hết một mình đấy. Ở bên Pháp em tổ chức hoài à. Những buổi gây quĩ cứu trợ hàng trăm người, em làm như chơi. Các anh bên ấy cứ phục lăn ra, cứ khen khen quá đi thôi! Sao bữa nay cả mấy hội chung nhau đứng ra tổ chức, mà vắng teo thế này anh?' 'Ừ, tại hôm nay có nhiều mục khác thành ra người đi nghe cũng phải chia ra...' Nguyên Việt chống chế. Nàng giận giỗi: 'Ở Paris em 'populaire'[*] lắm, em 'débrouillarde'[*] lắm, qua bên đây xa lạ, em bị trói chân trói cẳng, chẳng làm được trò trống gì...'. Chàng đang ân hận, thì nàng liếc cặp mắt đưa tình, bồi thêm cho chàng một cú: 'Thế anh đã đọc thơ của em chưa?' Đến đây thì Nguyên Việt cảm thấy tội

---

[*] Populaire: Được nhiều người thích.
[*] Débrouillarde: Xoay sở giỏi.

lỗi đến cao độ, bèn nói đại: 'Rồi. Tôi cũng đang định... xin phép Huyền Hoa cho đăng báo một số bài! Chưa xin phép tác giả thì đâu có dám đăng.' 'Mais bien sûr!* Xin cứ tự tiện'—nàng nói như đầm—'Anh làm báo hả? Báo tên gì? Hàng ngày hay tạp chí?' 'Báo hàng tuần'—chàng đáp—'Tên là báo Vượt.' 'À! Em có thấy mấy người ở đây cầm tờ Vượt đọc. Báo của anh đấy hả? Hay quá nhỉ! Thế anh đăng bài diễn văn của em nói hôm nay nhé!' Nguyên Việt nịnh đầm: 'Chắc chắn rồi, ai dám trái ý người đẹp!' Nàng nũng nịu: 'Em đọc hết sách của anh tặng hồi anh qua Paris rồi đó. Bốn năm nay em chưa được anh tặng thêm cuốn nào. Anh không biết chứ, em mê đọc sách lắm cơ đấy'."

Cả tòa soạn báo Vượt nín thở nghe. Lối kể chuyện của Tường gợi hình gợi cảm đến độ người nghe tưởng như mình đang ở trong truyện. Hòa không thể ngồi im thêm, ngắt lời Tường:

- Anh ở đâu mà biết hết chi tiết các câu người ta nói với nhau vậy?

- Ơ hay! Thì tôi ngồi ngay đấy. Ngay chỗ hội trường. Chính tôi phải chuyển sang ghế khác để nhường ghế cho nàng ngồi bên cạnh chàng mà.

- Thế rồi sao nữa? Cô Như nóng lòng.

- Nghe đến đó tôi có linh tính ngay, là cuộc đời Nguyên Việt như thế kể như ... an bài rồi—Tường nói tỉnh bơ.

- An bài là sao? Cô Như ngây thơ hỏi.

---

* Mais bien sûr: Chắc chắn rồi! Sẵn lòng.

- An bài là thế đấy. Người ta sắp đám cưới rồi mà cô còn chưa cho là an bài à.

- Lấy vợ gì mà lẹ thế, làm như mua cái áo không bằng. Mới biết nhau đây, mà xoẹt một cái đã đi đến hôn nhân?--Như cau mày nói.

- Xoẹt đâu mà xoẹt. Cũng bốn năm trời, anh Nguyên Việt vẫn giữ trong ký ức cái hào quang của "nàng" do một lần gặp ở Paris. Bây giờ gặp lại, anh ấy nghĩ có thể đốt giai đoạn được—Tường bênh bạn.

Hòa mỉa mai:

- Anh Nguyên Việt chẳng đã từng nói anh chỉ cần lấy một người vợ thật đẹp, còn tính nết thì anh ảnh hưởng, uốn nắn được hết là gì. Bây giờ gặp cô này có toàn những thứ anh Nguyên Việt ao ước. Anh ấy còn phải tìm "người trong mộng" ở đâu nữa?

- Nhưng mà cô ta có đẹp thật không, anh Tường?—Như nghi ngờ.

- Thì đã bảo anh Nguyên Việt qua men rượu nhìn lên sân khấu thấy một nàng tiên mà lại!--Tường khẳng định.

- Thế còn anh, anh thấy sao mới được chớ?—Như vừa hỏi, vừa tò mò nhìn chằm chằm vào mặt Tường.

- Thì cũng thấy nàng... mặt hoa, da phấn. Lông mi cong veo, lông mày cong vút. Má, môi đỏ như son... -- Tường thủng thỉnh tả.

- Úi chào! Người ta có thể chát phấn, thoa son, lông mi giả, lông mày vẽ... khó gì. Coi chừng đồ dởm hết đấy anh ơi!—Như cong cớn.

- Nhưng... từ ngày 30 tháng Tư đến giờ, sáu tháng trời họ giữ liên lạc với nhau như thế nào?— Danh đột ngột hỏi, sau một hồi lắng nghe.

- Chỉ biết là ngay sau buổi gặp gỡ đó, nàng đổi vé máy bay, ở lại chơi với chàng một tuần. Trong sáu tháng vừa rồi "bill" điện thoại của Nguyên Việt trung bình vào khoảng bốn, năm trăm đô la một tháng. Cô ấy đọc những bài thơ rất ướt át, tình cảm tặng chàng... trong điện thoại!

Chị Hòa giơ hai tay lên trời, bù lu bù loa:

- Chết rồi! Anh Nguyên Việt nhà mình bị bùa ngải rồi!

Anh Thuận bực quá phải lên tiếng:

- Ơ hay! Các bà chỉ được cái vớ vẩn! Nếu anh Nguyên Việt là chị mình, hay em gái mình thì mình mới lo, đằng này anh ấy là đàn ông thì mất mát cái gì nào?

- Mất chứ sao không mất. Mất cả xác lẫn hồn rồi đấy thôi.—Chị Hòa trả lời chồng.

Tường chậm rãi:

- Thôi tôi nghĩ chúng ta chẳng nên lo. Anh Nguyên Việt hẳn phải biết anh ấy muốn gì, làm gì. Từ thuở nào anh ấy vẫn mơ một người vợ đảm đang, thì cô ấy đảm đang. Anh ấy muốn có vợ quảng giao thì cô ấy quảng giao. Anh ấy muốn có vợ hoạt động cộng đồng, thì cô ấy làm việc cộng đồng, muốn có vợ mê đọc sách thì cô ấy mê đọc sách... Anh ấy tìm được người trong mộng rồi, chúng ta hãy mừng cho anh ấy.

Mặc cho người ta nói ra nói vào, Nguyên Việt đâu có phải nghe. Chỉ khổ Tường. Ngày cưới của Nguyên Việt vẫn tiến hành. Đó là một ngày sau ngày lễ Giáng Sinh. Chàng bảo làm thế để những người ở xa về được. Sáu trăm tấm hồng thiếp gửi đi, chỉ có 14 cái trả lời không đi được. Một phần vì Nguyên Việt quen biết lớn, ân nghĩa cũng nhiều, nhưng đa số vẫn là người tò mò muốn biết, người mà Nguyên Việt kén mãi mới được là ai. Chỉ riêng Đan Thanh tránh mặt. Nguyên Việt do dự mãi. Nếu không mời nàng thì không phải, mời thì sợ như thiếu tế nhị. Cuối cùng Tường khuyên Nguyên Việt cứ phải mời, để nàng được dành quyền từ chối.

Đám cưới diễn ra tốt đẹp. Nhóm thân cận của Nguyên Việt tổ chức, Tường điều khiển chương trình, tự nó đã bảo đảm chất lượng. Các bài tình ca nổi tiếng lần lượt được các bạn Nguyên Việt trình diễn... Tới giữa phần văn nghệ, Nguyên Việt được gọi lên đóng góp một cái gì vào chương trình. Chàng nhanh nhẹn bước lên sân khấu như một người biết trước mình muốn làm gì. Chàng nói nhỏ mấy câu với ban nhạc, nhờ họ dạo mấy nốt lấy "tông," rồi chẳng cần giới thiệu tên bài, chàng vào ngay bằng một câu: *Em lo gì trời nắng / Em lo gì trời mưa / Em lo gì mùa hè / Em tiếc gì mùa Thu / Ta cứ yêu đời đi / Như lúc ta còn thơ / Rồi để em làm thơ / Và để anh dệt tơ...* " Quan khách vỗ tay tưởng đến vỡ tiệm. Hòa với nét mặt hầm hầm ghé tai Như: "Phước tổ cô Đan Thanh không đi. Người gì mà vô tư, vô tình đến thế kia!" Lời ca thật là hợp tình hợp cảnh được Nguyên Việt trình bầy một cách xuất sắc và đầy hứng khởi: *"...Thơ em làm anh hát / Tơ em dệt anh may / Ta xây đời bằng mộng / Như tiếng nhịp con thoi..."* Như mỉm cười mỉa mai: "Phải, cứ cầu cho 'xây đời bằng mộng' đi. Rồi nó sẽ chỉ là 'mộng' cho mà coi!"

Đám cưới được tổ chức linh đình nhưng không kém phần trang nhã. Ai nấy ra về đều bằng lòng, vì trí tò mò của mình được thỏa mãn. Những người thận trọng cho rằng phán xét gì bây giờ cũng là vội vã. Người ta cứ thần thánh hóa Nguyên Việt bấy lâu nay, rồi trông chờ ở chàng phải lấy người vợ thế này thế nọ... Làm vậy là bất công đối với người phối ngẫu của chàng. Giới thân cận thì bảo nhau: "Thôi thế là một trang sử đời chàng vừa lật qua!"

14

Nga vẫn làm việc trong Vụ Quan Hệ Quốc Tế ở Bộ Thương Mại, đồng thời viết cho tuần báo Trẻ đều đặn... Nàng bận rộn suốt ngày nên cũng khuây khỏa chuyện riêng được phần nào. Hải Đăng cố ý "lăng-xê" nàng trên mặt báo như một nhà văn thực thụ. Bây giờ nàng có thêm liên hệ với các giới khác, ngoài những đồng nghiệp của nàng trong cơ quan. Ông bà Lương thấy cô con gái bắt đầu chịu đi chơi với Hải Đăng thì rất mừng. Đặc biệt cũng từ ngày có bạn, trong gia đình không ai nghe nàng nhắc đến chuyện chính trị nữa. Mọi người yên tâm.

Nga đang ngồi ở một chiếc bàn dài, giữa đám nhà văn, nhà thơ, nhà báo ở Câu Lạc Bộ Nhà Văn Hà Nội. Hải Đăng xưa nay vẫn có thói tự tôn, nay lại mời được Nga đến đây, chàng càng thêm lý do để cho là mình sáng giá.

Hai người bước vào phòng. Mọi người đang bàn tán hăng say về một đề tài gì, bỗng ngừng hẳn. Ngần ấy cái đầu quay về phía hai người. Ngần ấy cặp mắt đổ dồn vào họ. Vài người đứng dậy nhường ghế cho Nga và Hải Đăng. Chàng bắt tay các bạn và trịnh trọng giới thiệu Thường Nga như một nhà ngoại giao, nhà kinh tế, nhà văn, nhà báo...vv và vv... còn nhiều nữa, làm nàng xấu hổ, vội ngắt lời chàng: "Anh Hải Đăng giới thiệu toàn những sở đoản của tôi, anh ấy quên sở trường cũng như chức vụ nổi bật nhất của tôi, đó là 'nhà bếp.'" Mọi người cười hân hoan. Một anh có bộ râu mép lún phún nhìn Hải Đăng nháy mắt cười hóm hỉnh. Anh khác ngồi ở đầu bàn, đeo cặp kính cận thật dầy, làm vẻ trịnh trọng: "Xin có lời mừng anh Hải Đăng! Anh thật diễm phúc, chứ thời buổi này, người ta có thể tìm thấy tiểu thư Hà Nội mang đủ các chức vụ vĩ đại, kể cả 'nhà thể thao,' 'nhà đô vật,' 'nhà thám hiểm không gian...' nhưng không tìm đâu ra một 'nhà bếp' đấy anh ạ!"

Hải Đăng hãnh diện, say sưa nhìn Nga:

- Cám ơn! Cám ơn các anh! Hình như các anh đang thảo luận đề tài gì sôi nổi lắm, mà chúng tôi làm gián đoạn thì phải. Xin lỗi tất cả và xin cứ tiếp tục.

- À, chuyện nhỏ mà!—Một anh nói, đầu hơi ngoẹo, không biết vì anh có tật hay anh điệu—Chúng tôi đang nói về thế kỷ chúng ta vừa mới bước vào. Muốn biết các nhà văn tiên đoán hay dự báo thế kỷ này, tương lai nhân loại sẽ đi về đâu? Anh có ý kiến gì không?

Hải Đăng đỡ lấy cốc bia từ tay một người bạn đưa mời, vừa nói:

- A! Đấy là một đề tài rất nghiêm túc, sao anh lại bảo là chuyện nhỏ. Thế kỷ này ấy à? Thế kỷ này là thời đại của giới trẻ. Cứ nguyên một sự tiến bộ vượt bực và nhanh chóng đến không thể lường được của khoa học, của hệ thống vi tính, của xa lộ thông tin... những "người không trẻ" lại có tính thủ cựu sẽ dần dần bị đào thải. Ngay như một quốc gia, hay một lục địa cũng có thể bị đào thải, nếu như cứ khư khư ôm lấy cái lỗi thời của mình, hay đứng một chỗ, nghĩa là giật lùi...

Hải Đăng vốn thích hùng biện khi anh ngồi trước ly rượu hay trước phái đẹp. Hôm nay chàng đang có ly bia trên tay, lại có cả Nga ngồi bên cạnh thì ai đó trong nhóm muốn nói gì, phải tự cướp diễn đàn.

- Ông tổng biên tập báo Trẻ nói có khác. Đương nhiên anh phải cho giới trẻ là nhất. Tôi cũng nhất trí với anh, khoa học giải quyết được nhiều vấn đề, kể cả vấn đề làm ra con người, khỏi cần sinh đẻ. Nhưng tôi xin hỏi anh, máy vi tính có thể làm thơ, viết văn hộ chúng ta được không?--Một anh mặt trông còn trẻ nhưng đầu đã hói hết cả đằng trước, khiến vầng trán của anh rộng mênh mông. Anh nói với vẻ đắc ý về câu hỏi của mình.

- Nó không viết hộ chúng ta được, nhưng nó có thể truyền bá văn thơ của chúng ta đi khắp nơi trên thế giới trong nháy mắt, qua ngả truyền thông, qua ngả dịch thuật, In-tơ-net, e-mail, fax... Văn chương lúc này như có cánh không tường lưới nào ngăn cản được. Có được giao lưu rộng rãi thì văn chương mới nẩy lộc đâm chồi...

Một anh đang đứng gần đấy với một người khác, nghe câu chuyện hấp dẫn bèn nhào lại phía bàn, cắt ngang vào giữa câu chuyện:

- Đứng về góc độ văn hóa, tôi chưa thấy In-tơ-net có lợi bao nhiêu mà chỉ thấy hại. Ngày nay người ta có thể mở đọc thơ văn trên In-tơ-net, người ta không cả phải đợi các tác phẩm đó in thành sách. Các công cụ thông tin vô tri, vô giác, lạnh lùng quá làm tôi hãi hùng! Tôi thì tôi vẫn thích mân mê, ngắm nghía cuốn sách, sờ mó mặt giấy mịn màng, ngửi mùi giấy thơm tho, nghe trang giấy mở sột soạt...

- Hoan hô! Cả câu anh vừa nói là một bài thơ rồi đấy! Máy vi tính nào mà làm được... –Một anh tán thưởng rồi quay sang nhìn Nga, nói tiếp—Thôi bây giờ tôi đề nghị chúng ta đổi sang đề tài phụ nữ đi.

Nga phản đối:

- Không được, tôi đang là thiểu số ở đây, tranh luận với các anh, bị thua là cái chắc.

Anh này vẫn không tha Nga:

- Thế thì xin chị Nga cho biết quan điểm của chị trước một phong trào mới được bung ra, viết về tình dục, của các nhà văn nhà thơ hiện đại. Chị cho là hay hay dở. Tại sao?

- Như lúc nãy tôi đã thưa trước, viết văn không phải là sở trường của tôi, đề tài 'tình dục' lại càng không phải sở trường của tôi. Tôi xin nhờ anh Hải Đăng "cứu bồ."

Vừa nói nàng vừa liếc qua Hải Đăng một cách khẩn khoản, tin cậy.

Cho đến ngày hôm nay, trong lòng Nga vẫn chưa vơi nghĩ về Tường. Nỗi đau mất Tường ngày càng ngùn ngụt, thiêu đốt tim nàng chẳng lúc nào nguôi. Cảm tình của nàng đối với Hải Đăng vì thế không có cơ nẩy nở. Ngược lại, Hải Đăng thì đã coi như nàng là của mình rồi. Chàng chẳng bao giờ bỏ lỡ cơ hội, làm một cử chỉ hay nói một câu gì đó để khẳng định trước mọi người là nàng đã thuộc về chàng. Câu nói vừa rồi của Nga, người ngoài cuộc thấy rất bình thường, nhưng đối với chàng thì, từ âm thanh ngọt ngào thốt ra từ đôi môi xinh đẹp, đến ánh mắt long lanh, đến dáng ngồi đang hơi ngả về phía chàng khi nàng nói... đều như kết tụ thành một lời tuyên bố dõng dạc: "Em yêu anh!" Chàng sung sướng đến lịm cả người! Chàng đưa chiếc cốc đã hết bia về phía người bạn ngồi ở đầu bàn, xin được rót đầy... để thêm chất men, hầu đưa đẩy câu trả lời cho đề tài mới.

- Được Nga giao phó thì tôi cũng... cũng...
- Sung sướng mà làm... —Anh bạn hói đầu nhắc.
- Vâng đúng thế! Sung sướng mà làm... Điều anh nói "Tình dục là phong trào mới bung ra" thì không đúng đâu. Người ta nói đến đề tài này từ thuở hồng hoang cơ. Bài thơ ca ngợi tình dục đầu tiên trong lịch sử loài người, mà ngày nay còn di tích, là bài thơ do một tác giả vô danh, kể chuyện đôi tình nhân Inanna và Dumuzi, từ thời văn minh Sumer, nghĩa là cách đây trên ba ngàn năm, ở trên đất mà bây giờ là Iraq. Đó cũng là lý do Iraq cứ tự hào là mình có nền văn minh từ trước cả Châu Âu. Sau này còn những bài thơ tình trong Thánh kinh nữa chi. Vậy thì đề tài về "tình dục" đâu có phải là mới.

Còn như thích hay không thích đọc văn, thơ nói về tình dục thì theo tôi, đề tài nào mà viết hay, viết tới, cũng đều sẽ được đón nhận không ít thì nhiều. Đối với những đề tài người ta đã nói mòn ra rồi, thì những tác giả sau này càng phải vất vả lắm, mới có thể làm cho hay hơn, mới hơn. Xưa nay vấn đề của "con người" thì nhiều vô kể, và muôn mặt: Tình dục, tình yêu, chính trị, kinh tế, xã hội, chiến tranh, hòa bình, đói, no, ấm, lạnh...vv... đều có tác dụng mạnh đến tâm lý, đến cuộc sống hàng ngày của con người. Có người chọn viết về mặt này, có người chọn viết về mặt kia, nhưng không phải những mặt khác không tồn tại, hay cần phải tránh né.

Chàng ngừng nói được vài giây rồi, mà mọi người vẫn còn ngẩn người ra, tưởng như câu chuyện hấp dẫn này không bao giờ hết. Nga cũng phải công nhận chàng có kiến thức rộng, và trình bầy xuất sắc các đề tài thuộc lãnh vực của chàng.

Hải Đăng cho là câu trả lời của mình đã tạm đủ. Chàng vẫn chưa quên cái cảm giác sung sướng mấy phút trước. Thấy chẳng tội gì ngồi mãi ở đây, nói chuyện tầm phào với mấy tay vớ vẩn này. Chàng ra dấu cho Nga kiếm cớ rút lui, để rồi mời nàng đi một chỗ nào vắng vẻ, thơ mộng, để cái hạnh phúc nàng vừa ban cho, không có dịp tan loãng trong chốn trần tục này.

15

Từ ngày Tường mang Minh Châu qua Cali thăm gia đình, ông Cát thôi không chửi chàng về tội mê cô Việt cộng nữa. Ngược lại, đi đâu ông cũng khoe việc Tường từng sát cánh, giúp đỡ, chi viện cho Minh Châu suốt từ hồi cô này còn hoạt động trong bóng tối, để thành lập đài Ra-đi-ô Tự Do ở bên Nga. Việc khoe khoang quả có công hiệu. Ai nghe cũng thán phục ông, và nghĩ về Tường càng thêm thiện cảm đặc biệt. Những kẻ ghen ghét với Tường, thường chụp cho chàng cái mũ hòa hợp, hòa giải, nay cũng khó ăn khó nói. Bà Cát biết thóp nhược điểm của chồng. Bà xúi các cô con gái "bật mí" luôn chuyện Tường nói riêng với bà, là chàng có ý định sẽ hỏi Minh Châu làm vợ. Trong khi mọi người trong nhà cứ tưởng sẽ bị ông la cho một trận, là tại sao Tường không nói với ông trước, thì hóa ra ông lại rất xuề xòa, dễ dãi. Ông cứ đi ra đi vào ca cẩm: "Làm sao nó không quyết định ngay, lại còn kéo dài làm gì." Bà Cát bèn đi thêm một bước nữa. Bà gọi Tường, dặn chàng nên thưa ngay với ba ý định của chàng với Minh Châu đi, rồi luôn thể xin với ba, cho Vinh được làm đám hỏi với Trâm hè năm nay. Bà nói thêm với Tường: "Xem chừng bây giờ con đòi gì ba cũng chịu đấy!"

Bà Cát quả là cao tay. Bữa cơm chiều hôm nay cả nhà nhận thấy ông Cát vui hẳn lên. Ông đem chuyện tổ chức đám cưới cho Tường ra bàn. Ông bảo phải làm thật lớn ở ngay quận Cam. Ông nói với bà: "Rồi chúng nó có muốn làm tiệc thêm ở Đức và ở Hoa Thịnh Đốn, thì mình cũng đi dự chứ sợ gì!" Cả nhà mỗi người bàn thêm một câu, tạo nên không khí náo nhiệt vui vẻ. Về gần cuối bữa ăn, bà Cát lo lắng, không thấy ông đả động gì đến việc của Vinh, thì cùng lúc đó ông Cát nhận thấy mình được dùng quyền "chủ nhân ông" đã đủ. Ông từ tốn: "Còn việc thằng Vinh..."—Ông cát ngừng một chút. Bà Cát thót tim—"Nó muốn ăn hỏi thì cũng được..."—Cả nhà trố mắt chờ đợi...—"Nhưng với một điều kiện là sau khi ăn hỏi xong, chúng phải mang nhau về đây ở, để cho con bé kia có đủ thời giờ, học bài học dân chủ, rồi hãy cho cưới."

Cả nhà thở phào, chẳng ai bảo ai đều nhao nhao tán đồng. Trong thâm tâm mỗi người, nhất là bà Cát, đều nhủ thầm: "Có mà 'thề cá trê chui ống!' Bây giờ ông bắt điều kiện gì mà mọi người chẳng phải chịu!"

16

Từ ngày mẹ của Trâm và mẹ Vinh khám phá ra họ là bạn chí thân của nhau từ hồi tiểu học, rồi ở trung học Trưng Vương Hà Nội, hai cô cậu không còn thấy trở ngại nào giữa hai người. Họ thường xuyên đi chơi với nhau, đi thăm các cô nhi viện, các xưởng thủ công nghệ của các người tàn tật, trường đặc biệt dạy người mù, đi gặp các sinh viên nghèo và đẩy mạnh chương trình trợ cấp học bổng...

Vì sống giữa giới trẻ ở Việt Nam, Vinh không thể không bị cuốn hút vào không khí chính trị của mấy tháng gần đây. Đi đâu, ngồi đâu chàng cũng thấy người ta bàn tán về Đại Hội Đảng lần thứ 9, sẽ xẩy ra vào tháng Tư sắp tới. Trong sở các chuyên viên làm dưới quyền Vinh thảo luận bô bô và thoải mái, ngay cả trong giờ làm việc. Có lúc họ cãi nhau um sùm, Vinh cũng lơ đi cho họ được giải tỏa ít ngày. Nói chung là người nào cũng mong đây sẽ là một cơ hội, mang lại một sự thay đổi lớn lao. Kết quả cuối cùng không ai ngờ: Một người trẻ được chọn, không gốc gác quân đội, không dính dáng công an, không tai tiếng tham nhũng... Kỳ vọng một sự đổi mới toàn diện trên quê hương, càng thêm có cơ sở.

Báo chí đăng những tít lớn chào mừng thành quả Đại Hội, ca ngợi ông Tổng Bí Thư Đảng CSVN mới được tấn phong là trong sạch, sáng suốt, khiêm tốn, thận trọng, trí thức...vv... Đặc biệt hơn nữa, người ta còn thấy có sự thay đổi lớn cả trong cơ cấu chính quyền. Mặc dù chẳng ai hiểu lý do tại sao có sự thay đổi rộng rãi như vậy, vận sự này cũng vẫn mang những chỉ dấu cho thấy, sẽ có một tương lai tốt đẹp trong những ngày tới.

Bên cạnh đa số dân lao động thờ ơ với những cơn sốt chính trị, chẳng ăn nhằm gì đến họ, một số trí thức--thiểu số nhưng ồn ào--cộng với giới truyền thông truyền hình, đã đưa không khí hồ hởi trước kết quả ngoạn mục của Đại Hội 9 lên tột đỉnh. Không khí này còn kéo dài cho đến cuộc bầu cử Quốc Hội, mà sẽ xẩy ra một ngày rất gần. Cả thành phố tưng bừng náo nức với tiếng nhạc kích động, ầm ỹ từ sáng đến tối. Đài phát thanh nói sa sả kêu gọi mọi người đi bầu Quốc Hội. Ngoài đường các biểu ngữ giăng đầy, viết những khẩu hiệu ngắn, gọn, kêu gọi, tuyên truyền... Loa phóng thanh đọc tiểu sử các ứng cử viên, cắt nghĩa cách thức bầu cử, dặn dò các địa điểm bầu...

Các nhân viên Việt Nam trong sở của Vinh cũng rủ nhau đi bầu đông đảo. Họ dặn nhau chỉ bầu cho người trẻ tuổi...vv... Vinh nói đùa: "Nếu tôi có quyền, tôi sẽ bầu cho các anh các chị ở đây. Mấy anh, chị coi có vẻ còn biết việc nước hơn các ông ngồi trên kia." Mọi người cười sung sướng.

Một ngày Vinh hỏi riêng Trâm: "Có thực sự người Việt được bầu cử tự do không?" Trâm cười gượng, lắc đầu. "Thế tại sao mọi người có vẻ hồ hởi đi bầu?" Chàng hỏi tiếp. "Họ được bầu người đã được nhà nước chỉ định. Dân thành thị kéo nhau đi bầu, để cảm thấy vui vui là mình đang sử dụng quyền công dân." Vinh xoáy thêm: "Em nói dân thành thị, còn dân thôn quê thì sao?" "Dân thôn quê thì họ cho là việc kiếm cơm hàng ngày quan trọng hơn. Họ không tin tưởng lá phiếu của họ sẽ thay đổi gì." Trâm miễn cưỡng cắt nghĩa, nhưng thực sự trong lòng, nàng không muốn nói chuyện chính trị với Vinh. Hỏi trúng câu nào nàng trả lời câu ấy. Không nói dối chàng, nhưng cũng không bàn thêm tán rộng. Không phải nàng không tin Vinh, nhưng không muốn tiêm nhiễm cho chàng thái độ tiêu cực, khi nhìn một xã hội vốn đã đầy dẫy những chuyện tiêu cực. Nàng cho là, làm gì được cho đất nước thì làm, chứ cứ ngồi mà than van, trách móc, như phần đông những người chung quanh nàng, thì chẳng được việc gì hết. Trong khi đó, Liên khác hẳn. Vẫn y như hồi hai cô còn là trẻ thơ, nghe được chuyện gì ở nhà là đem kể cho Trâm nghe. Đôi khi Vinh có mặt, nàng cũng không thấy cần phải dè dặt. Riết rồi Liên thấy Vinh là nơi tín cẩn để chia sẻ những bức xúc của nàng đối với vấn đề đất nước. Nàng mang cho Vinh xem các tờ báo cũ của Câu Lạc Bộ Kháng Chiến, báo Người Sài Gòn. Đôi khi nàng đưa cả các tài liệu mật, nhờ Vinh gửi các bạn Mỹ mang về để trao cho các nhà báo có uy tín. Nhờ đó Vinh mới biết là trong kỳ Đại Hội này, Đảng Cộng Sản Việt Nam bị phân hóa, chia rẽ trầm trọng chưa từng thấy, lên đến tận thượng tầng kiến trúc! Trâm biết tất cả những việc làm của Vinh và Liên. Nàng không đồng lõa, nhưng cũng không ngăn cản.

17

Nga ngồi sau chiếc xe Dream mới toanh. Hải Đăng lấn lướt dòng xe trên đường, chạy veo veo về phía Hồ

Tây. Gió hồ hai bên đường Thanh Niên thổi lồng lộng làm tóc nàng tung bay... Một cảm giác sảng khoái, truyền qua toàn thân làm nàng thấy từng tế bào như muốn nở tung ra. Kỷ niệm của thời sinh viên tràn về... Nàng và một nhóm bạn gái thường đạp xe ra đây hóng mát. Hồi đó đứa nào cũng nghèo, nhưng vừa lúc đất nước thanh bình, chế độ cởi mở, kỹ nghệ hóa, công nghiệp hóa, kinh tế thị trường rộ nở... Các thanh niên, thiếu nữ thấy trước mắt có biết bao nhiêu cơ hội tiến thân... tưởng như đất nước sắp nằm trong tay họ.

Xe lên đến dốc Thanh Niên thì rẽ tay trái rồi vào lối đến bể bơi Quảng Bá. Xe ngừng ở Quán Ông Già. Ở đây hình như ai cũng biết chàng. Mấy cậu thanh niên phục vụ vui vẻ chạy ra, chỉ chỗ cho chàng đậu xe. Hai người được đưa vào chiếc bàn ngay mé Hồ, trong một khu khá yên tĩnh. Hải Đăng kéo ghế cho Nga ngồi, trong khi một cậu phục vụ bàn rất trẻ, vừa đặt tấm các thực đơn xuống bàn, vừa tươi cười nói: "Chiếc bàn này vẫn để dành cho chú đấy nhớ. Sao lâu rồi không thấy chú đến?" Hải Đăng sợ cậu này lại sắp tiết lộ các bí mật của chàng ra đây, thì thật bất tiện. Chàng trả lời qua loa, rồi yêu cầu cậu mang đồ uống ra trước.

Trong khi Nga mải đọc thực đơn, chàng sung sướng ngắm nàng, nổi bật trong chiếc áo chàng tặng. Nước da trắng tự nhiên của nàng, thật hợp với nền xanh da trời của chiếc áo. Chàng nghĩ nàng đã từng ở Mỹ, chắc chắn phải biết chiếc áo này là hàng "xịn" chàng đặt mua tận bên Mỹ, cho dịp sinh nhật nàng hôm nay.

Người phục vụ bàn mang nước ra. Hải Đăng và Nga đặt món ăn xong, chàng mời nàng chạm cốc:

- Mừng sinh nhật Nga! Sinh nhật này em mong ước gì?

- "Dân giầu, nước mạnh, xã hội công bằng, dân chủ, văn minh."

Hải Đăng thất vọng:

- Nghe Nga nói như cán bộ tuyên huấn ấy! Đó là mộng ước của Nhà Nước và cả toàn dân. Anh muốn biết em ước mong gì cho bản thân mình cơ!

- Em ước mơ "công bằng," "dân chủ" thứ thật, thứ "xịn" cơ! Không phải thứ trang trí trên biểu ngữ, treo ở những chỗ có tai mắt quốc tế ra vào đâu.

Hải Đăng vỡ lẽ. Đưa mắt nhìn quanh xem có ai ngồi gần không. Chàng làm thế như một phản ứng tự nhiên, mặc dù bây giờ người ta cũng ăn nói bừa bãi, không còn ai giữ mồm giữ miệng như trước nữa. Chàng ôn tồn:

- Ngày sinh nhật thì phải nói chuyện gì vui chứ. Ngày thường, chuyện chính trị trong cơ quan chưa làm em đủ nhức đầu à?

- Bình thường chuyện chính trị nên phải để riêng, ngoài cuộc sống hàng ngày, nhưng bất hạnh thay, trên quê hương chúng ta, "chính trị" có ở trong tất cả mọi thứ. Trong cơm ăn, áo mặc, việc làm, trường học, lời nói, cơn ác mộng, không khí...vv... Anh bảo em đừng nói chuyện chính trị thì khác nào bảo em đừng thở nữa!

- Anh nhất trí với em! Không khí chính trị trùm lấp lên cả cỏ cây, mây trời ở nước ta... Nhưng là con người, cũng có lúc phải tạm quên chính trị, để sống cuộc sống bình thường, như lấy vợ lấy chồng, đẻ con đẻ cái chẳng hạn...

- "Con người" cũng giống như cỏ cây thôi anh ạ! Cỏ cây chịu ảnh hưởng khí hậu, mưa, nắng... "Con người" phức tạp hơn thì bị chi phối bởi khí hậu, mưa, nắng, cộng thêm các khí hậu khác như chính trị, văn hóa, xã hội, kinh tế... Nếu các khí hậu đó bị ô nhiễm thì cây cũng chết, người cũng chết. Nếu ta không làm sạch được các ô nhiễm, hay không cả có ý định làm sạch các ô nhiễm, thì lấy vợ lấy chồng rồi sẽ đẻ ra một lũ quái thai, tật nguyền, hay nhẹ ra, thì cũng thành một lũ suốt đời băn khoăn, trăn trở như chúng ta hiện nay thôi.

Cậu phục vụ mang đồ ăn ra. Nga không để ý lúc Hải Đăng gọi món ăn, để chàng gọi đầy một bàn. Mùi lá gừng từ món ốc nhồi nấm thịt hấp, bốc lên thơm lừng quyến rũ, khiến hai người thấy đói.

Hải Đăng vừa tiếp đồ ăn cho Nga vừa tìm một câu gì để phá vỡ bầu không khí nặng nề:

- Em có nghe ở trong Nam người ta có câu: *"Chẳng qua chỉ tại vua Hùng / Đẻ ra một lũ nửa khùng nửa điên / Đứa khôn thì đã vượt biên / Còn đứa ở lại điên điên, khùng khùng!"*

Nga bật cười. Miệng nàng nở như bông hoa "tulip" dưới ánh nắng ban mai. Nụ cười của nàng trong lúc này, cũng hiếm hoi như "nụ cười Bao Tự" khiến chàng ngây ngất nhìn. Chợt nhận thấy Hải Đăng nhìn mình đắm đuối, Nga tìm câu gì nói cho khỏa lấp vẻ ngượng ngùng:

- Anh gọi nhiều thì anh phải ăn nhiều đi đấy nhé! Em chỉ mê món ốc hấp và món thịt gà luộc, đặc biệt của nhà hàng này thôi.

Nga cúi xuống, chăm chú nhìn vào bát mình, đầy ắp đồ ăn do Hải Đăng gắp bỏ vào. Chợt nhận thấy tóc mình vừa chấm mặt bàn, nàng thoáng nhớ câu Tường dặn trước khi chia tay: "Đừng bao giờ cắt tóc ngắn em nhé! Để tóc dài cho anh đo thời gian." Sắc mặt Nga bỗng trở nên u sầu... Hải Đăng tưởng nàng vẫn còn đang nghĩ đến chuyện "Dân giầu, nước mạnh..." Chàng không thể hiểu nổi, tại sao một người con gái như thế kia, mà không chịu thụ hưởng như phần đông con gái Hà thành, lại cứ *"tìm những chốn đoạn trường mà đi,"* như cô Kiều vậy. Chàng lái đề tài câu chuyện sang hướng khác:

- Nước hồ hôm nay đẹp quá em kìa! So với một thành phố không lấy gì làm lớn lắm, thì có lẽ chỉ có Hà Nội mới có nhiều hồ như thế này. Em có biết Hà Nội có cả thẩy bao nhiêu hồ không?

Nga không trả lời. Nàng ngẩng đầu lên nhìn Hải Đăng, chờ đợi chàng nói cho biết.

- Có khoảng 20 hồ lớn nhỏ. Kể cả một số hồ nhỏ nằm trong các khu dân cư, khách sạn, nhà máy... Hồ đóng vai trò vô cùng quan trọng trong việc kiến trúc, cảnh quan đô thị, điều hòa khí hậu... Không có hồ thì chắc Hà Nội ngột ngạt lắm, chẳng được tiếng là thơ mộng như thế này.

18

Hôm nay là thứ tư, đang giữa tuần nên Nga rảnh hơn những ngày thứ hai hay thứ ba. Trong Bộ cũng lại có phái đoàn Mỹ đến tham quan. Trong số bốn người trong phái đoàn, có một người là bạn Nga từ hồi nàng học bên Mỹ. Sau cuộc họp thường lệ, Nga tình nguyện đưa phái đoàn đi tham quan thành phố. Đang bước lên các bậc tam cấp đi lên Lăng Bác, chợt chiếc điện thoại di động trong ví nàng rung nhẹ nhẹ. Nàng xin lỗi mấy ông, dặn cậu Hiển là người hướng dẫn đi cùng, đưa mấy ông đi tiếp, cô sẽ chạy theo sau. Giọng Khuê trong điện thoại đứt quãng, hụt hơi, sợ hãi... báo tin cho Nga biết là ông Dương đã bị bắt cách đây nửa giờ. Khuê dặn Nga điện ngay cho các ông khác để họ liệu. Nga run cả người, không dám hỏi thêm. Lúc đó, chung quanh cũng có người qua lại. Nàng nhìn lên phía đầu các bậc tam cấp, lo sợ cậu Hiển có thể trở lại tìm. Không thấy cậu ta, nàng yên tâm đi trở xuống, vào Quảng Trường Ba Đình. "Giữa một sân cỏ rộng mênh mông như thế này, tha hồ an toàn!"—Nàng nghĩ-- Nàng ngồi bệt ngay xuống cạnh bờ xi-măng, để khỏi có thể bị bắt lỗi về tội đi trên cỏ. Nàng lấy điện thoại ra bắt đầu bấm, tìm danh sách các tên cần gọi... Tay run quá, nàng cứ bấm trệch số, mặt điện thoại hiện lên những thứ gì đâu. Càng bấm càng sai, nàng không sao bình tĩnh lại được để trở về "Menu" ban đầu. Chiếc điện thoại nhỏ bé, suýt lọt ra khỏi tay nàng mấy lần. Chưa bao giờ nàng thấy các móng tay dài của nàng vô dụng đến thế. Cuối cùng, danh sách cũng xuất hiện. Mừng quá! Bấm số thứ nhất. Vừa lắng nghe tiếng chuông điện thoại reo, vừa lâm râm cầu khấn Trời Phật phù hộ, cho có người nhấc điện thoại lên. Nàng để chuông reo đến mười tiếng, vẫn không có ai trả lời. "Khốn nạn rồi! Trời ơi! Khổ quá!" Nàng lẩm bẩm trong khi bấm số thứ hai. Giọng bà Sơn hốt hoảng trả lời "A-lô!" Vừa nghe giọng Nga ở đầu giây, bà nói ngay: "Cô Nga đấy à! May quá! Cô điện các anh khác đi, mau lên! Nhà tôi bị bắt đi rồi!" Nga nói nhanh: "Vâng, vâng được rồi! Được rồi ạ!" Nga cúp điện thoại, bấm số thứ ba... Tiếng chuông đầu tiên mới vừa reo đã thấy có người nhấc lên, rất nhẹ... Không có ai trả lời, Nga cứ nói "A-lô! A-lô" một mình. Chợt nhận ra có tiếng ồn ào, quát tháo vọng vào ống nghe. Nga nghe rõ giọng của bà Tiến nói thật to: "Các anh để cho nhà tôi mặc thêm áo vào đã nào. Các anh làm gì mà tàn bạo quá thế! Bây giờ các anh không còn biết kính trọng người đáng tuổi cha các anh nữa hả?" Nga hiểu hết câu chuyện. Không một chút do dự, nàng tắt điện thoại, gọi tiếp số thứ tư... Lần này nàng khấn to hơn. Làm như thể Trời Phật điếc hay sao, để nàng phải gào lên thế này, mới chịu chú ý! Có người nhấc điện thoại... Nàng nói nhanh: "Bác ơi, cháu Nga đây. Chúng nó đang càn quét, bắt bớ ở ngoài phố kia kìa. Các bác Dương, bác Tiến, bác Sơn... bị bắt hết rồi. Lần này xem ra to chuyện đấy. Bác liệu đi nhé! Cháu phải đi gọi các người khác ngay." Nga cắt điện thoại, chỉ còn kịp nghe một câu thảng thốt, ngắn gọn: "Giời ơi! Thế à? Cám ơn cháu!"

Nhìn từ đằng xa thấy Hiển đang ngơ ngác tìm mình. Đằng sau, mấy ông Mỹ đang vừa đi vừa bàn tán. Nàng cố trở lại trạng thái bình tĩnh, đi nhanh đến chỗ Hiển. "Có chuyện gì thế chị?" Hiển nhìn Nga xoi mói. "Bà bác của chị ở nhà quê bị ốm nặng. Bà cũng già quá rồi, con cái ở xa cả..." Nga nói với giọng buồn buồn. "Chị muốn về sớm không? Để em tiếp tục đi với các ông này cũng được." Hiển làm bộ thông cảm, hỏi Nga, nhưng nàng còn muốn đi thêm với mấy ông, để còn nghĩ cách nhờ vả họ một cái gì, nàng nói với Hiển: "Ờ, rồi chắc là chị cũng sẽ phải về sớm, nhưng trước khi về, chị muốn chiêu đãi các ông ấy và em một chầu giải khát đã. Bây giờ em bảo xe chở mình đến một quán nào đi... Trời nóng quá, không chịu nổi!"

Xe đưa mọi người đến Nhà Thuyền Hồ Tây ở đường Thanh Niên. Lúc đi Hiển ngồi trên với anh tài, Nga ngồi dưới với mấy người Mỹ. Bây giờ Hiển cứ ép Nga ngồi với anh tài ở ghế trên "cho mát." Hiển cắt nghĩa thêm: "Để em tiếp chị làm công việc nói, cho chị đỡ mệt." Nga biết ngay nàng đã bị Hiển để ý. "Cậu ta ngồi dưới để quan sát mình cho dễ. Phải hết sức thận trọng từ phút này."—Nàng tự nhủ. Trong óc bắt đầu xoay tròn, nghĩ mưu kế.

Nga mở chiếc ví to gần bằng cái cạc-táp, nàng vẫn thường xách đi làm hàng ngày, lục tìm chiếc phong bì to bằng giấy dầu, mở ra, rút một nắm tiền làm bộ vừa đếm vừa nói to với anh tài: "Phải đếm tiền xem mua được mấy chai bia. Người Mỹ họ uống bia như uống nước lã ấy, em biết không?" Trong khi đếm và nói, nàng xé một miếng giấy nhỏ trong cuốn sổ, loay hoay viết, như thể đang làm tính cộng trừ nhân chia... Sự thực nàng viết số điện thoại di động của nàng với một câu nguệch ngoạc: "Call me tonight. Very important!"[*] Nàng không cả dám viết thêm chữ "Please" cho lịch sự. Sợ viết nhiều, Hiển ở ghế dưới có thể kịp chồm lên, đọc qua vai nàng.

Tới Nhà Thuyền Hồ Tây, Nga để cho mọi người xuống trước, chủ đích là Hiển. May mắn Hiển không phải là người nhiễm văn hóa Tây phương, nên cậu xuống xe trước tiên, không cả mở cửa cho Nga. Trong khi cậu ta bị bọn dịch vụ trong quán bu lấy, David, bạn của Nga, chạy lại mở cửa trước và đỡ nàng xuống. Nga kín đáo ấn ngay tờ giấy đã cuộn nhỏ, vào bàn tay chàng, nói thầm: "Don't

---

[*] Call me tonight. Very important!: Gọi tôi tối nay. Quan trọng lắm!

read it now,"* rồi nàng nói câu "Thank you!"* thật lớn, nghe rất tự nhiên.

Chỉ hai ngày hôm sau, báo đài hải ngoại đã loan tin đầy đủ chi tiết của cuộc khủng bố: Chuyện bắt đầu bằng một nhóm trí thức, các đảng viên lão thành, đã hưởng ứng lời kêu gọi của ông tân tổng bí thư: "Phải chống tham nhũng quyết liệt hơn nữa." Và "Phải kiên quyết bảo vệ những người chống tham nhũng thì họ mới dám chống tham nhũng." Các ông bèn viết thư lên cấp lãnh đạo Đảng xin lập "Hội Người Dân Ủng Hộ Đảng và Nhà Nước Chống Tham Nhũng." Đang đợi kết quả được phép lập Hội với bao kỳ vọng, thì ngày mùng 5 tháng 9 các vị này đã bị công an Hà Nội truy lùng bắt giam, không những chỉ hai người đứng tên trong đơn xin, mà có thêm hơn hai mươi người khác, trong một cuộc hành quân bố ráp dữ dội, trước con mắt kinh hoàng của nhân dân thành phố.

Tin được đưa ra hải ngoại một cách chớp nhoáng, ngay cả trong khi cuộc bố ráp hãy còn đang tiếp diễn! Các cơ quan truyền thông hải ngoại được tin, liền tìm cách kiểm chứng, khai thác, nhanh chóng đưa tin trở lại Việt Nam bằng radio, Internet, điện thư, fax, điện thoại... gây chấn động, bất bình cho biết bao nhiêu con tim yêu nước, từ Nam chí Bắc. Giáo sư Nguyễn Thanh Giang gọi đây là "Một cuộc khủng bố nặng nề, khó hiểu." Một tựa đề mà sau này các báo chí đều nhắc lại. Nghe nhẹ nhàng thôi, mà sao ngậm ngùi, thấm thía!

---

* Don't read it now: Đừng đọc bây giờ.
* Thank you: Cám ơn.

19

Mặt hồ bị khuấy đục lên, thì rồi cũng có ngày lắng xuống. Không khí tòa soạn báo Vượt cũng vậy. Mọi người vẫn phải sống, phải làm việc, chỉ khác là ông chủ nhiệm bây giờ sáng đến muộn, chiều về sớm. Điều đó cũng dễ hiểu. Nguyên Việt không còn ở lại ăn cơm tối với gia đình anh chị Thuận nữa. Buổi tối không khí tòa soạn trở nên trống vắng.

Một tháng, hai tháng, ba tháng, bốn tháng, năm tháng, sáu tháng... Hòa ngồi đếm ngày tháng kể từ khi Nguyên Việt lấy vợ. Một hôm nhằm chủ nhật, Tường đến tiệm sách, Hòa ngạc nhiên hỏi:

- Kìa, sao anh Tường lại ở đây, mà không ở nhà anh Nguyên Việt. Hôm nay Nhóm Học Tập của các anh không họp à?

- Không. Lâu rồi đâu có họp hành gì nữa.

- Anh nói gì? Các anh ngừng họp từ bao giờ?

- Từ ba tháng nay rồi. Sau ngày cưới, được họp ở nhà Nguyên Việt hai lần rồi thôi.

- Tại sao? Anh Nguyên Việt vẫn còn trong thời kỳ trăng mật à?

- Có lẽ!

- Hỏi anh này chán thấy mồ! Trăng mật gì mà lâu vậy? Anh ấy vẫn đi làm đều đặn mà.

Tường không trả lời vào câu hỏi của Hòa. Chàng nói, giọng buồn buồn:

- Chắc là trong tương lai sẽ phải họp trong tòa soạn báo Vượt thôi.

- Họp trong tòa soạn thế nào được. Các anh bàn toàn những chuyện không nên để lọt ra ngoài.

- Nhưng không có chọn lựa. Để rồi xem--Tường vừa nói câu cuối cùng, vừa lảng vào trong xem sách, cố tránh "cuộc thẩm vấn" của Hòa.

Một tháng sau khi Hòa với Tường nói chuyện ở tiệm sách, Nhóm Học Tập chuyển đến họp tại tòa soạn Vượt, vẫn vào ngày chủ nhật. Nguyên Việt luôn luôn có mặt. Hòa rất vui vì chị có dịp tiếp tế trà nước cho nhóm người mà chị yêu mến. Chị làm các thứ bánh cho các anh chị em trẻ thưởng thức. Ai cũng mến chị. Họ gọi chị là "mẹ nuôi chiến sĩ." Không khí tòa soạn lại nhộn nhịp trở lại.

Mọi người đang vui sống với hoàn cảnh mới, không khí mới nơi tòa soạn, thì một hôm Hòa kéo Tường vào bếp thì thầm:

- Anh có biết bạn của anh Nguyên Việt ngủ ở đây đêm hôm qua không?

- Biết chứ. Anh Mạch, bạn thân của anh Nguyên Việt đấy mà.

- Sao? Anh Nguyên Việt không tiếp bạn ở nhà nữa à?—Hòa hỏi.

- Ừ thì chắc là... khách của anh ấy ở đây để đi lại cho tiện. Ở nhà anh Nguyên Việt vừa xa, vừa đi lại khó khăn. Xe cộ không có...

- Thế sao trước kia không ai chê ở xa với đi lại khó khăn? Anh Nguyên Việt đã biến cái tòa soạn này thành chỗ hội họp. Bây giờ lại biến nó thành cái khách sạn! Đến bữa thì hai ông đưa nhau đi ăn tiệm. Bộ nhà anh ấy không có "đàn bà" hả?--Hòa dằn mạnh chữ "đàn bà."

- "Có đàn bà" hay không thì ai đi đâu mà biết! Nhưng được cái là anh Nguyên Việt vẫn sinh hoạt đều đặn với chúng ta, thì có sao đâu.

Tường cố gắng làm cho Hòa bớt tức tối, nhưng cùng một lúc chàng nhận thấy lời nói của mình chẳng ăn thua gì, một khi Hòa đã có thành kiến với vợ của Nguyên Việt.

- Nói chuyện với anh này chán thấy mồ đi!

Hòa giận dỗi, lấy một tờ báo Vượt mới Danh vừa mang về, bỏ đi xuống nhà, ngồi tại quầy bán sách đọc báo. Nàng lật qua các trang, ngán ngẩm: "Sao mà hai ông Nguyên Việt và Tường giống nhau thế! Họ đều vui duyên mới, phụ tình xưa. Cả hồn lẫn vía họ đang bay bổng tận đâu ấy! Tờ Vượt càng ngày càng mỏng, phần văn chương thì chỉ thấy thơ của 'nữ sĩ' Huyền Hoa và các bài ca tụng nàng. Phần phụ nữ và gia chánh do Đan Thanh phụ trách ngày trước, nay biến hẳn." Nghĩ thế, Hòa ngồi ngẩn người, tư lự...

Hòa xuống nhà rồi, Tường nhìn theo lắc đầu, ái ngại: "Mấy người đàn bà này thật lạ!"--Tường muốn ám chỉ Hòa, Như và Đan Thanh—"Họ coi vợ Nguyên Việt như một cái bóng ma, họ nhất định không chịu đến gần bà ta để tìm hiểu, cứ đứng từ xa mà phán đoán, mà tưởng tượng... Riết rồi một chập họ không còn phân biệt được phần nào là tưởng tượng, phần nào là thật! 'Thật' và 'tưởng tượng' nhập nhòa, lấn lướt nhau, biếm họa thành một 'bà Nguyên Việt' chẳng giống ai! Đáng tội nghiệp cho cả hai bên!"

Chàng lấy một tờ báo Vượt mới trên chồng báo, vừa đi vào văn phòng Nguyên Việt vừa đọc.

Nguyên Việt đang chăm chú làm việc trên máy "computer," chợt nghe Tường hỏi giật giọng:

- Bút hiệu Núi Nùng này là ai vậy anh?
- Không biết. Ở đâu ra?
- Ở trên báo Vượt chứ ở đâu. Ông không cả đọc báo mình à? Thế ai cho đi bài "Dấu Vết Thực Dân" của tác giả Núi Nùng trong mục Ý Kiến Độc Giả? Nội dung bài không nghe được chút nào cả!

Nguyên Việt xoay người lại, giật lấy tờ báo từ tay Tường, lẩm nhẩm đọc... Đọc xong Nguyên Việt nhìn Tường:

- Ông không cho đi, tôi không cho đi bài này, thì chỉ có Phùng chứ còn ai vào đây nữa—Vừa nói Nguyên Việt vừa bấm số gọi cho Phùng.

- Phùng ơi! Tác giả Núi Nùng là ai vậy?
- Em không biết.
- Thế tên thật và địa chỉ người ấy là gì?
- Chỉ có tên Núi Nùng và hộp thư ở Houston thôi.
- Tôi tưởng tôi đã nói rõ nhiều lần, chính sách của báo Vượt là, không đăng bài không ghi tên thật và địa chỉ của người gửi mà! Chưa kể nội dung không hợp với đường lối của mình và có nhiều điểm sai. Tại sao Phùng không cho anh Tường hay tôi xem trước khi đem đăng?

- Đường lối có chi mà không hợp hả anh? Còn anh bảo sai thì sai ở chỗ nào?

- Thứ nhất, sai đường lối vì báo Vượt không bao giờ đem các tôn giáo ra mà so sánh, bài bác... Tác giả bài báo này nói: "...Phật giáo là đạo thuần túy Việt Nam, là đạo dân tộc, còn Thiên Chúa giáo là đạo ngoại lai, phi dân tộc..." Thứ hai, bài báo này nói Thiên Chúa giáo do thực dân Pháp đem vào, rằng đồng bào Thiên Chúa giáo làm tay sai, "cõng rắn cắn gà nhà" để cho Pháp xâm chiếm Việt Nam. Sai ở chỗ Pháp xâm lăng Việt Nam khoảng giữa thế kỷ 19, trong khi đó, Thiên Chúa giáo đã có mặt ở Việt Nam từ đầu thế kỷ 17. Ngoài ra, chắc Phùng hẳn phải biết, là đạo Phật du nhập vào nước mình từ Trung Hoa và Ấn Độ chứ? Như vậy thì cũng đâu có thể gọi là thuần túy.

- Ồ! Thật hả anh?--Phùng nói một cách ngây thơ... Thứ "ngây thơ vô... số tội," như người ta thường nói.

- Nhưng điều quan trọng hơn hết là Phùng vẫn phải nên cho anh Tường và tôi xem hết các bài vở, trước khi đem in. Kỳ vừa rồi chúng tôi thực sự không được thấy bài này để chặn lại—Nguyên Việt nhấn mạnh.

- Dạ! Dạ! Được!—Phùng nói, không hề có một câu xin lỗi. Xưa nay Phùng vẫn thế.

Nguyên Việt cúp điện thoại. Nhìn Tường, đợi ý kiến.

- Tôi nghĩ mình phải hành động ngay—Tường nói--Viết bài vạch ra những sai lầm trong bài của tác giả Núi Nùng chẳng hạn. Đừng để cho người ngoài phản ứng trước—Tường nhớ lại câu nói của Hòa lúc nãy, chàng tiếp—"Tuần trăng mật" của ông, thiết tưởng cũng dài đủ rồi, trở lại đời sống bình thường đi ông ơi! Tờ báo xem chừng đang xuống đấy!

- "Tuần trăng mật" hết từ lâu rồi, khỏi lo đi!

Tường tế nhị không muốn hỏi Nguyên Việt, "Tuần trăng mật hết từ lâu rồi" có ý nghĩa gì. Có khi Nguyên Việt chỉ muốn nói tuần trăng mật nào cũng chỉ kéo dài hai, ba tuần, một tháng là cùng, trường hợp chàng đã bảy tám tháng thì hết từ lâu là đúng. Tường nghĩ, có khi mình cũng có thành kiến nào đó với anh chàng này, nên thấy cái gì chàng ta nói về cuộc sống riêng tư, mình cũng cho nó thêm một nghĩa thứ hai nữa. Tường tự nhủ: "Coi chừng không thôi mình lại lây bệnh đồng bóng của mấy bà kia mất!" Tuy vậy Tường cũng không bỏ lỡ cơ hội dò dẫm:

- Anh vẫn từng nói, mộng của anh là... tôi xin trích nguyên văn nhé: "lấy một người vợ thật đẹp, còn tính nết thì tôi ảnh hưởng được." Vậy xin hỏi anh, anh thực hiện được "giấc mơ" đó đến đâu rồi?

Với tính bén nhậy và hay khôi hài của Nguyên Việt, nghe Tường hỏi "... đến đâu rồi?" chàng nghĩ ngay ra được câu trả lời:

- Để tôi mượn một câu chuyện ở Việt Nam, người ta kể về cụ Tôn Đức Thắng khi chết gặp cụ Hồ. Cụ Hồ hỏi "di chúc tôi để lại, đồng chí đã thực hiện đến đâu rồi?" Cụ Tôn rụt rè thưa: "Dạ, dạ, thưa đồng chí, tôi làm được... một phần tư ạ!" Cụ Hồ không hiểu bèn hỏi lại: "Một phần tư là thế nào?" Cụ Tôn lại càng lúng túng: "Dạ, dạ, một phần tư nghĩa là... "Không có gì" ạ!*

Bây giờ, để trả lời câu hỏi của ông, tôi xin nói, tôi đã thực hiện được một nửa. Thế là tôi hơn đứt cụ Tôn rồi!

---

* Đây là truyện tiếu lâm thời đại, sự thật không phải là di chúc của Hồ Chí Minh: "KHÔNG CÓ GÌ /QUÍ HƠN ĐỘC LẬP/ TỰ DO/ HẠNH PHÚC." Một phần tư của "di chúc" là "KHÔNG CÓ GÌ."

20

Tường đang ở trong phòng tắm, đánh răng, rửa mặt, sửa soạn vào trường Georgetown dạy học. Trong tiếng xòe xòe của vòi nước, chàng nghe loáng thoáng như có tiếng cô Mai gọi rối rít ngoài phòng khách. Chàng tắt nước, rút vội chiếc khăn mặt quàng lên cổ, chạy ra... Cô Mai chỉ vào TV, không thốt được lời nào. Tường nhìn vào màn ảnh, thấy hai tòa nhà cao ngất ở Nữu Ước đang bốc cháy. Cụm khói đen đang cuồn cuộn lên như hai chiếc nấm khổng lồ. Thay vì im lặng lắng nghe xướng ngôn viên nói, Tường lại rối rít hỏi: "Chuyện gì thế? Chuyện gì thế?" "Không biết! Em không biết! Nghe kìa!" Cô Mai vừa trả lời vừa xua xua tay, ra dấu cho Tường im để nghe xướng ngôn viên nói. Những gì nghe và thấy trên màn ảnh không đủ cho Tường hiểu rõ đầu đuôi câu chuyện, nhưng chàng cũng thấy được tầm vóc nghiêm trọng của cảnh tượng đang diễn ra. Tường vừa dán mặt vào TV vừa bấm số gọi Nguyên Việt. Anh chàng lâu nay tạo cái thói quen ngủ muộn, bị Tường lôi dậy thì lầu bầu... cho đến khi bật được TV trong buồng ngủ lên, thì chỉ còn nghe chàng nói: "Trời đất quỷ thần!" Tường tắt điện thoại liền để đi gọi người khác. Gọi hết một lượt người trong tòa soạn. Sau đó chàng gọi cho Tuyết, cho Sarah. Chàng biết là chỉ gọi cầu may thôi, giờ này ai cũng phải ra khỏi nhà rồi. Chàng gọi vào sở cho Định, cho Đan Thanh. Hai người đó còn đang trên đường đi--chàng đoán--không thấy trả lời. Chợt nhớ tới giáo sư Bender. Ông bà có cô con gái làm ở một trong hai tòa nhà Trung Tâm Thương Mại Thế Giới. Chàng bấm số. Vừa nghe thấy tiếng Tường ở đầu giây: "Chào bà Bender! Đây là Tường..." Bà Bender bật khóc. Tường cố gắng trấn an bà mà không được. Tường hỏi bà đã được tin gì của cô Linda chưa. Hỏi tới ba lần mới được bà trả lời trong tiếng nức nở: "Chưa. Các đường dây điện thoại ở New York đều bị bận. Điện thoại cầm tay của nó thì không cả có tiếng chuông reo..." "Bà đừng lo! Chắc là cô ấy cũng đang phải chạy như mọi người. Tôi sẽ cầu nguyện cho bà và gia đình. Tôi sẽ nói chuyện với bà sau nhé!" Bà Bender cám ơn Tường, giọng yếu ớt.

Ống điện thoại vẫn còn trong tay, toan gọi thêm những người quen khác, Tường thấy xướng ngôn viên trên TV thông báo một chiếc máy bay khác đâm vào Ngũ Giác Đài... Chỉ vài chục phút sau đó, một chiếc Boeing rớt tại một khu rừng ở Pennsylvania. Tường không còn kiên nhẫn đợi nghe thêm chi tiết, trong đầu chàng đang hình dung cuộc chiến tranh hoàn cầu thứ ba đã bùng nổ. Chàng vội mặc quần áo, ra xe lái đến trường.

Vào đến trường, việc đầu tiên chàng đi tìm gặp giáo sư Bender. Chưa tới cửa văn phòng, Tường đã thấy ông tất tưởi đi ra, vừa đi vừa cố xỏ tay vào áo vét-tông. Ông xỏ được một bên, còn bên tay kia ông cứ thọc ra ngoài. Tường vừa giúp ông vừa hỏi tin tức. Ông cho biết là chẳng có tin gì cả. Bây giờ ông phải về. Phải có mặt ở nhà để an ủi bà vợ. Tường trở về lớp, không thấy ai. Ra phòng tiếp tân thấy các học trò của chàng đang xúm quanh chiếc TV. Chàng cũng chụm đầu vào đám đông, bàn tán... Ngoài hành lang, các thầy, trò chạy ra chạy vào nhốn nháo. Các điện thoại cầm tay reo ầm ỹ... Người ta gọi cho nhau để báo tin, để hỏi thăm, để tìm nhau, loạn xạ...

Những ngày sau đó không còn ai muốn làm ăn gì. Nhiều người ngồi trước TV suốt ngày như bị thôi miên. Dần dần người dân Mỹ tỉnh cơn bàng hoàng, và bắt đầu hoảng sợ hơn trước, nhận ra rằng đây là khởi đầu một cuộc chiến tranh tàn khốc, mọi rợ của một bọn hèn, giấu mặt, rằng nước họ không còn là nơi "bất khả xâm phạm" nữa. Khắp nước Mỹ mọi hoạt động đều gần như tê liệt hay trì chậm. Trên trời chỉ có những chiếc phi cơ quân sự. Máy bay dân sự không được cất cánh hay hạ cánh. Nhiều công sở đóng cửa, phòng bọn khủng bố còn tiếp tục nhắm vào các mục tiêu khác của chính phủ. Các khách sạn, hí trường, chỗ buôn bán... vắng teo. Báo chí và các hệ thống truyền thanh, truyền hình trên thế giới đều chạy tin hàng đầu: "Trung Tâm Thương Mại Thế Giới ở Nữu Ước và Ngũ Giác Đài bị 'kẻ thù giấu mặt' tấn công." Họ gọi hai tòa nhà chọc trời ở Nữu Ước là "Biểu tượng của tư bản chủ nghĩa," là "Biểu tượng của trung tâm quyền lực Mỹ về kinh tế, chính trị, thương mại, tài chính..." Người ta gọi Ngũ Giác Đài là "Trung tâm đầu não quân sự Hoa Kỳ...."
...vv... Các đài TV liên tục chiếu đi chiếu lại các cảnh hai tòa nhà chọc trời và một góc Ngũ Giác Đài đang bốc cháy. Cảnh địa ngục trần gian: người chạy hỗn loạn như đàn kiến dưới chân hai tòa cao ốc đang sụp. Vài người nhẩy từ các cửa sổ xuống, lẫn trong khói, bụi xi-măng, kính vỡ... Những người lính chữa lửa xông vào đống gạch vụn cứu người... Chiếc Boeing vỡ nát nằm bốc khói bên bìa một khu rừng ở Pennsylvania...vv...

21

Ông bà Bender lên Nữu Ước để nhận xác con. Mike, cậu con trai bị bệnh "rối loạn nhiễm thể" được ông bà gửi sang ở tạm nhà người dì của cậu ở bên Fairfax. Trước khi lên Nữu Ước, ông bà không muốn Mike biết rõ sự bất hạnh xẩy đến cho gia đình cậu trong khi ông bà vắng mặt, chỉ dám nói xa xôi. Ai cũng nghĩ nếu để Mike bị "sốc" mạnh trong lúc này, thì gần như chắc chắn cậu sẽ ngã bệnh, và gia đình lại có thêm một gánh nặng lớn, không ai có thể lo nổi. Bà Bender, ngoài mặt làm bộ cứng rắn, nhưng người thì cứ rũ ra, đã có một lần xỉu đi, người nhà phải đưa vào phòng cấp cứu ở bệnh viện, Mike vì thế cũng mang máng thấy có sự gì không ổn. Được cái cậu không liên hệ được những cảnh hai bin đinh Trung Tâm Thương Mại Thế Giới bốc cháy người ta chiếu trên TV, với người chị yêu quí của cậu. Cậu chỉ biết chị Linda ở Nữu Ước, nhưng không biết đích xác chị làm ở đâu, và thành phố Nữu Ước rộng lớn bao nhiêu để chị cậu có thể bị ảnh hưởng.

Tường được ông bà Bender nhờ lui tới thăm Mike. Đặc biệt nhờ Tường "sửa soạn tinh thần" cho Mike về cái chết thê thảm của Linda, và vài ngày nữa đây trong gia đình sẽ có một đám tang. Công việc chàng được giao phó thật quá sức, Tường chưa có kinh nghiệm như thế bao giờ. Nhưng Tường không thể thoái thác, đành nặn óc, tìm cách...

Hôm nay Tường đến đón Mike ở nhà em gái bà Bender, đưa cậu đến gần Ngũ Giác Đài, nơi người ta đặt những hình ảnh với vòng hoa, những quả bóng bay có chữ đề tặng, để tưởng niệm những nạn nhân của vụ khủng bố ở đấy. Nơi này là một khoảng đất cao như cái đồi nhỏ, cách bãi đậu xe rộng lớn của Ngũ Giác Đài bằng một con đường. Đứng đây người ta có thể nhìn rất rõ góc bin đinh bị chiếc máy bay American Airlines số 77 đâm vào, làm xập một khoảng khổng lồ, đen xì. Trên cao, những đà sắt cong oằn, đeo lủng lẳng những tảng bê-tông, trĩu xuống... Dưới đất ngổn ngang gạch, xi măng, kính... vụn vỡ.

Nhiều lượt người đến, đi. Họ đến thăm. Đến đặt hoa... Nhiều người lom khom xem từng bức hình, lẩm nhẩm đọc tên, chức vụ, quê quán... của nạn nhân.

Tường chỉ sang phía Ngũ Giác Đài bảo Mike:

- Trông kìa, em có thấy cái khoảng đen xì, to tướng ở bin đinh kia không?

Mike gật lấy gật để, rồi liến thoắng:

- Máy bay đâm "bùm!" Khiếp quá! Mình sang bên ấy xem đi...

Nói chưa dứt câu, Mike cắm đầu chạy xuống đồi. Tường vùng chạy theo, túm lấy vai cậu kéo lại:

- Đứng lại! Đứng lại! Người ta không cho ai đến gần bên đó hết. Mọi người phải đứng ở đây mà xem. Ngoài ra chúng ta đến đây để thăm viếng những người này cơ mà— Tường vừa nói vừa chỉ vào những tấm ảnh bầy la liệt dưới gốc cây, trên thảm cỏ, trong những bó hoa, nói tiếp—Có cả đại tướng, trung tá... và nhiều phụ nữ nữa... Trông này Mike! Có cả một người Việt Nam...

- Ông ta là anh của chú à? Mike hỏi.

- Không, ông ấy là một người đồng hương của tôi.

- Thế bây giờ ông ấy ở đâu?

- Ông ấy chết rồi. Tất cả những người có ảnh ở đây đều chết hết rồi.

Thấy Mike im lặng, vẻ mặt bối rối chưa hiểu, Tường thêm:

- Mấy hôm trước những người này đang làm việc ở bin đinh kia kìa—Tường lại chỉ về phía Ngũ Giác Đài—thế rồi "bùm," chiếc máy bay đâm vào đó, làm những người này chết.

- Thế bây giờ họ ở đâu?

Có vài người đứng gần đó theo dõi câu chuyện, thấy lối giải thích đơn sơ, luôn luôn dùng tay chỉ trỏ và làm dấu hiệu của Tường, cũng như những câu hỏi ngớ ngẩn của Mike, họ đoán ra ngay là Mike tàn tật, trông bề ngoài như một thanh niên, nhưng trí óc chậm như một đứa trẻ, họ nhìn cậu, mỉm cười thông cảm, thân thiện. Tường lại cố gắng giải thích:

- Cái xác của họ được chôn xuống đất, ở một nghĩa trang nào đó, nhưng linh hồn họ thì đang ở trên Thiên Đàng. Họ đang nhìn xuống và cười với chúng ta...

Vừa nói Tường vừa chỉ lên trời. Mike nhìn theo, ngơ ngác tìm... Một bà đứng cạnh Mike góp chuyện:

- Phải đấy. Ở trên Thiên Đàng người ta sung sướng lắm. Ở đó không có người xấu, không ai phải lo, phải sợ như ở đây. Những người này đang nhìn thấy chúng ta đến thăm họ. Họ vui lắm.

Mike tươi hẳn nét mặt:

- Mình lên đó xem đi!

Nói rồi Mike ù té chạy. Tường vừa kịp chộp được đai lưng chiếc áo ngoài cậu mặc, lôi trở lại, ôn tồn nói:

- Chưa. Rồi sẽ có một ngày cha mẹ em, bà dì, chị Linda, cả em và tôi nữa... chúng ta cũng sẽ lên gặp nhau ở trên đó... Nhưng chưa phải bây giờ.

- Chú cho cháu mượn cái điện thoại cầm tay—Mike sốt sắng--Cháu gọi Linda để kể cho chị nghe những gì mình được xem hôm nay...

Tường vừa trả lời Mike là điện thoại hết pin rồi, thì người đàn bà mới nói chuyện với Mike, móc ví toan lấy điện thoại của bà đưa cho Mike mượn. Tường vội gạt đi:

- Chị Linda của cháu đang đi vắng, không gọi được đâu. Cám ơn bà.

Nhân thấy có người đàn ông tiến lại gần hỏi chuyện Mike, Tường kéo người đàn bà ra một chỗ, nói thầm:

- Chị của cháu này chết ở trong bin đinh Trung Tâm Thương Mại Thế Giới rồi.

Người đàn bà lặng người đi một lúc mới thốt lên được một câu trong nước mắt:

- Lạy Chúa tôi! Những người này có làm gì nên tội đâu mà Chúa phạt họ nặng nề đến thế?—Nói rồi bà làm dấu thánh giá.

- Cháu Mike còn bị bệnh "DOWN" nữa, tội lắm! Tôi phải giúp gia đình "sửa soạn tinh thần" cho cậu ấy trước khi người ta đem quan tài về—Tường nói thêm.

- Chao ôi! Tôi không hiểu làm sao một gia đình có thể chịu đựng nổi nhiều đau thương như vậy. Tôi thông cảm với trách nhiệm khó khăn của ông. Chúc ông may mắn trong tình thương của Chúa.

Tường nói lời cám ơn, rồi như bị lây lan nỗi bi thiết của người đàn bà, chàng nhìn cảnh vật chung quanh, bỗng nhớ lại câu thơ: *"Tang thương đến cả hoa kia cỏ này."*[*]

22

Căn nhà trọ của Sarah cũng rối bời như nhà có đám tang. Bà Chris khóc sụt sùi, gọi tên Chúa luôn miệng. Anna và Sarah nghiêm trọng trao đổi với nhau những tin tức ngoài báo chí, nghe từ các bạn làm trong sở... Hui-Ling vẫn ít khi có mặt ở nhà, trừ bữa ăn tối và ban đêm. Thảo vừa vào niên khóa mới nên thường ở lại ở thư viện học.

Trưa nay Sarah thấy trong lòng buồn chán, xin nghỉ làm nửa ngày về nhà ngủ. Nàng mới chợp mắt được chừng vài chục phút, chợt nghe có tiếng nói cười vui vẻ vọng lên từ dưới nhà bếp. Nàng tỉnh hẳn. Đã từ ba bốn ngày hôm nay, căn nhà này không có tiếng cười, vì thế tiếng cười kia làm Sarah tò mò, đi nhè nhẹ xuống lưng chừng cầu thang, mới nhận ra đó là tiếng Hui-Ling đang nói điện thoại.

- Tao ấy à? Lúc đó tao vừa bước chân vào sở. Cả sở nhao nhao lên. Đứa thì khóc ầm ỹ, đứa hốt hoảng làm cháy cả ấm đun nước pha cà-phê... Tụi Mỹ chúng nó con nít lắm. Mới có thế mà đã quýnh lên. Chuyến này tụi Mỹ đau lắm.

Nghe đến đây, Sarah không thể không nẩy ra ý định tiếp tục nghe lóm, mặc dù nàng biết nghe lóm là rất xấu.

---

[*] Cung Oán Ngâm Khúc.

- ...

- Tao nhất trí với mày. Chuyến này thằng Mỹ thật đáng kiếp! Ha! Ha! Ha!

- ...

- Ai muốn nói gì thì nói, tao vẫn cho bọn khủng bố này là anh hùng. Chỉ có chúng nó mới dám đụng vào "siêu cường Mỹ."

- ...

- Mày nói đúng. Mỹ sẽ học được bài học đích đáng. Có vụ này Mỹ mới mở mắt ra.

- ...

- Ăn mừng thật hả. Tối mai à?

- ...

- Có đứa nào nữa không?

- ...

- Không sao! Tao với mày đủ rồi. Đáng ăn mừng lắm chứ! Tao sẽ đến. Có phải mang rượu sâm-banh không?

- ...

- OK! Gặp mày tối mai. Bái bai!

Máy điện thoại được gác lên. Sarah không đợi lâu. Cô sầm sầm từ trên gác chạy xuống.

- Ồ Sarah, mày không đi làm hả?--Thấy sắc mặt hầm hầm của cô này, Hui-Ling biết ngay là có chuyện. Sarah không trả lời câu hỏi của Hui-Ling, cô vào đề ngay:

- Tao nói cho mày biết, tao đã nghe lóm câu chuyện của mày với ai đó ở đầu giây bên kia. Tao không cảm thấy xấu hổ chút nào vì đã nghe lóm đâu. Mày đừng có mất công dậy dỗ tao. Để tao hỏi mày. Mày nói chuyện với đứa nào vậy?

Hui-Ling nhún vai:

- Bạn.

- Nếu bạn mày cũng là người Tầu mà không còn biết tiếng Tầu, phải nói với mày bằng tiếng Anh, thì chắc là nó cũng phải ăn cơm của Mỹ đến thủng nồi trôi rế rồi đấy. Thế mà nó rủ mày đi ăn mừng khi nước Mỹ gặp nạn, thì nó phải là "đồ chó đẻ." Còn mày nữa. Nếu mày ghét Mỹ đến thế thì sao mày không cút về nước mày đi?

- Tao không muốn nói chuyện với mày...

Bà Chris vào tới cửa bếp rồi mà không cô nào nghe thấy tiếng động. Bà ngạc nhiên:

- Có chuyện gì mà hai cô to tiếng với nhau thế?

Sarah thấy có đồng minh, mừng quá:

- Chris, bà có thể tưởng tượng được là trong hoàn cảnh như thế này, mà con Hui-Ling mở miệng ra nói với bạn nó trong điện thoại rằng "nước Mỹ đáng kiếp," rằng "Mỹ đã học được bài học đích đáng. Có vụ này Mỹ mới mở mắt ra..." rằng "Bọn khủng bố là anh hùng" ...vv...

Bà Chris nói như mếu:

- Ôi, Hui-Ling thân mến! Sao cô nỡ nói những lời như thế. Đánh sau lưng người ta mà gọi là anh hùng được sao? Bọn khủng bố đánh vào những người dân vô tội, không có võ khí, không có chiến trường, không có tuyên chiến, tuyên bố gì cả, thì phải gọi chúng là bọn hèn mạt nhất thế giới chứ...

Anna đến. Ngơ ngác nhìn hết người nọ đến người kia. Cô len lén ngồi vào một góc trong bếp, không nói gì. Hui-Ling làm bộ bận rộn sửa soạn cơm chiều, không cãi lại. Sarah tiếp lời bà Chris:

- Bọn khủng bố đánh vào hai tòa nhà Trung Tâm Thế Thương Mại Thế Giới là chúng nhắm triệt hại bao nhiêu nhân tài thế giới, chứ đâu phải chỉ riêng Mỹ. Nếu mày chỉ ghét Mỹ thôi thì tại sao mày định đi ăn mừng khi cả bao nhiêu người nước khác cũng chết trong vụ này?

Bà Chris ngọt ngào:

- Hui-Ling à! Thôi đừng có dại dột mà đi nghe những đứa xấu nó xúi bậy. Mình là người có học mình phải biết dùng cái đầu mà suy xét chứ. Vụ khủng bố này chỉ thể hiện một sự ganh ghét, mù quáng, đưa đến hận thù, tàn bạo, dã man... Người ta không thể tưởng tượng được nó có thể xẩy ra trong thế kỷ 21 này.

Anna bắt đầu hiểu câu chuyện nhưng cô không thấy cần phải đổ dầu thêm vào. Cô nhớ đây không phải là lần đầu tiên Hui-Ling tỏ ra ghét Mỹ. Những lần khác cô ta chỉ bất công đối với Mỹ về vài chuyện lặt vặt, nên mọi người cũng bỏ qua. Thấy nói như vậy cũng đã đủ, Hui-Ling cũng không phản ứng gì, mọi người dần dần giải tán, lên phòng mình trên gác.

Sáng sớm hôm sau Thảo được Sarah kể chuyện Hui-Ling cho nghe. Thảo chăm chú nghe và bầy tỏ biểu đồng tình với Sarah, nhưng nàng không khỏi xấu hổ trong lòng, vì lẽ chính các bạn sinh viên của nàng ở Hà Nội, cũng điện sang cho nàng sáng hôm thứ tư bên này, tức là thứ năm bên nhà, khoe rằng các Đại học ở Hà Nội đang ăn mừng to. Thảo hy vọng tin đó không được phổ biến trên mạng.

Cuối tuần đó Tường mang lại cho Thảo tờ báo Vượt như mọi tuần, rồi bỏ đi ngay, không lân la chuyện trò. Mở tờ báo ra, ngay trang đầu Thảo trông thấy mấy cột báo với cái tựa to tướng: "Hà Nội Vui Mừng Khi Mỹ Bị Khủng Bố." Nguyên bản do một ký giả người Đức thuộc thông tấn xã Đức viết, và được loan trên BC Cycle. Bài báo tường thuật, đại khái là ở Việt Nam có một số người ăn mừng chiến thắng của bọn khủng bố ở Mỹ, bài báo cho người đọc thấy, các cuộc ăn mừng tập trung ở một vài đại học ở Hà Nội...vv...

Thảo ngán ngẩm, tự nhủ: "Trong thời đại thông tin này, chẳng giấu được cái gì." Bên dưới bài báo của ký giả Đức, còn có bài bình luận của báo Vượt với những câu: "Trong khi Chủ Tịch nước Việt Nam gửi điện chia buồn với nước Mỹ về tai biến 9/11, thì một số sinh viên Việt Nam ăn mừng khi Mỹ bị khủng bố, khiến người ta tự hỏi, thứ chia buồn của nhà nước CS là chia buồn đãi bôi, hay nước Việt Nam bây giờ bắt đầu có tự do ngôn luận, cho phép người dân muốn nói gì thì nói? Các sinh viên Việt Nam này cho rằng 'Mỹ đáng đòn lắm, bởi vì tất cả những khổ đau (Mỹ) đã gây ra cho nhân loại...,' (sic). Nhưng, nếu họ muốn thuyết phục thế giới tin những lời nói trên của họ là thành thật, thì họ còn phải cổ động cho sinh viên cả nước, tẩy chay không nhận học bổng sang Mỹ du học nữa, và những sinh viên nào đang ở Mỹ, hãy bỏ Mỹ ùn ùn kéo về nước."

Hui-Ling và Thảo đang ngồi xem TV trong phòng khách thì Anna và chồng bước vào. Anh chàng này khơi chiến ngay:

- Hui-Ling, mày đã đọc tờ báo "Thế Giới" của Tầu chưa?

- Chưa! Sao?

- Theo tờ báo đó thì những kẻ khủng bố là anh hùng, bởi vì chúng dám chạm trán với nước Mỹ siêu cường. Chắc là mày đồng ý với nó lắm đấy. Tao không hiểu tại sao chúng mày không bỏ nước Mỹ, mà sang ở với bọn 'anh hùng' của chúng mày đi?

- Không ai đuổi được chúng tao đi đâu hết--Hui-Ling trả lời.

- Mày không xéo khỏi Mỹ tao sẽ báo cho Sở di trú biết hành vi phản bội của tụi mày.

- Tao thách mày đi báo Sở di trú đó—Hui-Ling giở bướng--Nhưng chồng của Anna túm ngay lấy câu hở hênh đó:

- A ha! Mày có biết tại sao mày dám thách đố tao không? Là vì mày thừa biết ở cái xứ dân chủ tự do này, người ta không trù ếm người bất đồng chính kiến...

Hui-Ling đứng phắt dậy đi lên lầu. Chồng của Anna cũng chẳng vừa. Anh ta chạy theo Hui-Ling đến tận chân cầu thang, vừa đi vừa nói:

- Nhưng Sở di trú không đuổi mày, thì tao cũng đuổi mày. Tao đề nghị mày dọn ra khỏi nhà này ngay. Nếu mày không đi, thì tao thề mỗi lần gặp mày là tao lại chửi cho mà xem.

Anna và Thảo nhìn nhau, sợ xanh mặt. Anna đã lấy chồng từ mấy năm nay và ở riêng, nhưng nhà nàng rất gần đây và anh chồng hay làm ca đêm nên buổi chiều đi làm về, cô thường ghé đây chơi với bạn cũ, cứ y như hồi cô còn ở đây vậy.

Một tuần sau, Tường đến giữa lúc Sarah và Thảo có nhà. Thảo cho chàng biết là Hui-Ling đã dọn đi rồi. Sarah kể chuyện Hui-Ling từ đầu đến đuôi cho chàng nghe. Tường kết luận:

- Thì ra cô Hui-Ling không sợ luật pháp nước Mỹ, nhưng lại sợ "luật rừng" của chồng cô Anna. Các cô thấy không? Bọn chúng nó đều biết luật rừng hữu hiệu lắm. Cho nên Việt Nam chúng tôi có câu "Đi với bụt mặc áo cà sa, đi với ma mặc áo giấy."

23

Qua Thảo, Đan Thanh quen Sarah. Hôm nay, ba cô rủ nhau đi làm việc tình nguyện cho Salvation Army.

Bước vào một nhà kho rộng lớn ở Alexandria, các cô có ấn tượng tốt ngay. Đồ quyên tặng được chất từng ụ cao. Nhiều học sinh và các người già có, trẻ có, đến làm giúp đã có mặt từ bao giờ. Một bà đại diện cho Salvation Army ngồi ở chiếc bàn tiếp tân, đứng dậy đon đả chào đón ba cô. Bà mời các cô ghi tên vào sổ. Thảo bảo Đan Thanh: "Chị em mình ghi họ Nguyễn hết đi." Đan Thanh ngẩn người ra chưa hiểu. Thảo tiếp: "Để họ biết ngay mình là người Việt Nam, chứ họ Bùi của em, chẳng ai nghe mấy khi, và họ Lê của chị, có khi làm người ta tưởng chị là Tầu nữa." "Chịu cô này, khôn thật!" Đan Thanh nói. Hai chị em cười khúc khích, ghi xuống: Đan Thanh Nguyễn và Thu Thảo Nguyễn.

Bà đại diện cắt nghĩa: Các hiện vật người ta cho thì tùm lum đủ thứ, bây giờ mình phải xếp loại, loại nào vào loại đó, rồi cho vào từng thùng. Thùng đầy thì dán miệng thùng bằng băng keo. Viết bên ngoài thùng, cho biết bên trong chứa đựng gì. Thí dụ phải đề là bàn chải đánh răng, thuốc đánh răng, xà phòng, quần áo trẻ con từ mấy tuổi đến mấy tuổi, giầy dép, mũ, áo lót, bít tất, hay áo khoác ngoài mùa đông v.v... Làm thế để hễ Ngũ Giác Đài hay Nữu Ước gọi, yêu cầu cung cấp năm trăm cái này, bẩy trăm cái kia, chúng ta chỉ việc ném lên xe là chạy, khỏi phải mở xem bên trong có gì. Nói xong bà đưa các cô vào một chiếc bàn dài còn trống và bảo: "Đây, bàn của các cô đây. Xếp xong thùng nào thì lại bưng để vào khu vực loại đó. Ở các bàn gần cửa kia có nước giải khát và bánh, trái cây... của các nhà hảo tâm ủng hộ chúng ta, mời các cô cứ tự nhiên. Chúc các cô làm việc vui!" Nói rồi bà lại thoăn thoắt đi ra cửa, đón người khác vừa mới vào.

Sarah chạy đi lấy một chiếc thùng cạc-tông lớn, để lên bàn. Ba cô cùng yêu trẻ con, bảo nhau bắt đầu bằng quần áo từ một đến ba tuổi. Họ chia nhau đi khắp nhà kho lượm về những bộ quần áo thật xinh. Họ huyên thuyên bàn tán, "chiếc này đẹp," "chiếc này xinh"...vv... vui vẻ chia sẻ với các bàn bên cạnh. Những người làm tình nguyện bắt chuyện với nhau dễ dàng. Họ bắt đầu hỏi nhau từ đâu đến, đi học hay đi làm... Người khoe có bạn thoát chết ở Nữu Ước. Người kể có bà con người hàng xóm chết ở Ngũ Giác Đài. Câu chuyện hào hứng, mọi người quên cả nhọc mệt.

Thảo khệ nệ bưng chiếc thùng họ đã xếp xong, để vào khu chất cao những thùng quần áo trẻ con. Vừa quay ra thì một ông Mỹ to lớn bước tới với một thùng khác. Ông nói: "Cái thùng to hơn cô đấy nhỉ? Cô nhỏ bé thế kia, lấy sức ở đâu ra mà bưng cái thùng to như thế?" Thảo cởi mở: "Các bạn tôi trong trường cũng hỏi tôi như thế. Một hôm chúng tôi chơi bóng rổ, bà huấn luyện viên la các cô bạn tôi là: 'Tại sao tôi thấy hễ mỗi lần nó cướp được bóng, là nó cứ tha hồ chạy, không ai chạy theo cướp bóng lại là làm sao?' Các bạn tôi trả lời 'Tại thấy nó ngộ quá nên mọi người đứng ngẩn ra xem'." Ông Mỹ phá lên cười: "Người nhỏ con cũng có lợi quá nhỉ! Tôi chẳng thấy ai nhường tôi cái gì bao giờ."

23

Nhà thờ của bà Chris quyết định làm một bữa cơm gây quỹ, lấy tiền cho Hồng Thập Tự Mỹ, dùng vào việc cứu trợ nạn nhân vụ khủng bố 9/11. Bà điều động tất cả các cô ở trọ trong nhà bà. Các cô lại kêu gọi các bạn ở ngoài, vì thế có cả Đan Thanh trong việc này.

Trên giấy mời, người ta in tên những người trong ban tổ chức. Ngoài tên mấy bà trong nhà thờ, còn có tên bà Chris và Đan Thanh. Người ta xin để tên nàng để "câu" khách Việt Nam, chắc là họ được Sarah và Thảo mách nước. Quả là khôn ngoan! Suốt cả tháng trời, bữa cơm gây quỹ này được quảng cáo rầm rộ trên các báo Việt ngữ tại vùng Hoa Thịnh Đốn, nhất là trên báo Vượt còn có thêm cả bài cổ động đi kèm, mà không tốn một xu. Địa điểm là khuôn viên một ngôi nhà thờ ở Washington. Thời điểm: từ 1 giờ trưa cho đến giờ 5 giờ chiều chủ nhật. Đan Thanh và Thảo bàn nhau là phải nên có một món Việt Nam. Hai cô tình nguyện làm chả giò. Bà Chris và nhiều người trong nhà thờ đã biết tiếng món chả giò của Việt Nam, nên mừng quá. Các bà đưa ra một thực đơn rất hấp dẫn: "Shish kebab"* thịt bò và đồ biển, sườn non nướng, chả giò, "hamburger," "hot dog," ngô bắp nướng trên vỉ than. Năm thứ sa lát. Tám thứ tráng miệng. Cà phê, trà, nước ngọt nhiều vô kể... Đây là một buổi picnic, thực khách có thể ăn thả cửa, tự lấy đồ ăn rồi đem ra bàn của mình. Các vật liệu làm các món ăn và đồ uống, đều do các hãng, các chợ trong vùng quyên tặng. Trong hai cuối tuần liền, Đan Thanh và Thảo dùng bếp nhà bà Chris để cuốn chả giò. Sarah và Anna cũng học làm. Họ cuộn được 1500 chiếc, đem gửi trong tủ đá của những người trong ban tổ chức, để hôm này chiên tại chỗ.

Ngày đã đến. Một ngày thu đẹp nhất kể từ đầu mùa đến giờ, người ta xuýt xoa như vậy. Tháp chuông nhà thờ sơn trắng ngạo nghễ in trên nền trời xanh, không một gợn mây. Những cây phong trong vườn đang trở màu vàng, đỏ, ở độ cực điểm. Các bàn dài do các hãng cho thuê, chở đến cho nhà thờ mượn, được trải khăn trắng tinh, nằm đầy dẫy dưới các tàn cây. Các bà, các cô sốt sắng làm việc. Người lo trang hoàng các bàn ăn, cắt những cành lá vàng cắm thành những bình hoa rực rỡ. Người sắp đồ ăn ra bàn. Các ông chồng giúp đặt các lò than ở các chỗ thoáng, không bị cành cây che trên đầu. Các thanh niên mang ghế gấp tới từng bàn, xếp cho đủ mỗi bàn mười cái. Mùi thịt nướng

---

* Món thịt hay đồ biển xiên vào que rồi nướng than.

bắt đầu bay lên gây chú ý của những người đi đường. Nhiều người đọc bảng quảng cáo ngoài cổng nhà thờ, bèn bước vào, trả tiền rồi ở lại tham dự luôn. Mấy cô Việt Nam thay phiên nhau chiên chả giò. Khách bắt đầu đến... Khá đông người Việt Nam. Các bạn ở VNTEK và tòa báo Vượt, chạy đi tìm Đan Thanh để chào hỏi và khen ngợi.

Vào khoảng hai giờ, khách đến đông ngoài dự tưởng. Người ta phải đặt thêm một cái lò nữa để các cô Việt Nam chiên chả giò cho kịp. Khoảng hơn ba giờ, Đan Thanh vừa ngước mắt nhìn ra phía cổng, thì thấy Nguyên Việt bước vào cùng với phu nhân. Tim nàng thót lại. Đan Thanh không khỏi tò mò, cố ý quan sát cho kỹ: "Nàng" mặc chiếc áo dài kim tuyến mầu hồng, lộng lẫy. Chàng quàng tay sau lưng nàng, dìu nàng bước những bước thong thả... Ở một chiếc bàn xa xa, các bạn chàng réo gọi ầm ỹ, ra dấu cho chàng lại ngồi với họ. Chàng vẫy trả lại và đi thẳng về hướng đó, nhưng cũng không bước nhanh hơn. Làm cứ như thể nếu chàng buông tay ra, thì nàng sẽ nhũn ra như sợi bún! Trông chàng chẳng giống ai! Đặc biệt không giống chàng những ngày xa xưa: nhanh nhẹn, giản dị, bình dân. Ngày trước, trong không khí như thế này, chàng sẽ hòa mình với tất cả mọi người, sẽ tình nguyện giúp ban tổ chức một tay, chứ không phải chỉ đến với bạn.

Thế là họ vào ngồi khuất sau một thân cây. Đan Thanh không có thể quan sát họ thêm. Nhưng hình ảnh vợ Nguyên Việt, đúng như Tường mô tả bữa nào, đã ghi đậm trong ký ức Đan Thanh, khiến nàng không thể quên: Mặt hoa, da phấn, thướt tha trong chiếc áo dài kim tuyến... Đã rực rỡ lại càng thêm choáng lộn trong vạt nắng chiều thu, trước cổng nhà thờ... Ngu thật! Nàng nghĩ, "tự nhiên đi liên tưởng màu áo của vợ Nguyên Việt với lá mùa thu, khiến bây giờ ở đâu mình cũng thấy nàng ta nhởn nhơ trước mắt..." Mải suy nghĩ, chảo chả giò cháy mất một nửa. Đan Thanh hoảng hốt, bưng cả chảo đặt xuống đất, rối rít gọi mấy cô đến phụ giúp, lấy ra những cuốn chưa cháy. Nàng phải thay dầu trong chảo, để bắt đầu một mẻ chả giò khác.

Vậy mà vẫn không chừa suy nghĩ miên man... Đan Thanh đoán là quần áo, đầu tóc mình phải ướp mùi khói, mùi chả giò ghê lắm. Lại còn chiếc "tạp-dề" to tướng trước ngực, trông rõ ra là dân lao động! Nàng chẳng dám nghĩ đến chuyện đi tiếp khách như hồi trưa nữa. Những người trong ban tổ chức ở đây đều thế cả, chạy việc long tóc gáy từ sáng, vì thế một người như vợ Nguyên Việt, ung dung, tha thướt, lộng lẫy, càng nổi bật như "nàng tiên" sa... nhầm chỗ! Đang tưởng tượng nhiều chuyện trong đầu... một bàn tay đặt nhẹ lên vai nàng, kèm theo câu chào: "Hi..!" kéo dài... "sexy," Đan Thanh giật bắn người, chúi đầu về phía chảo mỡ đang sôi sùng sục. Nguyên Việt vội quàng tay qua cổ nàng kéo nàng ra. Đan Thanh ngã gọn trong vòng tay Nguyên Việt. Lúc định thần lại, cả hai cùng sượng sùng. Nguyên Việt nói "Xin lỗi!" Chẳng hiểu chàng xin lỗi đã làm nàng giật mình, hay xin lỗi đã ôm nàng trong tay. Nguyên Việt cố che lấp sự lúng túng:

- Mừng Đan Thanh nhé! Em thực là giỏi, hôm nay thành công quá sức! Lúc nãy ăn chả giò thấy ngon đặc biệt, biết ngay là do bàn tay em làm.

- Cám ơn anh!

- Tường bận công việc không đến được, nhưng có gửi anh cái "check" nhờ đem đến.

- Vâng, cám ơn.

Nguyên Việt xin một chiếc chả giò nóng, rồi chào Đan Thanh, trở về chỗ. Đan Thanh muốn nói một câu mỉa mai: "Sao không lấy hai cuốn mà lại lấy một?" Nhưng thấy nói thế có vẻ nhỏ nhen, nàng chỉ lí nhí chào chàng, rồi lại giả vờ chú ý vào công việc... Một lúc chợt nghĩ ra: "Có khi chàng lấy một cuốn chả giò, chỉ để cho nàng, chàng không ăn." Nghĩ thế, Đan Thanh lại tức sôi lên. Sôi như chảo mỡ trên lò!

Bà Chris đại diện cho nhà thờ gọi cám ơn Đan Thanh. Bà cho biết bữa đó nhà thờ thu được 32.420 Mỹ Kim. Bà bảo chưa bao giờ nhà thờ làm việc thiện, mà thành công như thế. Bà cũng công nhận, là nhờ có cộng đồng Việt Nam tham dự, mới nâng kết quả lên cao như vậy. Bà vui mừng khoe: "Cô biết không. Công ty VNTEK của cô cho cái 'check' 2000 đô la, và tờ báo Việt Nam tên là 'Vut' hay 'Vot' gì đó cho 1000. Nhiều người khác cho thêm, ngoài giá đề trên vé, vì thế số tiền thu mới được như vậy."

25

Mới chỉ trong một thời gian chưa đầy hai năm, mà đã có biết bao nhiêu biến đổi, ghi những mốc điểm quan trọng trong cuộc đời Đan Thanh. Bắt đầu từ việc nàng bỏ Nguyên Việt, bỏ tờ báo Vượt để vào làm sở mới, làm những việc ngoài những gì nàng được huấn luyện trước kia, như khắc phục những vấn đề của Y2K, đến sự kiện lớn lao 9/11 đưa nàng đến những công tác từ thiện...vv... Đan Thanh thấy như mình đang sống một cuộc đời khác: Bận rộn, vui tươi, cuộc đời đầy ý nghĩa... Cho đến bữa picnic gây quỹ tuần qua, vết thương trong lòng nàng lại bật máu. Nàng thầm trách Nguyên Việt sao đã mang vợ đến khuấy động "giang sơn riêng" của nàng, còn tìm gặp, chào hỏi nàng làm chi. Nhưng lại tự hỏi, nếu hôm ấy chàng không thèm đến chào mình thì coi bộ cũng không ổn!

Bình thường người ghen nhìn tình địch của mình, dù có là tiên cũng trông ra cú. Đằng này Đan Thanh lại thấy vợ Nguyên Việt đúng là một nàng tiên. Chắc phải là thứ tiên để bọc điều nên chàng mới "cưng" đến thế. Không cả dám để cho nàng bước mạnh, sợ xước móng chân! Có ai thèm ghen với cú bao giờ. Cho nên ghen với "tiên" đâm ra mãnh liệt! Không nhân nhượng, không cần xét đi xét lại, không cảm thấy mình nhỏ nhen, cố chấp. Tâm hồn Đan Thanh từ nay lại hết vô tư, hết yên ổn, hết bình thản yêu đời...

Hôm nay, một ngày cuối thu, lá rụng đầy mặt đất... Đan Thanh mặc quần áo chạy bộ, lái xe trở về khu rừng sau nhà cũ. Đậu xe trong bãi đậu, bước ra... Nàng đưa mắt nhìn khu rừng thân yêu, bùi ngùi, ân hận... đã bỏ nơi này đi, biệt tăm suốt từ ngày đó. Nàng bước từng bước ngắn... để mắt đến từng gốc cây, mảnh trời xanh, tảng đá, khúc quanh của dòng suối hiền hòa... Nàng đi xuống suối, ngồi ngay trên tảng đá mà trước kia Nguyên Việt và Đan Thanh vẫn ngồi nghịch nước. Cả một trời kỷ niệm khơi dậy... Đây không phải là lần đầu tiên Đan Thanh nhớ

Nguyên Việt. Trước kia gần như không có mấy tháng chàng không có việc đi xa vài ngay. Nhưng những lần ở nhà, chờ đợi chàng về, cái nhớ lâng lâng, nhẹ nhàng, lãng mạn... chỉ như thêm chất keo sơn gắn chặt tình yêu giữa hai người.

Một người đàn ông đi qua. Đan Thanh giật mình. Trông ông ta hao hao giống Nguyên Việt ở chiều cao, và quần áo chạy bộ màu đỏ rượu chát. Tim nàng thót lại... Rồi mộng mơ... Ước gì chàng xuất hiện ngay lúc này... Cơn nhớ quay quắt, dấy lên, nghẹn ngào... Nỗi bức xúc được ôm chàng và được chàng ôm chặt trong tay... cứ dồn mãi lên, đè nặng trên ngực nàng. Đan Thanh chịu không nổi... Nàng đứng bật dậy, cắm cúi đi lên con đường mòn... Tiếng suối róc rách đuổi theo... Tiếng nhạc này đã từng đệm cho Nguyên Việt, thì thầm hát cho Đan Thanh nghe những ngày nào...

26

Sarah đọc báo thấy bảo tàng viện Smithsonian ở Washington tổ chức đón tiếp một phái đoàn gồm một số các lạt ma Phật Giáo Mật Tông Tây Tạng sang thuyết giảng, đồng thời biểu diễn lập đồ hình mạn-đà-la, cầu nguyện Hòa Bình cho nước Mỹ. Cô thông báo ngay cho Thảo và Đan Thanh và hẹn cùng đi dự lễ này. Cả ba cô đều chẳng hiểu mạn-đà-la là gì. Sarah là người ưa học hỏi và đặc biệt thích tìm hiểu lịch sử, tôn giáo văn hóa Đông phương. Những dịp hiếm có như thế này cô không bao giờ bỏ qua. Cô phải nhờ bạn đi sắp hàng từ hôm trước, xin giấy vào cửa cho cả ba người. Các lạt ma đã ở đây, cầu nguyện và lập đồ hình mạn-đà-la ba tuần rồi. Hôm nay là ngày cuối.

Vừa bước vào căn phòng rộng ở tầng dưới của Sackler Gallery, một bảo tàng viện trong hệ thống Smithsonian, người ta để ý ngay đến đồ hình mạn-đà-la được đặt trang trọng trên một chiếc bàn tròn lớn, kê chính giữa. Chừng hai chục lạt ma ngồi trên hai dẫy ghế. Các thầy khoác áo màu vàng nghệ chùm ra ngoài áo đỏ đậm, đội mũ vàng trông giống như đầu con chim chào mào. Bên cạnh chỗ ngồi để các nhạc cụ như mấy chiếc kèn dài, mấy bộ chũm chọe, một cái trống, mấy cái chuông... Một người Mỹ, môn đồ Phật giáo Tây Tạng giải thích là, đồ hình mạn-đà-la này vừa mới hoàn thành ngày hôm nay, do mấy vị lạt ma làm việc hơn hai tuần. Mạn-đà-la nói chung là một công trình mỹ thuật rất tinh vi và tuyệt hảo. Các lạt ma lập đồ hình mạn-đà-la bằng cách rắc hạt cát nhiều màu khác nhau, thành đường vẽ, diễn tả cảnh giới Phật hay nhiều hình ảnh tượng trưng khác, tùy theo mục đích của từng việc. Mạn-đà-la ở đây hôm nay, đặc biệt lập nên để cầu nguyện cho lành vết thương đau, do thảm họa 9/11 trên đất Mỹ gây nên. Khi rắc cát vẽ mạn-đà-la, các lạt ma phải chú tâm niệm chú trên từng nét vẽ, vì thế mỗi hạt cát đều mang một lời nguyện cầu. Người nào được thấy mạn-đà-la mà thành tâm cầu xin điều gì thì cũng được phước báu. Hôm nay các lạt ma sẽ làm lễ "phá" mạn-đà-la. Các hình ảnh đẹp của mạn-đà-la sẽ thành một đống cát vụn. Triết lý đằng sau việc làm này, là ở đời không có gì là vĩnh cửu. Khi làm gì, con người phải nên để hết tâm trí vào việc làm cho tốt đẹp, cho hoàn hảo, nhưng khi nó sụp đổ, thì cũng đừng nên tiếc nuối.

Buổi lễ bắt đầu. Căn phòng đầy người ngồi kín mặt sàn im lặng theo dõi... Tiếng Tây Tạng nghe rất lạ tai. Giọng đọc kinh nghe ồm ồm, trầm sâu... Thỉnh thoảng mọi người lại giật mình nghe tiếng kèn và tiếng chũm chọe, tiếng chuông nổi lên... Sau một khoảnh khắc, người ta lại chìm sâu trong tiếng đọc kinh trầm trầm, đều đều...

Đan Thanh đắm hồn vào tiếng kinh cầu. Trong óc nàng lởn vởn câu: "Ở đời không có gì là vĩnh cửu." Tiếng cầu kinh ngừng. Một vị lạt ma đứng dậy cầm một cây cọ rộng bản, vừa niệm chú vừa quét lên mạn-đà-la. Chỉ trong chốc lát, tất cả đồ hình tinh vi, tuyệt hảo kia trở thành một đống cát trộn lộn đủ các mầu, trước sự tiếc ngẩn của bao nhiêu người chăm chú xem. Cát được xúc đổ vào một chiếc bình thấp. Ban tổ chức thông báo mời mọi người ra sân sau đứng đợi, mỗi người sẽ được tặng một chút cát để lấy phước, để thờ, để làm kỷ niệm, tùy ý. Các vị lạt ma sẽ rước bình cát, đem vào hồ Tidal Basin. Ai muốn đi theo đám rước thì xin mời...

Các lạt ma đem ra những khay để đầy những túi ni-lông bé tí teo, trong để một ít cát, phân phát cho mọi người. Đan Thanh, Thảo và Sarah, mỗi người cũng được một túi. Xong việc tặng cát, các lạt ma xếp thành hàng một, đi về phía hồ, vừa đi vừa thổi kèn, đánh trống, đánh chũm chọe... vang động cả một vùng. Có đến hơn ba ngàn người đứng chờ xem ở hai bên đường. Đợi cho đoàn lạt ma đi qua rồi họ cũng ùn ùn đi theo. Sarah, Đan Thanh và Thảo đi theo sát bên các thầy. Đan Thanh nói: "Này các bạn, tôi thấy mỗi lần tôi đi gần cái bình cát, tôi có cảm tưởng như có một luồng điện thật nhẹ, truyền qua tôi... " Thảo ngạc nhiên, chạy lên gần bình cát rồi chạy xuống, nói: "Em chẳng thấy gì." Đến lượt Sarah chạy lên, chạy xuống hai, ba lần, kết luận: "Chị chỉ tưởng tượng, em chẳng thấy gì!" Nhưng Đan Thanh quả quyết nàng thấy có sự chấn động rất nhẹ trong không gian, truyền cả sang nàng, rồi nói đùa: "Tại các cô trần tục quá, nên không cảm thấy được!" Ba cô cười, rảo bước.

Tới bờ hồ, các lạt ma làm lễ một lần nữa. Vừa đọc chú vừa từ từ đổ cát xuống hồ. Người xướng ngôn viên nhấn mạnh: "Những hạt cát này sẽ tản mát đi... Sẽ ban phước lành cho khắp nước Mỹ, nhằm hàn gắn những khổ đau do cuộc khủng bố 9/11 gây ra." Nhiều người cảm động, ứa nước mắt...

Đám đông giải tán. Nhiều người đến bắt tay, cám ơn các vị lạt ma. Ba cô vừa đi vừa chạy về phía trạm xe điện ngầm. Đan Thanh thấy trong lòng sảng khoái. Âm thanh của tiếng cầu kinh, tiếng kèn, tiếng chũm chọe cứ theo đuổi mãi trong tâm tưởng nàng... Nghĩ đến câu: "Ở đời không có gì là vĩnh cửu." Nàng luận giải: nếu nhà lầu, xe hơi, cung vàng, điện ngọc cũng có ngày thành cát bụi, thì sầu não, mất mát, khổ đau... cũng có ngày thành hư không...

Nhìn những cành anh đào khô trụi lá, khẳng khiu, vươn mình giãi tuyết sương của những ngày đông giá..., nàng hình dung ra được những lộc non, những nụ hoa đang phục sẵn trong vỏ cây dầy, chờ mùa xuân đang tới...

27

Vinh vừa bước chân vào sở đã nhận thấy có một cái gì khác thường. Các máy tính trên mặt bàn của các nhân viên làm dưới quyền Vinh đều mở, các giấy tờ cũng đã được bầy bừa, nhưng không thấy người nào ngồi làm việc. Vinh đi theo hướng có tiếng nói ồn ào ở một góc tầng gác, đến bàn giấy của Dương, thấy gần như tất cả nhân viên Việt Nam trong Ban của Vinh, đang lom khom chung quanh chiếc bàn, tranh cãi sôi nổi... Thấy Vinh vào, cả đám đứng lên, quay nhìn về phía chàng. Không đợi Vinh lên tiếng, một anh chỉ vào mấy tờ báo nói:

- Năm Cam bị bắt rồi anh ạ!

Vinh trố mắt nhìn mọi người. Dương biết câu nói đó không giúp Vinh hiểu gì hết, chàng cầm tờ báo lên đọc to: "Năm Cam là nhân vật khét tiếng trong giới giang hồ trong cả nước về cờ bạc, bảo kê và thanh toán kiểu 'xã hội đen.' Hiện hắn chỉ đạo 6 băng đảng hoạt động tại các quận, huyện, chuyên thực hiện các cuộc thanh toán, đâm thuê, chém mướn, tranh giành lãnh địa với các băng đảng khác, đến từ Hải Phòng, Nam Định, Hà Nội... "

Lối đọc chậm chạp của Dương khiến các người khác sốt ruột xen vào, mỗi người một câu, Vinh nghe đầy một tai, hỗn độn:

- Báo nói có hàng trăm cảnh sát cơ động Thành Phố Hồ Chí Minh, được trang bị súng tiểu liên AK 47, bình xịt hơi cay, roi điện... được điều động trong vụ ruồng bắt này.

- Báo cũng nói là Năm Cam có một hệ thống "ra-đa sống" theo dõi nhất cử nhất động của các vị lãnh đạo trong tổng cục. Lực lượng cảnh sát cơ động phải cực kỳ khôn khéo mới tóm được hắn và đồng bọn trong lúc bất ngờ... Họ chuẩn bị cả "kìm cộng lực" cắt khóa, thuốc nổ, phòng khi bị bọn Nam Cam khóa cửa, chống cự...

- Cơ quan chức năng bắt giữ được sáu đệ tử của Năm Cam, trong đó có cả thằng con rể là cánh tay phải của hắn nữa.

Vinh dần dần hiểu câu chuyện, chàng hỏi:

- Đó là một tin mừng. Các anh, chị phải nên ăn mừng chứ, sao trông ai cũng có vẻ mặt nghiêm trọng thế kia?

- Chưa ăn mừng được đâu anh—Một anh nói giọng thành thạo--Có người ví đầu bọn chúng như đầu Phạm Nhan ấy, chặt đầu này, nó lại mọc cái đầu khác.

- Mấy thằng này đã nhằm nhò gì, chúng là những con heo tế thần đó thôi—Một anh khác quay mặt vào trong nói với một đồng nghiệp, nhưng lớn đủ để mọi người nghe thấy—Chưa hết đâu, hãy đợi cuộc điều tra tiếp đi, sẽ thấy mấy ô dù chúng núp bấy lâu nay bự tới cỡ nào...

Trâm thấy câu chuyện bắt đầu đến chỗ nhạy cảm, lại cũng đoán được Vinh đang nghĩ gì, nàng bèn làm bộ hỏi chàng một chuyện liên hệ đến công việc sở, để dụ chàng đi ra. Vinh không bảo mọi người về chỗ làm việc, nhưng khi chàng quay đi, thì ai cũng lục tục về bàn mình, trong tâm trạng bàng hoàng, chán nản...

Cả ngày Vinh ngồi trong văn phòng làm việc, nhưng vẫn loáng thoáng nghe nhân viên của chàng xì xầm chuyện Năm Cam. Chàng cũng lơ đi, làm như không biết, cho họ được giải tỏa đôi chút. Chiều tan sở, Vinh nghĩ Trâm cũng cần được giải tỏa cú "sốc" hồi sáng nay. Chàng rủ Trâm đi đến cô nhi viện ở gần Biên Hòa, thăm thằng Xía, thằng Giới và con Quảng. Hai đứa sau này do chính chị Mão đem về. Bây giờ chị hiểu được việc làm ý nghĩa của Vinh và Trâm thì chị lại quá sốt sắng. Thằng Giới chị lượm được trong khi nó đang bới thùng rác đằng sau nhà. Còn con Quảng thì mới được bốn tuổi. Chị bảo nó là con của cặp vợ chồng trẻ trong chòm xóm chị, dưới quê. Một bữa cha mẹ nó thồ rau ra chợ bán, sớm quá, trời còn dầy sương mù, hai vợ chồng đang ra sức đẩy xe lên dốc thì bị chiếc xe tải cỡ lớn chở hàng nặng đi xuống dốc, ngược chiều với họ, đâm vào. Hai vợ chồng chết ngay tại chỗ. Máu me với xác thịt, trộn lộn với rau cỏ đổ ra tung tóe... Người ta không dám cho con bé thấy xác cha mẹ nó. Tới giờ này nó vẫn còn hỏi các người lớn mà nó gặp, là cha mẹ nó đi đâu mà lâu thế!

Chiếc xe BMW màu bạc của Vinh đi len lỏi giữa dòng xe đạp, xe máy, người đi bộ... trên xa lộ Biên Hòa, bụi mù. Trâm đòi Vinh đậu xe lại ở chợ cho nàng mua bưởi làm quà cho trẻ con. Vinh ngồi chờ đến hai mươi phút mới thấy Trâm đi ra, theo sau là một bà già gánh một gánh đầy bưởi và chuối. Vinh mở cửa đi ra, mở thùng xe, giúp bà già đổ gánh trái cây vào. Chàng nói cám ơn trong khi dúi một ít tiền vào tay bà. Bà ngạc nhiên, cảm động.

Trâm ngồi vào xe, vặn cao máy lạnh.

- Em gần như không nhận ra xe anh—Nàng vừa nói, vừa bóc bưởi đưa vào miệng chàng—Anh có thấy cả chiếc xe được phủ một màu bụi nâu không?

- Ừ thế mà hóa hay. Anh không muốn trông "chẳng giống ai" giữa chốn nhà quê này.

- Bưởi ngọt quá anh nhỉ? Chắc là các sơ sẽ ngạc nhiên, thấy chúng mình đến thăm vào giữa tuần như thế này.

Trâm bắt đầu mở máy nói, líu lo như chim, Vinh chưa kịp trả lời nàng đã tiếp luôn:

- Các sơ tội quá anh ạ! Từ ngày có cô nhi viện đến giờ, tối đến các bà cứ phải thay phiên nhau, bắc một cái chõng nằm giữa phòng để ngăn giữa bọn con trai với bọn con gái. Các sơ đang ước ao có tiền, cất một căn nhà lá nữa đằng sau vườn, cho con bọn con gái ở riêng. Đất đằng sau còn rộng lắm.

- Cất một căn nhà như thế tốn chừng bao nhiêu?-- Vinh hỏi.

- Một căn nhà làm bằng lá và tre nứa, vách làm bằng đất, rộng đủ cho chúng nó, với ít nhất hai nhà tắm, cũng phải tốn chừng tám trăm đô.

- À tưởng gì chứ tám trăm đô thì anh xin con em gái anh được ngay. Nó là bác sĩ nhi đồng. Bảo nó giúp trẻ mồ côi là nó giúp liền à.

Trâm mừng quýnh. Nhấp nhổm trên ghế như trẻ con. Nàng bắt đầu tính toán:

- Có khi còn thừa tiền để đào một cái giếng có bơm máy nữa chứ. Em để các sơ đứng ra xin phép, và em phải được trực tiếp trông nom việc xây cất, không thì thợ nó ăn bớt hết...

- Đúng rồi. Các sơ làm chủ, cô Ngọc Trâm quản lý, dư đảng của Năm Cam bòn tỉa hết phần ăn của các em cô nhi...

Trâm phá lên cười, cởi mở:

- May quá! Ít nhất lần này anh không mang "nhà nước" ra mà xài xể nữa.

- Có "nhà nước" đấy chứ!

Trâm ngạc nhiên:

- "Nhà nước" đâu?

Vừa nói Trâm vừa xoay người qua phía Vinh. Nàng tháo cặp kính đen đang đeo trên mắt, nhìn chàng cho rõ. Vinh biết Trâm sẽ phản ứng theo chiều hướng chàng muốn, chàng làm bộ thản nhiên, nhìn thẳng tay lái, nói:

- Thế không phải Nam Cam là con đẻ của nhà nước à?

Trâm vỡ lẽ, chồm người sang bên Vinh, đấm chàng túi bụi, miệng la:

- Ối giời ơi! Sao mà anh chua ngoa, đanh đá thế!

Lừa được Trâm một cú, Vinh cười vang, đắc chí.

28

Từ ngày dọn về Hoa Thịnh Đốn và cho ra tờ báo Vượt, Nguyên Việt bận mờ cả người. Ngoài việc viết sách, viết báo, chàng vẫn giữ mức độ sinh hoạt với cộng đồng vùng Hoa Thịnh Đốn trong những việc công ích. Hôm nay chàng được mời đến nói chuyện với Nhóm Hội Thảo Dân Chủ trong buổi họp hàng tháng. Trong phòng chỉ có chừng 25 người, đó là con số trung bình của những buổi họp loại này--nghĩa là họp mà không có ca hát, ăn uống, nhảy đầm--vào những năm gần đây. Tuy ít ỏi nhưng người tham dự cũng gồm đủ mọi giới: dăm, bẩy cụ cao niên, một số trong chính giới, giới truyền thông, thanh niên... Sau 40 phút phân tích kỹ lưỡng nguyên nhân và hậu quả của việc nhà nước CSVN "nhượng đất nhượng biển" cho Trung Quốc, một đề tài đang sôi sục trong và ngoài nước, Nguyên Việt kết luận: "Có lẽ suốt 27 năm nay, đây là lần đầu tiên hải ngoại và quốc nội nói cùng một tiếng nói, đi chung một con đường trong việc đòi nhà cầm quyền Việt Nam phải 'chịu tội bán đi nước của tổ tiên trước quốc dân và phải tự ý từ bỏ địa vị độc quyền cai trị nước.' Tuy nhiên, rất đáng buồn là ở hải ngoại chúng ta, cũng suốt từ 27 năm nay, chưa mấy lúc chúng ta ngồi lại với nhau để làm một cái gì chung trong nỗ lực tranh đấu cho dân chủ tự do cho quê hương. Không hiểu trong vận hội lần này, người Việt hải ngoại có dự định nào đẩy mạnh một loại Hội Nghị Diên Hồng để mà tạo đủ sức mạnh đối phó với tình thế mới hay không. Giới hạn bài tham luận của tôi hôm nay là 'Tường thuật và phân tích diễn biến chung quanh việc Nhượng Đất Nhượng Biển của CSVN' không cho phép tôi đi xa hơn. Việc làm của tôi chỉ là khơi động cho một kế hoạch ngắn hạn và dài hạn, để đáp ứng cho một sự chuyển mùa, từ mùa thai nghén ở cuối thế kỷ trước, đến mùa hành động ở đầu thế kỷ này. Nhất định chúng ta không thể để mất nữa một cơ hội mang lại tự do dân chủ cho đất nước. Xin cám ơn quí vị."

Bài nói chuyện chấm dứt lúc 4 giờ 30. Cử tọa vỗ tay. Còn nửa giờ cho câu hỏi và thảo luận. Ông Quỳnh, người điều khiển chương trình, cũng là một trong những người sáng lập Nhóm Hội Thảo Dân Chủ tóm tắt bài diễn văn vừa qua: "Diễn giả Nguyên Việt vừa cho chúng ta nghe bài 'Tường thuật và phân tích diễn biến chung quanh việc Nhượng Đất Nhượng Biển của CSVN.' Bài tham luận vừa rồi đã được soạn thảo rất công phu, mạch lạc và khá đầy đủ dựa trên một số nguồn tin đáng tin cậy, nhất là của luật sư Lê Chí Quang ở bên nhà, tung ra vào tháng 10 năm 2001 trong bài "Hãy Cảnh Giác Với Bắc Triều," tố giác Hà Nội nhượng cho Bắc Kinh hơn 720 cây số vuông vùng biên giới phía Bắc, và hơn 11 ngàn cây số vuông lãnh hải trong vịnh Bắc Việt, qua 2 Hiệp Định biên giới trên đất liền, được ký ngày 30 tháng 12 năm 1999 và Hiệp Định Phân Định Vịnh Bắc Bộ, ký vào ngày 25 tháng 12 năm 2000. Bài tóm lược tình hình của diễn giả Nguyên Việt cho ta một cái nhìn tổng quát tình hình Việt Nam như sau: CSVN đã cắt nhượng cho Trung Quốc một phần đất đai Việt Nam mà không hề cho người dân trong nước quyền góp ý kiến. Nhờ thời đại tin học toàn cầu, tin này mới được tung ra hải ngoại, rồi bằng phương tiện phát thanh và mạng lưới... hải ngoại lại truyền tin về Việt Nam. Chuyện được phanh phui ra từ đó. Người ta bắt đầu được xem những bài của các trí thức ngoài Đảng, các Đảng viên ly khai, các tuổi trẻ bên nhà... chất vấn Nhà nước, đồng thời cũng được nghe những lời giải thích quanh co, mâu thuẫn về phía chính quyền ở quê nhà. Anh Nguyên Việt cũng cho hay ở hải ngoại, sự phẫn nộ của các đoàn thể chính trị, đoàn thể quân nhân, các thức giả, các cá nhân còn nặng lòng với đất nước đang ở mức cao độ, tuy nhiên vẫn chỉ là những nỗ lực riêng lẻ, chưa có sự đoàn kết, ngồi lại với nhau để đưa ra một tiếng nói chung, hầu gây sức mạnh đối với chính quyền bên nhà.' Chúng ta còn vài chục phút. Xin mời quí vị đặt câu hỏi cho diễn giả, rồi sau đó chúng ta thảo luận..."

Mấy giây yên lặng. Không thấy ai lên tiếng, một cụ giơ tay xin phát biểu:

- Tôi đến đây họp với Nhóm Hội Thảo Dân Chủ cầu đã có đến mười mấy năm nay rồi. Tôi cũng đã được nghe nhiều diễn giả phân tích tình hình, "ôn cố tri tân." Tôi biết đó là những việc rất cần thiết. Tuy nhiên nói mãi thì cũng đến lúc phải làm. Nhất là bây giờ xem ra tình hình đã khẩn trương, chúng ta không thể cứ ngồi đây "ôn cố" mãi mà chẳng thấy có vẻ gì là đã "tri tân." Đất nước thì điêu linh, càng ngày càng lún sâu vào tăm tối, còn dân tộc thì đang bị bàn tay quỉ quyệt của bọn độc tài cộng sản, bịt mắt dắt tay đưa đi vào ma lộ...

Nói đến đây cụ nghẹn ngào, phải ngừng một lúc mới lại tiếp tục:

- Hồi tôi mới đến họp với quí vị, mấy lần đầu trong phòng này luôn luôn có đến bốn năm chục người. Rồi cứ thấy vắng dần. Hồi đầu thanh niên tham dự có đến một phần ba. Hôm nay còn lèo tèo có ba anh chị ngồi ở đây— Nói rồi cụ chỉ về phía ba cô cậu trẻ ngồi ở một góc—Tôi thấy có lẽ chúng ta đã vô tình làm mất niềm tin của giới trẻ. Làm họ mất kiên nhẫn. Và làm mất đi một đội ngũ tối quan trọng trong cuộc đấu tranh trường kỳ cho phúc lợi của quê hương xứ sở. Thiết nghĩ đã đến lúc chúng ta phải đổi cách làm việc, trước khi mọi người nản bỏ đi hết.

Trong phòng im lặng. Một thứ im lặng nặng nề... Đợi mãi không thấy ai nói gì. Cụ Hiếu bà giơ tay xin phát biểu:

- Thưa quí vị. Tôi không có may mắn như cụ Kỷ vừa mới nói là đã đến họp với Hội này từ nhiều năm nay. Đây là lần đầu tiên tôi theo nhà tôi đến đây nhân dịp đón tôi từ chùa về. Sau khi được nghe ông Nguyên Việt trình bầy về tình hình Việt Nam thì tôi rất mừng là tôi đã đến đây. Tuy chỉ là một bà vãi đi chùa, lúc nào tôi cũng nhớ tới quê hương đất nước và mong cho đất nước thanh bình, dân gian no đủ... Khi nghe ông Nguyên Việt than rằng hải ngoại chúng ta chưa có sự đoàn kết, chưa ngồi lại được với nhau để đưa ra một tiếng nói chung, tôi rất thông cảm với ông, và cũng đồng ý là nếu chúng ta ngồi lại được với nhau thì đó là điều kiện lý tưởng. Nhưng nếu chúng ta không ngồi lại được với nhau vì thời gian cấp bách, vì đường xá xa xôi hay vì bất cứ lý do gì thì không nhẽ chúng ta không làm gì sao? Ông Nguyên Việt cũng nói là ở hải ngoại đã có nhiều hội đoàn chính trị, cũng như các hội quân nhân lên tiếng chống đối cộng sản, về việc họ tự ý cắt đất cho Trung Quốc, tôi thấy đó là một dấu hiệu rất tốt. Tôi thiển nghĩ nếu có hàng ngàn hội đoàn như thế lên tiếng phản đối nhà cầm quyền cộng sản Việt Nam, về cùng một lý do, thì tiếng nói đó cũng là tiếng nói chung rồi, đâu còn là riêng lẻ nữa.

Mọi người vỗ tay. Cụ Hiếu bà tiếp tục:

- Tôi thì chẳng biết gì về chính chị, chính em, nên tôi cứ xin phép đưa ra một thí dụ quê mùa như thế này: Nếu có một thông báo là có Hội chùa Hương vào ngày đó tháng đó chẳng hạn, thì tôi tin rằng sẽ một đồn trăm, trăm đồn nghìn. Chẳng bao lâu, đâu đâu người ta cũng biết. Các thiện nam tín nữ từ bốn phương sẽ ùn ùn kéo đến chùa Hương. Họ đến bằng nhiều phương tiện khác nhau, người đi bằng máy bay, người đi thuyền, người đi ngựa, người đi bộ...vv... Nhưng họ đều hướng đến một địa điểm là chùa Hương. Hành trang của họ lại cũng khác nhau, tùy theo tuổi tác, giầu nghèo, người thì mặc áo gấm đeo hột soàn, người thì mặc áo bà ba đeo hạt bồ đề, người thì mặc quần bò, áo cao bồi như mấy cô cậu trẻ ở đây này... –Mọi người cười, bầu không khí hào hứng hẳn lên. Cụ tiếp tục, dõng dạc từng tiếng: Nhưng trong tất cả những cái khác nhau đó, họ có những cái giống nhau không thể thiếu, đó là mấy thẻ hương, mấy cây nến, và một tấm lòng thành, cầu xin những điều an lành tốt đẹp... Họ đâu cần phải ngồi chung trong một chuyến máy bay, hay cùng mặc áo gấm, đeo hột xoàn thời mới gọi là đoàn kết. Tôi xin hết. Xin cám ơn quí vị.

Mọi người vỗ tay nhiệt liệt tán thưởng. Đây đó có tiếng xì xầm khen cụ nói chuyện vui và đưa ra được những thí dụ thực tế. Người điều khiển chương trình cám ơn cụ và nói: "Lời phát biểu của cụ Kỷ cũng như của cụ Hiếu bà đều là những đóng góp quí báu, buổi họp sẽ xin ghi nhận." Ông cũng hứa kỳ họp sau, sẽ chỉ bàn "Làm gì và làm thế nào." Ông đề nghị cụ Tuân làm diễn giả kỳ sau. Cụ Tuân từ chối. Ông đề nghị ông Bá, ông Bá bảo tháng sau là "nghỉ mùa xuân," con ông ở đại học về thăm nhà, phải cho cháu đi Florida tắm biển... Nẩn quá, ông Quỳnh đành hứa sẽ tìm diễn giả nói về đề tài "Làm gì và làm thế nào để phản đối CSVN trong việc 'nhượng đất nhượng biển cho Trung Quốc'," rồi sẽ thông báo sau.

Đợi cho trật tự trở lại, một thiếu nữ rất trẻ, có lẽ còn là sinh viên, giơ tay xin phát biểu:

- Thưa các cụ, các bác, các chú. Còn một tháng nữa mới có buổi họp. Người ta thường nói cứu nước như chữa cháy, nếu mỗi "step"[*] chúng ta làm là một tháng, thì sợ rằng đến khi chúng ta làm đến "final step"[*] thì quá muộn rồi. Cháu xin đưa ra một đề nghị "based on"[*] bài nói chuyện của chú Nguyên Việt, cho biết hiện nay đã có nhiều hội đoàn chính trị, quân nhân... viết thư phản đối nhà cầm quyền Việt Nam, rồi cụ Kỷ cho rằng ta phải làm một cái gì ngay không chỉ ngồi bàn mãi mất cả kiên nhẫn và niềm tin của giới trẻ, rồi cụ Hiếu bà cho một thí dụ rất vui làm cháu có được cái "picture"[*] của một "project"[*] mà người ta có thể làm chung, đi chung mà không cần phải "physically"[*] ngồi xuống với nhau. Cháu thấy ở nhà dì cháu vẫn thường đi họp với hội Bến Tre, quê của dì, và khoe là Hội bên này thường gửi tiền về cho Hội bên nhà để sửa chùa, đào giếng, giúp những gia đình nghèo, cho học bổng con em họ... Còn dượng cháu người Đà Lạt thì có hội Đà Lạt. Hội này lớn lắm, cho tiền Hội Đà Lạt bên nhà xây trường học ở Đà Lạt nữa. Mỗi lần dì cháu và dượng cháu về thăm Việt Nam đều mang nhiều quà cho mọi người trong Hội và họ họp nhau ăn uống đông đảo, quay phim chụp hình vui lắm. Cháu nghĩ cả nước còn rất nhiều hội khác nữa giống như thế, tuy nhỏ nhưng họ lại có "connection"[*] chặt chẽ với nhau và với người ở ngoài nước. Nếu chúng ta có thể làm được một "movement,"[*] rủ

---

[*] Step: bước.
[*] Final step: bước cuối cùng.
[*] Base on: dựa vào.
[*] Picture: hình ảnh, khái niệm.
[*] Project: dự án.
[*] Physically: đích thân.
[*] Connection: liên hệ.
[*] Movement: phong trào.

được thật nhiều hội hay nhóm như thế, để họ tìm cách "convince"* Hội của họ ở bên nhà, lên tiếng hay ngấm ngầm phản đối cộng sản Việt Nam, thì cháu nghĩ là sẽ phải có sức mạnh...

Cô sinh viên vừa dứt lời đã có ba người giơ tay đòi nói, không đợi tiếng vỗ tay chấm dứt. Ông Mẫn được mời.

- Tôi thấy ý kiến của cô Duyên rất hay và thực tế. Đã nhiều lần chúng ta nói ở phòng hội này, là phong trào quần chúng rất quan trọng. Mà quần chúng thì không đâu đông bằng ở quốc nội. Chúng ta ở hải ngoại phải thúc đẩy những người trong nước mạnh dạn đứng lên chống chính quyền. Những nhóm tương đối có tổ chức như các Hội mà cô Duyên vừa nói đã có sẵn những liên lạc chặt chẽ với bên nhà, lại đã từng yểm trợ tài chánh cho nhóm bên nhà, sẽ là những điểm bắt đầu rất tốt. Và biết đâu có thể còn trăm ngàn Hội khác mà mình không biết đến, như Cần Thơ, Bến Tre, Bình Dương, Đà Nẵng, Nha Trang, Huế, Bắc Ninh, Nam Định, Thái Bình, Sơn Tây...vv...và ...vv... Còn các nhóm học sinh như Trưng Vương, Gia Long, Đồng Khánh, Quốc Học, Chu Văn An, Nguyễn Trãi, và các Hội thơ, các nhóm Tao Đàn... nữa chi. Tôi nghĩ chúng ta nên chấp nhận ý kiến của cô Duyên và hành động ngay đi.

Đến phiên ông Khánh. Ông từ tốn:

- Ý kiến của cô Duyên và ông Minh rất hay nhưng tôi xin lưu ý quí vị là cộng sản không bao giờ cho phép ai lập Hội hay hội họp quá con số 10, 15 người mà không phải xin phép, không có điều kiện này nọ. Có thể các Nhóm, các Hội đó đã được CS cho phép với điều kiện là phải

---

* Thuyết phục.

hoạt động thuần túy có tính cách tương thân tương ái thôi. Ra ngoài phạm vi đó là sẽ bị công an gọi lên "làm việc," thế là tan rã hết. Tóm lại là chưa chắc các Hội tương trợ đó đã dám hưởng ứng lời kêu gọi của chúng ta.

Cả phòng nhao nhao. Người ta không còn đợi được đến phiên mình, mạnh ai nấy nói:

- Làm cách mạng mà lại còn đợi đối phương cho phép nữa thì làm làm gì? Đây thật là một trường hợp lý tưởng. Này nhé, theo kế hoạch của cô Duyên thì rõ ràng là hải ngoại vẫn từng yểm trợ quốc nội trực tiếp, bây giờ ta chỉ cần đẩy thêm một bước nữa...

- Mình cứ kêu gọi, ai can đảm thì hưởng ứng. Ai sợ thì đừng làm, có mất mát gì.

- Chúng ta cứ bắt đầu đi rỉ tai với vài Hội, rồi vài Hội này lôi kéo vài Hội kia... Nhóm này thấy nhóm kia làm cũng sẽ mạnh dạn đứng lên. Rồi sẽ như vết dầu loang, như thủy triều dâng, như một giàn giao hưởng... không cách nào chính quyền bên nhà ngừng được...

- Phải rồi. Mà việc này chúng ta sẽ còn có thể kêu gọi công khai, trên báo chí, trên ra-đi-ô, trên truyền hình, trên mạng lưới nữa...vv... Các đài phát thanh, các báo chí trong vùng, cũng như khắp hải ngoại sẽ giúp phổ biến tin tức...

- Ấy, đừng có làm công khai. Công an nó đến nó còng tay những người ở nhà thì chúng ta có cứu được họ không, tôi xin hỏi cụ thể?

- Tôi xin đề nghị hôm nay mỗi người chúng ta về nhà hỏi trong Hội mình, trong gia đình, bạn bè xem ai thuộc Hội hay nhóm nào có gốc gác hay chi nhánh ở Việt Nam thì cho biết. Mình vừa kêu gọi công khai trên các phương tiện truyền thông, lại vừa rỉ tai từng Hội, từng nhóm mới công hiệu...

Ông Quỳnh, người điều hợp chương trình phải cố gắng lắm mới vãn hồi được trật tự. Ông nói:

- Tôi xin ghi nhận tất cả ý kiến của quí vị ở đây. Ý kiến nào cũng rất hay, rất thực tế vì xem ra chúng ta đều có thể thực hiện được. Lúc nãy ông Khánh có lưu ý chúng ta là CSVN sẽ chắc chắn làm khó dễ những Hội hay nhóm ở tại các địa phương bên nhà nếu như họ có nhen nhúm ý định chống chính quyền. Sự nhắc nhở đó rất chính đáng. Tuy nhiên nếu cuộc tranh đấu bất bạo động này xảy ra đồng loạt khắp cả nước thì CS cũng khó lòng đàn áp nhân dân trước sự quan sát của các cơ quan truyền thông quốc tế. Như chúng ta đã biết, đã có những vụ lên tiếng của Quân Đội Việt Nam Cộng Hòa kêu gọi Quân Đội Nhân Dân bên nhà, đứng lên đòi Đảng CSVN phải bạch hóa hành động bán nước bán đất của họ trước quốc dân. Đây là cơ hội để Quân Đội Nhân Dân chứng minh trước quốc dân, là trước kia họ đã thật lòng vì yêu nước, vì yêu tổ quốc Việt Nam mà chiến đấu bảo vệ quê hương bờ cõi, chứ không phải chiến đấu để bảo vệ Đảng Cộng Sản. Nếu các cựu chiến binh VNCH mà còn tin được Quân Đội Nhân Dân bên nhà, sẽ vì lòng yêu nước mà xóa bỏ hận thù để hưởng ứng lời kêu gọi của phía cựu chiến binh VNCH, thì tại sao chúng ta lại nghi ngờ lòng tự hào dân tộc nơi quần chúng, để đến nỗi ngần ngại không dám kêu gọi họ cùng chúng ta, đứng lên lật đổ chế độ đã dám tự ý bán nước cho ngoại bang, mưu cầu lợi ích riêng cho một nhóm, một đảng?

Cả phòng lại nhao nhao:

- Ông Quỳnh nói rất đúng. Chúng ta có chính nghĩa. Chúng ta cứ kêu gọi, cho mỗi người con yêu của tổ quốc Việt Nam đều có cơ hội cứu nước. Làm cách mạng không thể chần chừ, không thể đợi ai cho phép...

- Tôi đề nghị chúng ta chia việc ngay từ bây giờ. Tại sao phải chờ đến buổi họp tháng sau.

Ông Quỳnh cố gắng cướp lại diễn đàn:

- Xin lỗi quí vị! Xin lỗi quí vị! Ông Toàn nói đúng. Chúng ta phải bắt đầu vào việc ngay từ ngày hôm nay. Như chúng ta đều biết, để giải quyết vấn đề giải cứu quê hương đất nước lúc này, chúng ta cần nhiều bộ óc để tìm đường đi tới đích. Chúng ta sẽ tiếp tục tìm kiếm, lãnh hội những ý kiến hay trong những buổi họp tới. Hôm nay chúng ta được nghe một kế hoạch rất thực tế của giới trẻ, chúng ta muốn thấy nó được đem ra thi hành ngay. Hơn nữa kế hoạch đó được chính giới trẻ chủ động thời sẽ nhanh chóng và hữu hiệu. Các anh chị nghĩ sao?

Cô Duyên rụt rè:

- Trước hết cháu xin thưa là chúng cháu không rành tiếng Việt. Cháu cũng xin lỗi, lúc nãy vì nói nhanh quá nên không kịp tìm chữ tiếng Việt cho đúng, phải pha tiếng Anh vào...

Mọi người vỗ tay cổ võ:

- Cô Duyên nói tiếng Việt như thế là giỏi lắm rồi. Cô không cần phải xin lỗi...

Ba anh chị em trẻ thì thầm bàn tán. Một lúc anh Tuấn lên tiếng:

- Chúng cháu không quản ngại bắt đầu thực hiện kế hoạch mà chị Duyên vừa nêu ra. Chúng cháu chỉ cần, các bác các chú giúp cho phần tiếng Việt. Viết các bản văn sao cho thuyết phục được người đọc. Còn về kỹ thuật, làm sao dựng được một mạng lưới, một trang nhà, để đưa tin tức đi khắp nơi, thì chúng cháu làm được hết. Cháu nhận thấy ở đây, có chú Tường là giáo sư dạy ở trường Georgetown, mà chúng cháu có nhiều bạn ở đó, ngoài ra, cháu cũng được biết chú từng sinh hoạt với giới trẻ từ nhiều năm nay. Nếu chúng cháu được chú nhận giúp, thì chúng cháu sẽ làm được.

Mọi người dồn mắt về phía Tường, vỗ tay. Tường đứng dậy nói:

- Trước hết, tôi xin cám ơn các anh chị em đã tín nhiệm tôi, và muốn tôi tiếp tay. Tôi không thể từ khước chuyện tiếp tay với một công việc làm chính đáng, và hữu ích của các anh chị. Nếu được mọi người ở đây đồng ý, thì tôi xin nhận lời.

Mọi người vỗ tay tán thành. Ông Quỳnh tuyên bố giải tán buổi họp, hẹn gặp nhau tháng sau. Đồng hồ chỉ 6 giờ 5 phút. Buổi họp kéo dài muộn hơn giờ đã định, một tiếng năm phút. Mọi người ra về hỉ hả, làm như chưa bao giờ có được một buổi họp có kết quả như vậy. Các cụ vừa đi chầm chậm, vừa bàn tán huyên thuyên. Trong sân đậu xe, Tường và ba anh chị em trẻ đang xúm nhau, bàn thảo chương trình hành động... Một cụ chỉ tay về chỗ nhóm người đang đứng, nói với các cụ kia:

- Các cụ thấy không. Bọn trẻ họ làm việc có khác, chờ mà đợi tụi mình, thì có lẽ đến Tết Công Gô mất!

29

Nguyên Việt bắt đầu buổi họp hàng tháng của Nhóm Học Tập, bằng một câu chuyện cổ của Trung Quốc:

"Một hôm vua nước Tề là Tề Cảnh Công đi săn, lên núi gặp hổ, xuống đầm gặp rắn. Khi về hỏi Án Tử rằng: Hôm nay trẫm đi săn, lên núi gặp hổ, xuống đầm gặp rắn. Như vậy có phải là điềm chẳng lành chăng? Án Tử trả lời: 'Trong nước có ba điềm chẳng lành. Nước có kẻ hiền tài mà không biết đến, đó là một điềm chẳng lành; biết mà không dùng là hai điềm chẳng lành; dùng mà không chuyên là ba điềm chẳng lành. 'Điềm chẳng lành' là như vậy. Còn nay nhà vua tự mình đi tới chỗ ở của hổ, của rắn, mà gặp nó, thì sao lại gọi là 'điềm chẳng lành' được."

Nguyên Việt nói tiếp: "Ngẫm lại chuyện xưa, tôi sợ rằng quê hương chúng ta đang có cả ba 'điềm chẳng lành.' Duyệt lại tình hình Việt Nam từ sau Đại Hội Đảng lần thứ 9, chúng ta thấy chỉ bốn năm tháng sau đó, một nhóm lão thành viết thư lên cấp lãnh đạo Đảng, xin lập 'Hội Nhân Dân Ủng Hộ Đảng và Nhà Nước Chống Tham Nhũng,' bị công an lùng bắt. Người bị bỏ tù, người bị gọi lên làm việc.

"Vừa sang đầu năm nay, cứ vài tháng lại có thêm một vụ bắt bớ: Tháng giêng, Nguyễn Khắc Toàn- 45 tuổi- sinh ở Hà Nội, bị quy tội chuyển tin tức ra hải ngoại. Tháng 2, Lê Chí Quang, luật sư, 30 tuổi, sinh tại Hà Nội, bị công an chận bắt tại một quán cà phê Internet, bị quy tội viết bài có nội dung chống phá nhà nước, và sử dụng Internet, phổ biến các tài liệu đó. Trước đó, luật sư Lê Chí Quang cũng là người tung ra tài liệu "Hãy Cảnh Giác Với Bắc Triều," tố giác Hà Nội nhượng đất nhượng biển cho Bắc Kinh. Tháng 3 Phạm Hồng Sơn, bác sĩ, 35 tuổi, sinh tại Hà Nội, viết bài gửi đến Hội Nghị Ban Chấp Hành Trung Ương Đảng, đòi dân chủ hóa đất nước. Tháng 7, Nguyễn Vũ Bình, phóng viên, 35 tuổi, sinh tại Nam Định, bị bắt giam về tội viết bài điều trần gửi đến Quốc Hội Hoa Kỳ, về tình trạng nhân quyền tại Việt Nam.

"Bây giờ là tháng 8, Đại Hội Đảng thứ 9 mới được hơn một tuổi. Trong vòng có 16 tháng mà đã có biết bao nhiêu 'điềm chẳng lành,' không biết từ giờ đến cuối năm, còn những chuyện gì xẩy ra."

Một thành viên trong nhóm nhận xét:

- Em thấy có hai điều. Một điều đáng lo, và một điều đáng mừng. Lo là thấy cộng sản Việt Nam càng ngày càng tỏ ra không thực lòng muốn cải thiện đời sống của dân, mà chỉ muốn độc quyền, độc đảng cai trị dân. Nhà nước Việt Nam không thực tâm chống tham nhũng, điều đó chứng tỏ tham nhũng đã ăn rễ sâu vào khắp các ngành, các cơ quan, và từ trên xuống dưới. Họ sợ "giứt dây động rừng" nên không dám để người ngoài ngó vào vấn nạn tham nhũng. Em mừng vì thấy các thành phần chống đối nhà nước càng ngày càng trẻ. Có người mới có 30 tuổi. Em mong sự việc này sẽ mở mắt giới trẻ ở trong nước, và cả ở hải ngoại.

Tiếp ngay sau là buổi học tập do Tường điều khiển. Tường nói, người Mỹ có câu: "The honeymoon is over!"

Tuần trăng mật của nhân dân Việt Nam, với tân Tổng Bí Thư trẻ đã cáo chung rồi! Chỉ tiếc rằng nó quá ngắn! Bây giờ chúng ta phải liên kết với bên nhà mạnh hơn bao giờ hết, để làm hai việc: thứ nhất, buộc nhà cầm quyền và Đảng Cộng Sản Việt Nam bạch hóa việc nhượng đất, nhượng biển cho Trung Quốc. Thứ hai, buộc Đảng CSVN giải tán, để nhóm chủ trương Dân Chủ mang lại dân chủ, tự do, nhân quyền cho Việt Nam.

Tường tường thuật buổi họp được đặt tên là "Tiểu Diên Hồng" được thành lập chớp nhoáng, trong buổi họp của Nhóm Hội Thảo Dân Chủ vừa qua. Cuối cùng yêu cầu các anh chị của nhóm này, giúp một tay, đẩy mạnh phong trào bằng cách rỉ tai, gợi ý cho các Nhóm, các Hội ái hữu bên nhà, để họ viết thư hoặc làm áp lực với nhà nước của họ, đòi cộng sản phải dứt khoát trả lời về vụ bán đất cho Trung Quốc, cũng như các vấn đề bắt bớ, đàn áp các thành phần Dân Chủ.

Các anh chị em đều sốt sắng nhận lời. Buổi học tập tiếp tục đi vào chi tiết hành động, và chấm dứt lúc năm giờ chiều. Biết là giờ này ai cũng đói, chị Hòa dọn mấy món chị làm cho mọi người thưởng thức. Nguyên Việt tấm tắc:

- Chà! Lâu lắm mới lại được ăn món bánh đúc mềm, nhân thịt của Hòa.

Hòa lườm Nguyên Việt một cái thật dài:

- Phải, vừa đúng một năm, bẩy tháng. Ai bảo!

Nguyên Việt nhớ ra đám cưới chàng đã được một năm bảy tháng rồi. Chịu phục Hòa có công theo dõi. Sau ngày "lên xe hoa" chàng không còn được ăn các món đặc biệt của Hòa nữa. Nhưng chàng vốn vô tư, và thẳng ruột ngựa, không để ý đến câu Hòa nói "ai bảo," nghĩa là gì. Chàng chẳng mảy may thắc mắc, cứ ngồi ăn vui vẻ. Tường hiểu Hòa hơn ai hết. Chàng biết mỗi chữ của Hòa đều hàm chứa một ý gì. Hoặc là nàng muốn nói "ai bảo không đến đây để mà ăn," hoặc là "ai bảo lấy vợ 'ấy' thì làm gì có mà ăn?" Biết Hòa định ám chỉ nghĩa thứ hai, chàng tủm tỉm cười. Hòa cũng lại hiểu Tường quá, bèn đá cho chàng một cái nên thân, dưới gậm bàn.

Cứ thấy Hòa tiếp đồ ăn cho Nguyên Việt luôn tay, ép chàng ăn cho thật nhiều, Tường biết Hòa thâm lắm. Chị ta cố tình làm cho Nguyên Việt không còn bụng nào, để về ăn cơm của "bà kia" nữa. Chàng tự hỏi: "Không biết có bao nhiêu người đàn bà trên cõi đời này, ghen với vợ Nguyên Việt?"

Có một lần gần đây, có lẽ vì mọi chuyện đã lắng xuống, Đan Thanh không ngần ngại hỏi Tường: "Vợ Nguyên Việt là người thế nào?" Chàng trả lời: "Là người ngược hẳn với Đan Thanh." Câu nói đó làm Đan Thanh tò mò: "Ngược là ngược như thế nào? Như em già, bà ta trẻ, như em xấu, bà ta đẹp ấy à?" Tiết lộ tới đây, Tường lại sợ bị Đan Thanh khai thác, thành lớn chuyện, chàng nói thác đi: "Không phải thế."--Tường ỡm ờ--"Như Đan Thanh thích mặc áo xanh thì bà kia thích mặc áo đỏ. Đan Thanh thích ăn trái cây thì bà kia thích ăn bánh ngọt chẳng hạn..." Đan Thanh tiu nghỉu: "À thì ra... chuyện chỉ đơn giản có thế!" Tường hối hận. Sự thật chuyện Nguyên Việt không đơn giản như vậy. Hoàn cảnh chàng ta bây giờ, Tường nhớ có lần đọc ở đâu, có ai đó ví một trường hợp tương tự, là nó như cái đồng hồ cổ, chạy bằng những hạt cát đựng trong cái lọ làm bằng thủy tinh, thắt hẹp ở giữa. Phần trên lọ là sự say sưa của một cặp vợ chồng mới cưới. Bắt đầu từ chỗ thắt là sự khác biệt giữa hai con người ấy. Sự 'say sưa' thì cứ nhỏ dần. Sự khác biệt thì cứ phình ra!" Tường biết bạn mình có nhiều người thương. Nếu chàng tiết lộ chuyện này ra, các bà ấy sẽ lập tức hè nhau, giành lại Nguyên Việt, thì cuộc đời chàng ta sẽ ra sao? Không ai có thể lường được!

30

Tường đang ngồi uống cà-phê, đọc báo ngoài phòng họp tòa soạn, bỗng nghe Nguyên Việt gọi chàng từ trong văn phòng, giọng gấp gáp. Tường bỏ báo, đứng dậy. Chàng vừa đủng đỉnh bước đi, vừa cố uống hết cốc cà phê. "Cái nghề làm báo, chuyện gì chẳng gấp gáp—Tường tự nhủ--Cứ nghe ai gọi là chạy đâm xấp rập ngửa tới, có mà chết!" Chàng từ tốn mang cái cốc của chàng vào bếp, rửa sạch, úp vào rổ, rồi mới bước về phía văn phòng. Nguyên Việt vừa nghe tiếng chân Tường đến gần, bèn quay người 180 độ trên cái trục xoay của chiếc ghế chàng đang ngồi, nhìn Tường hỏi:

- Cô bồ cũ của ông ở Việt Nam tên là gì nhỉ?

Tường thấy khó chịu khi nghe Nguyên Việt gọi Nga là "bồ cũ" của chàng. Đối với chàng, Nga chưa "cũ" một ngày nào. Biết là mình bực tức vô lý, Tường vẫn đáp cụt ngủn: "Nga."

- Cái ông này! Ai chả biết là Nga. Bộ ông không nghĩ tôi biết bồ của ông tên là Nga hả? Nhưng cả tên họ là gì chứ?

- Nguyễn thị Thường Nga. Không phải cả nước mang họ Nguyễn sao? Hỏi làm gì mà kỹ thế?

- Thôi ông đừng gây chuyện với tôi nữa! Có phải cô ấy làm ở Bộ Thương Mại và nhà ở phố Sinh Từ không?

Thấy Nguyên Việt nói trúng chỗ làm, chỗ ở của Nga, Tường bắt đầu nghi có chuyện gì bất thường. Chàng nhảy bổ đến cái máy computer, đẩy Nguyên Việt ra, bắt đầu đọc thành tiếng, một đoạn tin trên Internet: "Hà Nội ngày... tháng... vừa qua, một toán công an ập đến nhà riêng của cô Nguyễn thị Thường Nga tại số... phố Sinh Từ, lục soát nhà và tịch thu máy vi tính, máy in, máy fax, điện thoại cầm tay của cô, cùng nhiều tài liệu khác... Sau đó cô bị điệu lên công an phường để được thẩm vấn.

"Cô Nguyễn thị Thường Nga, sinh ngày 26 tháng 7 năm 19... tại Hà Nội. Được biết cô từng là một trong những lưu học sinh đầu tiên, nhận học bổng của Ford Foundation, học ở Đại Học Georgetown, Hoa Kì, vào những năm đầu của thập niên 90. Cô nhận văn bằng phó tiến sĩ của Đại Học này. Khi về nước cô được bố trí làm tại Vụ Quan Hệ Quốc Tế, trực thuộc Bộ Thương Mại. Cô giữ chức Vụ Phó trong cơ quan.

"Hiện nay cô vẫn còn bị giam giữ. Gia đình chưa được phép liên hệ. Lý do khiến cô Nga bị bắt cũng chưa được công bố. Giới thành thạo... "

Đọc đến đây Tường không thể kiên nhẫn được nữa. Chàng đứng phắt dậy, chạy ra phía cửa, chụp lấy chùm chìa khóa trên bàn họp, xuống thang lầu, chỉ kịp ném lại cho Nguyên Việt một câu: "Đúng Thường Nga đó rồi!" Nguyên Việt hấp tấp chạy theo: "Ông đi đâu đấy? Để tôi lái ông đi... Đợi! Đợi! Đợi!... "

Nguyên Việt xuống đến sân đậu xe của khu chợ Việt Nam, thì Tường đã lùi được xe ra và sắp sửa bắt đầu phóng... Nguyên Việt chạy lại chắn ngang mũi xe. Tường phải thắng gấp, mở cửa sổ gắt: "Muốn đi thì lên xe đi!"-- Vừa nói Tường vừa chỉ vào chỗ ghế bên tay phải. Nhưng Nguyên Việt đến phía Tường, mở cửa. Vừa nắm tay Tường lôi ra khỏi xe vừa nói: "Ông sang bên kia mà ngồi, để tôi lái." Hai người giằng co một lúc Tường mới chịu ra, chạy sang mở cửa bên kia, ngồi vào. Ra đến đường, Nguyên Việt hỏi: "Ông định đi đâu?" Tường ngơ ngác: "Ờ... tôi cũng chẳng biết định đi đâu!" Nguyên Việt hiểu bạn mình quá, đề nghị: "Thôi mình đi chơi một lúc cho mát nhé!" Chẳng đợi Tường đồng ý, Nguyên Việt lái ra đường 50 East, lên Washington, về phía khu chợ cá ở đường Maine, sang phía bờ bên kia sông Potomac, đậu xe vào chỗ có hàng liễu xanh rủ, phất phơ trong gió hè.

Tường nhìn ra phía bờ sông, nói như người trong mơ: "Nàng hay ngồi ở đây, chỗ này..." Nguyên Việt phá vỡ bầu không khí nặng nề: "Ông thấy tôi giỏi không? Đến đúng chỗ ông muốn." Tường mở cửa xe, lững thững đi lại phía chiếc ghế băng, đặt quay mặt ra phía sông. Chàng chậm chạp ngồi xuống một góc, đưa tay xoa xoa mặt ghế, chỗ trống không...

Mãi đến cuối tuần ở hải ngoại mới có tin đầy đủ về vụ Nga bị. Các báo đài loan tin với tựa đề "Báo Trẻ ở Hà Nội Bị Tịch Thu Số... Tháng... Vì Đã Đăng Truyện Ngắn Của Nguyễn Thị Thường Nga."

Đại khái, bài báo nhắc lại vụ việc Nguyễn Thị Thường Nga bị bắt, đã được loan tải rộng rãi, trên khắp các mạng Internet tuần trước, và thêm tin báo Trẻ bị tịch thu cả số báo, khi vừa mới phát hành được hai tiếng đồng hồ, vì đã cho đăng một truyện ngắn của Nguyễn thị Thường Nga. Một truyện ngắn, mà theo nhà nước Việt Nam, có ẩn ý kích động, hô hào nhân dân đứng lên đòi tự do, dân chủ.

Một số chính trị gia hải ngoại phân tích tình hình Việt Nam gần đây, đưa ra nhận định cho thấy, Việt Nam đang chuyển mùa về mặt chính trị. Tất cả các vụ bắt bớ ráo riết của cộng sản Việt Nam trong mấy tháng gần đây, nói lên một điều, tình trạng bất ổn trong nước càng ngày càng lớn. Riêng vụ Nguyễn thị Thường Nga bị bắt, được các báo đài chú trọng nhiều hơn, vì có lẽ cô là một phụ nữ hiếm hoi trong cuộc tranh đấu cam go này. Sau Dương Thu Hương, chỉ có một khuôn mặt nữ nữa là Nguyễn Thị Thanh Xuân dấn thân vào cuộc vận động cho Dân Chủ. Lý do thứ hai, có lẽ vì câu chuyện có dính dáng đến việc tờ báo Trẻ bị tịch thu. Các mạng Internet trong cũng như ngoài nước, nhận được rất nhiều thư của độc giả, tò mò muốn biết truyện ngắn của cô Nga như thế nào, để đến nỗi Đảng CSVN phải sợ đến thế. Họ yêu cầu các mạng lưới và các báo đài, tìm cho được truyện ngắn này, tung lên mạng cho mọi người được xem chung.

31

Hai tuần sau, các cơ quan truyền thông hải ngoại, nhận được từ quốc nội chuyển ra, nguyên văn truyện ngắn của Nguyễn thị Thường Nga như sau:

CƠN MỘNG MỊ CỦA MỘT CON DIỀU

Lệnh từ trên đưa xuống cho thành phố Hà Nội, tổ chức lễ hội thi diều Hữu Nghị tầm cỡ quốc tế, tại một bãi cỏ rộng mênh mông, ở ngoại ô thành phố. Tuy gọi là quốc tế, nhưng chỉ có các nước xã Hội Chủ Nghĩa mới được đăng ký tham dự.

Các con diều mang nhiều nét đặc thù, được các nước mang tới Hà Nội từ ba tuần trước. Người ta thấy diều có nhiều hình thù khác nhau: hình con dơi, con rồng, con phượng, con công, con bồ câu... vv và...vv... Về hình thức, các con diều dự thi đều được trang trí xuất sắc, bằng những hình vẽ tinh vi như vây cá, mắt rồng, đuôi công, lông phượng... Chung quanh diều, còn có những đường viền diêm dúa. Đuôi diều có cờ đuôi nheo, hoặc giải xa tanh sặc sỡ.

Trong ba tuần trước ngày thi, các nước đều mang diều của mình ra sân tập dượt kỹ. Diều được thả thử nhiều lần, theo nhiều hoàn cảnh thời tiết khác nhau. Người thả diều phải biết liệu sức gió: gió nhỏ thả diều cách này, gió to thả

CHUYỂN MÙA

diều cách khác. Người cầm dây diều phải chạy bao nhiêu mét, để diều lấy đà, trước khi có thể thả lỏng dây cho diều bay bổng lên. Các kỹ thuật đó, đều phải được huấn luyện trước ở nước nhà. Đó là "bí mật quốc gia," không được tiết lộ cho nước khác biết. Sức nặng của diều phải cho đúng mức. Diều nặng quá sẽ không bay cao được. Diều nhẹ quá sẽ bay loạn xạ, không đầm, không vững... Cân bằng của diều cũng rất quan trọng. Diều không có quân bình, gặp lúc gió đổi chiều, có thể đâm đầu xuống đất.

Ban giám khảo sẽ chấm điểm về mọi mặt: về hình thức, diều phải trang trí cho đẹp, cho mỹ thuật, màu sắc hài hòa... Hình thù diều, phải nói lên được cái biểu tượng nào mình muốn tượng trưng. Thí dụ diều bắt chước hình con voi, mà trông ra con chuột thì hỏng bét. Về nghệ thuật, diều phải bay thật điệu nghệ, kể từ cách bay lên, cách liệng vòng, nhào lộn, lên cao, xuống thấp... Lên thì phải lên là là như máy bay, hay lên vút, như con chim bói cá vừa bắt được mồi. Xuống thì phải từ từ, không đột ngột... Cuối cùng, cái sáo gắn vào diều là một bộ phận rất quan trọng, không thể thiếu. Sáo kêu to hay nhỏ, dìu dặt hay tắc nghẹt, đều do tay người làm ra nó, và lắp khéo hay vụng, vào con diều. Tóm lại, mỗi tiểu tiết thuộc về con diều, đều phải điều nghiên, tính toán. "Chấm điểm thi thả diều, khó hơn cả chấm điểm cuộc thi nhẩy ba-lê nghệ thuật, trên sàn đá băng." –Các ông trong ban giám khảo nói như thế.

Các con diều đều biết cuộc thi này tối quan trọng. Quan trọng không kém cuộc đấu ping-pong giữa hai nước Mĩ và Trung Quốc hồi 25, 27 năm về trước. Tình hữu nghị có đậm đà, hay cuộc biểu dương nghệ thuật có gây ấn tượng tốt hay không, đều phụ thuộc vào cuộc thi này. Vì thế đêm nào sau khi tập rượt xong, về phòng ngủ, con diều

Việt Nam cũng trải qua một cơn ác mộng. Có đêm nó mê thấy đang bay thì bị gẫy cánh. Có đêm thấy mình đang lơ lửng lưng trời, bỗng khám phá ra ống sáo bị nứt, chỉ phát âm phì phò, chứ không vi vu trầm bổng... Sáng hôm sau trở dậy, diều Việt Nam rất mệt mỏi, lo lắng. Nó tâm sự với các con diều Xã Hội Chủ Nghĩa khác. Con diều nào cũng cố gắng an ủi diều Việt Nam. Viện dẫn xưa nay, bất kì ai đi thi, kể cả con người, đều có ác mộng. Cứ xem trẻ con trước ngày thi thì biết. Đứa nào cũng trải qua cái cảnh nằm mê, thấy xe đạp bị xẹp bánh, bút bị gẫy, hay mở đầu đề thi ra, mới biết mình đã học trệch tủ... Diều Việt Nam sắp dự một cuộc thi tầm cỡ quốc tế, lo lắng và thấy ác mộng là điều rất tự nhiên. Diều Việt Nam nghe được những lời an ủi vàng ngọc, cũng yên tâm được phần nào.

Đêm cuối cùng trước khi dự buổi thi chính thức, sẽ được tổ chức vào chín giờ sáng ngày hôm sau, những người phụ trách "lèo lái" con diều của mỗi quốc gia dự thi đều "bồi dưỡng" cẩn thận cho con diều của mình, và bắt diều phải đi ngủ sớm để lấy sức.

Vừa thiêm thiếp được vài phút, diều Việt Nam đã thấy mình đang đứng ở trong sân cỏ. Chung quanh sân, ngoài hàng rào chắn, đã có sẵn hàng mấy vạn người đứng chầu chực chờ xem. Ban giám khảo ngồi ở một chiếc bàn dài, trông oai vệ như những quan tòa. Các ống ảnh, các máy quay phim, của các hãng truyền hình quốc nội cũng như quốc tế, đều đã được bố trí, hướng về phía các diều đang sắp hàng, đợi cuộc thi bắt đầu. Diều Việt Nam, theo bốc thăm được đứng thứ tư, sau Cuba, Bắc Triều Tiên và Trung Quốc. Loa phóng thanh vừa gọi tên diều Việt Nam, người phụ trách cầm dây diều chạy ra, kéo theo con diều bay là là mặt đất. Vừa đến giữa sân thì diều gặp ngay cơn gió mạnh, diều bổng lên rất nhanh. Chiếc dây căng vừa đủ cho diều lên từ từ, không chao đảo, không giao động, không mất phương hướng... Người đứng ở dưới xem vỗ tay, hò reo... Diều Việt Nam càng thêm can đảm, tự tin... Nó vừa bay lượn vòng vòng rất điệu nghệ, vừa nhìn sang những cánh diều khác để khoe khoang, thách thức, trêu ngươi...

- A! Diều Việt Nam đây rồi! Chào đồng chí!

Diều Việt Nam giật mình. Ngạc nhiên nghe tiếng Việt ở đây. Nhìn sang bên cạnh thì thấy một con quạ khoang, đang bay song song với mình. Diều Việt Nam giận quá:

- Anh đen xì xì thế kia mà dám bay chung với chúng tôi à? Trông kìa, chúng tôi toàn là những cánh diều lộng lẫy, huy hoàng, choáng lộn... Anh bay cạnh chúng tôi mà không biết xấu hổ sao?

- Chả việc gì tôi phải xấu hổ. Tôi đang thương hại các anh thì có.

- Hứ! Thật là ngược đời! Nào, anh thử nói cho tôi nghe, lý do tại sao anh dám thương hại chúng tôi?

- Có ba lý do: Lý do thứ nhất là, tuy các anh bay lượn đấy, nhưng các anh có được bay tự do đâu nào. Tôi thấy anh nào cũng có cái dây buộc lòng thòng thế kia. Họ có cho các anh bay cao, các anh mới được bay cao, họ rút dây lại là các anh phải xuống thấp. Ngày xưa cụ Nguyễn Du đã nói "Bắt phong trần phải phong trần, cho thanh cao mới được phần thanh cao" là thế đấy.—Nói dứt lời con quạ bay vút lên không, lượn vài vòng rất ngoạn mục, rồi nói tiếp-- Đấy, tôi đố anh bay tự do được như tôi đấy!

Diều Việt Nam quả quyết:

- Thừa sức! Xem đây này!—Nói xong liền cũng bay vút lên, nhưng chỉ mới được vài thước đã lập tức bị cái dây gò xuống, trở lại đúng vị trí cũ. Diều Việt Nam tức giận, đổ quạu:

- Được rồi, chúng ta sẽ đả thông sau! Thế còn lý do thứ hai là gì, anh nói đi.

- Lý do thứ hai là, các anh đều được gắn một ống sáo. Tiếng sáo đó là tiếng nói của người sinh ra chúng, rồi gắn vào miệng các anh. Các anh nói vi vu, hay vi vút như con vẹt ấy, nhưng thực ra các anh chẳng hiểu mình đang nói cái gì. Đây này, tôi tha hồ nói—con quạ bèn ghếch mỏ lên trời làm một thôi một hồi—"Que que!" "Qua qua!" "Quạ quạ!" "Kéc kéc...!" Đố anh nói được cái gì khác, ngoài mấy tiếng người ta đã mớm sẵn cho anh đấy.

- Anh nói làm sao ấy chứ, tôi chưa muốn nói điều gì khác đó thôi, muốn thì cũng được chứ sao. Nghe đây này: "Vi vo!" "Vi vù!" "Vi vèo" "Vè...è...è...!"

Bỗng tất cả các con diều đang bay, và cả con quạ, nghe tiếng người xôn xao dưới mặt đất, rồi tiếng ông trưởng ban tổ chức, kiêm trưởng Ban Văn Hóa và Tư Tưởng, quát gọi anh điều khiển diều: "Nghe như diều Việt Nam đang 'có vấn đề!' Đồng chí thử xem, liệu có phải lôi cổ nó xuống, điều chỉnh lại ống sáo, hay cho nó vào trại cải tạo không?" Anh điều khiển diều Việt Nam lắng tai nghe rồi thưa: "Báo cáo đồng chí, hết vấn đề rồi ạ! Có lẽ sáo bị con châu chấu nào đó chui vào. Mọi sự đều đã được khắc phục." Trên cao, khi diều Việt Nam nghe thấy mấy chữ "có vấn đề" và "trại cải tạo" nó bèn đổi ngay về giọng cũ, lại "vi vu" như thường. "Thật là hú vía!" Diều Việt Nam tự nhủ. Quay sang bảo con quạ:

- Thôi được rồi, cứ cho là anh đúng đi! Còn lý do thứ ba?

- *Thứ ba là thế này nhé! Tôi là quạ khoang đen đủi thật, nhưng tôi là tôi, tôi có đặc tính của tôi, tôi chẳng phải đội lốt ai cả. Còn các anh, có anh đội lốt con dơi, có anh con công, con phượng, con cá... Cả anh nữa, anh đội lốt con rồng. Trông chẳng ra làm sao!*

- *Ơ hay! Từ thuở nào đến giờ tôi vẫn là con rồng. Thế anh bảo tôi không là con rồng thì là cái gì?*

- *Đó thấy không? Anh không cả biết anh là cái gì nữa! Vì đã từ lâu quá rồi, người ta làm cho anh tưởng anh là con rồng. Người ta đào tạo cho anh múa như con rồng, nói như con rồng, suy nghĩ như con rồng... Nhưng thực sự anh là cây tre, bà con với những cây tre dưới kia kìa—Vừa nói, con quạ vừa chỉ tay xuống bụi tre bên bờ ao, cành lá xanh tươi mềm dẻo, đang múa lả lơi, đùa với gió...*

- *Cây tre hả? Tôi mà thèm làm cây tre hả?*

- *Trời ơi anh này, thật chẳng biết gì hết cả! Ở thời này ấy à, làm cây tre mới thật sáng giá! Làm con người khổ lắm, cứ bị nhân dân nó chửi là đồ ăn cướp, đồ ăn cắp, đồ ăn bẩn, đồ ăn "phân"*. Trong khi đó, tre được các văn nhân thi sĩ tán tụng là một loài dẻo dai, sức mạnh của gió bão không có thể làm tre gẫy gục; cây tre lại rỗng ruột, tượng trưng cho người quân tử, trong sạch, không tham nhũng...vv và vv...*

- *Thế thì làm cây tre được cái gì?*

- *Làm cây tre sướng quá đi chứ! Còn cần được cái gì nữa! Này nhé, ở giữa trời lồng lộng kia, lúc yêu đương, tre rì rầm, xào xạc; lúc họp đàn vui vẻ, tre sột soạt, lao xao; lúc nổi cơn lôi đình, tre nghiến răng cọt kẹt... Tình cảm cứ*

---

* Do tiếng Anh: "fund" là quỹ.

việc biểu lộ thẳng thừng, chẳng sợ ai rình mò, chẳng sợ ai kiểm duyệt...

- Ừ! *Anh nói cũng đúng, ai mà chả muốn được tự do giữa trời lồng lộng. Ai chả muốn làm quân tử, trong sạch... Nhưng bây giờ tôi thế này, làm thế nào để trở lại thành cây tre?*

- *Dễ lắm! Việc trước tiên anh phải làm, là hãy cởi bỏ chiếc áo rồng anh đang mặc đó đi. Chỉ có anh tự cởi bỏ nó, không ai có thể làm giúp anh được. Khi anh đã thành tâm vứt bỏ áo đi rồi, tự nhiên anh sẽ trở lại nguyên hình cây tre, cả thể xác lẫn tâm hồn. Tôi bảo đảm...*

- *Thế nhưng, ngay như tôi có thành tâm muốn tự tay cởi bỏ tấm áo rồng này, thì cũng phải biết làm cách nào mà bỏ được nó chứ?*

Con quạ vỗ cánh phành phạch, vừa bay bổng lên trời, vừa nói vọng xuống: "Áo tăm! Áo tăm! Áo tăm!..." Rồi biến mất vào đám mây.

Diều Việt Nam chưa kịp hỏi con quạ "áo tăm" là cái gì, thì tiếng kẻng báo thức ầm ỹ, làm diều Việt Nam giật bắn mình, tỉnh dậy... Tim đập thình thình, bàng hoàng nghĩ đến giấc mơ đêm qua. Sao mà nó thật đến thế! Diều Việt Nam cố gắng nhớ lại từng lời nói của con quạ, và cố lý giải nghĩa chữ "áo tăm." Nó lẩm bẩm: "'áo' thì dễ hiểu rồi, còn 'tăm' là cái quái gì nhỉ? Không nhẽ lại là tăm xỉa răng? Ừ, đích thị rồi, tăm tre cũng có thể là nan tre dùng để đan rổ rá hay khung diều, thế thì 'áo tăm' nghĩa là áo làm bằng tre. Đúng quá! Tuy nhiên mình vẫn chưa liên hệ được, việc 'áo làm bằng tre' với việc làm cách nào cởi bỏ được chiếc áo con rồng này."

Diều Việt Nam vốn vô thần từ tấm bé, nhưng trong lúc tuyệt vọng quá, nó vụt nghĩ đến các ông tổ linh thiêng Mác, Lê, Mao... và gần gũi với nó hơn cả là bác Hồ, Bác vừa được tôn lên làm Bồ Tát. Thế là nó khấn tên cả bốn ông một lượt cho chắc. Trong khi nó bận rộn thủ thỉ với thần linh, thì các diều Xã Hội Chủ Nghĩa khác bận rộn soi gương trang điểm, vuốt lại các đuôi áo cho thẳng...

Một tiếng đồng hồ sau. Người của Ban tổ chức mở toang cửa phòng. Người phụ trách thả diều của các nước ùa vào theo, tìm diều của nước mình "rước" ra sân. Người phụ trách thả diều Việt Nam nhìn vào chiếc giường trống không của diều Việt Nam, chưng hửng! Không thấy diều mình đâu cả. Ông ta nhìn xuống gậm giường, nhìn lên trần nhà, mở các tủ áo... cũng không thấy. Ông hỏi diều các nước khác, thì đều được trả lời là vài phút trước còn thấy diều Việt Nam, đi đi lại lại trong phòng, lẩm bẩm cái gì bằng tiếng Việt. Không ai hiểu, nhưng nhờ được nghe nhắc đi nhắc nhiều lần, nên nhớ được hai chữ "Áo tăm! Áo tăm! Áo tăm." Nghĩ là diều Việt Nam đọc thần chú, trước khi đi thi. Ai cũng tôn trọng tín ngưỡng của diều Việt Nam, nên không dám hỏi.

Linh tính của ông trưởng Ban tổ chức lễ Hội Thi Thả Diều cho ông biết, có sự chẳng lành. Ông bèn hô hoán lên, là diều Việt Nam bị đánh cắp, bị bắt cóc, bị khủng bố... Ông hỏi mọi người có ai hiểu "Áo tăm" là gì không. Tất cả đều lắc đầu chịu thua. Ông đôn đốc mọi người chia nhau ra, đi tìm khắp mọi nơi. Ông bảo "hung thủ chưa có thể đi xa được." Người thì sục sạo trong tất cả các phòng, người thì đi chặn hết các ngả đường ra vào, người thì đi bới hết các bờ ao, bụi dặm... Cấp trên phái một ông lớn xuống kiểm tra sự cố. Ông trưởng ban tổ chức sợ xanh máu mặt.

Ông đổ tội cho ban canh gác, ban canh gác đổ tội cho ban lễ tân, ban lễ tân đổ tội cho ban an ninh! Ông đại diện cấp trên tuyên bố: "Mình là chủ nhà mà không có diều tham gia cuộc thi, thì kể như mất hết thể diện quốc gia. Mình là nước anh hùng thắng Pháp, thắng Mỹ mà có một cuộc thi diều không thắng nổi, thì kể như niềm tự hào dân tộc cáo chung từ phút này. Kẻ nào có trách nhiệm trong vụ thảm bại này, sẽ bị kỷ luật thẳng tay, không nhân nhượng, không khoan hồng..."

Ông đại diện cấp trên đang còn nói thao thao, thì một anh trong ban tổ chức lóp ngóp lội từ dưới ao lên. Anh ta vừa chạy vừa la: "Tìm thấy rồi! Tìm thấy rồi!" Khi anh tới gần, người ta thấy trên tay anh ôm một con diều ướt rượt, nước còn chảy tong tỏng. Chiếc áo rồng rách tả tơi, bong gần hết, chìa bộ khung diều đan bằng nan tre...

Ông trưởng ban tổ chức chụp ngay lấy cơ hội, phân bua: "Thủ trưởng thấy không? Thủ trưởng thấy không? Đây đúng là một âm mưu 'diễn biến hòa bình' thâm độc nhất của các thế lực thù địch nhằm vào Đảng ta, Nhà nước ta, nhân dân ta. Lần này chúng ta phải xử lý nghiêm minh, kỷ luật đích đáng Nó."

Các cây tre ở bờ ao hoảng quá, sợ lại một lần nữa, sẽ có mấy chục chiếc đầu oan khuất rơi xuống, chúng đồng thanh réo lên: "Áo tăm là tắm ao! Áo tăm là tắm ao! Áo tăm là tắm ao!" Nhưng các ông trên chẳng thèm để tai nghe mấy cây tre khẳng khiu, nghèo hèn, xơ xác đó. Các ông cũng quên biến mất cuộc thi sắp bắt đầu, chỉ trong vài phút nữa, hô tất cả mọi người bủa đi tìm con ma "diễn biến hòa bình" để các ông cho Nó "một bài học."

32

Tại tòa soạn báo Vượt, người ta bầy la liệt những cờ quạt, biểu ngữ... để sửa soạn cho cuộc biểu tình sáng mai, thứ bẩy, trước tòa Đại Sứ Việt cộng. Báo chí Việt ngữ trong vùng, đã đăng tải tin biểu tình cả tháng nay, với những lời kêu gọi thống thiết: "Hãy cứu lấy các thành phần Dân Chủ ở Việt Nam!" Cuộc biểu tình được sửa soạn khá kỹ lưỡng do hầu hết các Hội Đoàn, đoàn thể trong vùng tổ chức. Báo Vượt đương nhiên là thành phần tham gia hăng hái nhất.

Tường ngồi trước "computer" đang gọt dũa lời văn cho phần tiếng Anh của "Bản Lên Tiếng" sẽ được đọc trong cuộc biểu tình, thì nghe cô Như léo nhéo bên cạnh:

- Chết rồi anh Tường ơi! Ngày mai ở Macy's có bán đại hạ giá lớn lắm nè! Những 50% hạ giá, còn cộng với 20% "coupon" nữa cơ.

Tường chưa kịp hiểu chuyện Macy's bán "sale" thì tại sao lại phải "chết" như cô Như nói, chị Hòa đã bồi thêm:

- Chưa hết đâu, đêm nay còn một vụ gọi là "Nhẩy Đầm Cho Mùa Đông Ấm Áp," qui tụ toàn những ca sĩ thượng thặng từ Cali về cơ. Ngày mai người ta ngủ bù, ai mà đi biểu tình biểu tọt với mình.

Bây giờ Tường mới vỡ lẽ. Chàng thản nhiên:

- Trong một cộng đồng 30 ngàn người, cho giỏi lắm là một ngàn người đi 'shopping,'* một ngàn người đi nhẩy đầm, mình vẫn còn 28 ngàn người để hy vọng họ đi biểu tình cơ mà.

- Tôi mừng cho anh là tới giờ này anh vẫn còn lạc quan—Hòa nói--nhưng anh đừng quên cuộc biểu tình lần trước ở đây, chỉ lèo tèo có mấy chục người. Lần đó ban tổ chức cũng đã khéo, mời thật đông diễn giả để ít nhất, chính các diễn giả đó phải có mặt, và con cháu họ chở họ tới chỗ biểu tình nữa, là được gấp đôi. Vậy mà tôi đếm thấy có 11 diễn giả nói cho 22 người nghe. Số còn lại là Ban tổ chức!—Hòa nói xong, gật gù, đắc ý về câu nói không ngoa chút nào của mình.

- Tôi cũng nói cho vui đó thôi, chớ ai mà dám hy vọng có 28 ngàn người đi biểu tình với mình. Tuy nhiên, ta cứ làm hết sức, chứ cứ lo với sợ thì chẳng có việc gì sẽ xong cả—Tường vừa nói vừa mải mê làm việc. Hòa và Như nhìn nhau ái ngại.

Điện thoại reo. Hòa trả lời, mặt nghiêm trọng, đưa cho Tường. Ở đầu dây kia, cậu Minh thuộc Nhóm Hội Thảo Dân Chủ nói giọng hốt hoảng, yêu cầu Tường cho triệu tập một buổi họp khẩn cấp, ngay tối nay.

Tường có trách nhiệm gọi Nhóm Học Tập của chàng. Tám giờ tối, mọi người đã đến đông đủ, ngồi đầy ở phòng họp của tòa soạn báo Vượt. Tường chợt nhận thấy bộ đèn ống trên trần bị cháy mất một bóng, làm cho căn phòng hơi tối, gây một cảm giác u ám, nặng nề. Hòa mang ra

---

* Mua bán.

một bóng đèn mới. Cậu Tuấn nhanh nhẹn đỡ lấy, cởi giầy trèo lên bàn, tháo bóng đèn cũ ra. Khi lắp cái mới thì loay hoay mãi không xong, cậu sờ soạng lung tung để tìm cái đui đèn... Tay cậu đụng vào một vật gì, làm nó rơi xuống mặt bàn, lăn bon bon... rớt xuống sàn, chạy thêm một quãng nữa... quay vài vòng như con quay... rồi nằm lăn ra... trước những con mắt ngạc nhiên của mọi người. Tường nhặt lên, ngắm nghía. Đó là một vật bằng kim khí, tròn, dẹp, lớn bằng chiếc khuy áo khoác ngoài. "Trời! Cái máy nghe lén. Mình bị đứa nào đặt máy nghe lén rồi!"— Tường nói, mặt tái đi. Mọi người ngơ ngác nhìn nhau... "Chị Hòa gọi anh Nguyên Việt lại đây hộ tôi, mau lên!"— Tường nói. Hùng lo lắng: "Mình có nên gọi cảnh sát không chú?" "Không! Đợi chú Nguyên Việt đến đây rồi hãy tính." Tường trả lời rồi tiếp: "Khiếp thật! Ai có thể làm chuyện này nhỉ? Từ bây giờ mình phải hết sức thận trọng." Các cô sợ xanh mặt, đứng lóng ngóng, chẳng biết làm gì.

Nguyên Việt hớt hải chạy tới. Chàng quan sát tình hình, rồi quyết định không gọi cảnh sát. Chàng không muốn chuyện tùm lum ra đến ngoài. Chàng nghĩ cứ giữ yên lặng, có khi tìm được thủ phạm dễ hơn. Buổi họp vẫn phải bắt đầu. Vẻ mặt cậu Minh, trưởng "Nhóm Diên Hồng DC," khẩn trương hơn. Cậu vào đề ngay, cho biết, cậu mới nhận được một bức "fax," do một người từng làm việc với cậu ở Việt Nam, báo động là anh ta có được tài liệu của Cục Phản Gián thuộc Bộ Nội Vụ trong nước, đang 'lưu hành nội bộ.' Một tài liệu được xếp vào loại 'tối mật' để học tập, điều nghiên, phân loại, đồng thời đề nghị những biện pháp ngăn chặn các tổ chức, mà tài liệu này gọi là 'trá hình,' núp dưới các tên gọi khác nhau của các hội thơ, tao đàn, ái hữu, tương trợ, thiện nguyện, chùa, nhà thờ, cựu học sinh, cựu sinh viên...vv... Tài liệu có một đoạn nguyên văn như sau: *"Điển hình là hai nhóm 'Tao Đàn Thiên Mụ' ở Huế và 'Tao Đàn Lửa Thiêng' ở Sài Gòn là 'những nhóm tao đàn trá hình, dùng thơ văn làm bình phong che giấu các hoạt động phản cách mạng. Thành viên của các nhóm này là tác giả của những vần thơ hằn học, điên cuồng chống phá nhà nước. Có âm mưu thực hiện ý đồ dùng thi ca tuyên truyền, tập hợp lực lượng để lôi kéo kích động gây bạo loạn. Hai tao đàn này là nhóm khởi đầu, ngấm ngầm liên hệ với các tao đàn khác, ở các tỉnh, thành phố, lôi kéo được cả các cán bộ, đảng viên mất cảnh giác, vào hội thơ, để làm bình phong cho chúng hoạt động... Các bài thơ phản động do các nhóm này làm ra, được phân tán đi khắp nước, và ra cả nước ngoài, qua nhiều ngả: truyền tay, truyền khẩu, "fax," điện thư, Internet...vv... Những 'hội thơ' như thế được mở rộng với những câu thơ lập lờ, hai, ba nghĩa, ám chỉ... được trình bầy trong những buổi trình diễn rộng, qui tụ được cả một số đại biểu các báo chí, các cơ quan văn hóa địa phương, hưởng ứng, tiếp tay..."*

Tài liệu mật này cũng kê tên hàng loạt những "tổ chức trá hình" khác mà họ cho là: *"...Có bề ngoài hoạt động với tính cách ái hữu, tương trợ, như trùng tu chùa, nhà thờ, xây trường học, cho học bổng các học sinh nghèo, giúp đỡ người tàn tật...vv... nhưng bên trong bí mật nhận tiền tài trợ của các hội, nhóm ở nước ngoài để hoạt động phá rối an ninh tổ quốc. Điển hình là gần đây họ đưa thỉnh nguyện thư lên Bộ Chính Trị đòi tự do, dân chủ. Viết thư hạch hỏi, xuyên tạc chuyện nhà nước ta nhượng đất, nhượng biển cho Trung Quốc...vv...vv..."* Cuối cùng tài liệu này khẳng định: *"Các Hội, Nhóm này kết hợp nhịp nhàng giữa trong nước và ngoài nước, thực hiện thủ đoạn 'trong hứng, ngoài tung,' hoặc 'trong tung, ngoài hứng' rất ăn khớp. 'Âm mưu diễn biến hòa bình' này, thâm độc và sâu sắc hơn bất cứ âm mưu nào mà bọn thù địch dùng từ trước đến nay, và đặc biệt mới thấy xuất hiện trong vòng bốn, năm tháng nay. Công an mới chỉ phát hiện được 36 vụ, có hình thức hoạt động tương tự trong cả nước..."*

Minh ngừng đọc. Tường nghe chăm chú từ đầu, bây giờ mới lên tiếng:

- Nguy rồi! Nghe như chuyện của mình ấy! Bây giờ việc đầu tiên chúng ta phải làm là, ngừng hết mọi liên lạc với các Nhóm, Hội bên nhà. Mặt khác, các anh chị em ở đây, ai từng liên hệ với Nhóm, Hội nào, thì tìm cách nhờ người ngoài cuộc, kín đáo báo tin này cho các Nhóm Hội chưa bị lộ biết.

Cô Duyên lo lắng:

- Cháu sợ có hơi muộn rồi chú ạ! Hôm qua cháu cũng nhận được điện thư của Hội Đồng Cảm Người Nha Trang báo tin là, người cầm đầu Hội đã bị gọi lên "làm việc' ở sở công an tỉnh. Cháu lại tưởng là việc ngẫu nhiên, chẳng may có một hội này bị nghi ngờ gì đó, rồi cũng sẽ qua đi. Ai dè chuyện bị lộ hàng loạt như thế...

Tường nhấn mạnh:

- Mình không nên dự đoán thế này hay thế khác. Mình vẫn cứ phải nhờ người báo tin cho những Hội, Nhóm còn lại biết để mà đề phòng. Mặt khác chúng ta phải kiểm chứng với bên nhà, nhờ xác nhận những tin trên. Trong khi chờ đợi, chúng ta không nên liên lạc thẳng với họ nữa. Nếu có thêm chứng cớ có liên hệ với nước ngoài, thì họ sẽ bị tội nặng hơn. Nếu có thêm vài vụ bắt bớ tương tự, nó sẽ tự lộ rõ ra một "mô thức" nào đó, lúc đó chúng ta sẽ tung tin, và viết thư cho các cơ quan bảo vệ nhân quyền quốc tế đòi can thiệp. Thua keo này, bầy keo khác. Tôi mong các anh chị em không nản lòng. Chúng ta hãy còn may mắn là Tuấn đã khám phá ra cái máy nghe lén, không thôi cả buổi họp này đã lọt vào tai kẻ gian rồi.

Buổi họp bế mạc. Các thành viên ra về chưa hết bàng hoàng... Nhưng cùng lúc, tinh thần trách nhiệm cũng bùng lên mãnh liệt trong tuổi trẻ, khiến họ hăng hái chia nhau ra, vào việc liền... Họ nghĩ tới những người bạn của họ bên nhà, đang ngàn cân treo sợi tóc.

33

Ngày hôm sau Phùng không đi làm, mà cũng không gọi vào tòa báo. Tường chạy qua căn chung cư của Phùng, gõ cửa không thấy trả lời. Chàng gọi bà chủ nhà, nhờ bà mở cửa, lấy cớ là sợ bạn bị ốm nằm trong nhà không ai biết. Cửa mở, hai người cùng ngạc nhiên: Phùng đã dọn nhà đi tự hồi nào rồi! Bà chủ nhà cam đoan với Tường là, chiều hôm qua, chính mắt bà còn trông thấy Phùng đi ở ngoài phố về.

Tường đưa mắt nhìn khắp phòng. Phùng đã mang đi hết đồ của chàng, chỉ còn để lại rác rưởi bừa bãi trên sàn. Nhìn thấy thùng rác đầy giấy, Tường chạy lại, lôi một sấp giấy ra xem, những mẩu giấy vụn nhỏ như "confetti" theo ra, rớt tứ tung. Chàng nhặt vài mẩu lên xem thì thấy mỗi mẩu đều có chữ viết tay, hoặc một chữ, hoặc một cụm chữ, được cắt gọn ghẽ... Chưa hiểu những mẩu giấy này có công dụng gì, chỉ cảm thấy như có một sự bất thường, chàng xin bà chủ nhà cái bao rác, đổ hết cả giấy trong thùng vào bao, tự nhủ: "Cứ mang về rồi hạ hồi phân giải."

Về đến tòa soạn, trước mặt đông đủ, Tường đổ thùng rác ra giữa sàn trước sự ngạc nhiên của mọi người. Các mảnh "confetti" bay ra, nằm rải rác... Tường cắt nghĩa tại sao chàng lại mang rác của Phùng về, trong khi cô Như bới đống giấy vụn. Cô cầm lên một tờ giấy viết tay đã bị cắt mất nhiều chữ, reo lên:

- À, hèn chi, anh ta cắt chữ ở đây ra... Xem nào... bức thư viết tay của ai đây, mà chữ ký cũng bị cắt mất rồi...

Hòa sà vào tiếp với Như, bới tìm:

- Chắc là chỉ ở trong đống giấy vụn này thôi.

Cô như giơ cho mọi người xem lọ hồ dán Elmer's gần hết. Hòa tìm được một tờ giấy, trên đó có những hàng chữ. Nàng chầm chậm đưa nhẹ ngón tay trỏ trên mặt chữ, la lên:

- Đây rồi, anh ta cắt những chữ đó để dán, ghép thành bức thư này đây.

Nguyên Việt đỡ lấy tờ giấy từ tay Hòa. Chàng quan sát kỹ, tuyên bố:

- Mới bắt đầu được có vài câu. Chưa rõ hắn ta định "viết" những gì trong bức thư cắt dán này.

Bất chợt chàng giơ cao tay, giáng mạnh tờ giấy xuống sàn, thốt lên:

- Son-of-a-bitch.* Lại ngựa về đường cũ! Đây là nghề của chàng từ hồi ở Phila. Tôi đã tưởng cứu được hắn ta ra khỏi vũng bùn...

Mọi người giật mình, nhìn mặt Nguyên Việt đỏ gay. Lần đầu tiên họ thấy chàng nổi nóng và phản ứng mạnh như thế.

Một tuần sau các cơ quan truyền thông hải ngoại mới loan tải tin với những tít lớn: "CSVN Đàn Áp Các Nhóm, Hội Tư Nhân Hoạt Động Ái Hữu, Văn Hóa, Xã Hội..." Và "CSVN Khủng Bố Những Nhóm Mà Họ Gán Cho Là 'Tao Đàn Trá Hình'." Hoặc là: "Nhân Quyền Ở Việt Nam Đang Bị Chà Đạp Thô Bạo"...vv...

Các nhà bình luận chính trị hải ngoại đưa ra những nhận định, được tóm lược như sau: "Mấy vụ bắt bớ hàng loạt của CSVN trong vòng một thời gian ngắn, làm lòng người trong và ngoài nước chưa hết xúc động, căm phẫn, dư luận chưa hết bàn tán, xôn xao... thì lại có tin trong nước đưa ra cho thấy, nhà nước cộng sản đang có những hành động thất nhân tâm khác, như khủng bố, nhằm tiêu diệt tự do hội họp có tính cách tôn giáo, tự do họp đàn có tính cách văn hóa, xã hội... Điều này cho thấy đảng cộng sản không tìm cách 'an dân,' mà ngày càng tìm cách tước đoạt những quyền căn bản, của công dân trong nước. 'Võ lực là dấu hiệu của yếu kém.' Đảng Cộng Sản càng đàn áp dân, càng tỏ ra bất lực. Chỉ dấu cho thấy đang có một sự chuyển mùa chính trị. Chuyển như thế nào, chưa ai tính ra.

---

* Đồ chó đẻ.

34

Báo chí và các chính khách hải ngoại chưa hết xôn xao về những chuyện đàn áp, bắt bớ bên nhà mấy tháng nay, thì lại bị cuốn hút ngay vào không khí chiến tranh Iraq ở Mỹ. Người ta bàn tán, đọc báo, xem TV để theo dõi từng giờ những diễn tiến cuộc tranh đấu gay go, giữa tổng thống Mỹ với Liên Hiệp Quốc. Ông Bush chuẩn bị kỹ dư luận trước khi tiến quân, tạo sự hồi hộp kéo dài, trong nhân dân Mỹ. Ông hạn cho Saddam Hussein 48 giờ đồng hồ để rời bỏ chức vị, nếu không sẽ phải đối phó với một cuộc chiến để lật đổ ông ta. Thế giới chia làm hai phe: Phe Anh-Mỹ thì quyết tâm đánh Iraq, phe Pháp-Đức-Nga muốn Mỹ phải chờ cho được quyết định của LHQ. Khi Mỹ tuyên bố sẽ đánh Iraq, dù được hay không được phép của LHQ, Pháp-Đức-Nga dùng chiến thuật trì hoãn, yêu cầu Mỹ cho Ban Kiểm Tra Liên Hiệp Quốc thêm một tháng, để tiếp tục công việc tìm kiếm vũ khí "hủy diệt hàng loạt" ở Iraq.

Các giới chức lên TV, radio, kêu gọi dân Mỹ chuẩn bị chống cuộc khủng bố "trả thù trước," có thể xẩy ra bất cứ lúc nào. Mức độ báo động đã lên tới màu "da cam," nghĩa là chỉ dưới mức cao nhất là "màu đỏ." Thời gian chờ đợi chiến tranh bùng nổ kéo dài, tạo một không khí ngột ngạt bất ổn cho dân Mỹ.

Tuyết luôn luôn là người hưởng ứng tận tình những lời khuyến cáo hay báo động của nước Mỹ. Nàng quan niệm là, gia đình nào cũng có trẻ con, người già, không thể phó mặc cho may rủi được. Bên cạnh đó, nàng cho là, bất cứ ai sống ở Mỹ, cũng nên sống theo văn hóa Mỹ, tiêu chuẩn Mỹ, để hội nhập, để học hỏi...

Hôm nay Tuyết lại mời gia đình các nhân viên đến VNTEK, để cùng nhau học tập cách thức chống khủng bố bằng hơi độc. Tuyết bắt chước các trường học, chọn một phòng rộng dưới "basement," một tầng hầm rộng của sở, nơi tương đối kín và ít cửa. Nàng mua các vật liệu, đúng như tiêu chuẩn trên TV người ta dặn: "plastic" dầy, trong, rộng bản, loại người xây cất dùng để che cửa, hay mái nhà để chống mưa; "duct tape," loại băng keo dầy, khỏe, to bản, thường dùng để quấn ống nước cho khỏi rỉ nước. Nàng nhờ các ông trong sở lấy plastic che cửa, rồi lấy băng keo dán chặt mép "plastic" vào tường. Căn bản là để hơi độc không thể lọt vào phòng. Nàng mời các nhân viên khác xuống xem "cuộc biểu diễn" này, để về làm cho nhà mình. Sau đó nàng chứa trong phòng những lò "ga," nước uống, đồ ăn khô, đồ ăn hộp, vài thứ thuốc thường dùng...vv... đủ cho ba ngày. Phòng nhỡ có chuyện gì xẩy ra trong giờ làm việc, nhân viên không về nhà được thì có chỗ trú ẩn. Cũng có cả một chiếc radio chạy pin. Nếu bị cắt điện thì người ở trong phòng cũng có thể nghe tin tức.

Đối với các bà nội trợ, thì ngoài chuyện làm một "phòng trú ẩn" trong nhà, có chứa đủ các đồ cần thiết cho gia đình, họ còn phải lấy ra những cái "ba-lô" mà Tuyết khuyên họ mua từ hồi "Y2K," tức là từ cuối năm 1999, chưa có dịp dùng, thì lần này lại đem ra, làm như lần trước, chứa vài bộ quần áo, nước uống, đồ ăn và thuốc, để "nhỡ phải chạy ra ngoài nhà bằng đường bộ."--Nàng nhấn mạnh. Ở một nghĩa nào đó, Tuyết còn cẩn thận hơn cả những người chuyên nghiệp dặn dò dân chúng Mỹ trên TV, báo chí...

Cũng có người cho là Tuyết lo quá đáng, nhưng ai cũng phải công nhận Tuyết tận tình với nhân viên của chồng trong sở. Họ còn cho là công việc làm của Tuyết có giá trị như những cuộc huấn luyện cho cách sống văn minh ở Mỹ, và thấm nhuần tinh thần chia sẻ... Việc đề phòng kỹ cũng có tác dụng tâm lý: người ta cảm thấy yên tâm.

35

Tại nhà Sarah, các cuộc tranh luận lại được dịp sôi nổi. Không ai ngoại trừ bà Chris, cho là người ta phải nên làm những gì các nhân viên chính phủ khuyến cáo. Sarah cho là tự nhốt mình trong một căn phòng dán kín mít, là một ý kiến "điên rồ." Ngoài ra cô nghĩ quân khủng bố sẽ chỉ nhằm các công sở, các nơi đông đúc để nó đánh bom, còn những vùng dân cư, như vùng họ đang ở, thì nó đánh bom làm gì cho phí. Cũng vì bất đồng ý kiến, nên bà Chris cứ chần chừ không làm gì, đến khi bà quyết định phải dành một căn phòng trong nhà để làm phòng trú ẩn, bà đi mua "plastic" và "duct tape"[*] thì không đâu còn. Bà đi khắp các tiệm bán đồ xây cất, sửa chữa nhà cửa, họ đều nói là hết. Bà đến Home Depot ở Arlington, nhìn vào mấy cái giá để các vật liệu bà tìm, bà chưng hửng, thấy cái giá bầy hàng trống trơn. Bà ra quầy "phục vụ khách hàng" để

---

[*] Loại băng keo dán dầy và chắc để quấn quanh ống nước cho khỏi rỉ nước.

hỏi xem bao giờ sẽ có các mặt hàng này nữa, mới nhận ra rằng, đứng trước bà đã có một hàng dài khách đứng đợi, để hỏi cùng một chuyện. Bà chán nản ra về. Vào nhà gặp Sarah và Thảo trong bếp, bà nói luôn:

- Các cô không chịu cho tôi làm cái phòng chống hơi độc, hôm nay đi mua các vật liệu để làm, thì đến đâu cũng hết sạch. Bộ các cô nghĩ chỉ có các cô thông minh, còn dân Mỹ ngu hết cả hay sao?

- Ồ Chris! Bà không biết là ở cái xứ này, bất cứ món hàng gì được đưa lên TV quảng cáo, thì cũng đều bán chạy như tôm tươi hay sao? Đằng này người ta không những quảng cáo, mà lại còn kêu gọi nữa, thì cái hãng làm plastic và băng keo đó may mắn biết chừng nào! Người mà bà nên trách là ông Bush ấy chứ, sao lại trách chúng tôi.

Câu nói của Sarah làm Thảo mừng. Ngay từ đầu, khi ông Bush sửa soạn dư luận để tiến hành một cuộc chiến tranh xâm lăng Iraq, Thảo đã thấy ông tổng thống Mỹ này thật là hiếu chiến. Saddam Hussein đã phải nhũn như con chi chi, bằng lòng cho Liên Hiệp Quốc vào Iraq kiểm tra vũ khí, thế mà ông Bush này cứ khăng khăng một mực, định thực hiện chiến lược "ra tay trước," nghĩa là đánh trước cả khi kiểm soát xong vũ khí hủy diệt hàng loạt! Thảo rất tò mò muốn biết tính cách pháp lý cho phép Mỹ tấn công Iraq. Biết bà Chris có cảm tình với đảng Cộng Hòa, nhưng Thảo chưa bao giờ được thực thi "dân chủ thứ thật," nên cứ ngài ngại tranh luận chống những gì đảng Cộng Hòa nói chung, hay ông Bush nói riêng, trong nhà này. Hôm nay thấy Sarah cứ phom phom chỉ trích ông Bush với bà Chris, Thảo nắm bắt được ngay trò chơi dân chủ ở Mỹ là tuyệt đối: Người ta có quyền nói lên ý kiến của mình, mà không sợ bị đàn áp, trù dập... Nàng mạnh bạo nêu thắc mắc:

- Tôi không hiểu việc Mỹ đơn phương quyết định đánh Iraq, bất chấp Hội Đồng Bảo An Liên Hiệp Quốc có chấp thuận hay không, có hợp pháp không?

- Dĩ nhiên là không! Liên Hiệp Quốc chỉ cho phép một nước dùng vũ lực đối với một nước khác trong trường hợp "tự vệ." Nước Mỹ định ra tay trước cả khi có chứng cớ cụ thể, là nước Mỹ hay thế giới sẽ bị Iraq tấn công. Trong trường hợp này, tổng thống Bush hoàn toàn hành động bất hợp pháp—Sarah tranh trả lời.

Bà Chris cãi lại:

- Không không! Sarah quên rằng chúng ta có chứng cớ là ở Iraq có những trại huấn luyện của Al Qaeda, để chúng rải người đi khủng bố khắp thế giới, đặc biệt nhằm vào Mỹ. Dựa trên chứng cớ cụ thể đó, Mỹ có quyền phản ứng tự vệ. Quân khủng bố đã tấn công Mỹ trong vụ 9/11, không hề báo trước. Mỹ không thể ngồi chờ một vụ khác tương tự xẩy ra, rồi mới đi "xin phép" Liên Hiệp Quốc. Ngoài ra, trong 13 năm qua, Iraq đã không tuân thủ các nghị quyết của LHQ, vẫn cứ sản xuất vũ khí hóa học, và sinh học... vì vậy Mỹ có quyền đánh Iraq để tự vệ.

- Bà đừng quên là ông Bush còn tuyên bố rằng ta đánh Iraq vì Iraq tàng trữ "vũ khí tàn sát hàng loạt." Cái này chẳng có chứng cớ gì cả. Nếu chiến tranh cứ xẩy ra, thì sau đó, nước Mỹ nên phải trưng ra những chứng cớ cụ thể hơn, bằng không thì uy tín nước Mỹ sẽ đi xuống, và chắc chắn ông Bush sẽ không có thể tái đắc cử--Nói với bà Chris tới đây, Sarah gọi giật Thảo—Thảo, Tao được đọc một bản tin, nói Việt Nam là nước duy nhất không Hồi

Giáo, mà lại bênh Iraq? Mày có ý kiến gì về việc đó không?

- Tao không được đọc bản tin, nên không biết sự thật như thế nào. Nhưng tao không nghĩ là Việt Nam bênh Iraq. Có thể là Việt Nam chống chiến tranh này thì đúng hơn, vì cho rằng nếu Mỹ có thể chà đạp lên Hiến Chương LHQ để đánh một nước, thì việc đó sẽ trở thành một tiền lệ xấu. Sau này Mỹ có thể đánh bất cứ nước nào Mỹ không thích. Hay là trong tương lai, nếu Do Thái muốn nuốt Palestine, hay Pakistan muốn nuốt Ấn Độ chẳng hạn, thì không ai sẽ ngăn cản được họ.

Sarah như được thêm lý do để chống hành động xâm lăng của Mỹ:

- Đó, thấy không Chris? Nước Mỹ đã đặt ra "tiền lệ xấu..."

Bà Chris đang dùng dao gọt mấy củ cải đỏ, để làm món sa-lát, đặt vội dao xuống thớt để đi tìm tờ báo đưa cho Thảo. Bà đặt dao trệch ra ngoài thớt làm con dao rớt từ bàn xuống sàn, ngay chỗ chân Sarah đang đứng. Cô vội nhẩy lên để tránh. Cô la lớn:

- Chris! Bà không phải giết tôi, chỉ vì tôi không đồng ý với bà!

Cả ba người phá lên cười. Bà Chris vẫn không chịu thua:

- Nước này mà không có đảng Cộng Hòa thì việc đối ngoại hỏng bét hết. Đảng Dân Chủ của cô thì chỉ được cái trốn lính, và mị dân là không ai bằng.

- Này Chris ơi! Đảng Dân Chủ nào của tôi? Tôi có đảng nào đâu? Nhưng sự thật, nếu tôi định chọn lựa thì tôi sẽ chọn đảng Dân Chủ là cái chắc.

- Bọn trẻ các cô bây giờ lý tưởng lắm, nhưng không thực tế. Việc nước mà đối ngoại yếu, thì ngay như nước Việt Nam của cô Thảo kia, cũng có thể nuốt được nước Mỹ, chứ không cần phải một cường quốc nào đâu.

Câu nói phóng đại của bà Chris làm hai cô cười ngặt nghẽo.

36

Ba mươi ngày TT Bush gia hạn cho Ban Kiểm Tra LHQ, để có thêm thời giờ kiểm tra vũ khí ở Iraq, đã chấm dứt. Cả thế giới bắt đầu hồi hộp, chờ đợi ngày Mỹ ra tay...

Ngày đó đã đến. Nhà trọ của Sarah cũng như hầu hết các gia đình khác trong nước Mỹ, có TV bật mở suốt ngày. Lúc nào cũng có người ngồi dán mắt vào TV, để theo dõi thời cuộc. Chiều hôm nay phòng khách nhà bà Chris có đông đủ cả nhà. Có thêm Nancy, một cô mới dọn đến thuê phòng cũ của Hui-Ling. Bà Chris làm một rổ bắp rang, mang ra cho các cô vừa ăn vừa xem TV, y như ngồi trong rạp xi-nê vậy. Thảo đang bận làm bài cho tuần này, cũng mang cả sách ra ngồi ngoài phòng khách làm bài, thỉnh thoảng ngó lên TV. Nàng không muốn vắng mặt trong những giờ phút lịch sử như thế này. Giờ phút mà có thể báo hiệu một sự chuyển mùa trong thiên niên kỷ mới.

TV chiếu cảnh tiến quân như vũ bão với những phương tiện tối tân nhất, hiện đại nhất. Trong vòng có bốn ngày quân đội Mỹ đã vượt được 400 cây số tiến gần đến Karbala, chỉ còn cách thủ đô Baghdad chừng 100 cây số.

Các bình luận gia trên TV sợ là Mỹ tiến quân quá nhanh như thế, có thể bị mắc bẫy. Mọi người trong nhà bắt đầu nhớ lại những tin đọc trong báo, hay xem trên TV từ trước cả ngày bắt đầu tiến công, là Saddam sẽ biến các giếng dầu thành biển lửa, phá đập nước để làm ngập thung lũng, phá các cầu để ngăn cản Mỹ tiến quân... Có dư luận nghe còn đáng sợ hơn nữa, là Saddam sẽ lừa cho Mỹ tiến sâu vào nội địa rồi mới "chặt cầu" bằng các phương tiện trên, để Mỹ không có đường rút lui! Nghĩ thế, người nào cũng đâm ra hồi hộp. Thỉnh thoảng TV quay ống kính, cho người xem thấy hình ảnh những cuộc biểu tình chống chiến tranh ở Mỹ, và ở nhiều nơi khác trên thế giới. Sarah tức giận:

- Mấy cái thằng vô duyên! Không còn việc gì làm, chỉ lo đi biểu tình tối ngày.

Bà Chris ngạc nhiên:

- Kìa, tôi tưởng cô cũng chống chiến tranh chứ?

- Chris ơi! Bà hiểu nhầm hết cả rồi—Sarah phản đối-- Tôi chống chiến tranh là khi chiến tranh chưa xẩy ra kia chứ. Bây giờ quân đội của chúng ta đã đang ở chiến trường, bao nhiêu gian nguy cơ cực như thế kia, họ không cần ý kiến của mấy thằng xuẩn động đó nữa, họ cần sự yểm trợ tối đa của chúng ta. Bây giờ Mỹ đã lỡ bắt đầu chiến tranh với Iraq rồi, thì Mỹ phải đánh nhanh, đánh gọn. Và phải chứng minh xứng đáng cho sự trả giá này.

- Úi chao! Con Sarah nó sắp sửa cho một bài diễn văn dài. Tao mong mày có dịp lên TV mà mở mắt cho bọn chủ bại ở Mỹ này—Anna góp ý.

Thảo rụt rè hỏi:

- Theo tôi nghĩ, chiến tranh nào cũng phải có những tổn thất, những mất mát, có khi do quân địch, có khi lại do chính mình gây ra. Tôi không hiểu tại sao, chính phủ Mỹ cứ cho phép các báo đài đi theo ra chiến trường, để họ tự do quay phim, phơi bầy cho cả thế giới thấy những sự thật tiêu cực, làm dân chúng hoang mang và làm lợi cho bên địch?

- Đây là xứ tự do mà, Thảo!—Bà Chris trả lời--Cô cứ thử tưởng tượng hàng ngày dân chúng Mỹ không có gì để theo dõi trên màn ảnh, không biết nơi chiến trường bên kia có những chuyện gì xẩy ra, thì dân nó có nổi loạn, có phát điên lên không? Các cơ quan truyền thông có bổn phận thông tin trung thực cho khách hàng hay độc giả, khán giả của họ, tức là dân chúng. Chính phủ Mỹ có bổn phận làm tốt công việc do người dân đóng thuế và bầu họ lên giao phó, để báo chí và truyền hình không có dịp phơi bầy khía cạnh tiêu cực ra. Anh nào làm dở, làm bậy thì anh ấy "mất việc," giản dị có thế thôi.

Thảo thấy mình thật may mắn, được chứng kiến cuộc chiến tranh này từ đầu đến cuối. Nhất là nàng được sống giữa những người Mỹ có đầu óc cởi mở, để nàng có dịp hiểu nước Mỹ và người Mỹ hơn. Đã có lần Thảo tưởng là bọn Mỹ chỉ nhân đạo và quí "con người" thôi, chứ không hề yêu nước. Nàng thấy nước Mỹ làm cái gì sai trái, là bọn báo đài và nhân dân làm toáng lên, căn bản là vạch áo cho người xem lưng. Nhưng dịp 9/11 vừa qua, Thảo đã chứng kiến là dân Mỹ biết đoàn kết với nhau, để chia sẻ niềm đau, cũng như chống kẻ thù chung. Lần này, cuộc chiến với Iraq làm Thảo bắt đầu tin là dân Mỹ biết yêu nước. Họ muốn nước họ luôn luôn hành xử trong danh dự, nên họ không thể chịu nổi khi thấy nước Mỹ làm điều gì sai trái.

Thảo cắm đầu vào sách, nhưng đầu óc thì suy nghĩ miên man, bỗng nghe mọi người gọi ơi ới, và chỉ trên màn ảnh... Thảo nhìn lên, thấy TV đang phỏng vấn một cô Việt Nam mặc binh phục, trong đám quân nhân Mỹ ở Iraq. Không được nghe câu hỏi, Thảo chỉ còn nghe được câu trả lời cuối, cô nói là gia đình cô được nước Mỹ đem đến bến bờ tự do, cô nghĩ cô có bổn phận mang lại tự do cho người khác. Cả nhà dồn mắt về phía Thảo chia sẻ niềm kiêu hãnh với cô. Người Mỹ, nếu không phải là những chuyên viên chính trị, thì thường họ không phân biệt người Việt bên này hay bên kia. Người Việt bên nào hay, thì người Việt khác cũng có quyền hãnh diện. Nancy góp thêm:

- Có ai biết có bao nhiêu người Việt trong quân đội, tham gia chiến tranh Iraq không?—Nói rồi chẳng đợi ai trả lời, cô nói luôn—216 người cả thẩy—Mọi người nói như reo lên:

- Thật à!
- Hay quá nhỉ!
- Thật là một ấn tượng tốt!

Hai tuần sau, một ngày Thảo vừa bước vào Trung Tâm Liên Văn Hóa trong đại học Georgetown thấy một đám sinh viên đang xúm nhau trước TV. Nàng tò mò đứng lại xem: TV chiếu cảnh dân Iraq đang kéo sập tượng Saddam Hussein, rồi trèo lên đầu lên cổ tượng ông ta mà dậm chân, hò hét... Thảo lắc đầu, lẩm bẩm: "Thế là lại thêm một tiền lệ xấu nữa!"

37

Sau vụ Lê Chí Quang phanh phui việc CSVN nhượng đất cho Trung Quốc, tiếp đến là những vụ đàn áp bắt bớ hàng loạt, nhất là nhằm vào giới trẻ, làm cho không khí chống cộng hải ngoại lại một lần nữa sôi sục. Các chính khách chia thành hai giới. Giới chống cộng tích cực, thì dùng dịp này như một vận hội lớn, hạch tội CSVN: "Sao dám tự ý đem đất đai của tổ tiên dâng cho ngoại bang?" Các Hội Đoàn đứng đắn xích lại gần nhau, mong tìm giải pháp. Các tổ chức như Hội Nghị Dân Chủ Cho Việt Nam, Hội Nghị Liên Lục Địa, Lực Lượng Đoàn Kết Trong Ngoài...vv... họp hành liên miên. Giới cơ hội thì thấy như thời cơ đã chín muồi, chỉnh đốn hàng ngũ, chuẩn bị về nước kiếm một số ghế.

Tòa soạn báo Vượt cũng không ngoại lệ. Ngoài sự bận bù đầu theo dõi, phân tích, cập nhật tin tức hàng ngày, hàng giờ, anh em còn phải lúng túng giải quyết công việc nội bộ. Từ ngày khám phá được máy nghe lén, đặt tại tòa soạn báo Vượt, và việc Phùng bỏ trốn khỏi vùng, Nguyên Việt và Tường mới bắt đầu "rào giậu." Anh Thuận phân tích vận sự như sau: "Ngay từ năm đầu khi báo Vượt bị các báo trong vùng xúm vào đánh, vì đã đăng bài "Tuổi Trẻ Việt Nam Trong Tiến Trình Dân Chủ Hóa Đất Nước" của tác giả Chánh Tâm, anh đã thấy có cái gì không ổn. Cuối tuần đó báo Vượt vừa ra, đã thấy trên các báo khác có bài phản ứng rồi. Làm sao lại có chuyện như thế được? Trừ khi có nội ứng báo cho bên ngoài biết, báo mình sẽ có bài gì. Thứ hai, năm ngoái, Phùng tự ý cho đăng trên báo Vượt bài của một bút danh lạ hoắc, có nội dung kết tội Thiên Chúa Giáo "rước voi giầy mồ," bằng những lập luận sai với lịch sử. Báo Vượt bị phía Công Giáo giận và dọa tẩy chay. Nguyên Việt phải thanh minh và xin lỗi mãi mới ổn. Bây giờ lại đến việc có người đặt máy nghe lén. Khi khám phá ra được, thì Phùng trốn đi một cách rất đáng nghi. Vậy thủ phạm của cả ba vụ là ai, xem chừng quá rõ. Tòa soạn không mướn thêm người mà chỉ thay đổi nhân sự. Danh lên làm tổng thư ký. Mọi người hỉ hả. Gia đình báo Vượt bây giờ trở lại đầm ấm, vui vẻ hơn bao giờ hết.

Đối với Nguyên Việt, chàng không bao giờ ngồi chịu trận để cho những dồn ép, bức xúc làm chán nản đi đến buông xuôi. Chàng tìm cách tạm gác vấn đề sang một bên, quay ra làm những việc mà chàng ưa thích. Chàng yêu tiếng hát của Julie Andrews trong phim *The Sound of Music*[*] khi nàng hát bài *My Favorite Things*[*]. Những lúc buồn chuyện gì đó, chàng lại nghêu ngao: "... *When the dog bites / When the bee stings / When I'm feeling sad, simply remember my favorite things and then I don't feel so bad...*"[*]

---

[*] *The Sound of Music*: "Tiếng Nhạc" Tên một nhạc kịch loại nhẹ nhàng nổi tiếng của Mỹ do Rogers và Hammerstein viết nhạc.
[*] *My Favorite Things*: "Những điều tôi ưa thích nhất," tên một bài hát trong nhạc kịch "The Sound of Music."
[*] *"Khi chó cắn, khi ong châm, khi cảm thấy buồn, tôi chỉ việc nghĩ tới những điều tôi ưa thích, là tôi thấy đời không đến nỗi nào."*

CHUYỂN MÙA

Mỗi ngày, dù bận đến đâu, Nguyên Việt cũng tìm được thời giờ để ngắm cảnh hồ, bất kể mùa xuân, hạ, thu hay đông. Mùa nào hồ cũng có vẻ đẹp riêng. Mùa đông chàng ngồi trong nhà nhìn ra... Cây cối trên bờ chung quanh hồ được phủ tuyết trắng xóa, có khi cả ở trên mặt hồ. Hệt như cảnh trong một bưu ảnh. Các mùa khác, chàng bơi thuyền trên hồ. Đó cũng là hoạt động thể thao hàng ngày, chàng không thể bỏ.

Chiều hôm nay, chàng bơi thuyền ra xa. Ngừng mái chèo giữa vùng nắng hoàng hôn, chứa chan những hạt vàng lóng lánh trên mặt nước. Hai bên bờ, những căn biệt thự im lìm, tường màu sáng, mái tươi, lẫn trong các lùm cây phong, cây thông... xanh đậm. Ánh nắng lọt qua cành lá, in lỗ chỗ trên các luống hoa đỏ, tím, vàng... nổi bật trên các thảm cỏ mượt...

Cảnh vật vẫn thế. Như mọi ngày. Chỉ khác giờ đây nơi mũi thuyền, trên chiếc ghế đối diện kia, không có Đan Thanh. "Nếu nàng ngồi đây lúc này thì mình sẽ chụp được một tấm hình tuyệt đẹp."—Chàng lẩm bẩm—"Đã từng có rất nhiều lần, nàng ngồi đó nhìn mình, trái bóng, mặt hơi tối, đầu và hai bờ vai nàng viền bằng một đường sáng rực... Vài cụm tóc tung bay, đỏ như lửa." Tim chàng nhói lên một niềm nhớ xa xôi... Chàng gào lên bài thơ *Le Lac* của Lamartine:

> *"Ainsi, toujours poussés vers de nouveaux rivages,*
> *Dans la nuit éternelle emportés sans retour,*
> *Ne pourrons-nous jamais sur l'océan des âges*
>   *Jeter l'ancre un seul jour?*

> *"O lac! l'année à peine a fini sa carrière,*
> *Et près des flots chéris qu'elle devait revoir*

Regarde! Je viens seul m'asseoir sur cette pierre
   Où tu la vis s'asseoir!...."

Chợt chàng ngưng đọc. Ngây người ra một lúc... Thò tay xuống dưới chiếc ghế đang ngồi, kéo ra một cái hộp, mở lấy một xấp giấy trắng và cái bút. Vừa ngẫm nghĩ vừa hí hoáy viết:

Cứ như thế, bị xô đi bến mới
Trong đêm khuya vô tận chẳng quay về
Biển năm tháng xem vô phương níu lại
   Thả neo dù chỉ một ngày

Hồ hỡi! Bên sóng yêu mà nàng mong gặp
Chưa tròn năm mà xem quá xa xôi!
Coi! Ta ngồi đây một mình trên đá
   Nơi xưa nàng vẫn đến ngồi!

Hồ gầm thét dưới đá sâu ngày ấy
Rồi vỡ tan trên sườn đá lở bương
Cũng ngày đó, gió tung lên bọt sóng
   Lên chân nàng nhỏ dễ thương

Một con cá nhẩy quẫng lên rồi rơi tõm xuống nước. Nguyên Việt lãng trí nhìn sóng đang làm từng vòng, từng vòng, rộng dần ra... Chàng nhẩm lại câu vừa viết: "*Cũng ngày đó, gió tung lên bọt sóng / Lên chân nàng nhỏ dễ thương.*" Lúc cúi xuống định viết tiếp, mới nhận ra là không còn đủ ánh sáng. Chàng nhoài người về phía mũi thuyền lấy ra chiếc đèn pin, bật lên, viết tiếp:

Nhớ chiều nọ? Ta đang chèo lặng lẽ;
Từ xa nghe trên sóng, dưới trời
Tiếng mái chèo khoan thai vỗ nhịp
   Hài hòa tiếng sóng buông lơi

CHUYỂN MÙA

Bỗng có tiếng nghe như ngoài trần thế
Từ bờ kia diễm tuyệt vọng ngay về
Sóng cũng lặng và giọng nàng thân ái
    Thốt nên lời nói đê mê:

Thời gian hỡi! Hãy vì ta ngừng lại!
Giờ vui ơi! Hãy gác cánh ngủ yên
Cho ta hưởng trọn thời gian hạnh phúc
    Những ngày đẹp nhất, thần tiên!

Thiếu gì kẻ khổ dưới trần nài nỉ:
"Hãy chảy siết, chảy siết, cuốn băng trôi...
Ngày tháng cùng nỗi lo buồn thiên kỷ
    Quên đi những kẻ sướng vui!"

Vô ích quá! Dù xin thêm vài phút
Thời gian vẫn bỏ ta đi
Ta bảo đêm: "Chậm lại!" Nhưng nghe vụt...
    Rạng đông đã xé đêm, về!

"Yêu đi! Yêu đi! Thời gian đang chạy trốn
Hưởng mau đi những phút vui này!
Thời gian không bờ, người ta không bến
    Ngày trôi ta cũng theo ngay!

Có thể nào, thời gian ganh ghét hỡi!
Đang chan hòa trong hạnh phúc trào tuôn
Lại bay mất nhanh, cùng chung tốc độ
    Như bao sầu não, u buồn?

Sao? Không giữ nổi phần nào vết tích?
Để kỷ niệm này mất biến hay sao?
Thời gian cho, thời gian nhòa đi mất
    Có mang trở lại đâu nào?

Vĩnh cửu, hư vô, vực sâu, quá khứ,
Những ngày xưa mi nuốt chửng đi đâu?
Nói đi! Có trả ta thời gian say đắm
    Mà mi ăn cắp từ lâu?

Đến đoạn sau, có chỗ chàng thấy bí... Cũng ngay lúc đó chàng chợt nhận ra thế ngồi khom khom cho gần với bóng đèn, làm chàng tê mỏi... Chàng ngồi thẳng, ưỡn người ra đằng sau, ngửa mặt lên trời, mới ngạc nhiên nhìn thấy một mặt trăng thật tròn, sáng tươi, sắc nét, lơ lửng trên nền trời xanh đậm, tỏa ánh bạc trên mặt hồ... Đèn từ các nhà hai bên bờ đều đã bật sáng, lấp lánh như những đốm kim tuyến lẩn sau những rặng cây đen... Chàng nhìn về phía nhà mình... tối om. Sực nhớ vợ chàng đang ở chỗ họp thơ tao đàn, muộn mới về, nàng đã dặn như thế. Lúc chiều chàng xuống thuyền, trời còn sớm, tưởng là chỉ đi một chút về ngay, không ngờ... Chàng bắt đầu chèo thuyền trở về... Tiếng mái chèo đập nước, bì bõm, rời rạc...

    Trí tưởng tượng của chàng lại lãng đãng tìm về dĩ vãng. Chàng liên hệ ánh trăng hôm nay, với trăng ngày ấy có Đan Thanh, và trăng trong bài thơ *Le Lac*. Chàng thì thầm đọc những đoạn kế tiếp... Bên tai, nhịp sóng nhẹ vỗ mạn thuyền.

"O lac! Rochers muets! Grottes! Forêt obscure!
Vous que le temps épargne ou qu'il peut rajeunir,
Garder de cette nuit, gardez, belle nature,
    Au moin le souvenir!..."

Hồ hỡi! Đá câm! Hang động! Rừng u tối!
Thời gian tha, làm trẻ lại, không già

Hãy giữ lấy đêm nay! Thiên nhiên đẹp!
    Giữ nguyên kỷ niệm cho ta!

Dù lúc nghỉ hay dù trong giông tố
Trong Hồ xinh , hay trong dáng đồi cười,
Trong dặng thông đen, đá nham lởm chởm
    Lửng lơ mặt nước chơi vơi!

Dù trong gió hiu hiu nhẹ thổi
Trong tiếng sóng xô vỗ nhẹ đôi bờ
Hay dưới vầng trăng phủ mờ mặt nước
    Dịu dàng tỏa trắng như mơ

Mong gió rên la, sậy lau than thở
Và hương thơm trong không khí thanh tao
Và mọi điều người thấy, nghe, hay thở
    Nói rằng: "Họ đã yêu nhau!" [*]

Đọc tới dòng cuối, chàng cũng vừa về đến bến nhà. Chàng cột thuyền. Bật đèn pin, ngồi nguyên chỗ cũ, ghi xuống giấy những đoạn cuối cùng. Chàng nhảy lên bờ, để nguyên quần áo thể thao, đi thẳng ra xe, phóng đi...

"Đúng nhà Đan Thanh đây rồi! Hay quá, có đèn sáng!"—Chàng tự nhủ rồi đậu xe, hăm hở bước trên con đường nhỏ lát gạch, dẫn vào cửa nhà nàng. Chàng bấm chuông, một lần..., hai lần..., ba lần... Không động tĩnh. Chàng bước xuống vườn, ghé mắt nhìn vào khe giữa hai tấm màn cửa sổ kéo chưa kỹ, thấy được một phần phòng khách, chàng nhận ra bồn cá vàng quen thuộc. Hai con cá, một đen một vàng không thấy lớn hơn, nhưng chúng khỏe

---

[*] Bản dịch Nguyễn Ngọc Bích.

mạnh, tung tăng, vui thú như chẳng hề biết chuyện gì đã xẩy ra cho chủ của chúng.

Chỉ ở phòng khách có đèn. Nhìn đến chỗ đậu xe, không thấy xe nàng. Không còn hy vọng một phép lạ nào, chàng rút bài thơ trong túi ra, lấy bút để tặng, ký tên, viết ngày, tháng, giờ. Trở lại cửa chính. Mở cánh cửa lưới ngoài, cài tờ giấy vào chỗ tay cầm ở cửa trong... Chợt lại nghĩ: "Làm thế này không được. Mình viết nguệch ngoạc thế này, chưa chắc nàng đã đọc nổi. Nếu gặp được nàng, mình sẽ đích thân đọc cho nàng nghe... Để nàng đọc câu được câu chăng, phí đi!" Chàng rút bài thơ ra, bỏ lại vào túi, lủi thủi đi ra...

Những viên gạch trên con đường nhỏ, chịu đựng những bước chân nặng chĩu của chàng, phát ra những tiếng cộc cộc khô khan... Mặt trăng theo chàng đến tận đây, mỉm cười, xoi bói...!

Ở tòa soạn báo Vượt, hai người đàn bà dễ "hồi phục" hơn bọn đàn ông. Họ đã quên ngay được những chuyện không may xẩy ra chung quanh họ, và trở lại với thói quen cũ, là xì xầm chuyện thiên hạ. Chuyện mà họ thích kháo nhất là chuyện riêng của ông chủ nhiệm. Tối hôm nay, hai chị em ở lại tòa soạn thổi xôi nấu chè cúng tạ Thổ Thần. Hòa đã đặt được hai đĩa xôi lên bàn thờ, đưa tay đỡ hai đĩa chè kho từ tay Như, bầy lên, thắp hương, bắt đầu cúng.

Như kiên nhẫn chờ cho Hòa cúng xong, nàng mách luôn:

- Hồi này chị có thấy anh Nguyên Việt lại ở lại tòa soạn trễ, giống như hồi chị Đan Thanh mới bỏ đi không?

- Có, anh ấy đang viết sách đấy mà.

- Hồi xưa vào mùa này anh ấy với chị Đan Thanh hay về sớm. Họ nói là về để bơi thuyền trước khi trời tối. Bây giờ anh Nguyên Việt hết bơi thuyền rồi à?

- Vẫn có đấy, nhưng chàng bơi... một mình—Hòa cố ý nhấn mạnh chữ "một mình"—Còn nàng không biết bơi nên sợ nước, lại vốn không thích thể thao. Chàng phải bơi thuyền lúc sáng sớm khi nàng còn mơ màng giấc điệp!

- Thế thì chán thấy mồ! Nàng nhàn rỗi cả ngày, thích xách xe đi tụ họp hội hè thơ phú, chàng lại không thích. Chàng thích thể thao, thích đọc sách, làm báo... nàng lại không ưa. Hai vợ chồng không có cái thú tiêu khiển chung thì mấy khi gặp được nhau nhỉ?

- Chị vẫn nghĩ là người ta ở đời chọn vợ, chọn chồng cốt ở sự thành thật, hai tâm hồn có gần gũi nhau thì mới bền lâu. Còn cứ khoác lác cốt để chiếm được con tim người kia, thì trước sau gì rồi cũng sẽ phải chán.

- Chà, chị tôi triết lý quá ta! Phải chi em gặp được chị trước khi lấy chồng thì đâu đến nỗi...

- Thôi đi! Chẳng ai nói khôn được đâu. Đừng quên, con người ta còn có cái số nữa chứ.

Nghe Hòa nói đến "cái số," Như cũng thấy đỡ tủi. Nhớ đến thằng con trai ngoan ngoãn hiếu hạnh, nàng cho là ông trời đã đền bù nàng xứng đáng... "Chồng cà chớn như cha nó, mà mình buông được kịp thời, là có phước lắm rồi"—Nàng tự nhủ.

Hòa đột ngột hỏi:

- Em thấy Danh thế nào?

- Chẳng thế nào hết--Như trả lời cụt ngủn, nhưng không giấu nổi vẻ ngượng ngùng.

Với cái nhậy cảm sẵn có, Hòa biết ngay Như không hoàn toàn lạnh nhạt đối với Danh như nàng làm ra vẻ. Chợt hai người cùng nhận ra có tiếng bước chân nện trên các bậc thang gỗ... Rồi nghe liền liền mấy tiếng đằng hắng quen thuộc. Hai chị em ngừng nói, ngồi thẳng người lên, nhìn nhau... xanh mặt. Tiếng bước chân ngừng ngay trước cửa. Nắm tay cửa xoay... thật chậm..., cửa bật tung... Danh nhào vào, cười hô hố! Như giận quá, nhào vào Danh, đánh túi bụi, miệng la oai oải "Đồ mắc dịch! Đồ mắc dịch!" Danh ôm chặt lấy Như, vừa cười vừa nói: "Này, này! Đánh vừa thôi nghe! Đánh quá, tôi cho vào... 'bóp' cho coi à!"

Vừa lúc đó Nguyên Việt bước vào. Chàng ngơ ngác nhìn Danh, nhìn Như, nhìn Hòa... Như chợt nhận thấy mình còn trong vòng tay của Danh, nàng hất vội tay chàng ra, mặt đỏ nhừ, phân bua... Nguyên Việt nghe xong, lắc đầu bảo Danh:

- Cậu chơi thế có bữa hai bà này đứng tim, là cậu chết đó nghe!

Nói rồi chàng tiếp luôn:

- Đi ngoài kia, thấy trăng tròn quá, biết ngay là đến đây thế nào cũng có xôi chè... Bần tăng bèn ghé vào khất thực.

Hòa vui vẻ hẳn lên, cuống quýt giục Như đi bầy bàn ăn. Còn nàng vào bếp lấy dao thớt chặt con gà luộc. Nàng nói vọng ra nhà ngoài: "Ngón chân cái con gà chỉ đúng vào ngón chân giữa thế này, là điềm tốt lắm đấy."

Như cười, nhìn Hòa với đầy thông cảm.

38

Đan Thanh bỏ đi, Nguyên Việt cũng bỏ dở luôn việc viết cuốn sách "Dân Chủ: Một Vấn Đề Cơm Áo!" Nay thấy chàng viết trở lại thì những người thân rất mừng. Từ ngày Eric trở về Mỹ với gia đình, Tường cũng thấy sự hiện diện thường trực của mình trong nhà không cần thiết như trước nữa, chàng có mặt trong tòa soạn thường hơn. Nhiều khi Nguyên Việt và Tường chuyện trò với nhau hàng giờ. Mặc dù hai người có nhiều quan điểm trái ngược, nhưng lại hóa ra bổ túc cho nhau.

Trưa nay, tại tòa soạn báo Vượt, một buổi trưa chủ nhật vắng lặng. Thời gian đi thật chậm. Vị cà phê đắng, ngọt lịm... Tường tìm lại được cảm giác sảng khoái mà mấy tháng gần đây bị những chuyện rối mù khỏa lấp...

Chàng ngồi soải người trên chiếc ghế bành kê ngoài phòng họp, hai chân gác lên một chiếc ghế khác. Chàng cầm xấp bản thảo của Nguyên Việt, chăm chú đọc... Ánh nắng từ khung cửa sổ lộ thiên trên trần nhà chiếu xuống, mang theo sinh khí cho căn phòng, và soi sáng vấn đề cho từng trang giấy. Nguyên Việt mải mê gõ bài trên máy "computer" ở buồng trong. Cửa để mở rộng. Tường nói vọng vào:

- Người ở hải ngoại đã từng viết cả trăm pho sách, vạch ra cả trăm con đường để đi đến việc đánh đổ Đảng Cộng Sản Việt Nam, và xây dựng nền Dân Chủ ở đấy, mà Cộng Sản thì vẫn cứ sống trơ trơ ra. Vậy thì nếu anh muốn viết cuốn sách thứ 101 loại này, anh cần nhìn lại vấn đề một cách thực tế hơn. Anh hãy ra đây, tôi có cái quà này cho anh.

Nguyên Việt đứng dậy ra phòng ngoài, vừa đi vừa nói:

- Đúng! Mình phải có cái gì mới và đưa ra những giải pháp cụ thể khả thi, chứ cứ để người ta nói hải ngoại không làm được gì để chuyển đổi tình hình trong nước thì không được.

Tường lôi trong túi ra một xấp giấy, và nói:

- Đây, có người góp ý với anh đây. Anh đọc tài liệu này đi. Của bác Cường ở Mạc Tư Khoa vừa gửi sang cho bọn mình đấy. Bác bảo đây là bức thư còn nóng hổi của một chí sĩ cộng sản trong nước. Anh nên đọc chỗ này trước—Tường vừa nói vừa chỉ vào chỗ đã đánh dấu.

Nguyên Việt đọc lên:

"Ai cũng muốn nhìn rõ bộ mặt thật của đối tác và đối thủ- Song điều đó đâu phải dễ. Bộ mặt thật CS ở đâu? Người ta cần phải biết. Tôi tạm minh họa ra sau đây...

Nguyên Việt ngừng đọc, chăm chú xem bức minh họa, vẽ ba chiếc đầu người. Đầu thứ nhất ghi là 'Hình hài con nộm,' trông mặt có vẻ ác ôn! Hình đầu ở giữa ghi là 'THẬT,' vẽ cái đầu đen xì, không thấy được mặt mũi. Đầu kế bên ghi 'bộ mặt đạo đức giả,' mặt tươi cười, điển trai. Xem xong, Nguyên Việt cười khoái chí, đọc tiếp:

"Ông Nguyễn Chí Thiện viết: 'Nếu mọi người biết Cộng Sản là gì, thì chủ nghĩa CS không còn nữa!' Nhưng tiếc là nhìn thấy sự thật không dễ chút nào. Những người duy cảm chỉ nhìn thấy bộ mặt thứ nhất, hoặc thứ ba. Chỉ

2) Ai cũng muốn nhìn rõ bộ mặt thật của đối tác và đối thủ. Song điều đó đâu phải dễ. Bộ mặt thật CS ở đâu? Người cầm bút cần phải biết. Tôi tạm minh hoạ ra sau đây:

Hình hài con nộm
THẬT
bộ mặt đạo đức giả

Ông Nguyễn Chí Thiện viết: "Nếu mọi người biết Cộng Sản là gì, thì chủ nghĩa CS không còn nữa!" Nhưng tiếc là nhìn thấy sự thật không dễ chút nào. Những người duy cảm chỉ nhìn thấy bộ mặt thứ nhất hoặc thứ ba. Chỉ những người duy lí mới đủ sức nhìn thấy gần bộ mặt thật. Đám người thứ nhất cũng phiến diện chủ quan và hoang tưởng nên nã đạn tới tấp vào hình nộm. Như bộ mặt đó vẫn nhăn nhở trơ trơ, bất tử!!! Còn Cộng sản thì vẫn mỉm cười khinh thị vì những viên đạn trệch hướng. Còn đám người thứ hai thì mù quáng suy tôn sùng bái, ninh hót a dua. CS mỉm cười: "Lũ con bò! Tao đâu có thần thánh như mi tưởng! Những ngu dại đớn hèn yên phận là tốt. Ta đâu có cần kẻ tài giỏi hơn ta!"

Có một lớp người thứ ba không nhỏ, xét đoán CS bằng suy lí để thấy rõ bản chất. Đã có hàng tỷ người nhìn sai bức chân dung Cộng Sản. Có tới 13 nước theo con đường này. Nay thì mới chỉ có Châu Âu tỉnh ngộ. Châu Á vẫn nguyên, Châu Mỹ còn 1 (như cũ). Tổng số dân trong vùng CS vẫn còn 2/3 gần tỉ rưỡi người. Diện tích thì thu hẹp đi nhiều. CS châu Á cũng có lúc gần sụp đổ. Ở VN thời kì khủng hoảng ngàn cân treo sợi tóc là năm 88, 89... Tiếc là không có lực lượng nào đủ mạnh để đẩy nó nhào khỏi vũ đài chính trị. Nhưng áp lực đó đã buộc CS phải từ bỏ Mác (kinh tế XHCN tập trung) chỉ giữ lại Lê-nin (chuyên chính vô sản). Chính sách mở cửa ra bốn phương, kinh tế thị trường, tư nhân hoá sản xuất đã tháo được ngòi nổ của cuộc khủng hoảng. Dân chúng xô vào công cuộc làm ăn, sản xuất phát triển, thay đổi hẳn bộ mặt đất nước. Đây chẳng phải tư duy sáng tạo gì của ba anh Cộng Sản mà đang khoe là đổi mới. Cái mới ở đây chỉ là cái cũ đã quên đi. Kinh tế tư bản chủ nghĩa đã có hàng mấy trăm năm nay giờ đây được tái tạo chứ mới mẻ gì. Thế nhưng nhiều người lại ngộ nhận đây là sáng tạo của Đảng. Nếu Đảng rũ tung ra như kiểu Liên Xô thì dẫn đến phân liệt bất ổn định chứ làm sao xây dựng kinh tế nổi! *

* Phụ bản 3: Trích thư của một chí sĩ trong nước gửi ra.

những người duy lí mới đủ sức nhìn thấy gần bộ mặt thật. Đám người thứ nhất cũng phiến diện, chủ quan và hoang tưởng nên đã nã đạn tới tấp vào hình nộm. Nhưng bộ mặt đó vẫn nham nhở, trơ trơ, bất tử!! Cộng sản thì vẫn mỉm cười khinh thị vì những viên đạn chệch hướng. Còn đám người thứ hai thì mù quáng suy tôn sùng bái nịnh hót a dua. CS mỉm cười: "Lũ con bò! Tao đâu có thần thánh như mi tưởng! Nhưng ngu dại đớn hèn yên phận là tốt. Ta đâu có cần lũ tài giỏi hơn ta!"

Có một lớp người thứ ba không nhỏ, xét đoán CS bằng suy lí để thấy rõ bản chất. Đã có hàng tỉ người nhìn sai bức chân dung cộng sản. Có tới 13 nước theo con đường này. Nay chỉ mới có Châu Âu tỉnh ngộ- Châu Á vẫn nguyên, châu Mỹ còn 1 (như cũ). Tổng số dân trong vùng CS vẫn còn 2/3 gần tỉ rưỡi người. Diện tích thì thu hẹp đi nhiều. CS Châu Á cũng có lúc gần sụp đổ. Ở Việt Nam thời kì khủng hoảng ngàn cân treo sợi tóc là năm 88, 89... Tiếc là không có lực lượng nào đủ mạnh để đẩy nó khỏi vũ đài chính trị. Nhưng áp lực đó đã buộc CS phải từ bỏ Mác (kinh tế XHCN tập trung) chỉ còn lại Lê-nin (chuyên chính vô sản). Chính sách mở cửa ra bốn phương, kinh tế thị trường, tư nhân hóa sản xuất đã tháo được ngòi nổ của cuộc khủng hoảng. Dân chúng xô vào cuộc làm ăn, sản xuất phát triển, thay đổi hẳn bộ mặt đất nước........"

Nguyên Việt đọc đến đây, bỏ xấp giấy xuống đùi, nói:

- Hay quá! Hay quá! Thật là một tài liệu quí. Cái hay ở chỗ là, bài này chính do một ông cộng sản viết, chứ nếu mình viết thì họ lại bảo mình nói láo. Thế anh có định khai thác cho báo mình không?

---

*Phụ bản 4: Trích bức thư của một chí sĩ trong nước gửi ra.

- Khoan đã! Hãy giữ lấy để dùng cho quyển sách của anh đi đã. Đưa đây, để tôi đọc đoạn ông ấy nhận xét về cộng đồng người Việt hải ngoại—Tường lấy xấp tài liệu từ tay Nguyên Việt, tìm một đoạn, đọc—"*Có một điều nổi bật là không khí chống Cộng hải ngoại rất sôi động. Nhưng tiếc là nó giàn trải, phân tán, không có tiêu điểm chiến lược để hội tụ năng lượng, nên đông mà yếu, nhiều mà thiếu. Năng lượng mặt trời, năng lượng gió vĩ đại như thế, nhưng không có cơ chế định hướng thì chẳng nên cơm cháo gì. Góp những ngọn gió trái chiều, ngang dọc hỗn loạn thì sao thành bão! Có khi nó còn triệt tiêu nhau là khác. Một giàn nhạc bao gồm nhiều nhạc công giỏi mà thiếu nhạc trưởng, mạnh ai nấy thổi, thì không thể hướng dẫn công chúng bước theo một nhịp được. Không có minh chủ mà chỉ chơi đòn chợ như hàng tổng đánh kẻ cướp thì khó thắng cộng sản lắm, (trừ khi nó tự đổ)...* "

- Thôi ông ơi! Bảo cái ông chí sĩ nào đó rằng "Biết rồi, khổ quá, nói mãi." Tôi mà nhắc lại câu đó ở đâu thì các cụ hải ngoại nhà mình sẽ bảo bây giờ Nguyên Việt có giọng "hòa hợp, hòa giải," tiếp tay cho cộng sản, lên mặt "dạy bảo" cộng đồng mình...

- Thì anh cứ việc cãi là cộng sản chẳng đã phải công nhận hải ngoại mình có "nhiều nhạc công giỏi" là gì! Thôi, để trở lại câu chuyện lúc đầu, tôi chỉ muốn nêu lên điểm then chốt là một khi người cầm bút đã biết rõ vấn đề mình muốn nói, thì phải có can đảm nói thật, và có can đảm lãnh nhận hậu quả, như bị hiểu lầm, ngộ nhận, chụp mũ từ mọi phía... Trong cuốn sách này tôi thấy anh bắt đầu đánh động lương tâm Quân Đội Nhân Dân, và cho rằng họ, đối với cộng sản Việt Nam, là thành phần hy sinh nhiều nhất từ trước đến nay để bảo vệ bờ cõi...vv... thì tôi rất mừng là anh đã dám "công kênh" họ mà không sợ bị cộng đồng mình đánh nát nước.

Thấy Tường nhắc đến điểm chính trong những chương mới đây, Nguyên Việt hào hứng hẳn lên, muốn bàn tiếp. Biết không thể cứ đứng thế này mà nói, chàng trở lại văn phòng kéo chiếc ghế có bánh xe chàng vẫn ngồi đánh "computer," đến bên cạnh Tường, ngồi xuống, nói:

- Đúng thế. Trong vụ Đảng Cộng Sản Việt Nam tự ý cắt đất, nhượng biển, tôi gần như chắc chắn Quân Đội Nhân Dân phải đau nhất, phải thấy nhục nhất, phải căm phẫn nhất... vì chính họ có công nhất trong việc gìn giữ đất đai của tổ tiên, mà ngày nay một bọn bán nước dám tự ý đem cắt xén, đem bán hay biếu không cho ngoại bang, nhằm mục đích bảo vệ địa vị và quyền lợi của Đảng, của phe nhóm...

- Được lắm, được lắm! Quyển sách bắt đầu thành hình đúng hướng rồi đấy. Nhưng vẫn còn một "vế" nữa, khó khăn không kém, đó là hải ngoại mình làm gì? Tường hỏi.

- Trước nhất, lại phải trở lại vấn đề dân chủ. Có dân chủ thì giải quyết được nhiều vấn đề khác, kể cả vấn đề cơm áo. Người cộng sản đem tách rời vấn đề cơm áo ra khỏi dân chủ, làm như dân chủ đối nghịch với cơm áo. Cơm áo thiết thực hơn, bức xúc hơn, không có cơm áo thì chưa thể dân chủ được, họ nói thế. Đại loại như mấy cụ nhà nho xưa: Có phú quí mới sinh lễ nghĩa. Bụng đói không thành quân tử được. Nhưng đó là sai, Dân Chủ là căn bản bảo đảm cho cơm áo vững bền. Nếu không có dân chủ, người ta cướp lại cơm áo của mình đi mấy hồi! Ngoài ra cơm áo do lao động lương thiện mang đến thì mới vững bền được! Còn cơm áo mà phải mánh mung, tham nhũng, vơ vét... thậm chí đến chỗ giết nhau mới ra cơm áo, thì một chế độ như thế không thể để tồn tại.

Một khi đã có sự đồng ý về "nguyên tắc" rồi, thì mới đặt ra vấn đề quốc nội làm gì, hải ngoại làm gì để thúc đẩy vấn đề cơm áo đi cùng với dân chủ. Cần có một quan niệm chủ đạo, mà tất cả mọi người đồng ý rồi, thì mới đưa ra phương cách làm việc chung với nhau. Nghĩa là có "thống nhất tư tưởng"--không phải thống nhất thành một đảng chính trị--sau đó mới hành động, mọi nỗ lực mới ăn khớp với nhau được.

Tường đứng bật dậy khỏi ghế, dằn từng tiếng:

- Làm sao anh có thể nói chuyện "nguyên tắc" với cộng sản? Còn "làm việc chung" ấy à? Cộng sản không "làm việc chung" với ai cả. Chưa thấy dấu hiệu gì là họ đã bỏ "chuyên chính," vậy là anh phải sửa soạn một "kịch bản" thứ hai. Nếu như cộng sản từ chối hợp tác với hải ngoại, một cách công bằng và sòng phẳng, thì sao? Không nhẽ hải ngoại không làm gì à? Trong sách anh phải nêu lên được cái phần "làm gì" và "làm thế nào" trong một hoàn cảnh không lý tưởng chút nào như hiện nay.

- Ơ hay! Tôi có nói mình sẽ làm việc với Đảng Cộng Sản Việt Nam đâu. Bước đầu tiên của "làm gì" là mỗi thành phần phải biết đặt quyền lợi Tổ Quốc, dân tộc lên trên hết. Nếu cộng sản cứ khư khư "độc quyền yêu nước," thà để dân chết, chứ không chịu ép mình làm việc với ai, thì thôi... thì... thì... nhân dân sẽ nhìn ra, và lịch sử sẽ phán xét...

Tường xáp đến, cúi nhìn thẳng vào mắt Nguyên Việt:

- Ơ kìa! Anh đang "dỗi" với cộng sản đấy à? Anh đang bảo cộng sản rằng: "Mày mà không để tao chung sức lo cho dân một cách đàng hoàng, thì tao bỏ tao đi... " Rút cuộc cộng sản sẽ mừng, và phần thiệt thòi về ai? Nước Việt Nam là của tất cả người Việt Nam. Đảng cầm quyền là "đầy tớ của dân" mà! Đầy tớ mà hống hách thì ông chủ đá đít. Đá đít chẳng được thì phải dùng đòn bẩy mà bẩy nó đi. Anh phải nghĩ đến việc tạo "đòn bẩy" chớ đừng "dỗi."

- Có nghĩa là "ông" định nói... –Câu chuyện bắt đầu trở nên nghiêm trọng!-- Tường không cần nghe hết câu. Chàng nói ngay:

- Vâng, tôi định nói là tôi cứ đường tôi tôi đi, việc tôi tôi làm. Tôi sẽ chẳng đợi cộng sản cho phép, chẳng đợi tới tết Công-gô để có thể "thống nhất tư tưởng" với mấy ông cộng sản. Tôi biết tôi sẽ bị cộng đồng ngoài này chụp cho tôi cái mũ "hòa hợp hòa giải." Cộng sản trong nước sẽ chụp cho tôi cái mũ "diễn biến hòa bình," hay làm "gián điệp" cho những ai ai đó... Nhưng, như anh đã nói, "lịch sử sẽ phán xét... "

Nhận thấy cuộc tranh luận bắt đầu đến chỗ gay go, Nguyên Việt đứng dậy, đi rót một ly cà phê để lấy thêm sức. Tường ném mình xuống ghế, nằm ngả ra, đưa tay ôm trán, mắt nhắm nghiền, mệt mỏi cả tim lẫn óc.

Nguyên Việt trở lại, đặt mình xuống chiếc ghế của chàng. Những vòng lò so dưới ghế kêu ken két, chịu đựng một khối nặng nề, cả tinh thần lẫn thể xác. Chàng nhấp một ngụm cà phê, lắng nghe vị đắng chảy từ từ trong cuống họng... ôn lại toàn bộ câu chuyện giữa hai người, hầu rút ra những điều bổ ích, thêm vào cho cuốn sách. Ngay lúc đó, một tiếng "uỳnh" thật mạnh ngay trên mái nhà. Nhìn lên, Nguyên Việt mới biết trời đổ cơn giông tự lúc nào. Mấy cành cây to đang vật lên, vật xuống, đập liên hồi vào hai tấm cửa lộ thiên, nằm song song bên nhau. Một cảm tưởng ngồ ngộ xẹt qua tâm trí. Chàng ngửa cổ ngắm trời lẩm bẩm, chẳng cần biết Tường có nghe hay không:

- Những cành cây kia là những bàn tay khổng lồ của ông Trời, đang vỗ... cổ võ cho những ý kiến hay của Nguyên Việt đấy!

Tường ngồi nhỏm dậy, nhìn lên nóc nhà, cười mai mỉa:

- Và cũng có thể là những cái đầu tóc rũ rượi của những con quỉ, cười ngặt nghẽo, chế diễu những tư tưởng điên cuồng mà Nguyên Việt đang theo đuổi!

39

Các thành phố lớn ở Việt Nam, bao giờ cũng bắt đầu ngày trước khi mặt trời mọc. Có nhiều chợ trời họp ở các vỉa hè, chỉ được họp từ 4 giờ đến 6 giờ sáng rồi phải "giải phóng" ngay, để các chủ căn nhà thuộc vỉa hè đó còn mở cửa, bán hàng. Người đi chợ mua bán eo xèo, tiếng xe máy nổ rầm rầm, tiếng xe thồ lộc cộc nghiến bánh trên mặt đường nhựa đầy ổ gà, tiếng rao hàng ơi ới của các bà bán hàng rong... quyện thành một thứ âm thanh hỗn độn, pha trộn các thứ tiếng lao xao xen lẫn với tiếng ỳ ầm, inh ỏi...

Sau đó mới đến các quán cà phê, quán phở, bánh mì, xôi, cháo...vv... mở cửa, và lấp đầy khách chỉ trong chớp nhoáng. Đủ mọi loại khách hàng, từ viên chức nhà nước đến nhà văn, nhà báo, nhà giáo, từ thương gia, đến người lao động... Chính những nơi đây là nơi thông tin nhanh nhất. Vì thế tờ báo Nhân Dân hôm nay, vừa được một vài người trong quán liếc thấy, là tin đi nhanh như điện chuyền: Ở ngay trang đầu có tấm ảnh màu, chụp Đại Lão Hòa Thượng Huyền Quang của Giáo Hội Phật Giáo Việt Nam Thống Nhất, đang ngồi đàm đạo tay đôi với Thủ Tướng Chính Phủ. Chưa cần xem bài báo nói gì, người ta đã xôn xao: "Ơ kìa! Chuyện gì mà ngoạn mục thế này?" "Chu choa! Chuyện nghìn năm một thuở." "Ủa, chiện chi lạ dzậy, cà?" "Ừ hé! Mà có thật không dzậy, hay là anh nào đùa dai?" Có người tỏ ra thành thạo, đã từng đi Tây đi Mỹ nhiều lần, bảo người không quen, ngồi ăn bên cạnh: "Anh biết không? Bên Mỹ nó có trò chơi nó kêu là 'April Fool,' vào ngày mùng 1 tháng tư, người ta tha hồ nói láo, không ai có quyền bắt lỗi hết. Có lần tôi qua bển thăm con, đọc báo thấy quảng cáo một chiếc xe hơi Ford đời mới, mới chạy có 10 ngàn dặm mà chủ nó muốn bán có 800 đô. Con tôi tưởng ngon ăn, điện tới hỏi, người đầu dây kia cười hì hì và nói 'April Fool!' Anh bảo dzậy có ứ hơi không chớ!" Người khách ăn hàng kia nghe chuyện thích thú cười hô hố, nhưng nghiêm mặt ngay: "Bzụ này ai mà dám! Báo của Trung Ương Đảng chớ giỡn sao!" Đọc bài báo bên dưới, tuy ngắn ngủi và không có bao nhiêu nội dung, song lời lẽ thì lại khá hòa nhã. Hòa Thượng còn được nêu đúng pháp danh, chứ không bị réo tục danh lên như các lần trước. Phật tử ứa nước mắt. Mừng thấy hơn hai mươi năm bị trù dập, cầm tù của Hòa Thượng, nay đã đến ngày chấm dứt.

Nhưng đối với người bình tĩnh hơn, họ không vội ăn mừng, mà đưa ra nhiều ý kiến. Người lạc quan đánh giá cuộc gặp gỡ này như một dấu hiệu tích cực: Nhà cầm quyền đã thực hiện đúng lời kêu gọi đại đoàn kết dân tộc từ Đại Hội 9, nên đã dịu giọng đối với Giáo Hội Phật Giáo Việt Nam Thống Nhất. Người bi quan thì rất ngờ vực, cho đây là một sự nhượng bộ giả tạo, trước sức ép của Ủy Ban Tôn Giáo Quốc Tế. Sau khi dàn dựng được một cảnh hòa hợp hòa giải, để quay phim chụp ảnh rồi, thì đâu sẽ lại hoàn đó. Người có thành kiến, thì lại thấy câu chuyện có thể đi đến chỗ tệ hại hơn, là Hòa Thượng có thể bị rơi vào cái bẫy, làm cho Ngài thành một thứ công cụ của chính quyền...

Nhưng đối với Phật tử, dù lạc quan hay bi quan, thì cũng cứ "quẳng gánh lo đi" mà vui mừng, được nhìn thấy hình ảnh vị lãnh đạo tinh thần vắng mặt lâu năm của họ trên báo, được chiếu cả lên màn ảnh TV. Đồng bào tăng ni Phật tử ở Huế, còn ùa đi đón Hòa Thượng đông nghẹt ở ga Huế. Sau đó, Ngài còn được Ủy Ban Tôn Giáo Nhà Nước đưa xe vào Sài Gòn, đi thăm Hòa Thượng Quảng Độ. Trong khi cả hai vị lãnh đạo tinh thần này, trên danh nghĩa, vẫn còn là "tù nhân của lương tâm" qua mấy thập niên. Người ta còn được biết thêm, trong khoảng thời gian này, Đại Lão Hòa Thượng cũng còn được tiếp kiến mấy vị đại sứ của Liên Hiệp Âu Châu, Đại Sứ Hoa Kỳ ở Hà Nội. Tại Sài Gòn Ngài còn được ông Chủ Tịch Ủy Ban Nhân Dân thành phố Hồ Chí Minh, chính thức tiếp đón.

Tất cả những chuyện đẹp mắt, đẹp lòng như thế xẩy ra trên đất nước, đã cho phép người dân bình thường, một khối đa số âm thầm thuộc bất cứ tôn giáo nào, xây đắp hy vọng. Hy vọng một đất nước đang chuyển mình...

Nhưng... chỉ vài ngày sau đó, họ đã như rơi từ trên trời xuống đến ba tầng địa ngục! Họ bàng hoàng tưởng như vừa bước ra khỏi giấc mơ: Hai vị Hòa Thượng lại trở về căn nhà cũ, để bị quản thúc trở lại!

Không khí thất vọng và hụt hẫng, đang ở mức cao độ, thì Thông Điệp Phật Đản năm nay do Đại Lão Hòa Thượng gửi ra, từ ngôi chùa nơi Ngài đang bị quản chế, đã được đón nhận một cách nồng nhiệt chưa từng thấy! Bản thông điệp được truyền qua các mạng lưới, tới phần đông dân các thành thị tại Việt Nam, và người Việt hải ngoại khắp năm châu. Các đài phát thanh hải ngoại lại phát sóng về Việt Nam, trong nỗ lực "nối vòng tròn thông tin," không để cho "đứt."

Bản thông điệp khá cô đọng đến độ mỗi dòng, mỗi chữ, tự thân đủ mang một thông điệp. Người có kiến thức về Phật pháp, thì học thuộc và chia sẻ với mọi người câu: *"Đức Phật đã tặng chốn trần gian đạo Giác Ngộ Giải thoát, mà cũng là đạo trí tuệ thù thắng. Chúng ta phải biết dùng trí tuệ Bát Nhã ấy xua tan vô minh, cuồng tín, là nguồn gốc khổ đau, tranh chấp, làm phân hóa nhân loại..."* Người có óc khoa học tân tiến, thì ưa nhắc lại cho bà con nghe một đoạn khác: *"Thế giới ngày nay đã sực tỉnh qua cuộc gọi mời tri thức, cũng như áp dụng tri thức trên mọi lãnh vực của đời sống, từ khoa học đến kinh tế, để cải hóa một nhân loại bần hàn, bị bức hiếp, thành nhân loại no ấm, tự do, tiên tiến..."* Các chư tăng trong Chùa, thì được nhắc nhở để nhắn với Phật tử rằng: *"...2547 năm sau ngày Đức*

Phật tuyên dương đạo Trí tuệ thù thắng, loài người bắt đầu thấy chìa khóa cứu nguy nhân loại ra khỏi các tệ đoan, tranh chấp, thù hận, là trí tuệ chứ không gì khác. Như thế là không còn vũ khí nào khác ngoài Trí tuệ, để giải phóng con người xã hội, và giải thoát tâm linh nhân thế..." Những người mang nặng lý tưởng cứu dân, cứu nước, thì tâm niệm những điều như: *"Hơn bao giờ cả, thực hiện cuộc hoằng dương trong mỗi tâm tư, trên đất nước quê hương, ra đến toàn thế giới là nhiệm vụ hàng đầu của Phật giáo Việt Nam trong sứ mệnh cưu mang và cứu độ chúng sinh. Tuy nhiên, không phải muốn là được. Làm sao thực hiện cuộc hoằng dương Chánh pháp trước muôn nghìn trở lực, chướng duyên, đe dọa?"* Người có tinh thần bác ái, suốt đời xả thân làm công việc từ thiện, coi việc 'bố thí' cho kẻ kém may mắn, đói khổ, tật nguyền, là nhiệm vụ tất yếu của mỗi người, thì nhắc nhở bạn bè những câu như: *"Phải có tinh thần 'Vô úy thí' để sử dụng tất cả các phương tiện bố thí, làm cho chúng sinh hết lo sợ trước mọi hiểm nguy và biến cố. Giải phóng con người ra khỏi sự sợ hãi truyền kiếp, thì đạo trí tuệ mới phát huy hết bản sắc của nền Phật giáo dân tộc, mà lịch sử hân hoan tiếp nhận suốt 2000 năm qua trên giải đất Việt Nam. 'Vô úy thí' là cứu cánh của Tài thí và Pháp thí, làm nên tính chất Đại hùng, Đại lực, Đại từ bi của hạnh Bố thí Phật giáo. Của cải, cơm áo, thuốc men đem bố thí cho kẻ bần hàn đau yếu, là nghĩa cử cấp cứu người đồng loại...vv..."*

Mới đầu bức thông điệp được người ta nhớ từng mảng, sau vỡ thành những mảnh nhỏ, rồi nhỏ dần, nhỏ dần, nhỏ dần... như những mảnh sao bể vụn, sáng chói bụi kim cương, rắc cùng khắp mặt đất... Khi "thông điệp" vào đến các vùng sâu, vùng xa, thì trong tâm hồn đơn sơ mộc mạc của người bình dân, chỉ có chỗ chứa cho độc nhất một chữ "vô úy" hay "vô úy thí." Rồi lại đến một lúc, cả những chữ của nhà Phật cũng vô tình được bỏ luôn, và thay thế bằng một chữ nôm na, ngôn ngữ của tất cả mọi giới, mọi người, mọi tôn giáo: *"Không sợ"* và hãy *"[bố thí] truyền cái không sợ đó sang cho người khác."*

Từ ngày thông điệp được giản dị hóa đi như thế, thì nó càng bay nhanh, bay xa hơn... Nó là tiếng vang đi, vọng lại trong những cánh đồng lúa mênh mông, trong những hang động, trên vách núi cheo leo, trong đồi cao, rừng rậm, trong những cao ốc, những bức tường bê-tông cốt sắt của đô thị xa hoa tráng lệ... Nó là những tiếng địa chấn, làm chấn động trong tận cùng tâm hồn mỗi con người bạc nhược, ù lỳ, ích kỷ... Và cuối cùng, nó là những "giọt mưa xuân," rắc đồng đều trên mọi miền đất nước, và cả ở... hải ngoại.

40

Buổi sáng tinh mơ. Màn sương có chỗ còn dầy, tụ đầy dưới gốc cây, ngọn cỏ... Trên cao, sương mỏng như những tấm voan bay la đà, vương trên các tàn cây chi chít những mầm lộc xanh non, còn e ấp chưa mãn khai, trong tiết xuân mát rượi. Minh Châu và một số bạn bè thuộc báo Con Thoi ngồi chen chúc trong một chiếc xe "minivan" để đi tới Praha, thủ đô Cộng Hòa Tiệp.

Trong cơn ngái ngủ, Minh Châu lơ mơ nhớ lại những gì xẩy ra chung quanh mình, trong một khoảng thời gian ngắn: Trong tuần qua, cả quốc nội lẫn hải ngoại, được đọc bản tin trên mạng, lời kêu cứu thống thiết của tờ báo Chim Việt, tiếng nói tự do của người Việt ở Đông Âu. Tờ báo này "kể khổ," là đang bị nhà cầm quyền Việt Nam cố tâm bóp chết, bằng cách phong tỏa kinh tế. Đại Sứ Quán gây sức ép với các chủ chợ, ở khắp nơi bên Đông Âu và ở Nga, bắt các chủ chợ cấm những sạp hàng, không được nhận bán báo Chim Việt. Các cảm tình viên của báo Chim Việt, đứng trong chợ Vòm ở bên Nga để bán báo, còn bị cảnh sát Nga đến tịch thu hết báo, và còng tay mang về giam ở bót. "Tội" của tờ báo Chim Việt đã được nhà nước Việt Nam mô tả là "phản động" và "phổ biến tài liệu phá rối trật tự an ninh quốc gia." Trong thời gian bốn năm qua, báo này được bán rộng rãi khắp Đông Âu, và Liên Bang Xô Viết cũ, được độc giả đón nhận nồng nhiệt, vì những tin tức khá đầy đủ, trung thực, và không thiên vị. Sự phát triển mạnh của tờ báo, làm nhà nước CS Việt Nam thấy mối nguy cơ, nếu như cứ để cho tờ báo này tự do tung hoành một cõi.

Cùng lúc này lại có một cuộc đình công rất lớn, trong khu chợ Việt Nam ở Praha. Người Việt ở đây, cho khu chợ này một cái tên Việt Nam rất thân thương, là chợ "Đồng Xuân." Vào dịp này, chủ chợ Đồng Xuân muốn phát triển chợ rộng lớn gấp đôi, nên đã tăng vọt tiền thuê sạp. Bà con thuê sạp bèn hè nhau, đóng cửa sạp, không bán hàng nữa, tủa ra trước cửa chợ đình công. Nhóm báo Chim Việt, nhân cũng đang kinh qua những bất công, do bàn tay nối dài của nhà nước cộng sản Việt Nam, không muốn thấy tự do của người Việt tại Đông Âu càng ngày càng bị bóp nghẹt thêm, bèn kêu gọi các báo khác như báo Con Thoi ở Đức, báo Tin Dân, báo Người Tự Do..., cùng các đoàn thể sinh viên Việt Nam đổ về Praha, để vừa làm tin, vừa yểm trợ cuộc đình công của các chủ sạp chợ Đồng Xuân, vừa để có dịp gặp nhau, bàn chuyện xem có thể làm được gì... Nhờ đó cuộc đình công đã gây được một lực lượng đông đảo, và vô cùng phấn khởi...

Trong bầu không khí hăng say, sôi sục bên các bạn cùng tâm huyết, Minh Châu bùi ngùi nhớ lại những kinh nghiệm đấu tranh gian khổ, trong thời kỳ nàng sống ở bên Nga: Không gia đình, không tổ quốc, không tiền bạc, không tương lai... và lúc nào cũng như cá nằm trên thớt! Những hình ảnh, những cảm nghĩ đó cuồn cuộn lên trong tâm trí... đến một lúc nàng thấy nghẹt thở và bỗng thít lên trong lồng ngực, thì cũng cùng lúc nàng sực nhớ đến hiện tại, mình đang ngồi trong một chiếc xe êm ái, với những người cùng chung chí hướng, bon bon chạy trên đường, trong cảnh trời tự do... Nàng nghĩ đến bức thông điệp của Đại Lão Hòa Thượng từ bên nhà gửi sang. Thầy Giác Minh đã tổ chức cả một buổi thuyết pháp trong chùa Thiền Lâm, để phân tích, để phổ biến tinh thần "vô úy" và "vô úy thí" của nhà Phật. Bản thông điệp cũng được đăng trên khắp các mặt báo bên Đức, khiến Minh Châu cũng như nhiều người ở đây không thể quên mấy chữ cô đọng này. Không chỉ nhớ, Minh Châu còn coi những "chữ" đó như câu thần chú, để nàng nhẩm lên, mỗi khi thấy lòng chùng xuống: *"Không sợ và hãy [bố thí] truyền cái 'không sợ' đó sang cho người khác."*

Nhưng bên cạnh tất cả những điều đó, nàng lại có mẹ, nàng đã đón được sang Đức. Bà đang ở trong chùa Thiền

Lâm, một nơi đánh dấu cuộc đời đổi mới, một bước ngoặt thần thánh, đến độ nàng không còn dám nhận thân xác này là của mình nữa, mà là của tất cả những "gì," những "ai" nàng nợ... và có bổn phận đền đáp. Nàng nghĩ chuyến đi hôm nay sẽ là bước khởi đầu, tuy khiêm tốn, nhưng sẽ có chút gì để tạ ơn người yêu. Trước khi lên đường, nàng đã nhận được thư của Tường hẹn dịp nghỉ Noël này sẽ đưa mẹ sang Đức thăm mẹ nàng.

Khi xe đưa Minh Châu tới Praha thì cuộc đình công đang ở mức cao độ. Từ cuộc đình công của một nhóm tư nhân buôn bán, bỗng biến thành một cuộc biểu tình có tính cách chính trị, khi tự nhiên người ta thấy sự hiện diện của nhân viên Đại Sứ Quán. Những người đại diện này không ra mặt đứng về phe chủ chợ, nhưng cũng không bênh vực đám đình công. Người đại diện phía đình công đặt câu hỏi: "Chúng tôi đình công hôm nay là ngày thứ ba rồi, tại sao bây giờ các ông đại diện Đại Sứ Quán mới tới, và tới đây để làm gì? Để bênh vực cho bên nào chứ?"

Đám đình công không được trả lời thỏa đáng bèn làm theo chương trình đã định trước. Họ bỏ chỗ cổng chợ, ồ ạt kéo nhau đến công trường Con Ngựa.* Các người Tiệp đi đường dừng chân nhìn... Các sinh viên Việt Nam ở Tiệp kể sơ qua cho những người đi đường biết đầu đuôi câu

---

* Quảng trường Wenceslaw là quảng trường lịch sử lớn nhất ở giữa Praha mà bà con Việt Nam ở đây quen gọi là "Quảng trường Con Ngựa." Năm 1989 anh Jan Palach, sinh viên 19 tuổi, tự thiêu ở đây, khơi mào cho cuộc Cách Mạng Nhung. Sau này đại diện các nước đến thăm Tiệp, thường đến đây đặt vòng hoa tưởng niệm.

chuyện. Một số thanh niên Tiệp hăng hái gọi các đài truyền hình. Một số khác kêu gọi những người đi đường tham gia biểu tình. Gần ngay đó có Đài Phát Thanh Âu Châu Tự Do, cũng được gọi, mời ra làm tin. Đoàn biểu tình trở nên đông đảo và vô cùng rầm rộ. Đám biểu tình Việt Nam có thêm sức, cuồng nhiệt gào to những khẩu hiệu bằng tiếng Việt và tiếng Tiệp. Đoàn người mỗi lúc một đông cuồn cuộn đổ về phía công trường. Ban quản trị chợ và các nhân viên Đại Sứ Quán lếch thếch chạy theo, xem những người này làm gì, hy vọng có thể ngăn cản.

Minh Châu có ngay một sáng kiến. Nhân nhóm báo Con Thoi có sẵn xe, bèn nhanh chân đi tìm mua một vòng hoa thật lớn mang đến công trường. Không ai cần đợi cắt nghĩa hay kêu gọi, các đoàn thể có mặt, nhóm đình công và các bạn Tiệp tự động xúm ngay lại, cùng đứng nghiêm trang, cúi đầu tưởng niệm người anh hùng 19 tuổi, anh sinh viên Jan Palach đã tự thiêu, khơi mào cuộc cách mạng nhung tại đây năm 1989. Việc làm này không ngờ có tác động mạnh đến nhân viên Đại Sứ Quán. Họ bắt đầu nhốn nháo, định tìm cách "xử lý," nhưng lại buộc phải đứng im, trước các ống kính của TV Tiệp.

Liền ngay sau những phút mặc niệm, người ta thấy mấy người bạn Tiệp có báo Chim Việt giơ lên trước ống kính TV. Rồi nhiều báo Chim Việt được chuyền tay... Mới đầu dăm bảy người có báo, rồi vài chục người có, rồi hàng trăm người có... Họ giơ cao tờ báo hô to: "Tự do báo chí muôn năm," "Nhân quyền cho Việt Nam." "Tự do dân chủ cho Việt Nam"...vv... Người ta phát hết báo mới thì các chủ sạp bảo con cháu về nhà lấy báo cũ ế, vì bị cấm bán, đem ra công trường phân phát tiếp. Họ dùng báo, phất lên như những lá cờ, trước mặt các nhân viên sứ quán, trước ống kính TV và báo chí Tiệp.

Nhóm đình công vừa định tiến thêm một bước nữa là đi mời thị trưởng thành phố Praha tới để nghe họ trần tình, thì các ông đại diện Đại Sứ Quán sợ việc này sẽ gây ra "một tiền lệ xấu" di hại về sau, bèn phải ra mặt đấu dịu với đám biểu tình. Chủ chợ phải nhượng bộ, hứa cho các chủ sạp thuê sạp với giá cũ. Các anh chị em trong các phái đoàn báo chí thừa thắng xông lên. Anh đại diện báo Chim Việt lên máy vi âm, đòi tự do báo chí, họ nói "vì chúng ta đang sống trong một nước tự do." Đám biểu tình lại hô to "Báo Chim Việt muôn năm!" "Báo Chim Việt muôn năm!" "Chim Việt muôn năm!" "Tự do báo chí muôn năm! Muôn năm...! Muôn năm...!"

Tuy cuộc vận động cho báo Chim Việt không có kết quả, nhưng cuộc biểu tình vẫn được ghi nhận là thành công vĩ đại! Mặc dù các nhân viên sứ quán đã biết sợ việc này "sẽ gây ra một tiền lệ có di hại về sau," mọi thành phần tham dự trong cuộc biểu tình này, vẫn ra về với lòng dạt dào trước tình đồng bào, tình đoàn kết của những con người khao khát quyền làm người, khao khát tự do...

Cái chân giá trị của sự đoàn kết, của sức mạnh đám đông thể hiện trong cuộc biểu tình hôm nay, cho phép người ta ước mơ một cuộc chuyển mùa thực sự trên quê hương, trong một tương lai không xa...

41

Trưa chủ nhật tại tòa soạn báo Vượt, Nguyên Việt đang gõ chữ trên "computer," chương cuối của cuốn sách *"Dân Chủ: Một Vấn Đề Cơm Áo,"* đến chỗ bí, chàng quay sang bên cạnh, định hỏi ý kiến Tường ngồi ở chiếc bàn gần đó, nhưng thấy bạn đang nằm gục trên bàn, đầu đè lên một đống giấy tờ bề bộn, Nguyên Việt lắc đầu chán ngán.

Chợt nhận thấy đói, xem đồng hồ mới biết đã quá hai giờ. Chàng gọi:

- Đói rồi, đi ăn đi ông Tường ơi!

Không thấy Tường nhúc nhích. Nguyên Việt bỏ chỗ ngồi, đến lay vai chàng, chỉ nghe mấy tiếng ậm ự rồi lại im như khúc gỗ. Nguyên Việt ngao ngán:

- Dậy đi ông ơi! Ông đã làm hết sức của ông rồi. Ông đã viết thư cho Hội Ân Xá Quốc Tế[*], Ủy Ban Bảo Vệ Ký Giả[*], Hội Phóng Viên Không Biên Giới[*]..., và họ cũng đã can thiệp mạnh mẽ cho cô Nga rồi. Báo chí hải ngoại cũng phản ứng ầm ỹ từ ngày đó đến giờ, chỉ còn một việc ông có thể làm, là kiên nhẫn và theo dõi thôi. Ông cũng đã đi biểu tình, hay ông còn muốn ôm bom nhẩy vào tòa Đại Sứ Việt Cộng nữa? Ừ thì nếu như ông muốn làm thế, thì đi làm đi, chứ đừng cứ ủ rũ như con gà chết toi thế này thì được việc gì?

---

[*] Hội Ân Xá Quốc Tế: AI = Amnesty International.
[*] Ủy Ban Bảo Vệ Ký Giả: CPJ = Committee to Protect Journalists.
[*] Hội Phóng Viên Không Biên Giới: RSF = Reporters sans Frontières.

Vẫn im lặng. Nguyên Việt lắc đầu, mỉa mai:

- Được rồi! Ông còn muốn tuyệt thực nữa thì xin mời...

Nguyên Việt vừa nói vừa bước ra cửa, xuống thang lầu, tiến lại chỗ đậu xe... Cả bầu không gian lung linh trong nắng pha lê làm chàng chói mắt. Một ngọn gió lộng thổi... Mớ tóc bồng bềnh chớm điểm sương của chàng tung lên. Chàng tỉnh hẳn người... chợt ngộ ra một nguyên lý của "tình yêu." Những triết lý vụn của chàng về tình yêu và hôn nhân hồi non trẻ chợt được soi sáng, chàng thông suốt được những khuyết điểm trầm trọng của nó... Cũng liền giây phút đó, chàng bật nghĩ ra được lời tạ tội với Đan Thanh. Những lời thực tận đáy lòng, mà chàng biết chắc chắn nó sẽ có khả năng thuyết phục, chính đáng.

Chàng vặn máy xe. Thay vì đi đến tiệm ăn như đã định, chàng ghé vào một tiệm sách, mua cuốn *Significant Others* của Whitney Chadwick và Isabelle de Courtivron[*] rồi lái thẳng về phía nhà Đan Thanh.

Nguyên Việt đi rồi, Tường nhỏm dậy. Mừng thấy bạn mình đã mang đi cả cái vô tâm lẫn tiếng ồn ào... Chàng lẩm bẩm: "Phải rồi, cả hải ngoại đang cứu cô Nga, cả thế giới đang cứu cô Nga, còn tôi, Tường đây thì ai cứu nổi tôi ra khỏi cái nhà tù của lương tâm này?"

Chàng đi xuống nhà, lên xe lái ra đường 50 đi về hướng Đông, xuống George Washington Memorial

---

[*] *Significant Others*- Cuốn sách nói về những cuộc tình vượt cả lễ giáo bình thường, nhưng giúp cho các nghệ sĩ lớn của nhân loại "tìm thấy tri âm, tri kỷ."

Parkway, hướng Mount Vernon. Đi được một lúc lâu, chàng vòng chữ "U," đậu vào Lady Bird Johnson Park, ngay mé sông Potomac, chỗ mà mười năm về trước, đã có lần Nga và chàng ngồi tâm sự thâu đêm...

Chiều xuống dần. Chàng nhận thấy từ lúc chàng ngồi đây, lâu lâu mới có một chiếc máy bay cất cánh hay hạ cánh xuống phi trường. "Chẳng bù với cái thời Nga với mình ngồi đây"—chàng nhớ lại—"cứ năm hay bảy phút lại có tiếng máy bay lên hay xuống, át cả tiếng nói của hai đứa. Bây giờ phi trường này phải cắt giảm nhiều chuyến bay do vụ 9/11 xẩy ra! Phải rồi, cả trường bay này cũng đã đổi tên từ ngày nàng đi. Hồi đó là National Airport nay đã đổi thành Reagan National. Hai bin đinh Trung Tâm Thương Mại Thế Giới ở Nữu Ước, đã có lần nàng đặt chân tới, nay cũng không còn!"

Gió mát. Mặt nước lăn tăn. Chàng nhớ câu thơ của bà Huyện Thanh Quan trong bài Thăng Long Hoài Cổ: *"Nước còn cau mặt với tang thương."* "Nước" đây không phải chỉ là nước sông, nước hồ, nước biển, mà là nước như nước Mỹ, từng là một siêu cường, một nơi "bất khả xâm phạm" mà cũng đang *"cau mặt với tang thương,"* huống chi nước Việt Nam bé nhỏ của chàng, không biết còn phải "cau mặt" đến bao giờ? Chàng cảm thấy hoàn toàn bất lực.

Chẳng trách được ai, chàng quay ra tự trách mình. Chàng đang ở trên đất tự do, dùng gần hết tuổi trẻ của mình vào có vài việc, mà cũng không xong: "Không xong" đối với một quê hương đầy tang thương, bi lụy; "không xong" đối với những người mình thương yêu hiền lương, đôn hậu; "không xong" đối với cả chính mình, sa lầy với những bức xúc, băn khoăn...

Mặt trời xuống thấp, đỏ như chiếc mâm đồng, lừng lững sau lưng chàng. Gió bắt đầu thổi lộng hơn. Sóng nước long lanh chan hòa ánh nắng, dồn ép, xô đẩy mạnh hơn... Chàng bước ra khỏi xe, ngẩng mặt đón gió. Hít sâu không khí trong lành vào đầy lồng ngực. Chiếc tháp Washington hình bút chì bên kia sông, đơn sơ, ngạo nghễ, lóa lên trong nắng rực hoàng hôn, biểu tượng của một sức sống bất khuất, trẻ trung, đang vươn lên của dân tộc này.

Một cơn gió mạnh thổi qua... Nỗi u uẩn trong Tường bất giác được tung lên, tan loãng vào bốn phương trời lồng lộng... để lại một khoảng trống trong tâm não chàng. Những suy nghĩ mới, những tư tưởng mới... tràn về...

Sóng dồn dập vỗ bờ... Tiếng bập bùng dào dạt... đưa nguồn suy tư của Tường về đến quê hương... Nơi đó, chàng nhìn thấy tận dưới đáy những con sông tự khắp hướng đổ về, có những đợt sóng ngầm, từ từ xoáy chuyển... gỡ bung ra những nút rối làm bế tắc con đường đưa tự do, dân chủ vào trong nước...

Rồi trí tưởng tượng của chàng đi xa hơn... Chàng thấy ở trong những luồng nước ấy, lóng lánh những mảnh vụn của tình người, của nhân phẩm, của niềm tự hào, của tình dân tộc... đang ráp lại với nhau thành từng đám, từng mảng, từng bè... sinh sôi nẩy nở tràn lan... choán lấp lên mặt biển đen ngòm, của máu và nước mắt..../.

Hết truyện nhưng không bao giờ hết chuyện!

Virginia,
 Mùa Tạ Ơn 2003

Những Nét Chấm Phá Bình Tác Phẩm CHUYỂN MÙA Thay Lời Bạt

Đọc *Chuyển Mùa* của nhà văn Trương Anh Thụy, ta thấy như được sống trong không khí đấu tranh của giới trẻ Việt Nam hải ngoại. Ta gặp toàn những nhân vật nặng lòng với quê hương khổ đau, tự nguyện hy sinh những lạc thú của đời thường, dấn thân vào một công cuộc trường kỳ, thăm thẳm tới mức cay đắng, rất dễ ngã lòng--công cuộc gỡ bỏ guồng máy độc tài, xây dựng nền móng dân chủ cho đất nước.

Những con người trong *Chuyển Mùa*, dù nam hay nữ, đều rất mực đáng yêu. Tâm hồn họ trong sáng quá! Mộng ước của họ tinh khiết quá, không một chút tà ý, không một chút tư dục. Đúng là những người thanh niên lý tưởng, tương lai của Việt Nam! Với những con người như vậy thì đương nhiên tình yêu nam nữ của họ cũng phải trong lành, tươi mát, như những con suối đầy thơ, đầy mộng, róc rách muôn đời...

Tôi vẫn tin văn là người, là cuộc sống, là máu huyết của tư tưởng, tình cảm. Tác giả phải có một tấm lòng đôn hậu, tử tế, ân cần với với cuộc sống con người, với thiên nhiên cây cỏ, mới có thể sáng tạo được những nhân vật đẹp như Tường, Nga, Minh Châu (Nhàn), Vinh, Đan Thanh..., mới có thể có được bút lực vẽ ra những bức tranh cảnh sống động muôn mầu của Trời Đất, làm xao xuyến cả lòng người.

Có thể nói đa phần những mâu thuẫn, những bất đồng, những khác biệt quan điểm của người Việt hải ngoại đối với công cuộc đấu tranh nhằm dân chủ hóa đất nước đều được giải quyết có tình, có lý trong bộ trường thiên tiểu thuyết *Chuyển Mùa*. Tác giả tin tưởng, và thực tế cũng đã chứng minh như vậy, là những con người dù đã ngấm độc tuyên truyền CS nặng nề, nhưng nếu họ là những kẻ có lòng, ta vẫn có thể bằng gần gũi, kiên nhẫn, bằng tình cảm chân thật, bằng lý lẽ xác đáng, giải độc cho họ, phá vỡ lớp vỏ bọc điêu trá, tăm tối mà đảng đã dầy công tạo dựng để giam cầm Ánh sáng của Lương tri, Lương năng vẫn tồn tại nơi họ.

Đọc *Chuyển Mùa* ta thấy yêu người, yêu đời hơn, hy vọng vào lớp trẻ hơn, tin tưởng vào tương lai hơn. Cuộc sống đẹp hơn, đáng sống hơn!

NGUYỄN CHÍ THIỆN

July 5, 2004

MỘT SỐ NHỮNG LỜI PHẨM BÌNH VỀ *"TRẠM NGHỈ CHÂN"* PHẦN I CỦA BỘ *CHUYỂN MÙA*

Giữa lúc vấn đề đất nước đang được dư luận bàn đến, vai trò của người hải ngoại với sự phục hưng đất nước, các vận động của nhiều nhóm, để tạo sự "đối thoại" giữa trong nước và ngoài nước, thì chị lại cho phát hành cuốn truyện dài đầu tay: *Trạm Nghỉ Chân*. Tôi đã đón nhận cuốn sách này rất sớm, "khi còn chưa ráo mực", và tôi đã đọc ngay một mạch, từ khuya đêm 25/12, tới sáng hôm sau là hết sạch 202 trang. Tôi gập sách lại, nhìn qua màn cửa, ngày mới bắt đầu, có tiếng chim sâu nhẩy nhót trên cành lá...

Vậy *Trạm Nghỉ Chân* có gì mà hấp dẫn đến thế? *Trạm Nghỉ Chân* đã được tác giả dẫn giải như thế này: "...*Rest Area... ở đó mình có dịp đổ thêm xăng, nhìn lại bản đồ, định lại phương hướng, thở không khí trong lành, xem lại phong cảnh chung quanh... rồi lại lên đường.*" Và một cách thực tế, liên hệ đến cuộc đối thoại giữa hai nhân vật chính, một "lưu học sinh" từ Hà Nội theo học tại Hoa Thịnh Đốn, Nga, và Tường một sinh viên con một gia đình sĩ quan Việt Nam Cộng Hòa, năm chót của học trình Tiến sĩ, nói với nhau thế này:

"Như vậy em không thấy "Trạm Nghỉ Chân" là cần thiết sao? Nói rộng hơn, việc em sang đây du học, và việc anh có dịp gặp em để trao đổi ý kiến... cũng chính là việc mình đã rời xa lộ và ghé vào trạm nghỉ chân, nhìn lại cuộc hành trình vừa qua..."

PHAN LẠC TIẾP
(*Ngày Nay*, Houston, TX, Số 290 - 15/12/1993)

As they start dating, this boy-meets-girl story, under the author's skillful pen, evolves into a realistically complex psychological novel about two human beings, two young Vietnamese souls simply interacting in the free collegiate atmosphere of the young man's country of asylum, an atmosphere that the young woman soon learn to envy.

In an easy-flowing style, Truong Anh Thuy keeps the reader in suspense regarding how those young overseas Vietnamese, well trained and well motivated, will work together for national salvation.

NGUYỄN ĐÌNH HÒA
(*World Literature Today*, số ra mùa Thu 1994)

Đây là câu chuyện một mối tình nhẹ nhàng, thơ mộng trong bối cảnh của những năm thay đổi cục diện Đông-Tây. Nga, một "lưu học sinh" từ Hà Nội sang, gặp Tường, một sinh viên tỵ nạn nặng lòng với quê hương. Trong khi hai người vật lộn với những định kiến của mình cũng như của người thì chính là lúc tìm đến được với nhau, yêu nhau và hứa hẹn về một tương lai khá hơn cho quê hương dân tộc. Tuy phần lớn câu chuyện xảy ra ở Hoa Kỳ, tầm nhìn của các nhân vật trải dài sang đến Mạc Tư Khoa và về trong nước.

Theo nhận xét của các bạn văn có mặt trong buổi nói chuyện (Tối thứ Tư 15 tháng Chạp, năm 1993, tại thư viện báo Người Việt, Trương Anh Thụy đã nói chuyện thân mật với một nhóm nhà văn, nhà báo về cuốn sách mới in [chú của Nhà XB]). Trương Anh Thụy đã "khéo" đưa một vấn đề gai góc rất thời sự, là sự hòa giải giữa những người Việt Nam, vào tiểu thuyết. Tác giả họ Trương không nghĩ rằng mình viết tiểu thuyết luận đề, nhưng sự xuất hiện của một cuốn "Trạm Nghỉ Chân" trong thời điểm này chắc hẳn không phải là một chuyện tình cờ.

NGUYỄN MỘNG GIÁC
(*Văn Học* số 93-94)

Tôi thật sự xúc động với đoạn trình bày khung cảnh của câu chuyện: *"Một khung cảnh rất tự nhiên, rất dễ dẫn đến sự trao đổi chân tình: một người là sinh viên du học từ trong nước ra (...) và một người Mỹ gốc Việt, gốc tỵ nạn. Vì không ai là đại diện chính thức của bên nào, nên vấn đề không thể đặt ra là biểu tình, xuống đường, hoan hô, đả đảo! Vấn đề trước tiên là của hai người, một nam, một nữ, rồi lại của hai con người Việt Nam mà không nhất thiết lúc nào cũng phô ra ngoài màu cờ hay khẩu hiệu. Vấn đề được rút xuống đến hai mẫu số căn bản nhất: hai tâm hồn Việt Nam gặp nhau rồi tương tác lẫn nhau, trong một không khí và một khung cảnh hoàn toàn tự do."* (Trích "Lời Nói Đầu"- Trạm Nghỉ Chân [chú của NXB])

Trương Anh Thụy là một nhà văn có nhiều tham vọng, hay nói đúng hơn, một nhà văn có nhiều ước mơ lớn. Giữa những sinh hoạt của một cộng đồng còn nặng chĩu quá khứ chính trị trước 75, chị đã đưa ra nhận định này: *"Trong một trật tự thế giới đang được sắp xếp lại một cách chóng mặt, không ai có thể bình chân như vại—dù là những người Việt bên kia giới tuyến hay chính chúng ta nữa (...) những yếu tố rất mới trong xu thế chung của đất nước và dân tộc, là những cơ hội nghìn vàng để người Việt—bất kể giới tuyến—tìm lại mà đến với nhau."* Chị đặt câu hỏi: *"Trong một tình hình mà bao nhiêu sự vật đổi thay nhanh chóng ở xung quanh chúng ta, không lẽ chúng ta không đặt thành vấn đề và tìm cách đưa ra hay suy nghĩ về một giải pháp?"* (Trích "Lời Nói Đầu")....

...Điều đáng ghi nhận là những nhân vật nữ, như Nga và Nhàn, mặc dầu với cá tính hoàn toàn khác biệt. Cá tính của Nhàn có khả năng tạo nên những sôi nổi về sau này.

TRƯƠNG VŨ
(Nhận định hôm ra mắt *Trạm Nghỉ Chân*
ở Trường Luật George Mason University, 16/1/1994)

Văn phong họ Trương hiện lên nét đôn hậu, nhân bản. Cốt truyện giản dị, không khúc mắc, éo le, nhưng vẫn cuốn hút người đọc. Đặc biệt về đề tài, bà khai phá một hướng mới, rất gần với thời sự, và sẽ là xu hướng của đời sống người Việt ít ra là một vài thập niên trước mắt.

Nhiều vấn đề "gai góc" của cộng đồng được tác giả khéo léo lồng vào những tình huống tiểu thuyết, để lý giải và đưa ra những giải pháp đề nghị mà *"không hề có một tiếng súng nổ."*

LÊ ĐÌNH ĐIỂU
(*Thế Kỷ 21*- Tháng Giêng 1994)

Tác giả có thú nhận rằng 'không có một khái niệm thật rõ ràng là câu chuyện sẽ diễn biến và kết thúc như thế nào'. Về điểm này, có một người bạn tôi--vốn cũng là nhà văn—rất ư là bất đồng. Anh dẫn chứng trường hợp của Tolstoi khi viết bộ *Chiến Tranh Và Hòa Bình*, khác hẳn với *Chuyển Mùa* vì một đằng viết về quá khứ và một đằng thì viết về cái đang diễn biến. Trong trường hợp này tôi thấy quan niệm 'không người lái' này lại hóa hay, vì câu chuyện sẽ biến hóa theo sát với các chuyển biến thực tế, chớ không bị gò ép trong một khuôn khổ cứng nhắc.

... Tôi hy vọng những hạt nhân như Nga, như Nhàn, như Tường sẽ thay đổi được Việt Nam...

Trạm Nghỉ Chân có một sức lôi cuốn mạnh mẽ, trang này lôi cuốn trang kia, tôi đã đọc một mạch. Bút pháp của tác giả trong sáng giản dị và đầy nét tươi trẻ. Theo bước chân của cặp tình nhân Nga và Tường, người đọc được tác giả dẫn dắt rong chơi trong vùng thủ đô Hoa Thịnh Đốn như bên bờ sông Potomac, Đài kỷ niệm chiến Tranh Việt Nam (do một nữ kiến trúc sư trẻ Trung Hoa vẽ kiểu mà bây giờ tôi mới biết...) Về ngôn từ, tác giả viết đúng ngôn từ của nhân vật mình sử dụng, như Nga và Nhàn thì luôn luôn dùng các từ phiên âm kiểu miền Bắc: Niu-oóc, Oa-sinh-tơn, Mát-xcơ-va... Còn Tưởng thì theo tập quán của miền Nam nói Nữu Ước, Hoa Thịnh Đốn, Mạc Tư Khoa. Nga lại còn nói 'biểu thời gian' thay vì 'thời khóa biểu' như ta thường dùng và nhứt là trạng từ đặc thù của Việt cộng 'tốt thôi'. Điều này khiến ta phải cười vào mũi Dương Thu Hương, nhà văn được đảng đào tạo ở trường viết văn Nguyễn Du, trong *Tiểu Thuyết Vô Đề* lại để cho binh sĩ Việt Nam Cộng Hòa gọi cấp chỉ huy mình bằng 'ngài' xưng 'con'!

Cám ơn chị [Trương Kim Anh] cho đọc một cuốn truyện hay. Tôi chờ đọc tiếp những cuốn khác trong bộ trường thiên này với những biến chuyển mà Việt Nam đang mong đợi.

NGUYỄN TẤN VINH
(Na-Uy)

Cũng tại Buổi ra mắt *Trạm Nghỉ Chân* ở Đại học luật khoa George Mason, Virginia, 16/01/94, còn có những nhận định như sau:

Qua tác phẩm *Trạm Nghỉ Chân*, tác giả đã gửi gấm đến độc giả trẻ một cách nhìn rất thẳng thắn về vai trò chính trị rất bình đẳng của tuổi trẻ trước trách nhiệm với đất nước, không phân biệt nam hay nữ, người trong nước hay người ngoài nước, người của miền Bắc hay miền Nam. Tác phẩm này có giá trị thách thức và thôi thúc thanh niên của thế hệ này xông xáo vào việc nước trong thời ly loạn, như các thế hệ trước đã lao vào vòng lửa đạn. Chúng tôi nghĩ rằng điều kiện thanh bình, sự dư thừa vật chất tại hải ngoại bên này dễ làm cho chúng ta quên đi hoàn cảnh bất ổn bên nhà, do đó sự nhắc nhở cảnh giác thường xuyên với chính mình là điều cần thiết.

Chúng tôi mong rằng trong phần kế tiếp của bộ trường thiên, tác giả sẽ khai triển thêm về cách thức đi tìm sự quân bình trong đời sống hàng ngày của thanh niên, một vấn đề mà chúng tôi nghĩ là chưa được giải đáp thỏa đáng từ gần 20 năm nay.

NGUYỄN KHOA DIỆU HIỀN

Cảm nhận đầu tiên của chúng tôi là trong tác giả hiện diện một niềm tin vững chãi vào tuổi trẻ Việt Nam. Và quả thực, sau khi đọc xong tác phẩm chúng tôi nhận thấy niềm tin đó bàng bạc từ đầu đến cuối sách.

Chúng tôi biết niềm tin vào tuổi trẻ đó hình thành một phần là do những tiếp xúc trực tiếp với giới trẻ trong quá trình hoạt động xã hội của tác giả. Chính do những kinh nghiệm có thật đó mà tác phẩm chứa đựng nhiều điều rất thật, mặc dù trong lời nói đầu, tác giả có nhắc nhở rằng đây là 'một tác phẩm hư cấu'.

Những nhân vật Tường, Nga làm chúng tôi liên tưởng đến các nhân vật trẻ Kha, Miên, Hiển trong bộ trường thiên *Khu Rừng Lau* của nhà văn Doãn Quốc Sỹ. Tuy bối cảnh thời gian, không gian, tình tiết hoàn toàn khác xa, nhưng những khát khao tự do và tinh thần nhân bản dân tộc của những con người trẻ Việt Nam lớn lên trong giai đoạn chuyển mình của đất nước không sai biệt.

Trong *Khu Rừng Lau*, một nhân vật trẻ đã phát biểu là "phải kiến thiết lâu đài tinh thần của dân tộc để giữ vững tin tưởng, nước Việt Nam quyết không chịu làm con tốt biên cho bất cứ một cường quốc nào, nước phải là một nốt nhạc có ý thức trong bản hợp tấu của nhân loại." Thì trong *Trạm Nghỉ Chân*, tác giả đã nhìn về sự sụp đổ của chế độ Cộng Sản như những diễn biến kỳ diệu, *"bắt đầu từ con tim, một nhịp tim đập, rồi nhiều tim đập theo. Một lúc thành một giàn giao hưởng triệu triệu con tim đập theo lẽ phải, ..., đập theo xu thế tất yếu của thời đại, đập theo cái hướng đi mà ông bà tổ tiên ta đã vạch ra, đập theo cái hướng tới của mặt trời và của tuổi trẻ, thì một lúc nó phải thành hải triều âm, đưa thẳng ta đến một tương lai xán lạn."* (Trang 11)

Biến *Trạm Nghỉ Chân* thành một trường thiên là một quyết định hợp lý vì tầm vóc lớn lao của biến chuyển thời đại và tâm lý nhân vật. Chúng tôi đón chờ xem những tập sau của bộ trường thiên để theo dõi tương lai và quá khứ của những người trẻ tiêu biểu.

NGUYỄN XUÂN THƯỞNG

Không khí ở *Trạm Nghỉ Chân* đưa tôi tới một vài nhận định sau đây: Đây là một thời kỳ Tự Lực Văn Đoàn mới... của những tiểu thuyết luận đề. Trước kia là chống hủ tục, phong kiến, bất công xã hội... nay là những vấn đề Quốc Cộng, là tranh đấu cho dân chủ tự do. Những cuộc tranh luận giữa Tường và Nga trong cuộc tình mới chớm của họ là những cuộc tranh luận có thật, đang xảy ra trong đời sống của những người Việt tại hải ngoại và ngay cả ở trong lòng xã hội CSVN.

Trạm Nghỉ Chân không phải là trạm nghỉ chân của những người về hưu, bó tay, bó gối, một nhà dưỡng lão, trạm nghỉ chân này là nơi chuẩn bị hành trang cho một cuộc lên đường, lần này của giới trẻ. Trong lời nói đầu, tác giả cẩn thận viết tác phẩm của chị *"...là một tác phẩm hư cấu, cốt truyện đương nhiên không nói đến sự việc thật, những con người thật ở ngoài đời..."* Điều đó có thể không sai, nhưng những khung cảnh thời sự, tâm thức của giới trẻ, những luận đề đang được thảo luận trong cộng đồng người Việt hải ngoại và thái độ, hành động của lớp trẻ hôm nay đã được chị tượng hình trong hai nhân vật chính Tường và Nga. Nói tóm lại, nỗi thao thức của những con người của giới trẻ hiện nay, có dấu vết trong Tường và Nga.

Trong suốt mấy năm qua, các thể tài được các nhà văn Việt Nam đặc biệt là phái nữ viết, có người cũng đã chạm đến những luận đề chính trị, nhưng thường thường dừng lại ở trong lời than văn, trong những lời tố cáo, lên án những cảnh đời khổ ải, những năm sau khi Cộng Sản chiếm miền Nam, những đổi đời nhiều cơ cực hờn tủi trong lòng đất nước, những xao xuyến lạ lẫm trên đất người, những xót xa của thân phận lưu đầy, những đắng cay của cuộc biển dâu, những éo le của tình yêu đôi lứa, hoặc những thử nghiệm say đắm, cuồng nhiệt nhiều đam mê ở những cuộc tình chứa nhiều tình dục hơn là tình yêu..., thì ở *Trạm Nghỉ Chân*, chị Anh Thụy đôn hậu như trong đời sống của chính chị, một người từng suy nghĩ và gánh gồng những chuyện xã hội, cộng đồng... đã tiến một bước dài đến một thể tài mới: viết về những biến chuyển thời sự, viết về giới trẻ và những câu hỏi của họ đối với đất nước, vai trò của họ đối với quê hương... Riêng điểm này đã tạo được cái không khí độc đáo, một sắc thái quyến rũ của *Trạm Nghỉ Chân*, không lẫn vào những lối đi đã nhiều người bước vào trong nhiều năm qua.

Riêng phần văn chương, về phần bố cục, tôi rất thích lối bố trí của chị Anh Thụy khi đưa Tường và Nga vào cái sân khấu của môi trường hải ngoại. Nói đúng hơn là bố trí cho Tường và Nga vào miếng đất thủ đô Hoa Kỳ trong thời kỳ những biến chuyển thế giới đã và đang dồn dập xẩy ra. Dấu vết của đời sống Mỹ và phong tục Mỹ, từ những buổi Lễ Tạ Ơn, Lễ Giáng Sinh đến việc người Mỹ, yêu chó mèo, tính sòng phẳng và lạnh lùng của người Mỹ v.v... chị đều không bỏ sót. Giả thử ở Việt Nam nhiều năm sau, khi tất cả những biến chuyển đã nguội lạnh, người đọc *Trạm Nghỉ Chân* của chị, đều có thể tìm lại được dấu vết của một hậu cảnh mà phải nói là khó có thể tìm trong những tiểu thuyết khác. Lối viết này rất gần với lối viết tiểu thuyết của những tác giả Hoa Kỳ.

NGÔ VƯƠNG TOẠI

Hướng sáng tác của Trương Anh Thụy đã đề cập một giai đoạn tối xám của lịch sử nước ta và buộc chúng ta phải giải quyết. Tác phẩm đưa ra nhiều khía cạnh được khám phá và cũng chứa chan hy vọng về tiền đồ rực rỡ và niềm tin tất thắng. Người CS Việt Nam gọi đó là Diễn Biến Hòa Bình.

Trạm Nghỉ Chân đã vượt thoát được sự luẩn quẩn, hạn hẹp sáo mòn để thắp lên ngọn lửa của lương tri và vạch ra một hướng đi của tương lai do lớp trẻ đứng ra đảm nhận. Tác phẩm có hợp điểm vươn tới, có chuyên chở tư duy, nhận thức và các hành động cụ thể, có ngôn từ, lý luận hợp lý thuận tình, và nhân vật được chọn lựa để mang tính cách tiêu biểu.

LÊ NHẬT THĂNG

Nhà văn phải mẫn cảm lắm để nhìn thấy những "vấn đề" trước mọi người (vì người ta không thấy, hay tránh né không muốn đề cập tới), chị đã chạm đến một đề tài gai góc mà ngay trong bài dẫn nhập đã nói tới... [...} Người viết phải dùng tâm não, tưởng tượng phong phú để có thể gầy dựng nên một câu chuyện sống động như thế.

TRẦN QUÁN NIỆM

Tôi đọc say mê, truyện hấp dẫn dễ sợ. Mối tình thật đẹp, đọc cứ hồi hộp sợ hai người (Tường và Nga-chú của NXB) giận nhau luôn thì buồn quá... Điểm thứ hai là chị đã nhìn thấy nhiều điều mà có một số người cầm bút vẫn chưa thấy, dầu đang ở thời điểm này.[...] Chị là nhà văn đầu tiên đã dám đem cái sự thật đất nước để nói lên. Tôi thiệt tình cảm phục chị hết mình.

Có thể có nhiều người cũng biết như vậy nhưng không ai dám đặt thẳng vấn đề như chị.

VÕ KỲ ĐIỀN

Một sự thực không thể phủ nhận: Lớp cộng sản già nua sẽ chết. Thế hệ chống cộng kể từ khởi điểm 1945 và sau đó, cũng không thể cưỡng lại được thời gian. Còn lại thế hệ trẻ, lớn lên ở trong nước và ở hải ngoại, sẽ là thế hệ lãnh đạo, phục hồi đất nước sau này.

Làm sao tiến đến giai đoạn này trong sự êm đẹp? Có lẽ ai cũng mong muốn *"một diễn biến kỳ diệu bắt đầu từ con tim, một nhịp tim đập, rồi nhiều tim đập theo..."* Nhịp tim bắt đầu từ hai người ở hai chiến tuyến: Tường và Nga.

Tôi vẫn thèm khát một nước Đức thống nhất không tốn một giọt máu. Đó là bài học quí giá để chúng ta nghiền ngẫm.

PHẠM NGỌC LŨY

Thư mục CÀNH NAM

CÀNH NAM phát hành sách của CN, Tổ Hợp Xuất Bản Miền Đông Hoa Kỳ (có đánh dấu hoa thị *), và của một vài cơ sở bạn như Hội Văn Hóa VN tại Bắc Mỹ, Cơ sở xb Phạm Quang Khai v.v.

Hiên NHẠC	
THẤM THOÁT MƯỜI NĂM – Phạm Duy	8 MK
NGỤC CA (Hội VNVNBM) – Phạm Duy, Nguyễn Chí Thiện, Nguyễn Ngọc Bích	5 MK
Hiên THI CA THẾ GIỚI	
OMAR KHAYYAM: THƠ VÀ ĐỜI* (Thơ Ba-Tư) Nguyễn Ngọc Bích dịch và giới thiệu	15 MK
Hiên TRUYỆN	
CHUYỂN MÙA* – Trương Anh Thụy	28 MK
RỒNG VÀ RẮN* – Nguyễn Viện	15 MK
HỎA LÒ* - Nguyễn Chí Thiện	15 MK
ÁNH MẮT – Trương Anh Thụy	12 MK
MỒ HÔI CỦA ĐÁ – Nhật Tiến	8 MK
LỚP SÓNG PHẾ HƯNG – Hồ Trường An	7 MK
ĐÊM RỒI CŨNG ĐI QUA* – Nguyễn Thị Ngọc Nhung	8 MK
MỘT ĐÊM THỨ BẢY* – Mai Thảo	8 MK
MỘT THỜI ĐANG QUA* – Nhật Tiến	7 MK
Hiên TRUYỆN NƯỚC NGOÀI	
LIÊU TRAI CHÍ DỊ I, II, III – Bồ Tùng Linh, mỗi tập Bản dịch Kim Y Phạm Lệ Oanh	7 MK
Hiên TRIẾT	
DUY VĂN SỬ QUAN – Hoàng văn Chí	12 MK
Hiên KÝ	
TỪ LÀNG VÂN HỒ ĐẾN UNESCO* – Bích Thuận	20 MK
NHỮNG NGÀY MUỐN QUÊN* - Đoàn Thêm	18 MK

BÚT KÝ IRINA* - Irina Zisman	10 MK
CON ĐƯỜNG CẢI TẠO (Trường ngâm) – Dương Tử	10 MK
Hiên KÝ SỰ VĂN HỌC NGHỆ THUẬT	
NHỮNG BẬC THẦY CỦA TÔI* - Xuân Vũ	15 MK
THEO CHÂN NHỮNG TIẾNG HÁT* - Hồ Trường An	20 MK
GIAI THOẠI HỒNG* - Hồ Trường An	14 MK
Hiên BIÊN KHẢO	
BỂ DÂU TRONG DÒNG HỌ NGUYỄN DU* Đặng Cao Ruyên	18 MK
HỒ XUÂN HƯƠNG: TÁC PHẨM* – Nguyễn Ngọc Bích	20 MK
NHÀ QUÊ RA TỈNH* - Đoàn Thêm	25 MK
SÁCH SONG NGỮ	

THI KINH QUỐC PHONG (Tái bản trọn bộ)
   Bản dịch Kim Y Phạm Lệ Oanh, Nguyễn Đăng Thục
   giới thiệu, Nguyễn Ngọc Bích viết Bạt
	25 MK

HOA ĐỊA NGỤC / FLOWERS OF HELL* (Việt/Anh) Thơ Nguyễn Chí Thiện, Nguyễn Ngọc Bích dịch	25 MK
HẠT MÁU THƠ / BLOOD SEEDS BECOME POETRY* (Việt/Anh) - Thơ Nguyễn Chí Thiện, Nguyễn Ngọc Bích dịch	10 MK
TRƯỜNG CA LỜI MẸ RU / A MOTHER'S LULLABY (Việt/Anh) - Thơ Trương Anh Thụy, Nguyễn Ngọc Bích dịch, Võ Đình minh họa	12 MK
SÁCH TIẾNG ANH	
WAR & EXILE, A Vietnamese Anthology (TT Văn Bút Miền Đông HK) – Tuyển tập thơ văn VN hiện đại, Nguyễn Ngọc Bích chủ biên, Võ Đình minh họa, với phụ bản nhạc Phạm Duy.	12 MK
TET, THE VIETNAMESE NEW YEAR* - Nguyễn Ngọc Bích	25 MK

SÁCH MỚI XUẤT BẢN!

- **CHUYỂN MÙA**
  Trường thiên tiểu thuyết của TRƯƠNG ANH THỤY
  Trọn bộ ba tập: TRẠM NGHỈ CHÂN (đã xuất bản năm 1993) / MA LỘ / CHUYỂN MÙA - 816 trang.
  Ấn phí 28 MK

- **TẾT**
  Cuốn sách tiếng Anh do NGUYỄN NGỌC BÍCH soạn đầy đủ nhất về TẾT, với nhiều hình ảnh Tết cũng như các bức tranh Tết cổ truyền. Cỡ 8 1/2 X 11. 22 tấm hình màu. Lý tưởng cho món quà Tết tặng bạn Mỹ và các gia đình Việt Nam.
  Ấn phí 25 Mỹ Kim

- **MÂY CHÓ**
  10 Truyện và 10 Chuyện của VÕ ĐÌNH
  220 trang – Ấn phí 12 MK

- **RỒNG VÀ RẮN**
  4 tiểu thuyết NGUYỄN VIỆN (tác giả quốc nội)
  320 trang – Ấn phí 15 MK

- **OMAR KHAYYAM Thơ và Đời** (Thơ Ba Tư)
  NGUYỄN NGỌC BÍCH dịch và giới thiệu
  Bìa 2 lớp-Nhiều hình ảnh-278 trang-Ấn phí 15 MK

- **BỂ DÂU TRONG DÒNG HỌ NGUYỄN DU**
  Biên khảo của ĐẶNG CAO RUYỂN
  217 trang cỡ 'trade paperback'-Nhiều hình ảnh/hình màu –
  Ấn phí 18 MK

- **HỎA LÒ**
  Tập truyện NGUYỄN CHÍ THIỆN - 320 trang –
  Ấn phí 15 MK

MÓN QUÀ LÝ TƯỞNG

Hãy mau mau đi tìm cuốn
TET! The Vietnamese New Year*
của Nguyễn Ngọc Bích

để giúp cho các con em hiểu biết về Tết, bảo tồn một nét đẹp
văn hóa của Việt Nam
để giúp các phụ huynh giải thích tường tận về phong tục Tết cho con em
để giúp cặp vợ chồng mới cưới biết sửa soạn Tết cho tổ ấm
để đưa vào các thư viện công cộng và trường Mỹ
giới thiệu về ngày lễ đẹp nhất của chúng ta.

Sách dầy 150 trang khổ lớn (8½ x 11), viết trong tiếng Anh dễ hiểu
(để vừa trình độ cuối tiểu học, đầu trung học đệ nhất cấp),
với hơn 120 tranh minh họa hoàn toàn VN, 22 trang màu,
do Tổ Hợp Xuất Bản Miền Đông Hoa Kỳ xuất bản

Sách trình bầy gọn ghẽ, sáng sủa và thẩm mỹ, nhằm trả lời tất cả
những câu hỏi mà bạn có thể muốn đặt ra về phong tục Tết
(chuyện Ông Táo, cây nêu, hoa ngày Tết, Tam Cúc, Bầu Cua Cá Cọp,
lịch ta lịch Tầu v.v.) ở cả ba miền đất nước.
Sách còn đi vào ý nghĩa sâu xa của ngày Tết
và vai trò của phụ nữ Việt Nam.

Ấn phí 25 MK

CANH NAM PUPLISHERS
2607 Military Rd. Arlington, VA 22207 - USA
Tel: (703) 525 – 4538 - Email: canhnam@dc.net